गॅरी बास यांची यापूर्वी 'फ्रीड्मस बॅटल : ओरिजिन्स ऑफ ह्युमॅनिटेरीयन इंटर्व्हेन्शन्स' आणि 'स्टे द हँड्स ऑफ व्हेन्जन्स : द पॉलिटिक्स ऑफ वॉर क्राइम्स ट्रायब्युनल्स' ही दोन पुस्तकं प्रकाशित झाली आहेत. ते प्रिन्स्टन विद्यापीठात 'राज्यशास्त्र व आंतराष्ट्रीय संबंध' या विषयाचे प्राध्यापक आहेत. त्यांनी 'द इकॉनॉमिस्ट' या वृत्तपत्रासाठी पत्रकारिता केली आहे, तसंच द न्यू यॉर्कर, द वॉशिंग्टन पोस्ट, द लॉस एन्जलिस टाइम्स, द बॉस्टन ग्लोब, द न्यू रिपब्लिक, फॉरेन अफेयर्स, फॉरेन पॉलिसी, स्लेट आणि अशाच इतर प्रकाशानांकरता अनेकदा लिखाण केलं आहे.

'द ब्लड टेलिग्राम' या पुस्तकाला मिळालेले विविध पुरस्कार

पुलित्झर पुरस्काराच्या अंतिम यादीत निवड

आंतरराष्ट्रीय संबंधांवरील सर्वोत्तम पुस्तकाला दिला जाणारा लायोनेल गेल्बर पुरस्कार

'अमेरिकी परराष्ट्र संबंध' या विषयावरील सर्वोत्तम पुस्तकाला दिला जाणारा रॉबर्ट एच. फेरेल पुरस्कार

रामनाथ गोएंका पुरस्कार

इतिहास-लेखनासाठी दिला जाणारा कंडहिल पुरस्कार

एशिया सोसायटीचा बर्नार्ड श्वार्टझ पुरस्कार

काउन्सिल ऑन फॉरेन रिलेशन्स संस्थेचा आर्थर रॉस पुरस्कार

बांगला देश मुक्तिसंग्रामातल्या अमेरिकेच्या
भारतविरोधी कारवायांचा अप्रकाशित अन्वयार्थ

द ब्लड टेलिग्राम

गॅरी बास

अनुवाद : दिलीप चावरे

डायमंड पब्लिकेशन्स

द ब्लड टेलिग्राम
गॅरी बास, अनुवाद : दिलीप चावरे

The Blood Telegram
Gary Bass, Translation : Dilip Chaware

प्रथम आवृत्ती : ऑक्टोबर, २०१६

ISBN : 978-81-8483-692-9

मुखपृष्ठ
संदीप देशपांडे

अक्षरजुळणी
थ्रीडी ग्राफिक्स, पुणे
मुग्धा दांडेकर,९८२२७०७९७१

प्रकाशक
डायमंड पब्लिकेशन्स
२६४/३ शनिवार पेठ, ३०२ अनुग्रह अपार्टमेंट
ओंकारेश्वर मंदिराजवळ, पुणे-४११ ०३०
☎ ०२०-२४४५२३८७, २४४६६६४२

info@diamondbookspune.com
facebook.com/diamondbookspune

ऑनलाईन पुस्तक खरेदीसाठी भेट द्या
www.diamondbookspune.com

बांगला देशातल्या रक्तसंहारामुळे लोक आएन्डेना विसरून गेले, सिनाई वाळवंटातल्या युद्धाच्या गोंगाटामुळे बांगला देशाच्या किंकाळ्या दबून गेल्या... सतत असंच घडत राहिलं आणि अखेर सगळे जण सगळं काही विसरून गेले.

– मिलन कुंदेरा, द बुक ऑफ लाफ्टर अँड फरगेटिंग

अनुक्रम

प्रास्ताविक

ढाक्यामधले अमेरिकेचे वाणिज्यदूत आर्चर ब्लड एक सज्जन राजनैतिक अधिकारी होते. व्हर्जिनियामध्ये लहानाचे मोठे झालेले ब्लड दुसऱ्या महायुद्धात नौदलातले लढाऊ खलाशी होते. अनेक वर्षं परदेशात ठिकठिकाणी काम केलेल्या ब्लडची परराष्ट्र सेवेतली भावी कारकिर्द उज्ज्वल होती. प्रामाणिक आणि नेमकं बोलणाऱ्या आणि वागणाऱ्या ब्लडना त्यांच्या उपदूतावासातले अनेक बेदरकार कनिष्ठ साधा, सरळ मनुष्य म्हणून ओळखत असत.

दारिद्र्यग्रस्त, दलदलीच्या; पण हिरव्यागार असणाऱ्या या प्रदेशातली नियुक्ती ब्लडना आवडायला लागली होती; पण उपदूतावासाच्या मेणचट कचेरीबाहेरच्या जीवघेण्या उकाड्यात ते शहर मरू घातलं होतं. एकामागून एक रात्री बंदुकांच्या फैरींचे आवाज ब्लडच्या कानांवर अखंडपणे पडत होते. २५ मार्च १९७१ च्या रात्री पाकिस्तानी लष्कराने बंगाली लोकांवर अविरत हल्ले सुरू केले. तत्कालीन पूर्व पाकिस्तानात आणि आजच्या स्वतंत्र बांगला देशात हे हल्ले सगळीकडे होत होते. एकट्या ढाका शहरात अगणित लोकांना गोळ्या घालण्यात आल्या, बॉम्बस्फोट घडवून आणून किंवा जाळून टाकून अनेकांना संपवण्यात आलं. ब्लड यांनी ती भीषण रात्र त्यांच्या अधिकृत निवासस्थानाच्या छपरावर घालवली होती. लक्ष्याचा माग काढणाऱ्या गोळ्यांमुळे आकाश प्रकाशमान झाल्याचं ते पाहत होते आणि मशीनगनचा तसंच रणगाड्यांवरच्या तोफांचा धडधडाट ऐकत होते. हे जरत्कारू शहर जवळजवळ पेटलं होतं. त्याच्या भयाण अंधारातले अनेक नागरिक ब्लडच्या ओळखीचे होते. ब्लड यांना ते आवडतही होते. गोळ्या झेलणारे अनेक नागरिक त्यांचे व्यावसायिक सहकारी होते; काही जण तर त्यांचे मित्र होते.

घडणाऱ्या घटनांचा जास्तीत जास्त तपशील वॉशिंग्टनला कळवणं स्वतःचं कर्तव्य असल्याचं ब्लड आणि त्यांचे कर्मचारी मानत होते. शीतयुद्धाच्या काळातल्या अतिभीषण अत्याचारांपैकी एका अत्याचाराचा साक्षीदार असलेला ब्लड यांचा उपदूतावास बंगाली नागरिकांच्या कत्तलींची माहिती भयानक

तपशिलांसह संकलित करत होता – तोफांच्या माऱ्यात नेस्तनाबूद करण्यात आलेला ढाक्यातला एक परिसर; दोन वर्तमानपत्रांच्या कार्यालयांच्या उद्ध्वस्त झालेल्या इमारती; झावळ्यांची छपरं असलेल्या खेड्यांची होळी; बंगाली जनतेमधल्या हिंदू अल्पसंख्याकांना वेचून मारणं इत्यादी.

पर्णसंभाराने सजलेल्या ढाका विद्यापीठातल्या देखण्या परिसरातल्या कत्तलींची तपशीलवार माहिती अमेरिकेतल्या उपदूतावासाने वॉशिंग्टनला दिली. नेस्तनाबूद झालेल्या विद्यापीठ-परिसरात गोळ्या घालण्यासाठी म्हणून प्राध्यापकांना घराबाहेर खेचून आणण्यात आलं होतं. हिंदू विद्यार्थ्यांच्या वसतिगृहाचे प्रमुख असलेल्या आणि इंग्रजी भाषेचे आदरणीय तज्ज्ञ असलेल्या एका प्राध्यापकांना घराबाहेर फरफटत आणून त्यांच्या मानेत गोळी घालून संपवण्यात आलं होतं. 'आणखी सहा अध्यापकांना सैनिकांनी ठार केल्याचं विश्वसनीयरीत्या समजतं.' अशी नोंद करून त्याशिवाय इतर अनेकांना बहुधा ठार करण्यात आल्याची नोंदही ब्लडनी केली. विद्यार्थ्यांना त्यांच्या खोल्यांमध्येच किंवा ते पळ काढण्याच्या प्रयत्नात असताना खलास करण्यात आल्याचं विद्यापीठ-परिसराला भेट देणाऱ्या एका अमेरिकी नागरिकाने सांगितलं.

ब्लड यांनी अहवाल पाठवला, 'विद्यापीठ परिसरात किमान दोन सामूहिक दफनभूमी तयार झाल्याचं तसंच भयानक दुर्गंधी पसरल्याचं निदर्शनास आलं आहे.' दफनभूमीसाठी थडगी खणण्याची सक्ती करण्यात आलेल्या कामगारांनी सांगितलं की, त्या थडग्यांमधल्या एका सामूहिक थडग्यात १४८ मृतदेह होते. लष्करी हल्ल्याच्या पहिल्या दोन दिवसांमध्ये किमान ५०० विद्यार्थ्यांना कंठस्नान घालण्यात आल्याचं अनुमान ढाका उपदूतावासातल्या एका अधिकाऱ्याने काढलं होतं. मृतांपैकी एकही जण प्रतिकार करू शकला नव्हता. 'विद्यापीठात सुमारे एक हजार लोक मरण पावल्याचा अंदाज अतिशयोक्त वाटत असला, तरी सध्याच्या परिस्थितीत अकल्पित असं काहीच म्हणता येणार नाही', असा अभिप्राय ब्लड यांनी व्यक्त केला. कत्तल संपल्यानंतर मृतदेहांची वासलात लावण्यासाठी सुमारे २५ मृतदेह कोंबलेली लष्कराची एक मालमोटर आल्याचं एका अमेरिकी प्रत्यक्षदर्शीचा हवाला देऊन ब्लड यांनी कळवलं. मानवी अवशेष आणण्यात येणाऱ्या अनेक खेपांपैकी ही अखेरची खेप होती.

ब्लड यांच्या वॉशिंग्टनमधल्या वरिष्ठांना हा तपशील ऐकण्याची बिलकूल इच्छा नसल्याचं ब्लड यांना माहीत होतं. पाकिस्तान अमेरिकेचं दोस्त राष्ट्र होतं. तिथे लष्करी हुकूमशाही असली, तरी ती कट्टर कम्युनिस्टविरोधी राजवट होती. बंगाली लोकांना चिरडून टाकण्यासाठी अमेरिकी शस्त्रास्त्रांचा – रणगाडे, लढाऊ जेट

विमानं, महाकाय सैनिकवाहू विमानं, जीप्स, तोफा, दारूगोळा – वापर पाकिस्तान कसा करत होता, याचा तपशील ब्लड यांनी वरिष्ठांना पुरवला. शीतयुद्धातल्या चमत्कारिक मित्रत्वाचं एक ठळक उदाहरण म्हणजे, राष्ट्राध्यक्ष रिचर्ड निक्सन यांनी या हुकूमशाही सरकारबरोबर लोकशाहीवादी अमेरिकेचं म्होतूर लावलं होतं, तर सोव्हिएत संघातले हुकूमशहा लोकशाहीवादी भारताच्या पाठीमागे उभे राहिले होते.

रिचर्ड निक्सन आणि व्हाइट हाउसचे बुद्धिमान राष्ट्रीय सुरक्षा सल्लागार हेन्री किसिंजर यांच्यावर केवळ शीतयुद्धाच्या गणिताचाच प्रभाव नव्हता, तर भारत आणि भारतीयांप्रति या दोघांना असणारी व्यक्तिगत तसंच भावनिक नावडही या दोघांच्या कारवायांसाठी कारणीभूत होती. पाकिस्तानचे लष्करी हुकूमशहा जनरल आगा मुहम्मद याह्या खान यांच्याबरोबरची मैत्री निक्सन यांना अतिशय रुचत असे. याह्या म्हणून परिचित असणारे पाकिस्तानचे हे सर्वेसर्वा राष्ट्राध्यक्ष चीनबरोबर गुप्तपणे संपर्क प्रस्थापित करण्यासाठी अमेरिकेला मदत करत होते. पाकिस्तानच्या पूर्व भागातल्या नागरिकांना वाटेल ते भोगायला लागलं असतं, तरी पाकिस्तानचे तुकडे करणारं काहीही करण्याची व्हाइट हाउसची इच्छा नव्हती.

लष्कराची ही कारवाई पुढे अनेक महिने चालणार होती. याबाबतचे अहवाल पाठवण्याची मोहीम ढाका उपदूतावासाने निर्धारपूर्वक सुरू ठेवली, पण त्यांनी पाठवलेल्या अहवालांना 'कानठळ्या बसवणारी शांतता' हाच प्रतिसाद लाभल्याची आठवण ब्लड यांनी नंतर सांगितली. उपदूतावासाला पाकिस्तानी अधिकाऱ्यांकडे निषेध व्यक्त करण्याची परवानगी नव्हती. त्यामुळे उपदूतावासाने स्वतःच्या अहवालातल्या भाषेची तीक्ष्णता वाढवली. 'वेचक वंशविच्छेद' नामक एक जळजळीत अहवाल उपदूतावासाने वॉशिंग्टनला पाठवला आणि पाकिस्तानी लष्कर करत असलेल्या अत्याचारांविरुद्ध आवाज उठवण्याची विनंती स्वतःच्या वरिष्ठांना केली. हा संदेश व्हाइट हाउसच्या कर्मचाऱ्यांनी किसिंजर यांना दाखवला, तेव्हा त्यांनी त्याची दखलच घेतली नाही. अत्याचारांच्या दुसऱ्या आठवड्यात, म्हणजे सहा एप्रिल रोजी ब्लड आणि उपदूतावासातल्या जवळपास प्रत्येकाने स्वतःची 'तीव्र नापसंती' अधिकृतरित्या नोंदवणारा अहवाल अमेरिकी परराष्ट्र मंत्रालयाकडे पाठवला. वास्तविक, इथे उपदूतावासाने जे धोरण राबवणं अपेक्षित होतं, ते धोरणच उपदूतावासाने नाकारलं होतं. अमेरिकेच्या राजनीतिज्ञांकडून अमेरिकी धोरणालाच ठामपणे नाकारणारा तो अहवाल होता. त्यामध्ये अत्याचारांबद्दल मौन बाळगण्याबद्दल, लोकशाहीला चिरडून टाकणाऱ्यांचा धिक्कार न केल्याबद्दल, आणि 'वंशविच्छेद' होत असताना 'नैतिक दिवाळखोरी' दाखवल्याबद्दल अमेरिकी सरकारला धारेवर धरण्यात आलं होतं.

जगातली दोन महान लोकशाही राष्ट्रं, अमेरिका आणि भारत यांनी विसाव्या शतकातल्या एका महाभयानक मानवीय संकटाची हाताळणी कशा प्रकारे केली, या विषयावर हे पुस्तक आधारित आहे. आता बांगला देश म्हणून ओळखल्या जाणाऱ्या प्रदेशातली ही कत्तल म्हणजे अलीकडच्या इतिहासातलं सर्वांत महत्त्वाचं नैतिक आव्हान आहे; तरी अमेरिकी नागरिकांपेक्षा दक्षिण आशियाई नागरिकांना हा घटनाक्रम अधिक परिचित आहे. भारत, पाकिस्तान आणि बांगलादेश, म्हणजे १९७१च्या जगातल्या जवळपास एक-षष्ठांश मानवी लोकसंख्येवर या कत्तलींचा प्रचंड प्रभाव पडला. आधुनिक क्रौर्याच्या इतिहासात या हिंसांचाराची गणना बोस्नियापेक्षा अधिक रक्तारंजित हिंसाचार म्हणून आणि काही जणांच्या म्हणण्यानुसार आफ्रिकेतल्या रवांडामधल्या हिंसाचाराच्या तोडीचा हिंसाचार म्हणून होऊ शकेल. अमेरिका आणि भारत या दोघांच्याही मानवतावादी तत्त्वांची परीक्षा होत असतानाचा हा निर्णायक क्षण होता.

आर्चर ब्लड यांच्या आकलनानुसार अमेरिकेच्या दृष्टीने काही मोजक्या घटना इतक्या भयानक होत्या की, त्या राजनैतिक कार्याच्या दैनंदिन कक्षेपलीकडच्या ठरल्या – उदाहरणार्थ, आर्मेनियामधला वंशविच्छेद; दुसऱ्या महायुद्धातलं ज्यू समाजाचं शिरकाण; कम्बोडिया, बोस्निया, रवांडा या ठिकाणचे हिंसाचार. अशा क्षणी अमेरिकी नेतृत्व सभ्यपणाची परीक्षा नापास झाल्याचं म्हटलं जातं, तेव्हा या घटनांकडे बेफिकीरपणे पाहून त्यांच्यकडे दुर्लक्ष केल्याबद्दल अमेरिकेवर ठपका ठेवायचा असतो. उदाहरणार्थ, तत्कालीन राष्ट्राध्यक्ष फ्रँकलिन रुझवेल्ट यांनी दुसरं महायुद्ध लढणं, पण नाझी अत्याचारांपासून ज्यू समाजाची सुटका करण्यासाठी गांभीर्यपूर्वक पावलं न उचलणं किंवा रवांडामधला वंशविच्छेद चालू असताना बिल क्लिंटन यांनी बघ्याची भूमिका घेणं.

पण १९७१ साली पाकिस्तानने केलेल्या बंगाली जनतेच्या कत्तलींचं वेगळेपण ठळकपणे दिसून येतं. या कत्तलींमध्ये अमेरिकेने मारेकऱ्यांना साथ दिली. काही अत्यंत निर्णायक क्षणी व्हाइट हाउस सक्रियपणे आणि जाणूनबुजून एका खुनी राजवटीला समर्थन देत होतं. अमेरिकेने हस्तक्षेप करायला हवा होता की नव्हता, हा प्रश्नच इथे उद्भवला नव्हता; स्वतःच्याच जनतेला खलास करत असलेल्या एका लष्करी हुकूमशाहीच्या बाजूने अमेरिकेने आधीच हस्तक्षेप सुरू केला होता.

अमेरिकेच्या परराष्ट्र धोरणातल्या नैतिक आंधळेपणाचा हा सर्वांत वाईट क्षण होता. बंगाली जनतेवर पाकिस्तानने सुरू केलेले हल्ले सामान्य किंवा लहान प्रमाणावरचे नव्हते आणि एक सर्वसामान्य घटना म्हणून दुर्लक्ष करता येण्यासारखेही नव्हते. हा एक महाप्रचंड आणि पद्धतशीर हल्ला होता. या कत्तली चालू असताना

सीआयए आणि अमेरिकी परराष्ट्र मंत्रालय या दोहोंनी कत्तलींच्या आकडेवारीसंदर्भात जाहीर केलेल्या नेमस्त अंदाजानुसार सुमारे दोन लाख नागरिक मारण्यात आले होते; एक तर पाकिस्तानी लष्कराने कापून काढल्यामुळे किंवा दयनीय अवस्थेतल्या विस्थापित छावण्यांमधल्या रोगटपणाला लोकांचे थवेच्या थवे बळी पडल्यामुळे हे नागरिक मरणाच्या वाटेने गेले होते. अमेरिकी संसदेत याबाबतचा आक्रोश व्यक्त करण्यात आघाडीची भूमिका पार पाडणारे एडवर्ड केनेडी म्हणाले, ''आधुनिक काळातलं एक भयानक दुःस्वप्न म्हणून पूर्व बंगालची ही कर्मकहाणी निश्चितच शब्दबद्ध करण्यात येईल.'' पण शीतयुद्धाच्या खाईत असताना निक्सन आणि किसिंजर पाकिस्तानला पाठिंबा देण्याच्या स्वतःच्या भूमिकेवर अढळ राहिले; आणि त्यायोगे पाकिस्तानच्या पूर्व भागात मानवतेविरुद्धचे भीषण अपराध – ज्यांना 'वंशविच्छेद' म्हणता येईल – घडवून आणणं त्यांनी शक्य केलं.

बंगाली जनतेची कत्तल सुरूच राहिल्यामुळे काही महिन्यामध्येच भारत आणि पाकिस्तान यांच्यात मोठं युद्ध भडकलं. हे अत्याचार किती निर्मम होते, याचा बोध घेण्याची प्रत्येक संधी त्या काळात व्हाइट हाउसला उपलब्ध होती. याबाबत व्हाइट हाउसमधून दबक्या आवाजात साशंकताही व्यक्त करण्यात येत होती. अमेरिकी परराष्ट्र मंत्रालय तसंच दिल्ली आणि ढाका इथले अमेरिकी राजनैतिक अधिकारी या अत्याचारांबाबतचा स्वतःचा निषेध जोरकसपणे व्यक्त करत होते. या निषेधांमधला सर्वांत मोठा आवाज आर्चर ब्लड यांचा होता. मात्र या सर्व काळात, म्हणजे यादवी युद्धाला तोंड फुटल्यानंतर, बंगाली जनतेचा संहार चालू असताना आणि भारतीय लष्कराने पाकिस्तानचा दारुण पराभव करेपर्यंत या अत्याचारांबाबत तपशीलवार माहिती मिळूनही त्यांबाबत थोडाही सहानुभाव न दाखवता निक्सन आणि किसिंजर पाकिस्तानचे खंदे समर्थक बनून राहिले.

पाकिस्तानचा सर्वांत महत्त्वाचा आंतरराष्ट्रीय पाठीराखा म्हणून अमेरिकेचा पाकिस्तानवर मोठा प्रभाव होता, पण या संकट काळातल्या जवळपास प्रत्येक वळणावर निक्सन आणि किसिंजर या प्रभावाचा वापर करण्यात अयशस्वी ठरले. आगामी शोकान्तिका टाळण्यासाठी हा प्रभाव ते वापरू शकले असते. 'पाकिस्तानच्या लष्करशहांनी स्वतःच्याच जनतेवर हिंसाचार करू नये', असा इशारा पाकिस्तानला न देण्याचा जाणीवपूर्वक निर्णय निक्सन–किसिंजर यांनी प्रत्यक्ष गोळीबार सुरू होण्यापूर्वी घेतला होता. स्वतःच्याच नागरिकांना कंठस्नान घालण्यापासून पाकिस्तानच्या लष्करी राजवटीला परावृत्त करू शकणारा सावधगिरीचा कोणताही इशारा निक्सन–किसिंजर यांनी पाकिस्तानला दिला नाही किंवा त्या पद्धतीच्या अटीही पाकिस्तानवर घातल्या नाहीत. पाकिस्तानने चुकीचा

मार्ग अवलंबला असता, तर पाकिस्तानला दिलेला पाठिंबा अमेरिकेने काढून घेतला असता किंवा पाकिस्तानवर काही निर्बंध घातले असते इतकी प्राथमिक धमकीही अमेरिकेने पाकिस्तानला दिली नाही. पाकिस्तानमधल्या पहिल्यावहिल्या मुक्त आणि न्याय्य लोकशाही मार्गाने झालेल्या निवडणुकीचा निकालही धुडकावून लावण्याचं कृत्य अमेरिकेने पाकिस्तानी लष्कराला करू दिलं. मात्र ही निवडणूक जिंकणाऱ्या बंगाली नेतृत्वाबरोबर सत्ता-सहभागाचं एखादं सूत्र विकसित करण्याची सूचना अमेरिकेने लष्करशहांना केली नाही. सामान्य नागरिकांना ठार करण्यासाठी अमेरिकी शस्त्रास्त्रांचा वापर न करण्याविषयीदेखील अमेरिकेने पाकिस्तानला बजावलं नाही. एवढं जरी अमेरिकेने केलं असतं, तरी लष्कराच्या थैमानाला काहीसा आळा बसला असता आणि पाकिस्तानी लष्करात थोडी जरबही निर्माण झाली असती. अमेरिकेचे राष्ट्राध्यक्ष, परराष्ट्र मंत्री किंवा इतर वरिष्ठ अधिकाऱ्यांनी या घटनाचक्राचा जाहीर धिक्कार कधीही केला नाही किंवा तसं करण्याची पाकिस्तानला खासगीत धमकीही दिली नाही. 'पाकिस्तानने स्वतःच्या क्रौर्याचं प्रमाण कमी करावं', अशा सौम्य शब्दांमधल्या आणि केवळ बोलघेवड्या सूचना अमेरिकेच्या प्रशासनाने पाकिस्तानला बंद दाराआड केल्या, पण त्यासुद्धा हिंसाचार अनेक महिने सुरू राहिल्यानंतर आणि भारत पाकिस्तानवर आक्रमण करण्याच्या बेतात असल्याचं स्पष्ट झाल्यानंतर केल्या.

अमेरिकी परराष्ट्र धोरण स्वयंचलित, निष्क्रिय असल्याचा समज या सगळ्या चित्रामुळे निर्माण होऊ शकतो, पण वस्तुस्थिती तशी नव्हती. दक्षिण आशियाविषयक स्वतःच्या धोरणाची अंमलबजावणी निक्सन आणि किसिंजर प्रत्यक्षात जोरकसपणे आणि प्रभावी कल्पकता दाखवून करत होते; आणि त्यांचा हा गुण ब्लड यांच्यासारख्या स्वतःच्याच यंत्रणेतल्या विरोधकांना गप्प करताना किंवा भारताविरुद्धचं स्वतःचं वैर कायम ठेवताना दिसून येत होता. भारताच्या सदोष, पण सक्रिय लोकशाहीचं त्यांना सैद्धान्तिक पातळीवरदेखील कौतुक वाटत नव्हतं. तसंच भारताचा प्रचंड आकार आणि महत्त्व भू-राजकीय दृष्टीकोनातून त्यांना महत्त्वाचं वाटत नव्हतं. वास्तविक, या दोन्ही बाबींमुळे इतर वेळी भारताबाबत साहजिकपणे वाटणारं आकर्षण या दोघांच्या ठायी मात्र उत्पन्न होत नव्हतं. त्याऐवजी ते भारतीयांची आणि भारत देशाची अत्यंत वैयक्तिक पातळीवर जाऊन आणि असंस्कृत भाषेत निर्भर्त्सना करत असत. हे दोघंही भावनाशून्य, व्यवहारनिष्ठ अशा 'वास्तववादी राजकारणाचे' (रिआलपॉलिटिकचे) साधक म्हणून प्रसिद्ध होते, पण 'ओव्हल ऑफिसमध्ये' एकान्तात असताना मात्र त्यांचे विचार आणि कृती यांच्यामागे निव्वळ भावनिकता असल्याचं दिसून येतं.

निक्सन आणि किसिंजर चीनबरोबर संपर्क प्रस्थापित करण्याबाबत नियोजन करत असतानाच बंगालमधली कत्तल सुरू झाली. अमेरिकेचे चीनबरोबरचे संबंध ही एक प्रसिद्ध ऐतिहासिक मिळकत असली, तरी तिच्यासाठी मोजण्यात आलेली किंमत मात्र विस्मरणात गेलेली आहे. निक्सन आणि किसिंजर यांनी चीनबरोबरच्या राजकारणात गुप्तपणे केलेली कामगिरी आणि अमेरिकेच्या राष्ट्राध्यक्षांनी माओ त्से तुंग यांची घेतलेली भेट सर्वांना आठवते, पण यासाठी बांगला देश आणि भारतात वसूल करण्यात आलेली मानवी जिवांची किंमत कोणालाही आठवत नाही. निक्सन आणि किसिंजर यांना चीनबरोबर संपर्क प्रस्थापित करण्यासाठी एका गोपनीय मध्यस्थाची गरज होती आणि याह्या खान यांच्या रूपाने या दोघांना हा मध्यस्थ लाभला होता. हा हुकूमशहा अमेरिका आणि चीन अशा दोहोंबरोबर मधुर संबंध असलेला आणि अत्यंत सावध असणारा माणूस होता. पाकिस्तानी सरकार एकीकडे बंगाली जनतेला चिरडून टाकत असतानाच दुसरीकडे वॉशिंग्टन आणि बीजिंग यांच्या दरम्यान गोपनीय संदेशांची देवाणघेवाण करत होतं. किसिंजर यांनी बीजिंगला दिलेल्या पहिल्यावहिल्या गुप्तभेटीच्या केवळ तीन महिने आधी आर्चर ब्लड यांनी त्यांचा बहुचर्चित विरोधदर्शक अहवाल पाठवला होता. किसिंजर पाकिस्तानमधून उड्डाण करून थेट चीनमध्ये पोहोचले. या काळात पाकिस्तानने त्यांची उत्तम बडदास्त राखली, त्यांना एक विमान उपलब्ध करून दिलं आणि त्यांची हालचाल गुप्त राहावी म्हणून एक बनावट कथानकही रचलं. मुळातच निक्सन आणि किसिंजर यांना पाकिस्तानी लष्करी राजवटीप्रति सहानुभूती होती. त्यात अशा प्रसंगी या राजवटीची इतकी मदत होत असताना त्यांनी या राजवटीचा धिक्कार करण्याची सुतराम शक्यता नव्हती. त्यामुळे जागतिक सत्तेचा समतोल साधण्याच्या प्रक्रियेतली 'अपेक्षित हानी' म्हणूनच बंगाली जनतेकडे पाहण्यात आलं. त्या बदल्यात निक्सन आणि किसिंजर यांनी भारताकडे पाठ फिरवली. याचा अर्थ होता : आशियातल्या एका महाशक्तीबरोबर सामरिक संपर्क प्रस्थापित करताना दुसऱ्या महाशक्तीसाठी दरवाजे बंद करणं. माओच्या चीनबरोबर संबंध प्रस्थापित झाल्यावर अमेरिकेने केलेली पाहिली गोष्ट म्हणजे, पाकिस्तानच्या बचावासाठी आणि लोकशाहीवादी भारताला धमकावण्यासाठी भारत–चीन सीमेवर सैन्य जमवण्याची चीनला केलेली विनंती! अमेरिकेने चीनबरोबर सुरळीत संबंध प्रस्थापित करणं ही एक युगप्रवर्तक घटना असल्याचं करण्यात येणारं वर्णन अगदी अचूक असलं, तरी बंगाली जनतेवर आणि भारतीयांवर याचा काय परिणाम झाला, याकडे या संबंधांमुळे जल्लोष करू इच्छिणाऱ्यांनी डोळेझाक करू नये.

यासाठी किसिंजर आणि त्यांचे समर्थक नेहमीच निक्सन यांना दोष देण्याचा

प्रयत्न करतात, पण या परिणामांसाठी राष्ट्राध्यक्षांएवढेच जवळपास किसिंजरही जबाबदार असल्याचं उपलब्ध साधनांवरून सिद्ध होतं. व्हाइट हाउसमधल्या आणि परराष्ट्र मंत्रालयाच्या कर्मचाऱ्यांबरोबर चर्चा करताना किसिंजर वेगवेगळ्या दृष्टीकोनांचं स्वागत करत असत आणि स्वतःची सुप्रसिद्ध बौद्धिक तरलता दर्शवत असत, पण ते भारतविरोधी भूमिकेचाच नेहमी पुरस्कार करत. मात्र निक्सन आणि किसिंजर दोघंच असताना किसिंजर धूर्तपणे निक्सनचा संताप प्रज्वलित करत. अशा प्रसंगी त्यांचं बाह्य कवच नाहीसं होऊन ते भारताविरुद्ध अथक अपप्रचार सुरू करत. निक्सन यांच्या धोकादायक मन:स्थितीवर ताबा ठेवण्याची महत्त्वाची भूमिका पार पाडत असल्याची शेखी किसिंजर वॉशिंग्टन परिसरात मिरवत असले, तरी इथे मात्र बेताल होणारे स्वतः किसिंजरच असत. या संकटातल्या सर्वांत ज्वालाग्राही क्षणी सोव्हिएत देशाबरोबर संघर्ष करण्याबाबत निक्सन कच खायला लागले, तेव्हा किसिंजर यांनीच त्यांना घोड्यावर बसवलं. या संकटाची परिणती एखाद्या अणुयुद्धातही होऊ शकली असती.

बंगाली जनतेच्या कत्तलींमध्ये ठळक सहभाग असल्याची जबाबदारी निक्सन आणि किसिंजर यांच्यावर येते. त्यांच्या ऐतिहासिक लौकिकाचा एक निर्णायक भाग म्हणून या दुर्लक्षित प्रकरणाकडे पाहायला हवं. निक्सन आणि किसिंजर यांच्याकडे इतिहासाने दुर्लक्ष केलेलं नसलं, तरी हे महत्त्वाचं प्रकरण त्यांच्या खात्यावरून गायब करण्यात आलेलं आहे. हे अपघाताने घडलेलं नाही. बांगला देशातला पेचप्रसंग सुरू होऊन जेमतेम दोन आठवडे होत असतानाच किसिंजर यांनी प्रशासनाच्या कामगिरीबद्दल उघड उघड थापा मारायला सुरुवात केली. तसंच तेव्हापासून त्यांनी सुरू केलेलं इतिहासाचं विकृतीकरण त्यांनी अजूनही थांबवलेलं नाही. वॉटरगेट प्रकरणानंतर 'परराष्ट्र धोरणविषयक महान तज्ज्ञ' म्हणून स्वतःचा लौकिक पुन्हा प्राप्त करून घेण्याच्या प्रयत्नात निक्सन आणि किसिंजर यांनी बंगाली जनतेवरच्या अत्याचारांबाबत स्वतःचं धोरण स्पष्ट करताना इतिहासाची मोडतोड, अर्धसत्य आणि तद्दन खोटारडेपणा यांची सरमिसळ करून ठेवली आहे.

हा वंशविच्छेद होऊन चार दशकं उलटून गेल्यावरही निक्सन प्रशासनाने केलेल्या दडवा-दडवीमुळे संपूर्ण माहिती अजूनही सार्वजनिक झालेली नाही. कामाचा एक नित्य भाग म्हणून व्हाइट हाउसचे कर्मचारी निक्सन-किसिंजर यांच्या संभाषणांच्या नोंदींची 'साफसफाई' करत असत. अनेकदा याबाबतच्या किसिंजर यांच्या नेमक्या सूचनेनुसार हे करण्यात येत असे. निक्सन-किसिंजर यांना अडचणीत आणणारे व्हाइट हाउसच्या ध्वनिफितींमधले भाग खोडून काढणं शक्य करणारे राष्ट्रीय सुरक्षाविषयक बुरसटलेले आणि अवास्तव नियम आजही अस्तित्वात आहेत.

लायब्ररी ऑफ काँग्रेसबरोबर किसिंजर यांच्या झालेल्या करारानुसार त्यांच्या मृत्यूनंतर पाच वर्षं उलटेपर्यंत संशोधकांना त्यांचे दस्तऐवज वाचता येणार नाहीत. तसंच किसिंजरच्या हयातीतदेखील केवळ त्यांची लेखी परवानगी असेल, तरच ते एखाद्याला पाहता येतील. आपण तिथपर्यंत पोहोचू शकलो, तरी या लायब्ररीच्या म्हणण्यानुसार, किसिंजर यांचे अनेक अत्यंत महत्त्वाचे दस्तऐवज अत्युच्च वर्गीकरणविषयक निर्बंध, सुरक्षा-अनुमती आणि माहितीची गरजविषयक परवानगी यांच्या आवरणाखाली दडलेले आहेत. प्रस्तुत लेखकाने मुलाखतीसाठी दोनदा नम्रपणे विनंती करूनही किसिंजर यांनी त्याला उत्तर दिलं नाही आणि चार महिन्यांनी ही विनंती पूर्णपणे फेटाळून लावली; पण निक्सन आणि किसिंजर यांनी स्वतः फसवे दावे केले असले तरी आणि माहिती दडवण्याचा प्रयत्न केला असला तरी नुकत्याच खुल्या करण्यात आलेल्या हजारो पानांच्या अमेरिकी दस्तऐवजांमधून, धुळीने भरलेल्या भारतीय अभिलेखागारांमधून आणि आत्तापर्यंत कधीच ऐकिवात नसलेल्या व्हाइट हाउसच्या ध्वनीफितींमधून एक वेगळंच कथानक आपल्याला सापडतं आणि विसाव्या शतकातला सर्वांत भयानक अपराध करणाऱ्या क्रूरकर्म्यांना पाठिंबा देण्याच्या निक्सन आणि किसिंजर यांच्या गुप्त भूमिकेबाबत अधिक अचूक कागदपत्रांचा पुरावा असलेलं हे कथन आपल्यासमोर येतं.

बंगाली लोकांच्या कत्तलींकडे दुर्लक्ष करण्याचा पर्याय उपलब्ध नसलेल्या भारतावर हे हत्याकांड थांबवण्याची जबाबदारी ढकलून देण्यात आली. भारतातली महाकाय लोकशाही आणि तिच्या शेजारीच घडणारी ही शोकान्तिका या दोन गोष्टी असंख्य धाग्यांनी जुळल्या होत्या. एकीकडे सुन्न झालेलं भारतातलं बंगाली समाजमन, तर दुसरीकडे पाकिस्तानबरोबरची निकराची लढाई असं हे चित्र होतं. इंदिरा गांधी यांचं सरकार एक उदात्त उद्दिष्ट आणि निष्ठुर वास्तववादी राजकारण अशा दोन घटकांनी उद्युक्त झालं होतं : नागरी लोकसंख्येची कत्तल थांबवण्याची मागणी आणि लोकशाही मार्गाने झालेल्या निवडणुकीत मतदारांनी दिलेल्या कौलाचा सन्मान, त्याचप्रमाणे भारत द्वेष करत असलेल्या शत्रूची (पाकिस्तानची) विटंबना करून त्याचे दोन तुकडे करण्याची नामी संधी साधणं.

भारताच्या पंतप्रधान आणि थोर जवाहरलाल नेहरू यांच्या कन्या इंदिरा गांधी यांनी नंतर असा दावा केला - ''सर्वांत पहिलं म्हणजे, विशुद्ध मानवतावादी भूमिकेतून मी ही कृती केली.'' संयुक्त राष्ट्रसंघातल्या भारताच्या राजदूतांनी केलेल्या घोषणेत म्हटलं होतं, 'अतिशुद्ध हेतू आणि इरादा सोडता माझ्या देशाला इतर काहीही नको होतं - आम्हांला पूर्व बंगालच्या जनतेची केवळ मुक्तता करायची होती.' मात्र मानवी अधिकारांच्या रक्षणाबाबत विशुद्ध असं काहीच नव्हतं.

वसाहतवादातून मुक्त अशा एखाद्या आशियाई राष्ट्राने मानवतावादी हस्तक्षेप करण्याची ही अद्वितीय आणि महत्त्वाची कृती असल्याचं प्रतिपादन काही नामांकित राजकीय विश्लेषक आणि आंतरराष्ट्रीय वकील यांनी केलं आहे. अशा प्रकारचे लष्करी हस्तक्षेप यापूर्वी केवळ पाश्चात्त्य देशांनीच केले होते. उदाहरणार्थ, बोस्नियामध्ये, कोसोवोमध्ये आणि लिबियामध्ये. मात्र भारताच्या खऱ्याखऱ्या हेतूंची अजूनही कोणी पद्धतशीर मांडणी केलेली नाही.

इंदिरा गांधींची कृती मानवतावादाला अनुपूरक असली, तरी प्रत्यक्षात मात्र इंदिरा गांधी आणि त्यांचे वरिष्ठ सल्लागार थंड डोक्याने व्यूहरचना आखत होते. भारताने या कत्तलींसंदर्भात कमालीची भोंदू भूमिका स्वीकारलेली होती : पूर्व पाकिस्तानमधल्या बंगाली लोकांच्या स्वातंत्र्याची मागणी करणारा भारत स्वतःच्या अमलाखाली असणाऱ्या काश्मीरमधल्या अशान्त जनतेवर स्वतःच अत्याचार करतानाच मिझो आणि नागा अशा दुर्मीळ गटांना आणि – टोकाचा विरोधाभास म्हणजे – स्वतःच्याच अमलाखाली असलेल्या ज्वालाग्राही पश्चिम बंगाल राज्यातल्या डाव्यांनाही चिरडून टाकत होता. भारतात पलायन करणाऱ्या लाखो बंगाली लोकांच्या वतीने भारत सरकार भावनाप्रधान स्वरात बाजू मांडत असलं, तरी हे विस्थापित डावे पंचमस्तंभी असू शकण्याची आणि भारताच्या आधीच अस्थिर असलेल्या सीमावर्ती राज्यांमध्ये, विशेषतः पश्चिम बंगालमध्ये असलेल्या अशान्ततेला आणि उठावाला या विस्थापितांकडून आणखी इंधन पुरवलं जाण्याची भारतीय अधिकाऱ्यांना खासगीत चिंता वाटत होती. दुसऱ्या शब्दांमध्ये सांगायचं, तर भारताची कृती केवळ बंगाली जनतेबद्दलच्या सहानुभूतीमधून घडत नव्हती, तर क्रांतिकारी बंगाली घटकांबद्दल भारताला काही प्रमाणात वाटणारी भीतीही या कृतीसाठी कारणीभूत होती.

भारतात शांतता नांदण्याची इच्छा इंदिरा गांधी यांचं सरकार सातत्याने व्यक्त करत असतानाच त्या जवळपास लगेचच आक्रमक पर्यायांकडे वळल्या. पाकिस्तानने बंगाली जनतेच्या कत्तलीला सुरुवात केल्यापासूनच या देशाविरुद्ध एक समग्र युद्ध छेडण्याची गुप्तपणे तयारी करण्यासाठी त्यांनी भारतीय लष्कराला जुंपलेलं होतं. पाकिस्तान सरकारच्या विरुद्ध बंगाली गनिमांनी छेडलेल्या युद्धाला पाठिंबा देण्यासाठी भारत सरकारने भारतीय पायदळ आणि सुरक्षा दल यांना भारतीय हद्दीतले तळ वापरण्याची गोपनीयरित्या परवानगी दिली होती. पूर्व पाकिस्तानमधल्या बंगाली गनिमी कारवायांना बळ पुरवण्यासाठी भारताने प्रचंड प्रमाणात साधन-सामग्री पाठवली; गनिमांना शस्त्रास्त्रं, प्रशिक्षण, तसंच छावण्या पुरवल्या आणि दोन देशांमधल्या सच्छिद्र सीमा परिसरात या गनिमांना मुक्तपणे आणि सुरक्षित ये-जा

करता यावी, याचीही तजवीज केली. इंदिरा गांधी यांच्यापासून प्रत्येक भारतीय अधिकारी एक तर कोणत्याही प्रश्नाला उत्तर देण्याचं टाळत असे किंवा रेटून खोटं बोलत असे; गनिमी कारवायांना भारत साथ देत असल्याचा कायमच इन्कार करण्यात येत असे. मात्र या महाप्रचंड आणि छुप्या कारवाईला देशातल्या सर्वोच्च स्तरावर मान्यता मिळालेली होती आणि त्यात भारताच्या गुप्तचर सेवा, सीमा सुरक्षा दल आणि पायदळ हे तीनही घटक सहभागी झाले होते, असं भारताच्या गोपनीय दस्तऐवजांवरून सिद्ध होतं.

अशा परिस्थितीत पाकिस्तानने उतावळेपणाने एका पारंपरिक समग्र लढाईतला पहिला वार केला. १९७१च्या डिसेंबर महिन्यात पाकिस्तानने अनपेक्षितरित्या जो हवाई हल्ला केला, त्यामुळे पश्चिम पाकिस्तान आणि पूर्व पाकिस्तानमध्ये जीवघेण्या लढाया सुरू झाल्या. हे युद्ध म्हणजे पाकिस्तानने केलेलं खल्लमखुल्ला आक्रमण असल्याचं सामान्यपणे भारतीय लोकांच्या स्मरणात असलं, तरी प्रत्यक्ष युद्धाकडे भारत ज्या मार्गाने गेला, तो मार्ग असं दाखवतो की, यासाठी भारतही तितक्याच मोठ्या प्रमाणात जबाबदार आहे. भारत लष्करीदृष्ट्या फारच सरस असल्याचं भारताला ज्ञात होतं आणि या वास्तवाचा वापर गांधी सरकारने अगदी कठोरपणे केला. भारतीय ज्येष्ठ सेनाधिकाऱ्यांच्या म्हणण्यानुसार पाकिस्तानमधली कत्तल सुरू झाली, तेव्हाच भारतीय लष्कराने युद्ध सुरू करावं अशी इंदिरा गांधींची इच्छा होती; पण हवामान थंड होईपर्यंत आणि जवानांना प्रशिक्षित करण्यासाठी अधिक अवधी मिळावा म्हणून त्यांनी थांबावं या दृष्टीने त्यांचं मन वळवण्यात आलं. भारतीय लष्कर हिवाळा सुरू होण्याची वाट पाहत थांबलं असलं, तरी भारतीय पाठिंब्याने सुरू असलेल्या गनिमी काव्यांनी पाकिस्तानी पायदळाचं रक्त सांडायला लागलं होतं; हे पायदळ हतबल झालं होतं आणि त्याची साधनसामग्री चांगलीच ताणली गेली होती. भारताने बंगाली गनिमांना दिलेल्या पाठिंब्यामुळे सीमाभागात या गनिमांचे आणि पाकिस्तानी सैनिकांचे संघर्ष होत राहिले आणि हिवाळा येताच भारताने पाकिस्तानी हद्दीत अनेक लक्षणीय मोहिमा पार पाडल्या. मात्र पाकिस्तानने केलेला हवाई हल्ला कोणत्याही चिथावणीविना केला गेला होता, असं समजणं हा एक देशभक्तिपर भ्रम असून काही भारतीय राष्ट्रप्रेमींनी तो अजूनही बाळगलेला आहे. तरीही पाकिस्तानने केलेला हा हवाई हल्ला म्हणजे या देशाच्या लष्करी हुकूमशाहीने केलेलं मूर्खपणाचं अखेरचं कृत्य होतं. केवळ दोन आठवडे चाललेल्या या युद्धाची परिणती भारताच्या निर्णायक विजयात होऊन बांगला देश या नवजात राष्ट्राची निर्मिती झाली.

वॉशिंग्टनमधल्या राष्ट्राध्यक्षांसमोर आणि दिल्लीतल्या पंतप्रधानांसमोर एक

समान समस्या होती. दोघांना आपआपल्या देशातल्या लोकशाही प्रक्रियेला सामोरं जावं लागणार होतं. निक्सन आणि गांधी एकमेकांचा कितीही दुःस्वास करत असले, तरीही त्यांच्यात एक समान दुवा होता - स्वतःचीच माणसं स्वतःच्याच धोरणांमध्ये खोडा घालत असल्याची निराश करणारी जाणीव आणि या जाणिवेतून दोन्ही नेत्यांनी स्वतःच्या पद्धतीने, पण भीतिदायक लोकशाही-विरोधी मार्गाने रसातळाला जाणं. या दोन महान लोकशाही प्रणालींमध्ये केवळ सरकारलाच नव्हे, तर जनतेलाही या शतकातल्या सगळ्यात भयानक प्रसंगांना तोंड द्यावं लागणार होतं. एकमेकांमधले केवळ सामरिक हितसंबंधच नव्हेत, तर स्वतःची नैतिकताविषयक राष्ट्रीय भूमिका व्यक्त करणारी धोरणं तयार करण्याचं आव्हानही अमेरिकी आणि भारतीय जनतेसमोर या काळात उभं ठाकलं होतं.

अमेरिका आणि भारत हे दोन समाज अतिशय निराळे आहेत. संपन्नता, वांशिक मिश्रण इथपासून लोकसंख्येच्या भव्य आकारापर्यंत त्यांच्यात अनेक फरक आहेत, पण त्यांच्या लोकशाही पद्धतींमध्ये काही मूलभूत साम्यसुद्धा आहेत. दोन्ही देशांमध्ये बेलगाम वाहणाऱ्या काही शक्ती लोकशाही प्रक्रियेतून निवडून आलेल्या नेत्यांना वेगवेगळ्या दिशांना ओढत असतात : सोयीच्या नसलेल्या किंवा अडचणीत टाकणाऱ्या बातम्या शोधण्याची जन्मजात सवय असणारी मुक्त माध्यमं, राष्ट्राध्यक्ष किंवा पंतप्रधान कुठे अडखळल्यास त्यांच्यावर झडप घालण्याच्या तयारीत थांबलेले विरोधी पक्षांचे नेते आणि पाठीराखे आणि सरकारच्या सामरिक हितसंबंध जपण्याच्या भावनाशून्य थंडपणे केलेल्या हिशोबाबरोबर स्वतःच्या नैतिक संवेदना जुळवून घेऊ न शकणारी सर्वसामान्य जनता. या दोन्ही महान लोकशाहींमध्ये सरकारपेक्षाही सामान्य माणूस अधिक नीतिमान होता.

या सगळ्या पेचप्रसंगामुळे अमेरिकी जनता भयचकित झाली आणि तिच्यात अस्वस्थता पसरली. अमेरिकी वृत्तपत्रं आणि वृत्तवाहिन्यांनी दूर कुठे तरी चालू असणाऱ्या अत्याचारांबाबत अंगावर काटा आणणारं तपशीलवार वृत्तांकन केलं. वृत्तमाध्यमांमधून समोर येणाऱ्या वास्तवामुळे अमेरिकी जनतेला धक्का बसला. एडवर्ड केनेडी यांच्या नेतृत्वाखाली अमेरिकी काँग्रेसमधल्या राजकीय नेत्यांनी व्हाइट हाउसविरुद्ध राजकारण करून घेण्याची संधी साधली. काँग्रेसकडून असणारा दबाव आणि परराष्ट्र मंत्रालयाने गप्प बसून विणलेलं जाळं यांमुळे शस्त्रास्त्रांच्या विक्रीमार्फत पाकिस्तानला असलेला दृढ पाठिंबा जाहीर करणं शक्य नसल्याचं व्हाइट हाउसलासुद्धा समजून चुकलं. वास्तविक, ही विक्री वाढवणं किसिंजर यांना रुचलं असतं. मात्र स्वतःच्या देशातल्या उदारमतवादी आणि लोकशाही प्रणालीमुळे निक्सन आणि किसिंजर या दोघांचेही हात बांधले गेल्याची त्यांना जाणीव झाली

आणि स्वतःची धोरणं त्यांना अनिच्छेने सौम्य करावी लागली. किसिंजर म्हणालेही, ''आपलं जनमत, आपली नोकरशाही यांच्या विरुद्ध कायद्याच्या अगदी टोकावर उभे राहून आपण काम करत आहोत.''

खरं तर परिस्थिती यापेक्षाही पुढे गेली होती. निक्सन आणि किसिंजर यांनी स्वतःच्या अधिकारांवर असलेल्या कायदेशीर आणि लोकशाही निर्बंधांना अस्सल निक्सन पद्धतीने प्रतिसाद दिला : कायदा मोडणं. स्वतःचं वर्तन बेकायदेशीर असल्याची पूर्ण कल्पना असूनही या दोघांनी अमेरिकेनेच लागू केलेल्या पुरवठाबंदीचं उल्लंघन करून पाकिस्तानला अमेरिकी शस्त्रास्त्रं पुरवली. वॉटरगेट प्रकरणात परिणती झालेल्या बेकायदा वर्तणुकीच्या एकूणच चौकटीत बसू शकणारं आणि जनतेला अज्ञात राहिलेलं हे एक कुभांड आहे. जॉर्डन आणि इराण यांच्यामार्गे अत्याधुनिक अमेरिकी लढाऊ विमानांच्या गुप्त पाठवणीला निक्सन आणि किसिंजर यांनी मान्यता दिली असल्याचं नुकत्याच खुल्या करण्यात आलेल्या दस्तऐवजांवरून आणि नोंदींवरून सिद्ध होतं. अमेरिकी कायद्याच्या अंतर्गत पाकिस्तानला अशा प्रकारे शस्त्रास्त्रांचं हस्तांतरण करणं बेकायदा असल्याचे स्पष्ट आणि ठाम इशारे परराष्ट्र मंत्रालय आणि संरक्षण विभाग यांनी दिल्यानंतरही निक्सन आणि किसिंजर यांनी हे बेकायदा कृत्य करण्याचं ठरवलं. या निर्णयाच्या वेळी अटर्नी जनरल जॉन मिचल उपस्थित होते. मात्र या निर्णयावर त्यांनी कोणताही आक्षेप घेतला नाही. पकडलं जाण्याची इच्छा नसलेल्या किसिंजर यांनी ''आपण दोघंही कायदा मोडत आहोत.'' असं राष्ट्राध्यक्षांच्या निदर्शनास आणून दिलं, मात्र निक्सन यांनी तिकडे दुर्लक्ष केलं.

अमेरिकी जनतेच्या संतापाची लाट प्रशासनातही फिरली. याबाबत सर्वांत बोलके आक्षेपक होते आर्चर ब्लड! मात्र त्यांच्या बाजूने उभे राहणारेही संख्येने कमी नव्हते. अमेरिकेचे भारतातले राजदूत आणि माजी रिपब्लिक सेनेटर आदरणीय केनेथ किटिंग यांनी स्वतःचा विरोध थेट ओव्हल ऑफिसपर्यंत नेला. तिथे त्यांनी निक्सन आणि किसिंजर यांच्याबरोबर खडाजंगी केली. किटिंग ज्या घटनाचक्राला वंशविच्छेद म्हणत होते, त्याबाबत त्यांनी निक्सन-किसिंजर यांना खडसावून जाब विचारला. वॉशिंग्टन, ढाका, दिल्ली आणि अगदी पश्चिम पाकिस्तानमधल्याही मधल्या फळीतल्या राजनैतिक अधिकाऱ्यांनीही अमेरिकेच्या राष्ट्राध्यक्षांच्या धोरणांची अवज्ञा करत त्यांच्याविरुद्ध उघड भूमिका घेतली. खुद्द व्हाइट हाउसमध्ये राष्ट्रीय सुरक्षा परिषदेत असंतोष असल्याची कुजबुज निर्माण झाली होती.

वेगवेगळ्या प्रश्नांवर निक्सन आणि किसिंजर यांचे परराष्ट्र मंत्रालयाबरोबर नेहमीच खटके उडत असले, तरी ही चकमक मात्र उघडपणे झाली होती. निक्सन–

किसिंजर आणि परराष्ट्र मंत्रालय यांच्यात धोरण आणि नैतिकता यांच्या बाबतीत कधीच न ओलांडता येणारी दरी निर्माण झाली होती. निक्सन आणि किसिंजर यांच्यावर कुरघोडी करत अमेरिकी परराष्ट्र मंत्रालयाने स्वतःच्या नोकरशाहीची ताकद कुठलाही गाजावाजा न करता वापरली आणि पाकिस्तानला पाठवण्यात येत असलेल्या शस्त्रास्त्रांच्या मार्गात अडथळे निर्माण केले. *त्याला प्रत्युत्तर म्हणून निक्सन आणि किसिंजर यांनी नोकरशाहीवर आगपाखड करून विरोधकांमध्ये सर्वांत प्रभावी असलेल्यांपैकी काही जणांची हकालपट्टी करण्याचा, तर काही जणांची पदावनती करण्याचा प्रयत्न केला. निक्सन आणि किसिंजर यांच्या हल्ल्याची प्रमुख लक्ष्यं होती, ब्लड आणि किटिंग. निक्सन आणि किसिंजर यांनी पाकिस्तानचं समर्थन करण्याचं धोरण शक्य तेवढं रेटून पुढे चालवण्याचा प्रयत्न केला; पण त्यांच्या स्वतःच्या प्रशासनातल्या फार मोठ्या संख्येतल्या कर्मचाऱ्यांची जागृत सदसद्विवेकबुद्धी आणि उत्तम सल्ला यांच्यामुळे निक्सन-किसिंजर यांना गतिरोधाला तोंड द्यावं लागलं.*

हा वंशविच्छेद थांबवण्यासाठी अमेरिकेने युद्धात उतरण्याचा प्रश्न खऱ्या अर्थाने कधीच उपस्थित झाला नव्हता. बोस्निया आणि डारफूर अशा ठिकाणी करण्यात आलेल्या मानवतावादी भूमिकेच्या हस्तक्षेपाबाबत आज जशा चर्चा झडतात, त्या प्रकारचं काहीही १९७१च्या काळात अमेरिकेत उपलब्ध नव्हतं. प्रत्यक्षात अमेरिका एका युद्धात गुंतलेली होती; व्हिएतनामच्या दलदलीत फसलेली होती. अशा वेळी अमेरिकेला आणखी एका आशियाई संघर्षात उडी घेण्याची इच्छा नव्हती. या पार्श्वभूमीवर एडवर्ड केनेडी यांच्यासारखे निक्सन प्रशासनाचे प्रमुख टीकाकार व्हिएतनाम आणि पाकिस्तान यांचं सूत्र जोडत होते : या दोन्ही ठिकाणी अमेरिका अवैध सरकारांच्या मागे उभी होती, आणि या पाठिंब्याची तिथल्या नागरिकांना भयानक किंमत चुकती करावी लागत होती. परत यातून अमेरिकेच्या लौकिकालाही धक्का बसत होता. अमेरिकेच्या प्रभावाने लोकशाही आणि मानवी अधिकार यांचं पूर्वीप्रमाणे समर्थन करावं एवढीच ब्लड आणि किटिंग यांच्यासारख्या निक्सन-किसिंजर विरोधी मतवादी किंवा केनेडी यांच्यासारखे संतप्त राजकीय विरोधक यांची इच्छा होती. अर्थातच, युद्धामुळेच या वंशविच्छेदाला आळा बसला असता, अशी त्यांना आशा वाटत होती; पण हे युद्ध अखेर भारताला सुरू करावं लागलं.

विद्यमान अमेरिकेत, विशेषतः इराक युद्धातल्या घोडचुकीनंतर अनेक विचारी लोक आणि गंभीर विचारवंत मानवी अधिकारांच्या हक्कांचा पुरस्कार म्हणजे एक प्रकारे अहंकार, नववसाहतवाद किंवा त्यापेक्षाही ही बाब वाईट असल्याचं

प्रतिपादन करतात. त्यामुळे मानवी हक्क आणि लोकशाही या मूल्यांना मार्गदर्शक तत्त्व मानून या मूल्यांचं रूपांतर देशाच्या परराष्ट्र धोरणाच्या कलेत करताना आत्यंतिक सावधगिरी बाळगणं नि:संशय महत्त्वाचं ठरतं; पण वॉशिंग्टनपासून पुष्कळ दूर अंतरावर उलगडत गेलेला आणि बहुतांश विस्मरणात गेलेला हा पेचप्रसंग म्हणजे जणू अमेरिकेच्या परराष्ट्रविषयक धोरणाचा नवा पर्यायी नमुना होता. या धोरणात मानवी अधिकारांना कोणतंही स्थान नव्हतं. सध्याच्या दहशतवादाविरुद्ध अमेरिकेने पुकारलेल्या युद्धातूनही अशाच प्रकारची धोरणं पुढे आली आहेत आणि भावी काळातल्या राजनैतिक घडामोडींमध्येही हीच धोरणं दिसण्याची शक्यता आहे. मानवी अधिकारांच्या राजकारणात अनेक त्रुटी असल्या, तरी उघडउघड कत्तली करणाऱ्या एका लष्करी हुकूमशाहीला निक्सन आणि किसिंजर यांनी दिलेला पाठिंबा म्हणजे दूरवरच्या अपरिचित जनतेच्या दुःखाबाबत कोणतीही संवेदना न बाळगता जग कसं दिसू शकेल, याचं उदाहरण ठरावं.

भारतीय लोकशाहीसाठी पूर्वीही खूप काही पणाला लागलेलं होतं. दूरदृष्टी बाळगणारे भारतविषयक विशेषज्ञ सुनील खिलनानी असं मत ठासून मांडतात की, अमेरिकी आणि फ्रेंच क्रांती यांच्यानंतर लोकशाहीतला सर्वांत महत्त्वाचा प्रयोग म्हणजे भारत आहे. ते म्हणतात, ''या प्रयोगाची फलनिष्पत्ती कदाचित याहूनही महत्त्वाची ठरणार आहे. याचं एक कारण म्हणजे भारताची प्रचंड लोकसंख्या आणि त्याचं भौगोलिक स्थान. एकूण आशिया खंडाच्या तुलनेत भारतात अस्तित्वात असलेला स्वातंत्र्याच्या उत्स्फूर्त भावनेचा हा आविष्कार म्हणजे जणू आशिया खंडातल्या इतर राष्ट्रांमध्ये या भावनेचा संचार होण्यासाठीचं सेतुबंधनच आहे.'' भारताच्या सदोष लोकशाहीचा 'आदर्श लोकशाही' म्हणून कोणीच गौरव करणार नाही. स्वतः भारतीय जनता तर बिलकूलच करणार नाही. हृदय पिळवटून टाकणारं दारिद्र्य, दृढमूल भ्रष्टाचार, कोसळणाऱ्या पायाभूत सुविधा, चिरंतन जातिभेद, मगरूर आणि अकार्यक्षम नोकरशाही आणि धक्कादायक सामाजिक विषमता इथे पूर्वीपासून नांदत आली असून ती आजही कायम आहे. देशाच्या लोकसंख्येच्या सुमारे एक तृतीयांश म्हणजे अंदाजे पस्तीस कोटी भारतीय जनता आज दारिद्र्यरेषेखाली खितपत पडली आहे; पण त्याचबरोबर या देशात आश्चर्यकारक बहुविधता आणि चैतन्य आहे, ज्यायोगे सर्व अडथळ्यांवर मात करून इथे लोकशाही प्रणाली आणि संस्कृती टिकून आहेत; इथल्या असंतुष्ट जनतेला स्वतःचे असंख्य आवाज सरकारपर्यंत पोहोचवण्याची संधी आहे. तसंच सरकारलाही स्वतःची चूक सुधारण्याची संधी आहे.

पूर्व पाकिस्तानमधल्या अत्याचारांमुळे भारतीय लोकांचा संताप अनावर

झाला होता. एकसंधता अभावानेच पाहायला मिळणाऱ्या या विखंडित देशात पाकिस्तानच्या भूमिकेबाबत मात्र लक्षणीय एकमत होतं : पाकिस्तान भयानक प्रकारे वागत होता; बंगाली लोकांचं बरोबर होतं; लोकशाही आणि निष्पाप जिवांच्या रक्षणासाठी भारताला कारवाई करणं भाग होतं. उजवीकडचे हिंदू राष्ट्रवादी आणि डावीकडे समाजवादी आणि साम्यवादी असे भारताच्या राजकीय प्रणालीतले जवळपास सगळेच बंगाली जनतेच्या मागे उभे राहिले. अत्याचारांना तोंड देणारे हे परदेशी लोक भारतीय नागरिक नसले, तरी ते पूर्णपणे परकीयही नव्हते; भारतीय राष्ट्रीय परिघात बंगाली लोक म्हणजे एक परिचित घटक होता आणि भारतातली बंगाली जनता स्वतःच्या बांधवांच्या मागे उभी ठाकली होती. पाकिस्तानचा धिक्कार करत 'बांगला देशाच्या स्वातंत्र्याला भारत सरकारने मान्यता द्यावी' अशा आशयाचं त्वेषपूर्ण संपादकीय लेखन देशभरातल्या वर्तमानपत्रांनी केलं.

मानवी जीव वाचवण्यासाठी आणि बंगाली लोकेच्छेचा आदर व्हावा यासाठी राष्ट्रीय सार्वभौमत्वाचं अवडंबर बाजूला सारून बांगला देश या स्वतंत्र राष्ट्राला तातडीने मान्यता देण्याची भारतीयांनी मागणी केली. अर्थातच, फाळणीच्या रक्तरंजित दिवसांपासूनच भारतीय लोक प्रचंड मोठ्या संख्येने पाकिस्तानचा तिरस्कार करत होते आणि त्यांनी पाकिस्तानचा धसकाही घेतला होता; पाकिस्तानबद्दल भारतीयांनी केलेल्या अतिवाईट प्रलापांना याह्या खान आणि झुल्फिकार अली भुट्टो यांनी एका प्रकारे दुजोराच दिल्यामुळे त्यांच्यासारख्या पाकिस्तानी नेत्यांवर आगपाखड करून भारतीयांना संतप्त समाधान मिळाल्याची भावना होत असे. इंदिरा गांधी यांच्याभोवतीचे घारीची नजर असणारे अधिकारी आणि भावनेच्या आहारी न जाणाऱ्या खुद्द इंदिरा गांधींनाही भारतीय राजकारणाला दिशा देणाऱ्या नैतिक संवेदनशीलतेला नजरेआड करणं शक्य झालं नाही. इंदिरा गांधींचे वडील जवाहरलाल नेहरू यांनी राष्ट्रीय सार्वभौमत्वाच्या पावित्र्याबद्दल केलेल्या पारंपरिक वसाहतवाद-विरोधी घोषणा इंदिरा गांधींनी अडगळीत टाकून दिल्या. त्याऐवजी पेचात पडलेल्या पंतप्रधानांनी दुसऱ्या महायुद्धात ज्यू वंशीयांच्या संहारासारखाच पाकिस्तानमध्ये रक्ताचा सडा पडत असल्याची तुलना करायला सुरुवात केला.

भारत सरकारचं सर्वांत डोळ्यात भरण्यासारखं धोरण म्हणजे, त्याने न केलेली एक कृती, असं कदाचित म्हणता येईल. विस्थापितांच्या लोंढ्यांना भारताच्या हद्दीत येणासाठी भारताने अटकाव केला नाही. पूर्व पाकिस्तानमधून स्वतःची सुटका करून घेऊन कल्पनातीत संख्येने आलेले बंगाली विस्थापितांचे लोंढे भारतीय भूमीच्या सुरक्षिततेत विसावले. अखेर त्यांचा आकडा एक कोटीपर्यंत

गेला. १९९०च्या दशकात बोस्नियामधल्या बेघर झालेल्या लोकांपेक्षा ही संख्या पाचपट होती. या नव्या, निराश लोकसंख्येच्या गरजा पूर्ण करणं भारताच्या डळमळीत सीमावर्ती राज्यांच्या आणि केंद्रातल्या इंदिरा गांधी यांच्या सरकारच्या क्षमतेबाहेरचं होतं. या निराश आणि भयग्रस्त लोकांना सीमेबाहेर ठेवण्यासाठी भारतीय सैनिक आणि सीमा सुरक्षा दलाचे जवान या लोकांवर गोळीबार करत असल्याचं वास्तव स्वीकारणं त्या प्रक्षुब्ध वातावरणात भारतीय जनतेसाठी कठीण झालं असतं. त्यामुळे इथे खऱ्या मानवतावादासारखं काहीतरी घडत होतं, पण या चांगुलपणाचा मोबदला म्हणून जगाच्या इतिहासातल्या सर्वांत मोठ्या विस्थापितांच्या लाटेच्या न पेलणाऱ्या ओझ्याखाली भारत चिरडला जात असल्याचं भारताला आढळून आलं. त्यामुळे पाकिस्तानविरुद्धच्या संतापापोटी भारतीय जनता आणि भारत सरकार एकत्र आले.

भारत एकाकी पडला होता. उर्वरित जगाला अनेकवार विनंती करूनही विस्थापितांची देखभाल करण्यासाठी भारताला अत्यंत क्षुल्लक रक्कम देण्यात आली. या मदतीसाठी चीनचा भारताला कडवा विरोध होता; यापेक्षा अमेरिकेचा थोडासाच कमी म्हणता येईल असा विरोध होता; पेचात अडकलेली अलिप्तता चळवळ काहीच उपयोगाची नव्हती; इजिप्त, सौदी अरेबिया आणि इतर अरब देश पाकिस्तानचे कट्टर समर्थक होते; अगदी संयुक्त राष्ट्रसंघही पाकिस्तानकडे झुकल्याचं दिसत होतं. त्यामुळे भारताला सोव्हिएत संघाबरोबरचा बंध आणखी दृढ करणं भाग पडलं. यामुळे इंदिरा गांधींच्या भोवती असणारे वामपंथी आनंदित झाले असले, तरी इतर भारतीयांना विस्मयाचा धक्का बसला. लोकशाहीवादी महाशक्तीने दूर ढकलल्याने भारताने दुसऱ्या महाशक्तीच्या मैत्रीची ऊब शोधली होती.

एक जागतिक शक्ती म्हणून भारताचा उदय होत असताना बांगला देशाची जन्मकथा त्या वेळेपेक्षा अधिक महत्त्वाची कधीच ठरली नसती. दुर्बलांचं सरंक्षण करण्याचं कर्तव्य केवळ स्वतःचंच असल्याचा दृढमूल समज असलेल्या पाश्चिमात्य जगात मानवी अधिकारांचं राजकारण अधिक चांगल्या प्रकारे समजावून घेण्यासाठी हे इतिहासतलं एक भीषण, पण महत्त्वपूर्ण प्रकरण ठरतं. जगाच्या राजकारणात आज आशियाई युगाचं आगमन होत असताना चीन आणि भारत यांच्यासारख्या आशियाई महाशक्तींच्या विचारधारा, त्यांच्या संस्था आणि त्यांची संस्कृती यांच्यावर मानवी अधिकारांचं भवितव्य अधिकाधिक अवलंबून असणार आहे. त्या वेळी बंगाली जनतेच्या हालअपेष्टांना भारताने दिलेला लोकशाहीवादी प्रतिसाद केवळ उपखंडाच्या इतिहासातला महत्त्वाचा क्षण ठरणार नसून जगातली सर्वांत मोठी लोकशाही स्वतःच्या परराष्ट्र धोरणाची रचना कशी करत असते, याचंही दर्शन

यातून होतं. तसंच मानवी अधिकारांना हा देश किती महत्त्व देतो, हेसुद्धा या घटनाक्रमातून स्पष्ट होतं.

१९७१ साली भारताशी युद्धाच्या रूपाने पाकिस्तानवर आलेलं संकट हा या देशासाठी भयावह राष्ट्रीय आघात होता आणि हा आघात एक निरंतर दुःखद स्मृती म्हणून कायम राहिला : या युद्धाच्या रूपाने पाकिस्तानने देशाचा केवळ एक भाग किंवा लोकसंख्येचा मोठा भाग इतकंच गमावलेलं नसून शकलं झालेल्या पाकिस्तानपुढे स्वतःपेक्षा फार विशाल आणि सामर्थ्यशाली भारतीय शत्रूची वाढती भीती उभी ठाकणं असंसुद्धा या युद्धाचं स्वरूप आहे. अमेरिकेने जगभरातल्या लष्करी हुकूमशहांना पाठिंबा देणं, ही एक महत्त्वपूर्ण गोष्ट आहे. अशा पाठिंब्यांमधून उद्भवलेला १९७१चा रक्तपात हा सर्वांत वाईट क्षण आहे. सर्वसाधारण अमेरिकी नागरिकाची पाकिस्तानविषयक स्मृती २००१ सालापासून (९/११चे हल्ले झाल्यावर) सुरू होते; पण निक्सन यांनी याह्या खान यांना दिलेल्या पाठिंब्यामुळे अमेरिकेचे पाकिस्तानशी असलेले संबंध आत्यंतिक तिरस्करणीय प्रसंगीसुद्धा मोठ्या प्रमाणात केवळ लष्करी संबंधांवर आधारित राहिले. पाकिस्तानामध्ये चालू असलेल्या लोकशाहीवादी विरोधकांच्या नायनाटाच्या प्रक्रियेसाठी अनुकूल परिस्थिती तयार करण्याचं काम निक्सन आणि किसिंजर यांनी केलं. त्यामुळे पाकिस्तानचं अधिकाधिक इस्लामीकरण झालं. अमेरिकेच्या अशा लोकशाहीविरोधी उद्योगांमुळे पाकिस्तानमधल्या अनेकांचा 'अमेरिका केवळ कूटनीतिक डावपेच खेळून स्वतःचे हितसंबंध जपते आणि अमेरिकेच्या लेखी पाकिस्तानला काडीचीही किंमत नाही', असा समज झाला आहे. कारण अगदी अलीकडच्या काळात अमेरिकेचा पाठिंबा लाभलेले लष्करी हुकूमशहा परवेझ मुशर्रफ यांच्याही खूप आधीच्या काळापर्यंत अमेरिकेने अशा प्रकारे दिलेल्या पाठिंब्यांची मुळं जातात.

नजीकच्या भूतकाळात झालेल्या हानीबद्दल बांगला देशी आजही शोक प्रकट करतात. हे पुस्तक मानवतेविरुद्धच्या या अपराधांचा समग्र लेखाजोखा मांडत नाही आणि तसा दावाही करत नाही. बांगला देशाच्या फाळणीच्या वेळी झालेल्या अत्याचारांचा अमेरिकी प्रत्यक्षदर्शींच्या रूपाने एक दस्तऐवजरूपी हवाला या पुस्तकात आला आहे. हा हवाला म्हणजे त्या भीषण प्रकरणाच्या इतिहासातला केवळ एकच भाग असल्याचं स्पष्ट आहे. मात्र हा भाग महत्त्वाचा आहे, कारण पाकिस्तान सरकारचा मित्र असलेल्या महाशक्तीच्या स्थानिक प्रतिनिधींचा या घटनेकडे पाहण्याचा हा वास्तव दृष्टीकोन आहे. ब्लड आणि त्यांच्या सहकाऱ्यांनी समोर घडत असलेल्या घटनाक्रमाचं गांभीर्य कमी करून त्या प्रकारचे अहवाल

वॉशिंग्टनला पाठवले असते, तर त्यांची सेवा कारकिर्द किती उज्ज्वल झाली असती, याची कल्पना निक्सन प्रशासनाला हे अहवाल पाठवणाऱ्या आर्चर ब्लड आणि त्यांच्या सहकाऱ्यांना होती; या सर्वांनी पाठवलेले प्रांजळ सत्यकथनी अहवाल या व्यापक कथानकाचे मोलाचे आणि विश्वसनीय भाग ठरतात.

निक्सन आणि किसिंजर यांच्या कृतीचे परिणाम आपण आजही भोगत आहोत. स्थापनेच्या जन्मकळांमुळे वेदनाग्रस्त झालेल्या बांगला देशाचा लोकसंख्येच्या संदर्भात जगातल्या देशांमध्ये आठवा क्रमांक लागतो. थोडक्यात, बांगला देशाची लोकसंख्या रशिया किंवा जपान यांच्यापेक्षाही अधिक आहे. अडखळत का होईना, भारत एक महाशक्ती बनतो आहे; तसंच अफगाणिस्तान आणि काश्मीर अशा दोन ठिकाणी संघर्ष चालू असताना इस्लामी दहशतवादाविरुद्ध अमेरिकेने युद्ध पुकारलं आहे. या पार्श्वभूमीवर आताएवढा दक्षिण आशिया अमेरिकेसाठी कधीच महत्त्वाचा नसल्याची सर्वत्र धारणा आहे; पण शीतयुद्धाबाबतच्या अमेरिकी जनतेच्या स्मृती आणि या युद्धाचा फटका बसलेल्यांच्या आठवणी यांच्या दरम्यान एक दरी आहे. भारतीय, पाकिस्तानी आणि बांगला देशी यांना १९७१चा विसर पडलेला नाही. नव्याने खुल्या करण्यात आलेल्या अमेरिकेच्या काळ्याकुट्ट इतिहासामुळे त्यांना कदाचित आश्चर्य वाटू शकेल.

निक्सन आणि किसिंजर यांनी परराष्ट्र धोरणातलं स्वतःचं कर्तृत्व फुगवून सांगण्यासाठी असाधारण प्रयत्न केले आहेत. त्यायोगे वॉटरगेटची भयकथा हा त्यांच्या समग्र कारकिर्दीच्या बखरीतला एक छोटा ठपका वाटावा, असा त्यांचा प्रयत्न आहे. 'परराष्ट्र धोरणविषयक महानायक' म्हणून स्वतःची प्रतिमा निर्माण करण्यात निक्सन आणि किसिंजर यांना आलेलं यश म्हणजे बांगला देशातल्या मानवी संहाराबद्दल निर्माण झालेली ऐतिहासिक विस्मृती! निक्सन आणि किसिंजर यांनी या भयानक काळात काय काय केलं, याची झाडाझडती घेण्याची वेळ आता अमेरिकी जनतेसमोर येऊन ठेपली आहे.

१. कल

ते वर्ष होतं १९७०. अमेरिकेचे राष्ट्राध्यक्ष रिचर्ड निक्सन नोव्हेंबरअखेरच्या एका शांत संध्याकाळी कॅम्प डेव्हिड इथे एकटेच बसले होते. हे राष्ट्राध्यक्षांचं विश्रांतिस्थान होतं; झाडांनी वेढलेलं, राजधानी वॉशिंग्टनपासून आणि तिथल्या गजबजाटापासून दूर, राष्ट्राध्यक्षांना काही निवांत क्षण मिळावेत म्हणून मुद्दाम निवडलेलं. नववर्षाची आतुरतेने, पण बेचैन मनःस्थितीत वाट पाहणाऱ्या निक्सन यांनी स्वतःच्या महत्त्वाकांक्षा कागदावर उतरवून काढताना नोंद केली – '१९७१-७२साठीची उद्दिष्टं' या उद्दिष्टांच्या अग्रभागी त्यांनी लिहिलं – १. राष्ट्राध्यक्ष म्हणजे नैतिक नेतृत्व, राष्ट्राध्यक्ष म्हणजे राष्ट्राची सदसद्विवेकबुद्धी.

मात्र त्यांच्या उदात्त मानसिकतेत भारताला स्थान नव्हतं. निक्सनना भारत कधीच आवडला नव्हता. ते एकदा म्हणाले होते, "अरे देवा, दक्षिण आशिया हा एक विचित्रच प्रकार आहे. तिथे गेल्यानंतर दारिद्र्याशिवाय आणि निराशेशिवाय काहीच जाणवत नाही." राष्ट्राध्यक्ष ड्वाइट आयझनहॉवर यांच्या कारकिर्दीत निक्सन उपराष्ट्राध्यक्ष असताना, १९५३ साली आशियाचा दौरा करताना, त्यांनी या उपखंडाला भेट दिली होती. त्यांच्याच शब्दांत सांगायचं, तर ही भेट त्यांच्या मनात खोलवर घर करून राहिली होती, एक मूलभूत अनुभव ठरली होती.

शीतयुद्धात भारताने अवलंबलेल्या अलिप्ततेच्या धोरणाने निक्सन भयचकित झाले होते. सकृद्दर्शनी अलिप्त वाटणारी ही भूमिका म्हणजे प्रत्यक्षात सोव्हिएत संघराज्याच्या बाजूने झुकलेलं धोरण असल्याचा त्यांचा ठाम विश्वास होता. भारताचे पहिले पंतप्रधान जवाहरलाल नेहरू पाकिस्तानविरुद्ध नेहमी झपाटल्यागत गरळ ओकत असल्याचं निक्सन यांना वाटत होतं – "नेहरूंना दक्षिण आशिया, मध्यपूर्व (पश्चिम) आशिया आणि आफ्रिका या भूप्रदेशांवर ताबा मिळवता येत नसला, तरी तिथे स्वतःचा प्रभाव प्रस्थापित करण्याच्या व्यक्तिगत लालसेतून त्यांचा पाकिस्तानविरोध जन्मल्याची माझी खात्री झाली होती." असं निक्सन एका प्रसंगी म्हणाले होते. त्यात भर म्हणून की काय, निक्सन आणि नेहरू एकमेकांना भेटताच परस्परांचा तिरस्कार करायला लागले होते. निक्सन अमेरिकेच्या पश्चिम भागातल्या

कॅलिफोर्निया राज्याचे नेते होते. त्यांना अमेरिकेच्या पूर्व भागाबद्दल, विशेषतः तिकडच्या बॉस्टनसारख्या शहरांमधल्या भद्र समाजाबद्दल मनस्वी तिटकारा होता. अमेरिकेच्या संदर्भात या वर्गाचा उल्लेख 'बॉस्टनचे ब्राम्हण' असा करण्यात येतो. या वर्गाप्रमाणेच जन्माने ब्राम्हण असलेले नेहरूही निक्सनना खुपत असत. नेहरूंची खानदानी उच्चारांची ब्रिटिशांसारखी तुपाळ इंग्रजी निक्सनना टोचत असे. त्यांनी नंतर नेहरूंचं वर्णन 'घमेंडखोर, तुसडा आणि दांभिक माणूस' असं केलं होतं.

भारतभेटीनंतर निक्सन जेव्हा पाकिस्तानमध्ये पोहोचले, तेव्हा तो अनुभव त्यांच्यासाठी अत्यंत आल्हाददायक ठरला. तिथून वॉशिंग्टनला परतल्यानंतर निक्सन म्हणाले, ''पाकिस्तानसारख्या देशासाठी मला काहीही करायला आवडेल.'' पाकिस्तानचे लोक कट्टर कम्युनिस्टविरोधी आणि अमेरिकाप्रेमी असल्याचं त्यांना आढळलं. निक्सन पाकिस्तानी लोकांबद्दल म्हणत, ''पाकिस्तानी लोकांमध्ये भारतीयांपेक्षा कमी अहंगंड आहे. ते स्वतःचं म्हणणं परिणामांची पर्वा न करता स्पष्टपणाने मांडतात.'' पाकिस्तानमधल्या शहरी बजबजपुरीपेक्षा तिथल्या लष्करी कॅन्टोन्मेन्टमधल्या रमणीय परिसराने निक्सनवर मोहिनी घातली. पाकिस्तानी लष्करी उच्च अधिकाऱ्यांच्या रोखठोक वाणीने निक्सन प्रभावित झाले. कालांतराने एक लष्करी कट करून पाकिस्तानचे पहिले लष्करी हुकूमशहा झालेले जनरल मुहम्मद अयुब खान यांचा निक्सनवर पडलेला प्रभाव तर विलक्षण होता. निक्सननी नंतर कधीतरी लिहून ठेवलं की, अमेरिकेच्या धरसोड वृत्तीबद्दल फील्ड मार्शल अयुब खान यांनी काढलेले वाग्बाण निक्सन कधीच विसरू शकले नव्हते. अयुब म्हणाले होते, ''अमेरिकेचा मित्र असणं कोणत्याही देशासाठी धोकादायक आहे.''

पाकिस्तानला मदत करण्याच्या ठाम भूमिकेचे पुरस्कर्ते बनून निक्सन वॉशिंग्टनला परतले. पाकिस्तानबरोबर शीतयुद्धकालीन भक्कम युती करण्याचं समर्थन आयझनहॉवर प्रशासनाने निक्सनच्या पाठिंब्याने हिरिरीने केलं. अमेरिका मध्यपूर्वेत आणि आशियात सोव्हिएतविरोधी मित्रांच्या शोधात होती. नवनिर्मित पाकिस्तानने अमेरिकेबरोबर तेव्हाच निर्भीडपणे दोन लष्करी करार केले. 'सेन्ट्रल ट्रीटी ऑर्गनायझेशन (सेन्टो)' आणि 'साउथ इस्ट एशिया ट्रीटी ऑर्गनायझेशन (सीएटो)' या दोन करारांनी वेगवेगळ्या छोट्या राष्ट्रांना स्वतःच्या कच्छपी लावून सोव्हिएत संघराज्याची दोन्हींकडून लष्करी कोंडी करण्याची अमेरिकेची ही व्यूहरचना होती. यासाठी पाकिस्तानने अमेरिकेला पेशावरचा लष्करी विमानतळ उपलब्ध करून देऊन मदत केली. हेरगिरी करणारी यू-२ विमानं या तळाचा वापर करून सोव्हिएत प्रदेशावरून फिरवायला अमेरिकेने सुरुवात केली. यांपैकी एक विमान १९६०च्या मे महिन्यात सोव्हिएत लष्कराने पाडलं आणि अमेरिकेची जगभर नाचक्की झाली.

सर्वांत महत्त्वाचं म्हणजे निक्सन परतल्यानंतर, आयझनहॉवर यांनी पाकिस्तानला लष्करी मदत पुरवण्याचा करार केला. अमेरिकेने १९५४ साली पाकिस्तानला शस्त्रास्त्रं पाठवायला सुरुवात केली. भारताविरुद्ध लाभदायक ते प्राप्त करण्याची प्रत्येक संधी पाकिस्तान शोधतच असे. कम्युनिस्टांना (सोव्हिएत संघराज्याला) दूर ठेवण्यासाठी पाकिस्तानला ही शस्त्रास्त्रं पुरवली जात असल्याची समजूत आयझनहॉवर घालत असले, तरी त्यांचा वार भारतावरच होणार असल्याचं भारत जाणून होता.

पाकिस्तानी लष्कर अमेरिकेच्या मदतीवर पुष्ट झालं. भारताच्या अगदी नेमस्त अंदाजानुसार, अमेरिकेने पाकिस्तानला दीड ते दोन अब्ज डॉलर्स किमतीचा शस्त्रपुरवठा अकरा वर्षांच्या काळात केला होता. त्याचा तपशील नाराज भारताने असा नोंदवला – 'आधुनिक शस्त्रांनी सुसज्ज ६४० रणगाडे, पायदळाच्या पाच तुकड्यांच्या शस्त्रसामग्रीचं आधुनिकीकरण, तीन आधुनिक विमानतळांचा विकास, कराचीमधल्या नौदल गोदीची स्थापना आणि चितगाव इथे नाविक तळाची निर्मिती. याशिवाय एक पाणबुडी, एक इंधनवाहू जहाज आणि इतर जहाजे यांचीही प्राप्ती पाकिस्तानला झाली. याखेरीज अमेरिकेने पाकिस्तानला प्रचंड प्रमाणात हवाई लष्करी सामर्थ्य प्रदान केलं – बी-५७ बॉम्बफेकी विमानांची दोन स्क्वाड्रन्स, एफ-८६ सेबर जातीच्या लढाऊ जेट विमानांची नऊ स्क्वाड्रन्स, ३० लष्करी हेलिकॉप्टर्स आणि सर्वांत मोठी देणगी म्हणजे सैनिक वाहून नेणाऱ्या सी-१३० विशालकाय विमानाचं एक स्क्वाड्रन.' पश्चिम पाकिस्तानमधून पूर्व पाकिस्तानमध्ये (विद्यमान बांगला देशात) कराव्या लागणाऱ्या सैनिकांच्या वाहतुकीसाठी ही विमानं अतिमहत्त्वाची होती.

फाळणीचा चटका अजून न विसरलेले भारतीय यामुळे क्रोधित झाले. संतापाने धुमसत नेहरू म्हणाले, "पाकिस्तान खरं तर अमेरिकेचं मांडलिक झालं आहे." पाकिस्तानसोबत चीनचाही उपद्रव कह्यात ठेवण्यासाठी भारताने मोठ्या प्रमाणात सोव्हिएत शस्त्रखरेदी केली. त्यानंतर भारतात आणि अमेरिकेत शाब्दिक चकमक व्हायला सुरुवात झाली, परस्परांचा अपमान करणं चालू झालं; पण दारिद्र्यातून अतिरेकी विचारसरणी जन्माला येण्याची भीती वाटल्याने आयझनहॉवरनी भारताला भरीव आर्थिक मदत द्यायला सुरुवात केली. त्यानंतर हे वातावरण काहीसं निवळलं.

राष्ट्राध्यक्ष झाल्यानंतर जॉन केनेडी यांनी भारताबरोबरचे संबंध सुधारण्यासाठी शक्य ते सगळं केलं. कम्युनिस्टेतर लोकशाहीचं आणि विकासाचं उदाहरण अशा दृष्टीने भारताकडे पाहून केनेडी यांनी भारताला देऊ करण्यात येणारा मदतीचा ओघ

वाढवला. १९६२ साली चीनने भारताविरुद्ध युद्ध सुरू केलं आणि भारतीय लष्कर डळमळायला लागलं, तसं नेहरूंनी मोठ्या लष्करी मदतीसाठी थेट केनेडी यांच्याकडे साकडं घातलं. केनेडी यांनी नेहरूंची मागणी जशीच्या तशी पूर्ण केली नाही. मात्र त्यांनी भारताला स्वयंचलित शस्त्रास्त्रांबरोबरच दारूगोळा पुरवला. त्याचप्रमाणे सैनिकांच्या वाहतुकीसाठी सी-१३० विमानं पाठवली. चीनबरोबरच्या युद्धात भारताचा दारुण पराभव झाल्यानंतरही अमेरिकेकडून भारताला होणारी लष्करी मदत चालूच राहिली. हिमालयाच्या परिसरापासून चिनी सैनिकांना दूर ठेवण्यासाठी उखळी तोफा, बंदुका आणि ग्रेनेड्स ही अमेरिकेच्या मदतीने आलेली साधनं उपयुक्त ठरली. या लष्करी सामग्रीचं भारताने स्वागत केलं असलं, तरी भारतीय लष्कराची प्रतिक्रिया होती – ' 'अत्यंत मर्यादित मदत' – पाकिस्तानला मिळालं, त्यापेक्षा फारच कमी.'

काश्मीरचा प्रश्न पेटल्यानंतर १९६५ साली पाकिस्तानने भारतावर हल्ला केला, तेव्हा दोन्ही देशांना एकाच वेळी शस्त्रास्त्रं पुरवण्याच्या चमत्कारिक परिस्थितीत अमेरिका सापडली. राष्ट्राध्यक्ष लिंडन जॉन्सन यांच्या प्रशासनाने दोन्ही देशांच्या शस्त्रपुरवठ्यावर अवरोध लागू केला. हा अवरोध १९७१च्या युद्धातही औपचारिक स्वरूपात, म्हणजे कागदोपत्री अस्तित्वात होता. मदत थांबवण्याचा प्रभाव दोन्ही देशांवर पडावा, अशी या अवरोधामागची भूमिका असली; तरी हा झटका पाकिस्तानला अधिक तीव्रतेने जाणवला; आणि अमेरिकेने दगा दिल्याची पाकिस्तान सरकारची भावना झाली. इकडे भारतातलं वातावरणही तेवढंच असंतोषाचं होतं. पाकिस्तानच्या आक्रमणाचा अमेरिकेने निषेध करू नये, हे भारताला सहन होणं शक्यच नव्हतं.

या युद्धानंतर भारताने माफक प्रमाणात अमेरिकी शस्त्रास्त्रांची खरेदी केली, पण भारताला मिळालेल्या या शस्त्रास्त्रांची गोळाबेरीज पाकिस्तानला होणाऱ्या शस्त्रपुरवठ्याच्या फार तर पावपट होती. भारताला अमेरिकेकडून नव्याने कृषिविषयक साहाय्यही मिळालं, पण त्याचबरोबर नकोशी धोरणविषयक बंधनंही आली. भारत सरकारने व्हिएतनाममधल्या युद्धाबद्दलची (अमेरिकेवरची) टीका जहाल केल्यानंतर दुखावलेले राष्ट्राध्यक्ष लिंडन जॉन्सन यांनी या मदतीला चाप लावला. पुन्हा एकदा दोन्ही देश एकमेकांवर गुरगुरायला लागले. रिचर्ड निक्सन राष्ट्राध्यक्ष होण्याच्या सुमाराला या दोन महान लोकशाही राष्ट्रांचे मैत्रीचे संबंध पुनःस्थापित करण्यासाठी बरंच काही करावं लागणार होतं.

निक्सन आणि भारत

बांगला देशविषयक पेचप्रसंग ऐन भरात असताना निक्सन म्हणाले होते, ''भारतीय लोक मला बिलकूल आवडत नाहीत.'' निक्सन यांचा भारताबद्दलच्या दूषित पूर्वग्रहाची आणि त्याच्याहीपलीकडे जाऊन भारताबद्दल आणि भारतीयांबद्दल त्यांच्या मनात नावड निर्माण होण्याची अनेक कारणं होती. राष्ट्राध्यक्ष हॅरी ट्रूमन यांच्यापासूनचे अमेरिकी राष्ट्राध्यक्ष भारताच्या अलिप्ततेच्या धोरणाने हताश झाले होते आणि हे धोरण नेहरूवादी भूमिकेतून निर्माण झालं असल्याचं निक्सन यांच्याप्रमाणेच त्यांचंही मत झालं होतं. सोव्हिएत संघराज्याबरोबरचे भारताचे संबंध संशय घेण्याइतके मधुर होते. केनेडी आणि जॉन्सन यांच्या काळापासून भारत अमेरिकेवर व्हिएतनाम युद्धाबद्दल टीकेची झोड उठवत होता आणि निक्सन यांनाही या टीकेचा यथेच्छ प्रसाद लाभत होता.

याखेरीज वास्तववादी राजकारण हा घटकही होताच. काही अमेरिकी मंडळी भारतीय लोकशाहीचे गोडवे गात, पण निक्सन त्यांच्यामधले नव्हते. जगातल्या सर्वांत मोठ्या लोकशाही प्रजासत्ताकाने ते बिलकूल प्रभावित झाले नव्हते. एखादा देश स्वतःच्या नागरिकांना सन्मानाने वागवत असला, तर त्याचं महत्त्व निक्सन यांच्या लेखी शून्य होतं. 'कोणताही देश स्वतःच्या सीमेबाहेर कसा वागतो, यानुसार अमेरिकेने स्वतःचं परराष्ट्र धोरण आखावं.' ही भूमिका निक्सननी अखेरपर्यंत कायम राखली.

अमेरिकेत भारताप्रति असलेल्या सार्वत्रिक सहानुभूतीने निक्सन गोंधळून गेले आणि चिडले. ही भारतप्रेमी भावना म्हणजे मानसिक विकार असल्याची शेरेबाजीही त्यांनी वारंवार केली. 'भारत करतो ते सगळं चांगलं आणि पाकिस्तान करत असलेलं सगळंच वाईट' अशा भयगंडाने काही अमेरिकी लोक पछाडले असल्याची प्रतिक्रियाही निक्सननी तिरस्काराने व्यक्त केली. पाकिस्तानचे लष्करशहा याह्या खान यांना निक्सननी एकदा सांगितलं होतं, ''अमेरिकेत भारताबद्दल मनोगंड आहे.'' भारत आवडणारे लोक निक्सन स्वतःच्या वाऱ्यालाही उभे करत नसत. भारत हा अमेरिकी परराष्ट्र मंत्रालयाचा लाडका देश असल्याचं मानलं जात असे. त्यामुळे निक्सन पिसाळत असत. निक्सन तिरस्कार करत असलेल्या हिप्पी संस्कृतीबद्दल अमेरिकेत असलेल्या गूढ आकर्षणाचीही ते घृणा करत. 'भारताचा उदोउदो करण्याची डेमोक्रॅटिक पक्षाची भूमिका म्हणजे उदारमतवादी मुळमुळीतपणाचं उत्तम उदाहरण आहे.' ही निक्सन यांची भूमिका असल्याचं हेन्री किसिंजर यांचं मत होतं.

राष्ट्राध्यक्ष जॉन केनेडी यांनी स्वच्छपणे भारताच्या बाजूने धोरण

स्वीकारल्यानंतर निक्सन यांचा भारतविरोधी दृष्टीकोन आणखी कडवा झाला. भारत म्हणजे डेमोक्रॅटिक पक्षासाठी एक प्रकारचं उद्दिष्ट होतं. निक्सन यांच्या कारकिर्दीतले अमेरिकेचे संयुक्त राष्ट्रसंघातले राजदूत जॉर्ज डब्ल्यू. एच. बुश (जे नंतर राष्ट्राध्यक्ष झाले) यांना स्वतःच्या नेत्याची खूशमस्करी करण्याचं कौशल्य प्राप्त झालं होतं. भारताबरोबरच्या केनेडी यांच्या संबंधांच्या संदर्भात बुश यांनी केनेडी यांच्या एका मित्राच्या विधानाचा हवाला देऊन सांगितलं होतं, ''भारतासाठी केनेडी अधिक वेळ खर्च करत. भारताविषयी त्यांना एक गूढ आकर्षण होतं. मला माहितीये, त्यांना आम्ही आवडत नव्हतो; पण त्यांच्याभोवती एक उदारमतवादी गूढ वलय होतं.'' या गोष्टीशी सामना करावा लागणार असल्याबाबत निक्सन आणि बुश यांचं एकमत होतं.

त्यावर कडी म्हणजे निक्सन आणि इंदिरा गांधी एकमेकांचा द्वेष करत होते. इंदिरा गांधींचे वडील पंडित नेहरू यांनाही निक्सन यांनी कधीच किंमत दिली नव्हती; पण निक्सन यांना अस्वस्थ करण्याची असामान्य क्षमता इंदिरा गांधी यांच्यात होती. सत्तेपासून दूर असताना आणि पुन्हा सत्ता काबीज करण्याच्या प्रयत्नांत असताना, १९६७ साली दिल्ली दौऱ्यात निक्सन यांनी इंदिरा गांधींची भेट घेतली होती, पण निक्सन नवनिर्वाचित पंतप्रधानांच्या निवासस्थानी पोहोचल्यानंतर त्यांच्याशी झालेल्या अल्पकालीन भेटीतही इंदिरा गांधी अत्यंत कंटाळलेल्या दिसत होत्या. सुमारे २० मिनिटं तणावाच्या वातावरणात चर्चा झाल्यानंतर इंदिरा गांधी यांनी त्यांच्या स्वीय साहाय्यकाला हिंदीत विचारलं, ''हे आणखी किती वेळ चालणार आहे?'' या विचारण्याचा नेमका अर्थ निक्सन यांना कळला नसला; तरी ही विचारणा ज्या स्वरात झाली होती, त्यावरून त्यांनी तो अचूक ताडला होता. निक्सन यांनी राष्ट्राध्यक्ष म्हणून ३१ देशांचे दौरे केले; व्हाइट हाउसमध्ये अनेक शिखर परिषदा घेतल्या आणि त्यायोगे बहुतेक राष्ट्रप्रमुखांबरोबर त्यांचा संवाद झाला. मात्र परराष्ट्र धोरण ठरवताना त्यांनी व्यक्तिनिष्ठ भूमिकेचाच अवलंब केला आणि जागतिक नेत्यांबद्दलच्या स्वतःच्याच आकलनावर ते विसंबून राहिले. निक्सन वास्तववादी राजकारणाबद्दल कितीही बोलत राहिले असले, तरी परराष्ट्र धोरणविषयक निष्कर्ष काढताना त्यांचे निर्णय आश्चर्यकारकरीत्या स्वयंनिष्ठ असत. इंदिरा गांधींबद्दल ते एकदा म्हणाले होते, ''त्यांच्याएवढेच त्यांचे वडीलही वाईट होते.'' राष्ट्राध्यक्ष म्हणून त्यांनी केलेला भारताचा पहिला दौरा थंडपणाने आणि तणावाच्या वातावरणात पार पडला होता.

अखेर एकाशी त्यांची मैत्री झाली. रिचर्ड निक्सन यांना अगदी मोजके लोक आवडत असत. मात्र जनरल आगा मुहम्मद याह्या खान निक्सनचे आवडते होते.

सामान्यपणे कुणाहीबद्दल चांगलं न बोलणारे निक्सन याह्या खान यांचं मात्र खासगीत वारंवार कौतुक करत आणि त्यांच्याबद्दल जिव्हाळ्याच्या भावनेने बोलत.

जागतिक राजकारणाशी सातत्याने संपर्क येत असूनही निक्सन हे एकांतप्रिय, अवघडलेलं आणि स्वयंकोशात गुरफटलेलं व्यक्तिमत्त्व होतं. (निक्सन आवडत असल्याचं हेन्री किसिंजर कधी तोंडदेखलंसुद्धा म्हणू शकले नाहीत. त्यांचं एक विधान प्रसिद्ध आहे, "या माणसावर कुणीतरी प्रेम केलं असतं, तर हा कसा झाला असता, याची तुम्ही कल्पना तरी करू शकाल का?") फ्लोरिडातला एक बँकर, बीबी रिबोझो हाच निक्सन यांचा एकमेव खरा मित्र होता. या संदर्भात एकदा निक्सन म्हणाले होते, "कुणाशीही सहज मैत्री करण्याचा माझा स्वभाव नाही."

निक्सन फारच स्वयंमग्न असल्याचं पाहून व्हाइट हाउसचे कर्मचारी-प्रमुख (आणि निक्सन यांचे निकटवर्ती) एच. आर. हाल्डेमन काळजीत पडले. निक्सन लॉस एन्जलिस इथे असताना तिथला एक तेलव्यावसायिक त्यांना आवडत असल्याची कथित माहिती हाल्डेमन यांनी शोधून काढली. मग व्हाइट हाउसमध्ये एक काल्पनिक पद निर्माण करून हाल्डेमन यांनी त्या पदावर या तेलव्यावसायिकाला नेमलं. (पण ही मात्राही चालली नाही.)

निक्सन सत्तेत नसतानाही पाकिस्तानने त्यांना उत्तम वागणूक दिली होती, आणि ही आठवण त्यांनी कृतज्ञतापूर्वक जपली असल्याचं किसिंजर यांचं म्हणणं होतं. पाकिस्तानी लष्करी अधिकाऱ्यांबाबत निक्सन यांना आधीपासूनच फार जिव्हाळा होता, आणि याह्या खान यांच्याबाबत तर तो विशेष होता. हा लष्करशहा धष्टपुष्ट होता आणि त्याच्या भुवया विलक्षण वळणदार आणि काळ्याभोर होत्या. मध्येच पांढुरकी झाक असणारे त्यांचे करडे केस उलटे फिरवून चापूनचोपून बसवलेले असत. "मी फौजी आदमी आहे." हे ठासून सांगताना राजकारण्यांची कपट-कारस्थानं बिलकूल पसंत नसल्याची जाणीव याह्या करून देत. देशावर मार्शल लॉ लादून आणि तत्कालीन राष्ट्राध्यक्ष जनरल अयुब खान यांना पदच्युत करून मार्च १९६९मध्ये याह्या खान राष्ट्राध्यक्षपदी आरूढ झाले होते. त्यांच्याबाबत किसिंजर यांनी एकदा लिहिलं होतं, 'याह्या खान खंबीर आणि स्पष्टवक्ते असून त्यांच्याकडे उत्तम विनोदबुद्धी आहे. त्यांचं बोलणं तुटक असतं. इंग्लंडमधल्या सॅन्डहर्स्ट या लष्करी महाविद्यालयाचा नमुनेदार विद्यार्थी म्हणता येईल, असे याह्या खान सामाजिक शिष्टाचारांबद्दल अनभिज्ञ असल्याचं दाखवत असले, तरी यापेक्षा हे व्यक्तिमत्त्व बहुधा बरंच जटिल आहे.'

पण हे खरं नसेलही. निक्सन यांना ते आवडत असले, तरी अमेरिकी राष्ट्राध्यक्षांची जटिलता आणि तीक्ष्ण बुद्धिमत्ता यांचा अंशही याह्या खान यांच्यात

दिसत नव्हता. तसंच तशी एकाग्रताही त्यांच्या ठायी नव्हती. याह्या दिवसा लवकर मद्यपान सुरू करत आणि ते सतत चाले. त्यांचे प्रतिस्पर्धी झुल्फिकार अली भुट्टो एकदा त्यांच्याबद्दल तुच्छतेने म्हणाले होते, ''याह्या आचमनाची सुरुवात कॉनिॲक घेऊन करतात आणि त्यांचं दिवसभर पिणं चालूच असतं. रात्री ते नेहमी नशेत सापडतात.'' याह्या खान यांची 'अशिष्ट आणि अक्कडबाज' मिजास आर्चर ब्लड यांना प्रभावित करू शकली नाही आणि ब्रिटिशांची नक्कल करू पाहणारी त्यांची वागणूकही ब्लड यांना रुचली नाही. याह्या खान यांना राजकीय नेत्यांबद्दल वाटणारा तिटकारा ब्लडना घृणास्पद वाटला. अत्यंत बुद्धिमंतांनासुद्धा कस्पटासमान वागवणारे किसिंजर यांनी कालांतराने असा निष्कर्ष काढला की, याह्या खान जातिवंत मूर्ख होते, पण अमेरिकेच्या राष्ट्राध्यक्षांबरोबरची मैत्री जतन करण्यामधला सामरिक लाभ समजण्याएवढी चतुराई त्यांच्या ठायी निश्चित होती.

व्हाइट हाउसमध्ये काम करणाऱ्यांसाठी हेन्री किसिंजर यांचं कार्यालय हे एक रोमहर्षक स्थान होतं. किसिंजर यांच्यासाठी दक्षिण आशियाचं कामकाज पाहणाऱ्या विभागातले कनिष्ठ अधिकारी सॅम्युएल हॉस्किन्सन या कार्यालयाबद्दल म्हणतात, ''तिथे सत्तेचं अधिष्ठान होतं आणि किसिंजर अधिकाधिक सत्ता मिळवत चालले होते. तिथे काम करणाऱ्यांना जगाच्या राजकारणाच्या केंद्रस्थानी असल्याची भावना येत होती. किसिंजर आणि राष्ट्राध्यक्षच (सर्व) निर्णय घेत होते.''

जागतिक प्रकाशझोतासाठी नवखे असणारे किसिंजर तेव्हा, म्हणजे १९७१ साली केवळ ४८ वर्षांचे होते आणि स्वतःच्या भूमिकेत हळूहळू स्थिरस्थावर होत होते. निक्सन यांच्या दृष्टीने त्यांचा एकमेव श्रोता असलेले, त्यांचे राष्ट्रीय सुरक्षा सल्लागार किसिंजर; त्यांची खूशमस्करी करण्यात आणि त्यांची मर्जी प्राप्त करण्यात पटाईत होते. राष्ट्राध्यक्षांच्या मनःस्थितीशी, त्यांच्या लहरीपणाशी किसिंजर जुळवून घेत असत. मात्र व्हाइट हाउसमधला किसिंजर यांचा कर्मचारिवर्ग आणि परराष्ट्र धोरण यंत्रणा यांच्याप्रति किसिंजर अतिशय उद्धट होते. कुणाही प्रतिस्पर्ध्याबाबत ते विलक्षण द्वेषबुद्धी बाळगत. ''आज ते जसे दयाळू सद्गृहस्थ आहेत, तसे ते त्या काळी अजिबात नव्हते.'' असं निरीक्षण हॉस्किन्सन नोंदवतात.

निक्सन आणि किसिंजर खासगीतच सर्व प्रमुख निर्णय घेत असत. पेचप्रसंगाच्या काळात किसिंजर व्हाइट हाउसच्या युद्धकक्षात (सिच्युएशन रूममध्ये) ज्येष्ठ सरकारी अधिकाऱ्यांबरोबर अगणित बैठका घेत असले, तरी त्यांचं स्वरूप देखाव्यापुरतंच मर्यादित असे. समूह-चर्चांमध्ये किसिंजर नेहमी अधिक लवचीक भूमिका घेत, विविध संकल्पना विचारात घेत आणि सामूहिक साशंकता व्यक्त झाल्यास काहीशी माघारही घेत; पण निक्सन यांच्याबरोबर एकटे असताना

त्यांची खरी, नागडीउघडी भूमिका बाहेर येत असे. ओव्हल ऑफिस किंवा एक्झिक्युटिव्ह ऑफिस बिल्डिंगमधल्या निक्सन यांच्या खासगी (बाह्य जगाला अज्ञात) कार्यालयात राष्ट्राध्यक्ष भारतीयांचा शिवराळ भाषेत उद्धार करत असताना किसिंजर त्यांना चिथावणी देत किंवा कधीमधी अवघडून त्यांना साथही देत. निक्सन यांनी एखादी शिवी दिली की किसिंजरही त्याचप्रमाणे शिव्या देऊन प्रतिसाद देत. ('बकवास' आणि 'निरर्थक बडबड' अशी शेलकी विशेषणं फेकण्यापुरतीच किसिंजर यांची असभ्य शब्दांचा वापर करण्याची आवड मर्यादित होती आणि निक्सन यांच्या गलिच्छ भाषेची बरोबरी किसिंजर कधीच करू शकत नसत.) निक्सनचा भारतविषयक संताप किसिंजर वारंवार प्रज्वलित करत, ज्यायोगे निक्सन संतुष्ट होत. निक्सन एकदा अभिमानाने म्हणाले होते, "हेन्री हा माझा इथला सर्वांत कमी भारतप्रेमी सहकारी आहे."

विलक्षण बुद्धिमत्ता, जागतिक इतिहासाचं सखोल ज्ञान आणि वास्तववादी राजकारणाबरोबर दृढ तत्त्वनिष्ठ बांधिलकी या शिदोरीसह किसिंजर व्हाइट हाउसमध्ये दाखल झाले. परराष्ट्र धोरण ठरवताना न्यायाची अपेक्षा करणं व्यर्थ असल्याची भूमिका किसिंजर यांनी त्यांच्या सुरुवातीपासूनच्या लेखनातून मांडली होती. 'तसं केल्यास युद्ध अटळ ठरतं.' त्यांचं मत होतं. याउलट ते असं प्रतिपादन करत, 'समाजाची तत्त्वप्रणाली कितीही दृढमूल आणि अंतःकरणपूर्वक असली, तरी आंतरराष्ट्रीय स्थैर्यासाठी तिला मुरड घालावी लागते.' किसिंजर यांचे वैचारिक नायक क्लेमेन्स व्हॉन मेटरनिक आणि रॉबर्ट स्टुअर्ट कॅसलरे यांच्याप्रमाणेच किसिंजर यांचाही वैचारिक केंद्रबिंदू 'महासत्ता' हाच होता. शीतयुद्धकालीन सत्ता-समतोल स्थापन करण्याच्या आव्हानावर सर्वकाही अवलंबून असणार असल्याची निक्सन आणि किसिंजर या दोघांची भूमिका होती. सर्वकाही म्हणजे मध्य पूर्वेपासून पार दक्षिण अमेरिकेपर्यंत आणि भारतीय उपखंडापर्यंत, तसंच व्हिएतनाममधून अमेरिकेला बाहेर काढण्याच्या गंभीर आव्हानापर्यंत.

अमेरिकेचं परराष्ट्र धोरण आखण्यात राष्ट्राध्यक्षांनंतर किसिंजर हेच महत्त्वाचं व्यक्तिमत्त्व ठरलं. हॉस्किन्सन म्हणतात, "निक्सन यांना परराष्ट्र धोरण नियंत्रित करायचं होतं आणि त्यांना मदत करण्यासाठी हार्वर्डचे हे विद्वान उपलब्ध होते." त्या आरंभीच्या दिवसांमध्ये तत्त्वज्ञानाच्या चौकटीत परराष्ट्र धोरण बसवण्याच्या किसिंजर यांच्या कौशल्यामुळे निक्सन भारावून गेले होते. "आपल्याला तात्त्विक चर्चा करावी लागेल. एक मोठा सारीपाट उलगडून त्याचे छोटेछोटे तुकडे जुळवावे लागतील. आपलं परराष्ट्र मंत्रालय असा विचार करत नाही. कम्युनिस्ट, चिनी नेते, रशियन नेते हे सगळे असा विचार करतात; आपणही असा विचार केलाच

पाहिजे.''

निष्प्रभ परराष्ट्रमंत्री विल्यम रॉजर्स यांच्याबरोबर, व्हाइट हाउसचे राष्ट्रीय सुरक्षा सल्लागार म्हणून किसिंजर यांचे नोकरशाहीवरून सतत खटके उडत; पण ही लढाई असमान होती. राष्ट्राध्यक्षांसाठी किसिंजर फार जास्त महत्त्वाचे होते. किसिंजर आत्मदंभी असले, तरी त्यांची निष्ठा मान्यताप्राप्त होती. नोकरशाही कार्यरत ठेवायची जबाबदारी असणाऱ्या हाल्डेमन यांनी एकदा हताशपणे लिहिलं, 'हे दोघं एकमेकांवर सतत शिंगं रोखून उभे असतात.' या प्रक्षुब्ध वातावरणावर फुंकर घालण्याचं दिव्य राष्ट्राध्यक्षांना पार पाडावं लागत होतं आणि त्याची किंमत त्यांना मोजावी लागत होती. निक्सन आणि हाल्डेमन यांना या लढाईचा अतीव मनस्ताप झाला. निक्सन हाल्डेमन यांना नेहमी सांगत, ''के (किसिंजर) यांच्यासाठी मी स्वतःच्या भावनांची देत असलेली किंमत फार भयंकर आहे.'' किसिंजर वारंवार राजीनाम्याची धमकी देत आणि प्रत्येक वेळी स्वतःच्या अनिवार्यतेची कबुली निक्सन यांच्याकडून पदरात पाडून घेत. मात्र ही कसरत करूनकरून काही काळानंतर निक्सन थकून गेले. एकदा कंटाळून निक्सन हाल्डेमन यांना म्हणाले, ''हेन्री फारच बोलतो.''

सरकारच्या इतर घटकांना बाजूला सारून किसिंजर यांनी सगळी सत्ता व्हाइट हाउसमध्ये केंद्रित केली होती. त्यांना दीर्घ काळापासून नोकरशाहीबद्दल तिरस्कार होता. ही तुच्छता नोकरशाहीच्या कठोर, संवेदनाहीन अकार्यक्षमतेबद्दल वॉशिंग्टनमध्ये ऐकू येणाऱ्या सामान्य तक्रारींपलीकडे जाणारी होती. विशाल दृष्टी असणाऱ्या मुत्सद्द्यांना दिसणारं चित्र संकुचित दृष्टीकोन बाळगणारे तज्ज्ञ पाहू शकत नव्हते. परराष्ट्र मंत्रालयाबरोबर किसिंजरच्या चकमकी रोज झडत.

चाऊ एन लाय त्यांना एकदा म्हणाले होते, ''तुम्हांला नोकरशाही आवडत नाही.'' किसिंजर तत्क्षणी उत्तरले होते, ''हो, आणि ही भावना आम्हां दोघांची आहे. नोकरशाहीला मी आवडत नाही.''

विद्वेषाच्या अशा वातावरणात किसिंजरनी निक्सनबरोबर छान जुळवून घेतलं. निक्सनना कदापि न स्वीकारणाऱ्या ईशान्येकडच्या उच्चभ्रूंनी कनिष्ठ नोकरशाही ओसंडून वाहत असल्याचा ग्रह निक्सन यांनी करून घेतला होता. स्वतःच्या मंत्रीमंडळासमोर बोलताना ते एकदा म्हणाले, ''सरकारचे कनिष्ठ स्तर अक्करमाशांनी व्यापले आहेत.... आम्ही केलेल्या तपासात ९६ टक्के नोकरशाही आपल्याविरुद्ध असल्याचं आढळून आलं आहे. हे हरामखोर आपल्याला खड्ड्यात घालायला टपलेले आहेत.'' राष्ट्राध्यक्षांच्या संशयितांच्या यादीत किसिंजरचे व्हाइट हाउसमधले सहकारीही होते. अर्थातच, ते ईशान्येकडचे होते आणि त्यांच्याकडे भपकेबाज पदव्याही होत्या. बांगला देशाच्या पेचप्रसंगाचा स्फोट होण्यापूर्वी

राष्ट्राध्यक्षांनी हाल्डेमन आणि खुद्द किसिंजर यांचे साहाय्यक म्हणजे राष्ट्रीय सुरक्षा उपसल्लागार (जनरल) ॲलेक्झांडर हेग ज्युनिअर यांना बजावलं होतं, ''हेन्री स्वतःचे कर्मचारी बारकाईने पारखत असल्याची खात्री करून घ्या आणि कुणाही संभाव्य गद्दाराला तो हाकलतो की नाही, तसंच अशाच इतर गद्दारांना प्रवेश देत नाही ना, या गोष्टींवर डोळ्यांत तेल घालून लक्ष ठेवा.''

वॉशिंग्टनमधल्या वेगवेगळ्या देशांच्या राजदूतांच्या वर्तुळात किसिंजर यांच्या व्हाइट हाउसवरच्या मजबूत पकडीची चर्चा एखाद्या दंतकथेसारखी होत असे. परराष्ट्र धोरण ठरवण्यावर असणारा किसिंजर यांचा अतिरेकी प्रभाव भारतीयांना चांगलाच ज्ञात होता; आणि तो ज्ञात व्हावा म्हणून किसिंजरही जाणीवपूर्वक प्रयत्नशील होते. वॉशिंग्टनमधल्या भारतीय राजदूताने स्वतःच्या परराष्ट्र मंत्रालयाला किसिंजर यांच्या परराष्ट्र धोरण–आखणीवरच्या प्रभावाची यथायोग्य कल्पना दिली होती. त्याचबरोबर किसिंजरच्या आत्मप्रौढीमुळे त्यांचं बोलणं विश्वसनीय वाटत नसल्याचीही कल्पना दिली होती. भारतीय राजदूताने स्वतःच्या परराष्ट्र मंत्रालयाला पाठवलेल्या एका खलित्यात कुजकटपणे लिहिलं होतं, 'स्वतःचं महत्त्व इतरांवर ठसवण्याची आणि ते अधोरेखित करण्याची एकही संधी किसिंजर वाया घालवत नाहीत.' राजदूताने पुढे लिहिलं होतं, 'वॉशिंग्टनमधल्या एका रात्री जेवणानंतर आम्ही गप्पा मारत असताना किसिंजर यांना पाच वेळा दूरध्वनी घेण्यासाठी पाचारण करण्यात आलं. 'हे दूरध्वनी राष्ट्राध्यक्षांचे असणार.' असा तर्क आम्ही लढवत असतानाच किसिंजरनी अशा प्रकारे शेरेबाजी केली की, त्यायोगे आमचा आडाखा अचूक असल्याचं त्यांनी सूचित केलं.'

किसिंजर यांची बुद्धिमत्ता अचाट असली, तरी त्यांना आधुनिक दक्षिण आशियापेक्षा मेटरनिकच्या ऑस्ट्रियाबद्दल अधिक माहिती होती. (एकदा ते म्हणाले होते, ''पठाणांचं आंदोलन माझ्या डोळ्यांदेखत घडलं, तरी मला ते ओळखता येणार नाही.'') त्या काळी त्यांचं लक्ष व्हिएतनाममधल्या युद्धावर आणि चीनबरोबर संबंध प्रस्थापित करण्यावर केंद्रित झालं होतं. भारताचा आणि पाकिस्तानचा त्यात समावेश नव्हता. व्हाइट हाउसमधल्या राष्ट्रीय सुरक्षा परिषदेतल्या स्वतःच्या छोटेखानी, कुशल कर्मचारिवर्गावर ते अवलंबून असत.

सॅम्युएल हॉस्किन्सन हे व्हाइट हाउसमधले दक्षिण आशियाविषयक खरे जाणकार होते. शिकागोच्या या धिप्पाड, आग्रही, स्पष्टवक्त्या तज्ज्ञाच्या चेहऱ्यावर सहज स्मित खेळत असे. सीआयएमध्ये भारतीय उपखंडविषयक विश्लेषक म्हणून काम करत असणाऱ्या हॉस्किन्सन यांचे मद्यप्रेमी स्नेही ॲलेक्झांडर हेग यांची किसिंजर यांचे साहाय्यक म्हणून नेमणूक झाल्यानंतर हेग यांनी हॉस्किन्सनना दक्षिण

आशियाविषयक काम करण्याचा प्रस्ताव दिला होता. वयाची तिशी ओलांडलेल्या हॉस्किन्सननी व्हाइट हाउसमध्ये काम करण्याची ही सुवर्णसंधी तत्परतेने साधून घेतली. त्यांच्या आयुष्यातलं हे सर्वांत महत्त्वाचं पद होतं. निखळ प्रशंसेच्या स्वरात ते म्हणतात, "हेन्री किसिंजर यांनी असामान्य प्रतिभाशाली व्यक्तींच्या प्रभावळीत एक राजनैतिक मुत्सद्दी आणि एक इतिहासकार म्हणून स्थान प्राप्त केलं आहे."

किसिंजर यांनी व्हाइट हाउसमधला त्यांचा कर्मचारिवर्ग स्वतः निवडला आणि हे करताना त्यांनी सर्वोत्तम बौद्धिक क्षमतेला महत्त्व दिलं; या कर्मचाऱ्यांची विचारधारा उजवी असण्याला नव्हे. मात्र त्यांच्याबरोबर काम करणं महामुश्कील होतं. "माझ्या कर्मचाऱ्यांना मी कायम थकलेल्या अवस्थेत ठेवतो." असं ते एकदा गमतीने म्हणाले होते. हॉस्किन्सन म्हणतात, "किसिंजर पूर्णपणे बेताल वागू शकत. स्वतःच्या कर्मचाऱ्यांचा ते पाणउतारा करत, अनेकदा त्यांच्यावर डाफरत; कधीमधी ते भावनिक आघातही करत. तुम्ही तरुण असता आणि तुमची चांगली तासंपट्टी होत असते." अशा वातावरणात हॉस्किन्सन त्यांचे मित्र हेग यांच्याकडे मानसिक आधारासाठी जात. "मी केलेलं कुठलंच काम किसिंजरना आवडत नाही." असं गाऱ्हाणं हॉस्किन्सननी मांडताच हेग म्हणत, "याचा अर्थ त्याला तू पसंत आहेस." किसिंजर यांच्या प्रत्येक कर्मचाऱ्याचं त्यांच्याबरोबरचं नातं वादळी होतं, असं नमूद करून हॉस्किन्सन म्हणतात, "ते शीघ्रकोपी होते. त्यांच्याशी बोलताना कधीही काहीही घडणं शक्य असल्याचं भान ठेवूनच नेहमी बोलावं लागत असे. मात्र कर्मचाऱ्यांच्या मनात त्यांच्याविषयी अतिशय आदर होता. अशा वातावरणात काही कर्मचारी बाजूला फेकले गेले, कारण अनेकांना त्यांचे प्रहार सहन झाले नाहीत."

किसिंजर यांचा विशेष साहाय्यक विन्स्टन लॉर्ड हा तरुण कर्मचारी मात्र असे प्रहार झेलू शकत होता. किसिंजरपासून त्याला प्रेरणा मिळत असे. लॉर्ड म्हणतो, "हा काळ भारलेला होता. हेन्री किसिंजर यांची धोरणं किंवा विचारसरणी यांच्याबद्दल कुणाचं काहीही मत असो, त्यांची बुद्धिमत्ता असाधारण असल्याचं त्यांच्या सर्वांत कडवट टीकाकारांनाही मान्य करावं लागेल." किसिंजर यांच्या प्रतिभेचा आनंद घेणारा लॉर्ड त्यांच्याबरोबरच्या चर्चांमधून जगाचा इतिहास आणि आंतरराष्ट्रीय परिस्थिती यांच्याबद्दल बरंच काही शिकत गेला. त्याबाबत लॉर्ड म्हणतो, "कर्मचाऱ्यांकडून सर्वोत्तम कामगिरी झाली पाहिजे, असा त्यांचा आग्रह असे; कष्टाबद्दल तर बोलायलाच नको. स्वतःच्या कर्मचाऱ्यांना ते कमालीचे राबवत. मात्र एखाद्याचे विशिष्ट गुण त्यांना नेमके हेरता येत असत. अनेकदा त्यांच्या वागण्याने डोकं बंद पडण्याची पाळी येत असे. हे मी त्यांना एकदा सांगितलं होतं. ते स्वतः किती परिश्रम करत असत, हे आम्ही तरुण सहकारी पाहत

असू; काय पणाला लागलेलं असे, ते बघत असू.''

दक्षिण आशियाबाबतीतला किसिंजर यांचा दुसरा साहाय्यक अधिकारी म्हणजे हॅरल्ड सॉन्डर्स. सरकारी यंत्रणेत ते हॉस्किन्सनना वरिष्ठ होते. सॉन्डर्स तक्रारखोर नव्हते. प्रेमळ आणि दयाळू असणारे सॉन्डर्स वागायला खानदानी होते. येल विद्यापीठातून त्यांनी पीएच.डी. पदवी प्राप्त केली होती. त्यांचा स्वभाव एखाद्या प्राध्यापकाला साजेसा होता. लिंडन जॉन्सन यांच्या कारकिर्दीत राष्ट्रीय सुरक्षा परिषदेत दाखल झालेले सॉन्डर्स लवकरच किसिंजर यांचे जवळचे सहकारी बनले. किसिंजरसोबत लिंडन यांनी आठ वर्षं काम केलं. त्या आठ वर्षांच्या काळात अरब आणि इस्राइल यांच्यातला राजनैतिक संवाद घडवून आणण्यासाठी किसिंजर करत असलेल्या धावपळीत सॉन्डर्स यांनी कळीची भूमिका बजावली. तसंच इस्राइल आणि इजिप्त यांच्यात कॅम्प डेव्हिड इथे झालेल्या करारासाठी त्यांनी काम केलं होतं. नंतर सॉन्डर्स अमेरिकेचे परराष्ट्र राज्यमंत्री झाले. अमेरिकेचे मध्य पूर्वेतले शांतिदूत म्हणून त्यांचं स्थान वैशिष्ट्यपूर्ण आहे. आजही ते किसिंजर यांचे खंदे प्रशंसक आहेत आणि त्यांच्याबद्दल जिव्हाळ्याने बोलतात. हॉस्किन्सनप्रमाणे सॉन्डर्स यांच्यासाठीही किसिंजर यांच्याबरोबर काम करणं हा व्यक्तिमत्त्व घडवणारा अनुभव ठरला. मात्र भावी काळात संवाद आणि मध्यस्थी यांच्यावर भिस्त ठेवून स्वतःची कारकिर्द घडवणाऱ्या या अधिकाऱ्यांसाठी सुरुवातीच्या काळात तरी 'किसिंजर यांचा सहकारी असणं' ही बाब बऱ्याचदा सोपी नसायची.

निक्सन आणि किसिंजर यांचा कल कोणत्या दिशेने होता, याचं आकलन व्हाइट हाउसमधल्या सर्व कर्मचाऱ्यांना उत्तम प्रकारे होतं. इंदिरा गांधी यांच्या संदर्भात हॉस्किन्सन म्हणतात, ''त्यांच्याबद्दल आदर होता, पण त्याला एक प्रकारच्या आंतरिक नावडीची किनार होती.'' याचं स्पष्टीकरण ते असं देतात, ''भारताबद्दलची आणि भारतीयांबद्दलची रिपब्लिकन पक्षीयांची पारंपरिक भूमिका यासाठी काही अंशी कारणीभूत होती. अर्थातच, तो शीतयुद्धाचा काळ होता. इंदिरा गांधींचा डावा दृष्टीकोन, त्यांची समाजवादी भूमिका आणि रशियनांबरोबरची जवळीक यांच्यामुळे त्यांच्याबद्दलचा संशय फारच वाढला होता. या काळात प्रत्येक गोष्ट रशियाबरोबरच्या आणि त्यापेक्षाही अधिक चीनबरोबरच्या संबंधांच्या भिंगातून पाहिली जात होती. इंदिरा गांधी हे पोलादी व्यक्तिमत्त्व होतं; दखल घ्यावी अशी शक्ती होती.''

निक्सनपेक्षा किसिंजर भारताबाबतीत कमी कठोर होते. ते भारताच्या अलिप्त धोरणाचा तिरस्कार करत असले, तरी भारताचे अमेरिकेतले सौजन्यशील राजदूत लक्ष्मीकांत झा यांच्याबरोबर किसिंजरची दोस्ती होती आणि भारतासंदर्भातल्या

असहिष्णुतेचा पगडा त्यांच्यापेक्षा निक्सनवर अधिक होता. मात्र किसिंजर क्षुल्लक कारणावरूनही स्वतःचा अपमान झाल्याचा समज करून घेत आणि त्यातून निर्माण झालेल्या क्रोधभावना कुरवाळत राहत. परराष्ट्र धोरण आखताना निक्सनचे पूर्वग्रह चिथावण्याची उपयुक्तता किसिंजरनी जाणलेली होती.

किसिंजरना याह्या खान अधिक रुचत. ''याह्या खान यांच्याबरोबर माझे उत्तम संबंध आहेत.'' असं किसिंजर एकदा म्हणाले होते. मात्र याह्या खान यांच्या प्रभावामुळे ते निक्सनप्रमाणे पूर्णपणाने भारून गेलेले नव्हते. हॉस्किन्सन मान्य करतात, ''याह्या खान त्यांना आवडत असे. तो फौजी होता. त्याचा स्वतःचा असा तोरा होता. त्याच्यात एक प्रकारचा नखरेबाज डौल होता. तो फारसा बुद्धिमान नसला, तरी किसिंजर आणि निक्सन यांच्या दृष्टीने तो अस्सल मर्द होता; ती देश चालवणारी कुणीतरी बाई नव्हती.''

१९७० च्या ऑक्टोबरच्या उत्तरार्धात व्हाइट हाउसच्या ओव्हल ऑफिसमध्ये याह्या खान निक्सनना भेटले, तेव्हा याह्यांना त्यांच्या प्रयत्नांचं फळ लाभलं. बांगला देशचा पेचप्रसंग उफाळण्यापूर्वी झालेल्या या दोघांच्या अखेरच्या भेटीत निक्सननी याह्या खानना पुन्हा शस्त्रं विकायला सुरुवात केली. भारत आणि पाकिस्तान यांना शस्त्रं विकण्यावर १९६५ साली अमेरिकेने जाहीर केलेल्या अवरोध धोरणाला केलेला हा 'एक वेळचा अपवाद' असल्याचं अधिकृत स्पष्टीकरण देण्यात आलं. खरं तर 'मूळ नियमच धाब्यावर बसवणाऱ्या' अपवादांच्या जातीतला हा अपवाद होता.

जॉन्सन यांच्या कारकिर्दीतच हा शस्त्रविक्री-अवरोध खिळखिळा होत चालला होता; पण आता याह्या खाननी बऱ्यापैकी मोठी खरेदी करण्यात यश मिळवलं होतं. पुढे होणाऱ्या आणखी मोठ्या खरेदीची ही चाहूल होती. एफ-१०४ बनावटीची सहा लढाऊ विमानं, बी-५७ बनावटीची सात बॉम्बफेकी विमानं आणि सैनिकांची वाहतूक करणारी ३०० चिलखती वाहनं यांचा समावेश अमेरिकेने पाकिस्तानला देऊ केलेल्या शस्त्रास्त्रांमध्ये होता. मात्र ती प्रत्यक्ष देण्याला काहीसा वेळ लागणार होता.

मात्र यामुळे भारत संतप्त झाला. अमेरिकेकडून पाकिस्तानला केला जाणारा शस्त्रपुरवठा पुन्हा सुरू झाल्याने पाकिस्तानकडून भारताला असणारा धोका वाढल्याची तक्रार इंदिरा गांधी करायला लागल्या. भारतीय पायदळाचे सेनापती जनरल सॅम माणेकशा म्हणाले की, अमेरिकी आणि चिनी शस्त्रपुरवठ्यामुळे पाकिस्तान भारताबाबत आक्रमक भूमिका घेत होता.

ओव्हल ऑफिसमधली त्या दिवशीची बैठक म्हणजे दोन राष्ट्रप्रमुखांची

मैत्रीपूर्ण भेट – विशेषतः या दोघांपैकी एक जण रिचर्ड निक्सन असल्यास – कोणत्या मर्यादेपर्यंत जाऊ शकते, याचं हे उत्तम उदाहरण होतं. तेव्हा अगदी किसिंजरही याह्या खान यांचा खंबीरपणा आणि सॅन्डहर्स्टचा पीळ पाहून प्रभावित झाले होते. दोघांनी लष्करी आणि आर्थिक मदतीबद्दल मित्रत्वाने चर्चा केली होती. अमेरिकेतलं वातावरण प्रामुख्याने भारताच्या बाजूचं असलं, तरीही पाकिस्तानला मदत करण्याचा दृढ निश्चय निक्सननी याह्या खानना बोलून दाखवला. हे वचन देताना ते म्हणाले, ''काहीही झालं, तरी पाकिस्तानला दिलेला शब्द आम्ही पाळू. आम्ही तुमच्याबरोबर राहू. करता येईल तेवढी मदत करू.''

याह्या खान कृतज्ञ झाले. ते आवेगाने ओरडले, ''आम्ही या घोषणेचं स्वागत करतो. आपली मैत्री काही नवी नाही. आपली मैत्री झाली, तेव्हा आम्हांला शत्रूंचा वेढा पडला होता. आता हा वेढा अस्तित्वात नसला, तरी आपली मैत्री कायम आहे. आम्ही भावनाप्रधान लोक आहोत. तुम्हांला संकोच वाटेल असं आम्ही काहीही करणार नाही.''

२. वादळी पाकिस्तान

पूर्व पाकिस्तानमधले, अमेरिकेचे सनदी राजनैतिक अधिकारी आर्चर ब्लड एक प्रखर देशभक्त होते आणि त्यांना परराष्ट्र सेवेत नाव कमवण्याची ईर्ष्या होती. त्यांच्या मृत्यूनंतर त्यांच्या पत्नी मार्गारिट मिलवार्ड ब्लड म्हणाल्या, ''परराष्ट्र सेवा नामक एक यंत्रणा असल्याचं समजल्यापासूनच आर्चरला त्यात प्रचंड स्वारस्य निर्माण झालं होतं. तो नेहमी जगाचं अवलोकन करत असे आणि घडणाऱ्या प्रत्येक गोष्टीला काहीतरी अर्थ असतो अशी त्याची धारणा होती.''

व्हर्जिनिया भागातला आर्चर ब्लड हा एक प्रामाणिक, पण काहीसा पुस्तकी वळणाचा माणूस होता. उंचपुरे आणि धिप्पाड ब्लड देखणे होते. त्यांचे डोळे दयाळू होते, मात्र शरीरयष्टी एखाद्या निष्णात मैदानी खेळाडूसारखी होती. ते त्यांचे काळेभोर केस चापूनचोपून मागे फिरवत असत. वागायला खानदानी असलेल्या आणि सगळ्या शिष्टाचारांचं पालन करणाऱ्या ब्लडच्या खासगी जीवनाला एक प्रक्षुब्ध किनार असल्याचं त्यांनी स्वतःच कबूल केलं होतं. ते म्हणाले होते, ''माझं जीवन व्यक्तिगत उच्च महत्त्वाकांक्षा आणि कमालीची निराशा यांच्यादरम्यान हेलकावत आहे.'' ते स्वभावाने एकलकोंडे होते.

मात्र त्यांची पत्नी स्वभावाने प्रसन्न आणि शालीन होती. ती न्यू यॉर्कमध्ये ग्राफिक आर्टिस्ट म्हणून कार्यरत होती. या पुस्तकासाठी त्यांनी मुलाखत दिली, त्या वेळी त्या ८७ वर्षांच्या होत्या. या वयातही त्यांच्यातला उमदेपणा उठून दिसत होता. त्यांच्या पतीबद्दल त्या म्हणतात, ''आर्चरचा स्वभाव मुळापर्यंत जाण्याचा होता. त्याला कशातही रस घेता येत असे, मात्र अचूक तपशिलाबाबत तो आग्रही असे.''

हातात पुस्तक घेतल्याखेरीज आर्चर कधीच शांत बसत नसत. त्यांच्या वाचनाला असणारी शिस्त पाहून मार्गारिट आश्चर्यचकित होत असत. ते दोघं मधुचंद्रासाठी ग्रीसला गेलेले असताना मार्गारिटनी एका मासिकातल्या एका ओळीचा दाखला देताना चूक करताच आर्चर यांनी शांतपणे ती चूक दुरुस्त केली आणि अशा तपशिलाबाबत मार्गारिटनी काळजी घेण्याविषयी त्यांना बजावलं.

मात्र आर्चर ब्लड बंडखोर नव्हते. १९६०-७०च्या हिप्पी आणि भरकटलेल्या तरुणांच्या दशकातही ते अत्यंत सरळमार्गी होते. व्हिएतनामबरोबर अमेरिकेचं युद्ध चालू असताना काही अमेरिकी अधिकाऱ्यांनी 'युद्धविरोधी परराष्ट्र सेवा अधिकारी संघटना' स्थापन करून निषेधाचे बिल्ले लावायला सुरुवात केली होती. कधीकधी हे बिल्ले त्या अधिकाऱ्यांच्या कोटात दडवलेले असत. मात्र ब्लड त्यांना कधीच सामील झाले नाहीत. त्यांची सर्वांत क्रांतिकारी कृती म्हणजे ढाक्यामध्ये असताना तिथल्या भयानक उकाड्यात कधीकधी सूट न वापरता अर्ध्या बाह्यांचा पांढरा सदरा अंगावर चढवणं!

दुसऱ्या महायुद्धात अमेरिकी नौदलात पुरवठा अधिकारी म्हणून काम करत असताना अलास्का या बर्फमय राज्यात ब्लडची नेमणूक झाली होती. जपानकडून होणाऱ्या संभाव्य आक्रमणाचा प्रतिकार करण्याची जबाबदारी त्यांच्यावर आणि त्यांच्या सहकाऱ्यांवर होती. मात्र हा हल्ला कधी झालाच नाही. दुसऱ्या महायुद्धातल्या पिढीच्या समर्पणाच्या धारणेला अनुसरून ब्लडनीही सरकारी सेवेचा पर्याय निवडला. 'मेग ब्लड' या नावाने ओळखल्या जाणाऱ्या त्यांच्या पत्नीच्या म्हणण्यानुसार आर्चर निश्चितच देशभक्त होते. ''त्या काळात सर्व जण युद्धासाठी सज्ज होते. प्रत्येक जण देशप्रेमाच्या भावनेने ओथंबलेला होता; देशसेवा करण्यासाठी आतुर होता.'' असं त्या म्हणतात.

१९४७ साली ब्लड परराष्ट्र सेवेत दाखल झाले, तेव्हा त्या डिव्हिजनमधला प्रत्येक जण श्वेतवर्णीय होता. अविरत कष्ट करून आणि जास्तीच्या जबाबदाऱ्या घेऊन या सेवेत ते वर चढत गेले. ग्रीसमधल्या यादवी युद्धाच्या काळात तिथल्या थेसालोनिकी इथे त्यांची पहिली नेमणूक करण्यात आली. तिथेच त्यांचा विवाह मेगबरोबर झाला. दुसऱ्या महायुद्धात उद्ध्वस्त झालेल्या म्युनिक शहरात १९४९ साली त्यांची नियुक्ती झाली. तेव्हा शहरंच्या शहरं म्हणजे फक्त विटांचे ढिगारे झाले असल्याची स्मृती मेग यांनी बोलून दाखवली होती. विस्थापित लोकांच्या छावणीत काम करणाऱ्या आर्चर ब्लड यांना हंगेरियन, पूर्व युरोपमधले जर्मन वंशाचे लोक, अनेक पोलिश आणि त्याहूनही अधिक ज्यू अर्जदार या सर्वांना मोठ्या संख्येने अमेरिकेचा व्हिसा देताना समाधान वाटत असे. ब्लडने बॉन आणि अल्जिअर्स इथे काही काळासाठी काम केलं होतं आणि त्यानंतर वॉशिंग्टन इथे कार्यालयीन कामकाजही पाहिलं होतं. मात्र स्वतःच्या कामाबद्दल ते असमाधानी होते. त्यांना आणखी आव्हानात्मक राजकीय स्वरूपाची कामगिरी हवी होती. ते पश्चिम जर्मनीत असताना त्यांच्याबरोबरच्या एका राजनैतिक अधिकाऱ्याला त्याची 'अंतिम महत्त्वाकांक्षा काय?' असं विचारता, त्याने उत्तर दिलं होतं की, त्याला कुठेतरी

कॉन्सल जनरल व्हायचं होतं. ते ऐकून ब्लडना आश्चर्याचा धक्का बसला होता. ते त्यांच्या पत्नीला म्हणाले होते, ''एखाद्याला राजदूत होण्याची इच्छा नसावी, अशी कल्पनाही मी करू शकत नाही. या सेवेत कारकिर्दीचा तोच तर सर्वोच्च बिंदू आहे.''

ते बॉन इथे असताना अमेरिकेत मकार्थी युग अवतरलं होतं. सेनेटर जोसेफ मकार्थींच्या हस्तकांनी त्याच्या नेतृत्वाखाली परराष्ट्र सेवेतल्या अधिकाऱ्यांची चौकशी सुरू केली होती. त्यामुळे अनेक चांगल्या अधिकाऱ्यांची हकालपट्टी झाली, तर इतरांची मुस्कटदाबी झाली. या सगळ्याकडे ब्लड अत्यंत तुच्छतेने पाहत होते. राजीनामा देऊन नसता देखावा निर्माण करण्याची त्यांची मानसिकता नसली, तरी ज्या प्रकारे अधिकाऱ्यांची ससेहोलपट चालू होती, त्यामुळे ते अस्वस्थ झाले होते. ब्लड सांगतात, ''एखाद्या अधिकाऱ्याने चीनमध्ये सेवा केली असली, तर त्याचं नाव संशयितांच्या यादीत आपसूक जाऊन पडायचं. समलिंगी असल्याच्या आरोपावरून अनेकांची कारकिर्द उद्ध्वस्त करण्यात आली.'' नंतर ते संतापून म्हणाले, ''हे सगळंच घृणास्पद होतं.'' त्या वेळी चीनमध्ये नुकत्याच झालेल्या कम्युनिस्ट क्रांतीनंतर परराष्ट्र मंत्रालयात चीनचं नाव उच्चारणंही निषिद्ध होतं. बॉनमधल्या एका तरुण अधिकाऱ्याने चीनमध्ये काही काळ सेवा केली होती, म्हणून त्याच्याबद्दल ब्लडकडे चौकशी करण्यात आली होती. हा तरुण अधिकारी 'न्यू यॉर्क टाइम्स' वाचत असे का, अशी विचारणा सुरक्षा अधिकाऱ्यांनी केली होती. याबाबत चिडलेले ब्लड म्हणाले, ''सुरक्षा यंत्रणेला 'न्यू यॉर्क टाइम्स' म्हणजे डाव्या विचारांचं दैनिक वाटत असे; आणि ऐन तारुण्यात असताना मीसुद्धा त्यांना सांगितलं होतं की, 'हो, तशी मी आशा करतो.' ''

ब्लड परराष्ट्र सेवेत दाखल झाल्यानंतर दोनच आठवड्यांमध्ये भारत आणि पाकिस्तान या नवजात राष्ट्रांनी वॉशिंग्टन इथल्या त्यांच्या-त्यांच्या दूतावासांवर स्वतःचे राष्ट्रध्वज फडकवल्याचं ब्लडनी पाहिलं होतं. 'ब्रिटिश राजच्या' कथा वाचून ब्लड यांच्या मनात दक्षिण आशियाबद्दल एक आगळं आकर्षण निर्माण झालं होतं. १९६० साली ब्लडच्या पुढच्या नियुक्तीसाठी मद्रासचा आणि ढाक्याचा पर्याय समोर ठेवल्यानंतर ब्लड यांनी ढाक्याच्या उपदूतावासाची (काउन्सुलेट जनरलची) निवड केली होती. ही निवड करण्याचं कारण म्हणजे त्यांची महत्त्वाकांक्षा. इस्लामाबादमधल्या दूतावासाच्या नजरेपासून दूर असल्याने त्यांना जास्त स्वातंत्र्य मिळेल आणि अधिक राजकीय उलथापालथींचं निरीक्षण करता येईल असं त्यांना वाटत होतं.

जून १९६०मध्ये भारतीय उपखंडात ब्लड यांचं आगमन झालं. राजनैतिक

अधिकारी आणि उपप्रमुख अधिकारी म्हणून ढाका इथल्या उपदूतावासात त्यांची नियुक्ती झाली. उपदूतावासाचे प्रमुख म्हणून भविष्यात ते त्या उपदूतावासाचं काम पाहणार होते. त्यांचं विमान ढाका विमानतळावर उतरण्यासाठी घिरट्या घालत असताना मेगच्या मनात पहिला विचार आला, 'आपल्याला मिळणारं घर बहुधा पाण्याखाली असणार.' "तो एक समुद्रच होता." मेग ब्लड सांगतात. विमान उतरवण्याइतपत तरी जमीन असणार होती की नाही याची त्यांना शंका वाटत होती. त्या म्हणतात, "चहूकडे सगळं काही हिरवंगार आणि प्रफुल्लित होतं. पण ढाका म्हणजे जलप्रदेशच होता." आर्चर ब्लड यांनी नंतर लिहिलं, 'या सर्वव्यापी पाण्यात असलेल्या कोणत्यातरी जादूई शक्तीमुळे भातशेतं जास्तच हिरवीकंच, तर जलपर्णी जास्त जांभळी दिसत होती. 'सोनार बांगला' या प्रसिद्ध लौकिकाला साजेसं हे पाणी, म्हणजे एक चकाकता आरसाच वाटत होतं."

ढाक्याचं पहिलं दर्शन दोघांसाठी धक्कादायक ठरलं. तिथल्या दमट उकाड्यामुळे गाडीच्या खिडक्या उघड्या होत्या. त्यामुळे बिननाकाची एक भिकारीण मेगसमोर अचानक आली आणि त्या घाबरून गेल्या. त्यांच्या ड्रायव्हरने सांगितलं, "कदाचित त्या बाईवर व्यभिचाराचा आरोप झाला असल्याने तिच्या नवऱ्याने तिचं नाक छाटलं असेल." त्यांच्या गाडीला भिकाऱ्यांचा गराडा पडला होता. विद्रूप दिसणारी मुलं पैसे मागत होती. ब्लडच्या घरात पाणी भरणारं यंत्र म्हणजे बारा वर्षांचा एक मुलगा होता.

त्यापूर्वी एकदा एका तरुण अमेरिकी राजनैतिक अधिकाऱ्याची ढाक्यात नियुक्ती झाली असताना तिथे पोहोचल्यावर त्याने आसपासचं वातावरण पाहिलं आणि लगेच राजीनामा देत असल्याचं जाहीर केलं. मात्र बरोबर तीन मुलं असलेला ब्लड-परिवार ढाक्यात स्थायिक झाला; एवढंच नव्हे, तर या प्रदेशावर प्रेम करायला शिकला. "आमचं आयुष्य आनंदात चाललं होतं." अशी आठवण मेग ब्लड सांगतात. तेव्हाचं सामाजिक वातावरण अगदी अनौपचारिक होतं. ब्लड दाम्पत्याने बंगाली आणि पश्चिमी पाकिस्तानी असे अनेक स्नेही या काळात जोडले. मेग म्हणतात, "वाघांबद्दल चर्चा करण्यात आमच्या संध्याकाळी मजेत जात असत. या भागात वाघ मोठ्या संख्येने होते आणि लोकांना त्यांचा उपद्रव होत असे. हे वाघ दर महिन्याला सुमारे दहा माणसांना मारत असत."

मात्र वाघांना न घाबरणारा एक छोटा चौकस मुलगा ब्लड यांच्या बाजूलाच एक घर सोडून राहत असे. अकरा वर्षांच्या शाहदुल हकची ब्लडच्या तीन मुलांबरोबर लगेचच दोस्ती झाली. या मुलाने ब्लडच्या मुलांना क्रिकेट खेळायला शिकवलं. या मुलांनी शाहदुलला कोकाकोला, शेंगदाणायुक्त लोणी आणि जेली

सॅन्डविच असे पदार्थ खाऊ घालून त्याला जिंकून घेतलं. बहुतेक परकीय नागरिक आणि राजनैतिक अधिकारी स्वतःच्या शांत परिसरात स्वतःमध्येच मग्न असले, तरी ब्लड कुटुंबीय या स्थानिक बंगाली मुलाला स्वतःच्या घरी अभ्यास करण्यासाठी किंवा पार्टीत भाग घेण्यासाठी अगत्याने बोलवत असे. ब्लड कुटुंबीयांना शाहदुलबद्दल जेवढं कुतूहल होतं, तेवढंच, त्यालाही ब्लड कुटुंबीयांबद्दल होतं. 'हे अमेरिकी लोक किती मनमिळाऊ होते.' याच्या गोड आठवणी हक अजूनही सांगतात.

घराच्या छपरावर तडमताशा वाजवणाऱ्या पावसाने आर्चर ब्लड यांना मनःशांती मिळत असे. खिळखिळ्या झालेल्या रेल्वे गाड्यांमधून किंवा बोटींमधून अगदी दुर्गम ठिकाणी प्रवास करणं, स्थानिक चिकनकरी खाणं अशा गोष्टींनी त्यांना अपार आनंद होत असे. एखाद्या जीर्ण बोटीतून गंगेच्या कोणत्या तरी उपनदीत तरंगत जाताना दोन्हीकडे नजर पोहोचणार नाही अशा विशाल पात्रात रंगीत, चिमुकल्या नावा बघत बसणं हा ब्लडचा आवडता छंद होता. ते एकदा म्हणाले होते, "मला खरं तर कुठेच पोहोचायची घाई कधीच नसते."

पण हा सैलपणा त्यांच्या कामात कधीच उतरत नसे. बढतीसाठी उतावीळ झालेले आर्चर कामाचे ढिगारे उपसत असत. पूर्व पाकिस्तानचं शोषण करण्यासाठी पश्चिमी पाकिस्तानींना अमेरिका मदत करत असल्याची तक्रार अनेक बंगाली लोक करत असले, तरी आर्चर यांना पूर्व पाकिस्तानमधल्या आर्थिक विकासासाठी अमेरिका करत असलेल्या प्रयत्नांचा अभिमान वाटत असे. याचं एक उदाहरण म्हणजे, पूर्व पाकिस्तानमधल्या सिएटो कॉलरा प्रयोगशाळेचं उद्घाटन. त्यासाठी लागलेला बहुतेक सर्व निधी आणि कर्मचारिवर्ग ही शिदोरी अमेरिकेने पुरवली होती. पिस कॉर्पसच्या तरुण स्वयंसेवकांचं पहिलं पथक ढाक्यात येऊन पोहोचलं, तेव्हा त्यांच्या अवखळ उत्साहामुळे आर्चर आनंदित झाले. बंगाली आणि पश्चिमी पाकिस्तानी अशा दोन्ही प्रदेशांमधल्या लोकांबरोबर ब्लडचं एक सहज नातं तयार झालं होतं. एकदा तर पाकिस्तानचे तत्कालीन लष्करी हुकूमशहा जनरल मुहम्मद अयुब खान यांनी एका धुंद नृत्यमैफिलीत ब्लडना धरून गोल फिरवलं होतं.

पश्चिमी पाकिस्तानी बंगालींवर अन्याय करत असल्याची बंगाली लोकांची तक्रार दूतावासाकडे पोहोचवणं हेच प्रमुख काम राजकीय अधिकारी म्हणून ब्लडना करावं लागत असे. याबाबत नंतर एकदा ते म्हणाले होते, "या तक्रारी ऐकून वॉशिंग्टन त्रस्त होत असे, कारण पाकिस्तान हा एक सुस्थिर आणि एकसंध देश असल्याचा अमेरिकी परराष्ट्र सेवेचा गैरसमज होता." तरीही त्यांनी ढाक्यामधल्या नेमणुकीचा पुरेपूर आनंद लुटला. जून १९६२मध्ये ढाका सोडून जाताना आणि

कधीतरी तिथे पुन्हा परतायच्या आशेबद्दल नंतर आठवण काढताना ब्लड म्हणतात, ''बंगाली अधूनमधून तक्रार करत असले, तरी त्या वातावरणात प्रगती आणि आशाआकांक्षा यांचं चैतन्य जाणवत असे.''

परराष्ट्र सेवेत ब्लड यांना बढती मिळाली आणि हवी असलेली संधी त्यांच्या अपेक्षेपूर्वीच त्यांच्यासमोर चालून आली. अफगाणिस्तानमधल्या दूतावासाचा उपप्रमुख म्हणून झालेली नेमणूक हे त्यांना मिळालेलं पहिलं महत्त्वाचं पद होतं. मजार-ए-शरीफ आणि कुंडूझ अशा ठिकाणी भटकणं त्यांना खूप आवडत असे. अमेरिकी दूतावासातल्या कर्मचाऱ्यांचे सोव्हिएत कर्मचाऱ्यांबरोबर मैत्रीचे संबंध असल्याचं पाहून त्यांना आश्चर्य वाटलं होतं. अशीच किमया त्यांना इथियोपियामध्ये करून दाखवायची होती, पण त्याऐवजी त्यांना ग्रीसमध्ये भिरकावून देण्यात आलं.

एखाद्या नियुक्तीचा तिरस्कार कसा वाटू शकतो, याचा पहिला अनुभव ब्लडना ग्रीसमध्ये आला. सी. आय. ए. च्या पाठिंब्यावर राज्य करणाऱ्या लष्करी हुकूमशाहीच्या अमलात ग्रीस खितपत पडला होता. लष्करशहा सामान्य जनतेची गळचेपी करत असल्याचं पाहून अथेन्समधल्या दूतावासातल्या राजकीय शाखेच्या बहुतेक कर्मचाऱ्यांप्रमाणेच ब्लडनाही वेदना होत होत्या. ग्रीसमध्ये लोकशाही मार्गाने निवडणूक व्हावी, अशी तीव्र इच्छा असणाऱ्या ब्लडना भेडसावणारी चिंता म्हणजे, ग्रीसमधल्या लष्करी हुकूमशाहीला अमेरिकेने दिलेल्या समर्थनामुळे ग्रीक जनतेच्या मनात अमेरिकेबद्दल दीर्घ काळ असंतोष राहण्याची शक्यता होती.

मात्र या मुद्द्यावरून अमेरिकी दूतावासामध्ये दोन गट पडले होते. लष्करशहांना पाठिंबा द्यावा की नाही, यावरून हे दोन्ही गट उघडपणाने परस्परांविरुद्ध शत्रुत्व बाळगून होते. एखाद्या स्थानिक सरकारबद्दल स्पष्ट मतप्रदर्शन करता येणं शक्य नसलेल्या दूतावासात ब्लडनी कधीच काम केलं नव्हतं. या अनुभवाबद्दल ते नंतर म्हणाले, ''ग्रीसच्या लष्करशहाबद्दल तुम्ही चुकूनही काही टीकात्मक बोललात, तर सी. आय. ए. चा संतापून स्फोट होत असे.'' दूतावासातल्या ब्लडच्या विरोधकांनी ब्लड विघ्नसंतोषी असल्याचा शिक्का मारण्याचा प्रयत्न या काळात केला. ग्रीसमध्ये नेमणूक झालेल्या एका नव्या राजदूताने 'ग्रीक लष्करशहांना अमेरिकी शस्त्रास्त्रं पुरवल्याने ग्रीसमध्ये पुन्हा लोकशाही स्थापन होईल.' असा युक्तिवाद केल्यामुळे ब्लडना राग अनावर झाला. ते म्हणाले, ''हे लोक ग्रीसची लोकशाही कधीच परत आणणार नाहीत. हे सगळं खोटं आहे.''

आर्चर ब्लड अथेन्समध्ये विषण्ण मनःस्थितीत असल्याची जाणीव असलेल्या परराष्ट्र विभागाने त्यांना आनंद होईल अशी बातमी दिली – 'ढाका इथे

जाण्याची संधी आहे.' हा प्रस्ताव ताबडतोब स्वीकारून, ब्लड यांनी १९७० च्या मार्चमध्ये अथेन्समधून पळ काढला. वॉशिंग्टनमध्ये परतल्यानंतर एका साध्या समारंभात आर्चर ब्लड यांनी बायबलवर हात ठेवून अमेरिकेचा ढाका इथला महावाणिज्यदूत (काउन्सल जनरल) म्हणून शपथ घेतली. स्वतःची पहिली स्वतंत्र जबाबदारी स्वीकारण्यासाठी ते अत्यंत अधीरतेने ढाक्याच्या उपदूतावासाकडे रवाना झाले.

ढाका इथला अमेरिकी उपदूतावास म्हणजे तारुण्याने सळसळणारं एक चैतन्यशील स्थान होतं. आदमजी कोर्ट नावाच्या इमारतीमध्ये हे कोंदट कार्यालय असलं, तरीही कर्मचाऱ्यांच्या उत्साहामुळे तिथली ऊर्जा जाणवण्यासारखी होती. त्या वेळी ४८ वर्षांचे असणारे आर्चर ब्लड (किसिंजर तेव्हा त्याच वयाचे होते) इथे ज्येष्ठ मुत्सद्दी म्हणून दाखल झाले होते. त्यांचा बहुतेक कर्मचारिवर्ग पुष्कळच तरुण होता. त्यांचं काम अतिशय रोमांचक होतं.

किसिंजरनी आणि इतरांनी बांगला देश ही 'हाताबाहेर गेलेली बाब' असल्याचं सांगून त्याच्या अस्तित्वावरच काट मारली असली, तरी तो प्रदेश विकासकार्यासाठी अत्यंत आदर्श असल्याचं मानलं जात होतं. पिकांची उत्पादकता कशी वाढवावी किंवा कॉलराचा प्रतिकार कसा करावा यांच्याबाबत अत्याधुनिक विज्ञानाचा प्रयोग करून पाहण्यासाठी किंवा जगातल्या गरिबीवर मात करण्यासाठी झगडणारे अर्थतज्ज्ञ, तसंच इतर शास्त्रज्ञ बांगला देशाला मोठ्या प्रमाणावर भेटी देत असत. कोमिला शहरात अख्तर हमीद खान यांच्याबरोबर हे अर्थतज्ज्ञ आणि शास्त्रज्ञ काम करत. कृषी सहकारी संस्था आणि लघू कर्ज या क्षेत्रांत पथदर्शक काम करणाऱ्या खान यांनी रचलेल्या पायामुळेच बांगला देशी अर्थशास्त्रज्ञ मुहम्मद युनुसना आणि त्यांच्या 'ग्रामीण बँक' या संस्थेला लघू कर्जविषयक कार्याबद्दल २००६ चा 'नोबेल शांतता पुरस्कार' मिळाला. ब्लड यांच्या सहकारी कर्मचाऱ्यांना स्वतःचा व्यावसायिक दृष्टीकोन आणि बांधिलकी यांचा सार्थ अभिमान होता.

ढाक्यामधली नियुक्ती प्रत्येकालाच आवडेल अशी नसली, तरी उतावीळ आणि महत्त्वाकांक्षी तरुणांसाठी हे एक आकर्षण-स्थळ होतं. ब्लड यांचे कनिष्ठ राजकीय अधिकारी स्कॉट बुचर तेव्हाची आठवण काढताना सांगतात, "विकसनशील जगातला हा एक कठीण प्रदेश होता." तुलनेने शांत ब्रह्मदेशामधल्या वातावरणात काम केल्यानंतर ढाका इथे बदली होणार असल्याचा संदेश बुचरना १ एप्रिल रोजी मिळाला, तेव्हा त्यांना कुणीतरी एप्रिल फूल बनवत असल्याचा त्यांचा समज झाला. मात्र नंतरच्या अनुभवाबद्दल ते म्हणतात, "राजकीय अधिकारी म्हणून कसोटीच्या प्रसंगांची माहिती सतत जमवून पाठवावी

लागते. मला हे काम कायम पुरलं.'' बुचर ढाक्याकडे रवाना होण्यापूर्वी अमेरिकेत रजेवर गेले असताना, त्या पदावर पूर्वी काम केलेल्या एका लष्करी अधिकाऱ्याने बुचरना कोणत्याही परिस्थितीला तोंड देण्यासाठी तयार राहायला सांगितलं होतं. पूर्व पाकिस्तानचं वर्णन थोडक्यात करायला सांगताच हा अधिकारी बुचरना म्हणाला, ''महामारीचं माहेरघर म्हणजे पूर्व पाकिस्तान!''

ढाका इथे नेमणूक होत असलेल्या अधिकाऱ्यांच्या नावांवरून मनसोक्त टर उडवण्यात येत असे. अँड्रू किलगोर असं दुर्दैवी नाव असलेला एक उपराजकीय अधिकारी या हेटाळणीची शिकार झाला. ''आर्चर ब्लड हे काय नाव आहे!'' सॅम्युएल हॉस्किन्सन हसत-हसत सांगतात. बुचर याविषयीची आठवण कोरडेपणाने सांगतात, ''अनेकदा अहवाल बुचरने (बुचर - खाटीक) लिहिलेले, किलगोरने (किल - ठार मारणे, गोर - रक्तबंबाळ) मान्यता दिलेले आणि ब्लडने (ब्लड - रक्त) सही केलेले असायचे.''

अमेरिकेच्या आंतरराष्ट्रीय विकास-यंत्रणेचे ढाका इथले प्रमुख एरिक ग्रिफेल यांनाही ढाक्यामध्ये राहणं आनंददायक वाटत होतं. ''आश्चर्य म्हणजे मला ढाका आवडायला लागलं होतं.'' ते आठवण सांगतात. ग्रिफेल हे एका पोलिश ज्यू कुटुंबातून आलेले होते. दुसरं महायुद्ध सुरू होण्याच्या थोडं आधी त्यांचे आईवडील पोलंडमधल्या क्रॅको या शहरातून पळून लंडनला पोहोचले होते. कॅलिफोर्निया विद्यापीठात प्रवेश घेण्यासाठी सतरा वर्षांचे ग्रिफेल अमेरिकेत पोहोचले होते. त्यांच्या गोल-गुबगुबीत चेहऱ्यावरून त्यांचा झटपट, कार्यक्षम स्वभाव कळून येत नाही. त्यांच्या बोलण्यात किंचितसे पोलिश हेल डोकावतात. त्यांचं बोलणं तुटक, पण थेट आहे. ग्रिफेल हे बंडखोर आणि अविचल व्यक्तिमत्त्व आहे. त्यांच्या तुलनेत अधिक औपचारिक असणाऱ्या ब्लडना ग्रिफेलचं बोलणं काहीसं लागट वाटत असलं, तरी ते ब्लडचे खंदे समर्थक असल्याचं त्यांना जाणवलं होतं. ग्रिफेलना भारतीय उपखंडाबाबत नेहमीच विलक्षण उत्सुकता असे. पूर्व पाकिस्तानमध्ये कमालीचं दारिद्र्य असल्याने ग्रिफेलची तिथे गरज असल्याचं त्यांना वाटत होतं.

ब्लडच्या युवा सहकाऱ्यांना त्यांच्या वरिष्ठांबद्दल आत्मीयता होती. अर्थात, ब्लड गतिशील आणि तरुण होतेच. त्यांच्याप्रति विलक्षण आदरभाव बाळगणारे बुचर म्हणतात, ''ब्लड आणि मेग हे डोळ्यांत भरण्यासारखं जोडपं होतं. त्यांचा भविष्यकाळ उज्ज्वल होता. हा माणूस परराष्ट्र सेवेत फार उच्च पदावर पोहोचणार असल्याचं स्पष्ट दिसत होतं.'' ग्रिफेल म्हणतात, ''ब्लड म्हणजे एक उमदा, सरळसाधा, पारंपरिक अधिकारी होता. अत्यंत सक्षम, स्वतःचं काम उत्तम प्रकारे करणारा ब्लड कष्टाळू होता. तो आमच्यासाठी कायम उपलब्ध असायचा. तो

गोल्फ वगैरे खेळण्यात वेळ वाया घालवत नसे. स्वतःच्या देशभक्तीचं त्याने कधीही फाजील प्रदर्शन केलं नाही. ब्लड म्हणजे अगदी साधा, सज्जन अमेरिकी सनदी अधिकारी!''

साहसाच्या शोधात असणाऱ्या अमेरिकी वार्ताहरांसाठी ढाका म्हणजे बातम्यांची खाण होती. 'न्यू यॉर्क टाइम्ससाठी' भारतीय उपखंडात वृत्तसंकलन करणारा सिडनी शेनबर्ग योगायोगानेच ढाक्यात पोहोचला होता. वार्ताहर म्हणून स्वतःच्या दीर्घ कारकिर्दीत भेदक डोळे असणारा आणि व्यवस्थित दाढी राखणारा शेन संतप्त आणि गंभीर स्वभावाचा होता. प्रत्येक प्रश्नावर तो कठोर नैतिक भूमिका घ्यायचा. हार्वर्ड विद्यापीठातून पदवी घेतल्यानंतर आणि अमेरिकी पायदळात दोन वर्षं सेवा केल्यानंतर शेनबर्गने 'न्यू यॉर्क टाइम्समध्ये' निरोप्या म्हणून काम सुरू केलं होतं. या दैनिकात तो २६ वर्षं राहिला. एक कनिष्ठ वार्ताहर म्हणून त्याचं लाडकं स्वप्न होतं, आफ्रिकेत काम करणं. कारण तिथे त्याला भरपूर भटकायची आणि लिहायची संधी मिळाली असती; पण 'टाइम्सच्या' परराष्ट्र वृत्त विभागाने त्याची रवानगी अगदी विरुद्ध दिशेला, म्हणजे सोव्हिएत छायेखालच्या पोलंडमध्ये केली. मात्र नशीब बलवत्तर असल्याने 'टाइम्सच्या' दिल्ली कार्यालयातल्या प्रमुखाची जागा रिक्त झाली आणि शेनबर्गने ही संधी जवळपास खेचूनच घेतली. कम्बोडियामधल्या रक्तलांच्छित सत्तासंघर्षानंतर १९७५ साली ख्मेर रुज सत्तेवर येण्याच्या थरारक काळाचं वार्तांकन शेनबर्गने 'टाइम्ससाठी' केलं, आणि त्याला प्रचंड प्रसिद्धी मिळाली. या भयानक कालखंडावर आधारित त्याच्या वार्तापत्रांवर 'द किलिंग फील्ड्स' हा चित्रपट निघाला. मात्र या प्रकारचा वंशविच्छेद शेनबर्गने त्याआधीच पूर्व पाकिस्तानमध्ये अनेकदा पाहिला होता.

पाकिस्तानमधली लोकशाही

त्या काळात पाकिस्तान हा विभागलेला देश होता. भारत सोडून जाताना ब्रिटिशांनी उपखंडात एक स्वतंत्र मुस्लीम राष्ट्र निर्माण करण्याचा निर्णय घेतला होता. हे साध्य करण्यासाठी त्यांना वायव्येतल्या पंजाबी, पठाण, बलुची आणि सिंधी या प्रमुख भाषकांबरोबर पूर्वेतल्या बंगाली लोकसंख्येचीही मोट बांधावी लागली होती. फाळणी जाहीर झाल्याबरोबर सुरू झालेल्या हिंसाचारातून पाकिस्तानचा जन्म एका चमत्कारिक नकाशाच्या स्वरूपात झाला होता – म्हणजे त्याचे दोन खंड सलग नव्हते. पूर्व आणि पश्चिम पाकिस्तान यांच्यात भारताचा सुमारे एक हजार मैलांचा भूप्रदेश पसरला होता. फाळणीच्या जखमा आणि त्यामुळे लक्षावधी लोकांचं झालेलं विस्थापन यांच्या कटू आठवणी ताज्या असलेला भारत म्हणजे

पाकिस्तानचा महाकाय शत्रू होता. हे भौगोलिक भूत मागे ठेवून गेल्याबद्दल एका ज्येष्ठ भारतीय मुत्सद्द्याने ब्रिटिशांचे वाभाडे काढले होते. पाकिस्तानला एकसंध ठेवणाऱ्या फक्त तीन गोष्टी असल्याचं लोक विनोदाने म्हणत. त्या म्हणजे इस्लाम, इंग्रजी भाषा आणि पाकिस्तानची विमानसेवा. यांपैकी सर्वांत प्रभावी घटक म्हणजे पाकिस्तानची विमानसेवा!

उपखंडात नव्यानेच आलेले स्कॉट बुचर हे विभागलेलं राष्ट्र पाहून आश्चर्यचकित झाले. त्यांना हा प्रकार चमत्कारिक वाटला. पाकिस्तानमध्ये आगमन झाल्यानंतर सर्वप्रथम ते पश्चिम पाकिस्तानमध्ये थांबले. इस्लामाबादमधला दूतावास आणि कराचीमधल्या तसंच लाहोरमधल्या उपदूतावासांसोबत त्यांना संपर्क साधायचा होता. तेव्हाचा उकाडा इतका जीवघेणा होता की, त्यांना एखाद्या भट्टीतच उतरल्याचा भास झाला. त्या दिवसांत लाहोरचं तापमान १११ अंश (फॅरन हाइट) असल्याची नोंद करून ते म्हणतात की, 'तरीही लाहोर अजून काहीसं थंड आहे.' असं स्थानिक लोक म्हणतात. प्रत्येक गोष्ट त्यांना रूक्ष, रेताड आणि रखरखीत दिसत होती. त्यानंतर बुचर विमानाने ढाक्याला रवाना झाले आणि तिथलं दृश्य पाहून अचंबित झाले. कारण ते पूर्णपणे वेगळं होतं. बुचर म्हणतात, "इथला रंग पाचूइतका गडद हिरवा होता. त्यामुळे सतत त्याच्याकडे पाहिलं की डोळ्यांना रंग लागायची." १९६९च्या जून महिन्यात कमालीचा उकाडा असला, तरी हवेत उष्णप्रदेशीय आर्द्रता होती. ढाका उपदूतावासातल्या दुसऱ्या एका अधिकाऱ्याच्या नोंदीनुसार 'सगळीकडे नेत्रसुखद भातशेती होती, पण शिडाच्या चिंध्या झालेल्या विलक्षण बोटींची वाहतूक नद्यांमधून सुरू होती. हा प्रदेश इतका सपाट होता, की लांबून जाणाऱ्या बोटी अगदी जवळून जात असल्याचा भास होत असे.'

मात्र पूर्व आणि पश्चिम पाकिस्तानमधला फरक केवळ भौगोलिक नव्हता. केंद्र सरकार, प्रमुख लष्करी संस्था आणि ज्येष्ठ नोकरशाही हे सर्व पश्चिमेकडे असल्याने त्यांना बंगाली जनतेच्या सुखदुःखाशी काहीच देणंघेणं नव्हतं. पश्चिमेकडे अनेक भाषा बोलल्या जात असल्या, तरी त्यांतली प्रमुख भाषा उर्दू होती. मात्र पूर्वेकडे जवळपास प्रत्येक जण बंगालीच बोलत असे. संपूर्ण देशावर पंजाबी उच्चवर्गीयांचा पगडा असल्याने बंगाली जनता नाराज होती. यांपैकी बहुतेक जण मुस्लीम असले, तरी देशाचा अधिकृत धर्म इस्लाम असल्यामुळे लक्षणीय प्रमाणात असलेल्या बंगाली हिंदू अल्पसंख्याक जनतेबाबत मुस्लिमांच्या मनात एक प्रकारच्या संशयाने घर केलेलं होतं. भारताविरुद्ध पश्चिम पाकिस्तानमध्ये शत्रुभावना असली, तरी पूर्व पाकिस्तानमधल्या बंगाली जनतेला त्यात फारसं स्वारस्य नव्हतं. एकनिष्ठ पाकिस्तानी नागरिक म्हणून आलेल्या अनेक बंगाली लोकांच्या

मनात त्यांच्या पश्चिमेकडच्या देशबांधवांच्या तुलनेत ते स्वतः गरीब असल्याची रुखरुख होती. त्याचप्रमाणे त्यांच्या बंगाली परंपरा पूर्व पाकिस्तानमध्ये फारशा रुचत नसल्याचं त्यांना जाणवत होतं. पश्चिमेकडचे लष्करी नेते त्यांची संभावना 'बिंगो' म्हणून तुच्छतेने करत आणि या लोकांना दुबळे, तसंच सैनिकी परंपरा नसलेले मानत. ब्रिटिशांचा साम्राज्यवाद जाऊन आता पश्चिमी पाकिस्तानी साम्राज्यवाद आला असल्याची व्यथा बंगाली राष्ट्रवादी व्यक्त करत असत.

जगातलं सर्वोत्तम सरकार पाकिस्तानला लाभलं असतं, तरीही एक देश म्हणून पाकिस्तानचा कारभार चालवणं दुरापास्तच ठरलं असतं. अखेर तसंच झालं. पाकिस्तानच्या नेतृत्वाने उर्दू ही राष्ट्रीय भाषा म्हणून पूर्व पाकिस्तानवर लादण्याचा प्रयत्न केल्यामुळे बंगाली जनतेचा क्रोध अनावर झाला; मात्र त्याहीपेक्षा १९५८ साली लागू करण्यात आलेल्या मार्शल लॉमुळे कहरच झाला. स्वतःच्या वतीने लढण्यासाठी ब्रिटिशांनी पंजाबी लोकांना प्राधान्य दिल्यामुळे पाकिस्तानी लष्करात फारच थोडे बंगाली लोक होते. पाकिस्तानी लष्करशहांनी देशाची गळचेपी केली, राजकीय पक्षांवर बंदी घातली आणि तोपर्यंत लोकशाही मार्गाने निषेध व्यक्त करणाऱ्या बंगाली जनतेला आक्रंदन करणंही अशक्य करून सोडलं.

प्रत्यक्षात दोन अलग भूप्रदेश असलेल्या या राष्ट्रात लोकशाही जिवंत ठेवणं हे एक खडतर आव्हानच होतं. 'दोन्हींकडे लोकशाही नांदावी.' अशी इच्छा बाळगणारे अनेक जण पाकिस्तानमध्ये असले, तरी त्यांच्यासमोरची भौगोलिक समस्या तेवढीच आव्हानात्मक होती. पूर्व पाकिस्तानची लोकसंख्या सुमारे साडेसात कोटी होती, तर पश्चिम भागाची फक्त सहा कोटी दहा लाख होती. लोकसंख्येच्या प्रमाणात लोकशाही प्रतिनिधित्व मिळावं, अशी पूर्वेची मागणी होती, मात्र असं झाल्यास पश्चिमेची पूर्वेवरची पकड नष्ट होण्याची भीती पश्चिमेला असल्याने घटनात्मक तडजोडींना खीळ बसली. लष्करी कायद्याचा अंमल समाप्त करून निवडणूक घेण्याची मागणी करणाऱ्या बंगाली लोकांना स्वतःच्या लोकसंख्येच्या बळावर स्वतःचा एक राजकीय प्रभाव प्रस्थापित करता येईल असंही वाटत होतं.

याह्या खान यांनी मार्च १९६९मध्ये सत्ता बळकावली, तेव्हा पूर्व पाकिस्तानमध्ये अशांतता सतत खदखदत होती आणि लष्कराबरोबर बंगाली निदर्शकांचा हिंसक लपंडाव चालू होता. आर्चर ब्लड ढाक्याला परतले, तेव्हा त्यांना पूर्वीच्या बंगाली परिचितांची मानसिकता विलक्षण बदलल्याचं, प्रतिकूल झाल्याचं जाणवलं. एक तरुण 'बंगाली राष्ट्रवादी' बनलेल्या शाहदुल हकचाही यात समावेश होता. आर्थिक बाबींवरून निर्माण झालेला असंतोष दीर्घ काळ धुमसत असतानाच १९६५ साली भारताबरोबर झालेल्या कंबरमोड युद्धात काश्मीरसारख्या

अतिदूरच्या भागासाठी लढण्याचा धोका पत्करावा म्हणून बंगाली जनतेवर झालेल्या सक्तीमुळे या असंतोषात भर पडली होती.

याह्या खान पाकिस्तानचे केवळ राष्ट्राध्यक्ष नव्हते, तर ते परराष्ट्र आणि संरक्षण विभागही सांभाळत होते आणि लष्करी कायद्याचे (मार्शल लॉचे) ते प्रमुख प्रशासकही होते. असं असलं, तरीही ते पाकिस्तानवर राज्य करणारे सर्वाधिक लोकशाहीविरोधी लष्करशहा नव्हते. सत्ता हाती येताच लष्करी कायद्याचा अंमल समाप्त करून नव्याने निवडून येणाऱ्या सरकारकडे सत्ता सोपवण्याच्या हालचाली त्यांनी सुरू केल्या. त्यानुसार त्यांनी निवडणूक जाहीरही केली. ती अनेक कारणांनी ऐतिहासिक ठरली. या निर्णयामुळे ब्लड आणि त्यांचे अनेक कर्मचारी प्रभावित झाले असले, तरी लोकशाही मार्गाकडे नेणारं हे वळण व्हाइट हाउसमधल्या याह्या यांच्या मित्राला, निक्सनना फारसं रुचलं नाही. याह्या खानना उद्देशून रिचर्ड निक्सन म्हणाले, "फ्रान्ससारखी समर्थ अध्यक्षीय प्रणाली आपण पाकिस्तानमध्येही कायम ठेवाल अशी अपेक्षा मी करतो." ही भूमिका मान्य असल्याचं सूचित करताना याह्या म्हणाले, "तसं झालं नाही, तर पाकिस्तानचे तुकडे होतील."

एकदा लांबणीवर टाकल्यानंतर शेवटी देशातली निवडणूक ७ डिसेंबर १९७० या दिवशी होणार असल्याची घोषणा झाली. पाकिस्तानमध्ये सर्वत्र निवडणूक प्रचार मोहिमा जोरदार सुरू झाल्या. मतदानाचा दिवस जवळ येत चालला, तसे याह्या खान अगदी आरामात आणि दिलखुलास मनःस्थितीत होते. यासंदर्भात सॅम्युएल हॉस्किन्सन म्हणतात, "निवडणुकीच्या निकालासंदर्भातला त्यांचा आडाखा चुकीचा ठरला. स्वतःच्याच भ्रमात राहण्याची पश्चिमी पाकिस्तानी नेतृत्वाची प्रवृत्ती होती. तळागाळातल्या वास्तवापासून हे नेतृत्व लांब होतं किंवा मग या नेतृत्वाला त्यांच्याच लोकांनी चुकीची माहिती दिली असावी; नेतेमंडळींना खूश करण्यासाठी वाईट बातम्याही फिरवून सांगितल्या गेल्या असाव्यात. मला असं वाटतं की, परिस्थितीचा नेमका अंदाज या नेतृत्वाला आलाच नसावा."

दरम्यान, एका महाप्रलयाने पूर्व पाकिस्तानला तडाखा दिला. अमेरिकी शस्त्रखरेदीसाठी याह्या खान वॉशिंग्टनला जाऊन आल्यानंतर लगेच, म्हणजे १३ नोव्हेंबरला एका प्रचंड चक्री वादळाने पूर्व पाकिस्तानमध्ये हाहाकार माजवला.

ताशी दीडशे मैल वेगाने वाहणाऱ्या वाऱ्याच्या मागोमाग वीस फूट उंचीच्या लाटा आल्या. सुमारे आठवडाभरानंतर ब्लडच्या सहकाऱ्यांनी दिलेल्या अहवालानुसार, 'अजूनही हजारो जनावरांची आणि शेकडो लोकांची प्रेतं किनाऱ्यावर, तसंच आसपास, विखुरलेली आहेत.' जमिनीवर होणाऱ्या सर्वनाशाकडे हेलिकॉप्टरमधून भयभीत नजरेने बघणाऱ्या एका अमेरिकी

अधिकाऱ्याने कळवलं, 'एके ठिकाणी जिवंत आणि मेलेली जनावरं, तसंच माणसं यांचे ढीग दिसत आहेत.' काही ठिकाणी तीस फूट उंचीवर झाडांमध्ये मृतदेह लटकल्याचं किंवा समुद्रात साठ मैल दूर मृतदेह सापडल्याचं ब्लड यांच्या कानावर आलं. अमेरिकी मानवतावादी संस्थांच्या अंदाजानुसार, किमान २,३०,००० लोक म्हणजेच वादळग्रस्त भागातली १५ टक्के लोकसंख्या मरण पावली होती. परराष्ट्र मंत्रालयाच्या अंदाजानुसार, सुमारे ५,००,००० लोक मरण पावले होते. व्हिएतनाममधल्या युद्धाचा चार वर्षांचा अनुभव असलेला एक अमेरिकी कर्नल म्हणाला की, तोपर्यंत त्याने पाहिलेल्या कोणत्याही विनाशापेक्षाही हे संकट भयानक होतं.

आपत्कालीन मदतकार्य करण्यासाठी गेलेल्या मेग ब्लड म्हणतात, "पाणी ओसरलं, तेव्हा काहीच शिल्लक राहिलं नसल्याचं चित्र समोर होतं. आपल्या मुलांना छातीशी धरून लोक झाडांवर बसलेले होते, पण झाडांवर एक पानही उरलं नव्हतं. या लोकांची घरं मुख्यतः झावळ्यांनी शाकारलेली होती आणि पुरात तीच सर्वप्रथम वाहून गेली होती." प्रलय झालेल्या भागाची हेलिकॉप्टरमधून पाहणी केल्यानंतर मेग यांना चॉकलेट केकवर बेदाणे पसरल्याचा भास झाला. मात्र हेलिकॉप्टर जमिनीजवळ गेल्यानंतर चिखलात अडकलेले मृतदेह पाहून त्या हादरल्या.

निसर्गाचा प्रकोप संपल्यानंतर मनुष्यनिर्मित संकटाचा, म्हणजेच पाकिस्तानच्या केंद्र सरकारच्या निरुत्साही प्रतिसादाचा प्रहार पूर्वेकडच्या जनतेवर झाला. वादळग्रस्त भागातल्या किमान ९० टक्के जनतेला मदतीची गरज होती. प्रलयानंतर काही दिवसांनी सिडनी शेनबर्ग, वादळात जमीनदोस्त झालेल्या एका बेटावर गेला. तिथे त्याने अनेक हृदयद्रावक कहाण्या ऐकल्या; पण मदत पोहोचवण्याबाबत पाकिस्तान सरकारच्या उदासीनतेने तो सुन्न झाला. मदतकार्यावर देखरेख करणारे एरिक ग्रिफेल म्हणतात, "पश्चिम पाकिस्तानच्या सरकारने काहीही केलं नाही. इतर देशांनी मात्र बरंच काही केलं आणि त्यात अमेरिका आघाडीवर होती."

"पश्चिम पाकिस्तानला जणू काहीच फिकीर नव्हती." नंतर आर्चर ब्लड म्हणाले. पाकिस्तानच्या नगण्य प्रयत्नांच्या तुलनेत अमेरिकेचा, सोव्हिएत संघराज्याचा, ब्रिटनचा, तसंच इतर देशांचा प्रतिसाद लक्षणीय होता. विशेषतः अमेरिकी आणि सोव्हिएत हेलिकॉप्टर्स नजरेत भरत होती. स्वतःच्या सरकारपेक्षा परकीय नागरिक अधिक मेहनत करत असल्याबद्दल बंगाली जनतेच्या मनात संताप असल्याची नोंद करून ग्रिफेल म्हणतात, "पूर्व पाकिस्तान अखेर वेगळं होण्याचं प्रमुख कारण म्हणजे हे चक्री वादळ."

ब्लडचे आणि ग्रिफेलचे सहकारी प्रलय झालेल्या भागांत ठिकठिकाणी अहोरात्र काम करत होते. निक्सन प्रशासनाने यासाठी भरपूर मदत पाठवली. अमेरिकी सरकारचे अधिकारी पाकिस्तानच्या निष्क्रियतेमुळे हताश झाले होते. अमेरिका करत असलेले प्रयत्न कुठेतरी रोखण्याचा डाव खेळला जात असल्याबद्दल ते खासगीत चिंता व्यक्त करत होते. ब्लडच्या ढाका इथल्या ताफ्यातला एक अधिकारी तीन महिन्यांनी म्हणाला, ''पाकिस्तानने संकटग्रस्तांसाठी काहीही केलं नाही.''

या सगळ्या घटनांमुळे बंगाली जनमानसात पाकिस्तानबद्दल निर्माण झालेला अंतराय जवळपास पूर्णत्वाला गेला. पाकिस्तान सरकारने मदतकार्याचा चुथडा करून ठेवल्याचं अगदी निक्सन प्रशासनानेही मान्य केलं. वर्तमानपत्रांनी सडकून टीका केल्यानंतर अखेर याह्या खान मदतकार्याचा लेखाजोखा घेण्यासाठी आणि त्याची सूत्रं स्वतःकडे घेण्यासाठी बऱ्याच उशिरा पूर्व पाकिस्तानमध्ये अवतरले. मात्र त्यांचं हे ओझरतं दर्शन लोकांना रुचलं नाही. चीनभेटीनंतर परतताना याह्या अल्प काळ पूर्व पाकिस्तानमध्ये थांबल्याची आठवण ब्लडनी नोंदवून ठेवली आहे. शेनबर्गने त्याच्या वार्तापत्रात म्हटलं होतं, 'अंतर्भागातल्या नद्यांमध्ये अद्याप मृतदेह तरंगत आहेत. कुदळी, फावडी घेऊन सामूहिक दफनाची तयारी चालू आहे. दुर्गंधीमुळे मृतदेहांवर चुना टाकण्यात येतो आहे आणि प्रत्येकाच्या नाकावर पट्टी बांधलेली आहे. अशा भयाण वातावरणात पॉलिश केलेले चकचकीत बूट घालून, सोनेरी मूठ लावलेली छडी फिरवत याह्या खान चालत होते. आम्ही पत्रकारांनी एकदोन प्रश्न विचारले, पण त्यावर त्यांनी थातूरमातूर उत्तरं देऊन आमची बोळवण केली. काहीही ठोस न सांगता ते निघून गेले.'

''लष्कर यापूर्वी मदतीसाठी का आलं नाही?'' असा प्रश्न शेनबर्गने एका पाकिस्तानी कॅप्टनला विचारल्यावर तो म्हणाला, ''सैन्य मदतकार्यात अडकून पडलं असतं, तर भारताने पाकिस्तानवर हल्ला केला असता.'' हे उत्तर ऐकून शेनबर्गला धक्का बसला. ''ते लोक कमालीच्या भयगंडाने ग्रासून गेले होते.'' तो सांगतो.

पाकिस्तानच्या सरकारबद्दल बंगाली जनतेमध्ये असलेला रोष या वादळानंतर आणखी प्रखर झाला असल्याचा इशारा किसिंजरनी निक्सनना दिला. अशा वातावरणात अमेरिकेचं मदतकार्य पूर्वेकडच्या जनतेच्या डोळ्यांत भरलं असतं, तर याह्या खान यांच्या अधिकाराचा पाया डळमळीत होण्याची चिंता या दोघांना वाटायला लागली. पाकिस्तानमधली निवडणूक फक्त दोन आठवडे दूर असल्याची जाणीवही त्या दोघांना सचिंत करत होती.

पाकिस्तानमधले करोडो लोक ७ डिसेंबर रोजी मतदानासाठी बाहेर पडले.

पूर्व पाकिस्तानमधल्या अमर्याद हानी झालेल्या काही भागांमधल्या निवडणुका मात्र जानेवारीपर्यंत पुढे ढकलाव्या लागल्या. मतदानासाठी एवढी चुकीची वेळ लष्करशहांना शोधूनही सापडली नसती. बंगाली जनतेच्या अणीबाणीच्या काळात जनतेकडे दुर्लक्ष केल्याबद्दल सर्व बंगाली राजकीय नेत्यांनी याह्या खान सरकारचा एकमुखाने धिक्कार केला. पश्चिम पाकिस्तानचं जोखड झुगारून देण्याचा स्वतःचा निर्णय जगाला ओरडून सांगण्याची संधी या निवडणुकीने बंगाली राष्ट्रवादी नागरिकांना दिली.

त्यांचे नेते शेख मुजीब उर-रेहमान 'अवामी लीग' या लोकप्रिय राजकीय पक्षाचे प्रमुख होते. एका मध्यमवर्गीय बंगाली मुस्लीम कुटुंबातून आलेले शेख मुजीब त्यांच्या वेगवेगळ्या चळवळींमुळे किमान दहा वर्षं पाकिस्तानी तुरुंगात राहिले होते. त्यामुळे अनेकांसाठी ते महानायक होते. मुजीब यांच्याबाबत स्वतःच्या सरकारला माहिती देताना ब्लड म्हणतात, ''मुजीब यांचं नुसतं दर्शन झालं, तरी त्यांच्यात सळसळणारी विलक्षण ऊर्जा कुणालाही जाणवते. जनतेच्या पाठिंब्यामधून आणि मुजीब यांच्या स्वतःच्या खंबीर व्यक्तिमत्त्वातून ही ऊर्जा निर्माण झाली आहे.'' उंच्यापुऱ्या आणि धिप्पाड असलेल्या मुजीब यांचा कोरीव चेहरा आणि त्यांची भेदक नजर या गोष्टी वैशिष्ट्यपूर्ण होत्या. आसपासच्या कोलाहलातही मुजीब शांत आणि आत्मविश्वासाने भारलेले असल्याचं ब्लडना जाणवलं. ब्लड पुढे म्हणतात, ''मुसळधार पाऊस कोसळत असतानाही मुजीब व्यासपीठावर आले आणि स्वतःचं ओजस्वी भाषण त्यांनी सुरू केलं की लाखो श्रोते भारावून जातात. एखादा मसीहा असल्याचा गंड मुजीब यांच्या मनात निर्माण झाला असून जनसागर त्यांच्यावर करत असलेल्या प्रेमवर्षावामुळे तो अधिकच दृढ झाला आहे. 'माझी जनता, माझी भूमी, माझी वने, माझ्या नद्या' अशा भाषेत मुजीब बोलत असतात. ते बंगाली माणसाच्या आशाआकांक्षांचं व्यक्तिरूप असल्याचा त्यांचा समज आहे.''

मुजीब यांनी बंगाली राष्ट्रवाद स्पष्टपणे प्रकट करण्यासाठी सहाकलमी कार्यक्रमात त्याचं संक्षिप्त शब्दांकन केलं होतं. लोकशाहीची आणि देशाच्या दोन्ही भागांसाठी स्वायत्ततेची मागणी करण्याबरोबरच 'केंद्र सरकारने केवळ परराष्ट्र धोरण आणि संरक्षण ही दोनच मंत्रालयं हाताळावीत.' असं त्यांचं म्हणणं होतं. 'पूर्व पाकिस्तानला इतर राष्ट्रांबरोबर व्यापार करता यावा, त्यांची मदत मागता यावी आणि स्वतःचं निमलष्करी दलसुद्धा उभारता यावं.' असंही त्यात म्हटलं होतं. याच सहाकलमी कार्यक्रमाचा आधार घेऊन अवामी लीगने स्वतःचा प्रचार केला. वादळग्रस्त भागात अवामी लीगने केलेल्या मदतकार्याची पाहणी करण्यासाठी मुजीब यांनी दौरा केला. त्यानंतर ढाका इथे परतल्यावर त्यांनी एक सनसनाटी आरोप

केला. ते म्हणाले, "लोकांचा खून केल्याबद्दल पाकिस्तान सरकार दोषी आहे. देशात एवढं प्रचंड लष्कर असूनही आमच्या देशबांधवांच्या मृतदेहांचं दफन करण्याची जबाबदारी ब्रिटिश नौसैनिकांवर सोडून देण्यात आली आहे." पूर्व पाकिस्तानमधली जवळपास प्रत्येक जागा त्यांचाच पक्ष जिंकणार असल्याचं मुजीब-ब्लड भेटीत मुजीब यांनी ब्लडना सांगितलं. या भविष्यवाणीमागे दडलेला मुजीब यांचा अगम्य आत्मविश्वास ब्लडना जाणवला.

मात्र अवामी लीगचा विजय झाला असता, तरी अमेरिकेवर त्याचा प्रतिकूल परिणाम होण्याची शक्यता नव्हती. लीग नेमस्त आणि अमेरिकावादी होती. या पक्षाचं वर्णन करताना ब्लड म्हणाले होते, "लीग डावीकडे झुकलेला मध्यममार्गी, मवाळ आणि मध्यमवर्गीय पक्ष असून या पक्षात अमेरिकेबद्दल कोणतीही द्वेषभावना नाही. अमेरिकी लोकांवरचं मुजीब यांचं प्रेम आणि सॅन फ्रान्सिस्कोवरची त्यांची प्रीती यांच्या आठवणींमध्ये रमून जायला मुजीबना आवडत असे.

पाकिस्तानमधली १९७० सालची निवडणूक हा लोकशाहीतला एक अतिभव्य प्रयोगच म्हणावा लागेल. याच्याआधी तेवीस वर्षांपूर्वी पाकिस्तान स्वतंत्र झाल्यापासून, पाकिस्तानमधल्या सर्व सज्ञान नागरिकांना मतदानाचा हक्क असलेली ही पहिलीच थेट निवडणूक होती. या निवडणुकीत महिलांनाही प्रथमच मतदान करता येणार होतं. पाकिस्तानी जनतेला स्वतःचं केंद्रीय कायदेमंडळ निवडायचं होतं आणि खिळखिळ्या झालेल्या पाकिस्तानसाठी नवीन घटना बनवण्याची आव्हानात्मक कामगिरी या मंडळाला पार पाडायची होती. मतदानात गैरप्रकार करणं किंवा वादळाची सबब दाखवून निवडणूक बेमुदत पुढे ढकलणं याह्या खान यांना शक्य होतं. मात्र त्यांनी निवडणूक घेण्याचा लोकशाही पर्यायच निवडला.

मुजीब वारंवार म्हणत असल्याप्रमाणे त्यांना खरोखर स्वायत्तता हवी होती की त्यांना बांगला देश हे स्वतंत्र राष्ट्र हवं होतं, या बाबतीत पश्चिम पाकिस्तानमधले राज्यकर्ते बुचकळ्यात पडले होते. आजही या मुद्द्यावर वादविवाद झडत असतात. ब्लडना आणि ढाका उपदूतावासातल्या त्यांच्या सहकाऱ्यांना असं वाटत होतं की, पूर्व पाकिस्तानला स्वायत्तता मिळाली असती, तर बंगाली लोकांचं समाधान झालं असतं. (भारत सरकारचाही असाच समज होता). याह्या खानना आणि पश्चिमी पाकिस्तानी नेत्यांना मुजीब यांचा सहाकलमी कार्यक्रम म्हणजे फुटून जाण्याच्या दिशेने टाकलेली पहिली सहा पावलं असल्याचा संशय होता. १९७० च्या अखेरीस मुजीब स्वतःचं मन मोकळं करत असताना संशयी पाकिस्तानी गुप्तचरांनी मुजीबच्या एका संभाषणाचं ध्वनिमुद्रण केलं. ते नंतर याह्या खानना ऐकवण्यात आलं. "बांगला देश निर्माण करणं हे माझं उद्दिष्ट आहे." असं मुजीब त्यात म्हणाल्याचं

ऐकून याह्या खान हादरले. मुजीब पुढे म्हणाले, ''निवडणुकीनंतरच्या घटनात्मक वाटाघाटींसाठी याह्या खान यांनी सुचवलेली संघराज्यात्मक चौकट निवडणूक पार पडताच मी मोडून फेकून देणार आहे. एकदा निवडणूक झाली की मला कोण अडवू शकणार आहे!'' हे संभाषण ऐकून धक्का बसलेले याह्या खान त्यांच्या एका ज्येष्ठ राजकीय सहकाऱ्याला म्हणाले, ''मुजीब यांनी माझा विश्वासघात केला, तर मी त्यांना सरळ करीन.''

याच वेळी पश्चिम पाकिस्तानमध्येही निवडणुकीचा बेबंद प्रचार सुरू होता. माजी परराष्ट्रमंत्री आणि पाकिस्तान पीपल्स पार्टीचे अध्यक्ष झुल्फिकार अली भुट्टो यांनी देशात परिवर्तन घडवून आणण्यासाठी स्थापन केलेल्या संयुक्त आघाडीत एकीकडे परंपराप्रेमी ग्रामीण, तर दुसरीकडे क्रांतिकारी विचारांचे शहरी बुद्धिजीवी अशा नेत्यांचा समावेश होता. देखणे, पण कटुभाषी, शिष्टाचार कोळून प्यायलेले आणि गर्भश्रीमंत भुट्टो यांची पार्श्वभूमी अशा ज्वालाग्राही लोकप्रियतेसाठी खरं तर विसंगत होती. आधीच्या काळात लष्कराने तुरुंगात डांबलेले भुट्टो आता बाहेर आले होते. भुट्टो यांचा पक्ष निवडणूक जिंकून सत्तेवर आला असता, तर स्वतःचं पद शाबूत राहण्याची आशा याह्या खान यांना कदाचित वाटत असावी. मात्र भुट्टो यांची स्वतःची महत्त्वाकांक्षा प्रखर होती. 'भविष्यात डावीकडे झुकल्यामुळे पाकिस्तान एक प्रबळ राष्ट्र होईल आणि त्याचं केंद्रीय सरकार, तसंच परराष्ट्र धोरण पूर्णपणे भारतविरोधी असेल.' असं चित्र भुट्टो जनतेसमोर रंगवत होते. त्यांचं शिक्षण अमेरिकेतल्या बर्कली विद्यापीठात झालं असलं, तरी ते कट्टर अमेरिकाविरोधी होते. त्यामुळे निक्सन भुट्टोंचा तिरस्कार करत असत. ते म्हणत, ''हा हरामखोर लोकांना भडकवतो आहे'' (किसिंजर यांनी मात्र अधिक सावधपणाने भुट्टो यांचं वर्णन 'जहाल भारतविरोधी, चीनप्रेमी' अशा शब्दांमध्ये केलं.) ब्लड यांनी भुट्टोंचं 'दुष्ट' या एकाच शब्दात वर्णन करून त्यांना भाजून काढलं.

पाकिस्तानी लोकांना स्वतःचं सरकार निवडण्याची पहिली संधी मिळाल्यामुळे या जनतेत निर्माण झालेली उत्तेजना पाहून निवडणूक-प्रक्रियेवर प्रेम असणारे ब्लड हर्षभरित झाले. मुजीब आणि इतर उमेदवार यांच्यासाठी अनेक सभा होत होत्या आणि मोर्चे निघत होते. मात्र तुलनेने हिंसाचार अत्यल्प होता. प्रमुख पक्षांच्या नेत्यांना इंग्रजी, उर्दू किंवा बंगाली यांपैकी कोणत्याही दोन भाषांमधून रेडिओवरून आणि दूरचित्रवाणीवरून भाषण करण्याची संधी देण्यात आली होती. त्या वेळची आठवण सांगताना बुचर म्हणतात, ''वातावरणात एकच धमाल होती; रंगत चढत होती. देशातल्या कमालीच्या दारिद्र्यापासून निवडणूक-प्रचारामुळे काही काळ दिलासा मिळतो.'' याचं स्पष्टीकरण एका बंगाली इतिहासकाराने केलं, तेव्हा

आर्चर ब्लड भारावून गेले. तो इतिहासकार म्हणाला – "सामर्थ्यवान लोक तुमचं मत मागायला येतात; तुम्हांला मान देतात आणि तुमच्या संमतीने कारभार करायचं आश्वासन देतात. 'तुमच्यासाठी चांगलं काय आहे हे तुम्हांला समजणार नाही.' अशा प्रकारची उद्दाम भाषा कुणीही वापरत नाही."

मतदानाचा दिवस उजाडला, तसा ढाक्यातल्या अमेरिकी अधिकाऱ्यांना आश्चर्याचा सुखद धक्का बसला; कारण मतदान अगदी वैध मार्गाने सुरळीत चालू होतं. पाकिस्तानमधलं हे तोपर्यंतचं सर्वोत्तम मतदान म्हणता येईल. सैनिक आणि पोलीस कर्मचारी मतदान केंद्रांवर शांतता राखण्यासाठीच हजर होते. मतदारांना धमकावण्याचा कोणताही प्रकार ब्लड यांच्या निदर्शनास आला नाही. 'निवडणूक मुक्त वातावरणात आणि योग्य प्रकारे पार पडली.' यावर सर्वांचं एकमत झालं. महिलांनी घोळक्यांनी येऊन मतदान केलं. या संदर्भात बुचर म्हणतात, "निवडणूक पूर्णपणे मुक्त परिस्थितीत झाली. यानंतर लष्करशाहीचा कारभार नागरी सत्तेकडे सुपुर्द व्हायचा होता. हे खरोखर अभूतपूर्व होतं!"

या निवडणुकीत अवामी लीगचा निर्णायक विजय झाला. पूर्व पाकिस्तानमधल्या दोन जागा सोडता, उरलेल्या सर्व १६७ जागा लीगने जिंकल्या आणि राष्ट्रीय संसदेत स्वतःचं बहुमत प्रस्थापित केलं. मुजीब संपूर्ण पाकिस्तानचे पंतप्रधान होणार असल्याचं दिसायला लागलं. एरिक ग्रिफेल म्हणतात, "मुजीब यांनी पूर्व पाकिस्तानमध्ये एवढा प्रचंड विजय सहजपणाने मिळवला, याचं मला अजिबात आश्चर्य वाटत नाही. मुजीब यांच्यात बंगाली अस्मिता ठासून भरली होती."

याह्या खान यांच्या लष्करी हुकूमशाहीचा पुरता धुव्वा उडाला. त्यांच्या पसंतीचे उमेदवार पाकिस्तानच्या दोन्ही खंडांमध्ये सणकून आपटले. अपमानित याह्या खान यांच्यावर स्वतःला धिक्कारणाऱ्या जनतेवरच राज्य करण्याची वेळ आली. 'पूर्व पाकिस्तानचा कारभार मुजीब यांच्या ताब्यात जाऊन ते स्वायत्ततेची आणि साधन-संपत्तीची मागणी करणार आणि कदाचित भारताबरोबर मैत्रीही करणार.' या कल्पनेने पाकिस्तानचं लष्कर हबकलं. त्यांच्यातले काही अधिकारी तर याह्या खान यांच्यापेक्षाही आणखी एकांगी होते.

पश्चिम पाकिस्तानमध्ये अनेक ठिकाणी मोठ्या प्रमाणावर विजय प्राप्त करून भुट्टो यांनी स्वतःची लोकप्रियता सिद्ध केली होती, पण पूर्व पाकिस्तानची लोकसंख्या बरीच जास्त असल्याने मुजीब यांनी त्यांच्यापेक्षा दुप्पट जागा जिंकल्या. मुजीब यांच्या विजयामुळे स्वतःच्या मार्गात अवरोध निर्माण झाल्याचं महत्त्वाकांक्षी भुट्टो यांना जाणवलं. याह्या आणि भुट्टो परस्परांचे गळेकापू स्पर्धक होते. याह्या

म्हणजे परंपरावादी, अमेरिकाप्रेमी लष्करी अधिकारी; तर भुट्टो म्हणजे साम्यवादी, अमेरिकाविरोधी जहाल नेतृत्व! मात्र हे दोघं निवडणुकीनंतरच्या भयग्रस्त वातावरणात एकत्र येण्यासाठी बांधील झाले, कारण दोघांच्याही मनात भारताबद्दल द्वेषभावच होता आणि पूर्व पाकिस्तान गमावून बसण्याची भीती दोघांनाही वाटत होती.

मुजीबनी स्वतःचे पत्ते वेळेपूर्वीच उघड करण्याची चिंता वाटल्याने ब्लड यांनी अनेक आठवडे त्यांचं अभिनंदन करायचं टाळलं. (विजयाच्या उल्लासात न्हाऊन निघालेल्या मुजीब यांचा 'जनशक्तीवर अंधविश्वास आहे.' असं मतप्रदर्शन ब्लड यांनी केलं.) 'पूर्व पाकिस्तानने स्वतंत्र होणार असल्याची घोषणा केल्यास अमेरिका मध्यस्थी करेल काय?' अशी विचारणा अवामी लीगच्या एका नेत्याने नंतरच्या काळात केली असता, ब्लड यांनी तसं करण्याबाबतीत साफ शब्दांत नकार दिला. फुटीरतेच्या संदर्भात काहीही बोलण्याची इच्छा नसणारे ब्लड अमेरिकेच्या अधिकृत भूमिकेला चिकटून राहिले – 'अखंड पाकिस्तान'.

बंगाली लोकांसाठी स्वायत्तता मिळवण्याचं प्रचारकाळात दिलेलं आश्वासन विजयामुळे उत्साहित झालेले मुजीब आणि अवामी लीग यांना आता पूर्ण करावं लागणार होतं. स्वतःची लोकप्रियता दाखवून देण्यासाठी मुजीब यांनी एका प्रचंड जाहीर सभेचं आयोजन केलं. ''माझी हत्या झाल्यास बंगाली जनतेने आपलं कार्य पुढे न्यावं.'' असं भावनिक आवाहन त्यांनी उसळत्या जनसागराला केलं. मुजीब, याह्या आणि भुट्टो यांनी देशाच्या भवितव्याबाबत वाटाघाटी सुरू केल्या, तेव्हाही रक्तपात टळेल अशी आशा ब्लड यांना वाटत होती. मुजीब अगदी शेवटचा पर्याय म्हणूनच स्वतंत्र राष्ट्रनिर्मितीकडे पाहत होते, असा विश्वास ब्लडना वाटत होता. ''माझ्या मते, अवामी लीग हा पाकिस्तानच्या विघटनाचा मार्ग आहे.'' ते पुढे म्हणतात, ''पण हा पाकिस्तानच्या शांतिपूर्ण विघटनाचा मार्ग ठरू शकतो.''

हा असा एक क्षण होता, जेव्हा अमेरिकेला तत्त्वाधिष्ठित भूमिका घेणं शक्य होतं. जनभावना व्यक्त करणाऱ्या मुक्त वातावरणात निवडणूक पार पडलेली होती. महाशक्ती असलेल्या अमेरिकेसारख्या लोकशाही राष्ट्राने पाकिस्तानला त्याची लोकशाही परंपरा दृढ करण्यासाठी प्रोत्साहन देणं अगत्याचं होतं. याबाबत मेग ब्लड म्हणतात, ''आम्ही एक महान लोकशाही राष्ट्र आहोत; पण इथे मात्र लोकशाहीचा असा खेळ चालू होता की, मुजीब जिंकल्यानंतर या विजयाला जणू काही किंचितही महत्त्व देण्यात येणार नव्हतं. मुजीब यांना बिनदिक्कतपणे हटवण्याची पाकिस्तानची तयारी झालेली होती. अशा प्रसंगी आमचं महान राष्ट्र काहीही न बोलता गप्प राहिलं.''

पाकिस्तानमधल्या लोकशाहीच्या अतिभव्य प्रयोगानंतर हाती आलेल्या निकालांचं समर्थन करण्यात अमेरिकेने कणभरही रस दाखवला नाही. याउलट निक्सन यांच्या सहकाऱ्यांना मात्र शीतयुद्धातला एक साथीदार (पाकिस्तान) गमावण्याची धास्ती वाटत होती. 'पाकिस्तानची शकलं होणार.' असं परराष्ट्र मंत्रालयाला वाटत होतं. 'अमेरिकेबाबत स्नेहभाव असणारे मुजीब यांच्याबरोबर मैत्रीचे संबंध स्थापन करावेत का?' अशी विचारणा किसिंजरनी निक्सनकडे केली, पण याह्या खान यांची पाठराखण करणाऱ्या निक्सननी शेरा मारला, "सध्या नको; फुटीरतेला उत्तेजन देणारी कोणतीही भूमिका नको."

व्हाइट हाउसमधले दक्षिण आशियाविषयक ज्येष्ठ तज्ज्ञ हॅरल्ड सॉन्डर्सनी पाकिस्तानच्या आणखी एका फाळणीसाठी किसिंजरना तयार राहायला सांगितलं. "रक्तपात टाळण्यासाठी अमेरिकेला काय करावं लागेल?" असं सॉन्डर्सनी किसिंजरना विचारलं, कारण पूर्व पाकिस्तान अलग होणार असल्याची चाहूल त्यांना लागली होती. ते लिहितात, 'आपण सात कोटी लोकसंख्येच्या एका नव्या राष्ट्राच्या संभाव्य जन्माचे साक्षीदार आहोत. हे शांततामय मार्गाने घडावं की रक्तलांच्छित यादवी युद्धाने घडावं, याबाबत आपण काहीतरी निश्चित भूमिका बजावू शकतो.'

याह्या खान, भुट्टो आणि मुजीब यांच्यात दीर्घ काळ चाललेल्या वाटाघाटींमधून काहीही निष्पन्न झालं नाही. दुखावलेले याह्या त्यांच्या एका मंत्र्याला म्हणाले, "मुजीब यांनी मला दगा दिला. मी त्यांच्यावर विश्वास ठेवण्याची चूक केली."

भुट्टो यांच्या दबावाखाली याह्या खान यांनी १ मार्च रोजी घोषणा केली – 'केंद्रीय कायदेमंडळाचं ३ मार्चला नियोजित असलेलं अधिवेशन बेमुदत पुढे ढकलण्यात आलं आहे.' अवामी लीगला निर्णायक विजय प्राप्त करून देणाऱ्या बंगाली मतदारांना ही घोषणा म्हणजे त्यांच्या हक्कांवर पडलेला दरोडा वाटला. "पाकिस्तानसमोर सर्वांत गंभीर राजकीय संकट निर्माण झालं आहे." अशी घोषणा करून याह्या खाननी स्वतःच घेतलेल्या निवडणुकीवर बोळा फिरवला.

अधिवेशन बेमुदत पुढे ढकलल्याची बातमी रेडिओवर ऐकताच ब्लड धावतच आदमजी कोर्ट इमारतीच्या छपरावर गेले. आसपासच्या सर्व कार्यालयीन इमारतींमधून बंगाली लोकांचे लोंढे बाहेर पडत असल्याचं त्यांना दिसलं. खवळलेल्या मधमाश्या करतात, तसा गोंगाट सुरू झाला होता. लोक संतापून घोषणा देत होते. याह्या खान यांच्यावर लोकांनी विश्वास ठेवला होता; पण त्यांनी लोकशाही मार्गाने मिळवलेला विजय आता त्यांच्या हातून हिरावून घेतला जात

होता. जमाव शांत असला, तरी अनेक लोकांच्या हातात लाठ्या होत्या. ब्लड यांनी परराष्ट्र मंत्रालयाला कळवलं, 'पाकिस्तानचे तुकडे होण्याच्या प्रक्रियेची सुरुवात मी स्वतःच्या डोळ्यांनी प्रत्यक्ष पाहतो आहे.'

यानंतर जनतेत कायदेभंगाची लाट आल्याचं स्कॉट बुचर यांना आठवतं. संतप्त जमाव सरकारी यंत्रणेबरोबर अनेक ठिकाणी संघर्ष करत होता. दुसऱ्या दिवशी बंगाली लोकांनी हरताळ पाळला. ब्रिटिश राजवटीच्या काळात जनमत जागृत करण्यासाठी होणाऱ्या हरताळांच्या परंपरेनुसार हे घडून आलं होतं. मुजीब यांच्या केवळ एका शब्दाने सगळे व्यवहार थंड पडत असल्याचं पूर्व पाकिस्तानमधल्या लष्करशहांना समजून आलं. दुकानं बंद झाली होती आणि मोटारी किंवा सायकलींनाही रस्त्यावर येण्याची मनाई होती. इतस्ततः भटकणाऱ्या बंगालींनी सगळे रस्ते ओसंडून वाहत होते. 'जोय बांगला' अशा घोषणा देत तरुण शहरभर फिरत होते.

सर्वनाश समोर दिसत होता. जाळपोळीची, लूटमारीची आणि पश्चिमी पाकिस्तानींनी दहशत दाखवण्याची घृणास्पद सुरुवात होण्याची ब्लड यांना चिंता वाटत होती. पूर्ण तयारीने रस्त्यावर उतरलेल्या लष्कराबरोबर काही किरकोळ, पण भयानक स्वरूप धारण करू शकणाऱ्या चकमकी झाल्या होत्या. अनुयायांनी शिस्तीने आणि शांततेच्या मार्गाने एकत्रित व्हावं यासाठीचं आवाहन मुजीब यांनी केलं. या संदर्भात ग्रिफेल म्हणतात, ''माझ्या मते, ती परिस्थिती लष्कराच्या सहनशीलतेच्या पलीकडे होती. जनतेतलं गंभीर वातावरण, तुरळक हिंसाचार, सविनय कायदेभंग, सततचे हरताळ, विद्यार्थी... मला नाही वाटत, ते जास्त काळ सहन करता आलं असतं.''

लष्कराचा संयम पाहून प्रभावित झालेले बुचर म्हणतात, ''स्थानिक लोक सैनिकांवर थुंकत होते, त्यांना सतावत होते; पण त्याही परिस्थितीत सैनिकांची वर्तणूक उत्तम होती.'' 'गोंधळ माजवणाऱ्या शक्ती' लूटमार, जाळपोळ आणि हत्या करत असल्याचा आरोप याह्या खान यांनी ६ मार्च रोजी राष्ट्राला उद्देशून केलेल्या रेडिओवरच्या संतप्त भाषणात केला. सार्वत्रिक निदर्शनांमुळे दबून गेलेल्या याह्या खान यांनी केंद्रीय कायदेमंडळाच्या अधिवेशनासाठी २५ मार्च या तारखेची घोषणा केली; पण तोवर राजकीय नेते कोणत्याही निर्णयाप्रत येऊ शकले नसल्याने याह्या खानने धमकी दिली, ''पाकिस्तानची एकात्मता, एकसंधता आणि सुरक्षा यांचं रक्षण करण्याची जबाबदारी पाकिस्तानी लष्कराची असून ती पार पाडण्यात सैन्य कधीही अयशस्वी ठरलेलं नाही.''

"असं झालं, तर रक्ताचा सडा पडेल."

या परिस्थितीत एकमेव आशा होती, ती लष्करी कारवाई टाळण्याची. एकदा गोळीबार सुरू झाला असता, तर बंगाली जनता अधिक कट्टर बनण्याची, लष्कराच्या प्रतिष्ठेचा मुद्दा निर्माण होऊन परिणामी घडणारा हिंसाचार यादवी युद्धाचं स्वरूप धारण करण्याची आणि संपूर्ण पूर्व पाकिस्तानमध्ये अनागोंदी माजण्याची चिन्हं दिसत होती. याह्या खान यांनी गोळीबार सुरू करून नियतीला आमंत्रण देण्यापूर्वीच्या अखेरच्या काही दिवसांमध्ये अमेरिकेने हा अनर्थ टाळण्याच्या दृष्टीने स्वतःच्या प्रभावाचा वापर केला नाही.

धोक्याचे पुष्कळ इशारे देण्यात आले होते. पाकिस्तान एकसंध राहण्याची शक्यता जवळपास नसल्याचा ब्लड यांच्या उपदूतावासाचा धोक्याचा इशारा किसिंजर यांना देण्यात आला होता, पण निक्सन यांनी याह्या खान यांच्यावरच विश्वास टाकला. निक्सन म्हणाले, "पाकिस्तान एक सक्षम राष्ट्र म्हणून टिकवण्यासाठी काहीही करणं अतीव महत्त्वाचं आहे. पाकिस्तानी लोक चांगले आहेत; खंबीर आहेत. याह्या खान यांच्यासारखे नेते जबाबदारीने वागणारे आहेत." यानंतर किसिंजर यांनी पूर्व पाकिस्तान अलग झाल्यामुळे निर्माण होऊ शकणाऱ्या समस्येबाबत उल्लेख केला असता आश्चर्यचकित झालेले निक्सन उत्तरले, "त्यांना वेगळं व्हायचं आहे?"

आर्चर ब्लड आणि विश्वास नसलेल्या परराष्ट्र मंत्रालयाच्या सल्ल्याकडे किसिंजर दुर्लक्ष करू शकत असले; तरी व्हाइट हाउसमधल्या, त्यांनी स्वतः निवडलेल्या कर्मचारिवर्गाने दिलेला असा धोक्याचा इशारा नजरेआड करणं त्यांच्यासाठी कठीण होतं. दक्षिण आशियाबद्दल व्हाइट हाउसमधल्या इतर कुणापेक्षाही अधिक जाणकार असलेले सॅम्युएल हॉस्किन्सन यांनीही येऊ घातलेल्या यादवी युद्धाचा, आणि त्यात याह्या सरकारचा पराभव होण्याच्या शक्यतेचा इशारा दिला होता. त्याच काळात बायफ्राने नायजेरियामधून फुटून निघण्याचा प्रयत्न केला होता. तिथली भयानक परिस्थिती लक्षात घेऊन हॉस्किन्सन यांनी सुचवलं की, पाकिस्तानमध्ये संघराज्यात्मक प्रणाली आणणं अधिक श्रेयस्कर ठरलं असतं आणि त्यायोगे मुजीब यांच्या नेतृत्वाखाली पूर्व पाकिस्तानला शक्य तेवढी अधिक स्वायत्तता देता आली असती. मात्र त्यांच्या मते, पूर्व पाकिस्तानने विलग होणं हा पर्याय नव्हता. यासंदर्भात हॉस्किन्सन म्हणतात, "असं मतप्रदर्शन करणं सर्वमान्य ठरणार नव्हतं आणि त्यामुळे किसिंजर यांची प्रतिक्रिया अतिशय तिखट असण्याची आणि तिचा चटका आम्हांला बसण्याची चिंता आम्हांला होती; पण किसिंजर यांचा स्फोट झाला नाही... तेव्हा तरी झाला नाही."

हॅरल्ड सॉन्डर्स अधिक अबोल आणि विनम्र होते; पण पाकिस्तानी लष्कर जनतेवर तुटून पडण्यासाठी तयारीत असल्याच्या शक्यतेचा, पण त्यातून काहीही निष्पन्न होणार नसल्याचा इशारा त्यांनी किसिंजर यांना दिला. याह्या खान यांच्यावर दबाव टाकून रक्तपात टाळण्याची शेवटची संधी अमेरिकेकडे उपलब्ध असल्याचं त्यांनी नमूद केलं. रक्त सांडू नये म्हणून अमेरिकेने पाकिस्तानची आर्थिक मदत थांबवण्याची धमकी देत असलेला एक अहवाल तयार करावा, अशी शिफारस त्यांनी केली. सर्वांत महत्त्वाच्या निर्णयावर त्यांनी बोट ठेवलं – ''पश्चिम पाकिस्तानची लष्करी कारवाई थांबवण्यासाठी आपण काही गंभीर प्रयत्न करणार आहोत का हा अवघड प्रश्न आहे.''

दुसऱ्याच दिवशी किसिंजरनी व्हाइट हाउसच्या युद्धकक्षात नेहमीसारखी एक बैठक बोलावली आणि परराष्ट्र मंत्रालयाच्या, संरक्षण मंत्रालयाच्या आणि सी.आय.ए.च्या वरिष्ठ अधिकाऱ्यांना या बैठकीसाठी पाचारण केलं. याह्या खान यांनी मृत्यूचं तांडव सुरू करण्यापूर्वीची ही अमेरिकेतली धोरणविषयक उच्चस्तरीय अंतिम बैठक ठरली. पाकिस्तानने हिंसाचाराचा अवलंब करू नये यासाठी स्वतःचा प्रचंड प्रभाव वापरण्याची अमेरिकेकडे असलेली ही अखेरची संधी होती.

याबाबत परराष्ट्र सेवेतल्या एका ज्येष्ठ अधिकाऱ्याने इशारा दिला, ''आमच्या मते, याह्या खान यांच्याकडे उपलब्ध असलेल्या सैनिकांची संख्या (एकंदर २०,०००. त्यांपैकी १२,००० लढाईसाठी प्रशिक्षित) आणि त्यांच्याविरुद्ध असलेली साडेसात कोटींची पूर्व पाकिस्तानी लोकसंख्या विचारात घेता, होणारा परिणाम म्हणजे अपरिहार्य रक्तपात; तसंच पश्चिम पाकिस्तानने पूर्वेवर नियंत्रण प्रस्थापित करण्याची कायमस्वरूपी नष्ट होणारी शक्यता.''

''बायफ्रामधल्या परिस्थितीप्रमाणेच ... तिथेही रक्ताचा सडा पडू शकतो.'' असा इशारा दुसऱ्या एका ज्येष्ठ अधिकाऱ्याने दिला.

किसिंजर यांना ही भूमिका पटल्याचं आरंभी दिसलं. ते म्हणाले, ''बळाचा वापर करून काहीही साध्य होणार नाही हे मला मान्य आहे.'' पण याह्या खान यांनी गोळीबार करू नये यासाठी अमेरिकेने त्यांचं मन वळवण्याविषयीचा आग्रह परराष्ट्र सेवेतल्या एका अधिकाऱ्याने धरला असता किसिंजर म्हणाले, ''आपण कशासाठी काहीही बोलायचं? बळाचा वापर होऊ नये यासाठी आपण काय करावं? बळाचा वापर आपल्याला मान्य नाही असं याह्या खान यांना सांगायचं?'' निक्सन आणि याह्या यांच्या मैत्रीचा हवाला देऊन किसिंजर म्हणाले, ''आपण केलेली मध्यस्थी निश्चितच निष्फळ ठरेल. स्वतःचा अवमान झाल्याचा याह्या खान यांचा समज होईल, असा कोणताही निर्णय घेण्यासाठी आपले राष्ट्राध्यक्ष अत्यंत

प्रतिकूल असतील.'' अगदी सौम्य शब्दांतही कुठलाही इशारा देण्याबाबत किसिंजर साशंक होते. ''हा मार्ग चुकीचा असल्याचं 'एक मित्र' या नात्याने जरी आपण त्यांना सांगितलं, तरी त्याची प्रतिक्रिया एवढी वाईट होणार नाही; पण त्या देशाच्याच चिरफळ्या होणार असल्या, तर आपला असा एखादा संदेश ते एवढ्या थंड डोक्याने स्वीकारू शकणार नाहीत. पूर्व पाकिस्तानमध्ये कारवाई करू नये असं सांगण्यासाठी आपण अमेरिकी राजदूताला सद्यःस्थितीत पश्चिम पाकिस्तानमधल्या अतिशय भावनात्मक वातावरणात पाठवून काहीच लाभ होणार नाही. आपण असं केलं, तरी किंचितसाही फरक पडू शकेल का? आपल्याला काय वाटतं याला ते कवडीचीही किंमत देतील असं मला दिसत नाही.''

''किसिंजर यांच्या सल्ल्याला अनुसरून 'संपूर्ण निष्क्रियता' या धोरणाचा अवलंब करायचं या बैठकीत ठरलं.'' असं परराष्ट्र सेवेतला एक अधिकारी सांगतो.

हॅरल्ड सॉन्डर्स यांच्या आठवणीनुसार, या वेळी पुढीलप्रमाणे चर्चा झाली, ''या सर्वांच्या मनात असलेल्या भूमिकेचं तात्त्विक समर्थन बौद्धिक पातळीवर करता येऊ शकलं असतं, तरी कदाचित ते प्रत्यक्षात शक्य झालं नसतं. हे तत्त्व म्हणजे, एखाद्या देशाचा कारभार त्या देशाने कसा चालवायचा हे इतर देशांना आम्ही सांगणार नाही. याच तत्त्वाचा अवलंब इराणच्या शाह यांच्या बाबतीत करण्यात आला होता. माझ्या मते, हे तत्त्वच चुकीचं आहे; पण किसिंजरनी या तत्त्वाचं वारंवार विवेचन करताना आम्ही ऐकलं आहे.''

किसिंजर यांचा निर्णय वज्रलेप झाला. पाकिस्तानचे तुकडे पाडण्याचं कारस्थान अमेरिका करत असल्याचा अनेक पश्चिमी पाकिस्तानींचा समज झाल्याचे इशारे मिळाल्याचा परिणाम किसिंजर यांच्यावर अधिक झाल्याचं भासतं. 'लष्करी बळाचा वापर करण्यापासून याह्या खान यांना परावृत्त करण्याचा प्रयत्न करू नये.' असा आदेश परराष्ट्र मंत्रालयाने ब्लडना दिला.

पूर्व पाकिस्तानमधलं हत्याकांड सुरू होण्यापूर्वी निक्सनना किसिंजरकडून १३ मार्च रोजी अखेरचा संदेश पाठवण्यात आला. 'अमेरिकेने निष्क्रिय का राहावं?' याचं समर्थन त्यात करण्यात आलं होतं.

या संदेशात किसिंजरनी परिस्थितीचं अचूक विश्लेषण केलं होतं, 'गरज पडल्यास बळाचा वापर करून एकसंध पाकिस्तान शाबूत ठेवण्याचा निर्धार याह्या खानने आणि पाकिस्तानी लष्कराने केल्याचं दिसतं.' मात्र दमनचक्र यशस्वी होणार नसल्याची शक्यता व्यक्त करून ते म्हणाले, 'मुजीब रेहमान यांनी गांधीवादी अहिंसक असहकार आंदोलन सुरू केलं असल्याने बळाचा वापर करण्याचं समर्थन करणं जास्त कठीण आहे... संपूर्ण उठाव झाल्यास आणि तो दीर्घ काळ चालल्यास

त्याचं शमन करण्याची लष्करी क्षमता पश्चिमी पाकिस्तानींकडे उपलब्ध नाही.'

मात्र अमेरिकेने अजिबात हस्तक्षेप न करण्याचा आग्रह किसिंजर यांनी निक्सन यांच्याकडे धरला. किसिंजरनी लिहिलं, 'अमेरिकी प्रशासनाचं (किसिंजरनेच निर्माण केलेलं) एकमत झालं आहे – आपण निष्क्रिय राहावं आणि याह्या खान यांना आक्षेपार्ह वाटेल असं काही करू नये, हीच आपल्यासाठी सर्वोत्तम भूमिका ठरेल.' याह्या खान यांनी स्वतःच्या जनतेवर गोळ्या न चालवण्याचा इशारा त्यांना देण्याची किसिंजर यांची इच्छा नव्हती. 'रक्तमय यादवी युद्ध होण्याची शक्यता रोखण्यासाठी याह्या खान यांच्याबरोबर चर्चा करण्याचा' पर्यायही किसिंजरनी फेटाळून लावला होता. ''अशी चर्चा 'वांझोटी' ठरेल.'' असं सांगून किसिंजर म्हणाले, ''याचं कारण म्हणजे, सद्यःपरिस्थितीवर आपण कणभरही प्रभाव टाकू शकणार नाही आणि आपण काही करू गेल्यास या कृतीचा अर्थ 'अनावश्यक हस्तक्षेप' असा लावला जाऊन त्यामुळे याह्या नाराज होतील आणि पाकिस्तानसोबतच्या आपल्या भावी संबंधांवर याचा अनिष्ट परिणाम होण्याची शक्यता आहे.''

या परिस्थितीत याह्या खान यांच्या पाठीशी उभं राहणं सुज्ञपणाचं असल्याचं सांगून किसिंजर निक्सनना म्हणाले, ''पाकिस्तान एकसंध राहणार असल्याचं गृहीत धरून आपण आपली भूमिका वठवली, तर या भूमिकेचा बचाव करता येईल आणि पाकिस्तानची फाळणी होण्यासाठी उत्तेजन देणारी कोणतीही हालचाल करण्यापेक्षा ही भूमिका जास्त सयुक्तिक ठरेल. आपलाही दृष्टीकोन असाच आहे हे मी जाणून आहे.''

किसिंजरनी निक्सनना पाठवलेल्या संदेशात 'प्राणहानी टाळावी' या मुद्द्याचा उल्लेख कुठेच आणि कधीच केलेला नव्हता. मात्र इतर अमेरिकी अधिकाऱ्यांनी त्याचा उच्चार अनेकदा केला होता. याह्या खानना अमेरिकेने एक खणखणीत इशारा दिला असता, तर पाकिस्तान एकसंध ठेवण्याची अखेरची संधी अमेरिकेला साधता आली असती. बळाचा आणि विशेषतः पाशवी बळाचा वापर करणं विनाशकारी ठरणार असल्याची आणि त्याचा दुष्परिणाम अमेरिकेबरोबरच्या संबंधावर होऊ शकणार असल्याची समज देणं ही ती संधी ठरली असती. पूर्व पाकिस्तानमध्ये कत्तल सुरू झाल्यानंतर केवळ दोन आठवड्यांनी किसिंजर म्हणाले की, अमेरिकेला २५ मार्च रोजी पर्याय उपलब्ध असता, तर याह्या खान यांना बळाचा वापर न करण्याविषयीची विनंती अमेरिकेने त्यांना केली असती. अशी विनंती करण्याची संधी निक्सन प्रशासनाला वारंवार मिळाली होती, या दुर्दैवी वास्तवावर किसिंजर यांनी त्या वेळी पांघरूण घातलं आणि अमेरिकेने मौन पाळण्याचं धोरण

स्वीकारल्याचं गुपित किसिंजरनी कायम राखलं.

२५ मार्च रोजी होऊ घातलेलं केंद्रीय कायदेमंडळाचं अधिवेशन जसजसं जवळ येतं होतं, तसतसं पूर्व पाकिस्तान अनागोंदीच्या खाईच्या तोंडात ढकललं जात होतं. दरम्यान, तिन्ही प्रमुख पाकिस्तानी नेते घासाघीस करत होते; पण राजकीय तोडगा निघण्याची शक्यता अगदीच धूसर वाटत होती. भुट्टोंचा पक्ष पश्चिम पाकिस्तानमध्ये प्रभावी असल्याने नव्या भावी सरकारमध्ये त्यांच्या पक्षाला मोठी भूमिका असावी आणि पाकिस्तानचं विभाजन होऊ देता कामा नये असा भुट्टोंचा आग्रह होता.

तिकडे लाठी आणि बांबू परजणाऱ्या श्रोत्यांचा भरणा असलेल्या सुमारे पाच लाखांच्या जमावासमोर भाषण करणाऱ्या मुजीब यांनी स्वतंत्र बांगला देशाची मागणी करण्यापासून स्वतःला रोखलं होतं, पण लष्कराने स्वतःच्या छावणीत परतावं आणि निवडणूक जिंकलेल्यांना सत्ता सोपवावी अशी मागणी मात्र मुजीब यांनी केली होती. याबाबत मेग ब्लड म्हणतात, "अचानक राजकीय जाणीव जागृत झालेली ही फार मोठी लोकसंख्या होती. त्यांनी दिलेल्या मताचा अनादर झाल्याबद्दल त्यांच्या मनात अपमानाची भावना होती." ढाका, चितगाव, जेसोर या आणि इतर ठिकाणी झालेल्या उठावांमुळे पाकिस्तानी सुरक्षा दलं निर्बल ठरली होती. मार्चच्या पहिल्या आठवड्यात १७२ लोक मारले गेल्याची कबुली लष्करी कायद्याच्या प्रशासनाने दिली. शेकडो नव्हे, तर हजारो बंगाली मारले गेल्याचा प्रचार संतप्त जनतेत सुरू असल्याने हे आकडे देणं आवश्यक ठरलं होतं. ब्लडना लष्कराचा दावा 'रास्त, क्षमायाचक आणि वास्तव' वाटत होता.

पश्चिम पाकिस्तानमधून अधिकाधिक सैनिक ढाका विमानतळावर उतरायला लागले आणि एका अनिष्टाची चाहूल लागली. विमानतळाला लष्करी तटबंदीचं स्वरूप आलं; स्वयंचलित विमानविरोधी अस्त्रं आणि तोफा डागण्यासाठी ठिकठिकाणी खंदक खोदण्यात आले होते. पाकिस्तान इन्टरनॅशनल एअरलाइन्सच्या विमानातून एका वेळी १००-१०० जवान उतरताना ब्लड यांनी मार्च महिन्यात अनेकदा पाहिले. त्या सर्वांनी एकसारख्या, अर्ध्या बाह्यांच्या पांढऱ्या सदऱ्यांवर विजारी परिधान केल्या होत्या. ते एका रांगेत शिस्तीत उभे राहिले आणि त्यांनी नजरेत भरेल अशी कवायत सुरू केली. याह्या खान यांनी पूर्व पाकिस्तानच्या मवाळ राज्यपालांची उचलबांगडी करून तिथे लेफ्टनंट जनरल टिका खान यांची नेमणूक केल्यामुळे बंगाली जनता भयभीत झाली. टिका खान 'बलुचिस्तानचा खाटीक' म्हणून कुप्रसिद्ध होते. त्या प्रांतात झालेल्या उठावाचं दमन करताना त्यांनी अत्याचारांचा कळस केला होता. टिका खान म्हणजे लष्करातल्या अतिरेकी

प्रवृत्तीचा अर्क होता – एक निष्ठुर खाटीक.

ब्लड यांना पूर्व पाकिस्तानमध्ये होऊ घातलेल्या कत्तलींचा अंदाज अद्याप आला नव्हता. मुजीब यांनी स्वातंत्र्याची घोषणा न करण्याचा निर्णय घेतल्याने ब्लड यांना दिलासा मिळाला होता आणि बंगाली जनता आणि समोर उभं ठाकलेलं पाकिस्तानी लष्कर हे केवळ 'एकमेकांच्या संयमाची परीक्षा घेत राहतील.' असा अंदाज ब्लडनी वर्तवला होता (नंतर त्यांना याबद्दल खेद झाला). अशा शक्तिप्रदर्शनामुळे बंगाली राष्ट्रवादी दबले जाणार नसल्याचं ब्लडना ठाऊक होतं आणि तसा प्रयत्न करण्याचा मूर्खपणा पाकिस्तानी लष्करशहा करतील हे त्यांना शक्य वाटत नव्हतं.

ब्लड यांची मतं काहीही असली, तरी ते अवामी लीगचे पाठीराखे नव्हते. मुजीब तत्त्वनिष्ठ असले, तरी ते अत्यंत आडमुठे होते असं ब्लडना वाटत होतं. परिस्थिती अत्यंत चिथावणीखोर असूनही याह्यांनी आणि त्यांच्याभोवतीच्या ज्येष्ठ अधिकाऱ्यांनी संयम पाळला असल्याची जाणीव ब्लडनी लीगच्या नेत्यांना करून दिली होती. मुजीब यांनी टोकाची भूमिका घेतल्याबद्दल ब्लड यांनी कालांतराने त्यांचा धिक्कार केला होता. 'बांगला देश मुक्त करण्याच्या मागणीच्या घोषणा देणाऱ्या हजारो आक्रमक लोकांच्या जमावातल्या सगळ्या वर्गांचे स्त्री-पुरुष आणि त्यांची मुलं असे सगळे मुजीबच्या घरासमोर जमलेले पाहून' मुजीब यांचा तोल ढळला. एका प्रशिक्षित लष्कराचं पाठबळ असलेल्या सत्तेविरुद्ध निःशस्त्र जनता विजयी होऊ शकेल, यावर मुजीबच्या असलेल्या गूढ आत्मविश्वासामुळे ब्लड चक्रावून गेले होते.

मात्र बंगाली राष्ट्रवादी जनप्रवाह हा ब्लड यांच्या कौतुकाचा विषय ठरला होता. सभोवतीच्या वातावरणाचा प्रभाव पडल्यानंतर वॉशिंग्टनला पाठवलेल्या एका संदेशात ते म्हणतात, 'या घडीला वस्तुनिष्ठ भूमिका घेणं काहीसं कठीण आहे. १९७१च्या मार्चमध्ये ढाका शहरात आमच्या मोटारींवर आणि घरांवर काळे झेंडे फडकत असून रस्त्यातून फिरताना 'जोय बांगला' अशा घोषणांनी स्मितहास्यासह आम्हांला अभिवादन करण्यात येतं आहे. बंगालच्या स्वप्नाचा मारा या घोषणांमधून दररोज होतो आहे. शौर्य, आशावाद, आदर्शवाद, लबाडी, संताप आणि राष्ट्रभक्ती यांचं हे मिश्रण आहे. आम्ही ढाका रेडिओवर बंगाली राष्ट्रवाद फुलताना ऐकतो आणि आम्हांला ढाका टीव्हीवर त्याचं प्रभावी दर्शन होतं. विद्यार्थी आणि कामगार, सैनिकांची भूमिका बजावण्याचा प्रयत्न करत असल्याचं दयनीय दृश्यही आम्ही पाहतो.'

मात्र ब्लड यांच्या उत्साहाला संकटाच्या चाहुलीची किनारही होती. याचा

अंत कशा प्रकारे होणार होता, हे त्यांना समजत होतं. लष्कर भावनेपेक्षा तर्कबुद्धीचा वापर करेल अशी आशा ब्लडना होती. त्यांचा व्यवहारवाद त्यांच्या बंगाली सहवेदनेवर मात करत होता. भुट्टो, मुजीब, याह्या आणि लष्कर अशा प्रत्येकाला काहीतरी मिळेल, तरीही देशाचं अखंडत्व टिकल्याचा निदान भास तरी होईल; आणि उद्दीपित भावना शांत होण्यासाठी अवधी प्राप्त होईल, असा एखादा राजकीय तोडगा निघेल अशी आशा ब्लड यांना होती.

या परिस्थितीत संभाव्य भासणारी सर्वोत्कृष्ट शक्यता म्हणजे पाकिस्तानचं संघराज्य करून याह्या खान यांना त्याचं अध्यक्ष करणं, तर भुट्टो यांनी पश्चिमेचं आणि मुजीब यांनी पूर्वेचं पंतप्रधानपद स्वीकारणं. एकूण परिस्थितीचा विचार करताना, स्वायत्ततेच्या आश्वासनांबाबत मुजीब कोणतीही तडजोड करायला तयार नसल्याचं आणि त्यांनी कुठली तडजोड करण्यासाठी तयारी दाखवली असती; तरी त्यांचे अनुयायी या तडजोडींना कधीही मान्यता देणार नसल्याचं ब्लड यांना जाणवत होतं. पण स्वायत्ततेची मागणी म्हणजे बांगला देशाच्या स्वातंत्र्याची मागणी असा ग्रह होण्याचा धोका होता, आणि अशा स्थितीत याह्या कचरले असते असं ब्लडना वाटत होतं. जणू भविष्यवेत्ते असल्याप्रमाणे त्यांनी लिहून ठेवलं होतं, 'लष्करी कारवाई होण्याची अनिष्ट शक्यता आता अधिक गडद झाली आहे; पण त्यामुळे बांगला देश स्वतंत्र होण्याची प्रक्रिया थोडीशी लांबली, तरी ती अधिक सुनिश्चित होणार आहे.'

'अमेरिकेला राजकीय तोडगा हवा असल्याचं याह्या खान यांना सुचवण्यात यावं.' अशी सूचना ब्लड यांनी परराष्ट्र मंत्रालयाला केली, पण किसिंजर यांच्या 'मार्गदर्शनामुळे' परराष्ट्र मंत्रालयाने यावर मौन राखलं.

अमेरिकींसाठी ढाका एक अधिकाधिक धोकादायक ठिकाण व्हायला लागलं. कम्युनिस्ट अमेरिकींचा खून करण्याचा प्रयत्न करत असल्याचा इशारा सी.आय.ए. तर्फे ब्लड यांना देण्यात आला. एका रात्री उशिरा तीन उर्दूभाषक पुरुष परवानाक्रमांक नसलेल्या एका गाडीतून आले आणि त्यांनी आदमजी कोर्ट या उपदूतावास असलेल्या इमारतीवर दोन गावठी बॉम्ब फेकले, तसंच हवेत बार काढले. यामुळे ही इमारत हादरली. रात्रीच्या वेळी घराभोवती गोळ्या झाडल्याचे अनेक आवाज काही दिवसांनी आर्चर आणि मेग ब्लड यांनी ऐकले. ब्लड यांच्या निवासस्थानाकडे कुणीतरी एका जीपमधून येऊन तीन गोळ्या झाडल्या आणि पळ काढला. याबद्दलचा संशय नक्षलवाद्यांवर गेला असल्याचं मेग ब्लड यांना आठवतं. "ढाक्यातला प्रमुख अमेरिकी मारला, तर छानपैकी गोंधळ उडेल असं त्यांना वाटलं." त्या म्हणाल्या. त्यांच्या शयनगृहाच्या व्हरांड्यात झाडलेल्या गोळ्यांमुळे

भिंतीला भोकं पडली असल्याचं त्यांना आढळलं. ढाकामधला उपदूतावास आणि इतर अमेरिकी इमारती पेट्रोल बॉम्बसचं नियमित लक्ष्य झाल्या होत्या. ते पेट्रोल बॉम्ब्स सुदैवाने नवशिक्यांनी बनवलेले होते. अमेरिकी कंपन्यांच्या ढाक्यामधल्या कार्यालयांवर दोन पेट्रोल बॉम्ब्स फेकण्यात आल्यावर, 'बॉम्बफेकी टोळ्या अजूनही सक्रिय आहेत, पण त्या पूर्वीइतक्याच निष्प्रभ ठरतायत.' असा अहवाल आर्चर ब्लड यांनी दिला.

याह्या खान पुढच्या वाटाघाटींसाठी ढाक्यात आल्याची नोंद ब्लड यांनी १५ मार्च रोजी केली. 'एखादा रुग्ण वाचू शकणार नसल्याचं डॉक्टरांनी जाहीर केल्यानंतर त्याला मरतेवेळी प्राणवायू देण्यासारखी ही कृती आहे.' असं या घटनेचं वर्णन याह्या खान यांच्या एका मंत्र्याने केलं. दरम्यान, ब्लडनाही आशावादाचा एक झटका येऊन गेला. 'परिस्थिती सुधारत आहे.' या अर्थाचा एक अहवाल याह्या आणि मुजीब यांच्यातल्या चर्चेनंतर ब्लडनी पाठवला. नेमकं, त्याच दिवशी ढाक्यापासून वीस मैल उत्तरेला एका संतप्त जमावाला रोखण्याचा प्रयत्न केल्यानंतर अखेरीस पाकिस्तानी सैनिकांनी केलेल्या गोळीबारात किमान दोन नागरिक ठार झाले. 'अशा चिथावणीखोर घटनांमुळे माझ्या स्वतःच्या अनुयायांना शांतता प्रस्ताव स्वीकारण्याचा सल्ला देणं मला अवघड होईल.' असा संदेश मुजीबनी खासगी माध्यमातून ब्लडना पाठवला. मात्र त्यांची कोणतीही सबब ऐकून घेण्यासाठी ब्लड तयार नव्हते. त्यांनी मुजीबना प्रतिसंदेश पाठवला – 'अशा घटनांच्या पलीकडे जाऊन विचार करा; एखाद्या मुत्सद्द्यासारखे वागा. अशा घटनांमुळे याह्या यांना आपल्याएवढाच खेद झाला असेल.'

अधिक आक्रमक बंगाली अनुयायांकडून दबाव येत असतानाही 'पाकिस्तान अखंड राहावा' अशीच मुजीब यांची भूमिका असल्याचं आश्वासन मुजीब इतर पूर्व पाकिस्तानी नेत्यांना देत होते. एखादी संघराज्यात्मक प्रणाली त्यांना कदाचित चालू शकली असती. पाकिस्तानच्या अखंडत्वाबद्दल दुराग्रही असणारे भुट्टो वाटाघाटी लांबवत होते, पण २२ मार्च रोजी याह्या आणि मुजीब यांच्याबरोबर चर्चा करण्यासाठी ते ढाक्याला पोहोचले. त्या वेळी जेवणासाठी इन्टरकॉन्टिनेन्टल हॉटेलमध्ये गेलेल्या ब्लडना भुट्टो ओझरते दिसले. बंगाली जनमानसात भुट्टोंबद्दल असणारा तिरस्कार उफाळून आला होता. लोक त्यांना शिव्या घालत होते. गंभीर मुद्रेच्या भुट्टोंच्या दोन्ही बाजूंना एके४७ रायफली घेतलेले अंगरक्षक होते. भुट्टो नाकासमोर थेट बघत असल्याचं ब्लड यांना नंतर आठवलं. 'त्यांचे सापासारखे डोळे भिंतीवर खिळले होते. ते शत्रूछावणीत असल्याची पूर्ण कल्पना त्यांना होती.' भुट्टो यांच्या मोटारीला सशस्त्र सैनिक वाहून नेणाऱ्या आठ ट्रक्सचं सुरक्षाकवच

असल्याचं एका प्रत्यक्षदर्शीने सांगितलं होतं. याह्या आणि मुजीब यांच्यात सर्वसाधारण तपशिलाचा समझोता झाला असून त्यामुळे भावी वाटाघाटींसाठी आशादायक चित्र निर्माण झाल्याची घोषणा त्याच हॉटेलामध्ये झालेल्या पत्रकार परिषदेत भुट्टो यांनी केली.

पूर्ण स्वातंत्र्य सोडता, मुजीब यांना सर्वकाही मिळण्याची शक्यता ब्लडना वाटत असल्याने हा प्रस्ताव बांगला देशाच्या लोकांच्या गळी उतरवणं मुजीबना शक्य झालं असतं या आशेने ब्लड समाधानी होते. मुजीब यांनी २४ मार्चला केलेल्या विनंतीकडे म्हणूनच ब्लड यांनी दुर्लक्ष केलं. लष्कराने कारवाई करू नये यासाठी अमेरिकेने याह्या खान यांच्यावर दबाव आणावा या विनंतीला कोणताही आधार नसल्याचा ब्लडचा समज झाला होता. याह्या, भुट्टो आणि मुजीब यांच्या जोरदार वाटाघाटी चालू असताना ब्लड यांचं सदोष विश्लेषण अमेरिकेच्या परराष्ट्र मंत्रालयातल्या वरिष्ठांना रुचलं, कारण त्यांना पाकिस्तानच्या राजकारणात कोणतीही बाजू घ्यायची नव्हती. मात्र स्वतःचं लष्कर आणखी मजबूत करण्यासाठी पश्चिमी पाकिस्तानी वेळकाढूपणा करत असल्याचा संशय मुजीब यांना होता.

ढाका उपदूतावासातला अमेरिकी लष्करी दूत दोन ज्येष्ठ पाकिस्तानी अधिकाऱ्यांना भेटला. अमेरिकी हवाई दलातल्या कर्नलच्या हुद्द्यावरच्या या दूताला हे दोन्ही अधिकारी विलक्षण तणावाखाली असल्याचं आढळलं. यांपैकी एक जण पाकिस्तानी हवाई दलात विंग कमांडर होता. तो म्हणाला, ''आम्हांला मिळणाऱ्या आदेशांचं आम्ही पालन करू, पण काही महाभयंकर करावं लागू नये अशी आशा आहे. आपल्याच देशबांधवांवर गोळीबार करावा लागणं फार भयानक असतं.''

३. श्रीमती गांधी

इंदिरा गांधी यांचं बंगालबरोबर वैयक्तिक नातं होतं. ब्रिटिश साम्राज्याचे थोर विरोधक असलेले त्यांचे वडील पंडित जवाहरलाल नेहरू स्वतंत्र भारताचे पहिले पंतप्रधान झाले. स्वतःच्या एकुलत्या एक मुलीचं शिक्षण उच्च दर्जाचं असावं असा आग्रह नेहरूंनी धरला, पण त्यांच्या मुलीचं शिक्षण वेळोवेळी खंडित झालं. १९३४ साली, इंदिरा गांधी सोळा वर्षांच्या असताना पंडितजी पुन्हा तुरुंगात गेले, आणि शिक्षणासाठी इंदिरा गांधींची रवानगी बंगालच्या ग्रामीण भागात (शांतिनिकेतनमध्ये) झाली.

इंदिरा गांधींची जडणघडण एका विलक्षण वातावरणात झाली – त्यांचं बालपण अनिश्चिततेत, सचिंततेत आणि अनेकदा एकटेपणात गेलं. त्यांचे खानदानी आजोबा मोतीलाल नेहरू, दृढनिश्चयी वडील पंडित नेहरू आणि तब्येतीने बेताची आई कमला नेहरू हे सर्व भारताच्या स्वातंत्र्यलढ्यात सहभागी होते आणि वरचेवर तुरुंगवास भोगून त्याची किंमत या सर्वांना मोजावी लागत होती. इंदिरा गांधींच्या वडलांची अल्बर्ट आइनस्टाइनशी भेट झाली, तेव्हा त्याही त्यांच्याबरोबर होत्या. पंडित नेहरूंचे प्रिय मित्र आणि गुरू महात्मा गांधी यांना भेटण्यासाठी त्या तुरुंगात जात, तेव्हा महात्मा गांधी लाडाने इंदिरा गांधींचे कान उपटत.

पण कोलकात्याच्या उत्तरेला असलेलं शांतिनिकेतन सर्वसाधारण विद्यालयांपेक्षा वेगळं होतं. नोबेल पारितोषिकाने सन्मानित तत्त्वज्ञ कविवर्य रवींद्रनाथ टागोर यांनी त्याची स्थापना केली होती. टागोरांचं असामान्यत्व म्हणजे त्यांनी भारत आणि बांगला देश या राष्ट्रांचा जन्म होण्यापूर्वीच त्यांच्यासाठी राष्ट्रगीतं लिहून ठेवली होती. भारताचं बौद्धिक स्वातंत्र्य विद्यार्जनामार्फत साध्य व्हावं आणि त्यात सर्व मानवजातीचा, विशेषकरून चिनी आणि जपानी संस्कृतींचा अभ्यास व्हावा अशी रवींद्रनाथांची इच्छा होती. शांतिनिकेतन निश्चितच एक अपारंपरिक विद्यापीठ होतं. तिथे गेल्यानंतर इंदिरा गांधी त्यांचा वर्ग शोधायला लागल्या, तेव्हा वर्ग झाडाखाली भरत असल्याचं समजल्यावर त्या आश्चर्यचकित झाल्या. नेहरूंना लिहिलेल्या एका पत्रात त्या म्हणतात, 'इथे सगळंच कलात्मक, रमणीय आणि मुक्त

आहे.' सततच्या राजकीय घडामोडींमधून सुटका झाल्यामुळे भोवतालची कला आणि रवींद्रनाथांचं काव्य यांच्यात त्या हरवून गेल्या. पांढरीशुभ्र रुळणारी दाढी आणि प्रचंड केशसंभार असणारे टागोर एखाद्या प्रेषितासारखे दिसत. त्यांचं दर्शन इंदिरा गांधींना दबवून टाकायचं. टागोरांची वैश्विक दृष्टी विचारात घेऊन इंदिरा गांधींनी फ्रेंच, इंग्रजी, हिंदी आणि बंगाली या भाषांमधल्या अभ्यासक्रमांची निवड केली.

आपल्या मुलीने बंगाली बोलायला शिकावं आणि बंगाली लोकांना अधिक चांगल्या प्रकारे समजून घ्यावं अशी नेहरूंची इच्छा होती. कालांतराने पूर्व पाकिस्तानमध्ये बंगाली लोकांची कत्तल सुरू झाली, आणि भयभीत निर्वासितांच्या लोंढ्यांनी पश्चिम बंगाल भरून गेला; तेव्हा 'इंदिरा गांधींच्या मनात आमच्यासाठी एक खास कोपरा आहे.' असं बंगाली लोक अनेकदा बोलून दाखवत. इंदिरा गांधी फारशा भावनाप्रधान नसल्या; तरी बंगालमधला उकाडा, वसंत ऋतूत तिथे उमलणारं पुष्पधन, तिथले ध्वनी आणि गंध या सगळ्या गोष्टी त्यांना परिचित होत्या. बंगाली भाषा अत्यंत 'गोड आणि सुंदर असल्याचं' त्यांना आढळून आलं. त्यांनी बंगाली भाषेत लवकरच इतकं प्रावीण्य मिळवलं की, टागोरांनी त्यांना बंगाली साहित्याचा अभ्यास करण्याविषयी सुचवलं. म्हणूनच पूर्व पाकिस्तानमध्ये हाल सोसणारे आणि मरणारे लोक म्हणजे त्यांच्यासाठी केवळ एक प्रतिमा नव्हती, तर हाडामांसाची प्रत्यक्ष माणसं होती. राजकारणातून सुटका व्हावी म्हणून इंदिरा गांधींनी एके काळी ज्या प्रदेशाचा आश्रय घेतला होता, त्याच परिसरात १९७१ साली दु:खाचा महापूर आला होता. त्या काळच्या आठवणी काढताना एकदा त्या म्हणाल्या होत्या, "मी राजकारणापासून आणि शहरी कोलाहलापासून दूर होते. हा एक मोठा दिलासा होता आणि हे जग मला नवीन होतं."

पण नियतीचा क्रूर खेळ असा की, नंतर त्या पुन्हा राजकारणात ओढल्या गेल्या. लहानपणी रमणीय भासलेलं बंगालमधलं वातावरण आता बदलत होतं. भारत आणि ब्रिटन अशा दोन्हीकडे एकाच छापाच्या शाळा उभ्या राहत होत्या. एखाद्या देशाच्या सरकारचं नेतृत्व केलेल्या राजकारण्यांमध्ये, इंदिरा गांधींप्रमाणे शांतिनिकेतन आणि ऑक्सफर्ड अशा दोन ठिकाणी शिक्षण घेतलेले राजकारणी अपवादानेच सापडतात. इंदिरा गांधींनी १९४२ साली फिरोज गांधी यांच्याबरोबर लग्न केलं. फिरोज गांधी हे रसरशीत जीवन जगणारे एक राजकारणी आणि पत्रकार होते. नेहरू परिवाराच्या परंपरेनुसार, इंदिरा गांधींनाही अलाहाबादमध्ये केलेल्या एका भाषणाबद्दल अटक झाली. एका घाणेरड्या, अंधारलेल्या कोठडीत भर थंडीत सिमेंटच्या बिछान्यावर झोपायची पाळी त्यांच्यावर आली. फाळणी झाल्यावर

उसळलेल्या हिंसाचारात हिंदू जमाव पाठलाग करत असलेल्या मुस्लिमांना त्यांनी दोन वेगवेगळ्या प्रसंगी वाचवलं होतं. त्याचप्रमाणे फाळणीने विस्थापित झालेल्या मुस्लिमांसाठी उघडलेल्या गलिच्छ निर्वासित छावण्यांमध्येही इंदिरा गांधींनी काम केलं होतं.

हे सर्व विचारात घेता, इंदिरा गांधींसारख्या पोलादाप्रमाणे खंबीर आणि चाणाक्ष राजकारण्याने टागोरांकडून मिळालेल्या मानवतेच्या शिकवणुकीतून नेमकं काय घेतलं असावं हे सांगणं कठीण आहे. फिरोज गांधी ४७ वर्षांचे असताना हृदयविकाराच्या झटक्याने अचानक मरण पावल्यामुळे दोघांचा विजोड संसार समाप्त झाला. मात्र इतरांपासून सतत सावध राहण्याच्या इंदिरा गांधींच्या स्वभावात त्यानंतर आणखीनच भर पडली. नेहरू पंतप्रधान असताना त्यांच्या 'त्रिमूर्तीभवन' या निवासस्थानी जमणारे खूशमस्करे आणि बोरूबहाद्दर यांच्या सहवासात इंदिरा गांधी कायम अस्वस्थ राहिल्या; पण १९५९ साली त्यांनी स्वतःला सार्वजनिक जीवनात झोकून दिलं आणि त्या काँग्रेसच्या अध्यक्ष बनल्या.

इंदिरा गांधी यांची कारकिर्द ऐन भरात आली, तेव्हा त्यांचं व्यक्तिमत्त्व एखाद्याला मोहिनी घालेल असं नव्हतं. सामाजिक शिष्टाचार आणि अदब यांच्या बाबतीत इंदिरा गांधींपेक्षा कधीही अधिक सरस ठरू शकणाऱ्या जॅकेलिन केनेडी त्यांच्याबाबत म्हणतात, ''इंदिरा गांधी एक कटू, इतरांवर हुकूमत गाजविणारी भयानक स्त्री होती.'' इंदिरा गांधी ज्यांना आवडत असत, त्यांनाही त्या अलिप्त आणि स्वयंमग्न भासत असत. इंदिरा गांधींची अतिशय जवळची मैत्रीण त्यांच्याबद्दल सांगते, ''त्या शीघ्रकोपी होत्या आणि एखाद्याबद्दलचा डूख त्या कायम धरून ठेवत; गुप्तता राखणं आणि खासगीपणा जपणं हे त्यांच्या स्वभावाचे अविभाज्य घटक होते.'' इंदिरा गांधी अथक काम करू शकत. एखादा अभ्यागत त्यांच्याबरोबर बोलत असताना समोरची कागदपत्रं वाचण्याची सवय त्यांना होती. ''भारतातल्या पुरुषप्रधान सरकारमध्ये संघर्ष करत काम करावं लागत असल्याने त्या कायम तणावाखाली असत.'' असं विश्लेषण त्यांच्या एका सल्लागाराने त्यांची बाजू मांडताना केलं होतं. ('त्यांच्या मंत्रीमंडळातला एकमेव पुरुष.' असं त्यांचं वर्णन त्यांच्या आत्या विजयालक्ष्मी पंडित यांनी एकदा केलं होतं.) त्या 'घमेंडखोर आणि अलिप्त' असल्याचा लौकिक कदाचित त्यामुळेच पसरला असावा. कालांतराने भारताचे संरक्षणमंत्री झालेले कृष्णचंद्र पंत यांना घरातून मोठा राजकीय वारसा लाभला होता. त्या काळी ते एक तरुण अधिकारी होते. इंदिरा गांधींबरोबर त्यांचे मैत्रीचे संबंध होते. त्यांचं वर्णन करताना पंत म्हणतात, ''त्या विलक्षण थंडपणे वागू शकत. कधीतरी एखाद्याला त्याची जागा दाखवून देण्याची वेळ येई, त्या वेळी त्या

केवळ त्याच्यावर नजर रोखून त्याला निस्त्राण करू शकत. त्या इतरांचं ऐकून घेत, समजून घेत; पण फार बोलत नसत.''

भारताचा जन्म एक लोकशाही राष्ट्र म्हणून झाला. विचारस्वातंत्र्य, मतपेटीचा कौल आणि न्यायालयाचं स्वातंत्र्य यांच्यावर नेहरूंची अमाप श्रद्धा होती; पण स्वतःच्या वडलांच्या मूलभूत बांधिलकीचा वारसा इंदिरा गांधींनी जसाच्या तसा स्वीकारला नव्हता. इतरांना वापरून घेण्याची त्यांची तयारी होती; आणि स्वतःच्या वडलांमधलं संतत्व स्वतःत नसल्याचीही जाणीव त्यांना होती. पुढे भारताचे परराष्ट्रमंत्री, संरक्षणमंत्री आणि अर्थमंत्री झालेले (भारतीय जनता पक्षाचे नेते) जसवंत सिंग म्हणतात, ''इंदिरा गांधींना नेहमी जाणवत असे आणि त्या बोलूनही दाखवत, 'माझे वडील राजकारणातले संत होते, पण मी मात्र तशी नाही.' मतभेदांच्या बाबतीत त्या वडलांप्रमाणे सोशीक नव्हत्या; त्यांना मतभेद स्वीकारता येत नसत.''

१९६४ साली नेहरू वारले, तेव्हा 'भारत एकसंध राहील का आणि लोकशाही राष्ट्र म्हणून टिकेल का?' असा प्रश्न अनेक लोकांना पडायचा. दुसरे पंतप्रधान लालबहादूर शास्त्री यांनी इंदिरा गांधींना माहिती आणि प्रसारण मंत्रालयाची माफक जबाबदारी दिली. १९६६च्या आरंभी हृदयविकाराच्या झटक्याने शास्त्री मरण पावले, तेव्हा पंतप्रधानपदासाठी इंदिरा गांधींचं नाव अचानक चर्चेत आलं. सत्ताधारी काँग्रेस पक्षातल्या अनेक ज्येष्ठ नेत्यांना इंदिरा गांधी आपल्या इशाऱ्यानुसार वागतील असं वाटलं होतं. ही या नेत्यांची चूक होती. १९६६च्या जानेवारीत राष्ट्रपती भवनात पंतप्रधान म्हणून इंदिरा गांधींचा शपथविधी झाला.

सरकारमध्ये नवख्या असलेल्या, केवळ ४७ वर्षांच्या आणि कसोटीला कधीही सामोऱ्या न गेलेल्या इंदिरा गांधी जगातल्या सर्वांत मोठ्या लोकशाहीच्या शीर्षस्थानी अनपेक्षितपणे विराजमान झाल्या होत्या. ही जबाबदारी त्या वेळी अत्यंत दुर्धर होती आणि आजही तेवढीच दुर्धर आहे. भारतातल्या सगळ्या समस्यांचा डोंगर त्यांच्यापुढे उभा होता – भीषण दारिद्र्य, सार्वत्रिक निरक्षरता, फुटीरतावादी चळवळी, रक्तपिपासू क्रांतिकारक आणि डोळ्यांवर पडदा ओढून घेतलेली सरकारी यंत्रणा; पण त्यांनी सरकार चालवण्याचं तंत्र फार लवकर आत्मसात केलं. त्यांनी जनतेशी थेट संवाद साधला. दरम्यान, त्यांच्या अखत्यारीत आलेल्या विशालकाय यंत्रणेचा वापर करून त्यांनी देशाच्या प्रत्येक भागात नेमणुका आणि सवलती यांचा वर्षाव केला. गरिबी हटवण्याच्या कामाला त्यांनी स्वतःला वाहून घेतलं; पण अनेक वर्षांचा दुष्काळ, एक दुर्बल अर्थव्यवस्था आणि सगळीकडे होणाऱ्या धार्मिक दंगली यांच्या वातावरणात हे उद्दिष्ट साध्य करणं दुरापास्त होतं.

भारत एकसंध ठेवण्यासाठी इंदिरा गांधी झगडत होत्या. गुजरात, उत्तर प्रदेश आणि बिहार अशा महत्त्वाच्या राज्यांमध्ये हिंदू आणि मुसलमान यांच्यात रक्तपात होण्याची भीती त्यांना वाटत होती. हिंसाचार थांबवण्यासाठी केंद्र सरकारची सुरक्षा यंत्रणा आणि अगदी लष्करसुद्धा उपलब्ध असल्याचं स्मरण राज्य सरकारना करून देऊन त्या म्हणत, ''एखादं संकट निर्माण होण्यापूर्वीच केंद्रीय यंत्रणांना पाचारण केलं जाईल, नंतर नव्हे; अशी मला आशा आहे.''

देशाच्या ईशान्येला कोपऱ्यात असणाऱ्या नागालॅन्डमधल्या, मिझोराममधल्या किंवा पश्चिमेकडच्या काश्मीरमधल्या फुटीरतावादी उठावांना तोंड देण्याची जबाबदारी नव्या पंतप्रधानांवर होती. संघराज्यात्मक लोकशाही प्रणालीमुळे भारताची एकसंधता कायम असल्याच्या वास्तवाचा देशातले लोक गौरवाने उल्लेख करत असले, तरी काही प्रसंगी सरकारला कठोरपणे बळाचा वापर करावा लागत असे. मार्च १९६६मध्ये मिझो बंडखोरांनी भारतापासून स्वतंत्र होत असल्याची घोषणा केल्यानंतर परिस्थिती नियंत्रणात आणण्यासाठी इंदिरा गांधींनी तिथे पायदळ आणि हवाईदल रवाना केलं. भारतीय नागरिकांविरुद्ध भारतीय हवाई दलाचा वापर प्रथमच करण्यात येणार होता. क्रूर नागा दहशतवाद्यांनी सामान्य नागरिकांवर केलेल्या हल्ल्यांनंतर तिथला शांतता समझोता निकालात निघाला, आणि नागा बंडखोरांविरुद्ध कारवाई करण्यासाठी भारतीय सैनिक रवाना झाले.

इंदिरा गांधींना राजकीय नेत्यांनी सिंहासनावर बसवलं असलं, तरी १९६७ साली इंदिरा गांधींनी जनतेचा पहिला कौल जिंकला. लोकसभेच्या निवडणुकीत त्यांच्या काँग्रेस पक्षाला काठावरच बहुमत मिळालं असलं, तरी त्याचमुळे पक्षातल्या अनेक प्रतिस्पर्ध्यांचा काटा त्या काढू शकल्या. डावीकडे झुकलेल्या इंदिरा गांधी आणि त्यांचे भांडवलशाही स्पर्धक यांच्यातल्या जोरदार वादविवादानंतर १९६९ साली काँग्रेस पक्ष दोन गटांमध्ये विभागला गेला.

स्वतःच्या अधिकारांवर असलेल्या लोकशाही बंधनांचा काच इंदिरा गांधींना पूर्वीपासूनच जाणवायला लागला होता. ही जणू आगामी अणीबाणीची चाहूल होती. इंदिरा गांधी सर्वप्रथम पंतप्रधान झाल्या; तेव्हा त्या केवळ सनदी सेवा आणि त्यांचाच काँग्रेस पक्ष यांच्याबद्दलच साशंक नव्हत्या; तर मुळात संसदीय लोकशाहीबद्दलच त्यांच्या मनात शंका होती. अनियंत्रित भारतीय राजकीय प्रणालीमध्ये टप्प्याटप्प्याने बदल होत असत आणि दररोज हजारो तडजोडी कराव्या लागत. त्यामुळे इंदिरा गांधी अनेकदा संतापून जात असत. एकदा त्या म्हणाल्या, ''कधीकधी मला असं वाटतं की, देश स्वतंत्र होताना इथे फ्रान्ससारखी किंवा रशियासारखी खरीखुरी क्रांती घडायला हवी होती.'' मनमानीपणे आणि अतिशय

ढोबळ पद्धतीने सेन्सरशीपचं हत्यार चालवण्याचीही त्यांना सवय होती. वर उल्लेख केलेल्या काही बाबतींमध्ये रिचर्ड निक्सन आणि इंदिरा गांधी यांच्यात एक समान धागा होता. अर्थात, हे कबूल करणं या दोघांनाही रुचलं नसतं.

वादविवादप्रिय भारतीय

परमेश्वर नारायण (पी. एन.) हक्सर हे इंदिरा गांधी यांचे प्रमुख सल्लागार होते. तसंच त्यांचे प्रमुख सचिवही होते. पंतप्रधानांचं कार्यालय असलेल्या साउथ ब्लॉकमध्ये दररोज सकाळी आगमन होणाऱ्या आणि ज्यांची ब्रीफकेस उचलण्यासाठी कार्यालयीन शिपाईवर्ग लगबगीने धावपळ करत असे अशा वरिष्ठ अधिकाऱ्यांचे ते मेरुमणी होते. 'प्रमुख सचिव' असं त्यांच्या पदाचं वर्णन काहीसं दिशाभूल करणारं आहे. प्रत्यक्षात ते पंतप्रधानांचे प्रमुख कारभारी आणि परराष्ट्र धोरणविषयक सल्लागार होते. (किसिंजर एकदा म्हणाले होते, ''हक्सर कम्युनिस्ट असण्याची शक्यता आहे.'') निक्सन प्रशासनाबरोबर तुलना केली असती, तर हक्सर यांचं स्थान एच. आर. हाल्डेमन आणि किसिंजर यांच्या पदांच्या जबाबदाऱ्या एकत्र करून तयार झालं असतं. इतर कोणत्याही अधिकाऱ्यापेक्षा नवीन पंतप्रधानांबरोबर हक्सर यांचा अधिक थेट संपर्क यायचा आणि इंदिरा गांधींवर त्यांचा विलक्षण प्रभाव होता.

हक्सर यांना दिवास्वप्नं पाहण्याचा छंद होता आणि त्यांना बिछान्यात लोळणं आवडत असे; पण नंतरच्या काळात 'नैतिक जबाबदारी म्हणून किंवा कर्तव्याची भावना म्हणून' असेल, त्यांनी भरपूर काम करायला सुरुवात केल्याचं त्यांनी स्वतःच लिहून ठेवलं आहे. नेहरूंप्रमाणे हक्सरही एका नामवंत काश्मिरी पंडित परिवारातून आले होते. त्याचा लौकिक कायम ठेवण्यासाठी ते नेहमीच प्रयत्नशील असत. स्वतःची प्रत्येक कृती परिपूर्ण असावी, असा ध्यास त्यांनी घेतला होता. तसंच कोणत्याही प्रकारे स्वतःचा अवमान होऊ नये, याचं त्यांच्यावर दडपण असे. याची कारणमीमांसा करताना ते म्हणतात, ''आमचा परिवार लाचखोरीला बळी पडणार नाही, खरेदी करता येणार नाही किंवा कुणाहीसमोर मिंधेपणा पत्करणार नाही असं लहानपणापासून कानांवर सतत आदळत असल्यामुळे हे घडलं असावं. हा आमच्या घराण्याचा वारसा होता. गुरुत्वाकर्षण जसं आपलं शरीर तोलून धरतं, तशा या पुराणकथा आपल्या मनात कोरल्या जातात.''

गणित आणि इतिहास या विषयांमध्ये पदवी प्राप्त करणारे हक्सर अत्यंत अभ्यासू वकील म्हणून पुढे आले. त्यांचं शिक्षण अलाहाबादमध्ये आणि 'लंडन स्कूल ऑफ इकॉनॉमिक्स' इथे झालं होतं. त्यांचे एक चुलते ब्रिटिश साम्राज्यात

जयपूर संस्थानाचे पंतप्रधान होते. त्यांची पार्श्वभूमी अशी खानदानी होती. हे चुलते दुपारच्या चहाबरोबर खायच्या केकना 'युनियन जॅक' या ब्रिटिश ध्वजाचे रंग देत असत; पण हक्सर यांचं संगोपन राजकीय उलथापालथीच्या वातावरणात झालं होतं. महात्मा गांधी आणि जवाहरलाल नेहरू यांच्या लढ्याची चर्चा त्यांच्या सभोवती चालत असे. ''इंग्लंड हा बदमाशांचा देश आहे.'' असं त्यांची आई त्यांना म्हणत असे. ''आमच्या क्षितिजावर गांधीजींचा उदय झाला आणि वाढता-वाढता ते एवढे मोठे झाले की, त्यांनी आमचं संपूर्ण अवकाश व्यापून टाकलं.'' तरुणपणी काहीतरी अचाट कृत्य करण्याच्या स्वप्नाने भारलेले हक्सर स्वतंत्र भारताकडून आशा बाळगून होते.

'फाळणीमुळे क्लेश' झालेल्या हक्सर यांनी स्वतःचं जीवन नेहरू कुटुंबाशी जोडून घेतलं. त्याचा त्यांना भरघोस लाभही झाला. त्यांच्या बालपणी ते इंदिरा गांधींना भेटले होते. हक्सरच्या आठवणीनुसार, नोकराच्या खांद्यावर बसलेली ही चिमुकली मुलगी त्यांच्या नागपूरच्या घरी आली होती; तेव्हा नेहरूसारख्या मोठ्या नेत्याचं हे एकमेव अपत्य असल्याचं सर्वांना अगत्याने सांगण्यात आलं होतं. ''माझी आई तिची विचारपूस करत असताना इंदिराचे डोळे विस्फारत तेजस्वी होत गेले.'' अशी आठवण हक्सर यांनी नोंदवून ठेवली आहे. हक्सर यांच्या राजनैतिक कार्यातल्या कुशलतेची प्रशंसा करून भारताच्या नव्याने स्थापन झालेल्या परराष्ट्र सेवेत त्यांनी दाखल व्हावं म्हणून नेहरूंनी स्वतः त्यांना प्रोत्साहन दिलं.

बाकदार नाक आणि केसाळ भुवया असणारे हक्सर एक अस्सल सनदी अधिकारी अधिक आणि राजकारणी कमी होते. त्यांनी परराष्ट्र मंत्रालयासाठी नायजेरिया, ऑस्ट्रिया आणि ब्रिटन या ठिकाणी सरकारी सेवा बजावली होती. त्यांच्या ब्रिटनमधल्या नियुक्तीमुळे त्यांच्या बढतीला वेग आला. त्या काळात इंदिरा गांधी ऑक्सफर्डमध्ये शिकायला होत्या. तिथे त्यांचा एकमेकांशी परिचय झाला. नेहरू कुटुंबावर असलेली हक्सर यांची निष्ठा या परिचयामुळे अलगद इंदिरा गांधींकडे सरकली.

इंदिरा गांधी यांचं राजकीय तत्त्वज्ञान विचारमंथनातून विकसित झालेलं नव्हतं. ती गरज हक्सर यांनी पूर्ण केली. त्यांनी इंदिरा गांधींना लोकशाहीच्या राजकारणाचे धडे दिले. हक्सरच्या विचारांमध्ये कधीमधी नेहरूंच्या विचारांच्या प्रतिबिंबाचा भास होत असे. विद्यमान निधर्मी लोकशाही प्रणालीच्या मर्यादेत गरिबीविरुद्धच्या लढ्यासाठी प्रयत्न करण्याची हक्सर यांची इच्छा होती. अल्पसंख्याकांचे अधिकार, अभिव्यक्ती-स्वातंत्र्याशी बांधिलकी, संघटन-स्वातंत्र्य आणि उपासना-स्वातंत्र्य या तत्त्वांच्या संदर्भात प्रत्येक भारतीय नागरिकाला काही

अधिकार असावेत; यासाठी त्यांनी उदारमतवादी धोरणाचा पुरस्कार केला होता.

किसिंजर यांच्याप्रमाणेच हक्सरही प्रज्ञावंत, नर्मविनोदी, शब्दांचा फुलोरा मांडणारे, अहंकारी, तीक्ष्णभाषी; तसेच द्रष्टेही होते. ज्यांना तातडीने एखादं धोरण हवं असे आणि ज्यांना बौद्धिक वादविवादाची फारशी आवड नसे असे लोक यामुळे अनेकदा कावून जात. हक्सर यांनी परराष्ट्र धोरणविषयक सत्ता स्वतःच्या कार्यालयात केंद्रित केली आणि त्यापासून परराष्ट्रमंत्र्यांना दूर ठेवलं. खरा शक्तिमान कोण होता, हे या मंत्र्यांना फार उशिरा समजत असे. स्वतःच्या हाताखालच्या कर्मचाऱ्यांबरोबर निर्दयीपणाने वागू शकणारे हक्सर स्वतःचं पंतप्रधानांबरोबरचं नातं अनुकूल राहावं यासाठी नेहमीच प्रयत्नशील असत.

हक्सर यांच्या नेतृत्वाखाली पंतप्रधानांच्या सचिवालयाचा दरारा संपूर्ण सरकारी यंत्रणेवर निर्माण झाला. स्वतःच्या ज्येष्ठ सहकाऱ्यांबरोबर हक्सर नेहमीच मैत्रीपूर्ण वागत असत आणि या अधिकाऱ्यांना त्यांच्याशी कधीही संपर्क साधणं शक्य असे. ऊर्जा आणि आत्मविश्वास यांच्या संयोगातून निर्माण झालेल्या सक्षमतेने ते पंतप्रधानांचं पथक हाताळत असत. मात्र ''ते फार प्रवचनबाजी करत.'' अशी आठवण त्यांच्या एका ज्येष्ठ साहाय्यकाने सांगितली आहे. व्हिएन्नात आणि त्यानंतरही, हक्सर यांच्या एक कनिष्ठ कर्मचारी म्हणून काम करणाऱ्या अरुंधती घोष उतारवयात हक्सर यांची दृष्टी गेल्यानंतर त्यांच्यासाठी वाचन करत असत. त्या सांगतात, ''हक्सर यांची विनोदबुद्धी औपरोधिक होती. त्यांचं वाचन चौफेर होतं. ते फारच प्रेमळ होते.'' त्यांचा सर्वव्यापी प्रभाव, पंतप्रधान कार्यालयातली संपूर्ण सत्ता आणि भारताच्या परराष्ट्र धोरणाच्या आखणीत त्यांची मार्गदर्शक भूमिका यांच्याही अनेक आठवणी घोष सांगतात.

नेहरूंच्या अलिप्ततेच्या उदात्त संकल्पनेनुसार शीतयुद्धातल्या परस्परविरोधी महाशक्तींपासून भारताला सावधपणे दूर राहायचं होतं, पण या सर्व राजकारणात हक्सर सहभागी होते आणि सोव्हिएत बाजूचे कट्टर समर्थक होते. हक्सर देशात आणि देशाबाहेरही वामपंथी होते. इतर भारतीय अधिकाऱ्यांना चिंता वाटेल एवढ्या उघडपणे ते सोव्हिएत राष्ट्राकडे झुकले होते. हक्सर यांच्याप्रमाणे इंदिरा गांधींचे इतरही काही सल्लागार आघाडीचे सोव्हिएतवादी होते. हे सर्व इंदिरा गांधींप्रमाणेच काश्मिरी ब्राह्मण होते. लवकरच या सर्वांची संभावना 'काश्मिरी माफिया' म्हणून करण्यात यायला लागली. स्वतःची डावी मानसिकता हक्सर यांनी कधीच दडवून ठेवली नसली, तरी स्वतःच्या कनिष्ठांवर हे डावेपण त्यांनी कधी लादलंही नसल्याचं सांगून घोष म्हणतात, ''त्यांच्या प्रत्येक कथनातून किंवा कृतीतून त्यांचे डावे विचार स्पष्ट होत असत.''

इंदिरा गांधी हक्सर यांच्याएवढ्या सोव्हिएतवादी नसल्या, तरी त्या अमेरिकेबद्दल पूर्वीच सावध झाल्या होत्या. भारताच्या पंतप्रधान म्हणून १९६६ साली अमेरिकेला दिलेल्या पहिल्या भेटीत राष्ट्राध्यक्ष लिंडन जॉन्सन यांच्याबरोबर त्यांचं उत्तम जुळलं. भारत आणि पाकिस्तान यांच्यातल्या १९६५च्या युद्धात भारतासाठी बंद झालेली अमेरिकेची आर्थिक मदत जॉन्सन यांनी पुन्हा सुरू करावी म्हणून त्यांनी प्रयत्न केले होते; पण भारतीय रुपयाचं अवमूल्यन आणि नंतर मध्यपूर्व तसंच व्हिएतनाममधलं युद्ध या मुद्द्यांवरून त्यांचे वाद झाले. अन्नधान्याची मदत राजकीय हत्यार म्हणून वापरण्याच्या जॉन्सन यांच्या प्रयत्नांमुळे आणि इतर अमेरिकी अधिकाऱ्यांनी झोडलेल्या प्रवचनांमुळे इंदिरा गांधी संतापल्या. १९६६मध्ये भारतात दुष्काळ असूनही अमेरिकेकडून भारताला धान्यस्वरूपात मिळणारी मदत संथ गतीने येत असल्याबद्दल त्या नाराज झाल्या होत्या. दरम्यान, हक्सर यांनी त्यांना सोव्हिएत रशियाच्या दिशेने अधिकाधिक ढकललं. भारतीय लष्कर सामर्थ्यवान करण्यासाठी, अधिकाधिक सोव्हिएत शस्त्रास्त्रं मिळवण्यासाठी इंदिरा गांधींनी प्रयत्न केले. १९६८ साली सोव्हिएत संघराज्याने चेकोस्लोव्हाकियावर आक्रमण केलं, तेव्हा चेक-उदारमतवाद्यांविरुद्धच्या बेफाम दमनचक्राचा निषेध करणाऱ्या संयुक्त राष्ट्रसंघाच्या ठरावाला पाठिंबा देण्यासाठी भारताने नकार दिला. भारतीय संरक्षण उद्योगाचं संगोपन करण्यासाठी, तसंच देशाच्या औद्योगिकीकरणासाठी मिळत असलेल्या सोव्हिएत साहाय्याबद्दल इंदिरा गांधी सरकार कृतज्ञ होतं. अरुंधती घोष म्हणतात, ''प्रामुख्याने हक्सर यांच्या प्रभावामुळे सरकारला अमेरिकेबद्दल अविश्वास होता आणि अमेरिकेचाही आमच्यावर विश्वास नव्हता.''

याच कारणामुळे निक्सन प्रशासन हक्सर यांचा तिरस्कार करत असे. त्यांचं नाव काढताच सॅम्युएल हॉस्किन्सन याच्या अंगावर काटा उभा राहतो, ''त्यांचं नाव आलं की कटू स्मृती जाग्या होतात. हक्सर म्हणजे अतिडावीकडे झुकलेले आणि ज्यांच्याबरोबर कोणतीही चर्चा करणं अवघड होतं, असे एक अहंकारी ब्राह्मण होते. त्यांना कायम स्वतःचंच वर्चस्व हवं असे. याला चर्चा म्हणत नाहीत. ते नुसते वाग्बाण सोडत असत.'' हक्सरचं सोव्हिएतकडे झुकलेलं राजकारणही हॉस्किन्सनना बिलकूल पसंत नव्हतं, ''ते खूपच डावीकडे झुकले होते. कदाचित ते कम्युनिस्टही असावेत.'' (हक्सर प्रत्यक्षात कम्युनिस्ट नव्हते.) 'हक्सर रशियाच्या नियंत्रणाखाली असावेत; ते केजीबीचे हस्तक असावेत.' असं काही अमेरिकी अधिकाऱ्यांना वाटत होतं. मात्र हॉस्किन्सन याबाबत साशंक होते.

इंदिरा गांधी यांच्या सत्तेला त्यांच्या पक्षाच्या म्हणजे काँग्रेसच्या संसदेतल्या

अपुऱ्या संख्याबळामुळे मर्यादा पडल्या होत्या. संख्याबळासाठी काँग्रेसला समाजवादी पक्षावर आणि डाव्या पक्षांवर अवलंबून राहावं लागत असल्याने इंदिरा गांधींची बाजू काहीशी कमकुवत होती, आणि तेव्हाच त्यांचे पक्षांतर्गत उजवे शत्रू त्यांच्याविरुद्ध कारस्थानं करत होते. विरोधाबाबत किंवा विरोधकांबाबत इंदिरा गांधी फारशा सहिष्णू नव्हत्या. स्वतःच्या लोकप्रियतेचा लाभ घेऊन १९७० च्या डिसेंबरमध्ये इंदिरा गांधींनी लोकशाहीतला एक धाडसी निर्णय घेतला – त्यांनी मध्यवर्ती निवडणूक जाहीर केली.

लोकसभा विसर्जित करण्यात आली आणि देशात निवडणुकीचं वातावरण तापायला लागलं. ही जगातली सर्वांत मोठी निवडणूक ठरली. या निवडणुकीत १५ कोटींपेक्षा जास्त लोकांनी मतदान केलं. या निवडणुकीच्या माध्यमातून इंदिरा गांधींनी स्वतःची संपूर्ण राजकीय कारकिर्द पणाला लावली.

भारतात युगानुयुगे चालत आलेलं दारिद्र्य समाप्त करण्याच्या लोकप्रिय कार्यक्रमाचा आधार घेऊन त्यांनी प्रचार केला. त्यांचे विरोधक 'इंदिरा हटाओ' ही घोषणा घेऊन निवडणुकीत उतरले, तेव्हा त्यांना प्रत्युत्तर म्हणून इंदिरा गांधींनी 'गरिबी हटाओ' ही घोषणा दिली. ही घोषणा पुढे पुष्कळ प्रसिद्ध पावली. इंदिरा गांधींनी निवडणूक-प्रचारासाठी तहान, भूक आणि झोप विसरून देशभरात ३७५ जाहीर सभा घेतल्या. प्रचाराच्या ४३ दिवसांच्या अवधीत एक कोटी तीस लाख लोकांसमोर भाषणं केल्याचा दावा नंतर त्यांनी केला. त्यांच्या प्रत्येक सभेत किमान लाखभर तरी लोक असल्याची बढाईसुद्धा त्यांनी मारली. बेरोजगारी दूर करण्याची, शेतकऱ्यांना आणि दुकानदारांना मदत करण्याची, तसंच लोकांच्या रागाचा विषय बनलेल्या शासकीय यंत्रणेला जागेवर आणण्याची आश्वासनं त्यांनी लोकांच्या गळी उतरवली.

ही युक्ती यशस्वी ठरली. इंदिरा गांधींना आणि त्यांच्या पक्षाला लोकसभेत प्रचंड बहुमत मिळालं. काँग्रेस पक्षाचं विभाजन झाल्यानंतर इंदिरा गांधींचा पक्ष काँग्रेस (आय) म्हणून ओळखला जायला लागला होता. आता या पक्षाने लोकसभेत दोन तृतीयांश बहुमत मिळवलं होतं. हा विजय म्हणजे इंदिरा गांधींनी केलेल्या प्रचाराचंच फळ असल्याने त्यांचं स्थान अतिशय भक्कम झालं होतं. त्यांच्या मंत्रीमंडळात परराष्ट्रमंत्री म्हणून काम केलेल्या सरदार स्वर्ण सिंग यांनी 'इंदिरा झंझावात' असं या निवडणुकीचं वर्णन केलं. यामुळे 'न्यू यार्क टाइम्सचा' प्रतिनिधी सिडनी शेनबर्ग प्रभावित झाला. टाइम्सच्या वृत्तसेवेचा प्रमुख म्हणून दिल्लीत काम करणारा शेनबर्ग भारतावर प्रेम करायला लागला होता. तो म्हणाला, "भारतासमोरच्या समस्या भीषण आहेत; पण हे एक लोकशाही राष्ट्र आहे.

मतपेटीच्या मार्गे नालायक लोकप्रतिनिधींना लोक भिरकावून देतात.''

गरिबीविरुद्धच्या लढ्याचं भांडवल करून निवडणूक जिंकणाऱ्या इंदिरा गांधींकडून असणाऱ्या अपेक्षा आता वाढल्या होत्या; पण त्या वेळी गरिबी दूर करण्यापेक्षाही पाकिस्तानमधल्या संकटांमुळे निर्माण झालेल्या प्राप्त परिस्थितीला तोंड देणं अधिक तातडीचं ठरलं होतं. याबाबत त्या म्हणाल्या, ''वेगवान आर्थिक प्रगती करण्यासाठी आणि हजारो वर्षं छळत असलेल्या गरिबीवर हल्ला करण्यासाठी भारत देश तयार झाला होता. ही कामगिरी पार पाडण्याच्या बेतात आम्ही असतानाच एक नवी विकराळ समस्या निर्माण झाली. मात्र ती निर्माण होण्यात आमचा काहीही हात नव्हता.''

पूर्व बंगालमधला कारभार करताना पाकिस्तानला येणाऱ्या समस्या पाहून कदाचित गांधी सरकारला हर्षवायू होऊ शकला असता, पण त्याच वेळी पश्चिम बंगाल या स्वतःच्याच राज्यातल्या परिस्थितीवर पकड राखण्यात अनेक अडचणी येत असल्याची बोचरी जाणीव भारत सरकारला होती.

मार्क्सवादी आणि माओवादी आंदोलनांना ऊत आलेला पश्चिम बंगाल नक्षलवादी चळवळीचं जन्मस्थान म्हणून कुप्रसिद्ध होता. त्या राज्यातल्या नक्षलवाद्यांच्या आणि क्रांतिकारकांच्या हिंसाचाराची हक्सर घृणा करत. चीन समर्थित हिंसक नक्षलींच्या कारवायांमुळे चिंतित झालेल्या इंदिरा गांधी सरकारला कम्युनिस्ट सशस्त्र उठाव करून देशाच्या काही भागाचा ताबा घेण्याचं भय वाटत होतं. नक्षली आणि त्यांचं स्फूर्तिस्थान असणारा मार्क्सवादी कम्युनिस्ट पक्ष अशा दोघांवर नियंत्रण मिळवण्यासाठी इंदिरा गांधी आणि त्यांचे मित्र पक्ष धडपडत होते. एका पत्रकाराने त्या काळात केलेल्या नोंदीनुसार, 'कलकत्त्यात माओवादी प्रचारसाहित्याचा महापूर आला आहे. माओ त्से तुंग, लिऊ शाओ चि, मार्क्स आणि लेनिन... सगळं शहर लाल झालं आहे.''

तेव्हा मेजर जनरल असणारे जेकब फर्ज राफेल जेकब पायदळाच्या पूर्व कमानीचे प्रमुख होते. ते म्हणतात, ''पश्चिम बंगालमध्ये आम्ही ऑक्टोबर १९६९ ते १९७१च्या मध्यापर्यंत नक्षली उठावाचं कंबरडं मोडून टाकलं. या कामगिरीचा आदेश मला श्रीमती इंदिरा गांधींनी दिला होता.'' निश्चित आरोप ठेवून किंवा नंतर कुप्रसिद्ध झालेल्या प्रतिबंधात्मक स्थानबद्धता कायद्याखाली लोकांना तुरुंगात डांबण्यात येत होतं. पश्चिम बंगालमध्ये सुमारे १०,००० तरुण तुरुंगात होते, तर लाखापेक्षा जास्त राजकीय कार्यकर्त्यांवर वेगवेगळ्या गुन्ह्यांचे आरोप ठेवण्यात आले होते. सुव्यवस्था राखण्यासाठी राज्यात भारतीय लष्कर तैनात करण्याची मागणी पश्चिम बंगाल शासनाने केली होती. त्याला प्रतिसाद म्हणून इंदिरा गांधींच्या

सरकारने मोठ्या प्रमाणात सैनिक आणि अर्धलष्करी दलं यांना धाडलं होतं. यांमध्ये इतर राज्यांमधले पोलीस, सीमासुरक्षा दलाचे जवान आणि भारतीय पायदळाच्या जवळपास दोन डिव्हिजन्स यांचा समावेश होता.

'निवडणुकीत लक्षणीय यश संपादन करणाऱ्या कम्युनिस्टांकडे राज्याची सूत्रं सोपवल्यानंतर ते काय करतील आणि याउलट त्यांना सत्ता दिली नाही, तर ते सार्वत्रिक हिंसक असंतोष भडकवतील.' अशी भीती नेमस्त राजकीय नेत्यांना वाटत होती. पश्चिम बंगालच्या राज्यपालांनी 'कायदा आणि सुव्यवस्था प्रस्थापित करण्याचं कर्तव्य कटू ठरू शकतं.' असं इंदिरा गांधींना कळवलं होतं. या म्हणण्याला एक प्रकारे दुजोरा देत भारताच्या अमेरिकेतल्या राजदूताने मान्य केलं, ''पूर्व भारतात आमच्यासमोर असणाऱ्या वेगवेगळ्या समस्यांचा विचार करता, पूर्व बंगालमध्ये अशांतता निर्माण व्हावी अशी आमची बिलकूल इच्छा नाही.''

पाकिस्तानमधलं मतदान

पाकिस्तानमधल्या लोकशाहीच्या अनोख्या प्रयोगामुळे भारत उत्तेजित झाला होता. लोकशाहीची पाळंमुळं खोल गेलेली असलेल्या भारताच्या हृदयाची एक तार डिसेंबर १९७० मधल्या पाकिस्तानच्या निवडणुकांमुळे छेडली गेली होती.

मतदारांनी पाकिस्तानी लष्कराला धूळ चारल्याचा आनंद भारतीयांनी साजरा केला. पाकिस्तानच्या स्थापनेमागच्या 'इस्लामी राष्ट्र' या संकल्पनेला मतदारांनी नाकारल्याची हर्षमय भावना अनेक बुद्धिजीवी भारतीयांनी बोलून दाखवली. पाकिस्तानचे दोन खंड एकसंध ठेवण्यासाठी ही संकल्पना पुरेशी नसल्याचं त्यांचं मत होतं. एक ज्येष्ठ भारतीय राजनैतिक अधिकारी जगत मेहता यांनी लिहिलं, 'शेख मुजीब यांचा पूर्व बंगालमधला दणदणीत विजय अपेक्षेनुसार होता. हे दोन खंड सांस्कृतिकदृष्ट्या अत्यंत भिन्न होते. काळाच्या उदरातच पाकिस्तानच्या विभाजनाचं बीज दडलेलं होतं.'

भारताबरोबर मैत्री व्हावी यासाठी, तसंच काश्मीर प्रश्न शांततेने सोडवण्याचं आवाहन मुजीब यांनी केल्याचं ऐकून भारताला आनंद झाला. पाकिस्तानमध्ये लोकशाही आली असती, तर दोन्ही देशांमध्ये शांतता नांदली असती आणि विशेषतः भारताबद्दल स्नेहभाव असणाऱ्या अवामी लीगला इस्लामाबादमध्ये सरकार स्थापणं शक्य झालं असतं, तर शांततेची ही संभाव्यता आणखी वाढण्यासाठी भारतीय जनतेला आशा होती. पाकिस्तान खरोखर लोकशाही राष्ट्र झालं असतं, तर त्याचे भारताबरोबरचे लष्करी संघर्ष आधिक्याने कमी होत गेले असते, असा निष्कर्ष रिसर्च अ‍ॅन्ड अ‍ॅनॅलिसिस विंग म्हणजेच 'रॉ' या भारतीय गुप्तचर यंत्रणेने

काढला होता.

मात्र प्रत्येक जण असा वाहवत गेला नाही. 'अपमानित झालेलं पाकिस्तानी लष्कर भारतावर प्रहार करेल.' अशी चिंता व्यक्त करून इंदिरा गांधींना पाठवलेल्या पत्रात हक्सर म्हणतात, 'पाकिस्तानच्या हेतूंबद्दल मी दीर्घ काळापासून अस्वस्थ आहे. अवामी लीगच्या प्रचंड विजयानंतर पाकिस्तानच्या अंतर्गत समस्या आणखीनच गंभीर बनल्या आहेत. परिणामी, त्यांची उत्तरं शोधण्यासाठी स्वतःच्या सीमेबाहेर काही धाडसी कृत्यं करण्याचा मोह पाकिस्तानला होण्याची शक्यता वाढली आहे.' तिन्ही लष्करप्रमुखांची आणि संरक्षणमंत्र्यांची एक बैठक गुप्तपणे आयोजित करून या बैठकीत 'पाकिस्तानची तयारी आणि भारताचा प्रतिसाद याबाबतचं वास्तव मूल्यमापन' करण्यात येण्याविषयी त्यांनी इंदिरा गांधींना सुचवलं. या वेळी ''पंतप्रधानांना वाटत असलेल्या चिंतेबद्दलही त्या बोलू शकतील.'' असं सुचवून ते म्हणाले, ''आपल्या लष्करी क्षमतेत अनेक कच्चे दुवे आहेत अशी माझी भावना आहे.''

भारतीय गुप्तचरही असेच अस्वस्थ होते. 'रॉ' ही यंत्रणा केवळ इंदिरा गांधींच्या कार्यालयाला उत्तरदायी होती. रामनाथ काव हे काश्मिरी ब्राह्मण तिचे प्रमुख होते. 'स्वतःच्या यंत्रणेचा लौकिक झळाळून निघावा.' याची त्यांना घाई होती. पाकिस्तानच्या लष्करी सामर्थ्यात काही वर्षांमध्ये झालेली लक्षणीय वाढ चिंतनीय असल्याचा इशारा एका अतिगोपनीय अहवालाद्वारे त्यांनी इंदिरा सरकारला दिला. पाकिस्तानकडून काश्मीरमध्ये एखाद्या 'हिंसक आंदोलनाला' आणि घातपाताला खतपाणी घातलं जाण्याची शक्यता असल्याचंही त्यांनी या अहवालाद्वारे अधोरेखित केलं. चीनच्या पाठिंब्याने पाकिस्तान भारतावर हल्ला करण्याचा धोका रास्त असल्याचा इशारा 'रॉ'ने इंदिरा सरकारला दिला. 'लष्करी कायदा मागे न घेण्याचं समर्थन करण्यासाठी आणि पाकिस्तानमधल्या अंतर्गत राजकीय समस्यांवरून लोकांचं लक्ष उडवण्यासाठी' भारताविरुद्ध लष्करी मोहीम उघडण्याचा मोह याह्या यांना होण्याची शक्यता असल्याची चिंता हक्सर यांच्याप्रमाणेच 'रॉलाही' वाटत होती.

मात्र मुजीब आणि भुट्टो यांच्यात बहुधा काहीतरी समझोता होण्याची आणि पाकिस्तानमध्ये संकट निर्माण होऊ नये म्हणून किंवा लष्करी कारवाई होऊ नये म्हणून त्यांच्याकडून काळजी घेतली जाण्याची खात्री 'रॉ'ला होती. त्याचप्रमाणे ढाक्यातून येणारे अहवाल वाचून याह्या आणि मुजीब यांच्यात समझोता होण्यासाठी हालचाल चालू असल्याचा पंतप्रधानांच्या सचिवालयाचा समज झाला होता, अशी आठवण इंदिरा गांधींच्या एका निकटवर्तीयाने बोलून दाखवली. निर्दयी लेफ्टनंट

जनरल टिका खान यांची नेमणूकही केवळ देखावा म्हणून करण्यात आली होती.

हक्सर यांनी मात्र वाइटातल्या वाइटाला तोंड देण्याची तयारी शांतपणाने सुरू केली. पाकिस्तानने मिळवलेल्या नव्या हल्लेखोर क्षमतेमुळे सचिंत झालेल्या हक्सरनी सांगितलं, ''आपल्या गरजाही अत्यंत तातडीच्या आहेत.'' निक्सन यांनी पाकिस्तानला पुन्हा शस्त्रविक्री सुरू केल्याने भारतानेही सोव्हिएत संघराज्याकडे बॉम्बफेकी विमानं, चिलखती गाड्या, दारूगोळा, सॅम क्षेपणास्त्रं आणि रडार यंत्रणा यांची मोठी मागणी केली. मॉस्कोतल्या भारतीय राजदूताला हक्सरनी बजावलं होतं, ''आपल्या शस्त्रपुरवठ्याचा हा एकमेव स्रोत आहे.''

ढाक्यातल्या भारतीय राजनैतिक अधिकाऱ्यांनी त्यांची सहानुभूती कोणत्या बाजूला होती, हे लपवण्याचा प्रयत्न अजिबात केला नाही. बंगाली मोठ्या प्रमाणावर एकत्र येत असल्याचे अहवाल या अधिकाऱ्यांनी तत्परतेने पाठवले. शेख मुजीब यांनी ढाका रेसकोर्सवर दहा लाख लोकांच्या सभेत केलेलं भाषण आणि रवींद्रनाथ टागोर यांचं 'आमार सोनार बांगला' हे राष्ट्रीय भावना चेतवणारं गीत यांचा उल्लेख करून ज्येष्ठ भारतीय अधिकाऱ्यांनी 'लोकमानसात बंगाली राष्ट्रीयत्व खोलवर गेलं आहे.' असा अहवाल पाठवला.

मुजीब यांच्याबरोबर घटनात्मक वाटाघाटी करण्यासाठी याह्या खान ढाक्यात पोहोचले आणि या बैठकीकडे भारत सरकार आशेने पाहायला लागलं. मुजीब यांच्या पूर्व पाकिस्तानसाठीच्या स्वायत्ततेच्या आवाहनामुळे पाकिस्तानच्या अखंडतेवर घाला पडत असल्याच्या जाणिवेने ढाक्यातल्या भारतीय उपदूतावासातला मुख्य राजनैतिक अधिकारी चिंताक्रांत झाला होता. पाकिस्तानमधल्या सत्ताधारिवर्गाची कारस्थानं जनतेच्या लोकशाही भावना चिरडून टाकण्याच्या प्रयत्नात असल्याचा अनिष्टसूचक इशारा मुजीब यांनी दिला. ते म्हणाले, ''पण हे लोक आगीशी खेळत आहेत. आमची जनता जागृत झाली आहे आणि ती कोणत्याही कारस्थानाचा प्रतिकार करेल.''

भुट्टो हे कट्टर भारतद्वेष्टे होते. भारतीय राजनैतिक अधिकारी खासगी चर्चेत त्यांच्यावर अतोनात द्वेषपूर्ण टीका करत. पाकिस्तानमधल्या लोकशाहीबाबतच्या भारतामधल्या उत्साहाच्या लाटेत भारतीयांकडून भुट्टो यांच्या यशाची फारशी दखल घेतली गेली नव्हती. कराचीमधल्या भारतीय उपदूतावासाने पाठवलेल्या अहवालात असा तुच्छतापूर्ण उल्लेख केलेला होता – 'भुट्टो यांनी घोषणाबाजी करून आणि नाटकबाजीच्या माध्यमातून हे यश मिळवलं आहे.' घटनात्मक चर्चेला अडसर घातल्याचा ठपका भारतीय अधिकारी भुट्टो यांच्यावर ठेवत. अवामी लीगविरुद्ध लष्करी कारवाई करण्याकरता चिथावणी देण्यासाठी भुट्टो थेट जबाबदार असल्याचा

आरोप इस्लामाबादमधल्या एका ज्येष्ठ भारतीय मुत्सद्द्याने केला होता. इंदिरा गांधींचा आणखी एक वरिष्ठ सहकारी म्हणाला, ''या निष्ठुर लष्करी कारवाईला भुट्टो यांची मान्यता होती.''

या वाटाघाटींच्या दरम्यान ३० जानेवारीला भारताला एका भीषण दहशतवादी प्रसंगाचा सामना करावा लागला. दोन फुटीरतावादी काश्मिरी भारतीय तरुणांनी इंडियन एअरलाइन्सच्या विमानाचं श्रीनगरमधून अपहरण करून ते लाहोरला नेलं आणि उडवून दिलं. या घटनेत कुणीही जखमी झालं नसलं, तरी हे हवाई चाचे पाकिस्तानचे हस्तक असल्याचा ग्रह संतप्त भारत सरकारने करून घेतला. या कृत्याला सणसणीत प्रत्युत्तर म्हणून इंदिरा गांधी सरकारने पाकिस्तानच्या लष्करी आणि नागरी विमानांच्या उड्डाणांना भारतीय प्रदेशावरून जाण्यास बंदी घातली. त्यामुळे पाकिस्तानला स्वतःच्या दोन खंडांमधलं दळणवळण चालू ठेवणं दुरापास्त झालं. (ही बंदी घालता यावी यासाठी भारतानेच हे विमान-अपहरण घडवून आणल्याचा आरोप याह्या खान यांनी केला.) पश्चिम पाकिस्तानमधल्या राजकीय नेत्यांनी भारताचा धिक्कार केला, तर भुट्टो यांनी या दोन काश्मिरी तरुणांची मित्रत्वाने प्रेमपूर्वक भेट घेतली. मात्र पूर्व पाकिस्तानमध्ये मुजीब यांनी विमानाचा नाश करण्याच्या कृतीवर लगोलग ताशेरे ओढले, तर काश्मीरबरोबर फारसं देणंघेणं नसलेल्या बंगाली जनतेने दहशतवाद्यांचा निषेध केला. पूर्व पाकिस्तानमध्ये यदाकदाचित बंगाली नेतृत्वाखाली सरकार स्थापन झालंच असतं, तर त्याचे भारताबरोबरचे संबंध कसे राहू शकले असते, याची एक लोभस झलक भारताने या निमित्ताने पाहिली.

पाकिस्तानमधले प्रमुख नेते आपसांत तडजोड करणार असल्याची 'रॉची' भविष्यवाणी फाजील आशावादी ठरली. केंद्रीय कायदेमंडळात बहुमत लाभलं असल्याने पाकिस्तानसाठी नवी घटना लिहिण्याचा अधिकार प्राप्त झाला असून पूर्व पाकिस्तानसाठी स्वायत्ततासुद्धा देता येण्याचा आग्रह मुजीब यांनी धरला, पण भुट्टो यांनी त्यांची ताठर भूमिका कायम ठेवल्याचं मार्चच्या सुरुवातीला स्पष्ट झाल्याने त्यांनी त्यांच्या 'सुपरिचित भारतविरोधी भूमिकेचीच पुनरावृत्ती' केल्याची सखेद नोंद भारतीय अधिकाऱ्यांनी केली.

टोकाची भूमिका घेणारे याह्या खान यांचे सहकारी त्यांच्यावर अधिकाधिक दबाव टाकत असल्याचा इशारा इस्लामाबादमधल्या भारतीय मुत्सद्द्यांनी दिला. 'पूर्व पाकिस्तानला बहुमत मिळूनही त्याला देशाच्या कारभारात सहभागी होण्याची संधी न देण्याची लष्कराची आणि पंजाबी प्रभावाखालच्या पश्चिम पाकिस्तानमधल्या यंत्रणेची २३ वर्षांपासूनची जुनी खेळी पुन्हा सुरू झाली आहे.' अशी नोंद एका

भारतीय अधिकाऱ्याने केली. बंगाली जसजसा निषेध प्रकट करू लागले, तसतशी शेकडो नागरिकांची कत्तल व्हायला किंवा ते जखमी व्हायला सुरुवात झाल्याचा भयसूचक अहवाल ढाक्यातल्या भारतीय मुत्सद्द्यांनी पाठवला. ''निर्वाचित प्रतिनिधी घटनेची रचना करण्याचा खेळ करत असले, तरी देशाचं लष्कर त्यांच्यापेक्षा श्रेष्ठ आहे.'' असं विधान याह्या खान यांनी केलं असलं, तरी त्याचा तुच्छतेने परामर्ष घेऊन भारतीय अधिकारी म्हणाले, 'या विधानाला लॅटिन अमेरिकेतल्या हुकूमशाहीचा दर्प येतो.'

भारत सरकार सर्वार्थाने मुजीब यांच्या मागे होतं. ढाक्यातल्या प्रमुख भारतीय राजनैतिक अधिकाऱ्याने पाठवलेल्या, प्रशंसेने ओथंबलेल्या अहवालानुसार – 'मुजीब यांची घटनात्मक कार्यप्रणाली, लोकशाही प्रक्रियेवरची त्यांची निष्ठा, पश्चिमी पाकिस्तानी नेत्यांबरोबरच्या त्यांच्या चर्चा आणि स्वतःच्या बांधिलकीच्या मर्यादेत समझोता करण्याची त्यांची तयारी यांमुळे राष्ट्राध्यक्ष याह्या खान आणि पश्चिमी पाकिस्तानी जनता यांच्यावर अनुकूल प्रभाव पडण्याची शक्यता आहे.' – कोणता तरी समझोता झालेलाच असल्याचा समज पंतप्रधानांच्या कार्यालयीन कर्मचाऱ्यांनी करून घेतला असल्याची आठवण इंदिरा गांधींच्या एका ज्येष्ठ सल्लागाराने यासंदर्भात सांगितली.

दिल्लीतले इतर वरिष्ठ अधिकारी मात्र एका आपत्तीला तोंड देण्याची तयारी करत होते. याह्या खान यांनी सररास कत्तल सुरू करण्यापूर्वी तीन आठवडे, म्हणजे २ मार्च रोजी इंदिरा गांधींनी त्यांच्या सर्वांत सक्षम आणि प्रभावी सहकाऱ्यांना 'बांगला देशाला मदत करणं' आणि 'स्वतंत्र बांगला देशाला मान्यता देणं' या दोन प्रस्तावांचं मूल्यमापन करण्याचा आदेश दिला होता. या अधिकाऱ्यांमध्ये हक्सर आणि 'रॉचे' प्रमुख काव यांचाही समावेश होता. अशी मदत किंवा मान्यता दिल्यास पाकिस्तानने काश्मीरमध्ये प्रतिहल्ला चढवण्याची किंवा चीनने काही लष्करी हालचाली करण्याची भीती इंदिरा गांधींना होती. बंगाली लोकांना लष्करी मदत देण्याचा विचारसुद्धा त्यांनी पूर्वीच सुरू केला होता. बंगाली लोकांना केवळ औषधं आणि खाद्यपदार्थ देऊन भागणार नव्हतं, तर एखादं हेलिकॉप्टर आणि 'भारतीय सीमाक्षेत्रात वेगाने हालचाली करण्यासाठी' एखादं छोटं विमान यांचीही गरज बंगाली लोकांना लागण्याचा इंदिरा गांधींचा कयास होता. त्याखेरीज 'शस्त्रास्त्रं आणि दारूगोळा, हलक्या मशीनगन्स आणि बंदुका, मध्यम मशीनगन्स आणि तोफगोळे' यांचाही विचार झाला होता.

याह्या खान यांनी बंगाली जनतेची लांडगेतोड करू नये यासाठी अमेरिकेने त्यांना रोखावं अशी विनंती भारताने अमेरिकेला केली. ''पूर्व बंगाली जनतेची

स्वायत्ततेची आकांक्षा याह्या खान यांनी चिरडून टाकण्याएवढं शोचनीय कृत्य दुसरं कुठलंच असणार नाही.'' असं प्रतिपादन वॉशिंग्टन इथल्या भारतीय राजदूताने केलं.

भारताने पश्चिम बंगालमध्ये लष्कराची जमवाजमव केल्याची तक्रार पाकिस्तानच्या परराष्ट्र मंत्रालयाने १५ मार्चच्या सुमारास केली; पण भारताला अंगावर ओढवून घेण्याचे कोणतेही संकेत याह्या खान यांनी त्या प्रसंगी दिले नाहीत. भारतीय विमानाच्या अपहरणानंतर भारताबरोबरच्या पश्चिमी सीमेवर पाकिस्तानने मोठ्या प्रमाणात सैनिक तैनात केले होते, पण त्यांपैकी बहुतेक सैनिक काढून घेतले असल्याचं 'रॉ' आणि भारतीय लष्करप्रमुख सॅम माणेकशा यांना आढळलं होतं. याह्या खान यांनी त्यांच्या पूर्व पाकिस्तानमधल्या सैनिकांची संख्या दुप्पट केली होती. पाकिस्तानचे लष्करशहा स्वतःच्याच लोकांवर गोळ्या झाडण्याची तयारी करताना दिसत होते.

हक्सर यांनी इंदिरा गांधींना खंबीर राहण्याविषयी सुचवलं. ''पाकिस्तानमधल्या चालू घडामोडींच्या पार्श्वभूमीवर कुणाचीही मनधरणी करणारं विधान आपण करण्याची गरज नाही; आपण रास्त भूमिका घेऊनही 'कणखर' राहावं. पाकिस्तानबरोबर मैत्रीसाठी हात पुढे करण्याची ही वेळ नव्हे. अशा प्रत्येक कृतीने याह्या खान यांना दिलासा मिळेल, तर मुजीब यांची स्थिती अधिकाधिक बिकट होत जाईल.'' हक्सर यांनी पंतप्रधानांना कठोर शब्दांमध्ये इशारा दिला, ''पाकिस्तानी लष्कराच्या अडीच डिव्हिजन्स पूर्व बंगाल नेस्तनाबूत करण्याच्या तयारीत सज्ज आहेत.''

४. मूक आणि भयभीत प्रत्यक्षदर्शी

बांगला देश म्हणजे अंशतः जलमय दलदल असल्याचं चित्र डोळ्यांसमोर आणलं; तर त्याच्या मध्यभागी असलेलं ढाका हे नदीकाठी विकसित झालेलं शहर भयानक उकाडा, दारिद्र्य आणि प्रदूषण यांनी ग्रस्त झालेलं असलं; तरी ते हिरवंगार आहे. बांगला देशाच्या राजधानीत सतत कोलाहल माजलेला असतो; गाड्यांचे कर्कश भोंगे, रेडिओवरचं संगीत, परस्पर संवाद, मशिदीवरची बांग आणि यांत्रिकीकरणामुळे होणारे अपघात अशी आवाजांची सरमिसळ असते. घामाघूम करणाऱ्या उकाड्यात, विषारी धुरात आणि धुळीत काम करणारे लोक एकतर दगड डोक्यावर घेऊन बांधकामांवर इकडेतिकडे जात असतात किंवा छोट्या टपऱ्या चालवत असतात. भडक रंग दिलेल्या रिक्षांनी रस्ते फुलून गेलेले असतात, तर मोडकळीला आलेल्या बसेसचे बाजूला लोंबणारे पत्रे तसेच भडकपणे रंगवलेले असतात. अचानक दिशा किंवा मार्गिका बदलल्यामुळे मिळणाऱ्या ठोकरींचे व्रण या बसेसच्या अंगाखांद्यांवर स्पष्ट दिसत असतात. इथे लोक अत्यंत बेदरकारपणाने वाहनं चालवत असतात. रस्त्याने चालणारे तर त्यावरही कडी करतात. ते कुठूनही कसेही रस्ते ओलांडतात. आग ओकणाऱ्या सूर्यापासून ताड वृक्ष सावली देतात. अत्यंत गरीब शहरांप्रमाणे ढाक्यातली रात्रही पूर्णपणे अंधारी असते. दक्षिण आशियातल्या प्रमुख शहरांमध्ये लखलखाट करणारे निऑनचे दिवे इथे नावालाच दिसतात. मार्चमध्येच उकाडा असह्य व्हायला लागतो.

ढाक्यात आणि इतरत्र बंगाली राष्ट्रवादी हरताळाचा २३ वा दिवस म्हणजे २५ मार्च १९७१. 'वादळापूर्वीची शांतता?' असा गर्भित इशारा ब्लड यांनी वॉशिंग्टनला दिला.

पूर्व पाकिस्तानमध्ये लष्कर अनेक ठिकाणी जनतेबरोबर लढत असल्याने गहिऱ्या होत जाणाऱ्या संकटाची माहिती खिन्न झालेल्या ब्लडनी मायदेशी पाठवली. पाकिस्तानी लष्करासाठी शस्त्रास्त्रं आणि दारूगोळा घेऊन आलेल्या एका मालवाहू जहाजावरून ही सामग्री उतरवण्यासाठी प्रतिबंध करण्याचा प्रयत्न हजारो बंगाली निदर्शकांनी चितगाव बंदरात केला. ज्या लष्कराचं वर्णन ब्लडनी 'संयमित लष्कर'

असं केलं होतं, (ते बहुधा अधिकाधिक चिडचिडं होतं चाललं होतं.) त्याने निदर्शकांवर कारवाई करण्यासाठी अखेर ५०० सैनिक पाठवले. या वेळी केलेल्या गोळीबारात सुमारे १५ लोक ठार झाले.

अखेर सगळ्या वाटाघाटी सोडून याह्या खान जलद गतीने ढाक्याकडून पश्चिम पाकिस्तानच्या दिशेने रवाना झाले. त्यांच्या या झटपट हालचाली म्हणजे धोक्याची सूचना होती. राजकीय सौदा होण्याची उरलीसुरली आशाही अखेर नष्ट झाली.

या तंग परिस्थितीवर उतारा म्हणून त्या रात्री आर्चर ब्लड आणि मेग ब्लड यांनी त्यांच्या घरी भोजन आयोजित केलं होतं. अमेरिकी, बंगाली आणि इतर परदेशी राजनैतिक अधिकारी अशा तिथे जमलेल्या मिश्र समूहाचं मनोबल त्या निमित्ताने उंचावावं अशी या कार्यक्रमाच्या आयोजनामागची भूमिका होती; पण जमलेल्यांपैकी कुणाचीही मानसिकता या भूमिकेला अनुकूल नव्हती.

चिंताग्रस्त झालेले हे अधिकारी स्पेन्सर ट्रेसी या प्रसिद्ध अभिनेत्याचा एक जुनापुराणा चित्रपट पाहत असतानाच अणीबाणी-प्रसंगी वापरायच्या टेलिफोनची घंटा वाजली. याह्या खान पूर्वेतून निघून गेले असून पाकिस्तानी लष्काराची वाहनं अडवण्यासाठी विद्यार्थी निदर्शक रस्त्यांमध्ये अडथळे निर्माण करत असल्याचं ब्लड यांना सांगण्यात आलं. भोजनासाठी आलेल्यांमध्ये असणारे बंगाली अतिथी आणि उच्च न्यायालयाचे दोन न्यायाधीश स्वतःच्या पत्नींसह घरी परतण्यासाठी अंधारात नाहीसे झाले. मात्र दोन अमेरिकी अतिथी रस्त्यात पोहोचलेले असताना समोर एक मृतदेह पाहून ते धावतच परतले. घरी परतण्यात असलेला धोका पत्करण्यापेक्षा किमान डझनभर अतिथी सचिंत अवस्थेत रात्रभर ब्लडच्याच घरी मुक्कामाला राहिले. त्यांच्यामध्ये युगोस्लाव्हियाच्या दूताचाही समावेश होता.

हे सगळे संपूर्ण शहरभर लागलेल्या आगी आणि भयभीत करणाऱ्या अंधाऱ्या आकृती, घराच्या छपरावरून पाहू शकत होते. हे दृश्य त्यांना जवळपास रात्रभर पाहायला मिळालं. नंतर त्याची आठवण सांगताना ब्लड म्हणतात, ''काळ्यामिट्ट आकाशात सतत चमकून जाणाऱ्या फैरी दिसत होत्या आणि थरकाप उडवणाऱ्या मशीनगन्सच्या गोळीबाराचे, रणगाड्यावरच्या तोफांचे धपधप आवाज ऐकू येत होते.''

त्यांना आकाशात स्फोट होताना दिसत होते. ''मिट्ट काळोख होता, पण जमिनीवरून विमानांवर मारा केल्या जाणाऱ्या तोफगोळ्यांचे स्फोट मात्र दिसत होते. ते दृश्य फटाक्यांच्या आतशबाजीसारखं नव्हतं. सतत होणाऱ्या स्फोटांनी आकाश भरून गेलं होतं.'' मेग ब्लड सांगतात. हे स्फोट तसे लहान असले, तरी अतिशय मोठा आवाज आणि प्रकाश निर्माण करणारे होते. ब्लड यांच्यासाठी काम करणाऱ्या

काही बंगालींनी सांगितलं की, ज्या वस्त्यांना आग लावून देण्यात येत होती; तिथे या बंगालींच्या ओळखीचे अनेक जण राहत होते. आगीच्या भक्ष्यस्थानी पडणाऱ्या भागांमध्ये गरिबांची वस्ती असलेल्या बाजार भागाचाही समावेश होता. लष्करच्या जीपगाड्या चहूकडे घिरट्या घालत होत्या. जवळच असलेल्या काही दरिद्री वस्त्यांमध्येही आगी लागल्या होत्या. ''लोकांचे हाल चालले होते.'' मेग म्हणाल्या.

पाकिस्तानी लष्कराने बंगाली लोकांवर घनघोर हल्ला चढवला होता. पाकिस्तानी सैनिक ट्रक भरभरून शहरात संचार करत होते. बंगालींनी उभारलेल्या अडथळ्यांचा काहीएक परिणाम त्यांच्यावर होत नव्हता. यांपैकी काही सैनिकी तुकड्यांचं नेतृत्व अमेरिकेने पुरवलेल्या एम-२४ रणगाड्यांमधून करण्यात येत होतं. ढाका शहराच्या कानाकोपऱ्यांमधून रायफल्स आणि मशीनगन्स यांच्या गोळीबारांचे आवाज लोकांना ऐकू येत होते. उखळी तोफांमधून किंवा तशाच मोठ्या शस्त्रांमधून होणाऱ्या जबरदस्त स्फोटांमुळे खिडक्या हादरत होत्या. होळी केलेल्या मोटारी आणि इमारती यांच्या प्रकाशात रात्री शहर लाललाल दिसत होतं. सूर्योदय होण्याच्या सुमारालाच गोळीबाराचा वेग मंदावला.

इन्टरकॉन्टिनेन्टल हॉटेलमध्ये अडकून पडलेला न्यूयॉर्क टाइम्सचा प्रतिनिधी सिडनी शेनबर्ग हतबलतेमुळे वेडापिसा झाला होता. त्या रात्री स्फोटांच्या आवाजांनी तो दचकून उठला होता. लष्कराने परदेशी पत्रकारांना कोंडून ठेवलं होतं. ''बाहेर जाण्याचा प्रयत्न केला, तर सैनिक पत्रकारांना पुन्हा हॉटेलमध्ये ढकलत होते.'' अशी आठवण शेनबर्ग सांगतो. त्यामुळे हॉटेलच्या दहाव्या मजल्यावरून दिसणाऱ्या दृश्यावरच पत्रकारांना अखेर समाधान मानावं लागलं. सुमारे दीड मैलांवर असणाऱ्या ढाका विद्यापीठात त्यांना ज्वाळा दिसल्या. ''लष्कर गोळीबार करताना दिसत होतं.'' शेनबर्ग सांगतो. मशीनगन उभारलेल्या एका जीपवरचा पाकिस्तानी सैनिक अडकून पडलेल्या पत्रकारांनी पाहिला. ही युद्धसामग्री बहुधा अमेरिकेनेच पुरवली होती. शेनबर्ग म्हणतो, ''हॉटेलपासून मैलभर अंतरावर असणाऱ्या विद्यापीठातून येणाऱ्या विद्यार्थ्यांवर त्यांनी गोळीबार सुरू केला. ते बंगाली भाषेतली राष्ट्रभक्तिपर गीतं म्हणत होते. त्यानंतर लष्कराने गोळ्या झाडायला सुरुवात केली. रस्त्यावर कोसळणारे विद्यार्थी गोळ्या चुकवत होते की मरून पडत होते हे सांगणं मुश्कील होतं.''

मग सैनिकांनी त्यांचा मोर्चा बंगाली प्रसारमाध्यमांकडे वळवला. ''एका वर्तमानपत्राच्या कचेरीवर सैनिक चालून गेले असता त्यांच्यापासून बचाव व्हावा म्हणून आतले लोक खिडक्यांमधून उड्या मारायला लागले. मुजीब यांना पाठिंबा न

देणारं एकही वर्तमानपत्र नव्हतं.'' शेनबर्ग आठवण सांगतो. ब्लड यांच्या उपदूतावासाच्या अहवालानुसार, पाकिस्तानी अधिकाऱ्यांनी स्थानिक वृत्तपत्रांची दडपशाही सुरू केली होती. अवामी लीगच्या बाजूने असणाऱ्या 'द पीपल' आणि 'इत्तेफाक' या स्थानिक वर्तमानपत्रांवर प्रथम हल्ला करण्यात आला. या हल्ल्यातून वाचलेल्या एका प्रत्यक्षदर्शीच्या म्हणण्यानुसार, लष्कराच्या तोफा कोणतीही पूर्वसूचना न देता इत्तेफाकच्या इमारतीवर मारा करायला लागल्या. वृत्तपत्र छापण्यासाठी लागणाऱ्या कागदांची रीमं त्यानंतर दोन दिवसांनीही जळत होती आणि भाजून काळाठिक्कर पडलेला एक मृतदेह या कार्यालयाबाहेर पडून होता.

परदेशी पत्रकारांना ठार करण्यापेक्षा भीती घालून गप्प करण्याचा लष्कराचा बेत होता. शेनबर्ग आणि अडकून पडलेले इतर पत्रकार अत्यंत जुजबी वार्तांकन करू शकत होते. पाकिस्तानी सैनिक २६ मार्च रोजी इन्टरकॉन्टिनेन्टल हॉटेलमध्ये घुसले. ''कुणीही हॉटेलबाहेर पडल्यास गोळी घातली जाईल.'' असा इशारा एका अधिकाऱ्याने दिला. एका बांगला देशी ध्वजाच्या चिंध्या करून सैनिकांनी तो जाळून टाकला. शेनबर्गलाही इतर पत्रकारांबरोबर डांबून ठेवण्यात आल्याचं त्याला आठवतं. स्वतःच्या बंदुका नाचवणाऱ्या सैनिकांनी परदेशी पत्रकारांना कराचीकडे जाणाऱ्या विमानांमध्ये कोंबलं. एका आडमुठ्या पत्रकाराने हॉटेलमधून लपतछपत बाहेर जाण्याचा प्रयत्न केला असता, त्याला थांबवणारा पाकिस्तानी सैनिक म्हणाला, ''मी माझ्या देशबांधवांना खतम केलं आहे. मग तुझी काय कथा!''

फार थोड्या परदेशी पत्रकारांना पाकिस्तानी जाळ्यातून निसटून जाणं शक्य झालं. त्यात असोसिएटेड प्रेसच्या एका वार्ताहराचा आणि छायाचित्रकाराचा समावेश होता. लंडनच्या डेली टेलिग्राफचा वार्ताहर हॉटेलच्या छपरावर लपला. त्याने शहरात फिरून झालेली धूळधाण पाहिली आणि दोन दिवसांनी तो पश्चिम पाकिस्तानकडे जाणाऱ्या विमानात बसला. त्याने केलेल्या नोंदी पायमोज्यांमध्ये लपवल्याने दोनदा अंगझडती झाल्यानंतरही त्या नोंदी सहीसलामत राखण्यात तो यशस्वी झाला. सीमेवरून लष्कराची नजर चुकवून आलेल्या एका वार्ताहराला ब्लडनी आसरा दिला. ''त्याला बातम्या पाठवता याव्यात म्हणून आम्ही त्याला आमच्या घरात लपवून ठेवलं.'' असं ब्लड सांगतात.

विमानतळाकडे जाणाऱ्या रस्त्यावर जळालेल्या झोपड्या आणि घरं पाहणारा शेनबर्ग म्हणतो, ''आम्हांला मृतदेह मात्र दिसले नाहीत. कदाचित लष्कराने त्यांची कशीतरी वासलात लावली असावी. अनेक लोकांना ठार मारण्यात आल्याचं स्पष्ट होतं.'' परदेशी पत्रकारांना प्रथम सिलोनला (श्रीलंकेला) जाणाऱ्या विमानात बसवण्यात आलं. तिथे शेनबर्गने पळ काढण्याचा प्रयत्न केला. त्याला

विमानतळावरच पकडणारा पाकिस्तानी अधिकारी त्याच्यावर बंदूक रोखून उभा ठाकला. शेनबर्ग म्हणतो, ''मला मरायचं नसल्याने मी विमानात परतलो.'' कराचीमध्ये पाकिस्तानी अधिकाऱ्यांनी शेनबर्गच्या नोंदवह्या जप्त करण्याचा प्रयत्न केला, पण त्याने तो प्रयत्न हाणून पाडला. त्याने पाठवलेल्या एका वार्तापत्रात निःशस्त्र लोकांवर पाकिस्तानी लष्कराने रणगाडे, तोफा आणि अवजड मशीनगन्स यांच्यासह अचानक केलेल्या हल्ल्याचं वर्णन होतं, पण त्याला त्याची वार्तापत्रं दिल्लीत सुरक्षितपणे पोहोचल्यावर पाठवावी लागली.

ब्लडचे तरुण सहकारी स्कॉट बुचर त्यांच्या तळ्याकाठच्या घरी पत्नीसह शांतपणे पहुडले होते. हा संपन्न परिसर मुजीब यांच्या निवासस्थानापासून फारसा दूर नव्हता. त्या घरावर पाकिस्तानी लष्कर हल्ला करणार असल्याचं निश्चित होतं. बुचर यांना २५ मार्चच्या रात्री चिंताक्रांत शेनबर्गचा भयसूचक दूरध्वनी आला. शेनबर्गच्या चक्रीवादळविषयक वृत्तांकनामुळे बुचर त्याला ओळखत होते. हॉटेलमध्ये लष्कराच्या ताब्यात असणाऱ्या शेनबर्गने काही बातम्या चोरून पाठवण्याचा प्रयत्न केला. त्यानुसार, हॉटेलमधला बांगला देशी ध्वज सैनिक खेचून खाली काढत होते; याह्या खान यांनी पळ काढला होता, आणि नक्कीच काहीतरी विपरीत घडत होतं. ही बातमी बुचर यांनी बाहेर पाठवण्याचा केलेला प्रयत्न अयशस्वी ठरला. उपदूतावासातल्या एका कर्मचाऱ्याशी बुचरनी दूरध्वनीवरून संपर्क साधला असता, त्याने त्याच्या घरात एका जखमी माणसाला आश्रय दिला असल्याचं सांगितलं.

बुचर यांनी गोळीबाराचे एकदोन आवाज ऐकले. जमिनीवर काहीतरी आदळल्याचे आणि धातूचं घर्षण होत असल्यासारखे आवाज ऐकायला येत होते. लष्कर आल्यानंतर मुजीब यांचं संरक्षण करण्यासाठी अवामी लीगचे तरुण कार्यकर्ते घाईघाईने अडथळे उभारत असल्याचं बुचरना बाहेर पडल्यानंतर दिसलं. इथे मोठा संघर्ष होणार असल्याचं उघड होतं. अचानक त्यांना एक स्वच्छ जाणीव झाली – मिळू शकणारी जास्तीतजास्त झोप घेण्याची निकड. त्यामुळे ते आणि त्यांच्या पत्नी असे दोघंही लगेच झोपी गेले; दोघंही कसेबसे तळमळत, पण झोपू शकले.

लष्कर चालत आलं. रात्रप्रहरी कोणताही आवाज न करता, तात्पुरत्या अडथळ्यांना पार करून दबक्या पावलांनी सैनिक पुढे येत राहिले. त्यांच्या पायांचा आवाज बुचरना किंवा त्यांच्या पत्नीलाही ऐकायला आला नाही. ते म्हणाले, ''आम्ही झोपलो होतो, त्या खोलीच्या अगदी जवळ, खिडकीबाहेरच मशीनगन्समधून गोळ्यांच्या फैरी झाडायला अचानक सुरुवात झाली. मी तर माझ्या बिछान्यातच उडालो.'' बुचर यांनी जमिनीवर लोळण घेतली आणि पत्नीलाही

तसंच करायला सांगितलं. त्यांच्या नुकत्याच जन्मलेल्या मुलीच्या झोपायच्या खोलीत ही दोघं रांगत गेली. अवजड शस्त्रांमधून मारा होत असल्यासारखा आवाज ऐकायला येत असल्याने खबरदारी म्हणून ती दोघं खिडक्यांपासून दूर राहिली.

बुचर यांनी दूरध्वनीवरून बाहेर संपर्क साधण्याचा प्रयत्न केला, पण दूरध्वनीतून एक चमत्कारिक आवाज आला आणि दूरध्वनी बंद झाला. त्यामुळे बुचर हतबल झाले. ते उपदूतावासातले राजकीय अधिकारी होते, हरताळ आणि निदर्शनं चालू असताना शहरभर फिरण्याची त्यांना सवय होती; पण आता ते घराबाहेर पडू शकत नव्हते. काही वेळाने ते घराच्या छपरावर पोहोचले. त्यांना सगळीकडे ज्वाळा दिसत होत्या. ढाका जळत होतं. ते म्हणाले, ''गोळ्यांच्या फैरी झाडून माणसांची कत्तल करताना येतो, तसा गोळीबाराचा आवाज थांबून-थांबून ऐकायला येत होता. एकदा मशीनगन लावलेली एक जीप वेगाने आमच्या रस्त्यावरून गेली. तिच्यातून गोळ्यांच्या काही फैरी झाडल्याचं आम्हांला ऐकायला आलं.''

लष्कराने कडक संचारबंदी लागू केली. तिचा भंग करणाऱ्या कुणावरही गोळ्या झाडण्यात येणार होत्या. याह्या खान यांनी २६ मार्च रोजी रेडिओवरून केलेल्या भाषणात मुजीब आणि अवामी लीग देशद्रोही असल्याची टीका त्यांनी केली. ''लष्करच देश एकसंध ठेवेल.'' असं याह्या म्हणाले. कराचीला परतलेल्या झुल्फिकार अली भुट्टो यांनी लष्करी कारवाईचं समर्थन केलं. ''अल्लाच्या मर्जीमुळे पाकिस्तान बचावलं आहे.'' असं त्यांनी जाहीर केलं. मुजीब यांना अटक करण्यात आली, तर अवामी लीगवर आणि सर्वच राजकीय हालचालींवर बंदी घालण्यात आली. ढाका रेडिओ केंद्रावर चाललेला सतारवादनाचा कार्यक्रम मध्येच थांबवून लष्करी कायद्याच्या तरतुदी जाहीर करण्यात आल्या - 'सेन्सॉरची मंजुरी असल्याशिवाय कोणतीही बातमी छापता येणार नाही; भाषण करता येणार नाही; किंवा भित्तिपत्रकं लावता येणार नाहीत; बंदुका, कुऱ्हाडी, चाकू किंवा लाठी बाळगता येणार नाही; हरताळ नाही आणि पाच किंवा अधिक लोकांना एकत्र येता येणार नाही.' कुणाबद्दलही बंडखोर किंवा अवामी लीगचा सदस्य असल्याचा संशय आला की त्याला 'बांगला देशात पाठवण्यात' येत असल्याचं 'लेफ्टनंट कर्नल' या हुद्द्यावर असणाऱ्या एका पाकिस्तानी अधिकाऱ्याने नंतर सांगितलं. 'बांगला देशात पाठवणं' म्हणजेच कुठलाही खटला न चालवता देहान्ताची शिक्षा देणं.

अखेर २७ मार्चच्या सकाळी बुचर घराबाहेर पडले. नुकत्याच झालेल्या निवडणुकीत बहुमताने जिंकलेल्या नेत्याची हालहवाल पाहणं त्यांना गरजेचं वाटत होतं. त्यांना मुजीबच्या घराबाहेर गोळ्यांनी छिन्नविच्छिन्न झालेली वाहनं दिसली.

मुजीबचं घर रिकामं असल्यासारखं वाटत होतं. बाहेर काही पहारेकरी होते. घरावरचा बांगला देशाचा ध्वज नाहीसा होऊन तिथे पाकिस्तानी झेंडा फडकत होता.

मृत

अमेरिकी उपदूतावासातून पहिले दोन दिवस कुणीही बाहेर पडू शकलं नव्हतं. बुचर यांच्या दिमतीला राजनैतिक दर्जा असलेलं वाहन होतं आणि अखेर त्यातूनच ते त्यांच्या कार्यालयात पोहोचू शकले. सगळीकडे जाळपोळीच्या खुणा दाखवणाऱ्या भयभीत शहरातून त्यांनी कार्यालय गाठलं. ते गोळीबाराचा आवाज ऐकू शकत होते. दुकानं बंद करण्यात आली होती, तर वाहतूक थांबवलेली होती. हजारो बंगाली ढाक्यातून बाहेर पडण्याच्या प्रयत्नात होते. ‘‘झालेल्या हानीचं प्रमाण पाहून आम्ही भयचकित झालो.’’ एक अमेरिकी अधिकारी म्हणाला.

अमेरिकी अधिकाऱ्यांच्या ओळखीच्यांपैकी अनेकांच्या मागे ससेमिरा तरी लागला होता किंवा त्यांची हत्या तरी करण्यात आली होती. मेग ब्लड म्हणाल्या, ‘‘ढाक्यात काही जणांबरोबर आर्चरची घनिष्ठ मैत्री झाली होती. त्यांच्यापैकी कित्येकांना त्यांच्या घराच्या प्रवेशद्वारीच कंठस्नान घालण्यात आलं. त्याने अनेक मित्र गमावले. त्यांच्यापैकी एक हिंदू सद्‌गृहस्थ होते. नदीजवळच्या वन्य जिवांचा अभ्यास करण्यासाठी ते आर्चरला स्वतःबरोबर घेऊन जात.’’

ढाक्याच्या जुन्या भागातला एक मोठा परिसर गोळीबारात नेस्तनाबूद झाला होता. पाकिस्तानी सैनिकांनी बंगाली पोलिसांच्या एका ठाण्यावर जोरदार गोळीबार करून ते उद्‌ध्वस्त केलं होतं. त्यात अनेकांचे प्राण गेले होते. सैनिक ढाका विद्यापीठावरही चाल करून गेले होते. विद्यापीठाचं वृक्षाच्छादित आवार शहरातल्या गोंधळापासून सर्वसाधारणपणे काहीसं मुक्त असे. तिथल्या अनेक विद्यार्थ्यांनी आणि प्राध्यापकांनी अवामी लीगला पाठिंबा दिला होता. विद्यापीठातला इकबाल हॉल तोफगोळ्यांच्या भक्ष्यस्थानी पडला होता. बंगाली राष्ट्रवादी तरुणांनी या हॉलमध्ये शस्त्रास्त्रांचा साठा करून ठेवला असल्याची चर्चा होती. मात्र आता तो होरपळून निघाला होता. जवळच एक मृतदेह पडला होता. (एका अमेरिकी प्रत्यक्षदर्शीने नंतर सांगितलं की, हॉलमधले काही सशस्त्र विद्यार्थी असल्याचं पाहून सैनिकांचा संताप अनावर झाला होता. याउलट एक पाकिस्तानी ब्रिगेडिअर साक्षीत म्हणाला की, त्यांच्या सैनिकांना कोणताही प्रतिकार झाला नव्हता, पण ‘सुडाच्या आणि रागाच्या’ भावनेतून त्यांनी ही कृती केली होती.) हिंदू विद्यार्थ्यांचं वसतिगृह असलेल्या जगन्नाथ हॉलमध्ये नागरिकांच्या कत्तलींच्या काही सर्वांत भयानक घटना

घडल्या.

तेव्हाची आठवण काढताना बुचर म्हणतात, ''शेतांमध्ये सडत असलेले मृतदेह मी पाहिले. कुजत चाललेलं एक प्रेत एका हमरस्त्यावर टाकलेलं होतं; बहुधा इतरांनी त्यापासून योग्य तो धडा घ्यावा यासाठी.'' उपदूतावासाचे जनसुरक्षा अधिकारी अनुभवी पोलीस कर्मचारी होते; अशी दृश्यं पाहून त्यांच्या डोळ्यांतून घळाघळा अश्रू वाहताना पाहिल्याचं बुचर यांना आठवतं. ज्या बंगालींबरोबर त्यांनी काम केलं होतं, ते मारले गेले होते. एका उद्यानात अनेक मृतदेहांची रास करून ठेवली होती. ती पाहायला येण्याबद्दल एका कर्मचाऱ्याने विचारलं असता बुचर म्हणाले, ''मी भरपूर प्रेतं बघितली आहेत.''

ब्लड, बुचर आणि त्यांचे सहकारी या वातावरणातच कामाला लागले आणि शक्य तेवढ्या लोकांकडून विश्वसनीय माहिती जमवायला लागले. संचारबंदीमुळे हालचालींवर आलेली बंधनं आणि नादुरुस्त झालेली दूरध्वनी यंत्रणा यांच्यामुळे मर्यादा येऊनही मदतकार्यातले स्वयंसेवक, पाकिस्तानच्या सीएटो कॉलरा प्रयोगशाळेतले कर्मचारी, प्राध्यापक, मिशनरी आणि इतर यांच्याकडून मिळालेल्या या माहितीची खातरजमा ब्लडनी, बुचरनी आणि त्यांच्या सहकाऱ्यांनी करून घेतली. अवामी लीगच्या पाठीराख्यांकडून ऐकायला मिळणाऱ्या गोष्टींकडे दुर्लक्ष करून अमेरिकी राजनैतिक अधिकाऱ्यांनी प्रत्यक्षदर्शी अनुभवांचा तपशील गोळा केला. तो पुरवणाऱ्यांमध्ये अनेक विश्वासपात्र अमेरिकी अधिकारीही होते. या लोकांनी मृतदेह आणि जळणाऱ्या झोपडपट्ट्या पाहिल्या होत्या. ढाका इथल्या उच्चभ्रूंच्या गोल्फ क्लबमध्ये काम करणाऱ्या एका अमेरिकी कर्मचाऱ्याने दहाबारा प्रेतं पाहिली होती. 'अत्याचाराचा आणि लष्करी कारवाईचा अतिरेक' यांच्या अनेक कहाण्या ऐकायला मिळत होत्या.

बुचर यांनी अंतर्भागात जाऊन शक्य तेवढी माहिती काढण्याचा प्रयत्न केला, पण इतकी अनागोंदी होती, की कशाचीही संगती लावणं कठीण होतं. एका गावात उभारलेल्या तात्पुरत्या रुग्णालयात दाखल रुग्णांच्या शरीरांवर तीक्ष्ण हत्यारांनी वार केल्याने चिघळणाऱ्या जखमा त्यांनी पाहिल्या. एका कुरणात सडत पडलेले मृतदेह त्यांनी पाहिले. ते सांगतात, ''ते हिंदू होते, बंगाली होते की बिहारी; हे मला ठाऊक नाही.'' एकदा जुन्या ढाका शहरात मोटारीतून जाताना एक माणूस हातात कोयता घेऊन दुसऱ्याचा पाठलाग करताना पाहिल्याचं ते नमूद करतात. त्यांच्यापैकी कोणता कुठल्या धर्माचा होता हे त्यांना समजलं नाही. काही प्रकरणांमध्ये एखाद्या विशिष्ट घटनेबाबत उपदूतावासाने दिलेला अहवाल अपूर्ण किंवा चुकीचा असणं शक्य होतं. मात्र सर्वसाधारण घटनाक्रम स्पष्ट होता. ते

म्हणतात, ''स्वायत्ततेची ही चळवळ अत्यंत पाशवी पद्धतीने दडपण्यात आल्याचं स्वच्छ दिसत होतं. आधीच्या काळात खोडी काढूनही संयम बाळगणाऱ्या या लष्कराला जणू सूड घेण्यासाठीच मोकळं सोडण्यात आलं होतं.''

लष्कराने लहान मुलांवर आणि कोळी लोकांवर अकारण गोळीबार सुरू केल्याचं अमेरिकी अधिकारी एरिक ग्रिफेल यांनी पाहिलं. मात्र त्यात कुणीही जखमी झालं नसल्याचं ऐकून त्यांना आश्चर्य वाटलं. त्यांनी अनेक भयानक अफवाही ऐकल्या होत्या आणि त्यांच्यातल्या 'बहुतेक खऱ्याही निघाल्या होत्या.' त्यानंतर अमेरिकी अधिकाऱ्यांना लष्करी अधिकाऱ्यांची भेट घेणं शक्य झालं, तेव्हा सर्वकाही नियंत्रणाखाली असल्याचं त्यांना सांगण्यात आलं. हा अध्याय लवकरच संपण्याची खात्री लष्कराला असल्याचं ग्रिफेल यांना समजलं. 'बंगाली लोक नेभळट असल्याची' लष्कराची धारणा असल्याचं ग्रिफेल सांगतात.

ब्लड आणि त्यांचे सहकारी जवळपास पूर्णपणे एकाकी पडल्याचं ब्लडना जाणवलं. इस्लामाबादमधल्या त्यांच्या दूतावासापासून ते हजार मैल अंतरावर होते, पण त्यांची खुशाली विचारण्यासाठी कुणालाही अनेक आठवडे येऊ देण्यात आलं नव्हतं. टपाल विलंबाने आणि कधीतरीच यायचं. दूरध्वनी यंत्रणा बराच काळ मृतावस्थेतच होती. स्वतःचे अत्याचार बाह्य जगापासून शक्य तेवढे लपवणं पाकिस्तान सरकारसाठी आवश्यक होतं.

ढाका उपदूतावासाचं एकमेव संपर्क-साधन म्हणजे एक गुप्त, बिनतारी संदेशवाहक. तो ठेवायला पाकिस्तानची अनुमती नव्हती. याह्या सरकारला थांगपत्ता न लागू देता ब्लड बराच काळ अमेरिकेच्या परराष्ट्र मंत्रालयाला अहवाल पाठवू शकत होते. याचं श्रेय दोन अमेरिकी अधिकाऱ्यांना जातं. पाकिस्तानी लष्कराचा घाला पडल्याच्या पहिल्या रात्री या दोन अधिकाऱ्यांवर अनेकदा गोळीबार होऊनही त्यांनी हा संदेशवाहक उपदूतावासात आणण्याचं धाडस दाखवलं होतं. ही अवैध संपर्क-यंत्रणा उघडकीला आली असती, तर लष्कराचा संताप झाला असता, म्हणून इस्लामाबादमधल्या अमेरिकी दूतावासानेही ती लपवण्याचा प्रयत्न केला. एवढं असूनही ब्लड यांनी काही स्थानिक बंगालींना त्यांच्या अडचणीत सापडलेल्या मित्रांना मदत करण्यासाठी काही संदेशांची देवाणघेवाण करू दिली.

या कत्तलींनंतर काही दिवसांनी परराष्ट्र मंत्रालयाच्या एका प्रवक्त्याने घोळ घालून ठेवला. पाकिस्तानी लष्कराचा गोळीबार आणि ढाका शहरात झालेला रणगाड्यांचा वापर यांबाबतची माहिती त्याने नको तिथे वापरली. या 'मूर्ख आणि अविचारी' चुकीमुळे अमेरिकेचे पाकिस्तानमधले राजदूत विलक्षण क्रोधित झाले. त्यांनी (वॉशिंग्टनला) याबाबत कळवलं, 'पाकिस्तानी गुप्तचर यंत्रणा इतकीही

निर्बुद्ध नाही. आपला ढाक्यामधला गुप्त संदेशवाहक आता उघड झाला आहे. जर ढाक्याशी संपर्क तुटला आणि तिथली परिस्थिती अजून बिघडली, तर आपल्या सहकाऱ्यांना आणखी गंभीर संकटाला तोंड द्यावं लागेल.'

पाकिस्तानी वृत्तमाध्यमांनी ब्लडना धारेवर धरलं. ब्लड पाठवत असलेल्या अहवालांमधल्या मजकुराचा व्हॉइस ऑफ अमेरिका रेडिओ जाहीरपणे हवाला देत असल्याची तक्रार पाकिस्तानी परराष्ट्र मंत्रालयाने केली. अत्याचारांबाबत ढाका उपदूतावासातून प्रसारित होणारी माहिती त्यापुढे दाबून ठेवण्याचं अमेरिकेने मान्य केलं. 'ब्लड यांच्याकडून येणारा तपशील यापुढे दूतावासाबाहेर जाणार नाही.' असं आश्वासन याह्या सरकारला देण्यात आलं. त्याचप्रमाणे अत्याचारांच्या बातम्या देताना ढाका इथल्या कोणत्याही अमेरिकी अधिकाऱ्याचा हवाला न देण्याचं बंधन ढाक्यातल्या अमेरिकी दूतावासावर घातलं गेलं. त्याला ब्लड यांनी अस्वस्थपणे मान्यता दिली, पण सत्य परिस्थिती कधी-ना-कधीतरी उघड होणारच असल्याचा इशाराही दिला. त्यानंतर पाकिस्तान सरकारच्या अधिकृत गोलमाल निवेदनांवरच व्हॉइस ऑफ अमेरिका भर देऊ लागलं. अनेकदा ही निवेदनं अत्यंत असंगत असत. ब्लड यांची मुस्कटदाबी करणाऱ्या हेन्री किसिंजर यांनी त्यांच्या कर्मचाऱ्यांना विचारलं, ''आपल्या उपदूतावासाकडून येणाऱ्या माहितीबाबत आपण या रेडिओला गप्प ठेवणार आहोत की नाही?''

'वेचक वंशविच्छेद'

पूर्व पाकिस्तानमध्ये कत्तल सुरू करण्यासाठी याह्या खान यांची संमती होती. असं एक निर्मम शिरकाण सुरू होणार असल्याची कल्पना असूनही ते थांबवण्यासाठी किंवा त्याचा वेग कमी करण्यासाठी रिचर्ड निक्सन किंवा हेन्री किसिंजर यांनी काहीही हालचाल केली नाही.

पाकिस्तानी लष्कराने कारवाई सुरू केल्याची माहिती २६ मार्च रोजी किसिंजरनी निक्सनना दिली. लष्कर दीर्घ काळ टिकाव धरू शकणार नसल्याचं इस्लामाबादमधल्या दूतावासाने केलेलं मूल्यमापन निक्सन यांच्या कानावर घालून याह्या खान यांना रक्तपात थांबवण्याची सूचना करण्याबद्दल निक्सननी विचार करावा, असं किसिंजर यांनी सुचवलं. 'बायफ्रा प्रकरणामुळे जशा प्रकारच्या भावना उत्तेजित झाल्या होत्या, तशा प्रकारच्या भावना निर्माण होऊन' अमेरिकी स्थानिक राजकारणात नुकसान होण्याचा धोका यामुळे टळला असता आणि अशा कृतीमुळे बंगाली लोकांची प्रशंसाही प्राप्त करता आली असती, असा या सल्ल्यामागचा किसिंजर यांचा कयास होता.

मात्र अशा प्रकारची तुलना करणं धक्कादायक होतं. बायफ्रा हा नायजेरियातला तेलसमृद्ध विभाग १९६७ साली स्वतंत्र होऊ पाहत असताना त्याच्यावर विनाशक लष्करी कारवाई करून त्याची नाकेबंदी करण्यात आली होती. नायजेरियाच्या सरकारच्या या भयानक कृतीचं अंगावर काटा आणणारं वृत्तपत्रीय वर्णन वाचल्यानंतर आणि बायफ्राच्या उपासमार होत असलेल्या जनतेची छायाचित्रं पाहिल्यानंतरही लिंडन जॉन्सन यांच्या राजवटीने या लढ्याला पाठिंबा देण्यासाठी नकार दिला होता. याबाबत अमेरिकेत सार्वत्रिक संताप उफाळल्यानंतर नायजेरियाला काही किरकोळ मदत देण्यात आली. (जॉन्सन म्हणाले होते, ''या निग्रो बालकांना टीव्हीवर दाखवणं पहिलं बंद करा.'') अखेरीस १९७० साली नायजेरियाच्या सरकारने मानवी जीवनाची प्रचंड किंमत मोजून हा विरोध मोडून काढला. जॉन्सन यांच्यापेक्षा फारसं वेगळं काहीही न करणारे निक्सन यांनाही बायफ्रामधल्या मृत्यूचा आकडा पाहून धक्का बसला – ''इबोस जमातीच्या लोकांचा नायनाट झालाय.'' सहकारी सॅम्युएल हॉस्किन्सन यांनी सुचवल्यानंतर बायफ्राचं उदाहरण देणाऱ्या किसिंजर यांना पुरतं ठाऊक होतं की, याह्यांची कारवाई किती भीषण असणार होती.

युद्धकक्षातल्या एका बैठकीत निक्सनबरोबर चर्चा झाल्याचं सांगून किसिंजर म्हणाले, ''त्यांची इच्छा इतर सर्वांप्रमाणेच आहे. ते काहीही करू इच्छित नाहीत. पाकिस्तानमधल्या फाळणीला चिथावणी दिल्याचा आरोप होऊ शकेल अशा परिस्थितीत सापडण्याची त्यांची बिलकूल इच्छा नाही. त्याच वेळी फारशा सक्रिय भूमिकेलाही त्यांचा पाठिंबा नाही. याचा अर्थ होतो की, याह्या खान यांना यादवी युद्धाबाबत इशारा देण्याची जबाबदारी आपण घेऊ नये.'' त्या घडीलाच पाकिस्तानमध्ये अमेरिकाविरोधी बराच संताप जाणवत असल्याचं परराष्ट्र मंत्रालयाने स्पष्ट केलं. तसंच पाकिस्तानचे तुकडे करण्याचं कारस्थान अमेरिका गुप्तपणे रचत असल्याचा पाकिस्तानी लोकांचा समज असल्याचंही त्यांनी सांगितलं. वास्तविक, अमेरिका याच्या बरोबर विरुद्ध खेळ गुप्तपणे खेळत होती. पूर्व पाकिस्तानमध्ये कमीतकमी प्राणहानी व्हावी यासाठी किंवा याह्या खान यांनी लष्कराला माघारी बोलवण्यासंदर्भात किंवा त्यावर काही बंधनं घालण्यासंदर्भात कोणतीही सूचना न करण्यावर या बैठकीत एकमत झालं होतं.

किसिंजर यांचा कर्मचारिवर्ग, परराष्ट्र मंत्रालय आणि अमेरिकी लष्कराचा गुप्तचर विभाग यांचं एकमत असणारा मुद्दा म्हणजे, हे यादवी युद्ध जिंकणं याह्या खान यांना कदापि शक्य होणार नव्हतं. असं असूनही त्यांना माघार घेण्याची सूचना करण्याची इच्छा कुणालाच नव्हती. पाकिस्तानी लष्कराला ढाका शहरावर नियंत्रण

ठेवणं कदाचित शक्य झालं असतं, तरीही आसपासच्या लोकप्रिय बंगाली राष्ट्रवादी तरुणांना ग्रामीण भागावर नियंत्रण मिळवण्यात यश आलं असतं, असं अचूक विश्लेषण अमेरिकी परराष्ट्र मंत्रालयाने केलं. यादवी युद्धाच्या अखेरीस स्वतंत्र बांगला देशाचा उदय होण्याची अनिवार्यता या अमेरिकी अधिकाऱ्यांबरोबर चर्चा झाल्यानंतर किसिंजर यांना जाणवल्याचं दिसलं.

मात्र निक्सन यांच्याबरोबर एकांतात बोलत असताना किसिंजर यांनी नेमकी विरुद्ध भूमिका घेतली. ते दुसऱ्या दिवशी निक्सनना म्हणाले, ''या क्षणी तरी याह्या खान यांनी परिस्थितीवर पकड बसवल्याचं दिसतं आहे.'' हे ऐकून आश्चर्यचकित झालेल्या निक्सननी विचारलं, ''खरंच? ते कसं काय?'' किसिंजर उत्तरले, ''मला वाटतं की, बंगाली फार चांगले लढवय्ये नाहीत.''

ब्लड पाठवत असलेल्या रक्तरंजित अहवालांना वॉशिंग्टनकडून कोणताही प्रतिसाद लाभला नाही. पाकिस्तानी लष्कराच्या कारवाईचा पर्दाफाश करणारे अहवाल लिहिल्याने ब्लडचे वरिष्ठ नाराज असावेत, असा तर्क प्रारंभी त्यांनी केला. मात्र नंतर ब्लडना आणि त्यांच्या सहकाऱ्यांना जाणवलं की, कदाचित त्यांनी पाठवलेल्या अहवालांवर वरिष्ठांचा विश्वासच बसत नसावा.

वॉशिंग्टनच्या अचानक अबोल झालेल्या प्रतिसादामुळे स्कॉट बुचर गोंधळून गेले. ते म्हणतात, ''तिथल्या घटनांबाबत आम्ही तातडीने माहिती पाठवत असूनही तिच्याबद्दल काही विशेष प्रतिक्रिया मिळत नव्हती. उच्च धोरणविषयक स्तरावर ब्लड संपर्कात असूनही त्यांनाही काहीच प्रतिक्रिया लाभत नव्हती. त्यामुळे ही शांतता आमच्या वरिष्ठांना फायदेशीर ठरणारी असावी असा आमचा ग्रह झाला.''

नंतर ब्लड यांनी लिहून ठेवलं, 'माझ्या आयुष्यातला सगळ्यांत भयानक महिना म्हणून मी १९७१ च्या मार्च महिन्याचा उल्लेख करीन.' आशा आणि निराशा यांच्यादरम्यान त्यांच्या सहकाऱ्यांची होणारी घुसमट आणि त्यांच्या मनात असलेला संताप या गोष्टी ब्लडना आठवतात. मेग ब्लड त्यांच्या पतीचं नैराश्य दिसू लागल्याची आठवण सांगतात, ''त्याला जो प्रतिसाद अपेक्षित होता, तो त्याला मिळत नव्हता.''

याला प्रत्युत्तर म्हणून ब्लडनी त्यांच्या अहवालात सौम्य भाषेचा वापर न करण्याचं ठरवलं. त्यामुळे त्यांच्याकडून जाणारे अहवाल अधिकाधिक जहाल व्हायला लागले. लष्कर अनेकदा निर्दयी क्रूरतेने वागलं. उपदूतावासातल्या एका कर्मचाऱ्याने स्वयंचलित हत्यारांमधून पडणारा स्वैर गोळ्यांचा पाऊस पाहिल्याचं त्यांनी एका अहवालात लिहिलं.

संसदसदस्य आणि विद्यार्थी यांच्याबरोबरच अवामी लीगच्या सगळ्या

नेत्यांना अटक करण्याच्या लष्कराच्या प्रयत्नाबद्दल ब्लडनी दुसऱ्या दिवशी अहवाल पाठवला. शहरात गोळीबार आणि स्फोट यांची मालिका चालूच होती, पण पहिल्या दिवसापेक्षा तिचा जोर काहीसा ओसरला होता. लष्कराने ठिकठिकाणी उभारलेल्या तपासणीचौक्यांना न जुमानता शहराबाहेर घाईघाईने पळून जाणाऱ्यांचा ओघ कायम होता. त्यांच्यापैकी बहुसंख्य बंगाली हिंदू असले, तरी पळून जाणाऱ्यांमध्ये भयभीत झालेल्या अनेक मुस्लिमांचाही समावेश होता. 'हिंदू आणि बंगाली यांच्या मालमत्तेची मोठ्या प्रमाणावर लूटमार, नासधूस आणि हत्याकांड' यांच्याबद्दल ब्लड बरंच काही ऐकून होते. अत्याचाराच्या कहाण्यांचा शहरात महापूर आला होता. ब्लडच्या कार्यालयातल्या एका बंगाली कर्मचाऱ्याने त्याच्या घरात शस्त्रास्त्रं शोधण्यासाठी लष्कर घुसल्याची आणि त्याच्या सतरा वर्षांच्या बहिणीने त्याचं रक्षण करण्याचा प्रयत्न केला असता तिच्या छातीत बायोनेट खुपसून तिला गंभीर जखमी केल्याची कथा डोळ्यांत पाणी आणून सांगितली.

२८ मार्च रोजी ब्लड यांच्या संवेदनेचा कडेलोट व्हायला लागला होता. हतबलता आणि संताप या दोन भावनांनी त्यांचा कब्जा घेतला होता. ते लिहितात, 'अत्यंत जहरी लष्करी कारवाईचे तपशीलवार अहवाल आम्ही तीन दिवस सतत इस्लामाबादला आणि वॉशिंग्टनला पाठवत होतो, पण उत्तरादाखल आम्हांला मिळाली कर्णभेदी शांतता! अंधारात अरण्यरुदन करण्याचा एका क्षणी मला वैताग आला आणि आम्ही पाठवत असलेल्या अहवालांची तीव्रता आणखी वाढवण्याचा निर्णय मी घेतला.'

'वेचक वंशविच्छेद' असं शीर्षक असलेला जळजळीत शब्दांचा एक अहवाल त्यांनी त्यांच्या मंत्रालयाला पाठवला. ब्लड वकील नसले, तरी 'वंशविच्छेद' या शब्दप्रयोगामुळे सरकारला धक्का बसावा, अमेरिकी मंत्रालयातल्या नोकरशाहीच्या गुलगुलीत भाषेला तडाखा बसावा अशी भावना हा शब्दप्रयोग वापरण्यामागची होती.

अत्यंत परखड भाषेत त्यांनी लिहिल होतं, 'पाकिस्तानी लष्कराच्या दहशतवादी कारवाईचे आम्ही मूक आणि भयभीत प्रत्यक्षदर्शी आहोत.' (अमेरिकी सरकारचा विचार करता, ब्लड यांना मूक म्हणणं धाडसाचं ठरलं असतं, पण पाकिस्तानी अधिकाऱ्यांकडे ते त्यांचा निषेध नोंदवू शकत नव्हते.) अवामी लीगच्या समर्थकांना शोधून काढून गोळ्या घालण्यात येत होत्या. लष्करी अधिकाऱ्यांविरुद्ध अशा प्रकारच्या पद्धतशीर हत्याकांडाचा पुरावा उपलब्ध असल्याचा इशारा त्यांनी अमेरिकी मंत्रालयाला दिला. राजकीय नेते, प्राध्यापक आणि विद्यार्थी यांना कशा प्रकारे मारलं गेलं याचाही तपशील त्यांनी लिहिला. काहीही करून ढाका शहरातून

बाहेर पडण्याचा प्रयत्न करणाऱ्या हिंदूंनी आणि इतर लोकांनी रस्ते भरून गेले होते. लष्कराची गरज म्हणून या हल्ल्याचं समर्थन करता येणं शक्य नसल्याचं बजावून ते लिहितात, 'लष्कराला ढाक्यात कोणताही विरोध होत नाही आहे.'

निर्णयप्रक्रियेत ब्लड यांचं स्थान कनिष्ठ असलं, तरी निक्सन आणि किसिंजर यांचं परस्परसंमतीचं शांततेचं धोरण पूर्णपणे बदलण्याचा प्रस्ताव ब्लडनी त्यांना दिला. ढाक्यातल्या रक्तपातावर पांघरूण घालण्यात काहीही अर्थ नसल्याची ब्लडची भूमिका होती. त्याचप्रमाणे ढाक्यातला उपदूतावास मानवी संहाराचं तपशीलवार वर्णन पाठवत असल्याचं नाकारणं हे कृत्यही ते निरर्थक समजत होते. मात्र यामुळे उपदूतावास उघडा पडून पाकिस्तानने त्यांची बहुधा हकालपट्टीही केली असती, याची जाणीव त्यांना होती. 'आज ना उद्या, पाकिस्तानी लष्कराच्या अत्याचारांचं भयानक स्वरूप उजेडात येईलच. पाकिस्तानच्या असत्य कथनावर विश्वास ठेवण्याचं ढोंग करण्याऐवजी पाकिस्तानी लष्कराने त्यांच्याच देशवासीयांवर चालवलेल्या अत्याचारांमुळे आपल्याला किती धक्का बसला आहे, हे तरी आपण पाकिस्तान सरकारला कमीतकमी खासगीत तरी सांगावं.'

ब्लड आणि त्यांचे काही अमेरिकी सहकारी पाकिस्तानी लष्करापासून बंगालींना दडवून ठेवत होते. एका अहवालात स्वतःच्या वरिष्ठांपुढे या कृत्याची कबुली देऊन ब्लड म्हणतात, 'अनेक बंगाली लोकांनी अमेरिकी घरांमध्ये आश्रय मागितला असून बहुतेक जण त्यांना आसरा देत आहेत.'

नंतर त्यांनी केलेल्या नोंदीनुसार, 'ढाक्यातल्या बहुतेक सरकारी आणि खासगी सेवेतल्या अमेरिकींच्या कर्मचारिनिवासात भयभीत मुस्लीम आणि हिंदू लोकांना लपवून ठेवण्यात आलं होतं. हे विस्थापित गरीब असल्याची आणि त्यांचा राजकारणाशी अर्थार्थी काहीही संबंध नसल्याची मला खात्री आहे. माझ्या स्वतःच्या नोकरांनी अनेक जणांना लपवलं होतं.' स्वतःच्या नोकरांच्या हृदयातल्या करुणेची प्रशंसा करणारे ब्लड त्यांना यासाठी प्रतिबंध करणार नव्हते. त्यांनी लिहिलं आहे –

> आमच्या नोकरांकडे आश्रय मागणारे बहुसंख्य बंगाली हे हिंदू असून ते पळून जाण्याच्या प्रयत्नात होते आणि अशा सर्वांना आम्ही सर्वांनी आश्रय दिला होता. आमच्या या कृतीची माहिती वॉशिंग्टनपर्यंत पोहोचल्यानंतर आम्हांला हे सगळं बंद करण्याचा आदेश दिला गेला. यावर 'आम्ही हे करत आहोत आणि करत राहणार आहोत.' असं प्रत्युत्तर मी दिलं. या लोकांना आम्ही हाकलवून देऊ शकत नव्हतो. हे राजकीय निर्वासित नव्हते. ते

गरीब, अत्यंत कनिष्ठ वर्गातले बहुसंख्य हिंदू लोक होते. केवळ हिंदू असल्याच्या कारणावरून मारून टाकलं जाण्याची भीती त्यांना होती.

राजनैतिक निवासाला लष्कर स्पर्श करू शकणार नसल्याची मेग ब्लड यांना कल्पना होती. मुख्य घर आणि बाग यांच्या पिछाडीला नोकरांची निवासस्थानं असल्यामुळे कुणाच्याही नजरेला न येता या लोकांना आश्रय देता येणं शक्य होतं. मेग म्हणतात, "हे लोक फार काळ राहिले नाहीत. ते त्यांच्या कुटुंबीयांकडे परतले. ते भिंतींवरून शेजाऱ्यांच्या, नोकरांच्या घरात प्रवेश करत आणि सर्वांची नजर चुकवून त्यांना आश्रय देण्यात येत असे."

लष्करी कारावाईपूर्वी ब्लड यांच्या घराच्या अंगणात ब्लडशी मित्रत्वाचे संबंध असणारा बंगाली पोलिसांचा एक चमू तंबू बांधून वास्तव्याला होता. मात्र सशस्त्र बंगाली दिसल्यास त्याला पाहताक्षणी गोळ्या घालण्यात येणार असल्याचं २५ मार्चच्या काळरात्री या पोलिसांना समजून आलं. त्यामुळे त्यांनी त्यांच्या रायफल्स ब्लड यांच्या घरासमोरच्या हिरवळीत पुरून टाकल्या, स्वतःचे गणवेश उतरवले आणि ते नोकरांमध्ये मिसळून गेले. अशा प्रकारे त्यांनी स्वतःची सुटका करून घेतली. त्यांच्यापैकी एक कॉर्पोरल काही काळानंतर ब्लड यांच्या घरी आला आणि तो विश्वास ठेवण्यालायक असल्याची प्रशस्ती ब्लड यांनी त्याच्याबाबत लष्करी अधिकाऱ्यांकडे करावी अशी गळ त्याने घातली. ब्लड यांनी सचिंत मनाने त्याची विनंती मान्य केली. त्याला काही इजा झाली नसल्याची त्यांना खात्री होती.

मात्र सर्वच जण बंगालींना संरक्षण देत नव्हते. त्यात बुचर यांचाही समावेश होता. राजकीय अधिकारी असलेल्या बुचर यांच्यावर पाकिस्तान्यांची आधीच नजर होती; पण इतर काही अमेरिकी लोक बंगालींना संरक्षण देत असल्याचं त्यांना ठाऊक होतं. एका तरुण प्राध्यापकाच्या पत्नीने त्यांच्या घरी येऊन भाकलेल्या करुणेबद्दल बुचर म्हणतात, "माझ्या पत्नीच्या पायावर कोसळून 'तुम्ही आम्हांला मदत केलीच पाहिजे.' अशी याचना या स्त्रीने केली. ते सारंच दृश्य अत्यंत केविलवाणं होतं."

काही अमेरिकींनी बंगालींना जाणूनबुजून आश्रय दिल्याचं नमूद करून एरिक ग्रिफेल म्हणतात की, "त्यांना मात्र याबाबत पूर्वकल्पना नसताना असा आश्रय त्यांच्याकडून दिला गेला होता. ते म्हणतात, "तुमच्या घरातल्या नोकरांच्या खोल्यांमध्ये कोण मुक्कामाला असे, हे तुम्हांला कधीच कळत नसे. माझ्या काही नोकरांचे काही नातलग असे लपल्याचं मला नंतर कळलं. ते मुस्लीम होते; पण त्याचं मला आश्चर्य वाटलं नाही." ते सांगतात, "पश्चिमी पाकिस्तानी स्थानिक

अमेरिकींवर भडकलेले होते, कारण अमेरिकी लोकांची बंगाली लोकांबाबतची धारणा स्पष्टपणे कळून येत होती. सामान्य नागरिक, पत्रकार आणि मिशनरी असे सगळेच बंगालींबाबत सहानुभूती बाळगून होते.''

ग्रिफेल यांच्या कर्मचाऱ्यांपैकी एक जण म्हणजे डेसे मायर्स हा तरुण विकास अधिकारी. तो तेव्हा अविवाहित होता आणि एका छानशा वस्तीत चार शयनगृहं असलेलं निवासस्थान त्याला मिळालं होतं. ''माझ्या घरात एक जोडपं लपलेलं होतं.'' असं तो सांगतो. बंगाली बाहेरून दिसू नयेत यासाठी त्याने खिडक्यांना पडदे लावले. त्यांच्यापैकी काही जण ढाका विद्यापीठात शिकत होते आणि ते त्याचे मित्र होते. लष्कराने विद्यापीठावर चाल केल्यानंतर त्याच्या घरी राहता येण्यासाठी त्यांनी विचारणा केली होती. त्याच्या स्वयंपाक्याने स्वतःचं संपूर्ण कुटुंबच आणलं होतं. मायर्सने लिहून ठेवलं आहे, 'नोकरांच्या निवासात सहासात जण दडले होते. प्रत्येक जण काळजीत होता. काय घडणार होतं हे आम्हांलाच ठाऊक नव्हतं.' ''यामुळे पाकिस्तानी लष्कराचा रोष ओढवण्याची भीती वाटली नाही का?'' असं विचारताच डेसे म्हणाला, ''आम्ही तरुण आणि अजेय होतो.''

अमेरिकेचे भारतातले राजदूत केनेथ किटिंग यांनी 'वेचक वंशविच्छेद'विषयक अहवालावर लगेचच शिक्कामोर्तब केल्यामुळे ब्लड चकित झाले आणि त्यांना दिलासाही मिळाला.

किटिंग स्वतः एक प्रबळ राजकारणी होते; त्यामुळे अमेरिकी परराष्ट्र मंत्रालयाला त्यांच्याकडे सहजपणे दुर्लक्ष करता येणं शक्य नव्हतं. ते न्यूयॉर्कचे माजी सिनेटर होते. त्या काळात सत्तरीत असलेले किटिंग यांचं रापलेलं देखणेपण, तेजस्वी निळे डोळे, केसाळ भुवया आणि ज्येष्ठ मुत्सद्द्यांना शोभून दिसणारे भरगच्च पांढरेशुभ्र केस असं त्यांचं एकूण प्रभावी व्यक्तिमत्त्व होतं. दोन्ही महायुद्धांमध्ये लढलेले किटिंग लष्करातून ब्रिगेडिअर जनरल या हुद्द्यावरून निवृत्त झाल्यानंतरही त्यांच्या वागण्यातली लष्करी झाक कायम होती. क्युबामध्ये गुप्तपणे तैनात केलेल्या सोव्हिएत क्षेपणास्त्रांचा ठावाठिकाणा राष्ट्राध्यक्ष जॉन केनेडी यांच्या आधी सहा दिवस लागल्याचं क्युबाबरोबरच्या क्षेपणास्त्र पेचप्रसंगाच्या वेळी सिनेट सभागृहात जाहीर करून त्यांनी संपूर्ण वॉशिंग्टनला आश्चर्यचकित केलं होतं. त्यामुळे केनेडी यांची नामुष्की होऊन किटिंग त्यांच्या रोषास पात्र झाले होते. (यामुळे खच्ची झालेले केनेडी उद्गारले होते, ''किटिंग कदाचित अमेरिकेचे पुढचे राष्ट्राध्यक्ष असतील.'') मात्र सिनेटच्या निवडणुकीत रॉबर्ट केनेडी यांनी किटिंग यांचा न्यूयॉर्कमध्ये केलेला पराभव या घटनेचं उट्टं काढणारा ठरला. किटिंगना दिलासा देण्यासाठी निक्सननी त्यांना भारतात राजदूत म्हणून नेमलं. किटिंग हे जुन्या

वळणाचे, परंपरावादी, नेमस्त, रॉकफेलर श्रेणीतले रिपब्लिकन पुढारी असल्याची आठवण सांगणाऱ्या सिडनी शेनबर्गला ते आवडत असत. ''किटिंगचं वागणं एखाद्या राजनितिज्ञाच्या अगदीच उलट होतं.'' शेनबर्ग सांगतो.

पूर्व पाकिस्तानमधला वंशविच्छेद सुरू झाला, तेव्हा किटिंग यांच्या कारकिर्दीचा आणि आयुष्याचा अखेरचा टप्पा सुरू झाला असल्याने स्पष्ट मतप्रदर्शन करताना ते कोणतीही भीड बाळगत नव्हते. भारतीय जनतेचा उफाळून आलेला संताप त्यांनी समजून घेतला. भारतीय सैन्यातले मेजर जनरल जेकब म्हणतात, ''किटिंगचं आणि माझं एकमत झालं.'' 'असे अत्याचार चालू असतानाही अमेरिका पाकिस्तानला पाठिंबा का देते आहे?' असं विचारताच किटिंग लालेलाल झाल्याची आठवण जेकब सांगतात. अशा प्रकारे किटिंग भारत आणि बंगाली लोकांचे खंदे पाठीराखे झाले आणि ढाका उपदूतावासातल्या अमेरिकेच्या भूमिकेच्या विरोधकांना त्यांनी स्वतःचं वजन आणि मानमरातब यांचं बळ दिलं. मेग ब्लड म्हणतात, ''देव त्यांचं भलं करो, ते आमच्या पाठीशी ठामपणे उभे राहिले.''

ब्लड यांनी पाठवलेला अहवाल पाहताच किटिंग यांनी या अहवालाला तत्काळ दुजोरा दिला आणि 'वेचक वंशविच्छेद' या शीर्षकाचा जळजळीत अहवाल स्वतःच्या सहीने पाठवला. त्यात ते म्हणतात, 'पाकिस्तानी लष्कराने पूर्व पाकिस्तानमध्ये चालवलेल्या हत्याकांडामुळे मला जबर धक्का बसला असून हे अत्याचार अमेरिकी शस्त्रसामग्री वापरून चालू असल्याच्या शक्यतेमुळे मी हादरलो आहे. पाकिस्तानी लष्कराने निर्माण केलेल्या दहशतीच्या या वातावरणामागे आपलाही हात असल्याचे गंभीर आरोप आपल्यावर होऊ शकतात या चिंतेने मला ग्रासलं आहे.' अमेरिकी धोरणाच्या पूर्णपणे विरुद्ध भूमिका घेऊन किटिंग यांनी अमेरिकी सरकारला 'या अत्याचाराचा तातडीने, जाहीरपणे आणि ठळकपणे धिक्कार करावा.' अशी सूचना करून पाकिस्तान सरकारचा 'खासगीत समाचार घ्यावा.' आणि पाकिस्तानला होणारा सर्व लष्करी पुरवठा एकतर्फी निर्णय घेऊन स्थगित करावा असंही सुचवलं. या अहवालात ते म्हणतात, 'हे भयानक सत्य उजेडात येण्याची अपरिहार्य आणि तातडीची शक्यता लक्षात घेऊन, तसंच कम्युनिस्टांनी या परिस्थितीचा गैरफायदा घेण्यापूर्वीच सरकारने वेगाने हालचाली कराव्यात. तत्त्वनिष्ठ राजकारण हेच सर्वोत्तम राजकारण ठरेल अशी ही वेळ आहे.'

या हत्याकांडाची बातमी चहूकडे जाण्याची खात्री किटिंग यांनी करून घेतली. ''इतर कुठूनही न मिळू शकणारी माहिती ते मला वेळोवेळी देत असत.'' अशी आठवण सांगणाऱ्या शेनबर्गची ढाक्यातून हकालपट्टी झाल्यानंतर तो दिल्लीत दाखल झाला. त्याने किटिंग यांच्यासमोर ढाक्यात अनुभवलेल्या परिस्थितीचं

तपशीलवार वर्णन गहिवरल्या स्वरात केलं. त्यानंतर किटिंग यांनी न्यूयॉर्क टाइम्ससाठी एका हत्याकांडाचं वर्णन करणारी बातमी शेनबर्गला दिली. शेनबर्ग म्हणतो, ''ते विलक्षण संतापले होते, म्हणूनच ते मला अशी माहिती देत.'' शेनबर्गचा लेख छापून आल्यानंतर पाकिस्तान सरकार आणि अमेरिकी अधिकारी रागावले; पण ही माहिती स्वतःकडूनच गेल्याची परखड कबुली किटिंग यांनी दिली. परराष्ट्र मंत्रालयाला न जुमानता त्यांनी बजावलं, ''हजारो निःशस्त्र पुरुषांना, स्त्रियांना आणि मुलांना अत्यंत निष्ठुरपणे कंठस्नान घालण्याच्या कृतीचं वर्णन 'वंशविच्छेद' या शब्दाखेरीज इतर कोणताही शब्द अधिक चांगल्या प्रकारे करू शकेल असं मला वाटत नाही.''

किटिंग यांनी निक्सन आणि किसिंजर यांच्या व्यवहारबुद्धीलाही साद घालण्याचा प्रयत्न केला. पाकिस्तानचे दोन तुकडे होण्याची शक्यता खरी ठरली असती, तर बांगला देश या नव्या राष्ट्राबरोबर चांगले संबंध राखण्याची अमेरिकेची इच्छा नक्कीच असली असती; पण पाशवी बळाचा वापर करून पाकिस्तान कसंबसं एकसंध राहिलं असतं, तरी ते दुर्बल आणि डळमळीत झालं असतं, ज्यायोगे भारतापेक्षा त्याचं 'भूराजकीय महत्त्व' फारच कमी असलं असतं, असंही किटिंग यांनी निक्सन आणि किसिंजर यांना पटवून देण्याचा प्रयत्न केला. पण परराष्ट्र मंत्रालयाने त्यांचीही मुस्कटदाबी केली. बंगाली बळींबद्दल अगदी सौम्य शब्दांत सहानुभूती व्यक्त करण्याची अनुमतीही त्यांना देण्यात आली नाही.

स्थानिकांप्रती अनुकूल भूमिका घेणारे किटिंग हे एकमेव राजदूत नव्हते. मात्र पाकिस्तानमधले अमेरिकी राजदूत जोसेफ फारलॅन्ड हे याह्या खान सरकारचे कट्टर समर्थक ठरले.

फारलॅन्ड पूर्णपणे रूढिवादी होते. मूळचे पश्चिम व्हर्जिनिया प्रांतातले फारलॅन्ड रिपब्लिकन पक्षाचे सदस्य होते; पेशाने ते वकील होते, पण त्यांनी एफ.बी.आय.साठी काम केलं होतं. तसंच त्यानंतर डोमिनिकन रिपब्लिक आणि पनामा या देशांमध्ये त्यांनी राजदूत म्हणून काम केलं होतं. (त्यांच्या कारकिर्दीवरचा एकमेव डाग म्हणजे महाविद्यालयात असताना कम्युनिस्ट पक्षाच्या चार बैठकांना त्यांनी हजेरी लावली होती.) त्यांना दक्षिण आशियात राहणं आवडत नसे आणि या भागाबद्दल त्यांना बिलकूल जिज्ञासा नव्हती. एकदा त्यांनी निक्सन आणि किसिंजर यांना ग्राम्य भाषेत सांगितलं होतं, ''ही समस्या इ. स. ७१२ मध्ये सुरू झाली, तेव्हा मुस्लिमांनी सिंधवर पहिलं आक्रमण केलं होतं. तेव्हापासून उपखंडात शांतता नांदलेली नाही. कारण हिंदू आणि मुस्लीम यांच्यात काहीही सामाईक नाही. त्यांची श्रद्धा काहीही असो; पण त्यांचं जीवन आर्थिक, राजकीय, सामाजिक आणि

भावनिक अशा प्रत्येक स्तरावर दोन परस्परविरुद्ध टोकांचं आहे. एक जण मूर्तिपूजा करतो, तर दुसरा एकेश्वरवादी आहे; एक गायीची पूजा करतो, तर दुसरा ती खातो. हे इतकं सरळसोट आहे.'' (भारताचा उल्लेख होताच निक्सन यांनी त्यांच्या नेहमीच्या शैलीत ''तो नतद्रष्ट देश'' अशी प्रतिक्रिया दिली.)

फारलॅन्ड यांच्याबद्दल ग्रिफेल म्हणतात, ''तो जणू एक व्यंग्यचित्रातलं पात्रच होता. पश्चिम व्हर्जिनियातला श्रीमंत, बुद्धिमान वकील; पण भारतीय उपखंडाबाबत पूर्णपणे अनभिज्ञ आणि जागतिक राजकारणात रस नसलेला असा हा राजदूत होता.'' ग्रिफेल यांच्या एका विकास-प्रकल्पाला फारलॅन्ड यांनी एकदा भेट दिली होती. सुकी गोदी बांधण्याच्या या प्रकल्पाला 'रुझवेल्ट जेटी' असं नाव देण्यात आल्याचं पाहून फारलॅन्ड यांनी विचारलं होतं, ''रुझवेल्ट जेटी?'' ''होय, थिओडोर.'' ग्रिफेल यांनी तत्क्षणी प्रत्युत्तर दिलं होतं.

ढाका आणि इस्लामाबाद यांच्यात हजार मैलांचं अंतर असलं, तरी फारलॅन्ड हे ब्लड यांचे लगोलग वरिष्ठ होते. याह्या खान नेहमी फारलॅन्ड यांच्याबरोबर मद्यपान करत किंवा त्यांना शिकारीसाठी बरोबर नेत. त्यामुळे या दोघांच्या मैत्रीबद्दल ब्लड जपून असत. ब्लडचा उपदूतावास आणि फारलॅन्डचा दूतावास यांच्यातले नातेसंबंध खराब असल्याचं ब्लड यांचं मत होतं.

पाकिस्तानी लष्करशहांची अधिकृत भूमिका सोयीस्कर होती - 'अत्याचाराच्या कहाण्या म्हणजे कल्पनेच्या वावड्या असून काही दिवसांमध्ये किंवा आठवड्यांमध्येच पाकिस्तान पूर्वीप्रमाणेच एकसंध होईल.' निक्सन यांना लिहिलेल्या पत्रात याह्या खान म्हणतात, 'पूर्व पाकिस्तान व्यवस्थित नियंत्रणाखाली असून सामान्य जीवन पूर्वपदावर आणण्यात येत आहे.' लष्करी कायद्याच्या अमलानुसार, वर्तमानपत्रांवर सेन्सॉरशिप लादलेली असल्याने हिंसाचाराचा कुठेच उल्लेख नव्हता.

मात्र या हिंसाचारामुळे अपेक्षित परिणाम साधण्यावर इस्लामाबाद दूतावासाचा बिलकूल विश्वास नव्हता. अगदी फारलॅन्ड यांनीही 'पाकिस्तानी लष्कराने रानटी, निर्दयी आणि अतिरेकी बळाचा केलेला वापर खेदजनक' असल्याचं मान्य केलं होतं; पण ब्लड किंवा किटिंग यांना प्रतिकूल भूमिका घेऊन ते अमेरिकी धोरणाशी एकनिष्ठ राहिले. किटिंग यांच्या 'वेचक वंशविच्छेद' या अहवालाचं वाचन केल्यानंतर फारलॅन्डनी किटिंग यांना सुनावलं, ''एखाद्या देशाच्या अंतर्गत घडामोडींमध्ये दुसऱ्या देशाने हस्तक्षेप करणं आक्षेपार्ह आहे.''

या अत्याचारांमुळे पश्चिम पाकिस्तानमधले इतर अनेक अमेरिकी अधिकारी प्रक्षुब्ध झाले होते. पाकिस्तानी काउन्सिलने लाहोरमधून पाठवलेल्या अहवालात

म्हटलं होतं, 'अक्षरशः हजारो लोकांना यापूर्वीच कंठस्नान घालण्यात आलं असून पूर्व पाकिस्तानमध्ये नृशंस रक्तपात चालू आहे.' पाकिस्तानभरचे अमेरिकी अधिकारी अत्यंत संतापल्याने 'पूर्व पाकिस्तानमधल्या लष्करी हस्तक्षेपाबद्दल कुणीही मतप्रदर्शन करू नये किंवा निष्कर्ष मांडू नयेत.' अशी जरब कराचीमधल्या, लाहोरमधल्या आणि ढाक्यामधल्या अधिकाऱ्यांना देणं फारलॅन्ड यांना भाग पडलं. त्यांनी सांगितलं, 'अमेरिकी राजनैतिक अधिकाऱ्यांनी या संदर्भात भावनाहीन, व्यावसायिक भूमिकेचा अवलंब करावा. आपली वैयक्तीक भावना काहीही असो; जे घडत आहे, तो पाकिस्तानचा अंतर्गत मामला आहे आणि त्यावर अमेरिकी सरकारचे प्रतिनिधी म्हणून आपल्याला काहीही टीकाटिप्पणी करायची नाही. आपण केवळ मानवप्राणी नसून सरकारी सेवकही असल्याने आपला संताप कितीही सात्त्विक असला, तरी त्यामुळे आपली प्रतिक्रिया जाहीर करण्याचं समर्थन होत नाही.'

फारलॅन्ड यांनी आर्चर ब्लड यांचा आवाज बंद करण्याचा प्रयत्न केला. ढाक्यामधल्या अधिकाऱ्यांसाठी हा 'अवघड आणि परीक्षेचा काळ' असल्याचं त्यांनी मान्य केलं, पण तरीही अमेरिकी मुत्सद्द्यांकडून अपेक्षित असलेलं 'तारतम्य' पाळलं जाण्याची खात्री ब्लड यांनी देण्याची तंबीही फारलॅन्डने त्यांना दिली. फारलॅन्ड यांना प्रत्युत्तर देताना ब्लड लिहितात, 'ज्या देशाशी आपले प्राथमिक हितसंबंध सामरिक नसून मानवतावादी आहेत, त्या देशात सद्यःस्थितीत नैतिक मूल्यं निश्चितच सुसंगत ठरतात. दहशतीच्या थैमानाचे आणि लोकशाही संकेत पायदळी तुडवण्याच्या घटनांचे आम्ही पाठवलेले अहवाल हे वस्तुनिष्ठ वास्तव आहे. ते भावनेच्या भरात केलेलं लेखन नाही.'

ब्लड यांच्या 'वेचक वंशविच्छेद' या अहवालामुळे किसिंजर यांचे व्हाइट हाउसमधले दक्षिण आशियाविषयक तज्ज्ञ सॅम्युएल हॉस्किन्सन चांगलेच हादरले. येणाऱ्या अहवालांचं वाचन किसिंजर करत असत. काही अहवाल ते बारकाईने वाचत, पण हा अहवाल कदाचित त्यांच्या नजरेतून निसटला असल्यास हॉस्किन्सन यांनी त्यांना लगेच सावध केलं. ते म्हणाले, "उठावाचा पहिला जोर मोडून काढल्यानंतर आता लष्कराने दहशतीचं थैमान घालायला सुरुवात केली आहे." इथे त्यांनी ब्लड यांनी वापरलेला शब्दप्रयोग केला "त्याचं उद्दिष्ट भविष्यात निर्माण होऊ शकणाऱ्या विरोधाचं मूळ उखडून टाकणं हे आहे."

नव्या धोरणाचा अवलंब करण्याची ब्लड यांची सूचना हॉस्किन्सन यांनी थेट किसिंजर यांच्यासमोरच ठेवली. "पूर्व पाकिस्तानमधल्या अत्याचारांकडे पूर्णपणे दुर्लक्ष करण्याचं अमेरिकेचं प्रचलित धोरण इष्ट आहे का? की आपण पश्चिमी

पाकिस्तानींकडे आपला निषेध किमान खासगीत तरी नोंदवायचा?'' याह्या सरकारकडे निषेध नोंदवण्याची ब्लड यांची इच्छा असल्याचं (किसिंजर यांना) सांगून या भूमिकेला पाठिंबा देणाऱ्या हॉस्किन्सन यांनी ब्लड यांच्या 'जे काही घडत आहे, त्याचा संपूर्ण भयपट आज-ना-उद्या उजेडात येणारच आहे.' या प्रतिपादनाचं समर्थन केलं. पाकिस्तानला होत असलेली अमेरिकी मदत म्हणजे पाकिस्तानच्या कृतीचं हृदयशून्य समर्थन ठरण्याचा इशाराही हॉस्किन्सननी किसिंजरना दिला.

पण ब्लड, किटिंग आणि हॉस्किन्सन यांच्याकडून येणारे धोक्याचे संदेश निक्सन यांनी उडवून लावले. पूर्व पाकिस्तानमधल्या कत्तलींचा उल्लेख किसिंजर यांनी केला असता, त्याविरुद्ध काहीही बोलायला निक्सन यांनी नकार दिला. ते म्हणाले, ''त्याची प्रशंसा करणारं पत्रक मी काढणार नाही, पण त्याचा निषेधही आपण करणार नाही.''

''उपासमार होत असलेल्या बायफ्रा निदर्शकांवर गोळीबार करणंही मला पसंत नव्हतं.''

लष्करी कारवाईच्या क्रौर्यामुळे घृणा वाटण्याऐवजी किसिंजर यांना या कारवाईचं कौतुक वाटलं. निक्सन यांच्याशी खासगीत बोलताना ते म्हणाले, ''हे यशस्वी होताना दिसतंय.''

हॉस्किन्सन आठवण सांगतात, ''हे म्हणजे स्वप्नरंजनाचं आणि बंगाली जनतेच्या तीव्र राष्ट्रवादी भावनेबद्दल असलेल्या अजाणतेपणाचं मिश्रण होतं. त्याखेरीज पश्चिम पाकिस्तानच्या - 'ही स्थिती आम्ही हाताळू शकतो. तुम्ही आम्हांला शस्त्रपुरवठा केला आहे; चिंता करू नका; हा उठाव आम्ही दडपून टाकू.' - बढाईचीही जोड या मिश्रणाला लाभली होती.''

२९ मार्च रोजी किसिंजर निक्सन यांना म्हणाले, ''याह्या खान यांनी पूर्व पाकिस्तानवर नियंत्रण मिळवल्याचं दिसतं आहे.'' उत्तरादाखल निक्सन म्हणाले, ''छान, कधीकधी बळाचा वापर....'' त्यांचं वाक्य पूर्ण करताना किसिंजर म्हणाले, ''परिस्थिती प्रतिकूल भासत असली, तरी बळाचा वापर फायदेशीर ठरतो. कारण ३०,००० सैनिकांना साडेसात कोटी लोकांवर नियंत्रण प्रस्थापित करणं शक्य नसल्याचं सर्वच तज्ज्ञ सांगत होते. सर्वांत शेवटी हे कदाचित खरं ठरणार असलं, तरी या क्षणाला सर्वकाही शांत दिसतं आहे.''

वैचारिक भूमिका घेऊन निक्सननी दडपशाहीच्या उपयुक्ततेचं विवेचन असं केलं - ''परिस्थिती कदाचित बदलली असेल; पण आपण वेगवेगळ्या राष्ट्रांचा इतिहास पाहिल्यास, तीस हजार शिस्तशीर लोक साडेसात कोटी लोकांवर कधीही

मात करू शकतात. स्पॅनिश लोकांनी अमेरिका खंडात प्रवेश केल्यानंतर इन्कांवर आणि इतर सर्व जमातींवर विजय मिळवलाच. ब्रिटिशांनी भारतावर कब्जा केला, तेव्हा काय केलं ते आठवून पाहा.'' किसिंजर उत्तरले, ''बरोबर आहे.''

ढाक्यापासून दूर असणारे निक्सन आणि किसिंजर पुस्तकी सिद्धान्तांवर निवांतपणे चर्चा करत राहिले. याह्या खान यांच्याबद्दल बोलताना निक्सन म्हणाले, ''त्यांचं भलं व्हावं हीच माझी शुभेच्छा. पाकिस्तानचे दोन तुकडे न होणं अधिक चांगलं. खरा प्रश्न असा आहे की, या नतद्रष्ट देशाचा कारभार कुणाला तरी चालवता येणार आहे काय!'' याह्या खान यांच्यासमोरच्या समस्यांबाबत सहानुभूती व्यक्त करून किसिंजर म्हणाले, ''हे खरं आहे, आणि अर्थातच बंगाली लोकांचा इतिहास पाहिला; तर त्यांच्यावर राज्य करणं खरोखरच अतिशय कठीण आहे.''

बंगालींवर अत्याचार करून त्यांना शरण आणता येण्याची किसिंजर यांची अपेक्षा अनेक आठवडे धुगधुगत होती. अमेरिकी लष्करप्रमुखांना पाकिस्तानी लष्करी अधिकाऱ्यांनी पाकिस्तानी लष्करच विजयी होणार असल्याचं आश्वासन दिलं. त्याबाबत वॉशिंग्टनमधल्या भारतीय राजदूताला किसिंजरनी सांगितलं, ''पश्चिमी पाकिस्तानी लष्कर पूर्व बंगालमधल्या जनतेवर बळजबरीने नियंत्रण आणू शकणार नाही, अशी खात्री आमच्या संरक्षण मंत्रालयाला आणि इतर सर्व तज्ज्ञांना होती; पण आता मात्र तसंच घडल्याचं भासतं आहे. या स्थितीत आपल्यासमोर काय पर्याय आहेत? आपल्याला जे अपरिहार्य दिसतं आहे, ते मकियाव्हेलियन कूटनीतीचा अवलंब करून स्वीकारलंच पाहिजे. तुम्हांला तसं वाटत नाही का?''

आर्चर ब्लड पाठवत असलेल्या अहवालांना व्हाइट हाउसने कवडीचीही किंमत दिली नसल्याचं हॉस्किन्सन यांना आठवतं. मात्र अशा भयाण परिस्थितीत सी.आय.ए.च्या ढाक्यामधल्या प्रमुखाने ब्लड यांनी राखलेल्या संयमाचं कौतुक केलं, आणि हॉस्किन्सन यांच्या परराष्ट्र मंत्रालयातल्या मित्रांनी 'उत्तम बातमीदार' म्हणून ब्लड यांच्या प्रती निर्माण झालेला आदर बोलून दाखवला. हॉस्किन्सन म्हणाले, ''हेन्री आणि हेग यांचं लक्ष आम्ही या अहवालांकडे वेधत असू, पण त्यांना धोरणाच्या स्तरावर फारसा प्रतिसाद मिळत असल्याचं दिसत नव्हतं. ब्लड हे मिळमिळीत असल्यागत त्यांच्याकडे पाहण्यात येत होतं. बंगाली लोक आणि त्यांचे नेते यांच्या ते काहीसे प्रेमात पडले असावेत किंवा त्यांच्याबाबत त्यांनी थोडी नरमाईची भूमिका स्वीकारली असावी असंही वाटत होतं.''

ब्लड यांच्याबद्दल हॉस्किन्सन म्हणतात, ''बंगाली जनतेच्या हालअपेष्टा पाहून ब्लड सचिंत झाले होते, पण आमचे नेते त्यावर फारसा विश्वास ठेवायला तयार नव्हते. त्यांना मानवी हक्कांची फारशी किंमत नव्हती... बंगाली जनतेच्या

हालअपेष्टांबद्दल आम्ही आक्रंदन करणं अपेक्षित नव्हतं. आमचं काम अमेरिकी हितसंबंध राखण्याचंच होतं. वॉशिंग्टनची मानसिकता अशीच होती.'' ते सांगतात, ''ब्लड बरोबर होते असं आता मागे वळून बघताना मला वाटतं, पण त्यांना परराष्ट्र मंत्रालयाचा पाठिंबा नव्हता. इस्लामाबादमधून येणाऱ्या माहितीवर अधिक विश्वास ठेवण्याची वृत्ती होती... आणि आमच्या ढाक्यातल्या लोकांकडे रडतराऊ म्हणून पाहिलं जात होतं.''

हॉस्किन्सन पुढे म्हणतात, ''किसिंजर आणि निक्सन यांचे विचार ते नोकरशाही आणि अगदी राष्ट्रीय सुरक्षा परिषद यांचे विचार यांच्यात कुठेही सांधा नव्हता.'' 'पाकिस्तानी लष्कराच्या सर्वव्यापी अत्याचारांबद्दल'चा अहवाल ब्लड पाठवत असूनही याह्यांवर टीका न करण्याच्या धोरणावर फेरविचार करण्याबाबत हॉस्किन्सननी किसिंजरना पुन्हा एकदा विनंती केली. या हत्याकांडाशी काहीही संबंध नसल्याचं अमेरिकेने जाहीर करावं, हे ब्लड आणि किटिंग यांचं मत हॉस्किन्सननी आणि व्हाइट हाउसमधल्या दुसऱ्या एका अधिकाऱ्याने किसिंजरसमोर मांडलं. एका लष्करी दहशतवादी राजवटीला अमेरिका साथ देत असल्याचा धोकाही किटिंग यांनी स्पष्ट करून दाखवला. त्याचाही या दोघांनी दाखला दिला.

मात्र ब्लड यांच्या अहवालांची 'डरपोक' म्हणून संभावना करण्याइतपतच किसिंजरनी त्यांच्या अहवालांची दखल घेतली. ''ढाक्यातला तो काउन्सल मनाने कणखर नाही.'' असा शेरा किसिंजरनी निक्सन यांच्यादेखत मारला असता राष्ट्राध्यक्ष म्हणाले, ''किटिंगसुद्धा तसलाच आहे.'' उत्तरादाखल किसिंजर म्हणाले, ''हे सगळे जण त्या घडामोडींमध्ये पुरते अडकले आहेत... अगदी बायफ्राप्रमाणेच. सर्वांत महत्त्वाची गोष्ट आहे शांत राहणं आणि काहीही न करणं. आपल्यासाठी कोणत्याही बाजूने त्यात काहीही नाही.'' निक्सन लगेच म्हणाले, ''आपण काय करू असं भारतीयांना वाटतं?'' त्यांच्याबरोबर सहमती दर्शवत किसिंजर म्हणाले, ''त्यामुळे पश्चिमी पाकिस्तानींचा जळफळाट होईल, आणि पूर्व पाकिस्तानींकडूनही कोणताच लाभ होणार नाही; कारण आपण काय केलं हे त्यांना समजणारच नाही. भारतीयांबद्दल बोलायचं झालं, तर कृतज्ञता व्यक्त करण्याचा त्यांचा इतिहासच नाही.''

याह्या खान यांच्यावर अमेरिकेचा प्रचंड प्रभाव असूनही किसिंजर म्हणाले, ''पाकिस्तानमध्ये हे चाललंय, पण आपण त्याबाबत फारसं काही करू शकणार नाही.'' अमेरिका पाकिस्तानवर दबाव आणत नसल्याबद्दल किसिंजरनी निक्सनना आश्वासित केलं. त्यावर निक्सन म्हणाले, ''आता आपण बायफ्राप्रमाणेच गप्प राहावं. नाहीतरी आपण काय करू शकणार आहोत?'' (प्रत्यक्षात मात्र

पाकिस्तानची बाजू घेऊन अमेरिका यात पूर्णपणे गुंतली असल्याचं या दोघांच्याही लक्षात आलं नाही.) ''अगदी योग्य मुद्दा.'' असं मतप्रदर्शन किसिंजरनी केलं. निक्सन म्हणाले, ''उपासमार होत असलेल्या बायफ्रा निदर्शकांवर गोळीबार करणंही मला पसंत नव्हतं.''

ब्लड आणि किटिंग यांचे यातनामय अहवाल विचारात घेण्यासाठी एखादी बैठक बोलवण्याची हॉस्किन्सन यांची इच्छा होती, पण या इच्छेकडे किसिंजर यांनी दुर्लक्ष केलं. युद्धकक्षातल्या एका बैठकीत धोरणविषयक चर्चेत मतभेद व्यक्त करणाऱ्यांची टवाळी करण्यात आली. परराष्ट्रमंत्री विल्यम रॉजर्सनी केलेल्या विनोदाची कुणीतरी पुनरावृत्ती केली – 'स्वतंत्र बांगला देशाला सर्वप्रथम भारत मान्यता देईल; अर्थात, राजदूत किटिंग यांनी ती त्यापूर्वीच दिली नसल्यास!'

याह्या खान जिंकू शकणार नसल्याचं त्या बैठकीतही ठामपणाने सांगणाऱ्या एका अधिकाऱ्याने ढाक्यात बायफ्रासारखी परिस्थिती निर्माण होऊ शकण्याची शक्यता असल्याचा धोक्याचा इशारा दिला. मात्र या बैठकीत किसिंजरनी ढाका शांत असून चितगावमधलं बंड मोडून काढण्यात आलं असल्याचं सांगितलं. शहरं पाकिस्तानी अमलाखाली असताना ग्रामीण भागातल्या बंगाली राष्ट्रवाद्यांकडून खरोखर प्रतिकार होण्याबद्दल त्यांनी शंका उपस्थित केली. ''लष्करी कारवाई अखेर यशस्वी होईल का?'' असा प्रश्न करून ते म्हणाले, ''साडेसात कोटी जनतेसमोर तीस हजार सैनिक काय करू शकतील?'' भयानक रक्तपात होऊ शकण्याचा इशारा एका सेनाधिकाऱ्याने दिला, पण सी. आय. ए. च्या एका अधिकाऱ्याने बंगाली लोक 'लढवय्ये' नसल्याचं मत मांडलं.

बैठकीच्या शेवटी किसिंजरनी ढाका विद्यापीठातल्या हत्याकांडाच्या अहवालांचा हवाला देऊन विचारलं, ''प्राध्यापक रझाक यांनाही ठार केलं का? ते माझे विद्यार्थी होते.'' सी. आय. ए. चा एक अधिकारी होकारार्थी प्रतिसाद देऊन म्हणाला, ''त्यांनी विद्यापीठात मोठ्या संख्येने लोक मारले.'' हा एक असा क्षण होता, जेव्हा उच्चस्तरीय धोरणविषयक चर्चा आणि बिनचेहऱ्याचे आकडे – ३०,००० सैनिक किंवा साडेसात कोटी लोक – यांच्या जागी एखाद्या निष्पाप विद्यार्थ्याचा चेहरा दिसायला हवा होता. भूतकाळातल्या मुस्लीम राज्यकर्त्यांनी भारतावर केलेल्या राज्याचा संदर्भ देऊन किसिंजर म्हणाले, ''त्यांनी एवढी वर्षं गोड वागून चाळीस कोटी भारतीयांवर वचक ठेवला नव्हता!''

५. द ब्लड टेलिग्राम

रिचर्ड निक्सन आणि आर्चर ब्लड या दोघांना अस्वस्थ करणारी एक बाब सातत्याने जाणवत होती. ती म्हणजे स्वतःच्याच देशबांधवांविरुद्ध युद्धात गुंतलेल्या पाकिस्तानी लष्कराला अमेरिकेने मोठ्या प्रमाणात शस्त्रपुरवठा केला होता.

त्या क्षणी सुरू असलेल्या हल्ल्यासाठी लष्करी सामग्रीची फार मोठ्या प्रमाणात गरज होती. पाकिस्तानी पायदळाच्या चार डिव्हिजन्स आणि पाकिस्तानी हवाई दल यांच्यासाठी ही सामग्री विशेषत्वाने लागणार होती. त्यामुळे एकूण शस्त्रास्त्रं आणि सामग्री यांच्यासाठी पाकिस्तान अमेरिकेवर अवलंबून होतं. दारूगोळा, लष्कराची आगेकूच करण्यासाठी आवश्यक सुटे भाग, रणगाडे आणि पाकिस्तानच्या दोन्ही भागांच्या दरम्यान सैनिकांची वाहतूक करू शकणारी मालवाहू सी-१३० विमानं यांचा समावेश या सामग्रीत होता.

हल्ला सुरू झाल्यानंतर अमेरिकेने पुरवलेल्या शस्त्रांचा वापर 'वंशविच्छेदासाठी' केला जाऊ नये असं साकडं बंगाली लोकांतर्फे अमेरिकी राजनैतिक अधिकाऱ्यांना घालण्यात आलं. पाकिस्तानने अमेरिकी शस्त्रांचा वापर करू नये यासाठी निक्सन प्रशासनाने कोणतीही हालचाल केली नाही. याउलट, पत्रकारांच्या अडचणीत आणणाऱ्या प्रश्नांपासून पळ काढणाऱ्या परराष्ट्र मंत्रालयाने पाकिस्तानमध्ये मृत्यूचं तांडव करणाऱ्या अमेरिकी शस्त्रांचा आणि विमानांचा वापर होत असल्याबद्दल वर्तमानपत्रांकडून मथळे दिले जाऊ नयेत यासाठी प्रयत्न सुरू केले.

पूर्वेकडची कुमक वाढवण्यासाठी सी-१३० विमानांचा वापर पाकिस्तान करत असल्याची माहिती, गोळीबार सुरू होण्याच्या काही वेळ आधी झालेल्या युद्धकक्षातल्या एका बैठकीत किसिंजर यांच्या उपस्थितीत ज्येष्ठ अमेरिकी अधिकाऱ्यांना देण्यात आली. कत्तल सुरू झाल्यानंतर ब्लड यांचे अधिकारी ढाका विमानतळाची चोरून टेहळणी करत असताना ही विमानं खरोखरच वापरली जात असल्याचं आढळून आलं. ज्या विमानांमधून पाकिस्तानी सैनिक वाहून आणले जात होते, ती विमानं एकामागून एक उतरत असल्याचं टेहळणी करणाऱ्या अधिकाऱ्यांना

दिसलं. विशेषतः सी-१३० जातीचं एक विमान तर ढाक्यातून सातत्याने ये-जा करत होतं.

कोरियन युद्धात अचाट कामगिरी बजावणारी एफ-८६ सेबर जातीची अमेरिकी लढाऊ जेट विमानंही पाकिस्तानचं हवाई दल वापरत असल्याचं ब्लडच्या चमूला आढळून आलं. प्रचंड बंदोबस्तातल्या ढाका विमानतळाहून दोन किंवा चार एफ-८६ विमानांची पथकं दररोज उड्डाण करत असल्याचा अहवाल ब्लडनी पाठवला. जवळच्याच एका शहरातला बंगाली उठाव चिरडून टाकण्यासाठी एफ-८६ जातीची दोन विमानं उड्डाण करत असल्याचं ब्लडच्या अधिकाऱ्यांनी पाहिलं. दुसऱ्या एका प्रसंगी, हिंदुस्तान टाइम्सच्या पूर्व पाकिस्तानमधल्या वार्ताहराने त्याच्यापासून जवळच काही अंतरावर एफ-८६ जातीच्या दोन विमानांना बॉम्बफेक आणि गोळीबार करून जाताना पाहिलं. बंडखोरांच्या ताब्यात असणाऱ्या एका शहरात एफ-८६ विमानांनी अग्निबाणांचा मारा केल्याचं, तसंच मशीनगनमधून गोळीबार केल्याचं दोघा प्रत्यक्षदर्शींनी सांगितलं. हे सगळे हल्ले शहरातली बाजारपेठ, मुख्य मशीद आणि स्थानिक महाविद्यालय या परिसरांत झाले. त्यांत अनेक जण मरण पावले.

अमेरिकी शस्त्रास्त्रं रस्त्यावरही तेवढ्याच सहजपणे दिसून येत होती. हत्याकांडाच्या पहिल्या दिवशी अमेरिकी बनावटीचे एम-२४ चाफीनामक तीन हलके रणगाडे ढाक्याच्या रस्त्यांमधून फिरत असल्याचं ब्लड यांच्या एका अधिकाऱ्याने पाहिलं. त्यांपैकी एका रणगाड्यातल्या मशीनगनमधून गोळीबार झाला. पुढच्या दहा दिवसांमध्ये ब्लड यांच्या अनेक कर्मचाऱ्यांना अमेरिकी बनावटीच्या .५० क्षमतेच्या मशीनगन्स बसवलेल्या अमेरिकी जीप्स शहरात गस्त घालताना आणि अधूनमधून गोळीबार करताना दिसल्या. नंतर ढाका शहरात ठिकठिकाणी तैनात केलेले किमान आठ एम-२४ रणगाडे ब्लड यांनी पाहिले. त्यानंतर लगेचच या आठ रणगाड्यांपैकी तीन रणगाडे बंगाली बंडखोरांबरोबर लढण्याची तयारी करत असल्याचं चितगाव शहरात एका अमेरिकी अधिकाऱ्याने बघितलं. ढाका आणि चितगाव इथे एम-२४ रणगाड्यांमधून आणि एफ-८६ विमानांमधून, त्याचप्रमाणे जीप्समधून गोळीबार होताना ब्रिटिश लष्करी अधिकाऱ्यांनी पाहिला.

याची जाणीव अत्युच्च स्तरावर होती. किसिंजरचे कर्मचारी हॅरल्ड सॉन्डर्स आणि सॅम्युएल हॉस्किन्सन यांनी किसिंजरना सांगितलं, ''विमानं (एफ-८६ आणि सी-१३०), रणगाडे आणि हलकी शस्त्रं यांच्यासह अमेरिकेने पुरवलेल्या युद्धसामग्रीचा मोठ्या प्रमाणावर वापर होत असल्याचा पुरावा आहे.'' पाकिस्तानचा

शस्त्रपुरवठा बंद करण्याचा आग्रह केनेथ किटिंग यांनी धरला होता. 'पश्चिमी पाकिस्तानी लष्कर करत असलेल्या कत्तलींचा स्वच्छ आणि वाढता पुरावा' असूनही अमेरिकी विमानांचा आणि चिलखती सैनिकवाहू वाहनांचा नवा पुरवठा करण्याबाबत वाटाघाटी चालू असल्याचं समजल्यानंतर किटिंगना विस्मयाचा धक्का बसला.

अशा शस्त्रांचा वापर देशांतर्गत दडपशाहीसाठी केला जाण्याची शक्यता असल्याचं निक्सनना पुरतं माहीत होतं. ''अंतर्गत सुरक्षेसाठीसुद्धा पुरेसं लष्करी बळ असणं अत्यावश्यक असतं.'' असं त्यांनी नुकतंच आणखी एका कम्युनिस्टविरोधी क्रूरकर्म्याला, इंडोनेशियाच्या जनरल सुहार्तो यांना सांगितलं होतं. अमेरिकी शस्त्रं आणि रसद यांचा वापर बंगाली नागरिकांविरुद्ध करणं टाळण्याविषयी निक्सन प्रशासनाने पाकिस्तानला कदापि बजावलं नव्हतं. एका अमेरिकी मुत्सद्द्याने पाकिस्तानपाशी कबुली दिली होती, ''अंतर्गत सुरक्षा राखण्यासाठी अमेरिकी शस्त्रं वापरण्यावर कोणतंही बंधन शस्त्रकरारात अंतर्भूत नव्हतं.'' ही कबुली म्हणजे जणू पाकिस्तानला दाखवलेला हिरवा कंदीलच होता.

व्हॉइस ऑफ अमेरिका

ढाक्यातल्या सुमारे पाचशे अमेरिकी नागरिकांसाठी ढाक्यात राहणं धोकादायक झालं होतं. 'पाकिस्तानी लष्कराच्या बेताल परकीय-विरोधी कृतीमुळे' अचंबित झालेल्या ब्लडना तिथल्या अमेरिकी नागरिकांची तत्काळ सुटका करावी लागली. नंतर त्यांनी परराष्ट्र मंत्रालयासमोर केलेल्या निवेदनात म्हटलं, 'हत्याकांड आणि लुटालूट करून गोळीबार करण्यासाठी उतावीळ असलेल्या पाकिस्तानी सैनिकांमुळे एकही अमेरिकी मारला न जाणं किंवा जखमी न होणं, हा एक छोटा चमत्कारच म्हणावा लागेल.' ब्लड यांना स्वतःच्या कुटुंबाचीही काळजी घ्यायची होती. त्यांच्या अधिकृत निवासस्थानामध्ये मेग ब्लड यांना सुरक्षित वाटत नव्हतं. ''गोळ्या आमच्या घरात घुसत होत्या.'' असं त्या सांगतात.

सुरक्षिततेच्या कारणासाठी तेहरानला आणि बँकॉकला जाणाऱ्या अमेरिकी नागरिकांसाठी पाकिस्तानच्या विमानसेवेने दैनंदिन व्यावसायिक उड्डाणांची सोय केली होती. याची आठवण नंतर याह्या खानने निक्सनना करून दिली आणि या उपकाराची परतफेड अमेरिकेने करायची असल्याचं सूचित केलं. ढाक्यातून सुखरूप बाहेर काढण्यात आलेल्या अमेरिकी कर्मचाऱ्यांनी पत्रकारांसमोर तोंड न उघडण्याची खबरदारी घेण्याबद्दल इस्लामाबादमधले राजदूत जोसेफ फारलॅन्ड यांनी ब्लड यांना बजावलं.

ढाक्यातून बाहेर पडणाऱ्या अमेरिकींसाठी ताटातुटीचा हा क्षण विलक्षण घालमेल करणारा ठरला. त्यांच्यापैकी अनेकांचे बंगाली मित्र मारले गेले होते आणि लष्करी कारवाई त्यांच्यासाठीही भयभीत करणारी ठरली होती. पाकिस्तानी हवाई दलाच्या देखरेखीखाली पाकिस्तान इन्टरनॅशनल एअरलाइन्सची तीन ते दहा विमानं ढाका विमानतळावर दररोज उतरत. या विमानांमधून उतरणारे, पाकिस्तानी लष्करामध्ये नव्यानेच भरती केलेले जवान त्यांचा नागरी पेहराव बदलण्यासाठी जवळच्याच गोदामात कवायत करत जात आणि तत्काळ लष्करी गणवेश परिधान करत. सैनिक उतरल्यानंतर त्यांपैकीच एका विमानामध्ये अमेरिकींना प्रवेश देण्यात येत असे. पाकिस्तानी लष्कर मजबूत करण्यासाठी येणाऱ्या खर्चापैकी काही वाटा उचलत असल्याची जाणीव या अमेरिकींना होत असे. स्वतःच्या एका अहवालात ब्लड म्हणतात, 'अनेक अमेरिकींचे जवळचे मित्र मारले गेले आहेत, बेपत्ता आहेत किंवा भूमिगत आहेत. अशा अमेरिकींसाठी पूर्व पाकिस्तानमधून किमान आत्मसन्मान बाळगून बाहेर पडणं अशक्य झालं आहे.'

अशा दुःखी विस्थापितांपैकी एक असणाऱ्या मेग ब्लड स्वतःच्या छोट्या मुलासह सर्वांत शेवटी निघालेल्या विमानात चढल्या. हे विमान आधी कराचीला आणि नंतर तेहरानला जाणार होतं. त्याची आठवण काढताना संताप आवरू न शकलेल्या मेग ब्लड म्हणतात, ''आयुष्यातला हा एक चमत्कारिक क्षण होता. सर्व अमेरिकी व्यक्तींनी निघून जावं असं आर्चरने ठरवलं आणि त्यासाठी या परिस्थितीला जबाबदार असणाऱ्या पाकिस्तानींची परवानगी घेतल्यानंतर साध्या वेशातल्या पुरुषांनी भरलेली विमानं ढाक्यात आली. हे लोक छोट्या लष्करी तुकड्यांप्रमाणे कवायत करत गेले, आणि त्यानंतर आम्हांला या विमानांमधून जाण्याची परवानगी मिळाली.''

अरण्यरुदन करणारे ब्लड एकटेच राहिले. नंतर ते म्हणाले, ''वॉशिंग्टनची शांतता कर्णभेदी होती. भारताने दिशाभूल केलेल्या काही उपद्रवी लोकांविरुद्ध केलेली ही पोलीस कारवाई असून त्यात यापेक्षा जास्त काहीही नसल्याचं पाकिस्तानकडून सांगण्यात येतं होतं. हा पाकिस्तानचा दावा आमच्या अहवालांपेक्षा अधिक विश्वासार्ह असल्याचं या शांततेतून सूचित होत होतं.''

ब्लडनी एकसंध पाकिस्तानला कधीही अधिक पसंती दिली असती, पण झालेल्या अत्याचारांनी ही शक्यताही लोप पावली होती. त्राग्याने लिहिलेल्या एका अहबालात ते म्हणतात, 'दडपशाहीचा अंमल सुरू झाला आणि हजारोंची कत्तल करण्यात आली. त्यांच्यात निष्पापही होते आणि तथाकथित दोषीही होते; आणि हे सर्व पाकिस्तानचं ऐक्य शाबूत ठेवण्याच्या नावाखाली करण्यात आलं. ज्या

नेमस्त बंगालींना पाकिस्तानमध्ये राहायचं होतं, त्यांची या राष्ट्राबद्दलची विश्वासार्हता हिंसाचाराच्या सततच्या थैमानामुळे नष्ट झाली आहे. या हिंसाचारामुळे आज जनता भयग्रस्त असली, तरी उद्याचं राजकीय नेतृत्व एका टोकाला ढकललं गेलं आहे. पश्चिम पाकिस्तानपासून संपूर्ण स्वातंत्र्य मिळवण्यासाठी बंगाली लोक गनिमी काव्याने लढण्याकडे वळतील.' त्यांनी पुढे लिहिलं, 'लष्कराने देशाचा सत्यानाश केला आहे. ज्या भावनेतून पाकिस्तानचा जन्म झाला, त्या भावनेवरच राष्ट्राचा सन्मान आणि त्याची एकात्मता टिकवण्याची जबाबदारी असणाऱ्यांनी कुठाराघात केला आहे.'

अनेक दुःखी पाकिस्तानींना ही भूमिका मान्य होती. याह्या खान यांचा एक मंत्री पूर्व पाकिस्तानमधला सर्वनाश पाहण्यासाठी गेला. नंतर त्याने लिहिलं, 'मी ढाक्याला गेलो, आणि तो माझ्या आयुष्यातला सर्वांत वाईट अनुभव ठरला. मी गेलो त्या प्रत्येक ठिकाणी मला एकच कहाणी ऐकायला मिळाली – कुणाचा मुलगा मारला गेला आहे, कुणाचा पती ठार झाला आहे, अनेक खेड्यांची राखरांगोळी झाली आहे.' लष्कराच्या अत्याचारांची चर्चा करण्यासाठी त्याने याह्या खान यांची घेतलेली भेट निरर्थक ठरली. लवकरच पूर्व पाकिस्तानचे सेनाधिकारी होणार असलेले लेफ्टनंट जनरल ए. ए. के. नियाजी यांनी नंतर 'नागरिकांच्या कत्तलीबद्दल आणि लष्कराच्या दग्धभू धोरणाबद्दल' लिहिताना, 'चंगेज खानने किंवा जालियानवाला बागेत जनरल डायरनी दाखवलेल्या क्रौर्यापेक्षाही इथे अधिक नागडं पाशवीपण दाखवण्यात आल्याचं' प्रामाणिकपणाने मान्य केलं.

कोणताही धोका नसताना 'बळाचा अतिरेकी वापर' त्याचप्रमाणे 'लूटमार, जाळपोळ आणि बलात्कार' यांच्याबद्दल पाकिस्तानी लष्कराच्या अनेक अधिकाऱ्यांनी तक्रार केल्याची नोंद पाकिस्तानमधल्या एका युद्धपश्चात गुप्त न्यायालयीन आयोगाने केली. लष्करी अधिकाऱ्यांना 'चंगेज खान' किंवा 'पूर्व पाकिस्तानचा खाटीक' अशा उपाधी देण्याएवढा बळाचा मनमानी वापर झाला असल्याची कबुली जनरल नियाजी यांनी दिली. पाकिस्तानी लष्कराला क्रूरपणे भडकवल्याचा ठपका बंगाली राष्ट्रवाद्यांवर ठेवून या आयोगाने ज्येष्ठ पाकिस्तानी अधिकाऱ्यांच्या साक्षीही शब्दबद्ध केल्या. ढाका विद्यापीठावर सूडबुद्धीने झालेला हल्ला, गोळीबार पथकांनी केलेली बंगालींची हत्या आणि निष्पाप प्राण घेणारी बेछूट कारवाई आदींबाबत साक्षीदरम्यान जेष्ठ अधिकाऱ्यांनी त्यांचा विरोध प्रकट केला. एका पाकिस्तानी ब्रिगेडिअरच्या साक्षीनुसार, लष्कराच्या एका प्रमुखाने त्याच्या सैनिकाला विचारलं, "तू किती बंगालींना ठार केलंस?"

ब्लड यांनी अहवाल पाठवण्याचा वेग पुन्हा वाढवला आणि 'कमी-जास्त

विश्वसनीय भयकथांची' माहिती वॉशिंग्टनला पाठवण्याचा सपाटा लावला. बंगाली लोकांनी शरणागती पत्करावी म्हणून दहशतीचं वातावरण निर्माण करण्यात आल्याचं त्यांनी वॉशिंग्टनला कळवलं. ढाक्यात आणि सभोवतालच्या परिसरात गोळीबार चालूच होता आणि नव्याने मारल्या गेलेल्यांचे देह मालमोटारींमध्ये लादण्यात येत होते. हिंमत करून कामावर येणारे पूर्व पाकिस्तानी अधिकारी 'शोकावेगामुळे सुन्न झाले होते. पाकिस्तानी लष्कराच्या क्रौर्याचा ते धिक्कार करत असतानाच त्यांच्यापैकी एक जण हुंदके देऊन रडायला लागला.' केवळ अडथळे उभारण्यापलीकडे पाकिस्तानी सैनिकांना कोणताही विरोध होत नसताना पाकिस्तानी सैनिकांनी अनेक घरांना आग लावल्याचं आणि त्यातून बाहेर पडणाऱ्यांवर गोळ्या चालवल्याचं ढाका शहराच्या जुन्या भागात राहणाऱ्या अमेरिकी धर्मगुरूंनी ब्लड यांना सांगितलं. या प्रकारात खासकरून हिंदूंना लक्ष्य करण्यात येत असल्याचं या धर्मगुरूंचं म्हणणं होतं. 'बदल्याच्या भावनेने हिंदूंना टिपून काढणाऱ्या' लष्कराने एका झोपडपट्टीत सहा जणांना गोळ्या घालून ठार केल्याचं दृश्य इतर काही बंगालींनी पाहिलं होतं. सैनिक पोलिसांनाही गोळ्या घालत होते, कारण त्यांना बंगाली राष्ट्रवादाचे समर्थक मानलं जात होतं. "आमच्यासाठी देवाची करुणा भाका." असं एका पोलिसाने एका अमेरिकी अधिकाऱ्याला सांगितलं.

ब्लड कुटुंब ढाक्यात असताना त्यांच्याबरोबर मैत्री करणारा शाहदुल हक आता २१ वर्षांचा झाला होता आणि आत्ता तो अभियांत्रिकीचा विद्यार्थी होता. तो पाकिस्तानचा निषेध करणाऱ्या डाव्यांना सामील झाला होता आणि अल्प काळ अटकेतही होता. मशीनगन्सचा अनोळखी धडधडाट, गोळ्यांच्या वर्षावामुळे आकाशात चमकणारा प्रकाश आणि जळणाऱ्या इमारतींभोवतीचा लालभडक उजेड या सगळ्यांमुळे २५ मार्चच्या रात्री हक अतिशय चकित झाला होता. दोन दिवसांनी बाहेर पडणं शक्य होताच ढाका विद्यापीठात पोहोचल्यानंतर मृतदेहांचा ढीग, रक्ताचा सडा आणि मांसाचा चिखल पाहून तो हादरला. लष्करी कारवाईच्या काळात हक अनेकदा संध्याकाळी ब्लडना भेटून त्याच्या कुटुंबातले लोक भारतात परागंदा झाल्याच्या किंवा उठावात सामील झाल्याच्या कहाण्या सांगत असे. जे घडत होतं, त्याची माहिती ब्लड आणि त्यांचे कर्मचारी अमेरिकेतल्या लोकांना देण्याचा प्रयत्न करत असल्याचं ब्लडनी हकला सांगितलं. त्या आठवणीत बुडून गेलेला हक म्हणतो, "त्यांना हवा तसा प्रतिसाद मिळत नसल्याने ते हतबल झाल्याचं मला जाणवत होतं; पण ते खरे मुत्सद्दी होते. कारण त्याबद्दलचा कोणताही तपशील ते कुणाहीपुढे उघड करत नव्हते."

ढाक्यात रात्रीच्या वेळी अधूनमधून होणाऱ्या गोळीबारांचे आवाज ब्लड

यांचे सहकारी ऐकू शकत होते. 'ढाक्यामध्ये लष्कराकडून बेछूट हिंसाचार सुरूच आहे.' या विषयाच्या अनुषंगाने ब्लड यांनी अहवाल पाठवला. विशिष्ट समुदायावर हल्ले होत असल्याचे पुरावे ब्लडनी अहवालाद्वारे पाठवले. यावरून 'वंशविच्छेद' (जेनोसाइड) होत असल्याच्या आरोपांना पुष्टी मिळत होती – 'लष्करी अत्याचाराचं मुख्य भक्ष्य हिंदूच आहेत.' असंही त्यांनी कळवलं. हिंदू वस्त्यांमध्ये आगीचं तांडव सुरू होतं; गोळीबाराचे आवाज कानांवर पडत होते. उरलेल्या निदर्शकांना लष्कर जेरबंद करत होतं. विश्वासार्ह प्रत्यक्षदर्शींचा हवाला देऊन ब्लड यांनी लिहिलं, 'अत्याचारांच्या कथा चहूकडून ऐकू येत आहेत.' ट्रकमध्ये भरलेल्या बंगाली कैद्यांना एका पाकिस्तानी छावणीत नेण्यात आलं आणि त्यानंतर अर्ध्या तासात १८० वेळा गोळीबार झाल्याचं ब्लड यांच्या एका कर्मचाऱ्याने ऐकलं.

ढाका शहर पूर्वपदावर येत असल्याचं घाबरलेल्या लष्करी अधिकाऱ्यांचं निवेदन प्रसिद्ध झालं असलं, तरी ढाका शहर जवळपास निर्मनुष्य झालं होतं. त्यातल्या तीन चतुर्थांश लोकसंख्येने पलायन केलं होतं. लष्कराने बेचिराख केलेले शहरातले वेगवेगळे परिसर पाहून एक प्रत्यक्षदर्शी सुन्न झाला. त्याने दुसऱ्या महायुद्धातल्या बॉम्बफेकीत उद्ध्वस्त झालेली अनेक शहरं पाहिली होती; पण ढाक्यातला विनाश सुनियोजितपणे आणि बारकाईने केलेला होता. पाकिस्तानी लष्कराने एका बंगाली खेड्यात शिरून झोपड्यांवर केलेला मारा, अटक केलेले लोक आणि अखेर त्या झोपडीतल्या सहा जणांना पकडून नेलेलं अमेरिकींनी पाहिलं होतं. ढाका शहराच्या सीमेवर प्रचंड गोळीबार सुरू होता. त्यावरून भारी स्फोटकांच्या शेकडो फैरी झाडण्यात आल्या असल्याचा निष्कर्ष ब्लड यांनी काढला. नारळाच्या झावळ्यांच्या छपरांची घरं असलेल्या दोन खेड्यांवर चाल करून जाण्यासाठी पाकिस्तानी लष्कराने रणगाडे, बंदुका आणि मशीनगन्स यांचा वापर करताना अनेकांनी पाहिल्याचा अहवाल दुसऱ्या एका अमेरिकी अधिकाऱ्याने पाठवला. पोलिसातून आणि लष्करातून पळून गेलेले बंडखोर या ठिकाणी लपल्याचा संशय लष्कराला होता.

हिंदूंनाच लक्ष्य बनवण्यात येत असल्याबाबतचं आग्रही प्रतिपादन उपदूतावासातर्फे करण्यात आलं. ब्लड यांच्या एका ज्येष्ठ कर्मचाऱ्याने केलेल्या खासगी नोंदीनुसार, 'ठार मारण्यासाठी हिंदू प्राध्यापकांना वेचून काढल्याचा पुरावा उपलब्ध आहे.... तसंच हिंदू वस्त्या, जुन्या ढाक्याच्या सीमेवर असलेले परिसर आणि एका मंदिराभोवती उभं राहिलेलं खेडं यांनाही आगी लावण्यात आल्या. त्याचप्रमाणे २६ मार्चच्या रात्री ढाका विद्यापीठातल्या हिंदू वसतिगृहावर झालेल्या हल्ल्यात किमान २५ जण मारले गेले. अवामी लीगच्या कार्यकर्त्यांवर पाकिस्तानी

लष्कराने लक्ष केंद्रित केलं असलं, तरी दडपशाहीचा मुख्य प्रसाद हिंदूंनाच मिळत असल्याचं दिसतं आहे.'

ढाक्याच्या बाहेरही परिस्थिती इतकीच गंभीर होती. ढाक्याजवळच्याच एका शहराचा संपूर्ण नाश झाल्याचं चित्र ब्लड यांच्या एका अधिकाऱ्याला दिसलं. ढाक्याजवळच्या अशाच एका दुसऱ्या शहरात पाकिस्तानी लष्कर बॉम्बचा आणि नेपाम स्फोटकांचा वापर करून हल्ला करत असल्याची माहिती ब्लडना मिळाली. त्याचप्रमाणे बदला घेण्यासाठी आणखी एका जवळच्याच खेड्यावर लष्कराने हल्ला केला. त्यानंतर सुमारे एक आठवडा उलटून गेल्यानंतर पाकिस्तानी अधिकाऱ्यांनी विमानातून ब्लड यांच्या काही सहकाऱ्यांना जळत असलेल्या चितगाव शहरात नेलं. शहरातले अनेक निवासी परिसर जळून खाक झाले होते. हे राजनैतिक अधिकारी शहराची पाहणी करत असताना पाकिस्तानी लष्कराने गोळीबार रोखला असला, तरी 'पाक लष्कराने निःशस्त्र बंगालींच्या निर्घृणपणे केलेल्या कत्तलींच्या अनेक घटना' स्थानिक अमेरिकी नागरिकांनी पाहिल्या होत्या. स्वतःचे अत्याचार लपवण्यासाठी तिथले मृतदेह या राजनैतिक अधिकाऱ्यांच्या आगमनापूर्वी कसे नाहीसे करण्यात आले होते, याच्या कथाही स्थानिक अमेरिकींनी सांगितल्या.

माहिती गोळा करण्याच्या या मोहिमा अनेकदा जोखमीच्या ठरत. तोफगोळे चुकवत आणि गोळीबाराच्या आवाजात अमेरिकी अधिकारी त्या पार पाडत. डेसे मायर्स हे तडफदार, तरुण विकास-अधिकारी सांगतात, ''माझ्या पांढऱ्या गाडीतून मी चितगावमध्ये फिरत असताना सैनिकांकडे जाऊन त्यांना म्हणत असे, 'तुम्ही महिलांवर बलात्कार केल्याच्या अफवा माझ्या कानावर आल्या आहेत. एक शिस्तबद्ध सैनिक म्हणून, हा तपशील आंतरराष्ट्रीय वृत्तमाध्यमांपर्यंत जाऊ नये, अशी तुमची इच्छा असणार.' आम्हांला राजनैतिक संरक्षण असल्याचा आमचा समज होता. त्यामुळे असं वागणं तेव्हा फारसं धोकादायक वाटत नसे.''

आपल्या मित्रांना उदास भावनेने लिहिलेल्या पत्रात एका छोट्या, दारिद्र्यग्रस्त हिंदू खेड्यात पाहिलेल्या दृश्याचं वर्णन करताना मायर्स सांगतात, 'लष्कराने लोकांना घराबाहेर काढून ओळींमध्ये उभं केलं आणि ओळींमधल्या एकेकावर गोळीबार करून एकंदर सहाशे बळी घेतले.' गोळीबाराचा आवाज ऐकून जवळच्या खेड्यातले लोक पळून गेले होते; भाताच्या गिरण्यांचा जाळून कोळसा करण्यात आला होता, तर भाताची राख झाली होती. परतलेल्या मूठभर गावकऱ्यांनी रडतच त्यांची कथा सांगितली होती. एका उंच, पण किडकिडीत बंगाली माणसाने मायर्सना त्याच्या जळून खाक झालेल्या झोपडीकडे नेलं. या दृश्याचं वर्णन करताना मायर्स सांगतात, 'या माणसाची तीन मुलं आणि बायको

तिथे राहत होते आणि ते तिथेच मरण पावले होते, पण हे दाखवण्याइतपतही तिथे काही शिल्लक नव्हतं. केवळ भाताच्या राखेचा एक ढीग आणि पलंगासारख्या चौकटीचा जळून गेलेला सांगाडा एवढंच तिथे बाकी होतं. पानाने दात रंगलेला, अश्रूंनी डोळे डबडबलेला आणखी एक वृद्ध कुटुंब नष्ट झाल्याबद्दल आक्रंदन करत होता.' जलमार्गाने दोन तासांवर असलेल्या एका ख्रिश्चन खेड्यात काही जखमींनी आसरा घेतला होता. ते सिमेंटच्या जमिनीवर झोपले होते. 'बहुतेकांना तळव्यांवर किंवा बाहूंवर गोळ्यांच्या जखमा झाल्या होत्या. गँगरिन झालेली एक स्त्री तिथून निघून गेली, तर पोटात जखम झालेला एक जण मरण पावला. शांतपणे पडून स्वतःच्या हाताकडे पाहणाऱ्या अकरा वर्षांच्या एका मुलीच्या कपाळाच्या उजव्या बाजूमधून गोळी आरपार गेली होती, पण ती आश्चर्यकारकरीत्या जिवंत होती.'

एकंदर किती लोक दगावले होते, याची नेमकी मोजदाद करणं कठीण होतं. ब्लड लिहितात, 'घोर आघात करून दहशत निर्माण करणं आणि या दहशतीच्या दबावातून लोकांना शरण येण्यासाठी भाग पाडणं हे पश्चिमी पाकिस्तानी लष्कराचं एकमेव उद्दिष्ट होतं आणि आहे.' चितगावात आणि इतर ठिकाणी किती लोक मरण पावले असावेत, याबद्दल चाचपडत असलेल्या ब्लडनी एका ढाका शहरात एका आठवड्याच्या आत अंदाजे सहा हजार लोक मारले गेले असण्याची शक्यता वर्तवली.

ब्लड यांच्याकडून येणाऱ्या अहवालांमुळे किसिंजर यांचे व्हाइट हाउसमधले कर्मचारी हादरून गेले होते. यांपैकी काही अहवाल वाचलेले विन्स्टन लॉर्ड (किसिंजर यांचे विशेष साहाय्यक) म्हणतात, ''ही तर पाशवी कारवाई होती!'' ''ब्लड यांनी तिकडचा तपशील कळवण्याची कामगिरी उत्तम प्रकारे पार पाडली.'' असं मत व्यक्त करून हॉस्किन्सन म्हणतात, ''वॉशिंग्टनमधल्या सत्ताधाऱ्यांना जे ऐकायचं नव्हतं, तेच ब्लड त्यांना कळवत होते.''

खुद्द हॉस्किन्सनही तसंच करत होते. यापूर्वी ज्या काळात त्यांनी अशा घडामोडींचा मागोवा घेतला होता, त्या काळात त्यांनी असा हिंसाचार कधीच पाहिला नव्हता. यामुळे त्यांना प्रचंड धक्का बसला होता, आणि दुःखही झालं होतं. किसिंजर यांच्याशी निष्ठा असूनही आणि त्यांची खुशामत करण्याची इच्छा असूनही हॉस्किन्सन देत असलेल्या चेतावण्यांना किसिंजर यांचा मिळत असलेला थंड प्रतिसाद पाहून हॉस्किन्सन हतबल झाले होते. त्यांचं म्हणणं कुणीही ऐकत नसल्याची व्यथा त्यांनी अॅलेक्झांडर हेग यांच्यासमोर मांडली. हेग हे किसिंजर यांचे राष्ट्रीय सुरक्षाविषयक उपसल्लागार होते. त्यांच्याबाबत हॉस्किन्सन म्हणतात, ''माझा जुना मित्र हेग मला सांभाळून राहण्याचा, जपून बोलण्याचा सल्ला देत असे. किसिंजर

फारच चिडू नयेत, असा त्याचा प्रयत्न होता.''

हॉस्किन्सन पुढे म्हणतात, ''ढाका उपदूतावासाकडून येणाऱ्या अहवालांच्या बाबतीत माझ्या भावना अधिक तीव्र झाल्या होत्या.'' ते आश्चर्यचकित झाले होते. ''माझे वरिष्ठ पश्चिम पाकिस्तानच्या दिशेने एवढे का झुकत होते, हे मला खरोखर कळत नव्हतं.'' बंगाली राष्ट्रवादाची तीव्रता जाणून असणाऱ्या हॉस्किन्सन यांना भविष्यात घडणारी शोकांतिका समोर दिसत होती. स्वतःच्या बंगालविषयक ज्ञानावर विश्वास ठेवून त्यांनी खदखदणाऱ्या क्रांतीबाबत किसिंजर यांना समजावण्याचा प्रयत्न केला. ते म्हणाले, ''किसिंजरना का समजत नाही? तिथलं वास्तव जाणून घेऊन त्यानुसार ते आपल्या धोरणांना आकार का देऊ शकत नाहीत? आम्हांला जे समजतं आहे, ते त्यांना का समजत नसावं हेच आम्हांला उमजत नाही.''

हेरल्ड सॉन्डर्स यांनी हॉस्किन्सन यांच्या भावना एका चाचणी प्रस्तावाच्या रूपाने किसिंजर यांच्यापर्यंत पोहोचवल्या. या प्रस्तावाच्या रूपाने सॉन्डर्सनी किसिंजर यांना काहीसं घाबरतच त्यांच्या पाकिस्तानविषयक धोरणाचा फेरविचार करण्याची विनंती केली. पाकिस्तानी लष्कर लवकरच यशस्वी होणार असल्याची निक्सन आणि किसिंजर यांची अपेक्षा अवास्तव असल्याचं दाखवून देण्यासाठी या दोघांनी ब्लड यांच्या अहवालांचा वापर केला. 'निष्ठुर दहशतीचं वातावरण निर्माण करून बंगाली जनतेला सत्वर शरण आणण्याचं प्रारंभिक उद्दिष्ट साध्य करण्यात पाकिस्तानी लष्कर अयशस्वी ठरलं असल्याचं' ब्लडच्या निष्कर्षाचं सार होतं.

किसिंजर यांची भूमिका सुस्पष्ट होती आणि अशा बलिष्ठ सत्ताधीशाच्या विरुद्ध जाण्याची छाती त्यांच्या कर्मचाऱ्यांकडे नव्हती. रक्तपाताला आळा घालण्यासाठी अमेरिकेच्या लष्करी आणि आर्थिक मदतीवरचं पाकिस्तानी अवलंबित्व एक हत्यार म्हणून वापरण्याची सूचना ब्लड आणि किटिंग यांच्या अहवालाचा आश्रय घेऊन व्हाइट हाउसमधल्या कर्मचाऱ्यांनी किसिंजर यांना केली. कोणत्याही स्थितीत पाकिस्तानची शकलं होणारच असून 'देशात आणि परदेशांत राष्ट्रीय निवडणुकीत खुल्या आणि निष्पक्षपाती कौलाच्या द्वारे बहुमत प्राप्त करणाऱ्या जनतेच्या स्वनिर्णयाच्या हक्कावर गदा आणणाऱ्या लष्करी दहशतवादाला अमेरिका पाठिंबा देत असल्याचं चित्र निर्माण होत असल्याचा' इशारा कर्मचाऱ्यांनी निक्सन प्रशासनाला दिला. कर्मचाऱ्यांनी विचारलं, ''किटिंगच्या शब्दांत बोलायचं, तर 'या वेळी तत्त्वनिष्ठ राजकारण हेच सर्वोत्तम राजकारण' ठरेल का?'' किसिंजरनी त्या सर्वांकडे दुर्लक्ष केलं.

ब्लडचे गोपनीय अहवाल केवळ प्रशासनातच वाचले गेले असते, तरीही निक्सन आणि किसिंजर संतापले असते. मात्र त्यापुढे जाऊन ब्लड यांच्या 'वेचक

वंशविच्छेद' मालिकेतले अहवाल केवळ प्राधिकृत केलेल्या अधिकाऱ्यांच्या हाती पडावेत, असा जोरदार प्रयत्न परराष्ट्र मंत्रालयाने करूनही काही दिवसांतच ते प्रसारमाध्यमांपर्यंत पोहोचले. खासकरून निक्सन ज्यांचा तिरस्कार करत असत, असे त्यांचे डेमोक्रॅटिक प्रतिस्पर्धी सिनेटर एडवर्ड केनेडी यांच्यापर्यंतही कुणीतरी ब्लड यांचे काही अहवाल पोहोचवले. या अहवालांचा आधार घेऊन केनेडी यांनी लगेचच एक अतिशय भावनात्मक भाषण केलं आणि अमेरिकी शस्त्रास्त्रांच्या होत असलेल्या वापराचा धिक्कार करून हे हत्याकांडं थांबवण्याचं आवाहन निक्सन प्रशासनाला केलं.

ब्लड हे गुप्त माहिती उघड करणाऱ्यांपैकी नव्हते. ती जाहीर झाल्याने ते खंतावले. पाकिस्तानमधले अमेरिकेचे राजदूत जोसेफ फारलॅन्ड यांना ब्लड सिडनी शेनबर्गला गुप्त माहिती पुरवत असल्याचा संशय होता. मात्र आपण ब्लड यांना कधी भेटलोही नसल्याचं सांगून ती माहिती त्यांच्याकडून आल्याचाही शेनबर्गने इन्कार केला.

गुप्त माहिती फोडण्याचं काम परराष्ट्र मंत्रालय, ढाका उपदूतावास किंवा अनेक देशांमधले अमेरिकी राजनैतिक अधिकारी यांच्यापैकी कुणीही करू शकत होतं. दिल्लीत राहून त्रास देणारे राजदूत केनेथ किटिंग हेच गुन्हेगार असल्याची खात्री किसिंजरना झाली होती. त्यानंतर काही काळाने किसिंजर यांनी निक्सनना सांगितलं, "ब्लडच्या अहवालांमधला तपशील किटिंगनी शेनबर्गला दिला आहे." यालाही शेनबर्गने नकार दिला. एरिक ग्रिफेल यांच्या मते, दोषी व्यक्ती ढाका उपदूतावासातलीच होती, पण या व्यक्तीचं नाव सांगायला ग्रिफेलनी नकार दिला. "माहिती फोडणाऱ्याला केवळ तारघरात जाऊन या तारेची नक्कल करून घ्यावी लागणार हाती आणि ती टपालातून पाठवावी लागणार होती."

व्हिएतनाम, कम्बोडिया आणि लाओस इथल्या परिस्थितीबाबत निक्सन यांच्या धोरणावर जहाल टीका करणारा डेसे मायर्स म्हणतो, "ढाका उपदूतावासातल्या कोणत्याही व्यक्तीने माहिती फोडलेली असू शकते." तो म्हणतो, "अत्याचारांची माहिती जगात पोहोचावी, असा आमचा प्रयत्न होता." हे अहवाल माध्यमांपर्यंत पोहोचवले नसल्याचा दावा करणारा मायर्स या कत्तलींचा वृत्तान्त तातडीने छापून येण्याची अपेक्षा बाळगून होता. जेणेकरून त्यायोगे पाकिस्तानी लष्कर रोखलं गेलं असतं. हिंदू गावकऱ्यांच्या हालअपेष्टांचं वर्णन करणारं एक लांबलचक पत्र लिहून त्याने अमेरिकेतल्या त्याच्या मित्रांना पाठवलं. हे पत्र परस्परांना गुपचूपपणे दाखवण्याची विनंती त्याने त्याच्या मित्रांना केली. तसंच या पत्राच्या आधारे केनेडी, इतर प्रभावी डेमोक्रॅटिक सिनेटर्स आणि निक्सन यांना

निवेदन सादर करण्याचीही विनंती केली. या काळाबद्दल तो पत्रात म्हणतो, 'जर स्रोताच्या नावासकट काही वृत्तपत्रात छापून आलं, तर माझी घरी हकालपट्टी होण्याची शक्यता आहे. मात्र मला या घडीला इथून निघायची इच्छा नाही.'

'तीव्र मतभेद'

असेच दहाबारा दिवस लोटल्यानंतर ब्लड यांच्या कर्मचाऱ्यांना वॉशिंग्टनच्या साचेबंद सरकारी व्यवस्थेचा कंटाळा आला. निक्सन आणि किसिंजर यांच्या धोरणांना या विनाशासाठी पूर्णपणे जबाबदार धरण्यात यावं, अशी चर्चा स्कॉट बुचर आणि इतर काही अधिकारी करू लागले. निक्सन-किसिंजर यांच्या धोरणासंदर्भात स्वतःचे मतभेद व्यक्त करणारा अहवाल स्कॉट बुचरना आणि इतर अधिकाऱ्यांना वॉशिंग्टनला पाठवायचा होता. ही पद्धत परराष्ट्र सेवेत नवीनच होती. राजनैतिक अधिकाऱ्यांनी अधिकृत धोरणाच्या विरुद्ध गोपनीय माध्यमातून, पण स्पष्टपणे बोलण्याला प्रोत्साहन देऊ करणारी ही पद्धत व्हिएतनाम युद्धातून उदयाला आली होती. बुचर म्हणतात, "या काळात व्हिएतनामचा लढा चरम सीमेला पोहोचला होता. आम्ही मात्र या दलदलीत संपर्कहीन अवस्थेत सापडलो होतो. आमचं कुणीही ऐकत नव्हतं."

यासंदर्भात एक रोखठोक आणि प्रखर निवेदन प्रसिद्ध व्हावं, यावर या अधिकाऱ्यांचं एकमत होतं. बुचर यांनी ते अत्यंत उत्साहाने लिहून काढलं. अमेरिकी धोरणाशी या अधिकाऱ्यांचे 'तीव्र मतभेद' असल्याचं या मसुद्यात म्हटलं होतं. 'हे धोरण नैतिकदृष्ट्या दिवाळखोरीचं असून लोकशाहीचा गळा घोटणं आणि निष्पापांची कत्तल करणं यांच्याविरुद्ध चकार शब्द काढण्यास या धोरणाचा विरोध आहे.' ही कत्तल म्हणजे 'वंशविच्छेद' असल्याचं या मसुद्यात नमूद केलं होतं. हा मसुदा अनेक दिवस दूतावासातच इकडून तिकडे फिरत राहिला. त्यावर सही करणारा डेसे मायर्स म्हणतो, "आम्ही कोणताही बदल घडवून आणू शकू, अशी आम्हांला अपेक्षा होती असं मला वाटत नाही. आपण किमान एक ठाम भूमिका तरी घेऊ शकतो अशा भावनेतून हे करण्यात आलं होतं." उपदूतावासातल्या परराष्ट्र सेवा, आंतरराष्ट्रीय विकास यंत्रणा आणि अमेरिकी माहिती सेवा यांच्या कर्मचाऱ्यांनी त्यावर सह्या केल्या. विरोधकांनी प्रथम कनिष्ठ अधिकाऱ्यांच्या सह्या मिळवल्या आणि नंतर एरिक ग्रिफेल यांच्यासारख्या ज्येष्ठांकडे मोर्चा वळवला. कोणत्याही चकमकीला न घाबरणाऱ्या ग्रिफेलने त्यातली भाषा अधिक धारदार करण्याचा प्रयत्न केला. ते म्हणाले, "मला बंगाल्यांची दया वाटली. मला बंगाली आवडतात."

आर्चर ब्लड त्यावर सही करतील की नाही याची कल्पना कुणालाच

नव्हती. ग्रिफेल म्हणतात, ''ते अत्यंत खंबीर असल्याचं त्यांनी दाखवून दिलं, पण त्याआधी हे एवढं स्पष्ट नव्हतं.'' कत्तलींमुळे गलबलून गेलेल्या ब्लडना या सहीने सर्वांत जास्त तोटा होणार होता. बुचर यांच्यासारख्या कनिष्ठ अधिकाऱ्यांना मात्र वॉशिंग्टनचा फटका फारसा जाणवणार नव्हता. स्वतःच्या कारकिर्दीबद्दल काहीही काळजी वाटत नसल्याचं ग्रिफेल यांनी सांगितलं. त्यांचा ढाक्यातला कार्यकाळ जवळपास संपत आला होता. त्यापेक्षाही निक्सन आणि किसिंजर यांच्यावर लत्ताप्रहार करण्यात ग्रिफेलना फार आनंद वाटत होता. निक्सन यांना भडकवण्यात गंमत येत असल्याचं मानणारे मायर्स म्हणतात, ''नोकरी गेली खड्ड्यात, अशी माझी तेव्हा भावना होती.''

परराष्ट्र सेवेला मिळणारा हा पहिलावहिला मतभेद-दर्शक अहवाल होता. (नंतरच्या काळात जगभरातल्या राजनैतिक अधिकाऱ्यांकडून असे शेकडो अहवाल पाठवण्यात आले.) यामुळे कदाचित धोरण बदलणार नसलं, तरी वॉशिंग्टनमधल्या प्रभावी लोकांचा संताप अनावर होण्याच्या शक्यतेची खात्री त्यातून मिळत होती. ''आर्चर ब्लड यांचं सर्वस्व पणाला लागलेलं होतं. कारण राजदूत बनण्यासाठी लागणारी सगळी योग्यता त्यांच्याकडे होती.'' असं बुचर नमूद करतात. या मसुद्यावर सही करण्यासाठी ब्लड यांचे साहाय्यक सुरुवातीला तयार नव्हते, कारण यामुळे ब्लड यांची कोंडी होण्याची आणि संपूर्ण कर्मचारिवर्ग उठावाच्या तयारीत असल्याचं चित्र निर्माण होण्याची भीती ब्लडच्या साहाय्यकांना वाटत होती. बुचर म्हणतात, ''ही कृती त्याच्या कारकिर्दीला मागे नेणारी होती, हे त्याला पक्कं माहीत होतं; पण योग्य वेळी योग्य पाऊल उचलण्याची हीच वेळ होती.''

वॉशिंग्टनला काय कळवायचं होतं, हे ढाक्यातल्या प्रत्येक कर्मचाऱ्याला माहीत होतं. सायगॉनमधले नागरी आणि लष्करी अमेरिकी अधिकारी स्वतःच्या भविष्यावर डोळा ठेवून व्हिएतनाममधलं युद्ध अमेरिका जिंकत असल्याची हमी वॉशिंग्टनमधल्या स्वतःच्या वरिष्ठांना देत असल्याचं हे युग होतं. व्हिएतनाममधले अमेरिकी एका नियमाचा उल्लेख सतत करत. तो म्हणजे – ''काशी करा आणि बढती मिळवा.'' ब्र न उच्चारणाऱ्या अधिकाऱ्यांविरुद्ध कितीही पुरावा असला, तरी यंत्रणा त्यांना बढती देत असे; पण ढाक्यातल्या रक्तरंजित परिस्थितीने यावरही विजय प्राप्त केला. बुचर म्हणतात, ''आर्चर ब्लड यांची कर्तव्यनिष्ठा असामान्य व्यावसायिक पातळीवरची आहे. कर्तव्यनिष्ठा म्हणजे वस्तुनिष्ठ असणं. एखाद्या पत्रकाराप्रमाणे आम्हांलाही तपशील अचूक असल्याची खात्री करून घ्यावी लागत असे. परिस्थिती अशी होती की, पूर्व पाकिस्तान नरकाच्या खाईत लोटला जात होता ... त्यांच्याकडे बंदुका होत्या, आणि ते त्यांचा सररास वापर करत होते.''

ब्लडच्या निर्णयाचं मूल्यमापन ज्या वेळी झालं असतं, त्या वेळी त्यांची कारकिर्द निश्चित धोक्यात येणार असल्याचं ते जाणून होते; पण त्यांनी काय पाहिलं होतं, तेही त्यांना ठाऊक होतं आणि स्वतःच्या कर्तव्याबाबत ते दक्षही होते. ते विरोधकांना सामील झाले आणि या अहवालातल्या मसुद्यावर त्यांनी शिक्कामोर्तब केलं. त्यामुळे त्यांचे सहकारी एकीकडे उत्तेजित झाले असले, तरी दुसरीकडे ते काहीसे काळजीतही पडले. ग्रिफेल आठवण सांगतात, ''आम्ही राबवत असलेल्या मोहिमेमुळे कुणाच्याच कारकिर्दीला मदत होणार नसल्याचं ब्लड आम्हांला सांगत.'' बुचर म्हणतात, ''त्याची ही कृती विलक्षण धाडसी होती. 'या दृष्टीकोनाशी सहमत होणं मला शक्य नसूनही हा मसुदा मी आपल्याकडे पाठवत आहे.' असं तो म्हणू शकला असता. तो हात राखून वागू शकला असता; पण त्याने या मसुद्याला केवळ दुजोराच दिला नाही, तर त्यात काहीसे बदल करून, तो सजवून मंत्रालयाला पाठवून दिला.'' ''या कृतीतून त्यांनी जणू सर्वकाही गमावण्याचा धोकाच पत्करला होता.'' ग्रिफेल सांगतात.

स्वतःच्या सहकाऱ्यांचे क्लेष आणि त्यांचं वैफल्य यांचा वाटा ब्लड यांनीही उचलला होता. अधिकृत धोरणाला विरोध करणाऱ्या अहवालाचा मसुदा त्यांच्या स्वतःच्या भूमिकेशी सुसंगत असल्याचं त्यांनी नंतर लिहून ठेवलं. स्वतःच्या तरुण सहकाऱ्यांच्या आदर्शवादाने ते गहिवरून गेले होते. त्यांनी बुचर यांच्या मसुद्यात बदल केला नाही, कारण 'त्यातला प्रामाणिकपणा आणि तत्त्वनिष्ठा पाहता, त्यात विनाकारण लुडबुड करणं अयोग्य ठरलं असतं.' बुचर यांनी या मूळ अहवालाची एक नक्कल पुढची अनेक वर्षं स्वतःजवळ अभिमानाने बाळगली होती. खंत व्यक्त करत बुचर म्हणतात, ''या संपूर्ण अहवालाचं लिखाण ब्लड यांनी स्वतःच केलं असतं, तर तो अधिक सुसंस्कारित होऊ शकला असता.'' त्याऐवजी ब्लड यांनी हा मसुदा केवळ पुन्हा टंकलिखित करून घेतला आणि त्याच्याअखेर स्वतःचे शेरे जोडले. ब्लड यांच्या साहाय्यकाच्या कानावर ही बाब जाताच या अहवालावर सही करण्यासाठी तोही मुक्त झाला. त्याने स्वतःचं नाव घाईघाईत हातानेच खरडलं आणि ते वॉशिंग्टनला चुकीच्या स्पेलिंगच्या स्वरूपातच पोहोचलं. ब्लड यांच्या अहवालापाठीमागे उपदूतावासातला जवळपास प्रत्येक कर्मचारी उभा राहिला.

कत्तल सुरू झाल्यानंतर तिसऱ्या आठवड्यात म्हणजे ६ एप्रिल रोजी ब्लड यांनी त्यांच्या उपदूतावासाचा तीव्र मतभेद मंत्रालयाला कळवला.

सर्व दिशांना या अहवालाचा स्फोट झाला आणि त्याचा दणका वॉशिंग्टन, इस्लामाबाद, कराची आणि लाहोर इथल्या राजनैतिक अधिकाऱ्यांना जाणवला. या गोपनीय अहवालाचा मथळा 'अमेरिकेच्या पूर्व पाकिस्तानसंदर्भातल्या धोरणाबरोबर

मतभेद' असा होता, आणि अमेरिकेच्याच स्वतःच्या अधिकाऱ्यांनी परराष्ट्र धोरणाची एवढी कठोर निर्भर्त्सना बहुधा प्रथमच केली होती –

सध्या पूर्व पाकिस्तानमध्ये चालू असलेल्या घडामोडींबाबतच्या आपल्या भूमिकेमुळे आपले नैतिक हितसंबंध किंवा आपले राष्ट्रीय हितसंबंध व्यापक अर्थाने किंवा संकुचित अर्थानेही साध्य होत नाहीत; या धोरणाच्या मूलभूत पैलूंबाबत तीव्र मतभेद व्यक्त करणं हे ढाक्यामधल्या अमेरिकी उपदूतावासातले अनेक अधिकारी स्वतःचं कर्तव्य मानतात. लोकशाहीला मरणासन्नतेकडे नेण्याच्या कृतीचा धिक्कार करण्यात आपलं सरकार अयशस्वी ठरलं आहे. अत्याचारांचा धिक्कार करण्यातही ते अयशस्वी ठरलं आहे. अमेरिकेच्या नागरिकांचं रक्षण करण्यासाठी खंबीर उपाययोजना करण्यात आपलं सरकार अयशस्वी ठरलं आहे. मात्र त्याच वेळी पश्चिम पाकिस्तानचा प्रभाव असलेल्या सरकारसमोर लाळघोटेपणा करण्यासाठी ते कोणत्याही मर्यादेपर्यंत जातं आहे. याचा आपल्या प्रतिमेवर आंतरराष्ट्रीय क्षेत्रात होऊ घातलेला आणि योग्यच असणारा नकारात्मक प्रभाव कमी करण्यासाठी पावलं उचलण्यात आपलं सरकार अयशस्वी ठरलं आहे. अनेकांना नैतिक दिवाळखोरी वाटेल अशा प्रकारे वागल्याचा पुरावा आपल्या सरकारने निर्माण करून ठेवला आहे. उपरोधाची गोष्ट म्हणजे लोकशाहीचा बचाव, लोकशाही मार्गाने निवडून आलेल्या (पश्चिमेला अनुकूल असलेल्या) बहुमतातल्या पक्षाच्या नेत्याच्या अटकेचा निषेध आणि दडपशाही, तसंच रक्तपात थांबवण्याचं आवाहन सोव्हिएत संघराज्याने याह्या खान यांना एका संदेशाद्वारे केलेलं असतानाच आपण मात्र अगदी नैतिकही हस्तक्षेप करण्यासाठी नकार दिलेला आहे. या नकारासाठी आपण दाखवलेलं कारण म्हणजे ज्या अवामी संघर्षात दुर्दैवाने 'वंशविच्छेद' या शब्दाचा वापर समर्थनीय ठरतो; तो संघर्ष म्हणजे एका सार्वभौम राष्ट्राचा, म्हणजेच पाकिस्तानचा पूर्णपणे अंतर्गत मामला असल्याची आपण घेतलेली भूमिका! याबद्दल अमेरिकी नागरिकांनी शिसारी व्यक्त केली आहे. कर्तव्यनिष्ठ जनसेवक म्हणून प्रचलित धोरणाबाबतचा आमचा तीव्र मतभेद आम्ही व्यक्त करत असून आपले खरे आणि चिरंतन हितसंबंध स्पष्ट करण्यात यावेत आणि

मुक्त जगाचं नैतिक नेतृत्व म्हणून आपल्या राष्ट्राचं स्थान जतन होईल, अशा प्रकारे आपल्या धोरणाची फेररचना करण्यात यावी ही आमची प्रामाणिक अपेक्षा आहे.

या स्वयंस्पष्ट संदेशावर २० अधिकाऱ्यांच्या सह्या होत्या. उपदूतावासातल्या राजनैतिक कर्मचाऱ्यांबरोबरच अमेरिकी सरकारच्या विकास आणि माहिती कार्यक्रमांवर काम करणाऱ्या अधिकाऱ्यांनीही स्वतःच्या सह्या केल्या होत्या. या सर्वांचं वर्णन ब्लड यांनी 'मान्यवरांची यादी' असं केलं.

हा अहवाल कल्पनेपेक्षाही दाहक होता. अमेरिकी सरकार सपशेल अयशस्वी ठरल्याचीही वेदना त्यात होती; इकडे कत्तल चालू असताना तिकडे राष्ट्रीय सार्वभौमत्वाचे नगारे वाजत असल्यामुळे होणाऱ्या कालहरणाबद्दल संताप होता; अमेरिकेच्या नैतिक दिवाळखोरीवर उघड आरोप करण्यात आला होता; आणि आणखी वंशविच्छेद होणार असल्याबद्दलच्या धोक्याचे इशारेही या अहवालात होते. हा अहवाल 'ब्लड टेलिग्राम' म्हणून लगेचच प्रसिद्ध झाला. व्हाइट हाउसमध्ये हा अहवाल वाचणाऱ्यांमध्ये समावेश असणारे हॉस्किन्सन म्हणतात, ''त्या वेळी आम्हांला हा मजकूर अत्यंत धक्कादायक वाटला. 'वंशविच्छेद' हा शब्दप्रयोग आता इतक्या वेळा वापरण्यात आला आहे की, त्याच्यातली तीव्रता काहीशी कमी झाली आहे; पण त्या काळी परिस्थिती अशी नव्हती. हिटलरने ज्यूंची केलेली कत्तल आणि एखाद्या वंशाच्या लोकांना निर्धारपूर्वक पद्धतशीरपणे ठार करण्याची चित्रं त्या वेळी अशा शब्दांमुळे डोळ्यांसमोर तरळायला लागत. हे फार धक्कादायक होतं.''

या अहवालाच्या दंशामध्ये ब्लड यांनी स्वतःची भर घातली. हा अहवाल वॉशिंग्टनला पाठवण्याची अनुमती देण्यासंदर्भातली जबाबदारी त्यांनी स्वतः स्वीकारली. ज्यांना हा अहवाल मिळाला, त्यांना ही गोष्ट ज्ञात होती. अहवालात व्यक्त केलेल्या मतभेदाशी त्यांनी स्वतःची पूर्ण सहमती दर्शवली होती. या अहवालाला केवळ संमती देण्यापलीकडेही जाऊन तिचं कट्टर समर्थन करणारे ब्लड लिहितात, 'या अहवालावर सह्या करणाऱ्या अधिकाऱ्यांच्या मतभेद व्यक्त करण्याच्या हक्काचं मी पुरेपूर समर्थन करतो. पूर्व पाकिस्तानमध्ये सर्वोत्कृष्ट काम करणाऱ्या या अधिकाऱ्यांची भूमिका अमेरिकी समुदायातल्या बहुसंख्य लोकांना मान्य असेल अशी मला खात्री आहे. मग हे लोक सरकारमध्ये असतील किंवा नसतीलही. ही भूमिका मलाही मान्य आहे. मात्र जोपर्यंत या स्थानावर प्रमुख अधिकारी म्हणून मी कार्यरत आहे, तोपर्यंत त्यांच्या निवेदनावर सही करणं मी योग्य समजत नाही.' आपल्या कारकिर्दीचं होऊ घातलेलं नुकसान कमीतकमी असावं म्हणून ब्लड यांनी योग्य-अयोग्य हा मुद्दा उपस्थित केल्याचं दिसत असलं, तरी

ढाक्यातले त्यांचे प्रक्षुब्ध सहकारी असोत किंवा वॉशिंग्टनमधले ज्येष्ठ अधिकारी त्यांच्यापैकी कुणीही या मुद्द्याला महत्त्व दिलं नाही. त्यांची अधिक बोलकी कृती म्हणजे अमेरिकी धोरणाला त्यांनी त्यांच्या वतीने केलेला विरोध वॉशिंग्टनमधल्या धोरणकर्त्या वरिष्ठांच्या निदर्शनार्थ होता. ते म्हणतात – 'बंगाली राष्ट्रवादी अमेरिकेकडे झुकलेले असताना आणि स्वतःचा संघर्ष जिंकून ते स्वतंत्र बांगला देश स्थापन करणार असल्याची शक्यता एवढी ठळक असताना, 'निश्चित हरणाऱ्याला एकतर्फी पाठिंबा देण्याच्या ताठर धोरणाचा' अवलंब करून विजयी बाजूचं वैर ओढवून घेणं हा 'मूर्खपणा' होता.'

परराष्ट्र मंत्रालयाच्या टोलेजंग वास्तूत ब्लड यांचा अहवाल वेगाने फिरायला लागला. काही तासांमध्येच मंत्रालयातल्या दक्षिण आशियाविषयक नऊ ज्येष्ठ विश्लेषकांनी या अहवालाला स्वतःचा पाठिंबा असल्याचं परराष्ट्र मंत्र्यांना लेखी कळवलं आणि अमेरिकेने स्वतःचं धोरण बदलण्याचं आवाहन केलं. अनपेक्षितपणे मिळालेल्या या समर्थनाची कल्पना ब्लडना आणि त्यांच्या सहकाऱ्यांना नव्हती, पण मंत्रालयातले मधल्या फळीतले ढाक्यापासून आणि दिल्लीपासून वॉशिंग्टनपर्यंतचे सर्व अधिकारी निषेधात मोठ्या प्रमाणात सामील झाले.

वॉशिंग्टनमध्ये अत्युच्च स्तरावर ब्लड यांच्या अहवालावर संतप्त प्रतिक्रिया व्यक्त झाली. हॉस्किन्सन म्हणतात, "किसिंजरना राग अनावर झाला होता." किसिंजर यांचे वरिष्ठ साहाय्यक हॅरल्ड सॉन्डर्स म्हणाले, "ब्लड यांनी किसिंजर यांची अप्रीती ओढवून घेतली आहे."

किसिंजर यांच्या अनावर झालेल्या संतापामुळे व्हाइट हाउसच्या कर्मचाऱ्यांना धक्का बसला. ढाक्यामधल्या अधिकाऱ्यांबाबत सॉन्डर्स म्हणतात, "हे अधिकारी वेडे नव्हते. ते कनवाळू किंवा उदारमतवादीही नव्हते. अमेरिकेने अंगात बाणवलेल्या मूल्यव्यवस्थेशी विपरीत वागणूक फार मोठ्या लोकसंख्येला दिली जाताना ते पाहत होते." हॉस्किन्सन म्हणतात, "किसिंजर याबाबत का चिडले असावेत, हेच माझ्यासाठी मोठं रहस्य होतं. यामुळे त्यांना एवढं अस्वस्थ होण्याचं काय कारण होतं? काय घडत होतं आणि ही परिस्थिती कशी हाताळावी लागणार होती हे त्यांना स्पष्ट नव्हतं की काय? 'किसिंजर यांचा तोल गेला आहे का?' असा विचारही मी स्वतःशीच करत होतो. ढाक्यातून येणारी माहिती काल्पनिक नव्हती. तिथले कर्मचारी कार्यक्षम असल्याचं प्रत्येकाचंच म्हणणं होतं; पण किसिंजर संतापले होते. त्या काळात संतप्त किसिंजरना पाहणं, हा काही आल्हाददायक अनुभव नव्हता. रागाच्या भरात ते काहीही बडबडत असत."

किसिंजर एकटेच नव्हते. संतापाने हिरवेपिवळे झालेले परराष्ट्रमंत्री विल्यम

रॉजर्स यांनी ढाक्यातल्या 'स्वतःच्याच लोकांकडून आलेल्या त्या नतद्रष्ट अहवालाचा' धिक्कार करण्यासाठी दूरध्वनीवरून किसिंजर यांच्याबरोबर संपर्क साधला. रॉजर्स म्हणाले, ''हे लाजिरवाणं आहे. आपल्याच धोरणावर टीका करून त्यांनी टीकेचा प्रसार केला आहे. त्यामुळे आता हा अहवाल फुटणार हे नक्की! या कृत्याला माफी नाही.'' (ब्लड यांनी या अहवालाचं वर्गीकरण निवळ 'गोपनीय' असं केलं होतं. गोपनीयतेची ही सर्वांत कनिष्ठ श्रेणी असून निष्काळजीपणे वागल्याबद्दल त्यांनी नंतर खेद व्यक्त केला; पण हे अनवधानाने झालं असल्याचं मान्य करणं अवघड आहे.) किसिंजर म्हणाले, ''आता कदाचित ही माहिती एडवर्ड केनेडी यांच्याकडे पोहोचेल. कुणीतरी त्यांना या अहवालांचा मजकूर पुरवतं आहे. त्यांच्या संदर्भात केनेडींनी मला फोनही केला आहे.''

धुसफुसणारे रॉजर्स म्हणाले, ''हा अहवाल भयानक आहे. यापेक्षा अधिक वाईट काही असूच शकत नाही. आपण अमेरिकी लोकांचं रक्षण करण्यात कमी पडलो असून नैतिकदृष्ट्या दिवाळखोर असल्याचं या अहवालात म्हटलं आहे!'' ''ब्लड असं म्हणाला?'' किसिंजरनी विचारलं. यावर रॉजर्स म्हणाले, ''या अहवालावर त्यांच्यापैकी अनेकांच्या सह्या आहेत. मतभेद असणाऱ्या अहवालांसंदर्भात शक्य ते सर्व आम्ही करत असल्याचं तुम्हांला माहीतच आहे. जमतील तेवढे अहवाल आम्ही गोळा करत आहोत. तसंच आम्ही त्यांना एक अहवाल पाठवणार आहोत.'' ब्लड यांचा अहवाल निक्सन यांच्यापासून दोन दिवस तरी दूर ठेवून किसिंजरनी रॉजर्स यांना काहीसा दिलासा दिला. किसिंजर आणि रॉजर्स यांनी बंगाली स्वतःच अत्याचार करत असल्याचा आरोप केला. बंगालींच्या कत्तलींबाबतच्या काही अहवालांबद्दल किसिंजर यांनी शंका उपस्थित केली. खवळलेले रॉजर्स म्हणाले, ''असा अहवाल त्यांनी पाठवणं मी अतिशय अपमानास्पद समजतो.''

ब्लड यांच्या अहवालाला दुजोरा देणाऱ्या परराष्ट्र मंत्रालयाच्या नऊ अधिकाऱ्यांबाबत मंत्रालयातल्या एका ज्येष्ठ अधिकाऱ्याने किसिंजर यांना दूरध्वनी केला. त्या वेळी किसिंजरनी धोरणात कोणताही बदल होण्याची शक्यता नसल्याचं या अधिकाऱ्याला सांगून त्याच्या कनिष्ठांना वठणीवर आणण्याचा आदेश त्याला दिला.

ब्लड यांच्या अहवालाचं वितरण मर्यादित करण्यासाठी आणि तो फुटू नये यासाठी परराष्ट्र मंत्रालयाने धावपळ सुरू केली. याबाबत किसिंजर यांनी कालांतराने असा आरोप केला – ''या अहवालांना गोपनीयतेचा कनिष्ठ दर्जा देऊन त्यांचं वितरण व्यापक होईल असा प्रयत्न जाणीवपूर्वक करण्यात आला.'' किसिंजर

यांच्याबरोबर झालेल्या चर्चेनंतर फुशारून गेलेल्या रॉजर्स यांनी स्वतः मंजूर केलेल्या एका विलक्षण अहवालात ब्लड यांना कडक ताकीद दिली की, 'त्यांच्या ठाम भूमिकेचं' स्वागत होतं, तरी हे प्रकरण म्हणजे 'मूलतः पाकिस्तानचा अंतर्गत मामला असल्याच्या' भूमिकेचा त्यांनी पुनरुच्चार केला. त्याबरोबरच मंत्रालयाच्या प्रवक्त्याने गुळमुळीत भाषेत काढलेल्या पत्रकांमध्ये थोडे फेरफार करून ती ढाक्याला पाठवण्यात आली. या पत्रकांमध्ये प्राणहानीबद्दल आणि अमेरिकी शस्त्रांच्या वापराबद्दल केवळ 'चिंता' व्यक्त करण्यात आली होती. ब्लड यांनी पाठवलेल्या अहवालाचा मजकूर बाहेर जाण्याचा धोका स्वीकारल्याबद्दल रॉजर्स यांनी ब्लड यांना पाठवलेल्या अहवालात त्यांना धारेवर धरलं होतं.

पाकिस्तानच्या राजदूताला अमेरिकेच्या परराष्ट्र उपमंत्र्याने नम्रपणे केलेल्या काही सूचना, परिस्थितीबद्दल 'चिंता' व्यक्त करणारं मंत्रालयाचं पत्रक आणि ब्लडच्या अहवालांमुळे एखादा शांततामय तोडगा निघण्याची आशा व्यक्त केली जाणं यांव्यतिरिक्त फारसं काही सहन करावं लागलं नाही. कत्तली तशाच सुरू राहिल्या.

वंशविच्छेद

गोविंद चंद्र देव हे ढाका विद्यापीठातले तत्त्वज्ञानाचे वयोवृद्ध प्राध्यापक होते. त्यांनी अनेक पुस्तकं लिहिली होती. त्यांपैकी एकाचं शीर्षक होतं 'बुद्ध – एक मानवतावादी'. प्राध्यापक देव हिंदू होते. गोविंद चंद्र देवांना पाहिल्यावर ब्लडना सांताक्लॉजची आठवण होत असे. त्या दोघांचा उत्तम स्नेह होता. देवांना ओळखणारे स्कॉट बुचर म्हणतात, "ते एक गुबगुबीत, केस पांढरे झालेले गमतीशीर गृहस्थ होते. ते अत्यंत शांत असायचे आणि अमेरिकी वर्तुळात परिचित होते; सर्वांचे आवडते होते. माझ्या माहितीप्रमाणे त्यांचा राजकारणाशी तसा अर्थाअर्थी काहीही संबंध नव्हता." लष्करी कारवाईच्या सुरुवातीच्या काळात देव यांना त्यांच्या घरातून खेचून काढून हिंदू वसतिगृहासमोरच्या एका शेतात उभं करून गोळ्या घालण्यात आल्या. "ते एक हिंदू प्राध्यापक असल्याखेरीज त्यांना ठार मारण्याचं इतर कोणतंही कारण नव्हतं." बुचर सांगतात.

ब्लड यांनी स्वतःच्या अहवालात 'वंशविच्छेद' झाल्याचा आरोप करण्यामागचं सर्वांत विश्वसनीय कारण म्हणजे एका विशिष्ट समुदायाला अशा प्रकारे जाणीवपूर्वक लक्ष्य करण्याचं कृत्य! मात्र अगदी सुरुवातीला ब्लड यांनी हा भयानक शब्दप्रयोग परिस्थितीचं नेमकं वर्णन करण्याच्या मिषापेक्षाही या वस्तुस्थितीबाबत वॉशिंग्टनने खडबडून जागं व्हावं यासाठी केला होता. 'वंशविच्छेद' या संज्ञेच्या

नेमक्या अर्थासंदर्भात उपदूतावासात यावर चांगलाच गोंधळ होता. 'हा शब्द वापरून आपण कोणता अर्थ ध्वनित करू इच्छितो?' अशी विचारणा होत होती. (अवामी लीगच्या पाठीराख्यांना ठार करण्याच्या कृतीला 'वेबस्टर शब्दकोशातली' व्याख्या लागू पडते, असं वकिली भाषेशी अर्थाअर्थी संबंध नसणाऱ्या ब्लडनी एका प्रसंगी वेंधळेपणाने सुचवलं.) याबाबत एरिक ग्रिफेल म्हणतात, "कदाचित ही व्याख्या लागू पडत नव्हती. 'संपूर्ण मानवसमूहाला संपवून टाकण्याचा निर्धार' असा अर्थ 'वंशविच्छेद' या शब्दप्रयोगातून व्यक्त होतो, अशी माझी धारणा आहे. इथे मात्र काही विशिष्ट लोकांना मारण्याचा निर्धार होता. हिटलर किंवा आर्मेनिया किंवा कम्बोडिया यांच्या हत्याकांडापेक्षा इथलं हत्याकांड वेगळं होतं असं मी समजतो." हे थोडंसं गोंधळात पाडणारं होतं. आंतरराष्ट्रीय कायद्यानुसार, 'वंशविच्छेद' म्हणजे एखादा जनसमूह पूर्णपणे किंवा अंशतः नष्ट करण्यासाठी केलेले अत्याचार. मात्र ढाका उपदूतावास कोणत्या बळींबद्दल बोलत होता, हे या उपदूतावासात आरंभी स्पष्ट नव्हतं. हा संहार बंगालींविरुद्ध होता की अल्पसंख्याक हिंदूंविरुद्ध होता असा प्रश्न निर्माण झाला होता.

स्कॉट बुचर म्हणतात, "हिंदूंना वेचून लक्ष्य केलं जात असल्याचं स्पष्टपणे दिसत होतं. वांशिक किंवा सांस्कृतिक जनसमूह म्हणून बंगालींविरुद्ध हल्ला करण्याबाबत चर्चा होऊ शकते. ही कारवाई अभूतपूर्व पाशवी होती." सुरुवातीचे अहवाल घाईने पाठवताना 'वेचक वंशविच्छेद' या शब्दप्रयोगामागे 'हिंदू आणि मुस्लीम अशा सर्व बंगालींची कत्तल' असा अर्थ ब्लड यांना अभिप्रेत होता. (भारत सरकारने या शब्दाचा याच प्रकारे वापर केला.) 'वंशविच्छेद' या शब्दप्रयोगामध्ये एका विशिष्ट जनसमूहावर लष्कराने केलेली कारवाई असा अर्थ अपेक्षित होता." बुचर पुढे म्हणतात, "पंजाबी आणि बंगाली लोकांमध्ये एक प्रकारचा पूर्वग्रहदूषित वंशद्वेश होता. बंगाली लोक कमी धार्मिक असल्याचे, ते पंजाबींचे सावळे धाकटे भाऊ असल्याचे पंजाबींचे कुत्सित टोमणे अनेकदा कानांवर पडत." काही पश्चिमी पाकिस्तानींच्या दृष्टीने बंगाली – त्यात मुस्लीम बहुसंख्यही आले – दुर्बल होते आणि त्यांचा हिंदूंबरोबर नको तेवढा संबंध आल्यामुळे त्यांचं अधःपतन झालं होतं. याह्या खान यांच्या एका मंत्र्याने नमूद केल्यानुसार, लढाऊ नसलेल्या बंगालींकडे लष्कर 'कनिष्ठ जातीच्या हिंदूंचं धर्मपरिवर्तन केलेले मुसलमान' या भूमिकेतून पाहत असे. अशाच प्रकारे सिडनी शेनबर्ग याने न्यू यॉर्क टाइम्समध्ये लिहिताना पश्चिम पाकिस्तानमधल्या सत्ताधारी पंजाबी लोकांमधल्या 'बंगालींबद्दल असलेल्या वांशिक तिरस्काराच्या तेढीचं' वर्णन केलं होतं.

अत्याचार करताना बंगालींमध्येही हिंदू अल्पसंख्याकांना विशेषत्वाने वेचून

काढण्यात येत असल्याच्या पुराव्यांचा डोंगर वाढत चालला होता. लष्करी कारवाईच्या पहिल्या काही दिवसांमध्ये ब्लड यांनी याची नोंद केली होती. बंगाली राष्ट्रवाद आणि फुटीरतावाद यांच्याबद्दल काही पश्चिमी पाकिस्तानी हिंदूंना दोष देत असत. वास्तविक, बंगाली मुसलमानांनी अवामी लीगला भरघोस पाठिंबा देऊनही असा दोषारोप होत असे. मेग ब्लड म्हणतात, ''हिंदूंविरुद्धच्या भावना तीव्र होत्या. पश्चिमी पाकिस्तानी सैनिकांना अधम कृत्यं करण्यासाठी चिथावताना या तीव्र भावनांचा वापर करणं हा एक मार्ग होता.''

''पाकिस्तानी म्हणून असलेलं त्यांचं पावित्र्य हिंदूंमुळे कमी होत असल्याचा त्यांचा समज होता.'' अशी आठवण बुचर सांगतात.

पूर्व पाकिस्तानच्या लोकसंख्येपैकी १३ टक्के म्हणजे सुमारे दहा कोटी असणाऱ्या हिंदूंची कत्तल आणि हकालपट्टी करण्याच्या या मोहिमेला कोणतीही तर्कसंगती नव्हती असं ब्लड यांचं मत होतं. पुढे जाऊन त्यांनी त्याचं वर्णन 'गुन्हेगारी माथेफिरूपणा' असं केलं. अशा कारवाईमागे कुठलीही लष्करी निकड नव्हती. हिंदू कोणत्याही सशस्त्र उठावाचा केंद्रबिंदू नव्हते. ते निःशस्त्र होते आणि पूर्व पाकिस्तानभर विखुरलेले होते. भारताबरोबरच्या कथित संबंधांचा आरोप त्यांच्यावर लादला जात होता आणि मुस्लीम राष्ट्र म्हणून जाहीर झालेल्या पाकिस्तानमध्ये ते परिघावर होते. लष्करी कारवाईचं नेतृत्व करणारे राज्यपाल टिका खान यांच्या मते, पूर्व पाकिस्तानसमोर भारताची गुलामी करण्याचा धोका होता. ''मुस्लिमांसाठी मोठा त्याग केल्यानंतर उपखंडातून निर्माण करण्यात आलेल्या आमच्या देशाचा सत्यानाश बेकायदा ठरलेल्या अवामी लीगकडून घडून आला असता.'' असं टिका खान यांचं म्हणणं होतं.

डेसे मायर्सच्या आठवणीनुसार, ''हिंदू बाजारपेठांवर हल्ला झाल्याचं आम्हांला ठाऊक होतं. आम्ही भेट देत असलेली खेडी हिंदू होती. हिंदूंना वेचून हल्ला करण्यात येत होता हे आम्हांला समजत होतं.'' त्या काळात लिहिलेल्या एका पत्रात तो म्हणतो, 'लष्कराकडून तपासणी चालू आहे. लुंगी वर करून सुंता झाल्याची खात्री करून घेण्यात येते आहे; मुस्लीम प्रार्थना म्हणून दाखवण्याची सक्ती करण्यात येते आहे. हिंदू एक तर पळून जात आहेत किंवा त्यांना गोळ्या घालण्यात येत आहेत. हिंदू म्हणून स्वतःची ओळख राखण्यासाठी लोक एक प्रकारचं कापड परिधान करत असल्याचं एकदा आम्ही ढाक्याबाहेर गेलो असताना आमच्या निदर्शनास आलं.' बुचर म्हणतात, ''पुरुषांना लुंगी सोडावी लागत असे; सुंता झाली असल्यास त्यांची सुटका होत असे; नसल्यास त्यांना ठार मारण्यात येत असे. हे एका समूहाविरुद्धचं सूडनाट्य होतं. खासकरून, हिंदूंना वाईट वागणूक

देण्यासाठी वेगळं काढण्यात येत होतं आणि हिंदूंची खेडी बेचिराख करण्यात येत होती. हा प्रांत हिंदुमुक्त करण्यासाठी त्यांनी हा कृतिकार्यक्रम राबवला होता.''

पाकिस्तानच्या हेतूबद्दल उपदूतावासात अनेक कुशंकांची चर्चा होती. घरी पाठवलेल्या एका पत्रात मायर्स म्हणतात, 'पश्चिमी पाकिस्तानी लष्कर हिंदूंना नष्ट करण्यासाठी प्रतिबद्ध झाल्याचं दिसतं आहे. हिंदूंना नष्ट केल्याने पाकिस्तान पवित्र होईल आणि त्यामुळे सरकारविरोधी, पाकिस्तानविरोधी तसंच इस्लामविरोधी तत्त्वं नाहीशी होतील असा त्यांचा तर्क आहे.' पूर्व पाकिस्तानमधून पळून जाणाऱ्या निर्वासितांना भारताने सामावून घेण्याची शक्यता होती. 'अशा प्रकारे एक कोटी नकोशा लोकांची वासलात पाकिस्तानने लावलेली असेल. त्यांचा बळी देऊन पूर्व पाकिस्तानची लोकसंख्या एवढी कमी करण्यात येईल की, ते परत अल्पसंख्य होतील आणि पश्चिम पाकिस्तानचा प्रभाव कायम राहील.'

अशा प्रकारे लोकांना वेचून ठार मारल्याची कबुली युद्धानंतरच्या एका गोपनीय न्यायालयीन चौकशीत ज्येष्ठ पाकिस्तानी अधिकाऱ्यांनी दिली. 'ज्येष्ठ लष्करी अधिकारी एकमेकांना गमतीच्या सुरात 'किती हिंदू मारले गेले?' असं विचारत असत.' असं या चौकशीत नमूद करण्यात आलं. एका साक्षीत एक लेफ्टनंट कर्नल म्हणाला, ''आम्ही हिंदूंच्या केलेल्या कत्तलींच्या संख्येची विचारणा लेफ्टनंट जनरल नियाजी आमच्याकडे करत असत.'' एका ब्रिगेडिअरने मे महिन्यात 'हिंदूंना ठार मारण्याचा' लेखी आदेश दिला होता. (हिंदूंची कत्तल करण्याचा आदेश दिल्याचा नियाजी यांनी इन्कार केला.) दुसरे एक लेफ्टनंट कर्नल म्हणाले, ''सैनिकांमध्ये आणि अगदी जनरलच्या हुद्द्यापर्यंतच्या अधिकाऱ्यांमध्ये बंगालींविरुद्ध द्वेषभावना होती. हिंदूंना ठार मारण्याच्या तोंडी सूचना होत्या.''

देव यांच्या हत्येमुळे आर्चर ब्लड फारच व्यथित झाले होते. या हत्येबाबत विचार करताना पाकिस्तानी लष्कराने अवलंबलेल्या 'वंशविच्छेदाच्या' कार्यपद्धतीची चित्रं वारंवार त्यांच्या डोळ्यांसमोर येत होती. अंगावर काटा आणणाऱ्या 'वंशविच्छेद' या शब्दाचा वापर करण्याचं समर्थन आता ब्लड अधिक मजबूत पायावर करू शकणार होते.

पाकिस्तानी लष्कराचा सशस्त्र प्रतिकार करण्यासाठी ग्रामीण भागात बंगाली राष्ट्रवादी कार्यरत झाले होते. पश्चिम पाकिस्तानला निष्ठा वाहिलेल्या काही लोकांवर बंगाली प्रजेने आत्यंतिक सूडभावनेने अत्याचार केल्याचंही उघड झालं. त्यानंतर ब्लडनी आणि त्यांच्या कर्मचाऱ्यांनी आसपास चाललेल्या संघर्षाला केवळ एकतर्फी 'वंशविच्छेद' असं संबोधन न देता ते 'दुतर्फा लढलं जाणारं रक्तरंजित यादवी युद्ध' असल्याचं विश्लेषण करायला सुरुवात केली. सैनिक कुठल्याही चिथावणीशिवाय

कत्तल करत असल्याचे अहवाल येत असूनही ग्रामीण भागाचा ताबा घेण्यासाठी लष्कर युद्धसमान कारवाई करत असल्याचं ब्लड यांनी पाहिलं. असं असूनही हिंदूंवर होणाऱ्या अत्याचारांसाठी 'वंशविच्छेद' हेच वर्णन चपखल असल्याची त्यांची भूमिका कायम राहिली. त्यामुळे उपदूतावास 'पाठवत असलेल्या 'वंशविच्छेदाच्या' अहवालांमध्ये हिंदूंवर अधिक भर येऊ लागला.' एका अहवालात ब्लड म्हणतात, ' 'वंशविच्छेद' हे विशेषण लागू पडेल असे सर्व निकष या लष्करी कारवाईने पूर्ण केले आहेत.'

ब्लड यांनी वॉशिंग्टनमधल्या त्यांच्या वरिष्ठांना या धोक्याची जाणीव करून देण्याचा प्रयत्न वारंवार केला. एका अहवालात त्यांनी लिहलं, 'उघड, थंड डोक्याने आणि व्यापक स्तरावर केलेल्या हिंदूंविरुद्धच्या कारवाईच्या वर्णनाला 'वंशविच्छेद' हाच शब्दप्रयोग पूर्णपणे लागू पडतो. हिंदूंची गावं आणि ढाक्यातल्या वस्त्या यांना आगी लावण्यात आल्या. या कत्तलींपासून स्वतःचा बचाव करण्यासाठी पळू पाहणाऱ्या हिंदूंना टिपून मारण्यात आल्याचं अनेक अमेरिकी नागरिकांनी सुरुवातीपासूनच पाहिलं आहे. तसंच या कारवाईचा उच्छाद कसा होता, हे आजही ढाक्यात पाहता येतं. याचं एक ढळढळीत उदाहरण म्हणजे ढाका विद्यापीठातले तत्त्वज्ञान विभागाचे प्राध्यापक देव यांची गोळ्या घालून करण्यात आलेली हत्या.'

पाकिस्तानी लष्कराने 'भारतीय हिंदू आणि पाकिस्तानी हिंदू असा भेदभाव न करता दोघांनाही शत्रू मानलं असल्याचं' ब्लडनी स्पष्ट केलं. 'हिंदूविरोधी भावना दीर्घ काळ आणि व्यापक स्तरावर असल्याची' नोंद त्यांनी केली. ब्लडनी आणि त्यांच्या कर्मचाऱ्यांनी अत्यंत चिकाटीने हिंदूविरोधी अत्याचारांचे अहवाल पाठवण्याचं काम सुरू ठेवलं. पाकिस्तानी लष्कर एखाद्या खेड्यात कसं घुसत असे, हिंदूंच्या वस्तीची चौकशी कशी करत असे आणि नंतर हिंदू पुरुषांना कसं ठार करत असे याचं वर्णन या अहवालांमध्ये असे. हिंदू स्त्रिया आणि मुलं यांची कत्तल झाल्याचा पुरावा नसल्याचंही ब्लड यांचं म्हणणं होतं. (बंगाली मुस्लीमही या हत्याकांडाचा तिरस्कार करत असल्याचंही ब्लड यांनी दाखवून दिलं.) 'पाकिस्तानी हिंदूंच्या वंशविच्छेदाचा धिक्कार करण्याचं आंतरराष्ट्रीय उत्तरदायित्व' अमेरिकेचं असल्याचा आग्रह त्यांनी सतत धरला.

पण या 'वंशविच्छेदाची' व्याख्या करताना किंवा त्याबाबतचा तपशील गोळा करताना ब्लड यांनी अनेक प्रयत्न करूनही व्हाइट हाउसवर या शब्दप्रयोगाचा यत्किंचितही परिणाम झाला नाही. निक्सन किंवा किसिंजर यांनी बंगालींच्या किंवा हिंदूंच्या वंशविच्छेदाचा उल्लेख एकदाही केला नाही. त्यामुळे ते हादरले असतील, तरी ही प्रतिक्रिया त्यांनी बाहेर जाणवू दिली नाही. १९६८च्या निवडणुकीत

बायफ्रामधल्या या हत्याकांडाचा निषेध करून लिंडन जॉन्सन यांच्याविरुद्ध निक्सन यांनी वंशविच्छेदाचा मुद्दा प्रचारासाठी एकदा वापरला असला, तरी त्यांच्या लेखी नंतर त्या मुद्द्याला काहीही महत्त्व राहिलं नव्हतं. वास्तविक, राष्ट्राध्यक्ष हॅरी ट्रूमन यांच्या काळापासून प्रत्येक प्रशासनाने घेतलेल्या भूमिकेप्रमाणेच निक्सन प्रशासनही संयुक्त राष्ट्राच्या 'वंशविच्छेद करारामध्ये' सामील होण्यासाठी टाळाटाळ करत होतं. निक्सन प्रशासनाचे महाधिवक्ता जॉन मिचल यांनी एकदा तुच्छतेने किसिंजर यांना ऐकवलं होतं, ''बायफ्रा आणि ब्लॅक पॅन्थर्स यांच्यासाठी हे चांगलं आहे.''

बिहारी लोक

याह्या खान यादवी युद्ध जिंकण्याची सुतराम शक्यता नसल्याचं, बंगाली राष्ट्रवाद्यांचे गनिमी हल्ले सुरू झाल्यावर ढाक्यातल्या, इस्लामाबादमधल्या आणि दिल्लीतल्या महत्त्वाच्या अमेरिकी दूतावासांनी मान्य केलं. ग्रामीण भागातला बंगाली प्रतिकार लष्कराला रोखत होता. त्यांना भारतामधून शस्त्रास्त्रं मिळत होती, रसद पुरवली जात होती आणि भारतात सुरक्षित आश्रयही मिळत होता. लष्कर जिंकू शकणार नसल्याचं आणि टोकाला गेलेले बंगाली त्यानंतर कधीही स्वेच्छेने पाकिस्तानचे नागरिक बनणार नसल्याचं इस्लामाबाद दूतावासानेही मान्य केलं होतं – 'बंगाली व्यथा आता रक्ताने लिहिल्या गेल्या आहेत.' या निष्कर्षाला पाठिंबा देऊन ब्लड म्हणाले, ''बंदुकीच्या नळीतून सत्ता येते, यावरच याह्या खानचा आणि त्यांच्या सेनापतींचा विश्वास आहे.''

पाकिस्तानमध्ये यादवी युद्ध पेटलेलं असताना याह्या खान यांची मुक्तता करू शकला असता, असा नैतिक बचाव निर्माण करण्यासाठी किसिंजर यांनी बंगाली लोक करत असलेल्या हत्याकांडाचा मागोवा घ्यायला सुरुवात केली. यामुळे दोन्ही बाजू सारख्याच सडक्या असल्याचा युक्तिवाद करणं निक्सन आणि किसिंजर यांच्यासाठी सोयीचं ठरणार होतं. या भयानक घटनाक्रमाची मूळ जबाबदारी पूर्णपणे पाकिस्तानी लष्करी अधिकाऱ्यांची असल्याचं विश्लेषण करणारे ब्लड स्वतःच्या भूमिकेबाबत एकतर्फी राहण्याच्या मोहात पडणं स्वाभाविक होतं, पण तसं घडलं नाही. कारण अन्यथा, त्यांनी अनवधानाने किसिंजर यांनाच टीकेचं साधन उपलब्ध करून दिलं असतं. त्यांच्या अहवालांमधून त्यांनी अजूनही बंगालींच्या शिरकाणावर लक्ष केंद्रित केलेलं असलं, तरी बंगाली राष्ट्रवाद्यांनी केलेल्या क्रूर कृत्यांचा पाढाही वाचण्यासाठी ते परिश्रमपूर्वक माहिती जमवायला लागले. व्हाइट हाउसमधली त्यांच्याबद्दलची चर्चा काहीही असो, पण ते कुणाचीही बाजू घेत नसून एक निष्णात अधिकारी असल्याचं त्यांनी दाखवून दिलं.

ब्लड यांनी वॉशिंग्टनला अहवाल पाठवला, 'यादवीची चिन्हं सगळीकडे दिसत आहेत. दोन्ही बाजू एकमेकांवर अत्याचार करत आहे. यात बंगालींनी इतरांवर केलेल्या अत्याचारांचाही समावेश आहे.' हे 'इतर' म्हणजे बिहारी लोक होते. पश्चिम पाकिस्तानमधल्या उर्दूभाषकांचे पित्तु म्हणूनच या मुस्लीम असलेल्या, उर्दू बोलणाऱ्या अल्पसंख्य जमातीवर बंगाली राष्ट्रवादी जहरी टीका करत. (यांच्यापैकी अनेक जण मूळचे बिहारमधून आलेले आणि फाळणीने केलेल्या क्रूर ताटातुटीचे भक्ष्य होते.) काही बिहारी पूर्व पाकिस्तानच्या स्वायत्ततेच्या मागणीला अनुकूल असल्याने अवामी लीगचे समर्थक असले, तरी इतर अनेक मात्र पश्चिम पाकिस्तानच्या बाजूने होते.

लष्करी कारवाई २५ मार्चला सुरू झाल्यानंतर बिहारी भयानक पेचप्रसंगात सापडले होते. अनेक बंगाली त्यांना पंचमस्तंभी मानत होते. बंगालींना लुटण्यासाठी किंवा ठार करण्यासाठी काही बिहारींनी लष्करी अधिकाऱ्यांना मदत केली होती. या संदर्भात स्कॉट बुचर म्हणतात, ''अत्याचार फक्त लष्करानेच केले नव्हते, तर त्यांचे हस्तक असलेल्या बिहारींनीही केले होते.'' दोन्ही बाजूंच्या अतिरेकी हिंसक तत्त्वांना आता स्वतःची मर्दुमकी दाखवण्याची संधी चालून आली होती. बिहारींचं रक्षण करण्याचं आवाहन स्वतः मुजीब यांनी केल्यानंतरही बंगाली राष्ट्रवाद्यांनी प्रतिशोध म्हणून बिहारींवर हल्ले सुरू केले. एका खेड्यात सुमारे दोनशे बिहारींना एका भिंतीसमोर उभं करून गोळ्या घालण्यात आल्याचा अहवाल ब्रिटिश आणि अमेरिकी मदतकार्य करणाऱ्या स्वयंसेवकांनी दिला. याचा बदला म्हणून बिहारींनी चारशे बंगाली ठार केले. चितगाव आणि फुलना अशा ठिकाणी बंगाली राष्ट्रवाद्यांनी बिहारींवर केलेल्या असंख्य अत्याचारांचा अहवाल ढाका उपदूतावासाने पाठवला.

बिहारींवरच्या अत्याचारांच्या अहवालांची किळस येत असूनही या अहवालांचं संकलन करताना ढाका उपदूतावासाने समतोल साधण्याचा प्रयत्न केला. याह्या खान यांनी बंगाली जनतेवर केलेल्या हल्ल्याची प्रतिक्रिया म्हणून ही बंडाळी माजल्याची उपदूतावासातल्या अधिकाऱ्यांची धारणा होती. त्यामुळे दोन्ही बाजूंनी होणारा रक्तपात समान असल्याची त्यांची धारणा नव्हती. खरं तर असं म्हणणं निक्सन आणि किसिंजर यांना जास्त पसंत पडलं असतं. याउलट मृतांपैकी जवळपास दोन-तृतीयांश मृत बंगाली असल्याचं ब्लडनी आणि त्यांच्या कर्मचाऱ्यांनी स्पष्ट केलं. नंतर परराष्ट्र सेवेतल्या एका अधिकाऱ्याने केलेल्या अनुमानानुसार, बंगाली आणि बिहारी यांच्या संघर्षात हजारो मारले गेले, तर नंतरच्या हल्ल्यांमध्ये त्यापेक्षा दसपट अधिक हिंदू मारले गेले.

बंगाली आणि बिहारी यांच्यात बदला घेण्यासाठी झालेल्या संघर्षामुळे

फाळणीच्या भळभळत्या आठवणी पुन्हा जाग्या झाल्या. बंगाली गनिमांनी उर्दू भाषकांवर अनन्वित अत्याचार केल्याची नोंद डेसे मायर्स यांनी केली आहे. पाकिस्तानी लष्कराने अशा अत्याचारांच्या क्रूर कथा ऐकल्यानंतर बंगालींचा सूड घेतला. चितगाव इथे काही बिहारींचं शूरपणे रक्षण करणारा एक बंगाली मायर्स यांना आठवतो. एका पाकिस्तानी मेजरने या बंगालीला पकडून स्वतःच्या जीपमध्ये घातलं. मायर्सने स्वतःची कार त्याच्या जीपच्या वाटेत घालून त्याला अडवण्याचा प्रयत्न केला असता, त्या मेजरने त्याची बंदूक कारमध्ये घुसवली आणि त्या सर्वांना निघून जाण्याचा हुकूम दिला. ''समोरच्या कोपऱ्यावरून मेजर वळत असतानाच, म्हणजे आमच्यापासून पन्नास यार्ड्स इतक्या कमी अंतरावरून गोळी झाडल्याचा आवाज ऐकायला आला. बंगालींनी केलेले अत्याचार पाहून हा मेजर क्रोधाविष्ट झाला असल्याचं नंतर आम्हांला सांगण्यात आलं. म्हणून तो या बंगालीला उचलून घेऊन गेला होता.'' मायर्स सांगतात. त्या रात्री त्या गावात एक शोकसभा झाल्याचं नमूद करून मायर्स म्हणतात, ''या सभेत बंगाली आणि पाकिस्तानी एकत्र आले होते. त्यांच्यासाठी ही फाळणीची पुनरावृत्तीच होती आणि त्यावर ते विलाप करत होते. त्यांना काहीच समजत नव्हतं. त्यांचे भाईबंद इस्लामाबादमध्ये होते, त्यांचं शिक्षण लाहोरमध्ये झालं होतं. स्वतःच्याच कुटुंबात असं युद्ध पेटल्याबद्दल ते शोक व्यक्त करत होते.''

''हिटलरने त्यांना खतम करणं अनैतिक नव्हतं का?''

तिकडे वॉशिंग्टनमध्ये किसिंजरनी आणि खुद्द राष्ट्राध्यक्षांनी ब्लड यांच्या अहवालांचं वाचन केलं. सोनेरी रंगाचे सोफे, खुर्च्या आणि पडदे यांनी सजवलेल्या ओव्हल ऑफिसमध्ये निक्सन यांना भेटून किसिंजर म्हणाले, ''ढाका उपदूतावासाने उघड-उघड बंड पुकारलं आहे.'' याह्या खान यांच्याबद्दल सचिंत असणारे निक्सन पाकिस्तानची आर्थिक मदत बंद करण्याचा प्रस्ताव ऐकून आश्चर्यचकित झाले. निक्सन दोलायमान अवस्थेत असल्याचं पाहून खुंटा आणखी बळकट करण्यासाठी किसिंजर म्हणाले, ''आता आपण तिथल्या बंडखोरांना पाठिंबा द्यायला सुरुवात केली, तर आपण हरणाऱ्यांच्या बाजूला असू.''

बायफ्रामधल्या बंडाळीला अमेरिकेने पाठिंबा दिला नसल्याचं स्मरण निक्सन यांनी किसिंजरना करून दिलं. एखाद्या तत्त्वज्ञाचा आव आणून निक्सन म्हणाले, ''बायफ्रामध्ये पूर्व पाकिस्तानापेक्षा भयानक परिस्थिती असूनही अमेरिकेने तिथे हस्तक्षेप केला नसताना बंगालींना वाचवणं ही नैतिक भोंदूगिरी ठरेल.'' ''बायफ्रामध्ये कमी लोकसंख्या होती याची मला कल्पना आहे. हेच त्यांना न

वाचवण्यामागचं कारण होतं का?'' मग निक्सननी दुसरं उदाहरण दिलं – ''हे पाहा, जर्मनीतही फारसे ज्यू नव्हते.'' त्या जर्मन ज्यूंपैकी एक असणारे किसिंजर होकारार्थी पुटपुटत म्हणाले, ''बरोबर आहे.'' निक्सन यांनी परत विचारलं, ''म्हणून मग हिटलरने त्यांना खतम करणं अनैतिक नव्हतं का?'' किसिंजर यांनी पुन्हा उत्तर दिलं, ''बरोबर आहे.''

अमेरिकेचे राष्ट्राध्यक्ष त्यांच्या मित्राची तुलना अकारण अॅडॉल्फ हिटलर याच्याबरोबर करत होते. याह्या आणि हिटलर यांच्यातला फरक दाखवताना या दोघांनी घेतलेल्या वांशिक बळींच्या आकड्यांमधला फरक निक्सन यांनी दाखवला. (निक्सन केवळ मनात येईल ते विचार मांडत होते; पण हा युक्तिवाद त्यांच्याच अंगाशी येणारा होता. जर्मनीतल्या छोट्या ज्यू लोकसंख्येला हिटलरने ठार करणं चुकीचं असल्यास पाकिस्तानमधली मोठी बंगाली लोकसंख्या नष्ट करणं हीसुद्धा याह्या खान यांची चूकच असणार होती.) कुणीही न सुचवता निक्सन स्वतःच पूर्व पाकिस्तानची तुलना बायफ्राबरोबर आणि ज्यू-हत्याकांडाबरोबर करत होते; पण परिस्थिती जाणून घेण्याऐवजी आणि त्यापेक्षाही गंभीर बाब म्हणजे त्याबाबत निषेध व्यक्त करण्याऐवजी स्वतःच्या टीकाकारांच्या कथित भोंदूपणावर संतापलेले निक्सन म्हणाले, ''हे सगळं बकवास आहे!''

हिटलरबरोबरच्या तुलनेकडे किसिंजर यांनी लक्ष दिलं नाही. त्याऐवजी याह्या खान यांच्यावर दबाव न टाकण्याचा आग्रह त्यांनी धरला. ते म्हणाले, ''राष्ट्राध्यक्ष महोदय, या घडीला आपण मध्ये पडलो, तर पश्चिम पाकिस्तान आपल्याविरुद्ध जाईल... बंगाली तर काहीही झालं, तरी डावीकडेच जाणार आहेत. ते स्वभावतःच डावे आहेत.'' अवामी लीग अमेरिकेला बऱ्यापैकी अनुकूल असल्याचं स्पष्टीकरण परराष्ट्र मंत्रालयाने असंख्य वेळा दिलेलं असूनही किसिंजर बोलत राहिले, ''त्यांचे नेमस्त नेते तुरुंगात आहेत. कदाचित त्यांना तुरुंगात टाकायला नको होतं, पण आता ती वस्तुस्थिती आहे.'' किसिंजर प्रत्यक्षात याह्या खान यांच्या दडपशाहीवरच टीका करत असल्याचं लक्षात आल्याबरोबर किसिंजर गप्प झाले.

यामुळे अवसान आलेले निक्सन म्हणाले, ''या फंदात आपण पडलो, तर ती घोडचूक ठरेल.'' त्यांना उसनं चंद्रबळ देताना किसिंजर म्हणाले, ''ते चूक असेल आणि कुणीही अशी चूक करत नाही. यापासून दूर राहणं हेच आपल्यासाठी शहाणपणाचं ठरेल. यात कुणाचीही बाजू घेऊन काहीही साध्य होणार नाही.''

६. शेजारी सुरू असलेलं आगीचं तांडव

शेजारीच सुरू असलेल्या कत्तलींमुळे भारतीयांना प्रचंड धक्का बसला. इस्लामाबादमध्ये नियुक्त केलेल्या एका ज्येष्ठ भारतीय राजनैतिक अधिकाऱ्याच्या नोंदीनुसार, लोकशाहीवादी आणि लोकप्रिय सरकार स्थापन करण्याची प्रबळ आशा निर्माण झाली असताना पाकिस्तान मध्ययुगीन हिंस्रपणा आणि लष्करी बळाच्या जोरावर निर्वाचित बहुसंख्यांच्या हक्कांचं दमन करण्याच्या गर्तेत फेकलं गेलं.

यामुळे इंदिरा गांधी सरकार बिथरलं. इंदिरा गांधींचा एक निकटचा सहकारी म्हणतो, ''वाटाघाटी विफल ठरल्याच्या आणि ढाक्यात पाशवी लष्करी अत्याचार सुरू असल्याच्या बातम्या येऊ लागल्या, तेव्हा आम्ही बेसावध होतो. रक्तपात होत असल्याचा अहवाल मिळाल्यानंतरही, लष्करी बळाचं थोडंफार प्रदर्शन केल्यानंतर वाटाघाटी पुन्हा सुरू होतील, असा विश्वास आम्ही बाळगून होतो.'' पाकिस्तानमधल्या सेनाधिकाऱ्यांनी एका यादवी युद्धाची ठिणगी का पेटवली असेल आणि त्यायोगे स्वतःच्या बंगाली देशबांधवांबरोबरची कायमची दुफळी स्वतःवर का ओढवून घेतली असेल हे समजून घेणं इंदिरा गांधींच्या सहकाऱ्यांना कठीण जात होतं; पण भारताच्या परराष्ट्र खात्याचे आणि संरक्षण खात्याचे माजी मंत्री जसवंत सिंग यांच्या म्हणण्यानुसार, ''याह्या खान यांनी एखाद्या कट्टर सैनिकाप्रमाणे केवळ कायद्याची आणि सुव्यवस्थेची समस्या या दृष्टीने या घडामोडींकडे पाहिलं, म्हणूनच त्यांनी टिका खान यांना पूर्व पाकिस्तानमध्ये धाडलं. याखेरीज दृष्टीकोनाचाही प्रश्न होता. 'हे बंगाली नेभळट आहेत. त्यांच्या पार्श्वभागावर थोड्याशा गोळ्या झाडल्या की ते पळ काढतील.' असा याह्या खान यांचा समज होता.''

पाकिस्तानमधल्या भारतीय राजनैतिक अधिकाऱ्यांनी पाठवलेल्या अहवालात म्हटलं होतं, 'तिथलं लष्करी सरकार अवामी लीगच्या पाठीराख्यांना नाहीसं करण्याच्या प्रयत्नांत असून तरुण, गरीब तसंच बुद्धिजीवींना 'पद्धतशीरपणे दहशतीच्या छायेखाली' ठेवण्याचं काम करतं आहे.' इंदिरा गांधींच्या आतल्या वर्तुळातल्या एका सदस्याने केलेल्या नोंदीनुसार, त्यांचे सल्लागार लवकरच या निर्णयापर्यंत आले की, 'अवामी लीगच्या नेतृत्वाचं शिरकाण करण्यासाठी' आणि

'वंशविच्छेदाच्या मार्गाने बंगाली लोकांना नमवण्यासाठी' हा पद्धतशीरपणे आखलेला कार्यक्रम होता. त्यांच्यासाठी हा प्रकार घृणास्पद होता. पी. एन. हक्सर म्हणाले, ''एक लोकशाही राष्ट्र म्हणून आणि या राष्ट्रवादाचा पाया निधर्मीवाद असल्याबद्दल पूर्ण निष्ठा बाळगणारं राष्ट्र म्हणून आमची सहानुभूती स्वाभाविकपणे पूर्व बंगालमधल्या जनतेबरोबर आहे.'' मात्र भारतामधल्या जनमतावर नियंत्रण ठेवता येण्याबाबत ते आशावादी होते. या वातावरणात भारतातल्या विरोधी पक्षांनी शांत राहावं आणि स्वतःच्या भावना चौखूर उधळू देऊ नयेत अशी त्यांची अपेक्षा होती.

त्यानुसार, परराष्ट्रमंत्री स्वर्ण सिंग यांनी संतप्त लोकसभेच्या भावना शांत करण्याचा प्रयत्न केला. स्वर्ण सिंग हे उंचेपुरे आणि रुबाबदार नेते शीख धर्मीयांची पारंपरिक पगडी धारण करत. दाढी पांढरी झालेले स्वर्ण सिंग नेहरू छापाचा अचकन सदरा परिधान करत. लोकसभेत 'तीव्र चिंता' व्यक्त करताना पाकिस्तानला कोणत्याही प्रकारे चिथावणी मिळू नये, याची खबरदारी त्यांनी घेतली. मात्र याचमुळे त्यांनी स्वतःवर वादळ ओढवून घेतलं. सिंग यांना यासाठी लोकसभेत धारेवर धरण्यात आलं. अखेर अत्याचारग्रस्त बंगालींना भारत सरकारची सहानुभूती असल्याचं इंदिरा गांधींना स्पष्ट करावं लागलं.

भारतीय प्रसारमाध्यमांनी एकापाठोपाठ एक अशा भावनेला हात घालणाऱ्या बातम्यांचा पाऊस पाडला. कारवाईच्या पहिल्याच आठवड्यात तीन लाख लोक मेल्याचा बिनबुडाचा अंदाजही प्रसिद्ध करण्यात आला. प्रतिष्ठित वर्तमानपत्रांनी पाकिस्तानवर 'वंशविच्छेदाचा' आरोप केला. भारताच्या निष्क्रियतेबद्दल केवळ इंग्रजीतल्याच नव्हे; तर हिंदी, उर्दू, बंगाली आणि इतर सर्व भाषक वर्तमानपत्रांनी इंदिरा गांधींवर टीकेचा भडिमार केला.

वेगवेगळ्या छटांच्या भारतीय राजकीय नेत्यांनी निदर्शनं केली, ताबडतोब कारवाई करण्याची मागणी केली आणि सरकारच्या कणाहीन भूमिकेचा धिक्कार केला. कम्युनिस्ट पक्षाच्या नेत्यांनी इंदिरा गांधींच्या घाबरटपणाची निर्भर्त्सना केली. संयुक्त समाजवादी पक्षाने बांगला देशाला त्वरित मान्यता देण्याची मागणी केली. खुद्द इंदिरा गांधींच्या काँग्रेस पक्षाने 'वंशविच्छेदाच्या' अपराधाचा निषेध केला. उजव्या विचारसरणीच्या 'जनसंघ' या हिंदू राष्ट्रवादी पक्षाने पूर्व पाकिस्तानची नाविक नाकेबंदी करण्याची मागणी केली. पुढे जाऊन जनसंघाचं रूपांतर 'भारतीय जनता पक्ष' या आजच्या प्रभावशाली राजकीय पक्षात झालं. जनसंघाचे नेते आणि भावी पंतप्रधान अटल बिहारी वाजपेयी यांनी मुंबईत शिवाजी पार्क इथे प्रचंड जनसागरासमोर केलेल्या भाषणात पाकिस्तानने चालवलेल्या वंशविच्छेदाचा धिक्कार

करून 'पूर्व पाकिस्तानमध्ये प्रवेश करणारा पहिला स्वयंसेवक' म्हणून जाण्याची तयारी जाहीर केली.

जनतेचा आक्रोश पश्चिम बंगालमध्ये सर्वाधिक होता. शेजारच्या पूर्व पाकिस्तानमध्ये स्वतःचे सगेसोयरे मारले जात असल्याचं ऐकून भारतातले बंगाली क्षुब्ध झाले होते. त्या ठिकाणी हजारो-लाखो लोक मृत्युमुखी पडल्याच्या सनसनाटी निर्माण करणाऱ्या बातम्या वर्तमानपत्रं छापत होती. संतप्त संपादकीयांमधून याह्या खान यांचा धिक्कार करतानाच इंदिरा गांधींनी स्वतंत्र बांगला देशाला मान्यता देण्याचा सल्लाही त्यांना देण्यात येत होता. शेख मुजीब यांना पाठिंबा व्यक्त करण्यासाठी सार्वत्रिक संप करण्यात येत होते आणि प्रचंड मोर्चे निघत होते.

इंदिरा गांधींना काहीतरी करणं भाग होतं. भारतासारख्या खंडप्राय, पण दरिद्री देशात खऱ्या अर्थाने जनमत जागृत करणं फार क्वचितच घडत असलं; तरी इंदिरा गांधींवर मध्यम वर्ग, भद्र लोक आणि संसद या सर्वांचाच प्रचंड दबाव होता. त्यामुळे इंदिरा गांधींनी संसदेत एक सर्वपक्षीय ठराव मंजूर करून त्यायोगे पूर्व पाकिस्तानमधल्या बंगाली जनतेला भारताचा पाठिंबा असल्याचं जाहीर केलं. हा ठराव इंदिरा गांधींनी स्वतःच मांडला होता. संसदेच्या दोन्ही सभागृहांनी ३१ मार्च रोजी एक प्रस्ताव मंजूर करून 'निःशस्त्र आणि निष्पाप लोकांवर होत असलेल्या अनन्वित अत्याचारांचा' एकमताने धिक्कार केला. त्याचप्रमाणे 'वंशविच्छेद' या संज्ञेला पात्र ठरण्याइतक्या लोकांचा पद्धतशीरपणे खात्मा करण्यापासून पाकिस्तानला तातडीने रोखण्याचं आवाहन सर्व देशांच्या सरकारांना करण्यात आलं.

स्वतःच्या सार्वभौम अंतर्गत कारभारात होत असलेल्या या 'उघड ढवळाढवळीचा' पाकिस्तान सरकारने तिखट भाषेत समाचार घेतला. मात्र भारतीय संसदेला आणि प्रसारमाध्यमांना पाकिस्तानकडून आणखी भरीव कृतीची अपेक्षा होती. एका धोरणविषयक उच्चपदस्थ सल्लागाराने हक्सरना आणि इतर ज्येष्ठ नेत्यांना गुप्तपणे दिलेल्या कानमंत्रानुसार, भारताकडून होऊ घातलेल्या 'हस्तक्षेपाबद्दल भारताने अस्वस्थ होण्याची वेळ कधीच टळून गेली होती.'

'अशा प्रकारच्या 'अन्यायांना आणि अत्याचारांना' भारताला विरोध करायला लागेल.' असं इंदिरा गांधींनी जाहीर केलं. भारतीय अधिकारी खासगी पत्रव्यवहारात पूर्व पाकिस्तानऐवजी बांगला देश असा सररास उल्लेख करायला लागले. त्यानंतरही बांगला देशाला मान्यता देण्याची मागणी भारत सरकारने झुलवत ठेवली, कारण त्यामुळे पाकिस्तानबरोबर युद्ध पेटू शकलं असतं. मोठ्या संख्येने असलेले भारतीय लोक स्वतःच काहीतरी कृती करण्याची भीती इंदिरा गांधी खासगीत व्यक्त करत असत.

पाकिस्तान संपल्यात जमा असल्याचं प्रतिपादन सरकारी अधिकारी आणि भारतीय जनता अशा दोन्ही बाजू करत होत्या. 'लष्कर आणि पश्चिमी पाकिस्तानी प्रशासन यांपुढे पूर्व पाकिस्तानींची निष्ठा कधीच जिंकू शकणार नाही.' असं इस्लामाबादमधल्या एका ज्येष्ठ भारतीय राजनैतिक अधिकाऱ्याने नमूद केलं. बंगाली संस्कृतीमधली उदारमतवादी आणि निधर्मी मूल्यं म्हणजे 'पाकिस्तानच्या इस्लामी विचारधारेला आणि अस्तित्वालाच असलेला अस्वीकारार्ह धोका' असल्याचा समज पाकिस्तानी लष्कराने करून घेतला असल्याचं इस्लामाबादमधल्या भारतीय दूतावासाने कळवलं. अनेक भारतीयांच्या मते, पाकिस्तानमधला रक्तपात म्हणजे पाकिस्तानच्या राष्ट्रीयत्वाचा चक्काचूर होता. 'दोन्ही भागांमधल्या मुस्लिमांनी एकत्र येऊन एक इस्लामी राष्ट्र स्थापन करायचं.' या सिद्धान्तावर पाकिस्तानची निर्मिती झाली होती; पण ही कारवाई म्हणजे 'पाकिस्तान' या संकल्पनेचं ऐतिहासिक अपयश होतं. ''पाकिस्तानमधली यादवी आणि मुस्लीम विरुद्ध मुस्लीम या संघर्षामुळे धार्मिक पायावर राष्ट्रउभारणी करण्याची पाकिस्तानची संकल्पना पूर्णपणे गैरलागू ठरली आहे.'' असं प्रतिपादन हक्सर यांनी केलं.

पाकिस्तानला दिलेला पाठिंबा आणि केलेला शस्त्रपुरवठा यांच्याबद्दल भारतीय प्रसारमाध्यमांनी आणि संसदेने सुरुवातीपासूनच अमेरिकेचे वाभाडे काढले. बंगालींविरुद्ध स्वतःची शस्त्रं न वापरण्याचं बंधन अमेरिकेने पाकिस्तानवर घालण्याची मागणी वाजपेयी यांनी केली. अमेरिकेने केलेल्या शस्त्रपुरवठ्यामुळे अमेरिका या वंशविच्छेदातली एक भागीदार झाली असल्याची टीका एका खासदाराने अमेरिकेवर केली. कोलकात्यामधल्या अमेरिकी दूतावासावर पाकिस्तानी लष्कराला शस्त्रसामग्री न देण्याचं आवाहन करणाऱ्या अर्जांचा आणि आवाहनांचा वर्षाव झाला. हा वंशविच्छेद ही पाकिस्तानची अत्यंत अंतर्गत बाब असल्याचं समजून चालणार नसल्याचं 'मदरलॅन्ड' या जनसंघाच्या दैनिकाने जाहीर केलं. सोव्हिएत ज्यू लोकांना मिळत असलेल्या हीन वागणुकीबद्दल सोव्हिएत देशातल्या अंतर्गत बाबींमध्ये हस्तक्षेप करणारी अमेरिका बंगालींच्या बाबतीत मात्र मौन राखून का आहे, असा सवाल 'हिंदुस्तान टाइम्स' या दैनिकाने केला. पाकिस्तानने निःशस्त्र नागरिकांवर अमेरिकी शस्त्रं न चालवण्याचा इशारा न दिल्याबद्दल 'टाइम्स ऑफ इंडिया' या दैनिकाने अमेरिकेला झोडपून काढलं. हिंदी, उर्दू आणि पंजाबी वर्तमानपत्रांमधून होणारी टीका आणखी तिखट असे. अगदी आत्यंतिक अमेरिकाधार्जिणी समजली जाणारी वर्तमानपत्रंही याबाबतीत मागे नव्हती. पाकिस्तान अमेरिकी शस्त्रांचा वापर करत असल्याची निश्चित माहिती नसल्याचा दावा अमेरिकी परराष्ट्र मंत्रालयाने केल्यानंतर भारतीय वृत्तपत्रांनी त्याची खिल्ली उडवून पाकिस्तान सेबरजेट विमानं

आणि एम-२४ रणगाडे वापरत असल्याच्या बातम्या प्रसिद्ध केल्या.

'पाकिस्तानी लष्कराच्या कारवायांमुळे आमच्या संपूर्ण देशात शिसारीची लाट आली आहे.' असं हक्सर यांनी त्यांच्या एका विश्वासू सहकाऱ्याला कळवलं. त्यात हक्सर पुढे म्हणतात, 'याची दखल घेऊन प्राप्त परिस्थितीचा मुकाबला करणं, तिला काही सकारात्मक वळण देणं सरकारला भाग आहे. बांगला देशाला स्वतंत्र अस्तित्व असल्याच्या वास्तवाला मान्यता देण्याची मागणी देशातले सर्व लोकप्रतिनिधी आणि जनता करत असून पंतप्रधानांनी ती थोपवून धरली आहे. मात्र पश्चिमी पाकिस्तानी लष्कराच्या पाशवी कृत्यांना तोंड देण्यासाठी बांगला देशातल्या जनतेला आवश्यक ती साधनसामग्री पुरवण्याची मागणी सुरू झालेली आहे. पूर्व पाकिस्तानमधल्या अनेक आदरणीय लोकनेत्यांनी आम्हांला मदतीचं आवाहन केलं आहे. आम्ही एका शृंगापत्तीत सापडलो आहोत.'

उद्ध्वस्त झालेल्या पूर्व पाकिस्तानमधल्या ग्रामीण भागाचा दौरा करणाऱ्या एका अमेरिकी अधिकाऱ्याने लिहिलं होतं, 'खेडी जळत आहेत. डोक्यावर गाठोडी, मुलं आणि सूटकेसेस घेऊन वाट फुटेल तिकडे पळणारे गावकरी आम्ही पाहिले. त्यांच्यातले नशीबवान असणारे भारतात पोहोचले; श्रीमंत असणारे इंग्लडमध्ये किंवा अमेरिकेत दाखल झाले; बहुसंख्य मात्र कधीही हल्ला होण्याच्या भीतीने एक तर स्वतःच्या खेड्यातच थांबले आहेत; किंवा निर्वासित म्हणून इतर मुस्लीम, ख्रिश्चन किंवा हिंदू यांच्या घरात आश्रयाला गेले आहेत.'

विस्थापित पायपीट करत आले. त्यांच्यापैकी नशीबवान असलेल्यांना रिक्षेतून, बैलगाडीतून किंवा गावठी होड्यांमधून भारतीय सीमेवरच्या सुरक्षिततेकडे प्रवास करता आला. स्वतःकडे येणाऱ्या असंख्य निष्कांचन लोकांसाठी भारताने सुरुवातीपासून स्वतःच्या सीमा खुल्या ठेवल्या होत्या. "विस्थापितांचा ओघ थांबवता येण्यासारखा नव्हता." अशी आठवण इंदिरा गांधींचे एक ज्येष्ठ सहकारी सांगतात.

विस्थापितांचा लोंढा येण्याची आणि ही परिस्थिती पश्चिम बंगालमधल्या स्थानिक अधिकाऱ्यांच्या बहुधा हाताबाहेर जाण्याची शक्यता पंतप्रधानांच्या सचिवालयाने लक्षात घेतली होती, पण प्रत्यक्षात आलेला लोंढा कल्पनेपलीकडचा असल्याने त्याच्या आकारमानामुळे सर्वांनाच धक्का बसला. त्रिपुरा राज्याच्या नायब राज्यपालांनी विस्थापितांच्या संख्येबाबत इंदिरा गांधींना सर्तक केलं, त्या वेळी मात्र सरकार खरोखरच चिंतेत पडलं असल्याची आठवण इंदिरा गांधींचे एक ज्येष्ठ साहाय्यक सांगतात. हे विस्थापन अतिप्रचंड आणि पद्धतशीर असल्याचं दिसत होतं.

त्याला लगेचच मानवी लाटेचं स्वरूप आलं. एप्रिलच्या मध्यापर्यंत विस्थापितांची संख्या प्रचंड प्रमाणात वाढल्याने एकट्या पश्चिम बंगाल राज्यशासनाला इतकी संख्या हाताळणं शक्य नव्हतं. त्यामुळे केंद्र सरकारची मदत घेणं अनिवार्य झालं होतं. पाकिस्तानमधल्या भारतीय अधिकाऱ्यांच्या अनुमानानुसार, एप्रिलअखेर सुमारे दहा लाख विस्थापित भारताच्या आसाम, त्रिपुरा आणि प्रामुख्याने पश्चिम बंगाल या दारिद्र्याने आधीच गांजलेल्या आणि ज्वलंत सीमा असलेल्या राज्यांमध्ये पोहोचले होते. मग भारत सरकारने पश्चिम बंगालमध्ये निर्वासितांसाठी छावण्या उघडायला सुरुवात केली.

इंदिरा गांधींवरचा लोकांचा दबाव निर्वासितांमुळे आणखी वाढला. निर्वासितांवर झालेला गोळीबार, त्यांच्यावर झालेले बलात्कार, अत्याचार आणि पूर्व पाकिस्तानमधली जाळपोळ इत्यादी संकटांचं निर्वासितांनी केलेलं वर्णन भारतीय वर्तमानपत्रांनी तपशीलवार छापलं. पुन्हा एकदा पाकिस्तानवर 'वंशविच्छेदाचे' आरोप व्हायला लागले आणि या वंशविच्छेदाची तुलना ज्यूंच्या हत्याकांडाबरोबर (हॉलोकॉस्टशी) व्हायला लागली.

श्रीमती इंदिरा गांधींचं आभासी युद्ध

इंदिरा गांधी यांचे एकनिष्ठ अनुयायी हे युद्ध केवळ पाकिस्तानमुळे झाल्याचा ठपका आज ठेवतात. त्या वेळी गृह विभागाचे राज्यमंत्री असलेले आणि कालांतराने संरक्षणमंत्री झालेले के. सी. पंत, त्यांच्या आठवणी सांगताना म्हणतात, "माझ्या माहितीनुसार, त्या घडीला युद्ध पेटवण्याचा कोणताही हेतू नव्हता किंवा युद्ध अनिवार्य व्हावं अशी स्थिती निर्माण करण्याचा प्रयत्नही नव्हता." पण प्रत्यक्षात मात्र इंदिरा गांधींचं सरकार सुरुवातीपासूनच युद्धासाठी नियोजन करत होतं आणि पूर्व पाकिस्तानची समस्या जसजशी गंभीर होत गेली, तसतसं भारत सरकारचं धोरण अधिकाधिक कठोर होत गेलं.

भारत सरकारने एप्रिलमध्येच लष्करी संघर्षाची तयारी सुरू केली होती. पाकिस्तानचे राज्यकर्ते घाबरून गोंधळलेल्या मनःस्थितीत असतानाच भारतातल्या काही आक्रमक मंडळींना त्यांच्यावर हल्ला करण्याचा मोह झाला होता. भारतीय लष्कराने पूर्व पाकिस्तानवर चढाई करण्याची मागणी अनेक मंत्री इंदिरा गांधींकडे करत होते. इंदिरा गांधींवर – विशेषतः जनसंघाकडून – अतिप्रचंड जनदबाव टाकण्यात येत होता. या संधीचा फायदा घेण्याची गळ काही सल्लागार सरकारला घालत होते.

याह्या खान यांचं दमनचक्र सुरू झाल्यानंतर युद्ध सुरू करण्यासाठीचं

प्रतिपादन करणारं एक विवेचन आठवडाभरातच भारत सरकारच्या सर्वोच्च नेतृत्वाला के. सुब्रमण्यम यांच्याकडून प्राप्त झालं. या नेतृत्वगटात हक्सर यांच्यासह परराष्ट्रमंत्री आणि संरक्षणमंत्री यांचाही समावेश होता. हे विवेचन अत्यंत चतुरपणे आणि स्पष्टपणे केलेलं होतं. (त्याचं संक्षिप्त रूप सुब्रमण्यम यांनी वर्तमानपत्रात प्रसिद्ध केल्यानंतर पाकिस्तानला धक्का बसला.) भारतीय संरक्षण मंत्रालयाने निधी पुरवलेल्या आणि अनेक बुद्धिमान लोकांचा समावेश असलेल्या इन्स्टिटट्यूट फॉर डिफेन्स स्टडीज ॲन्ड अनॅलिसिस या ख्यातनाम संस्थेचे संचालक असणारे सुब्रमण्यम यांनी सुमारे साठ वर्षं सार्वजनिक जीवनात व्यतीत केली होती. त्यामुळे भारतातल्या प्रमुख धोरणचिंतकांमध्ये त्यांचा समावेश होता.

भारत सरकारने या संकटाच्या तीव्रतेत भर घालून त्याला तातडीने युद्धाचं स्वरूप देण्याविषयी आणि त्यायोगे संपूर्ण दक्षिण आशियात स्वतःचं वर्चस्व स्थापित करण्याविषयी सुब्रमण्यम यांनी गुप्तपणे सुचवलं होतं. बंगाली गनीम पाकिस्तानी लष्कराचा पराभव करू शकणार नसल्याचं मतप्रदर्शन करून पाकिस्तानबरोबर समोरासमोर युद्ध करणं भारताला टाळता येण्याविषयी त्यांनी साशंकता व्यक्त केली होती. बंगाली जनशक्तीकडून पराभव पत्करण्यापेक्षा भारताबरोबर युद्ध छेडून ते हरणं पाकिस्तानचं लष्कर, त्याची नोकरशाही, त्याचे उद्योगपती, त्याचे उमराव यांच्या प्रभावाखाली असलेल्या सरकारला कमी नामुश्कीचं वाटण्याचा दावा सुब्रमण्यम यांनी केला होता. पाकिस्तानबरोबरच्या दोन आघाड्यांवरच्या युद्धात भारतीय लष्कराचा निश्चित विजय होणार असल्याचं सुब्रमण्यम यांनी खात्रीपूर्वक प्रतिपादन केलं. तसंच पश्चिम पाकिस्तानबरोबर अटीतटीची लढाई करत या लढाईत पूर्व पाकिस्तानवर कब्जा करता आला असता असंही त्यांचं म्हणणं होतं.

भारताला युद्ध छेडावं लागण्यामागची अपरिहार्यता जगाने स्वीकारली असती, असाही त्यांचा दावा होता. ग्वाटेमाला आणि क्यूबा या देशांमध्ये हस्तक्षेप करूनही अमेरिका नामानिराळी राहिली होती, तर हंगेरी आणि चेकोस्लोव्हाकिया यांच्यावर आक्रमण करून सोव्हिएत देश मोकळा झाला होता. भारताबरोबर पाकिस्तानचं कमालीचं शत्रुत्व असलं, तरी चीनकडून पाकिस्तानला खरोखर मदत दिली जाण्यासंदर्भात सुब्रमण्यम साशंक होते. पाकिस्तानची शकलं झाल्यानंतर दक्षिण आशियामध्ये भारत सर्वांत कसा प्रभावी ठरला असता याचं, त्याचप्रमाणे त्या प्रसंगी नैतिकतेचे डोस पाजण्याचा लाभ कसा झाला असता, याचंही चित्र त्यांच्या डोळ्यांसमोर होतं. 'बांगला देशातला वंशविच्छेद' हे युद्ध पुकारण्यामागचं कारण असल्याचं भारताने जाहीर केलं असतं, तर महाशक्तींना आणि अगदी चीनलाही पाकिस्तानला पाठिंबा देणं अवघड झालं असतं असं त्यांचं गणित होतं.

वास्तविक, बांगला देशाच्या पडझडीला सुरुवात झाली, त्याच वेळी इंदिरा गांधींनी पाकिस्तानबरोबर युद्ध करण्याचा निर्णय घेतला होता. ''बांगला देशात युद्ध होणारच हे मला ठाऊक होतं.'' असं त्यांनी नंतर एका निकटवर्तीयाला सांगितलं. एप्रिलच्या सुरुवातीलाच चढाईची तयारी करण्याचे आदेश मिळाल्याचं मेजर जनरल जेकब यांना आठवतं. ते म्हणतात, ''हा इंदिरा गांधींचा आदेश होता. त्यानंतर आमचे प्रमुख जनरल सॅम माणेकशा यांनी मला दूरध्वनी करून चढाईला सुरुवात करायला सांगितलं.'' पण प्रतिकूल हवामान पाहता भारतीय सेनाधिकारी कचरले. याबाबत जेकब म्हणतात, ''हे शक्य नसल्याचं मी त्यांना सांगितलं. आमचं पथक पहाडी भागात लढणार होतं; आणि आमच्याकडे वाहतुकीची साधनं नव्हती आणि पूलही नव्हते.''

काही काळ थांबण्यासाठी म्हणून ज्येष्ठ सेनाधिकाऱ्यांनी इंदिरा गांधींचं मन वळवलं. पूर्व पाकिस्तानमधल्या नद्या आणि आणि तिथली दलदल यांचं आव्हान खडतर होतं. जेकब म्हणतात, ''दुथडी भरून वाहणाऱ्या अनेक नद्या ओलांडायच्या होत्या. पावसाळा तोंडावर आला होता. आम्ही चढाई केली असती, तर दलदलीत रुतून पडलो असतो. पूल बांधण्यासाठी आणि जवानांना प्रशिक्षण देण्यासाठी आम्हांला वेळ हवा होता. हे सर्व मी माणेकशा यांना सांगितलं. त्यासंदर्भात मी माणेकशा यांना एक टिपण पाठवलं. ते त्यांनी इंदिरा गांधींना वाचून दाखवलं. 'तुम्ही लवकरात लवकर कधी चढाई करू शकता?' माणेकशा यांनी विचारल्यावर मी '१५ नोव्हेंबर' असं उत्तर दिलं. हे इंदिरा गांधींना कळवण्यात आलं. खरं तर आम्ही ताबडतोब चढाई करावी अशी इंदिरा गांधींची इच्छा होती, पण आमचं म्हणणं त्यांनी ऐकलं.''

'पूर्व पाकिस्तानवर हल्ला करावा.' असं आक्रमक प्रतिपादन करणाऱ्या भारतीय राजकीय नेत्यांचा दृष्टीकोन लष्कराने मवाळ केला असल्याचं त्या प्रसंगी माणेकशा यांनी अमेरिकेचे लष्करप्रमुख जनरल विल्यम वेस्टमूरलॅन्ड यांना सांगितलं होतं. जेकब यांच्याप्रमाणेच माणेकशा यांनीही लष्करी सावधगिरी कशी बाळगली होती, याचं अत्यंत चमकदार वर्णन नंतरच्या काळात माणेकशा यांनी केलं आहे. त्यांचं हे कथन भारतीय लष्करी वर्तुळात एखाद्या दंतकथेसमान प्रस्थापित झालं आहे. विस्थापितांचे लोंढे पश्चिम बंगालमध्ये आदळतच होते. त्याचदरम्यान एप्रिल महिन्यात मंत्रीमंडळाची बैठक चालू होती, तेव्हा इंदिरा गांधी यांनी सीमेवरच्या एका राज्याच्या मुख्यमंत्र्याकडून आलेला अहवाल फडकवत माणेकशा यांना संतापून विचारलं, ''तुम्ही काहीतरी करत का नाही?'' त्यांनी प्रतिप्रश्न केला, ''मी काय करावं अशी तुमची इच्छा आहे?'' इंदिरा गांधी म्हणाल्या, ''पूर्व पाकिस्तानमध्ये

जा.'' माणेकशा उत्तरले, ''म्हणजे युद्ध करायचं?'' यावर इंदिरा गांधी म्हणाल्या, ''मला माहीत आहे. युद्ध झालं तरी आमची हरकत नाही.'' पण माणेकशा कचरले. या प्रसंगी त्यांनी पुढे दिलेले उद्गार काढल्याचा दावा केला - '' 'सर्वत्र प्रकाश पडू दे असं ईश्वर म्हणाला आणि प्रकाश पडला.' असं बायबलमध्ये लिहिलेलं आहे. 'युद्ध होऊ दे.' असं तुम्ही म्हणाल्याने युद्ध होईल असं तुम्हांला वाटतं का? तुम्ही युद्धाला तयार आहात का? मी तरी नाहीये.''

लवकरच येणाऱ्या पावसाळ्यात जमिनीवरून लढणं अशक्य होणार होतं आणि खराब हवामानामुळे हवाई दलाला संरक्षक आच्छादन पुरवता येणार नव्हतं. तसंच त्या वेळी लष्कराच्या दोन तुकड्या पूर्व पाकिस्तानच्या आसपास कुठे नव्हत्या. शस्त्रखरेदीसाठी पुरेसा निधी नव्हता. पाकिस्तानच्या संरक्षणासाठी चीनचा हल्ला होऊ शकत होता, म्हणून हिवाळ्यापर्यंत युद्ध पुढे ढकलावं लागणार होतं. जेणेकरून, हिमालयातल्या खिंडी बर्फवृष्टीमुळे बंद होऊन चिनी सैनिकांना जागेवरच गोठवून ठेवता आलं असतं. यावर नाराज इंदिरा गांधींना माणेकशा म्हणाले, ''अशाही परिस्थितीत मी चढाई करावी अशी तुमची इच्छा असली, तर मी तसं करीन; पण त्यात आपला सपशेल पराभव होईल, हे मी तुम्हांला खात्रीने सांगतो. संरक्षणमंत्री जगजीवन राम यांनी माणेकशा यांना कारवाई सुरू करण्याची केलेली विनंती माणेकशांनी फेटाळून लावली. संतापाने धुसफुसत लालेलाल झालेल्या इंदिरा गांधींनी मंत्रीमंडळाची बैठक संपवून माणेकशा यांना थांबून राहायला सांगितलं. या प्रसंगी माणेकशा यांनी राजीनामा देऊ केला. ते सांगतात की, ते इंदिरा गांधींना म्हणाले, ''मला सहा महिने द्या आणि मी शंभर टक्के विजयाची हमी देतो.'' एखाद्या कडव्या सैनिकाने देशाच्या नेतृत्वाला अशी अहंभावपूर्ण भाषा ऐकवणं विरळाच असेल. इंदिरा गांधींनी त्यांना सर्वाधिकार प्रदान केले. माणेकशा म्हणाले, ''धन्यवाद. मी तुम्हांला विजयाची खात्री देतो.''

हवामान बदलेपर्यंत भारताला आणखी एक लष्करी पर्याय उपलब्ध झाला होता - पाकिस्तानविरुद्ध बंगाली बंडखोरांना साहाय्य करणं.

याह्या खान यांच्या कत्तलींमुळे बंगालींना शस्त्र धारण करणं भाग पडलं होतं. पाकिस्तानी लष्कराच्या पूर्व पाकिस्तान रायफल्समध्ये आणि ईस्ट बंगाल रेजिमेन्टमध्ये प्रशिक्षण घेतलेले बंगाली अधिकारी आणि सैनिक हा प्रतिकाराचा केंद्रबिंदू होता. त्याचप्रमाणे या विरोधात पोलीस अधिकाऱ्यांचाही हातभार होता. दमनचक्र सहन न झाल्याने त्यांच्यापैकी अनेकांनी बंडाचा झेंडा उभारला होता. ते याह्या खान यांच्या हल्ल्याचे पहिले भक्ष्य ठरले. आर्चर ब्लड यांच्या आठवणीनुसार, 'लष्करी क्षमता असणारी ढाक्यातली बंगाली पथकं, विशेषतः पूर्व

पाकिस्तान रायफल्समधले बंगाली सैनिक ठार करण्यासाठी पाकिस्तानी लष्कराने मोहीम उघडली. त्यांच्या बराकींवर हल्ला करून सापडतील तेवढ्यांना कंठस्नान घातलं.'

स्कॉट बुचर सांगतात, ''पाकिस्तानी लष्कराने स्वतःचे रणगाडे बेछूटपणे बंगालींवर सोडले. आम्ही ऐकलेल्या गोळीबाराचे बहुतेक आवाज अशा बंगालींना ठार मारताना ऐकायला आले होते.'' त्यांच्यापैकी काही बंगालींनी त्यांच्या पश्चिमी पाकिस्तानी अधिकाऱ्यांना ठार केलं आणि इतर लष्करी पथकांवर गनिमी हल्ले चढवले.

पाकिस्तानमधल्या एका भारतीय राजनैतिक अधिकाऱ्याच्या अहवालानुसार, 'ग्रामीण भागात आणि भारताबरोबरच्या सीमाभागात स्वातंत्र्य सैनिक, तसंच सामान्य नागरिक यांच्याविरुद्धच्या कारवाईसाठी विनाशक सामर्थ्य असणाऱ्या सशस्त्र सैनिकांच्या तांड्यांना नियुक्त करण्यात आलं आहे आणि त्यासाठी त्यांना हवाई दलाचं आच्छादक संरक्षण देण्यात आलं आहे.' सुरुवातीला मुक्ती फौज (नंतर मुक्ती वाहिनी) म्हणून ओळखले जाणारे गनीम रस्त्यांवर आणि पुलांवर लष्कराबरोबर लढले. पावसाळा सुरू होण्यापूर्वी गनिमांचा प्रतिकार नष्ट करावा किंवा त्यांना भारतात पळून जाण्यासाठी भाग पाडावं अशी पाकिस्तानची रणनीती असल्याची भारताची समजूत होती. एक बंगाली गनीम म्हणाला, ''आम्ही पावसाळ्याची वाट पाहत आहोत. आम्ही पाण्याचे राजे आहोत.''

इंदिरा गांधी यांचे एक विश्वासू अधिकारी दुर्गा प्रसाद धर हे भारताचे मॉस्कोमधले राजदूत होते. तथाकथित 'काश्मिरी माफियांचे' ते एक प्रमुख सदस्य होते. भारतीय निमलष्करी दलांनी बंगाली गनिमांना शस्त्रपुरवठा करावा आणि अवजड तोफा उपलब्ध करून द्याव्यात म्हणून दुर्गा प्रसाद धर सुरुवातीपासून आग्रही होते. त्यांचे परममित्र हक्सर यांना लिहिलेल्या एका पत्रात 'पूर्व बंगालमधल्या दलदलीत आणि पाणथळीत पाकिस्तानी लष्कर अधिकाधिक रुतत जावं हे आपलं प्रमुख आणि एकमेव उद्दिष्ट असावं.' असं धर यांनी सुचवलं होतं. ते म्हणतात, 'नजीकच्या भविष्यकाळात पश्चिमी पाकिस्तानी शक्तींची अवस्था व्हिएतनाममधल्या दिएन बीएन फोसारखी व्हावी अशी माझी अपेक्षा आहे. त्यामुळे आपल्या सुरक्षेला पाकिस्तान सतत निर्माण करत असलेला धोका नाहीसा होईल आणि चीनच्या इच्छेनुसार वाकणारं बाहुलं म्हणून आपल्याला होणारा त्रासही कमी होईल.' हक्सर यांना केलेल्या आवाहनात धर म्हणतात, 'हे बंड आपण मोडू देता कामा नये.'

त्यांचं म्हणणं खरं झालं. अत्यंत वेगाने आणि कमालीची गुप्तता बाळगून भारताने गनिमांना सक्रिय साहाय्य केलं. पाकिस्तान आणि चीन यांच्या प्रतिक्रियेची

चिंता वाटत असतानाही हे घडवून आणण्यात आलं. राष्ट्रीय सार्वभौमत्वाची तोंडी तरफदारी करणाऱ्या भारताला पाकिस्तानमधल्या बंडाला उकळी आणताना पकडलं जाणं परवडणारं नव्हतं, पण अगदी लवकर म्हणजे २९ मार्चला सरकारने भारतीय सीमासुरक्षा दलाचे महासंचालक के. एफ. रुस्तमजी यांना बंगाली गनिमांना मर्यादित साहाय्य देऊ करण्याची परवानगी दिली. संसदेने ३१ मार्च रोजी पाकिस्तानविरुद्ध स्पष्ट शब्दांमध्ये ठराव मंजूर केल्यानंतर "तुम्हांला हवं ते करा, पण पकडले जाऊ नका." असं इंदिरा गांधींनी खासगीत सांगितल्याचा दावा रुस्तमजी यांनी केला.

बंगाली नेते बंडखोरांच्या फौजा उभारत असताना खुद्द इंदिरा गांधी एप्रिलच्या पहिल्या आठवड्यात त्यांना भेटल्याची माहिती रुस्तमजी यांनी दिली. १ एप्रिल रोजी बंगाली राष्ट्रवादी आंदोलनाचे दोन ज्येष्ठ नेते भारत सरकारला भेटल्याचं अत्यंत गोपनीय दस्तऐवजांवरून दिसतं – 'बंगाली बाजूला मनुष्यबळाची कमतरता नाही, मात्र 'दीर्घकालीन लढा लढण्यासाठी त्यांना गनिमी काव्याचं प्रशिक्षण देणं आवश्यक आहे.' शस्त्रास्त्रं, दारूगोळा, संघटनात्मक मार्गदर्शन, रेडिओ प्रक्षेपण, जाण्यायेण्याच्या सुविधा आणि औषधं अशा सामग्रीचा पुरवठा भारत करेल. या कामगिरीची जबाबदारी मुख्यत्वे सीमासुरक्षा दलावर राहणार असली, तरी भारतीय लष्करालाही कदाचित त्यात सहभागी व्हावं लागेल.' ही भेट गुप्त ठेवण्याचा प्रयत्न भारताने कसोशीने केला.

भारत सरकार आणि लष्कर यांच्यातले अत्युच्च अधिकारी या कामगिरीत गुंतले होते. स्वतःवर येऊन पडलेल्या नवीन ओझ्यामुळे अतिशय सचिंत झालेल्या इंदिरा गांधींनी पूर्व पाकिस्तान आणि बंडखोरांच्या कारवाया यांच्या संदर्भात एक खास समिती नियुक्त केली. त्यात हक्सर, परराष्ट्रमंत्री आणि संरक्षणमंत्री, रॉचे संचालक रामनाथ काव आणि कधीमधी पाचारण करण्यात येणारे जनरल माणेकशा यांचा समावेश होता. इंदिरा गांधींच्या आदेशानुसार, 'बांगला देशातल्या चळवळीच्या नेत्यांबरोबर' बांगला देश लढ्याबद्दलची राजकीय चर्चा रॉच्या गुप्त माध्यमातून झाली. या नवीन कामगिरीमुळे रॉच्या हेरगिरीच्या नेहमीच्या कामांवर बोजा पडत असल्याची काहीशी अप्रत्यक्ष नाराजी व्यक्त करून हक्सर यांनी नोंद केली, 'आत्ता आवश्यक झालेली खास कामगिरी रॉ बजावत आहे.'

बांगला देशाच्या स्वघोषित, पण स्वदेशातून परागंदा सरकारला भारत भरीव सहकार्य करत होता. याबाबत पाकिस्तानच्या तीव्र निषेधाला भारताने दाद दिली नाही. या परागंदा सरकारला कोलकात्यामधून काम करण्याची परवानगी देण्यात आली. बांगला देशाचे पंतप्रधान ताजुद्दीन अहमद यांच्याबरोबर रुस्तमजी आणि जनरल जेकब समन्वयाने काम करायला लागले. रुस्तमजी आणि जेकब यांनी 'रॉ'

या संघटनेला सतत माहिती पुरवली आणि भारतीय लष्करातर्फे बंगाली गनिमांना प्रशिक्षण देण्यासाठी छावण्यांचं नियोजन केलं. याबाबतच्या डावपेचांसाठी लष्कराने बंगाली बंडखोरांच्या सेनापतींना सहकार्य केलं. ''सीमासुरक्षा दलाने पूर्व पाकिस्तानमध्ये एक अयशस्वी छापा घातला.'' असं जेकब सांगतात.

इंदिरा गांधींना सर्व घडामोडींची पुरेपूर कल्पना होती. ''स्वातंत्र्य सैन्याच्या रसदीचे सर्व मार्ग तोडण्यासाठी पाकिस्तानी लष्कर भारतीय सीमेकडे कूच करण्याचं नियोजन करतं आहे.'' असं एप्रिलच्या मध्यावर काव यांनी पंतप्रधानांना सांगितलं. हक्सर यांनी केलेल्या टिपणांनुसार, त्या वर्षी भारत बंडखोरीवर सुमारे आठ कोटी डॉलर्स खर्च करणार असल्याची माहिती इंदिरा गांधी विरोधकांना देणार होत्या. 'विस्थापितांची देखभाल करण्यासाठी जेवढा खर्च येत होता, तेवढाच खर्च बांगला देशाच्या जनतेचा लढा सतत चालू ठेवण्यासाठी येत असल्याचा' तपशीलही त्या विरोधकांपुढे सादर करणार होत्या.

पाकिस्तानवर वंशविच्छेदाचा आरोप करून या परागंदा सरकारने बांगला देश या सार्वभौम लोकशाही प्रजासत्ताकाची घोषणा करत असल्याचं १७ एप्रिल रोजी जाहीर केलं. हा कार्यक्रम सीमासुरक्षा दलाने पूर्व पाकिस्तानच्या सीमेच्या अगदी जवळ घडवून आणला. जनदबावाला न जुमानता इंदिरा गांधींनी तेव्हाही बांगला देशाला अधिकृत मान्यता दिली नाही, पण त्यांच्या सरकारने बंगालींना गुप्तपणे 'शक्यतो सर्व प्रकारची मदत केली.' तसंच गनिमी युद्ध चालू ठेवण्यासाठी लागणारीही सर्व मदत केली. भारताने बांगला देशी अधिकाऱ्यांना कोलकात्यात नजरेआड राहायला सांगितलं आणि धोरणनिश्चिती संयुक्तपणे करण्यात येत असली, तरी ही योजना अस्थायी सरकारची असल्याचा देखावा निर्माण करायला सांगितलं.

बंगालमधली बंडखोरी भारतवादी आणि त्यातल्या त्यात मवाळ अवामी लीग नेतृत्वाच्या नियंत्रणात राहावी अशी परिस्थिती भारताने निर्माण केली. चीनवादी असणाऱ्या अतिरेकी बंगाली बंडखोरांचं भारताला वाटणारं भय या भूमिकेसाठी कारणीभूत होतं. पाकिस्तानने अचानक केलेल्या लष्करी कारवाईमुळे मुजीब आणि त्यांचे सहकारी नेते आश्चर्यचकित झाल्यामुळे हक्सर काहीसे खट्टू झाले होते. 'बांगला देशातल्या संघर्षाला दिशा देण्यासाठी केंद्रीय नेतृत्व उपलब्ध नसल्याबद्दल' ते काळजीत पडले होते. नवस्थापित बांगला देश सरकारने गनिमी लढतीचं नेतृत्व करण्याची गरज होती असं हक्सरना वाटत होतं.

बंडखोरांच्या लढाऊ जिद्दीमुळे रुस्तमजी प्रभावित झाले होते. त्यांनी 'बांगला देश' या नवजात राष्ट्राला शुभेच्छा दिल्या; पण भारताने ताबडतोब युद्ध सुरू करावं, अशी अपेक्षा असणाऱ्या बंगाली गनिमांना हे घडणार नसल्याचं स्पष्ट झाल्यानंतर

त्यांचा हिरमोड झाला; सीमासुरक्षा दलाचीही निराशा झाली. मात्र रुस्तमजी यांच्या म्हणण्यानुसार, सीमासुरक्षा दलाच्या चोरट्या कारवायांमुळे युद्धाला सहजच आमंत्रण मिळू शकलं असतं आणि भारत युद्धासाठी सज्ज नसल्याची जाणीव माणेकशा यांनी तोवर रुस्तमजींना करून दिली होती.

गनिमी काव्याने लढण्याबाबत भारत आणि बंगाली गुप्तपणे एकत्र काम करत होते. गनिमांची भरती (रुस्तमजी यांना विद्यापीठाचे पदवीधर पसंत होते.) करण्यापासून पूल उडवून देण्यापर्यंत (स्थानिक जनता संतापली, तरी पूल बिनदिक्कत उडवावेत असं ताजुद्दिन यांचं मत होतं.) सर्व बाबतींमध्ये दोन्ही पक्ष एकत्र होते. पाकिस्तानी लष्कर पेट्रोलवर फार मोठ्या प्रमाणात अवलंबून असल्याने इंधनाच्या या स्रोतावरच हल्ला करण्याची सूचना भारतीय लष्कराने केली; पण भारताने बांगला देशाला मान्यता देण्याच्या मागणीबरोबरच भारतीय लष्कराने बांगला देशाला वैद्यकीय मदत, कर्ज आणि ढाक्यात पोहोचू शकेल असं रेडिओ-प्रक्षेपण उपलब्ध करून देण्याची मागणी ताजुद्दीन अहमद सातत्याने करत होते.

भारतीय लष्कराला सरकारचे आदेश मिळाले होते. पूर्व पाकिस्तानमधल्या ईस्ट बंगाल रेजिमेन्टला आणि पूर्व पाकिस्तान रायफल्स सोडून पळून आलेल्या बंगाली सैनिकांचा प्रामुख्याने भरणा असलेल्या तीन ब्रिगेड्सना सुसज्ज करण्यासाठी भारतीय लष्कराने प्रशिक्षण तसंच साधनसामग्री देण्याचा निर्णय घेतल्याचं माणेकशा स्वतः सांगतात. याखेरीज सुमारे ७५,००० बंडखोरांना प्रशिक्षण आणि शस्त्रं देण्याची माणेकशा यांची इच्छा होती. नंतरच्या काळात माणेकशा यांनी सोव्हिएत लष्करी अधिकाऱ्यांसमोर प्रांजळपणे कबूल केलं, ''बंगाली स्वातंत्र्यसैनिकांचं संघटन, त्यांची शस्त्रसज्जता आणि त्यांचं प्रशिक्षण यांसाठी भारताने शक्य ती सगळी मदत केली होती.''

भारतातर्फे बंडखोरांना रसद पुरवण्यात अग्रभागी असलेल्या सीमासुरक्षा दलाचा ताबा लष्कराने घेण्याबाबत माणेकशांनी २२ एप्रिल रोजी एक बैठक घेतली. माणेकशा आणि लेफ्टनंट जनरल जगजितसिंग अरोरा हे आणखी एक ज्येष्ठ अधिकारी आदेश देणार होते, आणि त्यानुसार लष्करी तुकड्यांच्या खांद्याला खांदा लावून सीमासुरक्षा दल काम करणार होतं. पूर्व बंगाल रेजिमेन्ट आणि पूर्व पाकिस्तान रायफल्स यांच्याबरोबर सीमासुरक्षा दलाचा गुप्त संपर्क होता. सीमासुरक्षा दलाच्या एका अत्यंत गोपनीय नोंदीनुसार, माणेकशांना 'गनिमी लढाईची तीव्रता' वाढवायची होती आणि त्यासाठी गनिमांच्या 'छोट्या-छोट्या तुकड्यांनी स्फोट घडवून आणावेत.' अशी त्यांची इच्छा होती.

मे महिन्याच्या सुरुवातीला स्थानिक लष्करी अधिकाऱ्यांवर मुक्ती फौजेला

प्रशिक्षित करण्याची जबाबदारी सोपवण्यात आली होती, असं रॉच्या एका अत्यंत गोपनीय अहवालात नमूद करण्यात आलं आहे. जनरल जेकब यांच्या स्मरणानुसार, "मुक्ती वाहिनीला प्रशिक्षित करण्याचा आदेश आम्हांला सरकारने दिल्यानंतर आम्ही सीमा दलाच्या सहकार्याने छावण्या उभारल्या." जेकब यांच्या मते, "बंडखोरांच्या कारवाया चालू राहण्यासाठी दोन घटक आवश्यक होते. पहिला म्हणजे पक्क्या छावण्या आणि दुसरा म्हणजे शस्त्रं, दारूगोळा आणि पैसा यांचा पुरवठा करणारी साखळी. हे दोन घटक जोपर्यंत कायम राहिले असते, तोपर्यंत बंडखोर कारवाया चालू राहिल्या असत्या."

गनिमांना योग्य प्रशिक्षण द्यावं की तातडीने लढाईत उतरवावं, असा पेचप्रसंग एका क्षणी भारतीयांसमोर उभा ठाकला. जेकब म्हणतात, "सुरुवातीला मी आठ छावण्या सुरू केल्या. प्रत्येक छावणीत एक हजार गनीम असावेत आणि त्यांना तीन महिने प्रशिक्षण द्यावं, असं माझ्या डोक्यात होतं; पण माणेकशा यांना अधिक गनीम आणि कमी प्रशिक्षण हवं होतं. माझं म्हणणं त्यांना पटलं नाही. मी एक लाख गनीम गोळा करावेत अशी त्यांची अपेक्षा होती, असं ते म्हणाले. 'मी एक लाख जणांना प्रशिक्षण कसं देणार?' असं विचारताच ते म्हणाले, 'तीन आठवड्यांचं प्रशिक्षण पुरेसं आहे.' मी त्यांना विचारलं, 'हे कबाब बनवण्याचं यंत्र आहे की काय? एकीकडून तरुण बंगाली त्यात टाकायचा आणि दुसरीकडून तीन आठवड्यात लढवय्या गुरखा बाहेर पडणार?'

स्वतःच्या कृत्यांची जाहीर कबुली देण्याचं धैर्य भारतात नव्हतं (गनिमांना मदत करण्याबाबत आजही भारतीय अधिकारी खोटं बोलत असतात). भारत गनिमांना शस्त्रसज्ज करत असल्याच्या आरोपांचा धिक्कार भारताच्या परराष्ट्र मंत्रालयाने केला. पूर्व बंगालमधला पद्धतशीर वंशविच्छेद आणि रक्तपात यांच्यावरून जगाचं लक्ष विचलित करण्यासाठी उपेक्षावादी मनोवृतीने केलेला हा एक प्रयत्न असल्याचं भारतीय परराष्ट्र मंत्रालयाने सांगितलं.

पण यामुळे केवळ मूर्खांचीच फसगत झाली असती. भारतीय वर्तमानपत्रांनी हा डाव लगेच ओळखला. कोलकात्यामधल्या एका धाडसी भारतीय वार्ताहराने मुक्ती फौजेच्या लढवय्यांच्या एका पथकाबरोबर राहून पाकिस्तानच्या एका लष्करी तळावर केलेल्या हल्ल्याचं प्रत्यक्ष पाहिलेलं वर्णन करणारी सनसनाटी बातमी प्रसिद्ध केली. अशाच बातम्या परदेशी पत्रकारांनाही मिळाल्या. पाकिस्तानी लष्कराने हकालपट्टी केल्यानंतर सिडनी शेनबर्ग पूर्व पाकिस्तानमध्ये परतण्यासाठी उत्सुक होता. सीमा भागापासून परदेशी पत्रकारांनी दूर राहण्याची सूचना भारतीय अधिकारी

देत असल्याबद्दल त्याने नाराजी व्यक्त केली होती, पण त्याही परिस्थितीतून त्याने मार्ग काढला. तो म्हणतो, ''मला त्रिपुरा राज्यात जाण्याची परवानगी मिळाली. सीमेवर तैनात सैनिक तिथे मुक्ती वाहिनीला प्रशिक्षण देत होते. म्हणून मी ती बातमी लिहून पाठवली.''

चार दिवस सीमाभागात फिरून आणि पूर्व पाकिस्तानमध्ये शिरकाव करून शेनबर्गने तिथल्या लोकांशी संवाद साधला. स्वतःच्या मृत परिवारांच्या हत्येचा बदला घेण्याचा निर्धार केलेल्या तरुण बंडखोरांशी या वास्तव्यादरम्यान शेनबर्ग बोलला. एका बंडखोराने त्याला निर्विकारपणाने सांगितलं, ''त्यांनी मला अनाथ केलं आहे. आता माझं आयुष्य महत्त्वाचं राहिलेलं नाही.'' पाकिस्तानी सैनिक झावळ्यांच्या झोपड्यांवर आणि खेड्यांवर फॉस्फरस बॉम्ब्सचा मारा करून त्यांना आगी लावत असल्याचं शेनबर्गने पाहिलं. बंडखोरांना लपण्यासाठी आश्रयस्थान शिल्लक राहू नये, यासाठी हे चालू असावं. लष्कराने हजारोंच्या संख्येने माणसं मारली होती; बंगाली नेतृत्वही मोठ्या प्रमाणात संपवलं होतं. मृतांमध्ये अभियंते, डॉक्टर आणि विद्यार्थी यांचा समावेश होता. एका वार्तापत्रात शेनबर्ग म्हणतो, 'कोमिला शहराच्या सीमेवर झावळ्या आणि बांबू यांनी उभारलेल्या झोपड्यांमधून जसे धुराचे लोट यायला लागले, तशी तिथे घिरट्या घालणारी गिधाडं, कुत्र्यांनी आणि कावळ्यांनी लचके तोडलेल्या शेतकऱ्यांच्या प्रेतांवर तुटून पडली.'

भारत यात कुठेच गुंतला नसल्याचा भारताचा दावा अमेरिकेचीही दिशाभूल करू शकला नाही. ''तो कुणीच खरा मानला नाही.'' असं सॅम्युएल हॉस्किन्सन म्हणतात. शेनबर्गप्रमाणेच अनेक अमेरिकी वार्ताहरांनी पाहिलेल्या दृश्याचं वर्णन स्वतःच्या सरकारच्या अधिकाऱ्यांसमोर केलं – 'सीमासुरक्षा दल प्रशिक्षण छावण्या चालवत असून भारत शस्त्रपुरवठा करत आहे.' जे काही घडत होतं, त्याची माहिती सी.आय.ए. किसिंजर यांना देत होती. भारत दीर्घकालीन गनिमी युद्धासाठी बंगाली बंडखोरांना प्रशिक्षित करणार असल्याचं किसिंजरनी निक्सनना सांगितलं. भारताच्या या गुप्त युद्धाकडे अमेरिकी सरकारने कानाडोळा करण्याची विनंती अमेरिकेचे भारतातले राजदूत केनेथ किटिंग यांनी वॉशिंग्टनला केली.

पाकिस्तान भारताच्या गुप्त कारवायांचा धिक्कार करत असताना भारत मात्र या आरोपाला जेमतेम नकार देत राहिला. भारताचे परराष्ट्रमंत्री स्वर्ण सिंग यांनी मात्र असल्या बातम्यांचा संतापून इन्कार केला. कमी बनचुक्या असणाऱ्या राजनैतिक अधिकाऱ्यांनी भारताच्या कारवाया मान्यही केल्या नाहीत किंवा त्यांचा इन्कारही केला नाही. एका भारतीय दूताने परराष्ट्र मंत्रालयाला सांगितलं, 'पूर्व बंगालमधल्या आपल्या कारवायांची पूर्ण कल्पना पाकिस्तानला आहे. मी अर्थातच त्यांचा इन्कार

करणार असलो, तरी त्यावर कुणीही विश्वास ठेवणार नाही.''

हक्सर ज्याला 'राष्ट्रीय मुक्ततेसाठी संपूर्ण संघर्ष' म्हणत होते, त्या संघर्षाला मे उजाडेपर्यंत इंदिरा गांधींनी आणि त्यांच्या सहकाऱ्यांनी छुपा पाठिंबा द्यायला सुरुवात केली होती.

अत्यंत गोपनीय भारतीय दस्तऐवजांनुसार, स्वतः पंतप्रधान स्वघोषित बांगला देश सरकारच्या प्रतिनिधीला भेटल्या. केवळ 'टी' (बहुधा ताजुद्दीन अहमद) असा उल्लेख असणाऱ्या एका नेत्याने ६ मेच्या रात्री इंदिरा गांधींची भेट घेतली. या बंगाली नेत्याने भारतीय लष्कराच्या पूर्व कमानीचे प्रमुख लेफ्टनंट जनरल अरोरा यांच्याबरोबर भावी कारवायांच्या नियोजनाबाबत चर्चा केली होती, अशी माहिती हक्सरनी इंदिरा गांधींना दिली. ते करत असलेली प्रत्येक कृती परागंदा बांगला देश सरकारच्या सांगण्यानुसार असल्याचं पंतप्रधानांना सांगून त्यांनी या मुद्द्यातून स्वतःचं अंग काढून घेतलं.

बंडखोरांकडून हक्सर यांना मोठ्या आशा होत्या. 'युद्धविषयक एक दीर्घकालीन सामाईक धोरण असावं.' आणि 'पश्चिमी पाकिस्तानी लष्कराला सतत काट्यावर ठेवून हळूहळू त्याचा शक्तिपात होईल, असा गनिमी कावा अमलात आणावा.' अशी हक्सर यांची इच्छा होती. विरोधी पक्षनेत्यांबरोबर चर्चेसाठी इंदिरा गांधींना तयार करताना त्यांना विजयश्रीकडे घेऊन जाणारा मार्ग हक्सर यांनी पुढीलप्रमाणे दाखवला – ''हा संघर्ष सहा ते आठ महिने चालवता आला, तर त्याला तोंड देण्याचा बोजा कधी–ना–कधीतरी पाकिस्तानला असह्य होईल, अशी अपेक्षा करणं अवास्तव ठरणार नाही.''

याबाबत मॉस्कोमधून प्रतिक्रिया व्यक्त करताना धर यांनी 'पूर्व बंगालींमध्ये एवढं धैर्य असल्याचं पाहून आश्चर्याचा धक्का बसल्याचं' सांगितलं (बंगाली हा लढवय्या वंश नसल्याचा सार्वत्रिक गैरसमज केवळ पाकिस्तानमध्येच नव्हे, तर भारतातही होता, आणि त्याचा पडसाद धर यांच्या प्रतिक्रियेत उमटला होता). भारताच्या उच्च आणि कनिष्ठ दर्जाच्या हेतूंबद्दल स्पष्टपणे विवेचन करताना ते म्हणाले, ''बंगाली जनतेच्या स्वातंत्र्याच्या आणि सन्मानाच्या प्रशंसनीय आकांक्षांची बूज राखण्याबरोबरच आम्हांला आमच्या राष्ट्रहिताचं स्मरण ठेवणंही आवश्यक आहे. आम्हांला पश्चिम पाकिस्तानच्या अत्यंत प्रशिक्षित आणि वरचढ लष्कराचा तातडीने पराभव करण्यापुरतंच नियोजन करून भागणार नाही. संपूर्ण पूर्व बंगाल म्हणजे आम्हांला एक असं विवर बनवायचं आहे, जे पश्चिम पाकिस्तानचं सामर्थ्य आणि त्याची साधनसामग्री शोषून घेऊ शकेल.''

पण गनिमांसमोरचं आव्हान खडतर होतं. याबाबतचा अहवाल इंदिरा

गांधींपुढे सादर करताना रामनाथ काव म्हणाले, ''पाकिस्तानी लष्कर सतत चढाई करत असून ते मुक्ती सेनेच्या ताब्यातल्या वेगवेगळ्या जागा काबीज करण्यासाठी कुमक पाठवतं आहे. काही ठिकाणी घनघोर लढाई झाली असली, तरी पाकिस्तानी लष्कर हळूहळू वरचढ होत असून विशेषतः शहरी भागात त्याचं नियंत्रण प्रस्थापित होतं आहे.'' असा एकूण सावधगिरीचा इशारा काव यांनी दिला.

महत्त्वाची शहरं पाकिस्तानी लष्कराच्या ताब्यात गेलेली पाहून ढाक्यात आर्चर ब्लड आणि त्यांचे कर्मचारी चकित झाले. पाकिस्तानी सैनिकांनी एकेका शहराचा ताबा घ्यायला, गनिमांवर हवेतून मारा करत तसंच बॉम्बफेक करत ग्रामीण भागात घुसायला सुरुवात केली असल्याचं त्रिपुराच्या नायब राज्यपालांनी इंदिरा गांधींना कळवलं. बंडखोरांना एकटं पाडण्यासाठी पूर्व पाकिस्तानच्या भारतालगतच्या सीमेची नाकेबंदी करण्याचा पाकिस्तानी लष्कराचा प्रयत्न असला, तरी तो यशस्वी होण्याची शक्यता नव्हती. त्यामुळे ''स्वातंत्र्यसैनिकांना पूर्व पाकिस्तानमध्ये खोलवर गनिमी युद्ध चालू ठेवणं शक्य होईल, कारण शत्रूला बेजार करण्याचा तो एकमेव मार्ग आहे. भारताने युद्धात थेट उतरण्यापर्यंतचं सगळ्या प्रकारचं साहाय्य गनिमांना द्यावं.'' असं आवाहन नायब राज्यपालांनी केलं.

भारताच्या मदतीशिवाय बंगाली गनिमांची परिस्थिती आणखी बिकट झाली असती. याह्या खान यांच्या हल्ल्यापूर्वी ते बेसावध राहिल्याबद्दल भारत सरकारला अचंबा वाटला होता. पूर्व पाकिस्तान रायफल्स आणि पूर्व बंगाल रेजिमेन्ट यांच्यातल्या बंडखोरांनी केलेला असीम आणि अतुलनीय प्रतिकार निष्प्रभ ठरत असल्याबद्दल हक्सर यांनी चिंता व्यक्त केल्याचा उल्लेख इंदिरा गांधींनी लिहिलेल्या एका टिपणात होता. नियमित सैनिक म्हणून प्रशिक्षित झालेल्या या बंडखोरांनी पाकिस्तानी लष्कराशी समोरासमोर प्रतिकार करून मोठं नुकसान करून घेतलं होतं. याउलट, त्यांनी गनिमी कावा वापरून लढणं अधिक प्रभावी ठरलं असतं असं हक्सर यांना वाटत होतं.

या परिस्थितीत भारताने पाठिंबा देऊनही बंगाली बंडखोर स्वतःच्या बळावर जिंकू शकले नसते, तर भारतीय लष्कराला लढाईत थेट उतरावं लागलं असतं असं मानण्यासाठी भारत सरकारकडे पुष्कळ कारणं होती. बंडखोर एकटे असल्यास चिरडले जाण्याची शक्यता असल्याचा इशारा धोरणतज्ज्ञ सुब्रमण्यम यांनी देऊन ठेवला होता. बंडखोरांना पाठिंबा देण्याविषयी सुचवणाऱ्या धर यांनी भारत-पाकिस्तान युद्धाचे संभाव्य परिणाम थंडपणाने स्वीकारले होते. युद्ध जवळपास अपरिहार्य असल्याचं त्यांनी जाणलं होतं.

बंगाली गनिमांच्या महत्त्वाकांक्षा भारतीय लष्करापेक्षा फार जास्त होत्या

आणि त्यांनी भारताला स्वतःबरोबर खेचलं होतं. पूर्व पाकिस्तान रायफल्स आणि पूर्व बंगाल रेजिमेन्ट बरखास्त करून त्यांच्यामधल्या सैनिकांना, तसंच नव्या स्वयंसेवकांना गनिमी युद्धासाठी प्रशिक्षित करण्याची जनरल अरोरा यांची इच्छा असल्याची नोंद रॉने केली होती; पण घुसखोरीबरोबरच पारंपरिक युद्ध लढण्याचा आणि त्यासाठी पाच बटालिअन्स उपलब्ध करून देण्याचा आग्रह बंगालींनी भारताकडे धरला होता. हे सैन्य उभारण्यासाठी भारतीय लष्कराकडून अपेक्षित सामग्रीची योजनाही त्यांनी तयार केली होती. या निर्णयाला भारत सरकारने संमती दिली – 'ही योजना दिल्लीतल्या सर्वोच्च अधिकाऱ्यांनी संपूर्णपणे मान्य केली असून तिची कार्यवाही करण्याचा आदेश लष्कराला देण्यात आला आहे.'

वरिष्ठ सेनाधिकाऱ्यांकडून मिळणाऱ्या इशाऱ्यांमुळे सावध झालेल्या इंदिरा गांधी पाकिस्तानविरुद्ध लढण्यासाठी भारतीय सैनिक पाठवायला अजून तयार नव्हत्या. भारताने बांगला देशाला मान्यता न देण्याविषयी सुचवून हक्सर म्हणाले, ''असं केलं, तर हे सरकार टिकवण्यासाठी आणि त्याला समर्थन देण्यासाठी थेट भारतीय सैन्याकडून हस्तक्षेप होण्याच्या वृथा अपेक्षा निर्माण होतील.'' विरोधी पक्षनेत्यांबरोबरच्या बैठकीसाठी इंदिरा गांधींनी करण्याच्या निवेदनाबाबत त्यांना माहिती देताना हक्सर म्हणाले, ''भारत-पाकिस्तान संघर्ष झाला, तर बांगला देशाच्या बाजूने जगभर निर्माण झालेली सहानुभूती आणि व्यक्त झालेला पाठिंबा या गोष्टी या संघर्षात झाकोळून जातील. त्यामुळे औपचारिक मान्यता देणं हा मुख्य मुद्दा नसून हा संघर्ष चालू ठेवण्यासाठी आपल्याला शक्य ते सर्व करणं ही प्रमुख बाब आहे.''

७. "याह्या खान यांच्यावर दबाव टाकू नका!"

विन्स्टन लॉर्ड हे न्यूयॉर्कमधल्या एका खानदानी घराण्यातून आले होते. येल विद्यापीठाचे पदवीधर असणारे लॉर्ड परराष्ट्र मंत्रालयात सहजगत्या पोहोचले होते. कालांतराने रोनाल्ड रेगन यांच्या कारकिर्दीत ते चीनमधले राजदूत झाले होते आणि बिल क्लिन्टन राष्ट्राध्यक्ष असताना साहाय्यक परराष्ट्रमंत्री म्हणून लॉर्ड यांची नियुक्ती झाली होती. हेन्री किसिंजर यांचे विशेष मदतनीस आणि चीनसंदर्भातले अपरिहार्य सल्लागार म्हणून १९७१ साली व्हाइट हाउसमधली अत्यंत महत्त्वाची जबाबदारी लॉर्डना मिळाली होती. प्रत्येक गोष्टीचा गंभीरपणाने विचार करणारे आणि विलक्षण कष्टाळू लॉर्ड लवकरच किसिंजर यांच्या गळ्यातला ताईत बनले. ही जवळीक एवढी वाढत गेली की, रिचर्ड निक्सन यांनी १९७२ साली बीजिंगला दिलेल्या भेटीत माओ त्से तुंग यांच्याबरोबर झालेल्या चर्चेची टिपणं घेण्याची कामगिरी ३४ वर्षांच्या लॉर्डवर सोपवण्यात आली. या चीन दौऱ्यातून वगळण्यात आलेले परराष्ट्रमंत्री विल्यम रॉजर्स संतापू नयेत यासाठी या भेटीच्या अधिकृत छायाचित्रांमधून लॉर्ड यांची छबी वगळण्यात आली.

जागतिक राजकारणाबाबत सर्वांत महत्त्वाची बाब ज्या मोजक्या लोकांना ठाऊक होती, त्यांच्यापैकी लॉर्ड एक होते. ही बाब म्हणजे, निक्सन आणि किसिंजर चीनबरोबर गुप्तपणे संपर्क प्रस्थापित करण्याच्या प्रयत्नात होते. याखेरीज ढाका उपदूतावासातलं कुणी कल्पनाही करू शकलं नसतं, अशीही एक गोष्ट लॉर्ड यांना ज्ञात होती. ती म्हणजे एकीकडे बंगाली जनतेचा संहार करत असलेले याह्या खान दुसरीकडे चीनचे संदेश निक्सन यांच्या गोतावळ्यापर्यंत पोहोचवत होते.

प्रचंड बुद्धिमान असलेले लॉर्ड, किसिंजर यांच्याशी एकनिष्ठ होते. या खळबळजनक चीनभेटीमागे एक उच्च नैतिक उद्दिष्ट असल्याचं सांगताना लॉर्ड म्हणतात, "तुम्ही मानवी हक्कांबद्दल बोलत असाल; अणुयुद्ध टाळण्याचा तुमचा प्रयत्न असेल; रशियनांना आवर घालण्याचा प्रयत्न तुम्ही करत असाल; आपल्या काही मित्रराष्ट्रांच्या कृत्यांबद्दल तुम्हांला घृणा वाटत असेल, तर या सर्वांत समतोल राखणं हासुद्धा एक मानवी हक्क असतो; मात्र त्यायोगे जगात उडणारा भडका

टळणार असेल तर!''

पण परस्परांवर २२ वर्षं घातलेल्या बहिष्कारानंतर चीनबरोबर पुन्हा संपर्क प्रस्थापित करणं हे लॉर्ड यांच्यासाठी ऊर दडपून टाकणारं आव्हान होतं. चीनबरोबरच्या संपर्काबाबत स्वतःच काही प्रश्न उपस्थित करून त्यांची उत्तरं देताना लॉर्ड म्हणतात, ''आम्हांला उपलब्ध असलेलं संपर्काचं एकमेव साधन म्हणजे जिनिव्हा आणि वॉर्सा इथली प्रचारयंत्रणा.'' या यंत्रणेचं वर्णन 'चर्चेच्या मुद्द्यांचं चर्वितचर्वण' असं करून ही यंत्रणा फारच दृश्यमान असल्याचं लॉर्ड सांगतात.

उपलब्ध अनेक पर्यायांमध्ये पाकिस्तानचा समावेश होता. लॉर्ड म्हणतात, ''निक्सन आणि किसिंजर यांनी अनेक पर्यायांची चाचणी घेऊन पाहिली. फ्रान्सचे अध्यक्ष द गॉल यांच्याबरोबर १९६९ साली केलेल्या वाटाघाटी अर्धवट मनःस्थितीत झाल्या होत्या. निक्सन-किसिंजर यांनी रोमानियाच्या माध्यमातूनही प्रयत्न केला होता.'' बुखारेस्टमार्गे, पॅरिसमार्गे किंवा इतर एखाद्या राजधानीमार्गे अमेरिकी नेते बीजिंगबरोबर संपर्क साधू शकत होते. इस्लामाबादऐवजी हेही पर्याय उपलब्ध होऊ शकत होते. नंतर किसिंजरनी निक्सनना सांगितलं, ''रोमानियाची कल्पना तुमच्याच डोक्यात आली, पोलंडबरोबर सहकार्य करावं असं तुम्हांलाच वाटलं आणि तुमच्या पहिल्या लाहोरभेटीत तुम्हीच याह्या खान यांच्याबरोबर चर्चा केली होती.'' किसिंजर यांनीही पॅरिसमार्गे असा प्रयत्न करताना, ज्येष्ठ फ्रेंच मुत्सद्दी आणि किसिंजरचे जुने मित्र जाँ सेन्तेनी यांना, फ्रान्समधल्या चीनच्या राजदूतांच्या मार्फत असा गुप्त संपर्कमार्ग तयार करण्यासाठी सुचवलं होतं. त्याचप्रमाणे रोमानियाचे क्रूर हुकूमशहा निकोलाय चॉसेस्क्यू यांनाही चीनबरोबर संपर्क साधण्याची सुविधा उपलब्ध करून देण्याची विनंती किसिंजर यांनी केली होती.

ही संधी याह्या खान यांनी हावरटपणे खेचून घेतली. पाकिस्तानमधली निवडणूक आणि चक्री वादळ यांच्या बरंच आधी, म्हणजे १९७० मध्ये निक्सन यांनी स्वतः याह्या खान यांना चीनबरोबरच्या वाटाघाटी पुन्हा सुरू करणं अमेरिकेसाठी आवश्यक असल्याचं सांगितलं होतं. या गुप्त राजनैतिक संवादाचं माध्यम होण्याची तयारी याह्या खान यांनी स्वतः दाखवली होती. अशी गुप्त भेट रावळपिंडीमध्ये किंवा कदाचित पॅरिसमध्ये होणं शक्य असल्याचं चिनी नेत्यांना समजावून सांगण्याची जबाबदारी लवकरच बीजिंगला जाणार असलेल्या याह्या खान यांनी स्वतःवर घेतली होती. या आश्वासनानुसार, चीनचे पंतप्रधान चाऊ एन लाय यांच्याशी याह्या स्वतः बोलले होते आणि त्यांनी घवघवीत यश संपादन केलं होतं – 'अमेरिकेने बीजिंगला एक खास दूत पाठवावा.' असं निमंत्रण दस्तुरखुद्द माओकडून मिळालं होतं! याह्यांमार्फत संपर्क साधल्याबद्दल चाऊ यांनी अमेरिकेची

प्रशंसा केल्याचं याह्या खान यांनी नंतर सांगितलं. कारण याह्या एक राष्ट्रप्रमुख होते आणि 'पाकिस्तान चीनचा परममित्र' होता. अशी भेट रावळपिंडीत होण्यावर किसिंजर यांनी विचार केला.

या आखणीसंदर्भात लॉर्ड म्हणतात, ''चीनबरोबर कुणामार्फत संपर्क साधायचा, याचा निर्णय किसिंजर आणि निक्सन यांनी घेतला होता. आम्ही त्यांच्यापुढे वेगवेगळे पर्याय ठेवले होते आणि त्यांनी पाकिस्तानची निवड केली होती. आज विचार करता, हा एकमेव पर्याय होता असं वाटत असलं, तरी तेव्हाची परिस्थिती तशी नव्हती.'' (''बीजिंगबरोबर संपर्क साधण्याचं इतर कोणतंही साधन आमच्याकडे नव्हतं.'' असा दावा किसिंजर यांनी नंतर केला.) व्हाइट हाउसला मान्य होऊ शकणारा 'पाकिस्तान' हा एकमेव पर्याय नसल्याचा खुलासा लॉर्ड यांनी नंतर केला.

पूर्व पाकिस्तानमध्ये २५ मार्चला कत्तल सुरू झाली, तेव्हाही चीनबाबतच्या वेगवेगळ्या पर्यायांवर व्हाइट हाउसमध्ये विचार चालू होता. चॉसेस्क्यूसुद्धा यशस्वी झाले होते, कारण याह्या खान यांना माओ यांच्याकडून मिळालेल्या निमंत्रणासारख्या -जवळपास तशाच - निमंत्रणाचा प्रस्ताव माओ यांनी चॉसेस्क्यूनाही दिला होता. निक्सन यांनी चाऊ एन लाय यांना पाकिस्तान आणि रोमानिया अशा दोघांच्या मार्फत पत्रोत्तर पाठवलं. ब्लड यांच्या त्या ऐतिहासिक अहवालानंतर सुमारे एक आठवड्याने याह्या आणि चॉसेस्क्यू यांच्यामार्फत चीनशी गुप्तपणे संपर्क साधताना, कोणता देश चीनसाठी अधिक स्वीकारार्ह ठरला असता यावर चर्चा चालू होती. त्याचप्रमाणे सेन्तेनी यांच्या माध्यमातून पाठवलेल्या पत्रांवरही चर्चा होत होती. किसिंजर यांनी निक्सन यांना त्यानंतर काही दिवसांनी चीनबरोबर थेट संपर्क साधण्यासाठी एखादं माध्यम आवश्यक असल्याचं सांगितलं. यासाठी वॉर्सा इथे संपर्कयंत्रणेच्या स्थापनेसाठी एक उच्च लष्करी अधिकारी पाठवण्यासंदर्भात किसिंजर विचार करत होते. किसिंजर एप्रिलच्या अखेरपर्यंत सेन्तेनी यांचा वापर करण्यावर विचार करत होते. व्हाइट हाउसचा संदेश घेऊन एका ज्येष्ठ अधिकाऱ्याला चॉसेस्क्यू यांनी बीजिंगला पाठवलं असल्याचं, बंगालींचा संहार सुरू होऊन एक महिना होत आला असताना २२ एप्रिल रोजी किसिंजर यांनी निक्सन यांना सांगितलं.

चीनबरोबर संपर्क प्रस्थापित करण्याच्या प्रक्रियेत अमेरिका काही प्रमाणात पाकिस्तानच्या बाजूने झुकल्याचं समर्थन किसिंजर आणि त्यांचे सहकारी नेहमीच करतात; पण किसिंजर यांचा चीनबाबतचा दृष्टीकोन स्पष्ट करताना हॅरल्ड सॉन्डर्स म्हणतात, ''आम्ही चीनच्या सहकाऱ्याला कशी वागणूक देतो, यावर चीनचं लक्ष

होतं. अखेर हाच कळीचा मुद्दा ठरला. याबद्दल परराष्ट्र मंत्रालयातल्या माझ्या सहकाऱ्यांची बरीच टीका मी झेलली; पण मी काही बोलू शकत नव्हतो. हे अगदी पक्कं दडवलेलं गुपित होतं.''

मात्र 'पाकिस्तानविषयीचं अमेरिकेचं धोरण गुणात्मकतेच्या निकषावर बरोबर असल्याचं आणि चीनबरोबरच्या नात्यापलीकडेही त्याची व्याप्ती असल्याचं' किसिंजर यांनी नंतर लिहिताना नमूद केलं आहे. याबाबत लॉर्ड यांच्या मते, ''केवळ चीनवर मेहरबानी करण्यासाठी आम्ही हा निर्णय घेतला, असं म्हणणं ही अतिशयोक्तीची परिसीमा आहे.'' पाकिस्तानला पाठिंबा देताना 'चीन' हा घटक खरोखर किती महत्त्वाचा ठरला होता, याबद्दल लॉर्ड यांना शंका आहे. शीतयुद्धाच्या संदर्भात हा प्रश्न मांडताना ते म्हणतात, ''भारत तथाकथित अलिप्ततावादी असला, तरी आमच्या मते, त्याचा कल सोव्हिएत संघाकडे होता; त्याला सोव्हिएत शस्त्रास्त्रं मिळत होती. म्हणजेच चीनबरोबर संपर्क प्रस्थापित होण्याच्या आधीच अमेरिका पाकिस्तानकडे झुकल्याचं स्पष्ट होत होतं. हा घटक भू-राजकीय आहे. भारत-सोव्हिएत एका बाजूला असल्याने आम्ही पाकिस्तानला आमच्या बाजूला ठेवू... चीनबरोबर संपर्क साधण्याकरता आम्ही पाकिस्तानकडे झुकलो, असं म्हणणं म्हणजे अतिसुलभीकरण करणं ठरेल. कोणत्याही परिस्थितीत आम्ही ते केलंच असतं.''

'बोचऱ्या, तापदायक गोष्टी'

ढाका शहराच्या मुख्य भागातल्या एका पदपथावर एक मृतदेह पडून होता. मृत इसम एक कामगार होता. त्याचं अनवाणी शव कित्येक तास तिथेच होतं. त्याला कुणी स्पर्शही केला नव्हता. एवढंच नव्हे, तर त्याच्याकडे पाहण्याचीही हिंमत कुणात नव्हती. लोक हा मृतदेह ओलांडून निघून जात होते. याचं कारण बेफिकिरी नसून दहशत हे होतं. 'मृतदेह हलवले म्हणून लोकांना गोळ्या घालण्यात' आल्याची नोंद एका अमेरिकी अधिकाऱ्याने केली होती. मृताचं दर्शन शक्य तेवढ्या जास्त लोकांना व्हावं, अशी लष्कराची इच्छा असल्याचं दिसत होतं.

ढाका उपदूतावासातले कर्मचारी स्वतःच्या वरिष्ठांना अशुभ वर्तमान देण्याच्या दैनंदिन दुराग्रहाला चिकटून होते. खळबळजनक असा 'तीव्र मतभेद' दर्शवणाऱ्या अहवालाहूनही ही कामगिरी अखेर अधिक प्रभावी ठरली. आर्चर ब्लड यांच्या कौतुकमिश्रित शब्दांमध्ये सांगायचं झालं, तर वॉशिंग्टन या कर्मचाऱ्यांकडे दुर्लक्ष करत असताना हे कर्मचारी अधिकाधिक 'संतप्त आणि लढाऊ' व्हायला लागले होते; खरोखर 'त्रासदायक' ठरायला लागले होते. ब्लड यांच्या ताफ्यातल्या एका अधिकाऱ्याने लिहिल्यानुसार, 'पूर्व पाकिस्तानमधले बहुतेक परकीय नागरिक

अद्याप तिथेच राहिले आहेत, कारण अखंड पाठवण्यात येणाऱ्या अहवालांचा परिणाम म्हणून केवळ प्रतिसाद मिळण्यापलीकडे आणखी काहीतरी घडण्याची अंधूक आशा त्यांना आहे. याखेरीज तिथून निघून जाणं महाकठीण आहे, कारण मागे राहिलेल्यांचं काय होईल याबाबतची भीती त्यांना घेरते आहे.'

ब्लडना आणि त्यांच्या सहकाऱ्यांना आशेला जागा असल्याची खात्री होती. पूर्व पाकिस्तानमध्ये शिरकाव करणाऱ्या निर्भय पत्रकारांमुळे तिथल्या कत्तलींचा हृदयद्रावक वृतान्त वर्तमानपत्रं आणि दूरचित्रवाणी यांच्या माध्यमांतून जगापर्यंत जात होता. कत्तलींच्या पहिल्या महिन्यात स्वतःच्या दक्षिण आशियाविषयक धोरणावर अमेरिकी सरकारने एक खुली अंर्तगत चर्चा घडवून आणली. परराष्ट्र मंत्रालय आणि एकमेकांशी झुंजणारे दिल्लीतले आणि इस्लामाबादमधले राजदूत तसंच ढाकामधला बंडखोर महावाणिज्य दूत या सगळ्यांकडून प्राप्त तपशील प्रचंड प्रमाणात उपलब्ध होता. मात्र विन्स्टन लॉर्ड यांच्या कृत्याबद्दल ते सर्व अनभिज्ञ होते. या चर्चेत विरुद्ध बाजूचा दृष्टीकोन ऐकून घेण्याची संधी असूनही खरोखर महत्त्वाचे असणारे दोन नेते – निक्सन आणि किसिंजर – स्वतःच्या भूमिकांपासून ढळले नाहीत.

कर्मचारिवर्गातली क्षुब्ध भावना निक्सन यांच्याकडे व्यक्त करताना परराष्ट्रमंत्री रॉजर्स यांनी अमेरिकेच्या पाकिस्तानविषयक धोरणाचं फेरमूल्यांकन करण्याची वेळ आली असल्याचं सांगून विशेषतः 'अमेरिकेने पुरवलेल्या लष्करी सामग्रीच्या पाकिस्तानी लष्कराने केलेल्या वापरावर' विचार करणं आवश्यक असल्याचं नमूद केलं. जनमताच्या दृष्टीने हे अत्यंत अडचणीचं ठरत होतं. इस्लामाबादमधले राजदूत जोसेफ फारलॅन्ड यांनी कोणत्याही प्रकारे हस्तक्षेप न करण्याचा सल्ला अमेरिकी सरकारला देताना पाकिस्तानबद्दल सौम्य नाराजीही व्यक्त केली. दीर्घकालीन विचार करता, बळाचा वापर यशस्वी होणार नसल्याचं खासगीरीत्या पाकिस्तानला कळवावं, अशी फारलॅन्डची इच्छा होती. शस्त्रास्त्रं आणि दारूगोळा यांचा नव्याने करायचा पुरवठा काहीतरी प्रशासकीय कारणं दाखवून प्रलंबित करावा असं त्यांचं म्हणणं होतं. याह्या खान यांचं अमेरिकेबद्दल प्रतिकूल मत तयार होण्याजोगं काहीही करणं धोक्याचं ठरण्याचा इशारा फारलॅन्डनी दिला. तसंच पाकिस्तानवर आर्थिक निर्बंध लादले असते, तर दक्षिण आफ्रिका किंवा ऱ्होडेशिया यांच्याप्रमाणे पाकिस्तानच्या बाबतीतही फसगत होण्याची शंकाही त्यांनी व्यक्त केली.

ही केविलवाणी टिप्पणी आर्चर ब्लड यांनी धुडकावून लावली. या कत्तलींमुळे मवाळ असणारे बंगालीही डाव्या अतिरेक्यांच्या कळपात ढकलले जात असून मानवी हक्क आणि लोकशाही यांच्याबाबत अमेरिकेपेक्षाही सोव्हिएत देश अधिक स्पष्टपणे बोलत असल्याचं ब्लडनी सरकारच्या निदर्शनास आणून दिलं.

ब्लड यांनी त्यांच्या संपूर्ण उपदूतावासाच्या वतीने 'लोकशाही शक्तींचं दमन आणि मोठ्या प्रमाणावर झालेली प्राणहानी तसंच वित्तहानी' यांबद्दल निक्सन यांनी याह्या खान यांना तीव्र नापसंती दर्शवण्याचं आवाहन केलं. पाकिस्तानला होणारी अमेरिकी लष्करी आणि आर्थिक मदत बंद करण्याची मागणी ब्लड यांनी केली. त्याऐवजी आणायच्या नव्या 'धोरणात मदत काही काळ प्रलंबित ठेवण्यासंदर्भात आणि हे करताना कोणत्याही प्रकारे दिलगिरी व्यक्त करणारं निवेदन न करण्याविषयी, त्याचप्रमाणे पाकिस्तान सरकारच्या योजनांची अमेरिका प्रतीक्षा करत असून ही मदत पुन्हा सुरू करण्याची अमेरिकेला इच्छा असल्याची आशा निर्माण करणाऱ्या शब्दांचाही उच्चार न करण्याविषयी' ब्लड यांनी सुचवलं. याह्या सरकार लोकांपर्यंत अन्नधान्याची मदत पोहचवू शकण्याइतपतही ब्लड यांचा त्याच्यावर विश्वास नव्हता. त्यांनी कडवटपणे नोंद केली, 'ज्या प्रकारे लष्करी अधिकारी बाजारपेठा उद्ध्वस्त करत आहेत, त्या प्रकारावरून त्यांना अन्नधान्याबद्दल काही काळजी असल्याचं दिसत नाही.'

अशाच भावना दिल्लीतून व्यक्त करताना, पाकिस्तानने स्वतःचं दमनचक्र थांबवण्यासाठी अमेरिकेने आग्रह धरण्याविषयी; त्याचप्रमाणे 'अमेरिकी शस्त्र आणि सामग्री' यांच्या वापराबद्दल अमेरिकेने नापसंती व्यक्त करण्याविषयी केनेथ किटिंग यांनी अमेरिकी प्रशासनाला सुचवलं. कारण त्यांच्या मते, तो वापर अमेरिकेसाठी फारच लाजिरवाणा ठरत होता. अमेरिकेकडून होणारा लष्करी पुरवठा थांबवण्याची आणि आर्थिक मदत प्रलंबित ठेवण्याची इच्छा किटिंग यांनी व्यक्त केली. याबाबत त्यांनी एक व्यावहारिक राजकीय युक्तिवाद मांडला - "एकसंध राष्ट्र म्हणून पाकिस्तान संपल्यात जमा आहे. जगाच्या या भागात वर्तमानात आणि भविष्यात भारत सर्वांत प्रभावी शक्ती असेल, हे उघड आहे." किटिंगच्या मते, अमेरिकेने एखाद्या दुर्बल पराभूताची बाजू घेण्याऐवजी बलवान विजेत्याच्या बाजूला उभं राहायला हवं होतं.

पाकिस्तानच्या विरुद्ध भूमिका घेणाऱ्या, ढाका आणि दिल्ली इथल्या दूतावासातल्या अधिकाऱ्यांची बाजू घेण्याऐवजी परराष्ट्र मंत्र्यांनी त्यांचं तोंड बळजबरीने बंद करण्याचा प्रयत्न केला. रॉजर्स यांनी किसिंजर यांना सांगितलं, "केन किटिंग याला आम्ही शांत केलं आहे." किसिंजर उत्तरले, "मी आभारी आहे." अशा प्रकारे ज्याच्या मताला काही किंमत उरली होती, असा एकमेव राजनैतिक अधिकारी म्हणजे जोसेफ फारलॅन्ड. परराष्ट्र मंत्रालयाला दूर सारून किसिंजर यांनी फारलॅन्डशी थेट संपर्क साधला आणि याविषयीचं त्यांचं प्रामाणिक मूल्यमापन कळवायला सांगितलं.

परराष्ट्र मंत्रालय बंगाली जनतेची वकिली करत असल्याबद्दल फारलॅन्ड यांनी थयथयाट केला. पाकिस्तानची शकलं होत असल्याचं मान्य करूनही ते पराभव स्वीकारायला तयार नव्हते. पाकिस्तानी लष्कराने स्वतःचे हल्ले लवकरच आवरते घेतले असते आणि 'सफाई मोहीम' सुरू केली असती असं फारलॅन्ड यांना वाटत होतं. अमेरिकी वृत्तपत्रांमध्येही त्यावर बातम्या येणं बंद होण्याची त्यांना आशा होती. पाकिस्तानवर दबाव आणण्याचं ब्लड यांचं धोरण अमेरिकेने स्वीकारलं असतं, तर फारलॅन्ड यांनी राजीनामा दिला असता, अशी धमकी त्यांनी दिली. किसिंजर यांना पाठवलेल्या खासगी संदेशात ब्लड यांच्यावर टीका करताना ते म्हणतात, 'ढाका उपदूतावासातले बहुतेक सगळे अधिकारी या प्रश्नावरच्या उठावात सामील आहेत. इथल्या अमेरिकी रहिवाशांचं नेतृत्व त्यांनी गमावलं आहे. ढाक्यातून येणारे अहवाल अतिशय एकांगी आहेत.'

या सर्व चर्चेचा झालेला एकमेव स्पष्ट परिणाम म्हणजे आर्चर ब्लड यांच्या भावना दुखावल्या गेल्या. इस्लामाबादमधले त्यांचे सहकारी, राजनैतिक अधिकारी त्यांच्यावर विश्वास ठेवायला तयार नसल्याची जाणीव हळूहळू झाल्यानंतर ब्लड व्यथित झाले. स्वतःची भावी कारकिर्द वाचवण्याच्या प्रयत्नात त्यांनी सुचवलं की –ढाक्यातले, इस्लामाबादमधले आणि वॉशिंग्टनमधले – ते सर्व जण आता 'एकमतात' होते आणि अशा गोष्टींवरची चर्चा 'मित्रमंडळी आणि सहकारी यांच्याबरोबर बिअर पीत' करणं उत्तम होतं. कारण 'तुम्ही नैतिकदृष्ट्या कंगाल असून या वंशविच्छेदात तुमचा सहभाग आहे.' असं स्वतःच्या वरिष्ठांना त्यांनी नुकतंच सुनावलं असल्याने त्या मंडळींकडून ब्लड यांना अशा बैठकीसाठी बोलवलं जाण्याची शक्यता नव्हती.

इस्लामाबाद दूतावासात झालेल्या एका तणावपूर्ण बैठकीत एरिक ग्रिफेल आणि स्कॉट बुचर यांच्यासह स्वतःच्या म्हणण्यावर ब्लड ठाम राहिले; पण त्यामुळे त्यांचे सहकारी, राजनैतिक अधिकारी दुःखी झाल्याचं त्यांना आढळलं. नंतर ब्लड यांनी केलेल्या नोंदीनुसार, 'पूर्वी सन्माननीय असणारे माझे सहकारी फारच बदलले आहेत.' इस्लामाबाद दूतावासातला एक अधिकारी ढाकाभेटीसाठी आलेला असताना अत्याचाराबाबत सौम्य भूमिका घ्यायला लागला, तेव्हा ब्लड यांच्या रागाचा स्फोट झाला. या अधिकाऱ्याला त्यांनी ढाका विद्यापीठात नेऊन बंदुकीच्या गोळ्यांनी चाळणी झालेला जिना दाखवला. या जिन्याच्या तळाकडून मृतदेहांना येणारी गोडसर दुर्गंधी येत होती. खाली सडत असलेले मृतदेह त्यांनी पाहिले. चक्री वादळ आल्यानंतरही ज्याप्रमाणे "ते दृश्य इतकं वाईट दिसत नाही.'' असे उद्गार याह्या खान यांनी काढले होते, त्याच उद्गारांची आठवण या अधिकाऱ्याची

प्रतिक्रिया पाहिल्यानंतर ब्लड यांना झाली.

अमेरिकी परराष्ट्र मंत्रालय स्वतःच्या भूमिकेचे वेगवेगळे पदर निश्चित करत होतं. मात्र निक्सन आणि किसिंजर या चिंतनाला कवडीचीही किंमत देत नव्हते. चीनबरोबरच्या संपर्कात पाकिस्तान बजावणार असलेल्या भूमिकेमुळे पूर्व पाकिस्तानमधल्या हत्याकांडाबद्दल बोलण्याची त्यांची अनिच्छा अधिकच दृढ झाली होती. निक्सन म्हणाले, ''बरं झालं, आपण या पाकिस्तानच्या भानगडीत पडलो नाही. आपण खरोखर शहाणे ठरलो.'' त्यांना दुजोरा देऊन किसिंजर म्हणाले, ''पश्चिम पाकिस्तानविरुद्धच्या बोचऱ्या, तापदायक गोष्टींचा ढीग आता परराष्ट्र मंत्रालयाकडे तयार झाला आहे; पण अध्यक्ष महोदय, आपण असं काही करू नये असं मला वाटतं.'' ते मान्य करून निक्सन गुरगुरले, ''असं काहीही चालणार नाही. मी ते चालू देणार नाही.''

लोकशाहीविरुद्ध दारूगोळा

अमेरिका पाकिस्तानला करत असलेली लष्करी मदत हा सर्वांत अधिक बोचरा मुद्दा होता. ब्लड यांनी सातत्याने नोंद केल्यानुसार, पाकिस्तानी लष्कर बंगाली जनतेविरुद्ध अमेरिकी शस्त्रं मोठ्या प्रमाणावर वापरत होतं. याबाबतचा नवा तपशील ब्लड यांनी दिला आणि या वापराबद्दल कोणतीही शंका नसल्याचं ठाम प्रतिपादन केलं. या तपशिलानुसार एफ-८६ सेबर जेट लढाऊ विमानं, एम-२४ चॅफी रणगाडे आणि मशीनगन्स रोखलेल्या अमेरिकी जीप्स यांचा समावेश या शस्त्रांमध्ये होता.

पाकिस्तानला शस्त्रपुरवठा चालू ठेवला असता, तर होणाऱ्या परिणामांबाबत किसिंजर यांचे अधिकारी हॅरल्ड सॉन्डर्स आणि सॅम्युएल हॉस्किन्सन यांनी स्पष्ट शब्दांमध्ये भूमिका मांडली - ''आपण काहीही विधानं केली, तरी पूर्वेतल्या बहुमतातल्या नागरी लोकसंख्येविरुद्ध पश्चिम पाकिस्तान करत असलेल्या संघर्षाला आपण समर्थन देत असल्याचंच सगळं जग समजेल. आपण लष्करी पुरवठा थांबवला किंवा तो अगदी प्रलंबित किंवा धिमा केला, तरी ही कृती म्हणजे आपण या संघर्षाशी संबंधित नसल्याचा किमान संदेश पश्चिम पाकिस्तानमध्ये आणि जगात जाऊ शकेल. त्याचा कमाल परिणाम म्हणजे हे युद्ध थांबवण्याचा आपला प्रयत्न असल्याचं दिसेल.''

पाकिस्तानला करण्याच्या शस्त्रपुरवठ्यावरच व्हाइट हाउसने स्वतःचं लक्ष केंद्रित केलं आणि आयझनहॉवर प्रशासनाच्या काळापासून होत असलेल्या प्रचंड शस्त्रपुरवठ्यामधल्या केवळ अत्यल्प आणि नवीनतम पुरवठ्याबाबतच धोरणात्मक

निर्णय घेतला. एडवर्ड केनेडी यांच्या कार्यालयाने केलेल्या गणतीनुसार, पाकिस्तानमधल्या लष्करी साधनसामग्रीपैकी ८० टक्के सामग्री अमेरिकेतून आलेली होती. त्याउलट, परराष्ट्र मंत्रालयाने केलेल्या पोकळ दाव्यानुसार पाकिस्तान वापरत असलेल्या सामग्रीपैकी अर्ध्यापेक्षाही कमी अमेरिकी बनावटीची होती. कसाही हिशेब केला असता, तरी पाकिस्तानच्या एकूण शस्त्रसाठ्यापैकी हा हिस्सा लक्षणीय होता.

अमेरिकेने नुकतीच पुरवलेली शस्त्रास्त्रं बंगाली नागरी लोकसंख्येविरुद्ध पाकिस्तान वापरत असल्याबद्दल या संपूर्ण रक्तरंजित काळात व्हाइट हाउसतर्फे कोणतीही तक्रार करण्यात आली नाही. पूर्व पाकिस्तानमध्ये हिंसाचाराचं थैमान घालण्यासाठी पाकिस्तानी लष्कराला मोकळीक देण्याचं काम अमेरिकी शस्त्रसाठ्याने केलं. अर्थातच, अगदी ज्या प्रसंगी पाकिस्तानी सैन्य प्रत्यक्ष अमेरिकी रणगाडे किंवा लढाऊ विमानं वापरत नव्हतं, तेव्हाही पाकिस्तानमधल्या इतर भागांमध्ये उपलब्ध असलेल्या अमेरिकी शस्त्रास्त्रांमुळे पाकिस्तानी सैन्य तिथून सुटं होऊन पूर्व पाकिस्तानमध्ये हिंसा करायला मोकळं होत होतं. असं असूनही अमेरिकेने अगदी अलीकडे केलेल्या लष्करी मदतीचाच विचार व्हाइट हाउस करत होतं.

पाकिस्तानला नक्की किती शस्त्रास्त्रं द्यावी लागणार होती, याची आकडेवारी जमा करण्यासाठी व्हाइट हाउस धडपडत होतं. या आठवणीनेच हॉस्किन्सन शहारले. ते म्हणतात, “आम्ही कुठल्या शस्त्रास्त्रांचं देणं लागत होतो आणि कुठल्या नव्हतो यांबद्दलच्या चर्चा अखंड चालत होत्या. याबाबतचा नेमका अंदाज आम्हांला कधीच आला नाही. त्यामुळे वेड लागायची पाळी यायची. तुम्ही संरक्षण मंत्रालयाबरोबर (पेन्टागॉनबरोबर) चर्चा करत असता, तेव्हा जणू एखाद्या आरसेमहालात उभे असता. या चर्चा दलदलीसारख्या असतात. त्यांच्यातून कोणताही निष्कर्ष काढणं अशक्य असतं.”

समोर येणारा तपशील गोंधळून टाकणारा होता. पाकिस्तानने भारतावर १९६५ साली केलेल्या हल्ल्यानंतर पाकिस्तानला करायच्या शस्त्रपुरवठ्यावर घालण्यात आलेलं बंधन कायद्याच्या भाषेत अमेरिकेने तोपर्यंत उठवलेलं नव्हतं. मात्र निक्सन यांनी ऑक्टोबर १९७० मध्ये पाकिस्तानला पुन्हा मोठ्या प्रमाणावर शस्त्रपुरवठा सुरू केला होता आणि यासाठी अमेरिकेने निर्बंधांना ‘अपवाद’ केला होता. आयझनहॉवर यांच्या कारकिर्दीत पाकिस्तानला ज्याप्रमाणे प्रचंड प्रमाणात शस्त्रपुरवठा करण्यात येत असे, त्याचप्रमाणे निक्सन यांनीही हा पुरवठा सुरू केला. त्यामध्ये चिलखती सैनिकवाहू वाहनांचा, लढाऊ विमानांचा, बॉम्बफेकी विमानांचा

“याह्या खान यांच्यावर दबाव टाकू नका!” / १५९

आणि इतर बऱ्याच सामग्रीचा समावेश होता. यांपैकी कोणताही पुरवठा तोपर्यंत प्रत्यक्षात झाला नसला, तरी चिलखती गाड्यांसाठीचा इसारा पाकिस्तानने भरला होता आणि अन्य सामग्रीही लवकर मिळावी म्हणून हा देश उत्सुक होता. सॉन्डर्स यांनी केलेल्या आकडेमोडीनुसार, पाकिस्तानने सुमारे साडेचार कोटी डॉलर्स किमतीची लष्करी सामग्री अमेरिकेकडून मागवली होती. त्यात एक कोटी ऐंशी लाख डॉलर्सची घातक अस्त्रं, तीस लाख डॉलर्सचा दारूगोळा आणि एक कोटी ऐंशी लाख डॉलर्सचे सुटे भाग समाविष्ट होते. पायदळ आणि हवाई दल यांना कार्यरत ठेवण्यासाठी हे सुटे भाग अत्यावश्यक होते. तरीही पाकिस्तानला सुमारे तीन कोटी चार लाख डॉलर्सची युद्धसामग्री अपेक्षित असल्याचं किसिंजर यांनी थोडी सावध भूमिका घेऊन निक्सन यांना सांगितलं. ही खरेदी आदल्या काही वर्षांतली असून नजीकच्या काळात तरी प्रत्यक्षात होणारा पुरवठा कदाचित पाकिस्तानला अपेक्षित किमतीच्या अर्ध्या किमतीचा असणार असल्याची सारवासारव किसिंजर यांनी केली.

किसिंजर यांच्या या निर्णयामुळे ते मोठ्या प्रमाणात नकारात्मक प्रसिद्धीचे धनी होणार असल्याचं त्यांना माहीत होतं. त्या वेळीही पाकिस्तानला काही प्रमाणात दारूगोळा आणि सुटे भाग पुरवण्यात येत असल्याचा गौप्यस्फोट झाल्यापासून वर्तमानपत्रं खवळलेली होती. पाकिस्तानवर पुन्हा 'औपचारिक निर्बंध' लादण्याचं 'हेतुतः टाळलं असल्याचं' किसिंजरनी निक्सनना कळवलं. मात्र त्या घडीला पाकिस्तानला मोठ्या प्रमाणात शस्त्रपुरवठा करून होणारी नाचक्की टाळणं अमेरिकेसाठी आवश्यक ठरलं होतं. ह्याच वेळी अमेरिकेच्या दैवाचा फासा अनुकूल पडला आणि पाकिस्तानातला संकटाच्या काळात कोणताही मोठा पुरवठा करण्याची तारीख ठरलेली नसल्याचं निष्पन्न झालं. त्यामुळे या समस्येतून व्हाइट हाउसची सुटका झाली. त्याबाबत निक्सन यांना माहिती देताना किसिंजर म्हणाले, ''असा डोळ्यांत भरण्यासारखा शस्त्रसाठा पाकिस्तानमध्ये पोहोचला, तर 'आपल्या संवेदनाहीन वाटणाऱ्या भूमिकेमुळे' सेनेटमध्ये बहुमत असणाऱ्या डेमोक्रॅट्सना शस्त्रपुरवठ्यावर स्वतःचे निर्बंध घालण्यासाठी चिथावणी मिळेल.'' असे निर्बंध निक्सन प्रशासनाच्या कल्पनेबाहेर कठोर असले असते.

व्हाइट हाउस स्वतःसमोरच्या पर्यायांचा विचार करत असताना परराष्ट्र मंत्रालयाने व्हाइट हाउसला त्यापूर्वीच हरवलं असल्याचं संबंधितांच्या लक्षात आलं नाही. पूर्व पाकिस्तानमध्ये २५ मार्च रोजी गोळीबार सुरू झाल्यानंतर या मंत्रालयाने पाकिस्तानला होणाऱ्या सामग्रीपुरवठ्यावर लगेचच प्रशासकीय बंदी घातली होती. या बंदीबाबत व्हाइट हाउस कोणताही औपचारिक निर्णय घेईपर्यंतच ही बंदी कायम

राहणार होती, असं या बंदीचं स्वरूप होतं. "शस्त्रपुरवठ्याबाबत पाकिस्तानी लष्कर अत्यंत संतप्त होतं." असं तीनही दलांच्या प्रमुखांच्या समितीचे अध्यक्ष सांगतात.

परिणामी, कोणताही गाजावाजा न करता तीनशे चिलखती गाड्या आणि लढाऊ, तसंच बॉम्बफेकी विमानं अशा प्रमुख पुरवठ्यावर निलंबन लागू करण्यात आलं. आधीच निघालेला शस्त्रपुरवठा पाकिस्तानमध्ये हत्याकांडाच्या वेळेपर्यंतही पोहोचतच होता. "निर्बंध हा शब्द आम्हांला टाळायचा होता, कारण त्यातून ध्वनित होणारा राजकीय संदेश आम्हांला जाऊ द्यायचा नव्हता." असा खुलासा निक्सन यांच्याकडे करताना किसिंजर म्हणाले "म्हणून, 'निर्बंध' या शब्दाऐवजी 'प्रशासकीय गलथानपणा' ही संज्ञा वापरण्यात आली." डेमोक्रॅट्सना शांत करण्यासाठी किसिंजर मक्जॉर्ज बंडी यांना म्हणाले, "पाकिस्तानला 'थोडेसे सुटे भाग' पाठवण्यात येत आहेत, पण आणखी सुमारे सहा महिने तरी नवीन कोणताही पुरवठा ठरलेला नाही." मक्जॉर्ज बंडी हे राष्ट्राध्यक्ष जॉन केनेडी आणि नंतर लिंडन जॉन्सन यांच्या काळात राष्ट्रीय सुरक्षा सल्लागार होते. "आणखी काही महिने तरी या प्रसंगाला आपल्याला तोंड द्यावं लागणार नाही. आपण करणार असलेली विक्री आणि चालू असलेल्या वाटाघाटी या दोन्ही गोष्टी आम्ही लांबवणार आहोत."

पाकिस्तानला होणारा शस्त्रपुरवठा थांबवण्यासाठी निक्सन किंवा किसिंजर पाठिंबा देणार नसल्याचं किसिंजर यांनी स्पष्ट केलं होतं. वर्तमानपत्रांना चघळायला दुसरा विषय मिळेपर्यंत त्यांचं लक्ष वळवण्यासाठी केलेली ही तात्पुरती उपाययोजना होती. उदाहरणार्थ, चिलखती गाड्या मे १९७२ पर्यंत पुरवायच्या नव्हत्या, आणि याबाबतचा निर्णय लांबणीवर टाकतानाच किसिंजर त्यांची विक्री थांबवणारही नव्हते किंवा पाकिस्तानने दिलेली इसाऱ्याची रक्कम परतही करणार नव्हते. तांत्रिक मुद्दे काढून वेळ काढण्याची सूचना किसिंजरनी हाताखालच्या अधिकाऱ्यांना केली. काही शस्त्रास्त्रं पाकिस्तानमध्ये दिसू शकण्याची शक्यता संरक्षण खात्याच्या उपमंत्र्यांनी मान्य केली. ते म्हणाले, "यावर संसदेत आरडाओरड होईल आणि याचं खापर आपण मूर्ख संरक्षण मंत्रालयावर फोडू शकाल."

लष्करी पुरवठा काही प्रमाणात चालू राहिला. जुलै महिन्यात पाकिस्तानला २८,००० गोळ्यांच्या फैरी आणि बॉम्बचे काही भाग पुरवण्याचं पूर्वनियोजन केलेलं होतं. मात्र आता संसदेने या गोष्टीसाठी आक्षेप घेण्याची शक्यता असल्याचं निदर्शनास आणलं असता युद्धकक्षातल्या एका बैठकीत किसिंजर म्हणाले, "हा पुरवठा झाला नाही, तर याह्या खानबरोबरच्या संबंधांच्या संदर्भात आपल्याला याची मोठी किंमत मोजावी लागेल." 'कोणताही पुरवठा रोखून धरण्यापूर्वी' निक्सन यांनी त्याबाबत निःसंदिग्ध निर्णय घेण्याचा आग्रह किसिंजर यांनी धरला. "हे निक्सन

यांच्या धोरणाच्या नेमकं उलट असेल.'' असं सांगून किसिंजर म्हणाले, ''याह्या खान यांच्याबरोबर संघर्ष करण्याची त्यांना इच्छा नाही. पण जर ही शस्त्रं पूर्व पाकिस्तानमध्ये वापरली गेली, तर मात्र चित्र वेगळं असेल.'' प्रत्यक्षात मात्र रणगाड्यांचा किंवा लढाऊ विमानांचा वापर बंगालींविरुद्ध न करण्याविषयी अमेरिकेने पाकिस्तानला बजावलं नव्हतं.

जळून खाक झालेल्या शहरांचा पाकिस्तानी लष्कर पुन्हा ताबा घेत असल्याबद्दल निक्सन आणि किसिंजर यांना आनंद होत होता. बेकायदा ठरवलेल्या अवामी लीगच्या नेत्यांना दूर करून त्यांच्या जागी नवं सरकार स्थापन करण्याच्या हालचाली याह्या खान यांनी एप्रिलमध्ये सुरू केल्या, तेव्हा त्यांच्या लष्कराची चढाई चालूच होती. एकसंध पाकिस्तानबरोबर बांधिलकी असलेल्या आणि अवामी लीगचे टीकाकार असलेल्या बंगालींना, म्हणजेच निवडणूक हरलेल्यांना त्यांनी यासाठी पुढे केलं. याह्या खान यांच्याबरोबर हातमिळवणी करणाऱ्या कोकरासारख्या राजकीय नेत्यांचा ब्लड यांनी उपहास केला. बहुतेक बंगाली या नेत्यांकडे याह्यांच्या हातातलं बाहुलं म्हणून पाहत होते.

ही एका दीर्घकालीन नागरी युद्धाची केवळ पहिली पायरी असल्याचं ब्लड यांना जाणवलं. 'बंगाली गनीम सुसज्ज पाकिस्तानी लष्कराबरोबर थेट चकमकी करण्याचं टाळत असून नंतरच्या गनिमी काव्यासाठी ते त्यांची शक्ती राखून ठेवत आहेत.' असा अहवाल ब्लड यांनी पाठवला. ग्रामीण भागात युद्ध पेटत असताना खरी लढाई पावसाळ्यातच होणार असल्याचा त्यांचा होरा होता.

'या नागरी युद्धात कोण विजयी होणार?' याबद्दलची एक विचित्र चर्चा ब्लड एकदा इस्लामाबाद दूतावासात पोहोचले असताना झाली. तिथे त्यांना अत्यंत अनपेक्षितरीत्या चक यीगर हे आंतरराष्ट्रीय ख्यातीचे वैमानिक भेटले. ध्वनीच्या वेगापेक्षा अधिक वेगाने विमानं चालवण्याचा विक्रम त्यांच्या नावावर नोंदलेला होता. ब्लडप्रमाणेच पश्चिम व्हर्जिनिया भागातून आलेल्या आणि आता 'ब्रिगेडिअर जनरल' या हुद्द्यावर असलेल्या यीगर यांना अमेरिकी लष्कराचे प्रतिनिधी म्हणून नेमून घेण्यात जोसेफ फारलॅन्ड यशस्वी झाले. पाकिस्तानबद्दल काहीही माहिती नसल्याचं कबूल करणारे यीगर (यांच्यासाठी पाकिस्तान एक 'अत्यंत आदिम, क्रूर आणि मुस्लीम देश होता.') लवकरच पाकिस्तानी लष्कराचे कट्टर समर्थक बनले.

कोणतीही तयारी नसलेले बंगाली 'शिस्तबद्ध पाकिस्तानी लष्करासमोर कसे काय टिकू शकतील?' अशी औपरोधिक विचारणा यीगर यांनी ब्लड यांच्याकडे केली. 'तुम्ही लोक व्हिएतनाममधून काहीच शिकला नाहीत का?' असा उलट टोला लगावण्याची इच्छा ब्लड यांना झाली होती, पण त्यांनी स्वतःवर ताबा ठेवून

स्वतःच्या पदाला शोभेलसं उत्तर दिलं, “गनीम पाकिस्तानी लष्कराला थकवतील आणि संख्याबळातही भारी पडतील, तसंच भारतीय लष्कर पाकिस्तानी लष्कराला हा हा म्हणता चिरडून टाकेल.” पण असं बोलल्यानंतर ब्लड यांना नैराश्याचा जोरदार झटका आला आणि ते एकाकी असल्याची भावना त्यांच्यात निर्माण झाली.

कुठल्याही परिस्थितीत पाकिस्तानी लष्कराने एप्रिल महिनाभर केलेल्या चढायांमुळे याह्या खान पूर्व पाकिस्तानवर पुन्हा ताबा मिळवणार अशी निक्सन आणि किसिंजर यांची खात्री पटली. पुढच्या काळात रोनाल्ड रेगन यांचे परराष्ट्रमंत्री झालेले अ‍ॅलेक्झांडर हेग धीर देण्याच्या सुरात निक्सन यांना म्हणाले, “लढाई जवळपास संपली आहे. आता बऱ्यापैकी स्थैर्य निर्माण झालं आहे.” सी.आय.ए.च्या उपसंचालकांनी बंगाली बंडखोरी कोसळत असल्याचा अहवाल दिला. यामुळे फुशारलेल्या किसिंजर यांनी दीर्घकालीन युद्धाच्या शक्यतेबाबत विचारणा केली. बंगाली राष्ट्रवाद्यांनी असहकारितेची व्यापक जनाधार असलेली चळवळ सुरू केली असती आणि बंडखोरांचं सैन्य जमवलं असतं, तर परिस्थिती ‘अत्यंत बिकट’ झाली असती, हे मान्य करून किसिंजर म्हणाले, “पण तसं घडताना दिसलेलं नाही. पश्चिम पाकिस्तान सरस असल्याचं स्पष्टपणे दिसतं आहे. फक्त तीस हजार लोकांनी पंचाहत्तर लाख लोकांना नियंत्रणात ठेवणं शक्य नाही असं आपल्याला वाटत होतं. मला वाटतं, हा पाश्चिमात्य दृष्टीकोन आहे; पण सात कोटी पाच लाख लोक संघटित झाले नाहीत आणि लढले नाहीत, तर परिस्थिती वेगळी असेल.” निक्सन यांच्याबरोबर खासगीत झालेल्या चर्चेत अगदी उलट भूमिका किसिंजरनी घेतली होती. मात्र त्याचा उल्लेख त्यांनी गाळला.

निक्सन यांच्याप्रति कृतज्ञता व्यक्त करण्यासाठी याह्या खान यांना शब्द अपुरे पडत होते. याह्या खाननी निक्सनना लिहिलेल्या एका भावपूर्ण संदेशात निक्सन अमेरिकी जनदबाव सहन करत असल्याबद्दल त्यांच्याप्रति संवेदना व्यक्त करून याह्या खान यांनी अत्याचारांची वर्णनं म्हणजे भारताने पिकवलेल्या कंड्या असल्याचं ठासून सांगितलं. हे संकट म्हणजे ‘अंतर्गत प्रश्न’ असून त्याचं निराकरण पाकिस्तान सरकारने करणं आवश्यक असल्याची भूमिका निक्सननी घेतल्याबद्दल याह्या खान यांनी ‘अतीव समाधान’ व्यक्त केलं होतं.

ही निश्चितच किसिंजर यांचीही भूमिका होती. पाकिस्तानच्या सार्वभौमत्वाबद्दल केलेली क्षुल्लक अपमानास्पद मल्लिनाथीही ते सहन करू शकत नव्हते. ‘अमेरिकेची धान्यमदत ग्रामीण भागातल्या बंगालींना देण्यात येईल.’ असं वचन याह्या खान यांनी देण्याविषयी सुचवण्यात आलं असता, “हे पश्चिम पाकिस्तानच्या सार्वभौमत्वाच्या संकल्पनेसाठी एक गंभीर आव्हान ठरेल.” अशा

शब्दांमध्ये किसिंजर यांनी स्वतःची प्रतिक्रिया व्यक्त केली. ते म्हणाले, ''अमेरिकेत झालेल्या यादवी युद्धात ब्रिटिशांनी लिंकन यांना अन्नधान्य देऊ करावं, पण ते ॲलबामातल्या लोकांना खायला घालण्यासाठी वापरण्याची अट त्यांना घातल्यानंतर जी परिस्थिती उद्भवेल, त्या परिस्थितीशी या सूचनेची तुलना करता येईल.''

इतरांच्या दृष्टीने मात्र याह्या खान अब्राहम लिंकन यांच्यापेक्षाही तिसरे किंग जॉर्ज यांच्यासारखे अधिक वाटत होते. एका वार्ताहराशी बोलताना किटिंग म्हणाले, ''राष्ट्रीय सार्वभौमत्वाच्या संकल्पनेचा 'अतिरेक' होतो आहे.'' (यावर किटिंगनी तोंड बंद ठेवण्याविषयी परराष्ट्र मंत्रालयाने त्यांना बजावलं.) पाकिस्तानच्या सार्वभौम सीमेत याह्या खान त्यांना हवं ते करू शकत होते, हे ब्लडना आणि त्यांच्या उपदूतावासाला मान्य नव्हतं. मुक्त वातावरणात झालेली निवडणूक रद्द करणं किंवा स्वतःच्याच नागरिकांना ठार मारणं हे मान्य करायला ब्लडनी आणि त्यांच्या सहकाऱ्यांनी नकार दिला. त्यांचा प्रश्न होता - 'याह्या खान यांची घटनाबाह्य लष्करी कायद्याची राजवट कितपत कायदेशीर आहे? (याह्या खान यांना किती मतं मिळाली?)' 'वसाहतवाद-विरोधी' बंगाली संघर्षाचं स्वागत करून ब्लडनी त्याची तुलना अमेरिकेतल्या क्रांतीबरोबर केली. ब्लड यांच्या सहकाऱ्यांच्या नोंदीनुसार, 'स्वतःचं भवितव्य निश्चित करण्यात त्यांना सहभागी व्हायचं आहे. आपले पूर्वजसुद्धा अशाच आदर्शांसाठी लढले होते.'

मानवी हक्कांचा विषय काढणारा आणखी एक प्रशासकीय अधिकारी होता आणि त्याचा भविष्यकाळ उज्ज्वल होता. त्याचं नाव होतं जॉर्ज एच. डब्ल्यू. बुश. ते त्या वेळी संयुक्त राष्ट्रसंघात अमेरिकेचे राजदूत होते. मानवी हक्कांसंदर्भात पाकिस्तानच्या कर्तबगारीवर टीका करण्याची भारताला परवानगी देण्याविषयी राष्ट्रसंघाच्या एका व्यासपीठावर भावी राष्ट्राध्यक्षांच्या पथकाने असा युक्तिवाद केला होता - ''त्याचं कारण म्हणजे मानवी हक्कांचा प्रश्न अंतर्गत सीमा ओलांडून मुक्तपणे चर्चिला जाणं ही आपली परंपरा आहे. विशेषतः सोव्हिएत संघराज्याने आणि अरबांनी ज्यू लोकांवर केलेल्या अत्याचारांबाबतच्या प्रश्नावर तर चर्चा व्हायलाच हवी.'' बुश म्हणाले, ''अमेरिकेतल्या अंतर्गत परिस्थितीवर टीका करण्याच्या इतरांच्या अधिकारावर आम्ही कधीही आक्षेप घेतलेला नाही, कारण एक मुक्त समाज म्हणून आमची धोरणं तपासणीसाठी खुली आहेत.'' या प्रतिपादनाला तात्त्विक किनार असली, तरी निक्सन किंवा किसिंजर यांच्याशी बुश यांनी विरोध पत्करण्याची शक्यता नव्हती. बंगाली मृतांची संख्या तीस हजार ते दहा लाख यादरम्यान असल्याचं अनुमान भारत सरकारने काढल्याचा अहवाल बुश यांच्या कार्यालयाने बुशकडे नुकताच पाठवला होता. त्याचप्रमाणे राष्ट्रसंघातले तारतम्य

असलेले भारतीय राजदूत सुमारे एक लाख लोक मरण पावल्याचं सांगत होते. म्हणजेच पूर्व पाकिस्तानमध्ये काहीतरी भीषण घडत असल्याची माहिती असूनही बुश यांनी बंगाली जनतेबद्दल 'चिंता' व्यक्त करणाऱ्या अधिकृत भित्रट धोरणाच्या चौकटीबाहेर जाऊन काहीही म्हणण्याचा प्रयत्न केला नाही.

अमेरिकी धोरणाचा पंचनामा करण्याचा बुश यांच्यापेक्षा काहीसा धीट, पण तरीही मवाळ प्रयत्न हॅरल्ड सॉन्डर्स यांनी केला. परराष्ट्र मंत्रालयाकडून आणि ब्लडकडून, तसंच इतरांकडून येणाऱ्या संतप्त तक्रारी झेलल्याचं सांगून हॅरल्ड म्हणतात, ''परराष्ट्र मंत्रालयातल्या कर्मचाऱ्यांबरोबर माझं निकटचं साहचार्य होतं. प्रत्यक्ष घटनाक्षेत्रात काम करणाऱ्या लोकांबरोबर त्यांचा अधिक जवळचा संपर्क होता. त्यांच्या तीव्र भावना मला समजत होत्या; आणि मला वाटतं, मी त्यांच्याबरोबर सहमत होतो.''

'दूर, इस्लामाबादमध्ये मर्यादित साधनसंपत्ती असणाऱ्या सरकारपासून बंगाली जनता स्वतःला मुक्त करून घेईल आणि अगदी निश्चित विजयी होईल.' अशी भूमिका सॉन्डर्स आणि हॉस्किन्सन यांनी घेतली. एक मुक्त निवडणूक जिंकणाऱ्या बहुमताला चिरडून टाकण्यासाठी पश्चिम पाकिस्तानमधल्या लष्करी राजवटीने कत्तलींचा अवलंब केल्याबद्दल अमेरिकी जनतेने या राजवटीची घृणा केली असती, असं सॉन्डर्स आणि हॉस्किन्सन यांना वाटत होतं. किसिंजर यांची धोरणविषयक संवेदनशीलता लक्षात घेऊन सॉन्डर्स यांनी नंतर लगेचच भारताच्या बाजूने वास्तववादी राजकीय विचारप्रणालीला अनुसरून युक्तिवाद केला – ''जर अमेरिकी राष्ट्राचे हितसंबंध केवळ इतर राष्ट्रांबरोबरच्या सत्तासमतोलाच्या संदर्भात जपायचे असतील, तर आणि अमेरिकेला एखाद्या राष्ट्राची निवड करणं भाग असेल; तर अमेरिकेने भारतातल्या आणि पूर्व पाकिस्तानमधल्या साठ कोटी लोकांशी मैत्री करून सहा कोटींची लोकसंख्या असलेल्या पाकिस्तानला तुलनात्मक भौगोलिक एकाकी अवस्थेत सोडून देणं तर्कशास्त्राला धरून असेल.'' पण किसिंजर अचल राहिले. ''पूर्व पाकिस्तानमध्ये कुणावर प्रभाव टाकण्याचा आपला प्रयत्न आहे?''

सॉन्डर्स यांनी १९ एप्रिल रोजी किसिंजर यांना एक टिपण पाठवलं. त्याचं शीर्षक काहीसं अनोखं होतं – 'पाकिस्तान – आपल्यासमोरच्या पर्यायांबाबत वैयक्तिक मत'. 'याह्या खान यांचा लष्करी विजय होईल.' या किसिंजर यांच्या अपेक्षेला आव्हान देऊन पाकिस्तानची शकलं होणं अनिवार्य असल्याचं सॉन्डर्सनी स्पष्ट शब्दांमध्ये जाहीर केलं. (गुप्तचर विभागाच्या एका विश्लेषणात या भविष्यवाणीला दुजोरा मिळाला. बंगाली उठाव शमवणं लष्कराला साध्य होण्याची शक्यता नसल्याचं त्यात म्हटलं होतं.) पूर्व पाकिस्तानला स्वायत्तता देण्याच्या दृष्टीने

''याह्या खान यांच्यावर दबाव टाकू नका!'' / १६५

याह्या खान यांना हळूहळू उद्युक्त करतानाच या विनाशक यादवी युद्धातून त्यांनी माघार घ्यावी म्हणून त्यांचं मन वळवण्याची सॉन्डर्स यांची इच्छा होती. ब्लड यांच्याप्रमाणे मदत बंद करण्याची धमकी देण्याऐवजी पाकिस्तानी सदिच्छेवर भरवसा ठेवणारे सॉन्डर्स त्यांच्या टिप्पणीत म्हणाले, 'आपण अमुक काहीतरी केलंच पाहिजे, असं मी याह्या यांना सांगणार नाही. माझं सांगणं म्हणजे एका मित्राला व्यवहार्य आणि सन्मान्य तोडगा सुचवून अडचणीतून बाहेर काढण्याचा प्रयत्न आहे.' हॉस्किन्सन यांच्याबरोबर संयुक्तपणे तयार केलेल्या एका सादरीकरणात सॉन्डर्स अधिक स्पष्टवक्ते भासत होते. ते म्हणाले, ''अमेरिकेच्या पाकिस्तानवरच्या दबावामुळे याह्या खान यांच्याबरोबरचे आपले संबंधही टिकतील. तसंच पाकिस्तानला आणि आपल्यालाही खड्ड्यात जाण्यापासून वाचवण्याचा गंभीर प्रयत्न होऊ शकेल.''

या संयमी प्रतिपादनामुळेही किसिंजर त्यांच्या भूमिकेपासून ढळले नाहीत. 'स्वतःच्या देशाचा कारभार कसा करावा हे इतर राष्ट्रप्रमुखांना अमेरिकेने सांगू नये.' या भूमिकेला किसिंजर चिकटून राहिले. ''त्यामुळे त्यांनी हा युक्तिवाद स्वीकारला नाही.'' असं स्पष्ट करून सॉन्डर्स त्या घटनाक्रमाचं पुनरावलोकन करताना म्हणतात, ''तेव्हा त्यांच्यासाठी चीन हा विषय सर्वोच्च प्राधान्याचा होता.''

त्या दिवशी युद्धकक्षात झालेल्या बैठकीत पाकिस्तानवर दबाव टाकण्यासाठी किसिंजर विरोध करत असताना सॉन्डर्सना मौन पाळावं लागलं. पाकिस्तानची लष्करी मदत किंवा विकासकर्जं रद्द करण्यासारखे प्रस्ताव धुडकावून लावताना ''यामुळे आपले याह्या खान यांच्याबरोबरचे संबंध फारच बिघडतील.'' अशी भूमिका किसिंजर यांनी घेतली. याह्या खान यांना थेट सामोरं जाण्यासाठी ठामपणाने विरोध करताना ते म्हणाले, ''पश्चिम पाकिस्तानच्या सैनिकांच्या पाशवी वर्तणुकीबद्दल आपली भूमिका काहीही असली; तरी आपण पश्चिम पाकिस्तानबरोबर संघर्ष केला, तर त्यामुळे भारताचाच फायदा होईल.''

याह्या खान यांच्याबद्दल निक्सनना 'विशेष आत्मीयता असल्याचं' किसिंजर ज्येष्ठ अधिकाऱ्यांना सतत सांगत होते. याचा उल्लेख करताना निक्सन आणि याह्या यांच्या मैत्रीत पाचर मारणं किती कठीण होतं, हेच किसिंजर प्रत्येक वेळी अधोरेखित करत होते. ते म्हणाले, ''याह्या खान यांच्याबरोबर आपलं नातं खास असल्याचं निक्सनना वाटतं. याह्या खान यांच्याबरोबर संघर्ष करण्यासाठी निक्सन अतिशय अनुत्सुक असतील. या अनिच्छेवर मात करणं शक्य होईल, पण या स्तरावर आपण ते करू शकत नाही.'' आपण राष्ट्राध्यक्षांकडे जात असल्याचं सांगून किसिंजर यांनी बैठक संपवली. याचा अर्थ युद्धकक्षातल्या प्रत्येकाला समजत होता.

चीनचे पंतप्रधान चाऊ एन लाय यांनी २१ एप्रिल रोजी याह्या खान यांच्यामार्फत पाठवलेल्या संदेशामुळे चीन आणि अमेरिका यांचे संबंध प्रस्थापित होण्याचा श्रीगणेशा झाला. किसिंजर, रॉजर्स किंवा खुद्द निक्सन यांनी बीजिंगला भेट देण्यासाठी म्हणून हे निमंत्रण होतं. 'याह्या खान यांच्या सौजन्याने सर्व व्यवस्था पूर्ण करता येतील.' असं चाऊ एन लाय यांनी सुचवलं होतं.

हा संदेश येताच चीनबरोबर संपर्क साधण्याच्या इतर सर्व माध्यमांना व्हाइट हाउसने विराम दिला. बुखारेस्ट, वॉर्सा आणि पॅरिस यांच्यामार्फत कार्यरत असणारी संपर्कयंत्रणा बंद करण्यात आली. किसिंजर यांनी सेन्तेनी यांना आणखी एक पत्र लिहिलं होतं. तो पत्रव्यवहारही थांबवण्यात आला. रोमानियाचं सरकार विश्वसनीय नसल्याचा किसिंजर यांचा समज होता, अशी आठवण सॉन्डर्स सांगतात. लॉर्ड यांच्या म्हणण्यानुसार, कोणत्याही कम्युनिस्ट राष्ट्रावर चिनी नेतृत्वाचा विश्वास नव्हता. त्याचप्रमाणे ते अमेरिकेचा स्नेही असलेल्या फ्रान्सवरही अवंलबून राहायला तयार नव्हते.

येऊ घातलेल्या विजयी दौऱ्यामुळे निक्सन आणि किसिंजर अत्यंत आनंदित झाले होते. त्यामुळे "व्हिएतनाम युद्ध यंदाच संपेल." असं किसिंजरनी निक्सनना सांगितलं. या दोघांनी परराष्ट्र मंत्रालयाला अंधारातच ठेवलं. मानव-अधिकारांबाबत बोलण्याचा भारताचा हक्क अबाधित ठेवण्याची तरफदारी करणारे आणि अमेरिकेचे भावी राष्ट्राध्यक्ष जॉर्ज बुश यांना बीजिंगला पाठवण्याची सूचना निक्सन यांनी करताच किसिंजर यांनी अतिशय भेदक प्रतिक्रिया व्यक्त केली. ते म्हणाले, "बिलकूल नाही! बुश फारच नरम असून पुरेसे कसलेले नाहीत." किसिंजर यांना ही कामगिरी स्वतःसाठीच हवी होती.

चीनबरोबरच्या गुप्त वाटाघाटींच्या संदर्भात याह्या सरकार कितपत उपयुक्त ठरलं असतं, याचं मूल्यमापन करण्याची जबाबदारी विन्स्टन लॉर्ड यांच्यावर होती. किसिंजर यांना पाठवलेल्या टिप्पणीत काहीसं संकोचून ते म्हणतात, 'आपण पाकिस्तानलाही दूर लोटू शकत नाही आणि भारताच्या संवेदनांकडे, पाकिस्तानी लष्कराच्या अत्याचारांकडे, तसंच कालांतराने एक स्वतंत्र राष्ट्र म्हणून बांगला देश उदयाला येण्याबाबत जवळपास सर्व निरीक्षकांच्या असणाऱ्या एकमताकडे दुर्लक्षही करू शकत नाही.'

पण याह्या खान यांची व्हाइट हाउसकडून पुन्हा प्रशंसा करण्यात आली. निक्सन प्रशासन स्वतःचं पाकिस्तानविषयक धोरण निश्चित करत असताना, बरोबर त्याच वेळी याह्या खान यांच्या रूपाने चीनबरोबर संपर्काचं माध्यम सक्रिय झालं होतं. किसिंजर निक्सन यांना म्हणाले, "याह्या खान यांनी चाऊ एन लाय यांचा

संदेश आपल्याला पाठवला आहे. त्यात असं म्हटलं आहे की, एका राष्ट्राध्यक्षाकडून दुसऱ्या राष्ट्राध्यक्षाच्या मार्फत तिसऱ्या एका राष्ट्राध्यक्षाला थेट संदेश प्राप्त होण्याची ही आमची पहिलीच वेळ आहे.'' या शब्दप्रयोगाने निक्सन यांना एवढी मोहिनी घातली की, ते उर्वरित आयुष्यात त्याचा उच्चार वारंवार करत राहिले. एवढचं नव्हे, ते म्हणाले, ''राजीनामा देण्यापूर्वी व्हाइट हाउसच्या त्या शेवटच्या अंधारमय रात्रीसुद्धा हे शब्दप्रयोग माझ्या मनात घुमत होते.''

आर्चर ब्लड यांचा तो ऐतिहासिक अहवाल म्हणजे असह्य अवज्ञा असल्याची बोच निक्सन आणि किसिंजर यांच्या मनांत कायम राहिली. मात्र ब्लड यांनी पाठवलेले अहवाल किंवा त्यांच्या उपदूतावासाने केलेली पूर्व पाकिस्तानची तरफदारी यांचा या दोघांवर अमीट असा प्रभाव अजिबात पडला नाही. पाकिस्तानमधला रक्तपात चालू असताना महिन्याभरातच निक्सन प्रशासनाने स्वतःचं पाकिस्तानविषयक धोरण व्हाइट हाउसच्या एकांतात निश्चित केलं. किंचित माघार घेऊन याह्या खान यांचा पाठिंबा कायम ठेवण्याविषयी किसिंजर यांनी निक्सन यांना सुचवलं.

वेगवेगळ्या सरकारांवर अंकुश ठेवण्यावर किसिंजर यांचा गाढ विश्वास होता. निक्सन यांना ते एकदा म्हणाले होते, ''दबावाखाली किंवा तो टाकण्याच्या क्षमतेच्या जोरावर तुम्ही अनेक गोष्टी करून घेऊ शकता. आत्तापर्यंत आपल्याला पाहिजे म्हणून किंवा आपण सज्जन आहोत म्हणून आपल्यासाठी कुणीही काहीही केलेलं नाही.'' पण पाकिस्तानवर असा कोणताही दबाब टाकणं त्यांनी टाळलं. विशेष म्हणजे याच काळात अमेरिका स्वतःचं राजनैतिक, आर्थिक आणि लष्करी साहाय्य पाकिस्तानला देत राहिली. किसिंजरच्या मते, ही मदत 'तुलनेने छोटी' असून तिला 'लाक्षणिक महत्त्व' होतं. अमेरिकेच्या प्रभावाला मर्यादा जरूर होती, पण त्याचा वापर करण्याचा विचारही किसिंजर यांनी केला नाही.

पाकिस्तान एकसंध राष्ट्र म्हणून टिकण्याबद्दल बोलायलाही ते संकोचत होते. बंडखोरांना लवकर चिरडून टाकण्यात यश मिळालं असतं; तरी 'व्यापक असंतोष आणि द्वेष' यांचा ज्वालामुखी पूर्व पाकिस्तानमध्ये धगधगत राहिला असता, हेसुद्धा किसिंजर यांना मान्य होतं. तरीही त्यांनी निक्सन यांना थोडीफार आशा दाखवली – बंगाली राष्ट्रवादी प्रतिकार अत्यंत दुबळा होता. तसंच पुरेशा शस्त्रास्त्रांच्या अभावी पाकिस्तानी लष्कर बहुधा लवकरच शहरांवर पुन्हा नियंत्रण प्रस्थापित करण्याची शक्यता असल्याचं किसिंजरनी निक्सनना सांगितलं.

वाटाघाटींच्या मार्गाने याह्या खान यांनी युद्ध समाप्तीसाठी तडजोड घडवून आणावी म्हणून अमेरिकेने मदत करण्याचा प्रयत्न करण्याची याह्या खान यांनी

शिफारस केली. कागदावर तरी हा पर्याय अत्यंत टोकाचा दिसत नव्हता (वॉशिंग्टनच्या परंपरेनुसार, या शिफारशीत त्यांनी आणखी दोन पर्यायांचा समावेश केला होता. त्यांपैकी एक पूर्णपणे पाकिस्तानच्या बाजूचा होता, तर दुसरा बांगला देशासाठी अनुकूल होता); पण त्यांच्या शिफारशीची बारकाईने तपासणी केल्यानंतर याह्या खान यांना मजबूत पाठिंबा मिळणार हे स्पष्ट होत होतं. ब्लड यांना अपेक्षित असलेली कोणतीही तातडीची कारवाई या शिफारशींमध्ये अंतर्भूत नव्हती. पाकिस्तानवर दबाव आणण्यासाठी अमेरिका पाकिस्तानची मदत रोखून धरणार नव्हती ('पश्चिम पाकिस्तानींनी स्वतःच वाटाघाटी करून एखादा तोडगा काढण्याची संधी त्यांना देण्यात आल्यानंतर या पर्यायावर विचार करण्यात येईल.' असं अमेरिकेने त्या शिफारशीत नमूद केलं आहे). याउलट, अमेरिकेने पाकिस्तानला तातडीची आर्थिक मदत दिली; आणि जागतिक बँक तसंच आंतरराष्ट्रीय नाणेनिधी यांच्याकडूनही मदत व्हावी म्हणून पाठिंबा दिला.

अमेरिकेच्या धोरणनिश्चितीत, 'माणसांच्या कत्तली' हा एक घटक असावा, असं किसिंजर यांनी कदापि सुचवलं नव्हतं; अगदी याह्या खान यांच्या अविश्वसनीयतेचा आणि अविवेकीपणाचा निदर्शक म्हणूनही या घटकाचं सूचन धोरणनिश्चितीत नव्हतं. त्याचप्रमाणे अमेरिकेने केलेल्या प्रचंड शस्त्रपुरवठ्यातल्या हत्यारांचा नागरिकांविरुद्ध जो वापर झाला, त्या वापराविरुद्ध तक्रार करण्याचा विषयही किसिंजरनी कधी काढला नाही. त्याऐवजी त्यांनी शस्त्रं किंवा सामग्री यांच्या भावी पुरवठ्याचाच विचार केला. पाकिस्तानकडे तेव्हा उपलब्ध असलेल्या अमेरिकी शस्त्रास्त्रांच्या तुलनेत हा भावी साठा क्षुल्लक असणार होता. याचं कारण म्हणजे काँग्रेसची खप्पामर्जी ओढवून न घेता शक्य ती मदत करण्याची किसिंजरची इच्छा होती – ''प्राणघातक नसणारी सामग्री आणि सुटे भाग यांचा पुरेशा प्रमाणात पुरवठा चालू ठेवायचा आणि त्याद्वारे आपण लष्करी साहाय्यात कपात करत असल्याचा याह्या खान यांचा ग्रह होऊ द्यायचा नाही. मात्र त्याच वेळी 'पाकिस्तानची सगळीच मदत बंद व्हावी.' अशी भूमिका घ्यायला काँग्रेसला भाग पाडू शकणाऱ्या अधिक वादग्रस्त सामग्रीची रसद थांबवायची.''

अखेर या दोन्ही पर्यायांना काहीच अर्थ नव्हता. किसिंजरनी शिफारस केलेल्या पर्यायावर निक्सननी निमूटपणे स्वाक्षरी केली. 'पश्चिम पाकिस्तानला दाबण्यासाठी कोणतीही पावलं उचलली जाऊ नयेत.' अशा स्वरूपाचा आदेश नोकरशाहीच्या कुरापतींना मुरड घालण्यासाठी काढण्याची सूचना किसिंजर यांनी निक्सन यांना केली. पुन्हा एकदा किसिंजर यांच्या शिकवणीनुसार पाकिस्तानला पूर्ण पाठिंबा देण्याच्या पर्यायावर शिक्कामोर्तब करताना निक्सन यांनी शेरा मारला,

“सर्वांच्या माहितीसाठी – याह्या खान यांच्यावर दबाव टाकू नका.” निक्सन यांनी ‘नका’ हा शब्द तीनदा अधोरेखित केला.

‘ढाक्यातला माथेफिरू’

सरकारविरुद्ध गौप्यस्फोट करणारे किंवा मतभेद दर्शवणारे लोक रिचर्ड निक्सन यांना अजिबात सहन होत नसत. त्यांच्या प्रशासनाने औपचारिकरीत्या मतभेद दर्शवण्यासाठी यंत्रणा तयार केली असली, तरी त्यांच्या धोरणाविरुद्ध जाण्याचं धाडस दाखवणाऱ्यांसाठी त्यांच्याकडे बिलकूल सहनशीलता नव्हती. याबाबत ते एकदा म्हणाले, “आम्ही कुणाचीही हकालपट्टी करत नाही. आमच्या गांडीवर लाथ घालणाऱ्या हराम्यांना आम्ही बढती देतो… पण एखाद्या अधिकाऱ्याने मुद्दाम आमची खोडी काढली, तर मात्र आम्ही त्याला बघून घेऊ… आमच्या विरुद्ध असणाऱ्या, खासकरून परराष्ट्र मंत्रालयातल्या ठेंगूंना आम्ही बघून घेऊ.” दुसऱ्या एका प्रसंगी स्वतःच्या कर्मचाऱ्यांशी बोलताना ते म्हणाले की, थेट त्यांच्याकडे मतभेद व्यक्त करणारी टिप्पणी पाठवली असती, तर तिचं स्वागतच झालं असतं; पण पुढच्याच क्षणी ते उपरोधाने म्हणाले, “अशी टिप्पणी माझ्याकडे येताच आणि तिच्यावर अतिगोपनीय असा शिक्का मारताच ती सगळ्या वर्तमानपत्रांपर्यंत पोहोचेल याची खात्री बाळगा.”

जून महिन्यात मंत्रीमंडळासमोर बोलताना निक्सन म्हणाले, “आपण शूरवीर असल्याचं दाखवण्याची इच्छा असणारे अनेक छोटे लोक आपल्यात आहेत.” न्यू यॉर्क टाइम्समधून संरक्षण खात्याशी संबंधित गोपनीय कागदपत्रं प्रसिद्ध करणारे लष्करविषयक विश्लेषक डॅनियल एल्सबर्ग यांच्यासारख्यांची निक्सनना घृणा होती. सदसद्विवेकबुद्धीचं उघड प्रदर्शन करणाऱ्यांबाबत त्यांना दयामाया नव्हती. मंत्रीमंडळासमोर ते म्हणाले, “जनसंपर्क कसा राखावा, माझं व्यक्तिमत्त्व कसं असावं, एक सद्गृहस्थ म्हणून मी कसं वागावं आणि व्हाइट हाउसमध्ये नृत्य का करावं यांबाबत मला भरपूर सल्ले मिळत असतात. म्हणून मी तसं करूनही बघितलं; पण ते माझ्या स्वभावात बसत नाही हे याद राखा.”

किसिंजरनी निक्सनना चिथावणी देताना सांगितलं, “राष्ट्राध्यक्ष महोदय, यावरून आपण दुर्बल असल्याचं दिसतं. अशा गौप्यस्फोटांमुळे हळूहळू, पण पद्धतशीरपणे आपण नष्ट होत आहोत… परराष्ट्र धोरण राबवण्याबाबत आपली क्षमता यामुळे संपून जाईल.” निक्सन संतापाच्या भरात कायद्याचं उल्लंघन करायलाही तयार होते. “आपला सामना एका वैऱ्याशी आहे; षड्यंत्राशी आहे.” निक्सन व्हाइट हाउसचे कर्मचारिप्रमुख एच. आर. हाल्डेमन यांना म्हणाले. निक्सन

म्हणाले, ‘‘आपले विरोधक हवी ती साधनं वापरत आहेत. आता आपणही पाहिजे ती हत्यारं वापरणार आहोत. समजलं की नाही?’’ निक्सननी यासाठी एक कंपू तयार केला. ‘प्लम्बर्स’ या नावाने तो कुप्रसिद्ध होता. सरकारमधून गोपनीय बातम्या फोडणाऱ्यांचा शोध घेण्याची कामगिरी या लोकांवर सोपवण्यात आली. एल्सबर्ग यांच्या बदनामीची मोहीम सुरू करण्याकरता लागणारी सामग्री हस्तगत करण्यासाठी द ब्रुकिंग्स इन्स्टिट्यूटमध्ये आणि एल्सबर्ग यांच्या मानसोपचारतज्ज्ञाच्या कार्यालयामध्ये घुसखोरी करण्यासाठी कुणालातरी पाठवण्याचा आदेश निक्सननी हाल्डेमनना दिला. ते म्हणाले, ‘‘हे सोडून देता येणार नाही. तो ज्यू (एल्सबर्ग) ही चोरी करून मोकाट राहू शकणार नाही.’’

‘आपण टीकेला सामोरं जाऊ शकतो.’ असा देखावा किसिंजरनी स्वतःच्या प्राध्यापकी पार्श्वभूमीच्या जोरावर निर्माण केला होता, पण सरकारमधून होणाऱ्या गौप्यस्फोटांचा ते तिरस्कार करत. एका चिनी शिष्टमंडळाला त्यांनी सांगितलं होतं, ‘‘आमची नोकरशाही नेहमीच एका स्वरात बोलत नाही... एका स्वरात न बोलणारे सामान्यतः न्यूयॉर्क टाइम्सबरोबर बोलतात.’’ परराष्ट्र मंत्रालयातली किसिंजरची दादागिरी अशा थराला पोहोचली होती की, त्यांना आव्हान देणारं कुणीही उरलं नव्हतं. अतिशय नालस्ती झालेला मंत्रालयातला एक अधिकारी त्यांना चिडून म्हणाला, ‘‘तुम्ही आम्हांला धमकी देण्याची किंवा दहशत घालण्याची गरज नाही. या इमारतीतल्या अनेक लोकांना तुम्ही इतकं घाबरवून सोडू शकता की, जी माहिती तुमच्या कानांवर पडणं आवश्यक आहे; तीही तुम्हांला कुणीही सांगू धजणार नाही.’’

त्यामुळे आर्चर ब्लड यांच्या अहवालाला व्हाइट हाउसमधून तिखट प्रत्युत्तर मिळालं. या अहवालामधल्या मतभेद व्यक्त करण्याच्या धाडसी कृतीने किसिंजर यांच्या स्मृतीमध्ये घर केलं होतं. ‘‘ढाक्यामधला राजदूतावास आणि इस्लामाबादमधला वाणिज्य दूत परस्परांबरोबर लढण्यात गुंतले आहेत.’’ (किसिंजरची दोन्ही ठिकाणच्या नेमणुकांमध्ये गफलत झाली होती.) किसिंजर एकदा निक्सन यांच्याबरोबर खासगीत बोलताना ब्लड यांचा धिक्कार करत म्हणाले, ‘‘हा ढाक्यातला माथेफिरू बंड करून उठला आहे.’’

यावर निक्सनयुगाला साजेसा एक उपाय होता – ब्लड यांची हकालपट्टी. याबाबत हॉस्किन्सन म्हणतात, ‘‘वेगवेगळ्या पदांवरच्या, निक्सनना न आवडणाऱ्या लोकांना निक्सननी त्या-त्या पदांवरून दूर केलं होतं; पण त्या काळाच्या संदर्भात हे सगळं नैसर्गिक भासलं.’’

निक्सननी याह्या खान यांच्यावर दबाव न टाकण्याचा निर्णय एप्रिलच्या

अखेरीला घेतल्यानंतर ब्लड यांची ढाका उपदूतावासातून उचलबांगडी करण्यात आली. ब्लडना ढाक्यातून इतरत्र पाठवण्याचा निर्णय 'अत्युच्च स्तरावर' झाला असल्याची खबर ब्लडना इस्लामाबादमधल्या राजदूतांनी दिली. घरी जाण्यासाठी आणि पुन्हा परराष्ट्र मंत्रालयात बदली होण्यासाठी विनंती अर्ज सादर करण्याची सूचना त्यांना करण्यात आली. थोडक्यात, ढाकामधल्या 'महावाणिज्य दूत' या पदावरून त्यांची अपमानास्पदरीत्या हकालपट्टी करण्यात आली होती.

स्कॉट बुचर उपहासाने म्हणाले, ''उपद्रवी शक्तींना घराबाहेर काढण्याची ही मोहीम होती.'' बंगाली राष्ट्रवादी निर्देशकांसाठी पाकिस्तानी लष्कराने 'उपद्रवी शक्ती' हा शब्द वापरला असल्याचा संदर्भ बुचर यांच्या विधानाला होता. त्या स्फोटक अहवालानंतरही ब्लड इतके दिवस टिकले होते, हेच आश्चर्य असल्याची प्रतिक्रिया हॉस्किन्सननी व्यक्त केली. मतभेद व्यक्त करणारा अहवाल पाठवल्यानंतर हे घडणार असल्याची अपेक्षा ब्लड यांना असली, तरी ते प्रत्यक्ष घडणं ब्लडसाठी 'एखाद्या आघातासारखं' होतं. ब्लड यांनी पूर्व पाकिस्तामधल्या परिस्थितीच्या केलेल्या मूल्यमापनावर ब्लडच्या सहकारी राजनैतिक अधिकाऱ्यांनी प्रश्नचिन्ह उपस्थित करणं, हे ब्लड यांच्यासाठी विशेषत्वाने क्लेशदायक होतं. त्यांच्या कारकिर्दीतला हा एक प्रतिकूल काळ होता. ''मी रसातळाला गेलो होतो.'' असं ते नंतर म्हणाले.

व्हाइट हाउसमधल्या या सर्व घडामोडी हॉस्किन्सन आणि सॉन्डर्स कातर होऊन पाहत होते. ब्लड यांच्याबद्दल आदराने बोलताना सॉन्डर्स म्हणाले, ''त्यांनी ही जबाबदारी घेतली आणि तिची किंमतही चुकती केली.'' हॉस्किन्सन म्हणाले, ''हे प्रकरण आमच्या कक्षेबाहेरचं होतं. किसिंजरनी ठरवलं आणि ब्लड बाहेर फेकले गेले. 'तुम्ही हे का केलंत?' असं आम्ही किसिंजरना विचारू शकत नव्हतो. कदाचित राष्ट्राध्यक्षांना ब्लड यांना बाहेर काढावं असं वाटलं असेल. आपण ब्लड यांच्या बाजूला फार असल्याचं वाटू नये अशी सगळ्यांची इच्छा होती. याबाबतीत माझी स्थिती नेहमीच काहीशी नाजूक होती.''

ब्लड यांच्याबाबत सॉन्डर्स म्हणतात, ''ते परराष्ट्र सेवेतले एक प्रामाणिक अधिकारी होते आणि त्यांना या क्षेत्रातला अनुभव होता. या प्रश्नावर तातडीने काम करण्याची गरज त्यांना वाटत होती. किसिंजर यांच्या आठ वर्षांच्या सत्ताकाळात परराष्ट्र सेवेबाबत किसिंजरना विलक्षण आदर निर्माण झाला होता. मात्र व्हाइट हाउसमधली जबाबदारी मिळाल्यानंतर या सेवेतले धोरणकर्ते त्यांना अकारण मानवतावादी असल्यासारखे दिसायला लागले. किसिंजरना अभिप्रेत असल्याप्रमाणे हे धोरणकर्ते वास्तववादी राजकारणाचे पाईक नव्हते हा त्यांचा पूर्वग्रह होता,

गैरसमज होता. मतभेद व्यक्त करणाऱ्यांना किसिंजर कशा प्रकारे प्रतिसाद देत, याबाबत अजिबात भ्रम न बाळगणारे सॉन्डर्स म्हणतात, "स्पष्टपणे बोलणाऱ्या लोकांबद्दल त्यांची भावना काय असे, हे मला ठाऊक आहे. त्यांच्यापैकी बहुतेकांबाबत ते फारसे सहिष्णू नव्हते."

ब्लडची हकालपट्टी करण्यात आल्याचं सांगण्यात आल्यानंतर ब्लड यांनी हिंदूंवर होणाऱ्या अत्याचारांबाबतचा त्यांचा अंतिम अहवाल धाडला; पण आता त्यांची अवस्था दात पडलेल्या सापासारखी झाली होती. ते ढाक्यातून निघण्यापूर्वीच हर्बर्ट स्पिवॅक या दुसऱ्या एका राजनैतिक अधिकाऱ्याने पूर्व पाकिस्तानविषयक अहवाल पाठवायला सुरुवात केली होती. विशेष म्हणजे ब्लड यांच्या त्या अहवालावर स्पिवॅक यांनी सही केली नव्हती. "स्पिवॅक हे अधिक परंपरावादी व्यक्तिमत्त्वाचे होते." एरिक ग्रिफेल म्हणतात. (जनरल जेकब यांच्या मते, स्पिवॅक एक विदूषक होते.) ग्रिफेल यांच्या मते, "आमचे नवीन प्रमुख म्हणजे ब्लडपेक्षा पूर्णपणे वेगळं व्यक्तिमत्त्व होतं. या प्रश्नात ते भावनिकदृष्ट्या गुंतलेले नव्हते. आम्ही सगळे जण मात्र तसे गुंतलेले होतो. स्पिवॅक हे जुन्या पठडीतले नोकरशहा होते. त्यामुळे ढाक्यातून जाणारे अहवाल फारच सौम्य झाले. त्याचप्रमाणे उपदूतावासापुरतं बोलायचं झालं, तर आम्ही लढाई हरलो होतो हे आम्हां सर्वांना कळून चुकलं होतं."

उपदूतावासातल्या कर्मचाऱ्यांबाबतीत निक्सन आणि किसिंजर यांचं काय मत झालं होतं, याचा नेमका तर्क त्या वेळी ढाका उपदूतावासातल्या कुणालाही करता आला नसता; पण ब्लड यांचं वर्णन किसिंजर यांनी 'ढाक्यातला माथेफिरू' असं केल्याचं ऐकून हसायला लागलेले ग्रिफेल म्हणतात, "आर्चर ब्लडपेक्षा कमी माथेफिरू असणारे जगात मोजकेच लोक असतील. ब्लड यांच्या बाबतीतली एक लक्षणीय बाब म्हणजे ते परराष्ट्र मंत्रालयाचं उत्पादन होते; अत्यंत निष्ठावान अधिकारी होते. राजकीय अर्थाने नसला, तरी अत्यंत परंपरावादी मनुष्य!"

ओव्हल ऑफिसमधल्या चर्चेबाबत ऐकल्यावर स्कॉट बुचर उसळून म्हणतात, "हे ठार चूक आहे. आमच्या क्षमतेबद्दल त्यांनी सतत कित्येक अनुद्गार काढले आहेत. मात्र प्रत्यक्ष काय चालू होतं, हे आम्हांला समजत होतं. आर्चर ब्लड यांचं अनुमान अचूक होतं. मी ओव्हल ऑफिसचा निषेध करतो." मेग ब्लड म्हणतात, "ते असा निर्णय घेणार हे आम्हांला कधीच समजलं होतं. ब्लड हा प्रामाणिक आणि निष्ठावान अधिकारी असल्याच्या वस्तुस्थितीकडे ते दुर्लक्ष करणार हे आम्हांला ठाऊक होतं."

ग्रिफेल म्हणतात, "ब्लड यांनी हे केलं नसतं, तर एका वेगळ्या अर्थाने ते

त्यांचं अधःपतन ठरलं असतं; आणि कदाचित ती परिस्थिती यापेक्षाही वाईट असू शकली असती. मी म्हणतो ते प्रत्येकाला लागू होणारही नाही, पण ब्लड यांच्यासारख्या माणसासाठी स्वतःची कारकिर्द नष्ट होण्यापेक्षाही अधिक वाईट शक्यता असू शकते. ज्या शब्दांना अचूक अर्थ नसेल, ते वापरणं मला आवडत नाही; पण ब्लड स्वाभिमानी होते. त्यांनी हे केलं नसतं, तर स्वतःबद्दलचा अभिमान त्यांनी स्वतःच्याच नजरेत गमावला असता.''

८. विस्थापितांचा लोंढा

पलायन करणाऱ्या माणसांचा तो लोंढा पाहून बायबलमधल्या एक्झोडसच्या घटनेची आठवण आल्याचं न्यूयॉर्क टाइम्सचा वार्ताहर सिडनी शेनबर्ग सांगतो.

व्हिएतनाम आणि कम्बोडिया इथल्या युद्धांची भीषणता पाहून टणक बनलेल्या शेनबर्गलासुद्धा भारतात पलायन करणाऱ्या लक्षावधी लोकांचा लोंढा आठवला की तो निःशब्द होतो. तो म्हणतो, "तुमच्या मनाला एक प्रकारची बधिरता येते. तुमची संवेदना एक तर गोठून जाते किंवा स्वतःचे अश्रू तुम्ही आवरू शकत नाही." भारताकडे जाणाऱ्या त्या सर्व रस्त्यांवर अपरिमित प्राणहानी झालेली होती. "पूर्व पाकिस्तानमध्ये राहताना या लोकांना दूषित पाणी आणि त्यातले जंतू पचवण्याची सवय झालेली होती, पण त्यांना वेगळ्या प्रकारचे जंतू असलेलं वेगळ्या प्रकारचं पाणी पिणं अचानक भाग पडत होतं. त्यांच्यावर कॉलऱ्याने घाला घातला होता. आमच्या सभोवती माणसं मरत होती. रस्त्याच्या कडेला बांबूच्या झावळ्यांनी आच्छादलेलं शव कुणीतरी सोडून दिलेलं होतं आणि एक गिधाड त्या झावळ्या दूर करून त्या शवाचे लचके तोडण्याचा प्रयत्न करत असल्याचं दृश्य आम्हांला दिसत होतं. एखाद्या शाळेच्या मैदानात एक आई तिचं मूल मरताना पाहत असल्याचं दिसत होतं. ते मूल तिच्या मांडीवरच होतं. त्याचा जीव खोकूनखोकून गेला होता. या सर्वांनी नरकयातना भोगल्या." हे वर्णन करतानाही शेनबर्गला स्वतःच्या भावनांवर नियंत्रण ठेवणं कठीण जात होतं.

भारतात येणाऱ्या लोंढ्याचं अवलोकन करण्यासाठी मेजर जनरल जेकब सीमेवर गेले. काही वर्षांपूर्वीच झालेल्या फाळणीच्या काळातलं महाप्रचंड स्थलांतर त्या वेळी त्यांच्या डोळ्यासमोर येणं अपरिहार्य होतं. "हे दृश्य भयानक आणि तेवढंच हृदयद्रावक होतं." असं जेकब म्हणतात. भारताचे माजी परराष्ट्रमंत्री आणि एके काळचे लष्करी अधिकारी जसवंत सिंग म्हणतात, "मानवी दुःखाचा हा क्रूर आविष्कार होता. जणू काही आम्ही पुन्हा फाळणीच्या काळातच गेलो होतो."

स्वतःच्याच दरिद्री आणि आजारलेल्या कोट्यवधी लोकांची गरज पूर्ण करण्यासाठी असमर्थ असलेल्या भारतासारख्या गरीब देशाला पूर्व पाकिस्तानींच्या

अन्न, निवारा आणि औषधोपचार यांच्या सतत वाढत जाणाऱ्या मागण्या पूर्ण करणं शक्य नव्हतं. पावसाळा तोंडावर येत असतानाच एप्रिलच्या अखेरीला आलेला विस्थापितांचा लोंढा म्हणजे सार्वजनिक आरोग्याच्या बाबतीत निर्माण झालेलं गंभीर आव्हान होतं. भारताने घाईघाईत निर्वासित छावण्या उभारल्या. अशा प्रत्येक छावणीत सुमारे ४०,००० विस्थापितांची सोय करण्यात आली होती. या छावण्या आणि अवामी लीगचं नेतृत्व यांची सांगड घालताना इंदिरा गांधी सरकारने थोडाफार सामाजिक अभिसरणाचा प्रयोगही केला. भारतातल्या निधर्मी जीवनप्रणालीनुसार, हिंदू आणि मुस्लीम विस्थापित एकत्र ठेवण्यात आले. निर्वासितांचा नेमका आकडा मोजणं अशक्य असलं, तरी भारताच्या अनुमानानुसार, मेअखेरीस सुमारे दोन कोटी लोकांना आश्रय देण्यात आला होता आणि दररोज अंदाजे ५०,००० विस्थापित येतच होते.

सीमेवरच्या त्रिपुरा या विस्थापितग्रस्त राज्याच्या नायब राज्यपालांनी या समस्येच्या विकराळ स्वरूपाबद्दल इंदिरा गांधींना इशारा दिला. स्वतःच्या पत्रात ते म्हणतात, 'इकडचं जनजीवन पूर्णपणे विसकळीत करण्याच्या हेतूने शक्य तेवढ्या लोकांना भारतीय हद्दीत ढकलण्याचं पाकिस्तानी लष्कराचं उद्दिष्ट आता स्पष्ट झालं आहे.' त्रिपुरा राज्य शासन शाळांमध्ये आणि वेड्यावाकड्या तात्पुरत्या निवाऱ्यांमध्ये निर्वासितांच्या राहण्याची सोय करत होतं. जास्तीतजास्त सुमारे ५०,००० विस्थापितांची सोय करणं त्यांना शक्य होतं, पण त्यापूर्वीच त्याच्या दुप्पट संख्येत विस्थापित येऊन पोहोचले होते. जीवनावश्यक वस्तूंचा पुरेसा पुरवठा करण्यासाठी रस्त्यांची आणि रेल्वेची यंत्रणा पुरी पडत नव्हती. त्यातच सर्व वस्तूंच्या किमती वाढत असल्याने गरीब जनतेला त्याचा मोठा फटका बसत होता.

या लोंढ्यामुळे भारत सरकारवरचा जनदबाव आणखी वाढला. भारतीय पत्रकार सीमाभागाकडे धावले आणि निर्वासितांच्या हृदय पिळवटून टाकणाऱ्या कहाण्या छापून त्यांनी वाचकवर्गाला सुन्न करून सोडलं. त्रिपुरामधून वृत्तसंकलन करणाऱ्या एका वर्तमानपत्राने एकूण मानवी लाटेबद्दल सांगण्याऐवजी वेगवेगळ्या व्यक्तींवर लक्ष केंद्रित करून त्यांच्या जीवनकहाण्या दाखवल्या. अत्यंत गरीब शेतकरी भांडीकुंडी विकताना दाखवले, कारण त्यांच्याकडे तेवढंच शिल्लक होतं. उच्चशिक्षित वकील आणि वास्तुरचनाकार पाकिस्तानी सैनिकांना चुकवून पळताना दाखवले. त्याचप्रमाणे डझनभर चित्रपटांसाठी करार केलेली एक चित्रपट अभिनेत्री इतर सर्वांप्रमाणेच चिखल तुडवत दोन दिवस सुरक्षेच्या शोधात असलेली दाखवण्यात आली.

प्रत्येक स्तरावरचे भारतीय संतापाने खदखदत होते. सामान्यतः चेहरा

निर्विकार ठेवू शकणारे परराष्ट्रमंत्री स्वर्ण सिंग यांनी त्यांच्या मंत्रालयातल्या अधिकाऱ्यांना संतप्त सुरात सांगितलं, ''एखाद्या देशावर आक्रमण करणाऱ्या सेनेविरुद्ध सर्वसाधारणपणे वापरण्यात येणाऱ्या तोफखाना, रणगाडे, स्वयंचलित हत्यारं, उखळी तोफा आणि विमानं इत्यादी साधनांचा वापर केला गेला आहे आणि फार मोठ्या प्रमाणात लोकांना ठार करण्यात आलं आहे. नागरिकांना वेचून संपवण्यात आलं आहे. विद्यापीठातल्या मुलींचा विनयभंग किंवा त्यांच्यावर बलात्कार करण्यात आला आहे. अवामी लीगच्या नेत्यांना आणि त्यांच्या समर्थकांना खेचून बाहेर काढण्यात आलं आहे आणि त्यानंतर विशेषतः हिंदू-बहुसंख्य वस्त्यांमध्ये अत्याचार करण्यात आले आहेत.'' चिंताग्रस्त पी. एन. हक्सर त्यांच्या टिप्पणीत ते म्हणतात, 'पूर्व बंगालमधल्या हत्याकांडामुळे आमच्या जनतेच्या भावना अत्यंत क्षुब्ध झाल्या आहेत. भारत सरकार या संतप्त भावनांना आवर घालण्याचा प्रयत्न करत असलं, तरी ते आम्हांला अत्यंत कठीण जातं आहे. याचं कारण म्हणजे करोडो लोकांनी स्वतःचं घरदार सोडून आमच्या देशात आश्रय घ्यावा म्हणून पाकिस्तानने चालवलेली पद्धतशीर मोहीम!'

हक्सर म्हणतात, ''यापेक्षाही चिंतेची बाब म्हणजे या विस्थापितांमुळे पश्चिम बंगाल, आसाम आणि त्रिपुरा या ज्वलंत प्रदेशांमध्ये सामाजिक तणाव आणि धार्मिक संघर्ष होण्याचं भय! सीमेवरच्या या राज्यांनी १९४७च्या फाळणीनंतर निर्वासितांच्या लाटा सामावून घेतल्या होत्या. त्यामुळे अगोदरच ती दारिद्र्यग्रस्त आणि अतिशय अस्थिर होती. या भागात डावे क्रांतिकारक आणि नक्षलवादी असल्याने भारत सरकारच्या चिंतेत भर पडली होती.'' पूर्व बंगालमध्ये लोकेच्छा दाबून टाकण्यात येत असल्याने हक्सर यांनी एका गुप्त टिप्पणीत म्हटलं होतं, 'राजकारणातली अतिरेकी तत्त्वं याचा लाभ निश्चितपणे घेतील. आपल्या पश्चिम बंगालमधल्या समस्या पाहता, दोन्हींकडच्या बंगालमधल्या कट्टरतावाद्यांनी परस्परांशी संधान सांधण्याचा धोका खरोखर आपल्यासमोर आहे.'

भारत सरकारने स्वतःच्या जनतेपासून एक कुरूप वास्तव लपवण्यासाठी पंतप्रधान इंदिरा गांधी यांच्यापासून अगदी खालच्या स्तरावरच्या अधिकाऱ्यांपर्यंत सगळ्यांमार्फत आटापिटा केला. ते वास्तव म्हणजे अधिकृत आकडेवारीनुसार, जवळपास ९० टक्के निर्वासित हिंदू होते.

ही चमत्कारिक परिस्थिती निर्माण होण्याचं कारण म्हणजे पूर्व पाकिस्तानमधल्या हिंदूंवर साधण्यात आलेला निशाणा! याचंच वर्णन आर्चर ब्लडनी आणि त्यांच्या सहकाऱ्यांनी 'वंशविच्छेद' असं करून त्याचा निषेध केला होता. पूर्व पाकिस्तानमधली केवळ १६ ते १७ टक्के लोकसंख्या हिंदू होती; पण हे

अल्पसंख्य निर्वासितांच्या लोंढ्यात बहुसंख्य होते. निर्वासितांपैकी ५३,३०,००० हिंदू असल्याची; ४,४३,००० मुस्लीम असल्याची; आणि दीड लाख इतरधर्मीय असल्याची गोपनीय नोंद जूनच्या मध्यापर्यंत भारत सरकारतर्फे करण्यात आली. हे हिंदू कधीही परत जाण्यासाठी तयार होणार नसल्याची भारतातल्या अनेक राजनैतिक अधिकाऱ्यांना खात्री होती.

निर्वासितांच्या पहिल्या लाटेत बंगाली मुस्लिमांची संख्या मोठी होती, पण एप्रिलच्या मध्यात पाकिस्तान हिंदूंना पद्धतशीरपणे बाहेर फेकत असल्याचा निष्कर्ष समोर आल्याची नोंद इंदिरा गांधींच्या एका वरिष्ठ अधिकाऱ्याने केली. या नोंदीनुसार, भारत सरकारची खासगी स्तरावर अशी खात्री झाली होती की, हिंदूंना कोटींच्या संख्येने देशाबाहेर काढून पाकिस्तानमधली बंगाली लोकसंख्या बहुमतात राहू नये अशी परिस्थिती निर्माण करण्याचा आणि त्यायोगे एक राजकीय शक्ती म्हणून अवामी लीगचं अस्तित्व नष्ट करण्याचा पाकिस्तानचा डाव होता. 'भोळ्याभाबड्या बंगाली मुस्लिमांना स्वायत्ततेची मागणी करण्याच्या चुकीच्या मार्गाने नेणारा 'कपटी हिंदू' ठरवून त्या आधारावर हिंदूंना देशाबाहेर काढण्याचा' हा कट होता.

मात्र हे कटू वास्तव भारत सरकारने स्वतःच्या लोकांपासून प्रयत्नपूर्वक लपवलं. लंडनमध्ये भारतीय राजनैतिक अधिकाऱ्यांसमोर बोलताना स्वर्ण सिंग म्हणाले, "भारतात ही वस्तुस्थिती लपवण्याचा प्रयत्न आम्ही केला असला, तरी परकीयांसमोर याबाबतची आकडेवारी सादर करताना आम्हांला कोणताही संकोच वाटत नाही." (सिडनी शेनबर्ग आणि केनेडी प्रशासनाने नेमलेले भारतातले राजदूत जॉन केनेथ गालब्रेथ या दोघांनी ही वस्तुस्थिती न्यूयॉर्क टाइम्समधून ठळकपणे मांडली.) देशहितासाठी वस्तुस्थितीला काहीशी मुरड घालण्याचा सल्ला स्वतःच्या अधिकाऱ्यांना देणारे स्वर्ण सिंग म्हणाले, ''या घटनेला भारत-पाकिस्तान किंवा हिंदू-मुस्लीम संघर्षाचं रूप देणं आपण टाळलं पाहिजे. दमनचक्राचा आघात झालेल्या निर्वासितांमध्ये मुस्लिमांखेरीज बौद्ध आणि ख्रिश्चनही असल्याचं आपण नजरेस आणून दिलं पाहिजे.'' 'हिंदू, मुस्लीम, बौद्ध आणि ख्रिश्चन असे वेगवेगळ्या धर्मांचे निर्वासित भारतात आले असल्याचा' काहीसा दिशाभूल करणारा उल्लेख स्वतःच्या एका प्रमुख भाषणात इंदिरा गांधींनी केला.

लोकांसमोर ढळढळीत सत्य मांडलं असतं, तर स्वतःच्याच देशात हिंदूविरुद्ध मुस्लीम अशी दुफळी माजण्याचं भय भारत सरकारला वाटत होतं. भारतात सुमारे सात कोटी मुस्लीम नागरिक होते. स्वर्ण सिंग यांच्या म्हणण्यानुसार, बदल्याच्या भावनेने होऊ शकणाऱ्या धार्मिक संघर्षाची भीती सरकारला सर्वाधिक

छळत होती. भारताने बंगाली हिंदूंचा उल्लेख करण्याचं टाळलं, कारण भारत त्यांचा कायमस्वरूपी स्वीकार करण्यासाठी इच्छुक असल्याचं भारताला पाकिस्तानला सूचित करायचं नव्हतं. त्याचप्रमाणे जनसंघातल्या आक्रमक हिंदू राष्ट्रवादी तत्त्वांना अधिक दारूगोळा पुरवण्याची भारतीय अधिकाऱ्यांची इच्छा नव्हती. मॉस्कोतले भारतीय राजदूत डी. पी. धर यांनी 'हिंदूंची वेचून कत्तल करण्याच्या पाकिस्तानच्या पूर्वनियोजित धोरणाबद्दल' खेद व्यक्त केला, पण 'जनसंघासारख्या उजव्या विचारसरणीच्या, प्रतिगामी, उग्र राष्ट्रवादी पक्षाकडून' आगलावं राजकारण होण्याची भीती व्यक्त करून ते म्हणतात, ''त्या परिस्थितीचा हा पैलू भारतात प्रसिद्ध होऊ नये, यासाठी आम्ही कसोशीने प्रयत्न करत होतो.''

पाकिस्तान वंशविच्छेद करत असल्याचा आरोप इंदिरा गांधींचे अधिकारी उघडपणाने करायला लागले. इस्लामाबादमधल्या भारतीय दूतावासातल्या अधिकाऱ्यांनी पूर्व बंगालमधल्या हत्याकांडाबाबत गुप्तपणाने लिखाण केलं. धर यांनी पाकिस्तानच्या 'कत्तल आणि वंशविच्छेद' धोरणाचा धिक्कार केला. मात्र आर्चर ब्लड यांनी केलेला निषेध आणि भारतीय अधिकाऱ्यांकडून व्यक्त होत असलेला निषेध यांच्यात गुणात्मक फरक होता. प्रामुख्याने हिंदूंवर होणाऱ्या अत्याचारांवर विसंबून राहण्याऐवजी बंगालीभाषक लोकसमूह नष्ट होत असल्याच्या वास्तवावर प्रकाशझोत कायम ठेवण्याचा भारताचा प्रयत्न होता. पाकिस्तानमध्ये बंगाली फार झाल्यामुळे निवडणूक हरल्याबद्दल पाकिस्तानी सेनाधिकारी 'पूर्व बंगालच्या एकंदर लोकसंख्येतच कपात घडवून' पाकिस्तानमध्ये बंगालीभाषक बहुसंख्य राहूच नयेत अशा प्रयत्नात असल्याचा युक्तिवाद भारतीय परराष्ट्र मंत्रालयातर्फे करण्यात आला.

नेहरूवादी

या बंगाली उठावाला पाठिंबा दिल्यामुळे भारतासमोर एक चमत्कारिक वैचारिक समस्या निर्माण झाली. नेहरूंच्या काळापासून भारतीय परराष्ट्र धोरणाचा गाभा असणारं एक तत्त्व म्हणजे इतर देशांच्या अंतर्गत घडामोडींमध्ये लुडबुड न करणं. प्रचंड किंमत देऊन ब्रिटिश साम्राज्याकडून मिळवलेल्या भारतीय राष्ट्रीय सार्वभौमत्वाच्या अत्युच्च संरक्षणासाठी नेहरूंच्या व्यापक धोरणाचा हा एक भाग होता. या आधारावर सार्वभौम पाकिस्तानच्या एका भागातल्या हस्तक्षेपाचं समर्थन भारत कसं करू शकणार होता?

नेहरूवादात न्हाऊन निघालेल्या हक्सर यांनी कत्तल सुरू झाल्यानंतर लगेचच केलेल्या नोंदीनुसार, 'बांगला देशाच्या जनतेप्रती आम्हांला वाटत असणारी

सहानुभूती स्वाभाविक असली, तरी एक देश म्हणून भारताने सावधपणाने वागलं पाहिजे. पाकिस्तान हा एक देशच असून तो संयुक्त राष्ट्रसंघाचा सदस्य आहे. त्यामुळे पाकिस्तानच्या अंतर्गत घडामोडींमधला बाह्य हस्तक्षेप आपल्या बाजूने बहुतांश देश समजून घेणार नाहीत किंवा त्यांच्या सदिच्छाही आपल्याला लाभणार नाहीत.'

याहून एक कमी उदात्त उद्देशही होता – पूर्व पाकिस्तानमधल्या फुटीरतावादाचं स्वागत करताना त्याचं काश्मीरमध्ये दमन करणं भारतासाठी अवघड होतं. जम्मू आणि काश्मीर राज्यांमधल्या मुसलमानांमध्ये पाकिस्तान फुटीरतावाद जागृत करण्याचा प्रयत्न करत असल्याचा आरोप भारत दीर्घ काळ करत होता. भारताच्या ताब्यातल्या काश्मीरच्या भागात 'फुटीरतावादाचा प्रचार करणं बेकायदेशीर असल्याचं' हक्सर यांनी काहीशा अस्वस्थपणाने इंदिरा गांधींच्या निदर्शनास आणून दिलं होतं. काश्मीरमधल्या फुटीरतावादी संघटनांवर बंदी होती आणि त्यांना निवडणुकीत भाग घेण्याची परवानगी नव्हती. त्या संदर्भात हक्सर यांनी खासगीत केलेल्या युक्तिवादानुसार, "काश्मीरबाबत आपण सातत्याने घेतलेल्या भूमिकेवर प्रश्नचिन्ह निर्माण होऊ शकेल, असं काहीही आपण जाहीरपणे म्हणता कामा नये किंवा करताही कामा नये, याबद्दल आपण काळजी घेतली पाहिजे. 'आम्ही काश्मीर भारतातून फुटू देणार नाही आणि तिथे घडणारी प्रत्येक बाब हा भारताचा अंतर्गत मामला असेल; त्याबाबत कोणताही बाह्य हस्तक्षेप आम्ही खपवून घेणार नाही.' असं आपण काश्मीरबाबत म्हटलं आहे." बळाच्या जोरावर भारत काश्मीरमधल्या जनतेचं दमन करत असल्याचा प्रत्यारोप होऊ शकण्याची भीती धर यांना वाटत होती.

पूर्व पाकिस्तानमध्ये गोळ्यांच्या फैरी झडत असताना नेहरूवादातल्या उदात्त तत्त्वांचं पालन भारत करू शकणार नसल्याचं भारतीय अधिकाऱ्यांच्या लक्षात आलं. व्यवहारवाद म्हणून ते अशक्य ठरलं असतं आणि देशांतर्गत राजकारणासाठी ती महाआपत्ती ठरली असती, असं त्यांना वाटत होतं. पाकिस्तानच्या सीमेच्या अंतर्गत पाकिस्तान काय करत होतं, याबद्दल टीका करणं अयोग्य असलं; तरी संतप्त भारतीय जनतेने या प्रथेला मूठमाती दिली होती. जहाल नेते जयप्रकाश नारायण यांनी जाहीर केलं होतं, "पाकिस्तानमध्ये जे काही घडतं आहे, ते म्हणजे पाकिस्तानची अंतर्गत बाब निश्चितच नव्हे." कत्तलींनंतर काही दिवसांनीच बोलताना संयुक्त राष्ट्रसंघातले भारतीय राजदूत म्हणाले, "तिथलं मानवी यातनांचं प्रमाण एवढं आहे की, आता हा प्रश्न म्हणजे एकट्या पाकिस्तानची अंतर्गत बाब राहिलेली नाही." पाकिस्तानमध्ये मानवाधिकारांचं उल्लंघन होत असल्याची तक्रार

भारताने संयुक्त राष्ट्रसंघाच्या एका यंत्रणेकडे मांडली असता हा बाह्य हस्तक्षेप असल्याबद्दलचा निषेध पाकिस्तानने व्यक्त केला.

भारत सरकारने 'वंशविच्छेद' म्हणून ज्या घटनाचक्राचा उल्लेख केला होता, त्याचा प्रतिकार करण्यासाठी एखादं उपयुक्त वैचारिक समर्थन शोधण्याचा प्रयत्न अनेक महिने चालू होता. 'पश्चिम बंगालमधल्या घडामोडी कायद्याच्या आणि न्यायाच्या दृष्टीने पाकिस्तानचा अंतर्गत मामला असल्याची भूमिका घेणं स्वाभाविक आहे. भारतात मात्र एवढ्या थंडपणे अलिप्त राहण्याची भूमिका टिकू शकत नाही. दररोज होणाऱ्या अत्याचारांविरुद्ध भारतात सार्वत्रिक घृणा निर्माण झाली आहे.' अशी घोषणा इंदिरा गांधींनी करावी म्हणून हक्सर यांनी केलेला प्रयत्न यशस्वी झाला नाही. मात्र त्यापुढे एक पाऊल जाऊन जयप्रकाश नारायण यांनी हस्तक्षेप न करण्याची संकल्पना 'काल्पनिक' म्हणून मोडीत काढली, कारण महाशक्ती दुर्बल राष्ट्रांमध्ये कायमच हस्तक्षेप करत आल्या होत्या. ''पाषाणहृदयी महाशक्तींप्रमाणे भूमिका न घेता; मानवता, स्वातंत्र्य, लोकशाही आणि न्याय यांच्या रक्षणासाठी भारत हस्तक्षेप करेल.'' अशी बाजू त्यांनी मांडली. केंद्रीय गृह विभागाचे तत्कालीन राज्यमंत्री के. सी. पंत म्हणतात, ''राष्ट्रीय सार्वभौमत्वाचं वर्णन तुम्ही कसं करता, यावर राष्ट्रीय सार्वभौमत्व अवलंबून आहे. ज्या देशातल्या लोकांनी व्यवस्था नाकारली आहे, तिथलं राष्ट्रीय सार्वभौमत्व; आणि ज्या देशातलं सरकार तसंच राजकीय प्रणाली यांचा स्वीकार लोकांनी केला आहे, तिथलं राष्ट्रीय सार्वभौमत्व; यांच्यात फरक आहे.''

यासाठी एक ऐतिहासिक दाखला लागू पडू शकत होता. महात्मा गांधी यांनी त्यांच्या तारुण्यात दक्षिण आफ्रिकेतल्या गोऱ्या वर्चस्ववादाविरुद्ध सुप्रसिद्ध लढा उभारला होता. नंतर नेहरूंनी संयुक्त राष्ट्रसंघात या संकल्पनेची तरफदारी केली आणि इंदिरा गांधींच्या सरकारने दक्षिण आफ्रिकेतल्या वंशवादाविरुद्ध लढा दिला. ऱ्होडेशियातल्या (आताच्या झिंबाब्वेतल्या) वंशवादी राजवटीविरुद्ध आर्थिक निर्बंध लागू करण्याची आणि या वसाहतीचं स्वामित्व असलेल्या ब्रिटनने तिथे लष्करी कारवाई करण्याची मागणीही भारताने केली होती. स्वतःच्या गोपनीय अहवालात धोरणकर्ते के. सुब्रमण्यम यांनी स्पष्ट शब्दांमध्ये म्हटलं होतं, 'दक्षिण आफ्रिकेतल्या गोऱ्या अल्पसंख्य राजवटीला बहुसंख्याकांवरचे अत्याचार थांबवण्यासाठी भाग पाडण्यासाठी या देशावर निर्बंध लादण्याची मागणी संयुक्त राष्ट्रसंघ करत आला आहे ... दुसऱ्या राष्ट्राच्या कारभारात हस्तक्षेप केल्याबद्दल भारताला अपराधी वाटून घेण्याची काहीही गरज नाही.' दक्षिण आफ्रिका, पोर्तुगीज वसाहती आणि ऱ्होडेशिया या ठिकाणचा वंशवाद आणि वसाहतवाद यांच्याबद्दल संयुक्त राष्ट्रसंघाने

व्यक्त केलेल्या चिंतेप्रमाणेच 'याह्या खान यांच्या पूर्व बंगालमधल्या कृत्यांबद्दलही तशीच चिंता व्यक्त करावी.' असं आवाहन भारताच्या परराष्ट्र मंत्रालयाने संयुक्त राष्ट्रसंघाला केलं.

पाकिस्तानच्या सार्वभौमत्वाचं उल्लंघन करण्याबाबत भारत सरकारला वाटत असलेली साशंकता सीमेवरून निर्वासितांचा ओघ येत राहिल्यानंतर नष्ट झाली. हक्सर म्हणतात, 'आंतरराष्ट्रीय समष्टीने पाकिस्तानच्या लष्करशहांना स्वतःच्या जनतेचा नायनाट करण्याची अनुमती दिली असली, तरीही करोडो पाकिस्तानी नागरिकांना सक्तीने हुसकावून लावून देण्याचा अधिकार त्यांना कसा काय प्राप्त होतो हे मला समजत नाही.' पाकिस्तान स्वतःच्या हद्दीत करत असलेल्या कृत्यांचा मोठा प्रभाव पाकिस्तानच्या हद्दीबाहेर पडत असल्याचं भेदक प्रत्युत्तर निर्वासितांच्या समस्येमुळे देणं भारताला शक्य झालं.

स्वर्ण सिंग यांच्यासारखे भारतीय पदाधिकारी जाहीरपणे बोलताना सार्वभौमत्वाची चोख वकिली करत. मात्र खासगीत त्यांनी स्वतःच्या अधिकाऱ्यांना नेमकी उलटी भूमिका घेण्याचं प्रशिक्षण दिलं. ते म्हणाले, ''अंतर्गत दमनचक्रामुळे साठ लाख लोक निर्वासित झाले आहेत. कोणत्या न्यायाने हा अंतर्गत मामला होऊ शकतो?'' हाच युक्तिवाद उलट्या पद्धतीने करताना त्यांनी असा आरोप केला, ''बंगाली बहुसंख्याक जनतेची कत्तल करण्यासाठी लष्करशहांना मदत करून अमेरिकेनेच पाकिस्तानच्या अतंर्गत कारभारात हस्तक्षेप केला आहे. याह्या खान यांना पाठिंबा देणं 'हीच खरी ढवळाढवळ' आहे.'' स्वतःच्या अधिकाऱ्यांना सूचना देताना स्वर्ण सिंग म्हणाले, ''अशा प्रकारचे युक्तिवाद तयार करण्यासाठी तुम्ही स्वतःच्या बुद्धिमत्तेचा वापर करू शकता.''

या संकट काळात इंदिरा गांधींच्या सरकारने केलेल्या धीरोदात्त आणि संतुलित नेतृत्वाचं महत्त्व इंदिरा गांधींच्या एकनिष्ठ अनुयायांनी अधोरेखित केलं आहे. असं असलं; तरीही भारतीय नेते स्वसंशय, ताणतणाव आणि थकवा या मानवी दौर्बल्याचे धनी झाले होते.

पंतप्रधानांच्या सचिवालयात गोंधळ माजला होता आणि आचरट योजनांचा महापूर आला होता. विस्थापित कधीच परतणार नसल्याचं वस्तुस्थिती-निदर्शक प्रतिपादन करून त्यांची काळजी घेण्यासाठी आंतरराष्ट्रीय साहाय्य मिळवण्यावर भारताने लक्ष केंद्रित करणं आवश्यक असल्याचं काही जणांचं म्हणणं होतं; भारताने फक्त हिंदूंना प्रवेश द्यावा आणि मुस्लिमांना बाहेर ठेवावं अशी इतर काही जणांची मागणी होती; देशाच्या सीमा पूर्णपणे बंद कराव्यात, अशी काही जणांची सूचना होती; तर लोकसंख्येची अदलाबदल करावी असं सुचवण्यापर्यंत काही जणांची

मजल गेली होती.

सरकारच्या बहुतेक धोरणांचे कर्तेधर्ते हक्सर खासगीत निराश झाले होते. त्यांचे निकटचे मित्र डी. पी. धर यांच्याकडे मन मोकळं करताना ते म्हणाले, ''या घडीला माझ्यापुरतं बोलायचं झालं, तर मला शारीरिकदृष्ट्या आणि मानसिकदृष्ट्या कोलमडून पडण्याच्या अवस्थेपलीकडे गेल्यासारखं वाटतं आहे. अशा पद्धतीने मी फार काळ काम करू शकणार नाही असं वाटतं.'' त्यांना अल्पशा विश्रांतीची आणि विचार करायला थोड्या अवधीची गरज असल्याची त्यांची भावना होती. संकटाचे ढग आणखी गडद होणार असल्याचं त्यांना ठाऊक होतं आणि कदाचित हे प्रमाण भयावह होऊ शकणार असल्याचंही त्यांना वाटत होतं. ही जबाबदारी पेलणं त्यांच्याच्याने शक्य नसल्याची भावना व्यक्त करताना ते म्हणाले, ''माझ्या आतापर्यंतच्या मूल्यमापनानुसार, या पेचप्रसंगातला नवीन अध्याय सुरू झाला असून तो हाताळण्यासाठी मी योग्य ठरणार नाही.''

निर्वासितांची अवस्था बघण्यासाठी इंदिरा गांधी यांनी पश्चिम बंगाल, आसाम आणि त्रिपुरा या राज्यांचा दोन दिवसांचा दौरा केला. समोरचं दृश्य पाहून त्या आणि त्यांचा कर्मचारिवर्ग हेलावून गेला. निर्वासितांच्या आणि त्यांच्यावरच्या खर्चाबाबतच्या अमूर्त आकडेवारीबरोबर साउथ ब्लॉकमध्ये झटापट केल्यानंतर आता ते खऱ्याखुऱ्या माणसांसमोर येत होते; त्यांच्या भयानक कथा ऐकत होते. त्यांनी जे काही पाहिलं, त्याबद्दल पंतप्रधानांच्या एका ज्येष्ठ सहकाऱ्याने पुढील नोंद केली, 'यामुळे आमच्या नैतिक संवेदनांवर आघात झाला.'

इंदिरा गांधीही भावनाविवश झाल्या. घाईघाईत आणि निष्काळजीपणाने उभारलेल्या विस्थापितांच्या छावण्यांना त्यांनी भेट दिली. तिथे हजारो तंबू अल्पावधीत उभारण्यात आले होते. कामचलाऊ असू शकणारी सार्वजनिक मालकीची प्रत्येक इमारत सरकारने ताब्यात घेतली होती. लोकांना शुद्ध पाण्याची निकडीची गरज होती. अनेक विस्थापित जखमी झाले होते आणि त्यांच्यावर उपचार करणं स्थानिक रुग्णालयांच्या आवाक्याबाहेरचं असल्याने डॉक्टरांच्या आणि आरोग्यसेवकांच्या विशेष पथकांची गरज होती. उतावीळ झालेल्या इंदिरा गांधींनी एका छावणीप्रमुखाची झाडाझडती घेतल्यानंतर तो संतापून त्यांच्या एका ज्येष्ठ सहकाऱ्यावर खेकसला, ''महोदय, आपण पंतप्रधानांना सांगा की, घाईलाही वेळ लागतोच.'' हा दौरा संपताना इंदिरा गांधींकडून काही निरीक्षणं नोंदली जाण्याची अपेक्षा होती, पण अतिशय भावनाविवश झाल्याने त्या जेमतेम बोलू शकत होत्या. नंतरच्या काळात त्यांच्या एका ज्येष्ठ साहाय्यकाने आठवण सांगितली की, त्या आणि त्यांचे सहकारी कोलकात्याला पोहोचल्यावर त्या म्हणाल्या, ''आपण

पाकिस्तानला हा वंशविच्छेद असाच चालू ठेवू देऊ शकत नाही.''

यानंतर त्यांनी भारत विस्थापितांना सामावून घेऊ शकणार नसल्याचा निर्णय घेतला. विस्थापितांना घरी परतावं लागणार होतं. हे शक्य होण्यासाठी पाकिस्तान सरकारने यादवी युद्ध संपावं म्हणून बंगाली लोकांसोबत एक उदार राजकीय करार करणं गरजेचं होतं. इंदिरा गांधींना लोकसभेत एक महत्त्वाचं भाषण करायचं होतं. प्रचंड थकलेल्या अवस्थेतही हक्सर यांनी भारतीय जनतेला आणि जगालाही चालू परिस्थितीचं गांभीर्य कळण्याच्या अनुषंगाने माहिती देण्यासाठी म्हणून पंतप्रधानांचं मन वळवलं आणि परराष्ट्र मंत्रालयाने बनवलेला; अत्यंत सावध, राजनैतिक भाषेत लिहिलेला भाषणाचा मसुदा केराच्या टोपलीत फेकला.

इंदिरा गांधींचं भाषण घणाघाती झालं. त्या म्हणाल्या, ''बंदुकीच्या धाकाने हजारो नव्हे, लाखो नव्हे; तर स्वतःच्याच कोट्यवधी नागरिकांना घरदार सोडून देशोधडीला लावण्याचा अधिकार पाकिस्तानला आहे काय?'' ज्या संसदसदस्यांना इंदिरा गांधी हा सवाल करत होत्या, त्यांच्यापैकी काही जणांना, भारत बांगला गनिमांना गुप्तपणे करत असलेल्या मदतीची नुकतीच माहिती इंदिरा गांधींनी दिली होती. त्यांच्यासमोर असत्य कथन करताना त्या म्हणाल्या, ''पाकिस्तानच्या अंतर्गत घडामोडींमध्ये हस्तक्षेप करण्याचा प्रयत्न आम्ही कधीही केलेला नाही.'' त्यानंतर हक्सर यांच्या भाषेचा वापर करून पाकिस्तानच्या स्वतःच्या राष्ट्रीय सार्वभौमत्वाचा दावा त्यांनी उलटवून लावला. त्या म्हणाल्या, ''पाकिस्तानची अंतर्गत समस्या म्हणून आतापर्यंत जे प्रतिपादन करण्यात येत होतं, ती आता भारताचीही झाली आहे. म्हणूनच 'पाकिस्तान स्वतःच्या अंतर्गत प्रश्नाच्या नावावर करत असलेल्या सगळ्या कारवाया थांबवण्यात याव्यात.' अशी मागणी करण्याचा अधिकार आम्हांला प्राप्त झालेला आहे. कारण त्यामुळे भारतातली शांतता आणि आमच्या कोट्यवधी नागरिकांचं सुखस्वास्थ्य यांवर परिणाम होतो आहे. स्वतःच्या राजकीय समस्या सोडवताना भारताची हानी होईल असं काहीही करण्याची परवानगी आम्ही पाकिस्तानला देऊ शकत नाही.'' पाकिस्तानने स्वतःच्याच नागरिकांना ठार करणं थांबवून त्यांच्याबरोबर सलोखा प्रस्थापित करण्याची मागणी करण्याचा हक्क भारताला कसा प्राप्त होतो, याबद्दल हाच युक्तिवाद भारत सरकारचा मुख्य मुद्दा बनला.

इंदिरा गांधींनी विस्थापितांना सुरक्षितपणे परतण्याची परवानगी देण्याची मागणी केली. या घटनेची दखल घेण्यासाठी जगाने 'अक्षम्य' विलंब लावला असला, तरीही इंदिरा गांधींनी 'जगाच्या सदसद्विवेकबुद्धीला' आवाहन केलं. यासंदर्भात इशारा देताना त्या म्हणाल्या, ''मानवी अधिकारांचं दमन, लोकांचं

विस्थापन आणि प्रचंड संख्येने लोक बेघर होत राहण्यामुळे शांततेला धोका निर्माण होईल.'' ''परदेशी साहाय्याविना भारताला गरज पडेल त्यानुसार कोणतीही कारवाई करावी लागेल.'' असंही त्या म्हणाल्या. ही स्पष्ट शब्दांमध्ये दिलेली युद्धाची धमकीच होती.

भारताच्या या निःसंदिग्ध मागण्या पाकिस्तान निश्चितच मान्य करणार नसल्यामुळे युद्धाचा धोका समोर आ वासून उभा होता. विस्थापितांना परत मायदेशी आणण्यासाठी याह्या खान गांभीर्याने काही करतील, असं भारतीय अधिकाऱ्यांना बिलकूल वाटत नव्हतं. या अधिकाऱ्यांच्या म्हणण्यानुसार, पाकिस्तान विस्थापितांना पद्धतशीरपणे बाहेर काढत असतानाच अमेरिका त्यांना प्रचारासाठी वापरू शकली असती, अशी वेदनेवर फुंकर घालणारी भाषणं मात्र पाकिस्तानतर्फे चालू होती. हुकूमशहांच्या हातातलं बाहुलं म्हणून एखादं नागरी सरकार स्थापन करण्याच्या पाकिस्तान सरकारच्या निरर्थक प्रस्तावांना भारतीय परराष्ट्र मंत्रालयाने महत्त्व दिलं नाही. मुजीब यांनी सरकार स्थापन केल्यानेच भारताचं समाधान होणार होतं.

''याह्या खान यांची हुकूमशाही खतम झाली पाहिजे.'' असं स्वर्ण सिंग खासगीत बोलून दाखवत होते. त्यांच्या मंत्रालयाच्या राजनैतिक अधिकाऱ्यांच्या बैठकीत ते म्हणाले, ''पाकिस्तानमध्ये लष्करी सरकार अस्तित्वात असताना विस्थापित परतण्याची बिलकूल शक्यता नसल्याने सध्याच्या राजवटीच्या ठिकाणी लोकांना उत्तरदायी असणारी राजवट आणलीच पाहिजे.'' स्वर्ण सिंग स्पष्ट शब्दांमध्ये म्हणाले, ''लष्करी राजवटीने अवामी लीगचं प्रतिनिधित्व करणाऱ्या राजवटीला जागा करून द्यावी हे आमचं अखेरचं उद्दिष्ट आहे.''

''आपण युद्धाची धमकी अव्यक्तपणे सूचित करावी आणि या वादळाला तोंड देताना एकाकी पडण्याची भारताची इच्छा नसल्याची सूचना इतर राष्ट्रांना द्यावी.'' असा आदेश सिंग यांनी त्यांच्या अधिकाऱ्यांना दिला. मात्र भारत करणार असलेल्या हल्ल्यासाठी तयार राहण्याविषयीही त्यांनी त्यांच्या कर्मचाऱ्यांना स्पष्टपणे बजावलं. ते म्हणाले, ''आपल्या एखाद्या कृतीमुळे युद्ध सुरू झालं, तरी ते आपल्यावर लादण्यात आलं असल्याचं प्रतिपादन आपल्याला करता आलं पाहिजे.'' इंदिरा गांधी, हक्सर आणि स्वर्ण सिंग आपापल्या भूमिकांवर अढळ राहिले. त्यांना युद्ध अटळ असल्याची पुरेपूर जाणीव होती.

पूर्व पाकिस्तानमधल्या बंगालींच्या समर्थनार्थ बोलणाऱ्या भारतीयांमध्ये सर्वाधिक लक्षणीय नाव जयप्रकाश नारायण यांचं होतं. ब्रिटिश साम्राज्याविरुद्धच्या भारतीय स्वातंत्र्यसंग्रामामधले ते एक ज्येष्ठ मुत्सद्दी होते. महात्मा गांधींनी त्यांना

अहिंसक मार्गाला वळवून घेतलं होतं. जेपी म्हणून सर्वज्ञात असणारे नारायण पंडित नेहरूंचे निकटचे मित्र असले, तरी इंदिरा गांधी यांच्याबरोबर त्यांचं नाव एका दुःखद कारणाने जोडलं गेलं आहे. जयप्रकाश नारायण यांनी १९७५ साली देशभर स्वतःच्या अनुयायांमध्ये जागरूकता निर्माण करून इंदिरा गांधींच्या राजवटीला आव्हान दिलं होतं. त्याला प्रतिसाद म्हणून भारतीय लोकशाही प्रलंबित ठेवणारी कुप्रसिद्ध अणीबाणी इंदिरा गांधींनी जाहीर केली होती.

याह्या खान यांचा हल्ला सुरू झाल्यानंतर काही काळाने इंदिरा गांधींना जयप्रकाश नारायण यांची 'आपण सुरुवातीलाच युद्धाचा पर्याय स्वीकारायला हवा होता.' ही मागणी आठवली. याबाबत हक्सर म्हणतात, ''जयप्रकाश नारायण यांच्यासारख्या शांततावादी नेत्याने आणि त्यांच्या सहकाऱ्यांनीही बांगला देशाला मान्यता देण्याची मागणी केली आहे.'' (यामुळे नारायण यांची अहिंसेबरोबरची बांधिलकी अतिशयोक्त स्वरूपात पुढे आली; शांततावादात अगदी टोकाच्या प्रसंगी त्यांच्याकडून सशस्त्र प्रतिकाराला नाखुशीने परवानगी देण्यात आली.) इंदिरा गांधींच्या एका जवळच्या मित्राच्या म्हणण्यानुसार, भारताने पूर्व पाकिस्तानवर वेगाने आक्रमण करण्याचा आग्रह नारायण यांनी धरला होता; इंदिरा गांधींनी त्यांचं म्हणणं बारकाईने ऐकलं, मात्र त्याला उत्तर दिलं नाही.

नारायण यांनी बंगाली गनिमांना जळजळीत भाषण करून पाठिंबा दिला; बंगाली राजकीय नेते आणि मुक्ती वाहिनीच्या अधिकाऱ्यांच्या भेटी घेतल्या; तसंच त्यांना शस्त्रं आणि दारूगोळा पुरवण्यात विशेष रस घेतला. बंगालींच्या 'राजकीय आणि मानवी अधिकारांचं' रक्षण करण्याची मागणी करून 'इस्लामाबादमधल्या सत्तारूढ, हिटलरसमान हुकूमशहांनी केलेल्या वंशविच्छेदाचा' त्यांनी निषेध केला. जूनच्या सुरुवातीला नारायण यांनी जगाची धावती सफर करताना जकार्ता ते मॉस्को ते कैरो या प्रवासात मार्शल टिटो, पोप आणि परराष्ट्रसंबंध परिषद अशा सर्वांसमोर वंशविच्छेदाचा धिक्कार केला (ब्रह्मदेशाशी संपर्क साधण्यासाठी त्यांनी तिथला क्रूर लष्करशहा जनरल ने विन याची निवड केली). वॉशिंग्टनमध्ये ते हेन्री किसिंजर यांना भेटले. स्वतःच्या मागणीबाबत कोणतीही तडजोड करण्यासाठी नकार देणं म्हणजे काय, याबाबतचा भारतीय स्वातंत्र्यलढ्यातल्या संघर्षाचा स्वतःचा अनुभव या भेटीत त्यांनी अमेरिकी परराष्ट्र मंत्रालयाच्या एका ज्येष्ठ अधिकाऱ्याला ऐकवला. भारताने स्वातंत्र्यापेक्षा कमी काहीही स्वीकारलं नव्हतं, ही त्यांची भूमिका होती आणि त्यांच्या मते, बांगला देशाच्या नेत्यांनीही स्वातंत्र्याखेरीज काहीच कमी स्वीकारलं नसतं.

या कसोटीच्या क्षणीही इंदिरा गांधी आणि जेपी एकत्र येऊ शकले नाहीत.

क्षुल्लक कारणांवरून ते भांडत राहिले. इंदिरा गांधींच्या एका जवळच्या मैत्रिणीच्या म्हणण्यानुसार, जेपी हा बांगला देशाबाबतचा प्रमुख आवाज व्हावा, अशी इंदिरा गांधींची इच्छा नव्हती. पूर्व पाकिस्तानमधल्या अत्याचारांचा निषेध करण्यासाठी नारायण यांनी दिल्लीत घेतलेल्या एका परिषदेत इंदिरा गांधींच्या पक्षाने भाग घेऊ नये, अशी तजवीज इंदिरा गांधींनी केली. 'यामुळे मला धक्का बसला.' असं जेपींनी इंदिरा गांधींना कळवलं. एका कथनानुसार संतापाचा स्फोट होऊन ते म्हणाले, "ती मला दुर्लक्षित करू शकेल, असं तिला वाटतं की काय? झगा घातलेली मुलगी म्हणून मी तिला पाहिलं आहे." हे उद्‌गार कानी पडल्यानंतर इंदिरा गांधींनी त्यांच्याकडे दुर्लक्ष करण्याचीच भूमिका स्वीकारली. त्यांच्या संबंधांमधली ही कटुता अनेक वर्षं कायम राहिली.

भारतीय बंगाली

भारतात बंगाली परकीयही नव्हते आणि अपरिचितही नव्हते. ते समाजाचा एक प्रमुख भाग होते. प्रमुख भारतीय बोली भाषांमधली बंगाली ही प्रमुख भाषा होती आणि बंगाली संस्कृतीचं स्थान अतिशय उच्च होतं. भारताचे माजी परराष्ट्रमंत्री जसवंत सिंग म्हणतात, "केवळ पाव शतकापूर्वी बांगला देश हा भारताचाच एक भाग होता. हा एकच देश होता आणि तो वेगळा प्रदेश असल्याची भावना कधीच नव्हती. ते आमचे बांधव आणि आप्त होते."

एके काळी संयुक्त असणाऱ्या बंगालची फाळणी १९४७ साली ब्रिटिश साम्राज्याने केली होती. लोकसंख्येच्या अतिप्रचंड विस्थापनानंतर आणि भयानक हिंसाचारानंतर बंगालच्या पश्चिम भागातली बहुसंख्य हिंदू प्रजा भारताच्या पश्चिम बंगाल प्रांतात गेली होती, तर पूर्वेकडची बहुसंख्य मुस्लीम प्रजा पूर्व बंगाल किंवा पूर्व पाकिस्तान या दोन्ही नावांनी परिचित भूप्रदेशांत स्थायिक झाली होती. त्यामुळे पश्चिम बंगाली आणि भारताच्या इतर प्रांतातले बंगाली नागरिक त्यांचीच भाषा बोलणाऱ्या आणि त्यांच्याप्रमाणेच चालीरिती असणाऱ्या, पण पूर्व पाकिस्तानमध्ये असणाऱ्या बंगालींवर ओढवलेल्या आपत्तीमुळे हादरून गेले होते.

अशा भारतीय बंगालींपैकी अरुंधती घोष एक होत्या. त्या जणू हक्सर यांच्या मानसकन्या होत्या. मुंबईतल्या एका नामवंत बंगाली परिवारात वाढलेल्या घोष यांचे पूर्वज पूर्व बंगालमधले होते. वेगात बोलणाऱ्या आणि विनोद करणाऱ्या घोष सतत धूम्रपान करतात. कालांतराने त्या दक्षिण कोरियामध्ये आणि इजिप्तमध्ये भारताच्या राजदूत झाल्या. त्याचप्रमाणे सीटीबीटी (अणुचाचणी व्यापक बंदी) प्रकरणी भारताने चालवलेल्या राजनैतिक मोहिमेत त्या हिरिरीने नेतृत्व करत होत्या;

पण १९७१ साली भारतीय राजनैतिक सेवेत त्या केवळ एक कनिष्ठ सचिव होत्या. या पदाचं वर्णन त्या गमतीने 'तळाची पायरी' म्हणून करतात.

अवामी लीगच्या निवडणुकीतल्या यशाचा भारतीय बंगालींना किती अभिमान वाटत होता ते घोषना आठवतं. त्यांच्या म्हणण्यानुसार, भारतीय बंगालींनी मुजीब यांना गौरवाचं स्थान दिलं होतं; आपले बंगाली बांधव 'आपली भाषा' आणि 'आपले अधिकार' यांच्यासाठी लढत असल्याचं पाहून भारतीय बंगालींना अपार आनंद झाला होता. हत्याकांड सुरू झालं, तेव्हा भारतीय बंगालींमध्ये विलक्षण घृणेची भावना निर्माण झाली. भारतातले बंगाली याविरुद्ध एकत्र आले. घोष म्हणतात, "मी बंगाली आहे. हा भावनिक प्रसंग होता. आम्ही निधी उभारत होतो. हे दिल्लीत सगळीकडे चाललं होतं." सरकारी कर्मचारी असल्यामुळे घोष लगेचच (सावधपणे) म्हणतात, "मात्र हे अधिकृत स्तरावर घडत नव्हतं. अधिकृतपणे बोलायचं झालं, तर याच्याशी माझा काहीही संबंध नव्हता. सुरुवातीला केवळ बंगालीच यात सक्रिय होते, आणि मला वाटतं, त्यामुळेच मीसुद्धा त्यात खेचली गेले; पण पाकिस्तानमध्ये नागरिकांना ठार करण्यात येत असल्यामुळे या कृतीला विरोध असणारे सगळे लोक एकत्र झाले. अशा प्रसंगी तुम्ही हतबल ठरता. तुम्ही काहीही करू शकत नाही. बंगाली लोक बंगाली गाणी म्हणत असल्याबद्दल तुम्ही चर्चा करत असताना निधी उभारणं ठीक आहे, पण लोकांना गोळ्या घातल्या जात असताना आणि जाळलं जात असताना हा विषय तेवढा आकर्षक राहू शकत नाही."

संतापाने खदखदणाऱ्या बंगाली भारतीयांमुळे सरकारवर कशा प्रकारे तणाव निर्माण झाला होता, हे घोष यांना आठवतं. 'पश्चिम बंगालमधल्या लाखो स्वयंसेवकांना पूर्व बंगाली लोकांच्या खांद्याला खांदा लावून लढण्याची परवानगी देण्यात यावी.' अशी उस्फूर्त मागणी निर्माण झाल्यामुळे आणि असा दबाव वाढतच जाणार असल्यामुळे हक्सर सचिंत झाले होते. भारतातल्या बंगाल असोसिएशनच्या वतीने लिहिताना एक ज्येष्ठ माजी मंत्री म्हणतात, 'बांगला देशातले आमचे बंधू आणि आमच्या भगिनी यांच्यावर होणाऱ्या पाशवी अत्याचारांमुळे बंगाली म्हणून आम्हांला अधिक संताप येतो आहे.' कत्तल सुरू झाल्यानंतर केलेल्या आवाहनात ते म्हणतात, 'आश्रय घेण्यासाठी किंवा स्वातंत्र्यसंग्राम संघटित करण्यासाठी बांगला देशाच्या स्वातंत्र्यसैनिकांना भारताच्या सीमाभागाचा मुक्त वापर करण्याची परवानगी दिली पाहिजे."

काही लोकांना हे आवाहन हृदयस्पर्शी वाटलं असल्याची शक्यता आहे, पण हक्सर त्यातले नव्हते. भारतीय लोकांमधल्या अशा प्रकारच्या संकुचित एकात्म

राजकारणाचा तिरस्कार ते करत. भारताने सर्व वांशिक, प्रादेशिक किंवा राष्ट्रीय निष्ठांच्या पलीकडे देश नेऊन ठेवला पाहिजे, असा इतर काँग्रेस पदाधिकाऱ्यांप्रमाणे त्यांचाही आग्रह असे (बंगाली मुसलमानांसाठी अनेक बंगाली हिंदू उभे राहिल्याकडे त्यांनी दुर्लक्ष केलं होतं). काहीशी नाट्यमयता आवडणारे हक्सर लिहितात, 'आपल्या देशाबद्दल मला नैराश्य आलं असून भविष्य काळंकुट्ट असल्याची भीती वाटते आहे.' या दुर्दैवी माजी मंत्र्याची पंतप्रधानांनी चंपी करावी असं सुचवून हक्सर यांनी काहीशा उदात्तपणे अशी ठाम भूमिका घेतली – ''पूर्व पाकिस्तानमध्ये जे काही घडतं आहे, तो राष्ट्रीय चिंतेचा विषय असल्याची जाणीव बाळगण्याची संवेदनशीलता या भारतीय बंगाली महोदयांनी दाखवावी. ज्याप्रमाणे सिलोन किंवा मलेशिया यांच्याबरोबर आपले संबंध कसे असावेत, हे ठरवण्याची तामिळींवर काहीही जबाबदारी नाही किंवा पूर्व आफ्रिकेबरोबर आपण कसे संबंध राखतो याबाबत बोलण्याची गुजराती समाजावर काहीही जबाबदारी नाही, त्याचप्रमाणे भारतीय असल्याचा दावा करणाऱ्या बंगाली बांधवांवर कोणतीही खास जबाबदारी नाही.''

मात्र पश्चिम बंगालमधल्या जनमताचा रेटा फारच जबरदस्त ठरला आणि एप्रिलच्या सुरुवातीला हक्सर यांनी परराष्ट्र मंत्रालयात एक खास अधिकारी नियुक्त करण्याचा प्रस्ताव मांडला. संतप्त बंगाली नागरिकांचा परामर्श घेण्यासाठी, तसंच त्यांच्या कल्पना आणि त्यांचे प्रस्ताव ऐकून घेण्यासाठी हा अधिकारी उपलब्ध असणार होता. या संकटप्रसंगी पुढेही इतर बाजू हाताळण्यासाठी महत्त्वाच्या पदांवर भारतीय बंगाली अधिकारी नेमण्याकरता त्यांना स्वतःलाच या अधिकाऱ्यांचं मूल्यमापन करून त्यांची निवड करणं भाग पडलं. 'समतोल बंगाली' अशा शब्दांमध्ये हक्सर यांनी त्यांच्यापैकी एका अधिकाऱ्याचं कौतुक केलं.

अशा अधिकाऱ्यांपैकी अरुंधती घोष एक होत्या. याह्या खान यांनी कत्तल सुरू केली, तेव्हा नेपाळमध्ये नियुक्ती असणाऱ्या घोष पूर्व पाकिस्तानमध्ये कधीच गेलेल्या नव्हत्या आणि या प्रदेशाबद्दल त्यांना काहीच माहिती नव्हती. त्या म्हणतात, ''बंगाली बोलणारे शोधण्यासाठी त्यांनी परराष्ट्र सेवेचा धांडोळा घेतला, पण दुर्दैवाने माझ्यासारख्या मुलीचा स्वीकार त्यांना करावा लागला.'' त्यांनी अनेक पुरुष अधिकाऱ्यांना विचारणा केली, पण स्वतःच्या कारकिर्दीला धोका पोहोचू नये म्हणून या सगळ्यांनी टाळाटाळ केली. 'पण मी अगदीच कनिष्ठ होते आणि ही जबाबदारी घेण्यात गंमत येईल असं मला वाटलं.' एप्रिल किंवा मे महिन्यात अरुंधती यांना पाचारण करून त्यांना कोलकाता इथे जाण्याचे आदेश देण्यात आले. बांगला देशाच्या परागंदा सरकारचं सचिवालय स्थापन करण्यासाठी मदत करण्याची

जबाबदारी घोष यांच्यावर सोपवण्यात आली होती. प्रचंड गोंधळ आणि उगवती आशा यांच्या वातावरणात तिथे पोहोचलेल्या घोष म्हणतात, ''आम्हांला दिल्लीत बसून निर्वासितांचं दुःख कळत नव्हतं. कोलकात्यात मात्र त्याची प्रकर्षाने जाणीव व्हायला लागली. त्याचं कारण बंगाली संस्कृती किंवा बंगाली भाषा महान असून ते त्याच्यासाठी लढायला तयार आहेत.''

'सर्वव्यापी भय'

जून महिन्यात पश्चिम बंगालमध्ये अवतरलेला 'लाइफ' मासिकाचा प्रतिनिधी म्हणजे जणू तिथल्या प्रचंड जनप्रवाहातला एक बिंदू भासत होता. गिधाडांची वाढती संख्या त्याला अस्वस्थ करून गेली, ''हे मांसभक्षक पक्षी मुलामा दिल्यासारखे भासत होते आणि त्यांची प्रचंड संख्या उबग आणणारी होती.'' हा प्रतिनिधी फिरत असताना त्याला एका लहान मुलाचा मृतदेह दिसला, गिधाडांनी साफ केलेला, एका किशोराचा सांगाडा दिसला आणि चटयांमध्ये तसंच साड्यांमध्ये गुंडाळलेले निर्वासितांचे मृतदेह दिसले. ते जणू धावत्या मालमोटारींमधून पडलेल्या सामानासारखे वाटत होते. जिवंत असणाऱ्या निर्वासितांना निर्वासित छावण्यांमध्ये एकत्र कोंबण्यात आलं होतं; ते थकलेले होते आणि उन्हात शिजून निघत होते. लोक वांत्या करत होते. मरणासन्न अवस्थेत पोहोचण्याच्या बेताला आलेले लोक मालमोटारींवर जागा मिळावी म्हणून याचना करत होते. लहान मुलं मरत असल्याचं पाहून अतिश्रम करणारा एक भारतीय अधिकारी आजारी पडला. त्याने विचारलं, ''आम्हांला हे झेपेल का? हे कधीच नागरी प्रशासनाच्या हाताबाहेर गेलंय.'' कॉलराने आणि इतर रोगांनी थैमान घातलेलं असताना काही नशीबवान लोक रिक्षातून किंवा बैलगाडीतून रुग्णालयात पोहोचू शकले. अतिशय थकवा आल्यामुळे ग्लानी आलेले, डोळे खोल गेलेले काही रुग्ण मात्र छावणीतच पडून होते आणि वांत्या करत होते. त्यांच्या चेहऱ्यावर जमणाऱ्या माशांचा काळा थवा हटवण्यासाठी नातलग त्यांना पंख्याने वारा घालत होते.

अशा भयानक वृत्तांकनाने न्यूयॉर्क टाइम्सची पानं भरून टाकणं शेनबर्गसाठी अगदीच सोपं होतं. एका रेल्वेस्थानकाच्या सिमेंटच्या फलाटावर दाटीवाटीने झोपलेले सुमारे पाच हजार विस्थापित पाहून शेनबर्ग भावनाविवश झाला – 'कुणी ओकतं आहे. कुणी कण्हतं आहे. एक मूल कळवळून रडतं आहे. एक म्हातारा पाठीवर पडून वळवळत मरतो आहे. सुकलेली, माशांचे थवे घोंघावत असलेली मुलं हातपाय झाडताहेत आणि उपडी पडताहेत.' पश्चिम बंगालमधल्या एका सीमावर्ती शहरातून पाठवलेल्या वृत्तांत कॉलऱ्याच्या साथीचं वर्णन करताना शेनबर्ग

पुढे दिलेल्या आवाजांचा दाखला देतो – 'खोकणं, ओकणं, कण्हणं आणि रडणं.' शरीर सुकून गेलेला सत्तर वर्षांचा एक म्हातारा नुकताच मरण पावला होता. त्याचा मुलगा आणि त्याची नात त्याच्या देहाशेजारी स्फुंदत असतानाच माशा जमायला लागल्या होत्या. एक तरुण आई कॉलऱ्याने मरण पावल्यानंतरही तिचं मूल स्तनपान करतच होतं. अखेर एका डॉक्टरने त्याला खेचून दूर केलं. त्या मेलेल्या बाईचा नवरा भात पिकवणारा एक शेतकरी होता. त्याचं घर जाळणाऱ्या पाकिस्तानी सैनिकांपासून त्यांनी पळ काढल्याचं त्याने शेनबर्गला रडतच सांगितलं. विलाप करत त्याने शेनबर्गला विचारलं, ''माझी बायको मेली आहे, माझी तीन मुलंही मेली आहेत. यापेक्षा आणखी वाईट काय घडू शकतं?''

तुलनेने जास्त सुरक्षित असलेल्या भारतात पोहोचण्यासाठी बंगाली विस्थापितांनी अत्यंत भयावह आणि खडतर वाटचाल केली होती. घनदाट जंगलांमधून आणि पावसाने आलेल्या पुरातून त्यांना वाट काढावी लागली होती. विस्थापित कशापासून पळ काढत होते, हे हक्सर यांना सांगताना, स्वतः बंगाली असणारे एक नामांकित भारतीय प्रशासकीय अधिकारी स्थानिक स्तरावर मिळालेल्या माहितीच्या आधारे म्हणाले – स्वयंसेवक पाकिस्तानी लष्कराच्या चिथावणीवरून, हिंदू पुरुषांना हेतुपुरस्सर ठार करत आहेत. महिलांचं काय झालं असावं याची कल्पना करणं कठीण नाही. 'या पद्धतशीर अत्याचाराच्या विरुद्ध, पण पूर्णपणे हतबल असणाऱ्या दयाळू मुस्लिमांच्या धान्याच्या कोठारांमध्ये' काही हिंदू कुटुंबं लपली आहेत.'

अशा प्रकारच्या कथांचा प्रतिध्वनी साठ लाख वेळा ऐकू आला. भारताने अधिकृतरीत्या आश्रय दिलेल्या निर्वासितांची संख्या साठ लाख होती. या आकड्याला जगाच्या इतिहासात तोड नव्हती, असा दावा भारताच्या परराष्ट्र मंत्रालयाने केला. या लोकांना निर्वासित छावण्यांच्या मर्यादेत ठेवण्याची इंदिरा गांधी सरकारची अपेक्षा असली; तरी त्यांच्यापैकी लाखो जण शहरांमध्ये आणि खेड्यांमध्ये शिरले, असंघटित श्रमिक क्षेत्रात आणि मोलमजुरीच्या कामाला लागले. ज्यांना तेही जमलं नाही, ते भिकारी बनले.

निर्वासितांबाबतच्या भारताच्या सहानुभूतीला मर्यादा होत्या. या गर्दीत पाकिस्तान स्वतःचे हस्तक पेरत असल्याची चिंता काही भारतीय अधिकाऱ्यांना वाटत होती. त्याखेरीज बिहारी निर्वासितांना आश्रय देण्याबाबत भारत सरकार द्विधा मनःस्थितीत सापडलं होतं. इंदिरा गांधींच्या निर्वासितांमध्ये उर्दूभाषक मुसलमान पाकिस्तानी लष्कराचे कट्टर समर्थक असून बंगालींचं स्वायत्तता आंदोलन चिरडून टाकण्याकरता मदत करण्यासाठी धर्मांधांच्या टोळ्या संघटित करत असल्याचा

आरोप एका ज्येष्ठ अधिकाऱ्याने केला. बंगाली लोक घेत असलेला बदला चुकवण्यासाठी बिहारी पलायन करत होते, आणि त्यांचा सांभाळ करणं भाग पडल्याबद्दलची चीड हा अधिकारी लपवू शकत नव्हता.

जसजशी निर्वासितांची संख्या वाढत राहिली, तसतसे याह्या खान ही बाब सतत नाकारत राहिले. पूर्व पाकिस्तानमध्ये सामान्य परिस्थिती पूर्ववत प्रस्थापित झाली असल्याची ग्वाही इतर देशांच्या सरकारांना देऊन कुठेही कत्तल चालू नसल्याची घोषणा त्यांनी केली. पूर्व पाकिस्तानमधून भारतात जात असलेला निर्वासितांचा ओघ प्रत्यक्ष पाहिला असून त्यांच्याकडून भीतीच्या आणि सगळं मागे टाकून पळून येण्याच्या कर्मकहाण्या ऐकल्या असल्याचं दौऱ्यावर आलेल्या एका अमेरिकी राजनैतिक अधिकाऱ्याने याह्या खान यांना सांगितलं असता त्यांनी या गोष्टीवर विश्वास ठेवण्यासाठी स्पष्ट नकार दिला. बंगाली 'एकसारखे' दिसत असल्याने 'निर्वासित असल्याचा दावा' करणाऱ्यांमुळे बाहेरून आलेल्यांची फसगत होणं शक्य असल्याचं याह्या खान यांनी त्या अधिकाऱ्याला सांगितलं.

पण याह्या खान यांच्या सरकारने जागतिक बँकेच्या अनुभवी विकासतज्ज्ञांच्या एका पथकाला पूर्व पाकिस्तानचा पाहणीदौरा करण्याची परवानगी दिली, तेव्हा 'सर्वव्यापी भय' आढळून आल्याचं या पथकाने गोपनीय अहवालात नमूद केलं. पायाभूत सुविधा उद्ध्वस्त झालेल्या होत्या, आणि छोट्यामोठ्या शहरांमध्ये लष्कराने केलेली कारवाई हे याचं प्रमुख कारण होतं. 'दौरा केलेल्या सर्व शहरांमधले काही भाग पूर्णपणाने नेस्तनाबूद करण्यात आले आहेत; आणि भेट दिलेल्या सर्व जिल्ह्यांमधल्या काही खेड्यांचं अस्तित्व पुसून गेलं आहे.' लष्कराचा मारा 'केवळ अवामी लीगचे पाठीराखे, विद्यार्थी किंवा हिंदू' यांना लक्ष्य करत असला, तरी सगळी जनता भयभीत झाली होती. "खुलना ते जेसोर, जेसोर ते कुश्तिया, कुश्तिया ते पबना; बोग्रा; रंगपूर आणि दिनासपूर या मार्गांवरच्या वस्त्या उद्ध्वस्त झाल्या आहेत."

स्वतःच्या नागरिकांना दारिद्र्यमुक्त करताना भारत सरकारचं कंबरडं मोडलं असताना भरीला विस्थापितांची संख्या त्यांच्या क्षमतेपलीकडची होती. जून महिन्यात करण्यात आलेल्या एका सर्वेक्षणात, आसाम आणि त्रिपुरा या राज्यांमधल्या निर्वासितांच्या छावण्यांमधली अवस्था पाहून भारतीय निरीक्षक हादरून गेले होते. विस्थापितांसाठीचे तात्पुरते निवारे 'दयनीय' होते; सांडपाण्याचा निचरा करण्याची कोणतीही सुविधा नसल्याने निर्माण झालेल्या दुर्गंधीने भारतीय अधिकाऱ्यांना धक्का बसला होता. नियंत्रणाबाहेर गेलेल्या कॉलराच्या साथीत दररोज सरासरी तीस ते चाळीस लोक मरत होते. एका छावणीत काही तासांचा छोटासा

दौरा करताना अंत्यविधीसाठी अनेक मृतदेह हलवण्यात येत असल्याचं दृश्य त्यांना दिसलं.

भारताच्या मदतकार्यात अपयशांची अनेक छिद्रं जाणवत होती. कॉलऱ्याला अटकाव करण्यासाठी चालू असणारे 'प्रयत्न दीर्घ काळ रेंगाळले असल्याची' तक्रार खुद्द इंदिरा गांधींनी केली होती. पुरेशा संख्येने डॉक्टर्स उपलब्ध नव्हते; संतप्त तरुण परिस्थितीचा भर ओसरण्याची वाट पाहत बसले होते; हिंदू राष्ट्रवादी मुस्लिमांविरुद्धचा असंतोष फैलावत होते; एखाद्या तंबूचाही आसरा नसताना महिलांना प्रसूत व्हावं लागत होतं. भारतीय अहवालांनुसार, भ्रष्ट कंत्राटदारांनी ताडपत्र्यांच्या नावे पैसे खिशात घातले होते; पण त्या पुरवल्या नव्हत्या. इतर कंत्राटदार बंगाली तरुणांना स्वतःच्या छावण्या उभारू देत नव्हते. एका छावणीत कॉलऱ्याच्या साथीचा उद्रेक झाल्यानंतर घबराट पसरली आणि कामकाज जवळपास ठप्प झालं. कंत्राटदारांनी, पोलिसांनी आणि काही नागरी प्रशासकीय अधिकाऱ्यांनी स्वतःची जागा सोडून पळ काढला. त्यामुळे निर्वासितांना दोन आठवडे शिधावाटप होऊ शकलं नव्हतं. 'अशा एका छावणीतले तीनचार हजार विस्थापित उबग येऊन बांगला देशात परतले.'

या सगळ्या परिस्थितीचा बोजा भारतातल्या काही अतिगरीब लोकांवर पडला. पूर्व सीमाभाग अखत्यारीत असणारे केंद्रीय गृहखात्याचे राज्यमंत्री के. सी. पंत याबद्दलची आठवण सांगताना म्हणतात, "पूर्व पाकिस्तानमध्ये अत्यंत आक्षेपार्ह गोष्टी घडत असल्याचा सर्वसामान्य लोकांचा समज होता. ज्या लोकांना स्वतःच्या घरातून हाकलून देण्यात आलं होतं, त्यांच्या कथा ऐकल्यानंतर अशी प्रतिक्रिया होणं स्वाभाविक होतं." या निर्वासितांबद्दल सीमाभागातल्या भारतीयांना प्रचंड सहानुभूती असल्याचं सीमाभागाच्या एका भेटीनंतर त्यांच्या लक्षात आल्याचं त्यांना स्मरतं. मात्र या परिस्थितीला पूर्णपणे उच्च मानसिक लोकप्रतिसाद मिळण्याची अपेक्षा करणं अवास्तव होतं. आसाममधले काही स्थानिक अधिकारी उघडपणे निर्वासितांविरुद्ध असल्याचं दिसत होतं. सीमावर्ती राज्यांमधली गरीब भारतीय जनता निर्वासितांचं स्वागत करत नसल्याचं भारतीय अहवाल सांगत होते. निर्वासितांच्या प्रचंड संख्येमुळे स्थानिक लोक स्वतःच्याच गावांमध्ये अल्पसंख्य झाले. उदाहरणार्थ, सुमारे बहात्तर हजारपेक्षा जास्त निर्वासितांमुळे बागमारा या गावचे चार हजार रहिवासी भलतेच अल्पसंख्य झाले. 'आम्ही भेट दिलेल्या प्रत्येक ठिकाणी स्थानिक नागरिक विस्थापितांबाबत फारशी सहानुभूती बाळगत असल्याचं दिसलं नाही.' मेघालयमध्ये स्थानिक लोक केवळ प्रतिकूलच नव्हते, तर त्यांनी या अगतिक विस्थापितांविरुद्ध सक्रिय मोहीमच सुरू केली होती. 'स्थानिक लोक

निर्वासितांना निर्घृण मारहाण करत असल्याच्या' बातम्याही भारतीय पथकाच्या कानांवर पडल्या. 'बलात्काराच्या प्रयत्नांचीही काही प्रकरणं घडली.'

एकट्या कॉलरामुळे सप्टेंबरपर्यंत सुमारे सहा हजार मृत्यू झाल्याची नोंद भारताने केली. या आव्हानांनी दबलेल्या राज्य सरकारांनी इंदिरा गांधींच्या केंद्र सरकारकडे मदतीसाठी मोहरा वळवला. गांधी सरकारने काहीतरी टोकाची कारवाई केल्याखेरीज निर्वासित, विशेषतः हिंदू निर्वासित परतणार नसल्याची खात्री आसाम राज्यातल्या प्रशासकीय अधिकाऱ्यांना पटली. निर्वासितांच्या संकटामुळे भारत युद्धाकडे ढकलला जात होता.

९. भारत एकाकी

माओ त्से तुंग यांच्या सांस्कृतिक क्रांतीच्या वावटळीत, बीजिंगमध्ये लाल सैनिक आणि उत्साही निदर्शक कधीमधी भारतीय दूतावासाला वेढा घालत, इंदिरा गांधींची गवताच्या काड्यांनी बनवलेली प्रतिमा जाळत. पाकिस्तानबरोबरच्या युद्धाकडे भारताची वेगाने वाटचाल चालू असतानाही भारताला त्याच्या चिनी शत्रूची अधिक भीती वाटत होती. माओ यांची राजवट 'बूर्झ्वा' आणि लोकतांत्रिक भारताची कट्टर शत्रू असून १९६२च्या युद्धात तिने भारताला झोडपून काढलं होतं. बीजिंगमधले भारतीय राजनैतिक अधिकारी चिंतातुर स्वरात म्हणत असत की, प्रतिस्पर्धी महाशक्ती म्हणून भारताचा उदय होण्याची भीती चीनला वाटत होती. यामागचं कारण होतं, भारताची प्रचंड लोकसंख्या आणि त्याची लष्करी आणि आर्थिक क्षमता.

'पाकिस्तानने भारतावर हल्ला केला असता, चीन त्याला साथ देण्याची शक्यता असल्याची' चिंता इंदिरा गांधींना सतावत होती. पाकिस्तानबरोबर चीनची निकटची भागीदारी होती; चीनने याह्या खान यांच्या दौऱ्याचा थाट राखला होता; आधीच्या काही वर्षांमध्ये पाकिस्तानला मोठ्या प्रमाणावर शस्त्रविक्री केली होती; आणि दोन्ही देशांनी घट्ट लष्करी संबंध राखले होते. युद्ध झालंच असतं, तर पाकिस्तानचा लष्करी रसदीचा पुरवठा चीनने अखंड चालू ठेवला असता अशी खात्री रॉच्या कर्मचाऱ्यांना होती. भारतीय गुप्तचर यंत्रणा चीनकडून निर्माण होणाऱ्या कोणत्याही धोक्याला तोंड देण्यासाठी गनिमी लढा उभारण्याच्या निमलष्करी योजनेवर सतत काम करत होती.

पाश्चिमात्य आणि जपानी साम्राज्यवादामुळे पोळून निघाल्याचा अनुभव असलेल्या चीन सरकारला राष्ट्रीय सार्वभौमत्वाबद्दल ठाम तात्त्विक बांधिलकी होती. तैवानमधल्या आणि तिबेटमधल्या फुटीरतावाद्यांबद्दल चीनला आत्यंतिक तिरस्कार होता. त्यामुळे पूर्व पाकिस्तानच्या अंतर्गत होणाऱ्या अत्याचाराबद्दल भारताने केलेली ओरड चीनला आक्षेपार्ह वाटली, आणि चीनचे पंतप्रधान चाऊ एन लाय यांनी 'भारतीय विस्तारवादाविरुद्ध' पाकिस्तानला पाठिंबा देण्याची घोषणा केली.

एवढंच नव्हे, तर 'पाकिस्तानच्या अंतर्गत बाबींमध्ये होणाऱ्या उघड हस्तक्षेपाविरुद्ध' चीनने भारताकडून औपचारिक निषेध नोंदवला.

भारताला यापेक्षाही वाटत असणारी चिंता म्हणजे पूर्व बंगालींमधल्या चीनवादी अतिरेकी गटांना चीन मदत करत असल्याने नागरी युद्ध जसजसं पुढे गेलं असतं, तसतशी मुजीब यांच्या मुख्य राष्ट्रप्रवाहातल्या राष्ट्रवादींची अवस्था दुर्बल झाली असती. याबाबत हक्सर लिहितात, 'नेहमीप्रमाणे चीन दुतोंडी खेळी करतो आहे. पश्चिम पाकिस्तानला जाहीर पाठिंबा व्यक्त करतानाच पूर्व पाकिस्तानमधला स्वतःचा राजकीय प्रभाव वाढवण्याच्या दृष्टीने गुप्त कारवाया करतो आहे.' अवामी लीगचे मवाळ नेते अयशस्वी ठरले असून भारतीयांनी पश्चिम बंगालमधल्या माओवादी अतिरेक्यांचा आधार घेण्याची वेळ आली असल्याची थोडीबहुत चर्चा पूर्व पाकिस्तान्यांमध्ये व्हायला लागल्याचं भारत सरकारच्या लक्षात आलं. दरम्यान, पश्चिम पाकिस्तानविरुद्धच्या संघर्षाचं नेतृत्व करण्यासाठी पश्चिम बंगालमधून हजारो लढाऊ नक्षलवादी पूर्व पाकिस्तानमध्ये दाखल झाले असल्याचा इशारा अवामी लीगने दिला.

भारताला चीनबद्दल वाटत असलेल्या चिंतेत सोव्हिएत देशही सहभागी होता. या दोन्ही विशालकाय कम्युनिस्ट राजवटींचं १९६९ साली सीमायुद्ध झालं होतं आणि त्या परस्परांच्या कट्टर शत्रू होत्या. सोव्हिएत संरक्षण मंत्र्यांनी भारताला बजावलं, "मी तुमच्या जागी असतो, तर पाकिस्तानची फिकीर केली नसती. उत्तरेकडच्या बेभरवशाच्या शत्रूचा विचार तुम्ही केला पाहिजे."

अमेरिकेप्रमाणेच भारत लोकशाहीवादी देश असल्याने भारताच्या सोव्हिएत देशाबरोबरच्या संबंधाबाबत अमेरिकेला काळजी करण्याचं कारण नसल्याचं दिखाऊ विधान एकदा इंदिरा गांधींनी केलं होतं; पण प्रत्यक्षात मात्र माओ उघडपणे विखारी विरोध व्यक्त करत असताना आणि रिचर्ड निक्सन यांनी उग्र भूमिका घेतलेली असताना हक्सर यांच्यासारख्या सोव्हिएतवादी अधिकाऱ्यांना भारताला - त्यांच्याच शब्दात सांगायचं झाल्यास - 'त्याच्या सोव्हिएत मित्रांच्या' प्रभावकक्षेत खेचणं कठीण नव्हतं. युद्धाबाबत भीती व्यक्त करताना मॉस्कोतले राजदूत डी. पी. धर यांना हक्सर लिहितात, 'आपल्यावर खूप मोठी जोखीम येऊन पडेल आणि आपल्याला गंभीर धोक्यांना सामोरं जायला लागेल. आपण हे एकट्याने करू शकत नाही.'

याचं नेतृत्व धर यांनी केलं. धर यांचा चेहरा बोलका होता; त्यांचे केस विरळ होते आणि नजरेत भरावा अशा पद्धतीने ते गळ्यातला टाय परिधान करत. आलंकारिक आणि शब्दबंबाळ वक्तृत्त्व असणारे धर कट्टर सोव्हिएतपंथी होते. त्यांच्या आवडत्या कम्युनिस्ट नेत्यांबद्दल ते जिव्हाळ्याने लिखाण करत आणि

अगदी जुलमी सोव्हिएत विधानांना प्रशंसेचा मुलामा चढवत. धर हे एक अशी उपयुक्त मूर्ख व्यक्ती होती, जी खरं तर मूर्ख नव्हती. चीनविरोधी भावना स्पष्टपणे जाणवणाऱ्या मॉस्कोमधून धर यांनी 'पेकिंग किंवा रावळपिंडी' इथे शिजवण्यात येणाऱ्या कपटी योजनांबाबत इशारा दिला.

धर अनेक महिने एका दस्तऐवजावर काम करत होते – भारत आणि सोव्हिएत देश यांच्यातला औपचारिक मैत्रीकरार! त्यावर परराष्ट्र मंत्रालयाने सही करावी अशी धर यांची विनंती होती. कारण त्यायोगे भारतीय जनता रोमांचित झाली असती असं त्यांना वाटत होतं. असा करार केल्याने पाकिस्तान आणि चीन यांची भारतावर हल्ला करण्याची हिंमत झाली नसती, असा त्यामागचा सोव्हिएत युक्तिवाद होता आणि ही सूचना मॉस्कोमधून दोन वर्षांपूर्वीच आलेली होती, पण मार्चमधल्या निवडणुकीतल्या, इंदिरा गांधींच्या विजयापर्यंत भारताने ती प्रलंबित ठेवली होती. तशीही या कराराची काही खास तातडी नव्हती. देशाला सोव्हिएत कळपात ढकलल्याची टीका उजव्या विचारसरणीच्या गटांकडून संसदेत ओढवून घेण्याची सरकारची इच्छा नव्हती. तसंच असा करार केल्याने अलिप्त राष्ट्र चळवळीचा नेता म्हणून भारताच्या प्रतिमेला बाधा आली असती; पण आता मात्र भारताला सोव्हिएतबरोबरच्या स्वतःच्या संबंधांना नवा, भक्कम आधार देणं अनिवार्य होतं.

'कत्तल बंद करावी; दमनचक्र थांबवावं; लोकशाही पद्धतीने झालेल्या निवडणुकीच्या कौलाचा आदर करावा; तसंच मानवी हक्कांच्या वैश्विक जाहीरनाम्यातल्या तत्त्वांचा सन्मान राखावा.' असं सोव्हिएत देशाने ३ एप्रिल रोजी याह्या खान यांना एक कडक भाषेतला संदेश पाठवून बजावलं. यामुळे धर उत्साहित झाले. सोव्हिएत कम्युनिस्ट पक्षाचे सरचिटणीस लिओनिद ब्रेझनेव यांची राजवट सामान्यपणे मानवी हक्कांची तरफदारी करणारी नसल्याची कल्पना त्यांना होती. याबाबत धर यांनी लिहिलं आहे, 'राष्ट्रीय एकात्मता वगैरे तथाकथित तत्त्वांबाबतचा स्वतःचा संकोच झुगारणं सोव्हिएत नेत्यांना भाग पडलं; पण आशियातल्या भारताच्या आजच्या घडीच्या वजनाची कधी नव्हती इतकी कदर सोव्हिएत रशियाला आहे.'

यामागोमाग, इंदिरा गांधींनी धर यांना सोव्हिएत पंतप्रधान अलेक्सी कोसिगिन यांच्याकडे रवाना करून जमेल ती सर्व प्रकारची मदत मिळावी यासाठी आग्रह केला. अधिक आक्रमक कृतीसाठी किंवा कदाचित युद्धासाठीसुद्धा सोव्हिएत देशाची संमती मिळावी, अशी भारताची अपेक्षा असल्याचं दिसत होतं; पण त्याऐवजी सोव्हिएत नेत्यांनी एक छोटीशी अफलातून खेळी खेळून अत्यंत संदिग्ध भाषेत भारताला तणाव टाळण्याचा सल्ला दिला. त्यामुळे हक्सर आणि धर यांचा

हिरमोड झाला.

या संघर्षाची तयारी करताना भारताने अधिक लष्करी साहाय्यासाठी सोव्हिएत देशाकडे धोशा लावला. सोव्हिएत बनावटीचे टी-५५ लढाऊ रणगाडे, चिलखती सैनिकवाहू वाहनं आणि गोळ्यांच्या फैरी असं साहाय्य भारताला हवं होतं. भारताच्या लष्करी गरजांच्या निकडीबाबत हक्सर यांनी इंदिरा गांधींना स्पष्ट भाषेत सांगितलं होतं. एप्रिलअखेर इंदिरा गांधींनी कोसिगिन यांना लष्करी सामग्रीची एक लांबलचक यादी पाठवली. धर यांनी नोंद केल्यानुसार, या यादीत बॉम्बफेकी विमानांचा समावेश होता. ही विमानं संपूर्ण पाकिस्तानमधल्या लक्ष्यांवर मारा करू शकणारी आणि चीनमध्ये खोलवर जाऊन हल्ला करू शकणारी असावीत अशी भारताची अपेक्षा होती. इथेही सोव्हिएत मदतीवर मर्यादा होती. त्यांनी काही स्वनातीत (सुपरसॉनिक), पण बेभरवशाची टीयू-२२ विमानं पाठवण्याचा दिलेला प्रस्ताव भारतीय हवाई दलाला इतका अस्वीकारार्ह होती की, भारत सरकारने हा प्रस्ताव अमान्य केला. यामुळे तोंडघशी पडलेल्या धर यांनी असा युक्तिवाद केला की, ही बॉम्बफेकी विमानं भविष्यातल्या आण्विक युद्धकाळात आण्विक शस्त्रं वाहून नेऊ शकली असती. त्याचप्रमाणे सोव्हिएत देशाने निर्वासितांनाही काहीच मदत केली नाही; थोड्याफार देणग्या दिल्या असल्या, तरी अमेरिकेने केलेल्या मदतीच्या तुलनेत ही मदत काहीच नव्हती.

व्यर्थ शिष्टाई

परकीय मदतीची अतिशय निकड असलेल्या भारताच्या राजनैतिक यंत्रणेने कृतीला आरंभ केला. प्रारंभिक आंतरराष्ट्रीय प्रतिसाद अत्यल्प होता.

अमेरिकेचे संयुक्त राष्ट्रसंघातले राजदूत जॉर्ज एच. डब्ल्यू. बुश यांनी अमेरिकेला मानवतावादी दृष्टीकोनातून वाटत असलेली 'चिंता' तिथल्या पाकिस्तानी राजदूतापुढे व्यक्त केली; पण अमेरिकेचे हे भावी राष्ट्राध्यक्ष त्यापेक्षा अधिक स्पष्ट शब्दांमध्ये स्वतःची भावना व्यक्त करू शकले नाहीत. पाकिस्तानने आंतरराष्ट्रीय साहाय्य स्वीकारण्याचा विचार करावा असं बुश पाकिस्तानी राजदूताला म्हणाले. मात्र बुश यांनी केलेल्या नोंदीनुसार, पाकिस्तान सरकारने आंतरराष्ट्रीय मदत सपशेल फेटाळून लावली. पूर्व पाकिस्तानमध्ये संयुक्त राष्ट्रसंघाला मानवतावादी दृष्टीकोनातून साहाय्य पुरवू देण्याला याह्या खान यांनी अखेर मे महिन्याच्या शेवटी मान्यता दिली. संयुक्त राष्ट्रसंघाच्या निर्वासित विभागाचे उच्चायुक्त प्रिन्स सद्रुद्दीन खान स्वतःला याह्या खान यांच्या निकटचे समजत असत आणि पाकिस्तान सरकारबरोबरचे त्यांचे जिव्हाळ्याचे संबंध आंतरराष्ट्रीय साहाय्य करणाऱ्या

अधिकारिवर्गाला चांगलेच ज्ञात होते. भारताच्या हेतूबद्दल सद्रुद्दीन यांना संशय होता आणि भारत निर्वासित समस्या फुगवून जगासमोर मांडत असल्याचा त्यांचा भ्रम असल्याचं बुश यांनी लिहून ठेवलं होतं.

मे महिन्यात इंदिरा गांधींनी स्वतःच्या मदतीसाठी संपूर्ण जगाला आवाहन करताना, पाकिस्तानची स्वतःची अंतर्गत समस्या पूर्व बंगालमधली लोकसंख्या कमी करून सोडवण्याचा प्रयत्न पाकिस्तान करत असल्याचा आरोप केला. त्या बाबतीत प्रांजळपणे कबुली देताना त्या म्हणाल्या, ''ज्या भागात विस्थापित प्रवेश करत आहेत, तिथे यापूर्वीच अतिशय गर्दी झाली असून हे भाग भारतातले सर्वाधिक संवेदनशील प्रदेश आहेत. विस्थापितांच्या लोंढ्यांमुळे सुरक्षाविषयक गंभीर धोका निर्माण होत असून कोणतंही जबाबदार सरकार असा धोका उत्पन्न होण्यासाठी परवानगी देऊ शकणार नाही.''

इंदिरा गांधींच्या पत्राच्या जवळपास तंतोतंत प्रती भारताने जिवाच्या आकांताने जगभर रवाना केल्या. ही पत्रं एकसष्ट देशांना गेली. त्यामध्ये महाशक्तींबरोबरच अलिप्तता चळवळीतले युगोस्लाव्हिया आणि इजिप्त यांसारखे देशही होते; तसंच इथियोपियाचे सम्राट हेले सलासि आणि टांझानियाचे ज्युलिअस न्यरेरे यांच्यासारखे दंतकथा बनलेले नेते होते आणि इराणचे राजे मुहम्मद रझा शाह पहलवी आणि लिबियाचे हुकूमशहा मुहम्मद अल गडाफी अशा कलंकित राष्ट्रप्रमुखांचाही त्यांच्यात समावेश होता. अमेरिकी जनतेपर्यंत पोहोचण्याच्या बाबतीत इंदिरा गांधी काहीशा सुस्त वाटत होत्या. निक्सन यांच्याकडून नोव्हेंबर महिन्यात आलेल्या, वॉशिंग्टन इथल्या शिखर परिषदेला उपस्थित राहण्याच्या निमंत्रणाला प्रतिसाद देण्याच्या कामीही त्या काहीशा निरुत्साही होत्या. मात्र 'पाकिस्तान स्वतःच्याच लक्षावधी नागरिकांना चिरडत असल्याचं कृत्य अमेरिकी सरकारला वैध वाटत होतं का?' यावर वॉशिंग्टनमधल्या भारताच्या राजदूतालापण लक्ष ठेवण्याची सूचना हक्सर यांनी केली होती. पाकिस्तानमध्ये लोकशाही शाबूत ठेवण्यासाठी अमेरिकेने स्वतःचं सामर्थ्य वापरण्याची विनंती इंदिरा गांधींनी निक्सन यांना केली.

आंतरराष्ट्रीय मदत मिळण्याच्या शक्यतेबद्दल इंदिरा गांधी आणि हक्सर खिन्न होते. हे संकट हाताळण्याची किंमत बहुतेक भारतालाच चुकवावी लागणार असल्याचं त्यांनी गृहीत धरलं होतं. प्रमुख देशांची सरकारं सावधगिरीच्या पवित्र्यात असल्याची नोंद करून हक्सर म्हणतात, ''अमेरिका, ब्रिटन, फ्रान्स, जर्मनी आणि जपान हे सगळे देश या अत्याचारांकडे पाकिस्तानची अंतर्गत बाब म्हणून पाहत होते. सोव्हिएत देश त्यांच्यापेक्षा किंचित अधिक स्पष्ट भूमिका घेत होता; पण

बांगला देशी गनिमांनी भूप्रदेश आणि प्रत्यक्ष सत्ता जिंकेपर्यंत बहुतेक पाश्चिमात्य सरकारांनी बांगला देशाला मान्यता देण्याची शक्यता नव्हती. बंगाली लोकांनी स्वतःची लढाई प्रथम युद्धभूमीवर जिंकणं अनिवार्य होतं.''

इंदिरा गांधींच्या आवाहनाचा पाठपुरावा करण्यासाठी आणि स्वतःची बाजू मांडण्यासाठी भारताने मंत्री आणि राजनैतिक अधिकारी यांची एक छोटीशी फौज जगभर रवाना केली – अफगाणिस्तानपासून केनिया, ते पार चिलीपर्यंत. बुखारेस्टला पाठवला जाणार असलेला भारतीय दूत संभाव्य निराशाजनक प्रतिसादामुळे खचून गेला, पण हक्सर यांनी त्याला काही करून रवाना केलं. वॉर्सा इथल्या भारतीय राजदूताला पाठवलेल्या सूचनेत हक्सर म्हणतात, 'पूर्व बंगालची जनता आणि आता पश्चिम पाकिस्तान म्हणवून घेत असलेल्या भागातले लोक यांच्यात आता कधीही न सांधता येणारी दरी निर्माण झाली असल्याची जाणीव पोलिश प्रजेला करून द्यावी लागेल.'

मानवतावादाच्या जनसंपर्कविषयक बाजूबद्दल भारतीय राजनैतिक अधिकारी पूर्णपणे जागृत होते – 'विस्थापितांना मदत करण्यासाठी आपल्याला एक विशाल कार्यक्रम हाती घ्यावा लागेल आणि त्यावर आंतरराष्ट्रीय प्रसिद्धीचा सतत झोत राहील याची काळजी घ्यावी लागेल.' भारतीय परराष्ट्र मंत्रालयाने परागंदा बांगला देश सरकारला गुप्तपणे मदत करून बंगालींच्या कत्तलींचा धिक्कार करणारी पत्रकं तयार करायला आणि त्यांचं वितरण करायला हातभार लावला. मात्र जाहीरपणे बोलताना याबरोबर भारताचा कोणताही संबंध असल्याचा इन्कार करण्यात आला. त्याचबरोबर विस्थापितांपैकी डॉक्टर, अभियंते, प्राध्यापक आणि वकील यांची पथकं तयार करून त्यांची स्वतःची बाजू मांडण्यासाठी त्यांना जगभर पाठवण्याचा बेत विस्थापितांच्या छावण्यांचे दौरे करणाऱ्या एका तुकडीला पार पाडायचा होता – 'पाकिस्तानचा जमातवादी आणि संकुचित पाया नष्ट करण्यास आणि उखडून टाकण्यास बांगला देशाच्या चळवळींनी प्रचंड वाव देऊ केला आहे.'

बिलकूल उसंत न घेता कामात बुडालेल्या भारतीय परराष्ट्रमंत्री स्वर्ण सिंग यांनी कमअस्सल दर्जाची वकिली केल्याबद्दल हताश झालेल्या राजनैतिक अधिकाऱ्यांना धारेवर धरलं. ''भारत हा एक मोठा देश असून आपल्या प्रभावाचा वापर या अधिकाऱ्यांनी केला पाहिजे. त्यांनी केवळ इतर देशांमधल्या राजनैतिक अधिकाऱ्यांना भेटण्यावर समाधान मानण्याऐवजी त्या-त्या देशातली वृत्तमाध्यमं, तिथले सक्रिय कार्यकर्ते, राजकीय पक्ष आणि लोकनिर्वाचित प्रतिनिधी यांनाही भेटलं पाहिजे. आपलं उपद्रवी अस्तित्व सर्वांना जाणवून दिलं पाहिजे. आपण बरोबर असून आपली बाजू न्यायाची असल्याचं आपण सतत सांगत राहिलं पाहिजे.

हे एकदा, दोनदा, तीनदा, चारदा सांगा राहा. अगदी कनिष्ठ पातळीपासून सुरुवात करून सर्वोच्च स्तरापर्यंत पोहोचा.'' असं आवाहन स्वर्ण सिंगांनी त्यांच्या अधिकाऱ्यांना केलं.

जून महिन्यात स्वर्ण सिंग यांनी परदेशी राजधान्यांचा जोमदार दौरा केला. पाकिस्तानवर आंतरराष्ट्रीय दबाव आणणं ही भारताची गरज होती, पण तसं घडण्याची अंधूक आशा होती. याबाबत विषण्णपणे बोलताना स्वर्ण सिंग म्हणाले, ''या भेटींमधून नेत्रदीपक काहीतरी साध्य होण्याची मला अपेक्षा नाही.'' स्वर्ण सिंग यांना खरं यश फक्त मॉस्को इथे लाभलं. धर यांच्या स्वप्नाची पूर्ती करणाऱ्या भारत आणि सोव्हिएत देश यांच्यातल्या मैत्रीकराराचा मसुदा तयार करण्याकडे दोन्ही देश वळले. हा पाकिस्तान आणि चीन यांच्याविरुद्धचा मजबूत बचाव होता. 'विस्थापितांचा लोंढा थांबावा आणि बेघर झालेल्यांनी पुन्हा घरी परतावं.' असं आवाहन करणारं संयुक्त पत्रक सोव्हिएत देशाने प्रसिद्ध केलं. खासगीत बोलताना कोसिगिन यांनी सिंग यांना बांगला देशाला मान्यता देण्याचं लांबणीवर टाकण्याची विनंती केली, पण त्याच वेळी आक्रमक भूमिका घेऊन कोसिगिन म्हणाले, ''हा संघर्ष चालू राहावा अशी उत्तम परिस्थिती निर्माण होण्याच्या दृष्टीने तुम्हांला आणि मला कृती करावी लागेल. विस्थापित परतल्यानंतर हा संघर्ष यशस्वी होईल अशी कारवाई आपल्याला करावी लागेल. गनिमी युद्ध, उघड सामाजिक संघर्ष किंवा युद्ध असं कोणतंही स्वरूप तो धारण करू शकेल.'' सोव्हिएत नेतृत्वाच्या प्रतिसादाने सुखावलेले धर या भूमिकेचं स्वागत करून म्हणाले, ''इतर राजधान्यांमधून आपल्याला याच्या निम्म्याने जरी प्रतिसाद मिळाला, तरी हा लढा आपण जिंकल्यासारखंच होईल.''

पण तसा प्रतिसाद आला नाही. भारताच्या शिक्षणमंत्र्यांनी आशियाचा निष्फळ दौरा केला; एका राजधानीनंतर दुसरीत स्वतःचं म्हणणं मांडलं. स्वतः कोलकात्याचे बंगाली असणाऱ्या या मंत्रिमहोदयानी असा अहवाल दिला – 'एका स्वतंत्र बांगला देशाची निर्मिती अपरिहार्य असल्याचं जपान सरकारला मान्य आहे, पण ते जाहीरपणे म्हणण्याचं धाडस या सरकारकडे नाही.' ऑस्ट्रेलियाला फारसं काही करता येणार नसल्याचं ऑस्ट्रेलियाने कळवलं आणि यावर फुंकर घालताना त्या देशाचे परराष्ट्रमंत्री म्हणाले, ''तुम्ही भलत्याच कचाट्यात सापडला आहात!'' मलेशियातल्या मैत्रीपूर्ण स्वागतामुळे त्या देशात गेलेला भारतीय दूत उत्साहित झाला होता. हा प्रश्न म्हणजे पाकिस्तानचा अंतर्गत मामला नसल्याचं मलेशिया सरकारने खासगीत मान्य केलं होतं, तर मलेशियातले एक मंत्रिमहोदय तक्रार करताना म्हणाले होते, ''भुट्टो यांनी आमचा अनेक विनोदी नावांनी उद्धार केला होता.'' मात्र

स्वतःची स्थिती अत्यंत नाजूक असून कोणतीही जाहीर भूमिका घेणं शक्य नसल्याचं मलेशियाच्या सरकारने कळवलं होतं, आणि अखेरीस इंडोनेशियाच्या दबावाला बळी पडून मलेशियाने पाकिस्तानला पाठिंबा दिला होता. थायलंडनेसुद्धा हा पाकिस्तानचा अंतर्गत प्रश्न असू शकत नसल्याचं खासगीत कबूल केलं, पण याबाबत काहीही बोलण्यासाठी चीनच्या विरोधामुळे हा देश धजावला नव्हता. पराभूत होऊन भारताचे मंत्रिमहोदय मायदेशी परतले.

गृह विभागाचे राज्यमंत्री के. सी. पंत यांनी लॅटिन अमेरिकेचा दोन आठवड्यांचा दौरा करूनही त्यांच्या हाती फारसं काही लागलं नव्हतं. पनामा आणि मेक्सिको यांची सहानुभूती व्यक्त करणारी काही जाहीर निवेदनं सोडता, अगदी जमैका आणि क्यूबा यांचाही पाठिंबा लाभला नव्हता. पंत यांनी मेक्सिकोच्या राष्ट्राध्यक्षांना पाकिस्तान भौगोलिकदृष्ट्या विभाजित असल्याचं सांगितलं, तेव्हा त्यांच्या चेहऱ्यावर अविश्वास दाटून आला. या आठवणीबद्दल पंत म्हणतात, ‘‘त्यांनी कुणालातरी जगाचा नकाशा आणायला फर्मावलं. तो बघितल्यानंतर राष्ट्राध्यक्ष म्हणाले की, बापरे! हे खरं आहे!’’

युरोपमधली परिस्थिती थोडीशीच बरी म्हणावी अशी होती. पश्चिम जर्मनीचे राष्ट्रप्रमुख (चान्सलर) विली ब्रॅन्ट हे भारताचे सर्वाधिक समर्थक होते. ब्रिटनचे पंतप्रधान एडवर्ड हीथ यांनी स्वतः याह्या खान यांना नागरिकांवरचे हल्ले थांबवण्याची विनंती केली होती, पण या संकटाची तीव्रता न वाढवण्याबद्दल ते भारताला सतत आग्रह करत होते. पॅरिसमधल्या भारतीय राजदूताचा प्रतिसाद सुतक शांततेचा होता. ‘समस्या वास्तवात भारताचीच असून बाह्य जगावर तिचा प्रत्यक्ष प्रभाव पडलेला नाही.’ त्यांनी अहवाल पाठवला. ‘काळ जसजसा उलटत जाईल, तसतसा जागतिक प्रसारमाध्यमांना पूर्व बंगालमधल्या शोकांतिकेचा विसर पडत जाईल. मात्र संघर्ष चालू राहिला, तर त्यामुळे सहानुभूती निर्माण होण्याऐवजी राग निर्माण होईल. प्रतिकार म्हणून आपण ज्याची प्रशंसा करतो, त्याच्यावर इतर लोक दहशतवाद म्हणून टीका करू शकतील. (रशियात जर्मन लष्कराचा पाडाव झाल्यानंतरच प्रतिकार सुरू करण्याएवढे फ्रेंच लोक नक्कीच बुद्धिमान होते.)’

इंडोनेशियामधल्या आणि इतर ठिकाणच्या अलिप्त राष्ट्र चळवळीमधल्या भारताच्या सहकाऱ्यांनी दगा दिल्याने भारताला खेद वाटत होता. केवळ युगोस्लाव्हिया भारताच्या बाजूने उभा राहिला. या देशाचे राष्ट्राध्यक्ष जोसेफ ब्रॉझ टिटो यांनी भारताला भेट देऊन भारताची उमेद वाढवणारं एक निवेदन प्रसिद्ध केलं. विशेषतः पश्चिम आशियामध्ये भारताची घोर निराशा झाली. खरं तर अलिप्त राष्ट्र चळवळ स्थापन करण्यासाठी नेहरू यांनी गमाल अब्दूल नासर यांच्याबरोबर

हातमिळवणी केली होती. भारतीयांनी आणि अरबांनी वसाहतवादाचे क्रूर अनुभव घेतले होते. त्याचप्रमाणे इस्राइलबरोबरच्या युद्धात भारताने ठामपणे अरबांची बाजू घेतली होती. या समाईक बाबींमुळे पाकिस्तानची बाजू घेण्यापासून अरब राष्ट्रं परावृत्त होण्याची आशा हक्सर यांना होती. ते म्हणतात, 'तथाकथित इस्लामी देशांचं परराष्ट्र धोरण अपेक्षित मार्गाने चालत नाही. भारतात मुस्लीम ठार झाले, म्हणून या देशांचे भारताबरोबरचे संबंध जसे बिघडत नाहीत; तसेच पाकिस्तानमध्ये मुस्लीम मारले जात आहेत, म्हणून पाकिस्तानबरोबरही त्यांचे संबंध बिघडणार नाहीत.'

या परिस्थितीत स्वतःचं अंतर्गत स्थैर्य टिकवून ठेवण्यासाठी कोणतीही पावलं उचलण्याच्या पाकिस्तानच्या सर्वाधिकाराचं ठाम समर्थन सौदी अरेबियाने केलं. पाकिस्तानला योग्य वाटेल अशा प्रकारे स्वतःच्या अंतर्गत समस्या हाताळण्याचा अधिकार असल्याच्या भूमिकेचा अमेरिकेने पुनरुच्चार करण्याची विनंती सौदी अरेबियाने अमेरिकेला केली. सौदी अरेबिया आणि इराण पाकिस्तानला आर्थिक साहाय्य देणार असल्याचं खट्टू झालेल्या स्वर्ण सिंग यांनी भारतीय राजनैतिक अधिकाऱ्यांना सांगितलं. मात्र हे देश 'अत्यंत लोभी' असून फारसं काही देणार नसल्याचं भविष्यही त्यांनी वर्तवलं.

विशेषकरून, इजिप्तची भूमिका विस्मयकारक ठरली. या संपूर्ण संकटकाळात इजिप्तने धारण केलेल्या अभ्यासपूर्ण शांततेमुळे कैरोमधला भारतीय राजदूत हताश झाला होता. त्याच्या नोंदीनुसार, अन्वर अल् सद्दात यांचं सरकार भारताच्या विस्थापितांच्या समस्येबाबत काहीही सहानुभूती बाळगत नव्हतं आणि पूर्व पाकिस्तान वेगळं होऊ नये असा प्रतिबंध करण्यावर या सरकारचं लक्ष केंद्रित झालं होतं. सरकारी नियंत्रणाखाली असणाऱ्या इजिप्तच्या माध्यमांनी वंशविच्छेदाचं वृत्तसंकलन जवळपास केलंच नव्हतं, आणि त्यामुळे इजिप्तचे नागरिक मूलभूत वास्तवापासून वंचित राहिले होते. संयुक्त राष्ट्रसंघाच्या एका परिषदेत इजिप्तचे नामवंत राजनैतिक प्रतिनिधी अमर मुसा यांनी पाकिस्तानचं ऐक्य अखंड राखण्यावर भर दिला. हे मुसा नंतर इजिप्तचे परराष्ट्रमंत्री आणि अरब लीगचे महासचिव झाले. परिस्थिती इतकी वाईट असूनही अरब जगतातला सर्वाधिक भारतवादी देश इजिप्त हाच होता. सौदी अरेबिया, लिबिया आणि कुवेत असे सगळे देश अधिक पाकिस्तानवादी होण्यासाठी इजिप्तवर दबाव आणत होते.

सर्वांत वाईट होता चीन. भारतीय उद्दिष्टांबद्दल पेकिंगला असलेल्या जवळपास विकृत संशयाबद्दल आणि विशेषतः चाऊ एन लाय यांना वाटणाऱ्या संशयाबद्दल तिथल्या भारतीय दूतावासाची तक्रार होती. युद्ध भडकवल्याचा आणि

विस्थापितांना परतण्यापासून रोखल्याचा आरोप चीनमधल्या सरकारी मालकीच्या प्रसारमाध्यमांनी भारतावर केला. तिथल्या भारतीय दूतावासातले एकाकी पडलेले राजनैतिक अधिकारी अस्वस्थ मनःस्थितीत दिवसभर पॉलिटब्यूरोचे ठराव, शब्दबंबाळ सरकारी पत्रकं आणि प्रचारकी वर्तमानपत्र यांचं बारकाईने वाचन करत. माओ आणि त्यांचे गारदी खरोखर कसा विचार करत असावेत, याचा अंधूकसा तरी कानोसा घेण्याचा हा प्रयत्न असे. चीनचं शाब्दिक अवडंबर जेवढं ज्वालाग्राही असायला हवं होतं, त्यापेक्षा प्रत्यक्षात ते कमी तीव्रतेचं असल्याचं त्यांच्या लक्षात आलं.

कायम विस्ताराने लिहिणारे हक्सरही चीनसाठीच्या एका आवाहनाचं लिखाण अगदी कष्टाने करू शकले. ही अत्यंत अवघड कामगिरी करण्याबाबत अक्षम्य विलंब झाल्याचं मान्य करणारे हक्सर कधी नव्हे ते आत्मविश्वास गमावून बसले होते. हक्सर यांनी चीनची मदतही मागितली नाही. फुटीरतावाद्यांना चिरडून टाकण्यासाठी स्वतःला हवा तो मार्ग पाकिस्तानने चोखाळावा, असा चीनचा सरळ आग्रह होता. त्याला थेट उत्तर न देता हक्सर यांनी आंतरराष्ट्रीय आवाक्यासारख्या इतर बाबींबाबत ठाम भूमिका नसणारा शब्दच्छल केला. चाऊ एन लाय यांच्याकडून येणारा फटका खाण्याची तयारी भारत सरकारने केली. 'त्यांना दुरान्वयानेही चिडवेल, असं कोणतंही विधान करण्याचं आम्ही टाळलं आहे.' अशी नोंद हक्सर यांनी केली.

भारताची राजनैतिक जगप्रदक्षिणा अंततः अतिशय निराशाजनक ठरली. युद्ध टळू शकेल असा दबाव कोणतंही राष्ट्र पाकिस्तानवर टाकणार नव्हतं. बहुतेक देशांनी सहानुभूतीचे मोजके शब्द किंवा लाक्षणिक मदत एवढंच देऊ केलं.

पण भारताने पैशापेक्षाही अधिक काहीतरी मागणी केली होती. सोव्हिएत देशाने किंवा पश्चिमेने पुरेसा पैसा मोजला असता, तर आधीच विस्थापित सामावून घेणाऱ्या भारताने पुन्हा तसंच करण्याचा समज धनाढ्य पश्चिमी सरकारांनी करून घेतला असता असं स्वर्ण सिंग यांना वाटत होतं; पण हा प्रश्न पैशाचा नव्हता. भारत विस्थापितांना कायमस्वरूपी आश्रय देऊ शकत नव्हता. लंडन इथे स्वतःच्या राजनैतिक अधिकाऱ्यांसमोर बोलताना स्वर्ण सिंग यांनी त्यांचं गाऱ्हाणं मांडलं. ते म्हणाले, "ते आपल्याला करत असलेली मदत बिलकूलच उपयोगाची नाही. ते पाकिस्तानी नागरिकांना–विस्थापितांना जगण्यासाठी मदत करत आहेत; याचं कारण म्हणजे हे पाकिस्तानी नागरिक ही पाकिस्तानची मूलभूत जबाबदारी आहे आणि तुम्ही भारताला पैसे देत असला, तर ती भारतावर केलेली मेहरबानी नाही." त्यांच्या मते, विस्थापितांना स्वगृही परतावं लागणार होतं आणि हे कदाचित 'कठोर

कारवाईनंतर' म्हणजेच युद्धाच्या धमकीमुळे घडू शकलं असतं.

'या देणग्या अत्यंत निराशाजनक असल्याचं' हक्सर यांनी इंदिरा गांधींना सांगितलं. या विस्थापितांची सहा महिने देखभाल करण्यासाठी भारताला सुमारे ४० कोटी डॉलर्सची गरज लागणार होती आणि नवीन विस्थापित सतत येतच होते. व्हाइट हाउसच्या आकडेमोडीनुसार भारताला संपूर्ण जगातून केवळ दोन कोटी डॉलर्स जमा करता आले, तर सोव्हिएत देशाकडून सुमारे एक कोटी वीस लाख डॉलर्स प्राप्त झाले. निक्सन म्हणाले, "युरोपीय देशांनी बऱ्याच बाता मारल्या, पण प्रत्यक्षात काहीच केलं नाही.'' विस्थापितांना माघारी पाठवण्याबाबत कोणत्याही तर्कसंगत तोडग्याचा उल्लेख नसणाऱ्या या किरकोळ देणग्यांनी भारताला कातावून सोडलं होतं, आणि पाकिस्तानबरोबर लष्करी संघर्ष टाळण्याचा शहाजोग सल्ला मात्र देण्यात येत होता. भारताला या ओझ्याखाली दबून जाण्यासाठी सोडून देण्यात आलं होतं.

"हे असले हरामखोर आहेत.''

भारताच्या पदरी सर्वाधिक निराशा अमेरिकेकडून आली. विस्थापितांना अजिबात मदत न करण्याची निक्सन यांची सुरुवातीची प्रतिक्रिया होती. ते म्हणाले, "पाकिस्तानी विस्थापितांना साहाय्य करण्यासाठी मदत पाठवण्याचा आम्ही विचार करत असल्याचं कुणीतरी म्हणतं आहे, पण आम्ही असली कोणतीही मदत देणार नाही अशी मला आशा आहे.''

अशी मदत पाठवल्याने याह्या खान नाराज होण्याची शक्यता असूनही काही लाक्षणिक मदत पाठवणं अनिवार्य असल्याचं किसिंजरना वाटत होतं, कारण त्यायोगे व्हाइट हाउस पाकिस्तानला देत असलेल्या समर्थनावर प्रसारमाध्यमांमधून आणि अमेरिकी काँग्रेसमधून होणाऱ्या टीकेला उत्तर देण्याचं मर्यादित उद्दिष्ट साध्य होणार होतं. किसिंजरनी अनिच्छेने नोंदवलं, 'पश्चिम पाकिस्तानच्या अपेक्षित प्रतिक्रियेची शक्यता लक्षात घेऊनही अशी काही मदत आपण का देऊ नये हे मला समजत नाही.' भारताला दूर ठेवून आंतरराष्ट्रीय किंवा अमेरिकी यंत्रणांमार्फत ही मदत पोहोचवण्यात येणार असल्याचा शब्द देईपर्यंत याबाबतची अनुमतिदर्शक स्वाक्षरी करण्यासाठी निक्सन तयार नव्हते. काही विस्थापित गनीमही असण्याच्या शक्यतेने निक्सन आणि त्यांचे साहाय्यक ॲलेक्झांडर हेग ग्रस्त झाले होते. या मदतसामग्रीचा वापर बंगाली उठावासाठी होणार नसल्याची हमी हेग यांना हवी होती. याबाबतची खात्री देण्यात आल्यानंतर निक्सननी पंचवीस लाख डॉलर्सची 'बेताची' मदत देण्यासाठी मंजुरी दिली. यांपैकी बहुतांश मदत खाद्यपदार्थांच्या

रूपात असणार होती आणि ही मदत सुमारे तीन लाख विस्थापितांचं - दशलक्षावधी विस्थापितांपैकी फार थोडे - अल्प काळ पोषण करू शकणार होती.

निक्सन आणि किसिंजर यांचं लक्ष प्रामुख्याने विस्थापितांच्या संकटाकडे वेधलं गेलं. सॅम्युएल हॉस्किन्सन म्हणतात, ''इंदिरा गांधींना आक्रमण करायचं होतं अशी खात्री प्रत्येकाला होती. त्यांची मानसिकता तशीच भासत होती. वॉशिंग्टनमधल्या इंदिरा गांधींबद्दलच्या मानसिकतेबरोबर ती जुळत होती.'' काहीशी मदत देऊ करून भारताचं युद्ध पुकारण्याचं कारण बोथट करण्याचा आणि इंदिरा गांधींवरचा देशांतर्गत दबाव थोडासा हलका करण्याचा निक्सन प्रशासनाचा प्रयत्न होता. सीआयएमधल्या स्वतःच्या कारकिर्दीची झलक दाखवणारं निरीक्षण नोंदवताना हॉस्किन्सन म्हणतात, ''सद्यःस्थितीतलं दिल्लीचं चित्र आम्हांला बऱ्यापैकी उपलब्ध आहे; आमच्या दूतावासाच्या अहवालाचा आणि पारंपरिक मानवी गुप्तचर स्रोतांकडून उपलब्ध झालेल्या तपशिलाचा त्याला आधार आहे. उच्च स्थानी विराजमान माहितीस्रोताच्या द्वारे मिळालेल्या माहितीनुसार, इंदिरा गांधी आणि त्यांचे लष्करी नेते यांच्याबाबतचं उत्तम आकलन आम्हांला आहे. माणेकशा ही एक वल्ली आहे. हे गुप्तमार्गे उपलब्ध आकलन आणि अमेरिकी प्रशासनाची इंदिरा गांधींकडे बघण्याची मानसिकता यांची सांगड घालून त्यात रशियनांबाबतची चिंता मिसळली की एक विश्वसनीय आणि अत्यंत चिंताजनक मिश्रण समोर येतं.''

किसिंजरना पाठवलेल्या अहवालात हॉस्किन्सन म्हणतात, 'पूर्व पाकिस्तानवर कब्जा करण्यासाठी स्वतःच्या लष्कराला एक योजना तयार करण्याचा आदेश श्रीमती गांधी यांनी दिल्याचं समजलं आहे. तसंच इस्राइलसारखी विजेच्या वेगानं चढाई करण्यात त्यांना विशेष स्वारस्य असल्याचं म्हटलं जातं.' पूर्व पाकिस्तानबरोबरच्या भारताच्या सीमाभागात तोफा आणि बंदुका वापरून चकमकी चालू होत्या. युद्ध झालं असतं, भारताने पाकिस्तानचा खात्मा केला असता; असं अमेरिकेचे लष्करप्रमुख जनरल विल्यम वेस्टमूरलॅन्ड यांनी किसिंजर यांना युद्धकक्षात सांगितलं.

किसिंजर मूलभूत तत्त्वाला चिकटून राहिले - 'पाकिस्तान स्वतःच्या लोकांसंदर्भात काहीही करू शकतं, मग त्याचे परिणाम पाकिस्तानी हद्दीबाहेर झाले तरी बेहत्तर!' किसिंजर यांनी 'तुम्ही विस्थापितांच्या प्रश्नावरून युद्ध छेडू शकणार नाही.' असा इशारा अमेरिकेतल्या भारतीय राजदूताला दिला. किसिंजर निक्सन यांना म्हणाले, ''असं करण्याचं कोणतंही समर्थनीय कारण त्यांच्याकडे नाही. पाकिस्तानने स्वतःच्या हद्दीत काहीही केलं, तरी त्यांना पाकिस्तानवर आक्रमण करण्याचा कोणताही अधिकार नाही.'' किसिंजर पुढे म्हणाले, ''याखेरीज कत्तलीही

थांबलेल्या आहेत.'' हे खरं नव्हतं, कारण दक्षिण आशियातून येणारे सगळे अहवाल कत्तल चालूच असल्याची माहिती देत होते. निक्सन उत्तरले, ''वातावरण शांत झालं आहे.''

निक्सन आणि किसिंजर यांच्या मदतीमुळे पाकिस्तानच्या कत्तलींमुळे होणाऱ्या परिणामांची फार तर अल्पांशानेच भरपाई होऊ शकली असती. निक्सन प्रशासनाला जर लक्षणीय प्रयत्न करायचे असते आणि या प्रक्रियेत भारतीय जनमत जिंकून घ्यायचं असतं, तर त्यांना निर्वासितांचं अमाप दुःख दूर करण्यासाठी वाव होता; पण हॅरल्ड सॉन्डर्स यांच्या आठवणीनुसार, मात्र ''किसिंजर या प्रकारे विचार करत नसत. मानवी संकटाचा वापर राजकीय मार्गाने करणं त्यांना सहज सुचलं नसतं.''

या प्रसंगीच्या एका घटनेवरून याबाबतच्या शक्यतांचा आवाका लक्षात येतो – अतिगर्दी झालेल्या त्रिपुरा राज्यातून विस्थापितांची हवाई वाहतूक आसामला करण्यासाठी भारताने मागितलेली मदत आणि यासाठी अमेरिकी हवाई दलाच्या चार सी–१३० वाहतुकी विमानांचा करायचा वापर. ''हे केलं, तर भारताला युद्धापासून रोखता येईल.'' असं सांगून हॉस्किन्सन यांनी किसिंजर यांचं मन वळवलं, आणि या महाकाय विमानांनी एक महिनाभर मदतसामग्री पोहोचवली आणि सुमारे २३,००० बंगाली विस्थापित त्रिपुरातून आसामला पोहोचवले. ही कामगिरी विस्थापितांना पुन्हा स्वगृही पाठवण्याच्या तोडीची नसली, तरी ती सकारात्मक आणि साहाय्यभूत होती. काय करू शकता आलं असतं याची ती एक लोभस झलक होती.

तोंडावर आलेल्या युद्धाच्या धोक्याच्या घंटांचा नाद निक्सन–किसिंजरच्या कानांत घुमत असताना त्यांनी पावणेदोन कोटी डॉलर्सपर्यंत अमेरिकी मदत वाढवली. अमेरिकी परराष्ट्र मंत्रालयाच्या इच्छेपेक्षा ही रक्कम कमी असली, तरी सोव्हिएत देशाने दिलेल्या मदतीपेक्षा ती जास्त होती. ती स्वागतार्ह असली, तरी भारताच्या एकंदर आर्थिक ओझ्यासमोर ती केवळ एका तुकड्यासारखी होती. भारतावरचा वार्षिक बोजा चाळीस कोटी डॉलर्सपेक्षा जास्त असल्याचं अनुमान किसिंजर यांच्या कर्मचारिवर्गाने काढलं होतं. नव्याने विस्थापित येणार नसल्याचं त्यांनी गृहीत धरलं असलं, तरी हे गृहीतक चुकीचं असल्याचं दररोज सिद्ध होत चाललं होतं. मदत पाठवण्याबरोबरच युद्ध न करण्याविषयी निक्सन यांनी इंदिरा गांधींना सुचवलं होतं. नव्याने आलेल्या मदतीने सुखावलेले हक्सर या दबावामुळे बिथरले. त्यांनी इंदिरा गांधींना सांगितलं, ''आपली इच्छा असली, तरी बांगला देशातला वाढता उठाव आपण थांबवू शकणार नाही. परिणामी, 'कमाल संयम'

राखण्यासाठी येणाऱ्या सूचना काहीशा पोकळ आणि निरर्थक वाटतात.''

ओव्हल ऑफिसच्या एकांतात निक्सन म्हणाले, ''तिथे दुष्काळ पडणार नसेल, तर युद्ध होणं ही त्यांची अखेरची गरज असेल. त्या नतद्रष्ट भारतीयांना लढू दे युद्ध.'' सहमती दर्शवत किसिंजर म्हणाले, ''ते सर्वाधिक आक्रमक लोक आहेत.'' लष्करी कारवाई टाळण्यासाठी इंदिरा गांधी यांच्यावर दबाव आणण्याचं प्रतिपादन करून भारतीय 'आता अत्यंत कपटी बनत असल्याची' तक्रार किसिंजरनी केली.

पाकिस्तानची यथायोग्य काळजी घेण्यात येणार असल्याची खात्री निक्सन यांना करून घ्यायची होती. ''पण याह्यांविरुद्ध आपण काही बोलता कामा नये?'' ''नाही, नाही.'' किसिंजर म्हणाले, '' 'विस्थापित लवकरच पूर्व पाकिस्तानमध्ये परत जातील अशी आशा आहे.' असं तुम्ही म्हणा. याला उत्तर देताना याह्या म्हणतील की, त्यांनाही नेमकं हेच व्हायला हवं आहे. मी हे सर्व दूतावासाबरोबर जुळवून ठेवलं आहे. तुम्ही भारतीयांना शांत व्हायला सांगू शकता आणि याह्या खान यांना आपण संतुष्ट करू शकू.''

निक्सन कडवटपणे म्हणाले, ''भारतीयांना खरोखर एका....'' त्यांचं बोलणं पूर्ण होण्यापूर्वीच किसिंजर मध्येच म्हणाले, ''हे असले हरामखोर आहेत.'' आपलं म्हणणं पूर्ण करत निक्सन म्हणाले, ''एका महादुष्काळाची गरज आहे.''

१०. चिनी माध्यम

पेन्टागॉनविषयक दस्तऐवज प्रसिद्ध झाल्यामुळे विश्वासघाताच्या डंखाने त्रस्त असलेले रिचर्ड निक्सन यांच्या मनात याह्या खान यांच्याबद्दल प्रशंसेची भावना नव्याने विकसित झाली. अत्यंत गुप्त संदेश चीनकडे नेताना आणि चीनकडून परत आणताना याह्या खान पूर्णतः इमानदार आणि सावध असल्याचं त्यांनी सिद्ध केलं होतं. डॅनियल एल्सबर्ग किंवा आर्चर ब्लड यांच्या तुलनेत हा पाकिस्तानी हुकूमशहा निक्सनना फारच चांगला वाटत होता.

"जेव्हा एका देशाचा सर्वोच्च नेता ही कामगिरी व्यक्तिशः पार पाडणार असतो." हेन्री किसिंजर यांचे व्हाइट हाउसमधले विशेष साहाय्यक विन्स्टन लॉर्ड आठवण सांगतात, "तेव्हा अशा व्यक्तीवर तुमचा विश्वास असावाच लागतो."

याह्या खान यांनी मध्यस्थाची मोलाची भूमिका बजावणाऱ्यांमधल्या सर्व प्रतिस्पर्ध्यांचा निर्णायक पराभव केला होता. आर्चर ब्लड यांचे हानिकारक अहवाल काहीही म्हणोत, पाकिस्तानकडे काही खास बाबी स्पष्टपणे जमा होत्या. लॉर्ड म्हणतात, "शीतयुद्धाच्या संदर्भात पाकिस्तान आम्हां दोन्ही देशांचा सन्मित्र होता." चिनी नेतृत्वाकडून याह्या खान यांच्यावर विश्वास टाकला जाण्याची शक्यता वाटत असल्याचं स्मरत होतं, असं सांगून लॉर्ड म्हणतात, "हे सगळं अत्यंत गुपचूप घडण्यासाठी भक्कम कारणं होती. सर्वांत महत्त्वाचं म्हणजे निक्सन आणि किसिंजर यांची भेट यशस्वी होण्याबाबत पाकिस्तानच्या माध्यमातून आम्ही एकमेकांना आश्वस्त करत असलो, तरी आमची खात्री पटत नव्हती. ही भेट यशस्वी होण्याची काहीच हमी नव्हती. तोवर तरी हा एक जुगारच होता." अत्यंत मोठ्या गोष्टी पणाला लागल्या होत्या. "आपण एखादा पुढाकार घेऊन त्याचा गाजावाजा करावा आणि तो फुसका बार निघावा असं घडायला नको होतं." लॉर्ड म्हणतात, "या प्रस्तावित चीनभेटीची बातमी फुटली असती, तर अमेरिकी काँग्रेसने त्यांच्यावर बंधनं घालण्याचा प्रयत्न केला असता आणि उजव्या विचारसरणीच्या लोकांकडून आणि तैवानची तरफदारी करणाऱ्यांकडून त्यांना विरोध झाला असता." एखादं चोरटं संपर्कमाध्यम शोधण्याच्या गरजेची आठवण सांगताना हॅरल्ड सॉन्डर्स

म्हणतात, "हे अगदी परराष्ट्र मंत्रालयापासूनही लपवून ठेवणारा कुणीतरी आम्हांला हवा होता." 'सुरुवातीच्या गुप्त हालचालींना प्रसिद्धी मिळावी.' असं व्हाइट हाउसमधल्या एका साहाय्यकाने सुचवताच निक्सन खेकसले, "याची वाट लावू नकोस."

अमेरिका आणि पाकिस्तान यांच्यातल्या सामरिक संबंधांबाबत किसिंजर अधिक थंडपणे गणित मांडू शकले असते; पण निक्सन यांच्यासाठी हा विश्वास व्यक्तिगत स्तरावरचा होता; याह्या खान यांच्याबरोबरच्या मैत्रीवर तो आधारलेला होता. लॉर्ड म्हणतात, "उपराष्ट्राध्यक्ष असताना निक्सन यांनी बराच प्रवास केला होता. ते परराष्ट्र धोरणांचे तज्ज्ञ असण्याचं हे एक कारण होतं. निक्सन यांची राजकीय कारकिर्द संपल्यासारखी भासत असतानाच्या काळात कोणत्या दौऱ्यात त्यांना कुणी चांगलं वागवलं होतं हे त्यांना आठवत होतं. जिथे चांगलं स्वागत झालं होतं - याह्यांनी आणि पाकिस्तानींनी ते केलं होतं - त्याचं त्यांना निश्चित स्मरण होतं. किसिंजर यांच्या अशा प्रकारच्या काही भावना असाव्यात असं मला वाटत नाही."

यातला उपरोध म्हणजे खुद्द किसिंजर यांच्या जगाकडे बघण्याच्या दृष्टीकोनातून विचार केला, तर याह्या खान यांचं उच्च मूल्यांकन करण्याची काहीएक गरज नसल्याचं लक्षात येतं. एखाद्या समाईक शत्रूकडून दोन राष्ट्रांना गंभीर धमकी आल्यास त्यांना एकत्र येणं भाग पडत असल्याचं त्यांच्यासारख्या वास्तववादी विचारवंतासाठी स्पष्ट होतं. या दोन राष्ट्रांचे मूलभूत समाईक हितसंबंध या दोन राष्ट्रांना भागीदारी निर्माण करण्याच्या दिशेने नेणार असल्याने दोघांच्या दरम्यान काही बैठका आयोजित करण्याबाबतचा हालचालविषयक तपशील फार महत्त्वाचा ठरू नये. अमेरिकी आणि चिनी नेतृत्वाची हल्लीच्या काळात प्रशंसा करताना किसिंजर यांनी लिहिलंय, 'काळाची गरज लक्षात घेत चीन आणि अमेरिका यांनी एकत्र येण्यासाठी काहीतरी मार्ग शोधून काढला असता, हे अपरिहार्य होतं. दोन्ही देशांमध्ये कोणतंही नेतृत्व असतं, तरी कधी-ना-कधीतरी हे घडलंच असतं.' पण तरुण वयात तणावाखाली असलेल्या किसिंजरचा त्या वेळी यावर एवढा विश्वास नव्हता.

"तो एक भला माणूस आहे."

या अनिश्चिततेच्या वातावरणात याह्या खान कधी नव्हते एवढे महत्त्वाचे ठरले. याबाबत किसिंजर यांना सतर्क करताना हॅरल्ड सॉन्डर्स म्हणाले, "पेकिंगभेटीच्या या संभावनेने पाकिस्तानवर करायच्या टीकेवर मर्यादा आणली

आहे. या मर्यादेचा दक्षिण आशियाबरोबर तसा काहीही संबंध नसला, तरी या मर्यादेमुळे पाकिस्तान मात्र बरंच काही उकळू शकेल.''

निक्सन यांनी याह्या खान यांना मे महिन्यात अत्यंत प्रेमभराने लिहिलेल्या पत्रात या मर्यादांवर प्रकाश पडला. किसिंजर यांचे साहाय्यक ॲलेक्झांडर हेग याबाबत निक्सन यांना म्हणाले, ''आपल्याकडून दबाव येत असल्याचा निष्कर्ष निघेल, अशी शक्यता पत्राची भाषा सौम्य करून मी निकालात काढली आहे.'' त्यानुसार निक्सन यांनी लिहिलं, 'आपण स्वीकार केलेल्या योजनेनुसार, नागरी सरकारला सत्तेचं हस्तांतरण करणं शक्य झालं नसल्याने' आपली 'घोर निराशा झाली असेल.' जणू काही याह्या खान यांना या प्रकरणाच्या संदर्भात निवड करायला कोणताच वाव नव्हता. कत्तलींचा उल्लेखही न करता निक्सन यांनी संभावितपणे 'प्राणहानी आणि मानवी पीडन यांच्याबद्दल अमेरिकेला वाटत असलेली चिंता' व्यक्त केली. अमेरिकेच्या एकूण युक्तिवादात अगदी अमेरिकी राष्ट्राध्यक्षांनीसुद्धा 'चिंता' या शब्दाहून कुठलाही कठोर शब्द वापरला नाही. पाकिस्तानला होणाऱ्या अमेरिकी लष्करी आणि आर्थिक मदतीवर अमेरिकी जनतेकडून आणि काँग्रेसकडून होणाऱ्या टीकेची दखल घेऊन नागरी युद्ध संपत गेलं असतं, तशी ही टीका निवळत जाण्याची आशा निक्सन यांनी व्यक्त केली. कत्तली करण्याचा मार्ग निवडणाऱ्या माणसाप्रति चिंता प्रकट करून निक्सन म्हणतात, 'समोर असलेल्या परिस्थितीत एक कठीण निर्णय घेताना तुमच्या मनाची झालेली घालमेल मी समजू शकतो.' रावळपिंडी इथल्या सेनाप्रमुखांचं असल्या विषयावर लक्ष वेधून घेण्याची काहीएक गरज नव्हती.

एखाद्या हुकूमशहाबरोबर काम करण्याचे अनेक फायदे होते. सॉन्डर्स यांनी स्पष्ट केल्यानुसार, याह्या खान आणि पाकिस्तानचे वॉशिंग्टनमधले राजदूत अशा फक्त दोन पाकिस्तानींचा याबरोबर संबंध येणार असल्याने पाकिस्तानी दूतावासाच्या दळणवळणावर नजर ठेवणाऱ्या अमेरिकी गुप्तचरांना हुलकावणी देणं शक्य होणार होतं. सॉन्डर्स म्हणतात, 'या घडामोडी अमेरिकी सरकारच्या संपर्कयंत्रणेच्या कक्षेबाहेर ठेवणं सोपं नव्हतं. हा खेळ खेळू शकणारं कुणीतरी उपलब्ध असणं महत्त्वाचं होतं.' व्हाइट हाउसचे संदेश याह्या खान स्वहस्ते चीनच्या इस्लामाबादमधल्या राजदूताच्या हवाली करत आणि थेट पेकिंगसाठी लिहिलेले हे संदेश सामान्यतः दुसऱ्या दिवशी पोहोचत.

चीनबरोबरच्या संपर्कमाध्यमातून एवढ्या प्रमाणात निरोपांची ये-जा सुरू असताना पाकिस्तानमधले निक्सन यांचे एकनिष्ठ राजदूत जोसेफ फारलॅन्ड यांना निक्सन यांनी गुप्तपणे बोलावून घेतलं. किसिंजर यांनी पाम स्प्रिंग्स, कॅलिफोर्निया

इथे भेट देण्यासाठी, प्रवास करण्याकरता पचण्यासारखं काहीतरी वैयक्तिक कारण शोधून काढायला निक्सन यांनी फारलॅन्ड यांना भाग पाडलं. याबाबतचा एक शब्दही निक्सननी कुणासमोर उच्चारला नव्हता. या प्रकरणातल्या स्वतःच्या भूमिकेबाबत गंधवार्ताही नसणाऱ्या फारलॅन्ड यांनी पाकिस्तानचं वस्त्रहरण करणाऱ्या विरोधकांवर तोंडसुख घ्यायला सुरुवात केली - 'दिल्लीतले अमेरिकी राजदूत केनेथ किटिंग बेभान झाले आणि त्यांनी आर्चर ब्लड यांच्या अहवालाचं सार न्यू यॉर्क टाइम्सचा वार्ताहर सिडनी शेनबर्ग याच्याकडे सुपुर्द केलं; ढाक्यातले पत्रकार अननुभवी मिशनरी असून ते पूर्व बंगालमधल्या हत्याकांडाचं अतिरंजित चित्र सादर करत आहेत.'

पण या सगळ्यापेक्षा फार मोठी योजना शिजवत असलेल्या किसिंजर यांनी आदल्या काही दिवसांपासून व्हाइट हाउस पाकिस्तानच्या माध्यमातून चीनला संदेश पाठवत असल्याचं फारलॅन्डना सांगितल्यानंतर ते अवाक झाले. 'अतिगोपनीय/संवेदनशील/फक्त पाहण्यासाठी' अशी छाती दडपणारी वर्गवारी असणारी पत्रं याह्या खान यांच्या हवाली करण्याची जबाबदारी फारलॅन्ड यांच्यावर असणार होती. चीनचे पंतप्रधान चाऊ एन लाय यांची पाकिस्तान किंवा चीन यांपैकी कुठेतरी भेट घेण्याची किसिंजर यांची इच्छा होती आणि ही भेट याह्या खान यांनी ठरवावी; चीनमध्ये ठरल्यास पाकिस्तानमधून सहजपणे पोहोचता येईल अशा ठिकाणी असावी असं त्यांना वाटत होतं. फारलॅन्ड हे 'नियमित परराष्ट्र सेवा आस्थापनेच्या बाहेरचे' असल्याने आश्वस्त झालेले किसिंजर यांनी फारलॅन्ड यांना परराष्ट्र मंत्रालयाकडून 'असहनीय' असे आदेश मिळाले असता, स्वतःशी संपर्क साधण्यासाठी सांगितलं होतं.

काही दिवसांनी म्हणजे १० मे रोजी निक्सन यांनी चिनी नेत्यांना प्रत्युत्तर पाठवलं आणि किसिंजर आणि चाऊ यांच्यातल्या 'प्राथमिक गुप्त बैठकीचा' प्रस्ताव दिला. ही बैठक 'चीनच्या भूमीवर व्हावी आणि पाकिस्तानमधून विमानाने पोहोचणं सोयीचं असेल अशा ठिकाणी ती घेतली जावी.' असं निक्सन यांनी नमूद केलं. यानंतर लगेचच खुद्द निक्सन यांच्या चीनदौऱ्याची आखणी केली जाणार होती. याबाबतचा सगळा तपशील पाकिस्तानच्या माध्यमातून ठरवला जाणार होता. 'गोपनीयता राखली जाण्यासाठी इतर कोणत्याही संपर्कमाध्यमाचा वापर न होणं अत्यावश्यक असल्याचा' पुनरुच्चार करण्यात आला होता.

चीनबरोबर संपर्क प्रस्थापित करण्यासाठी किसिंजर यांच्या हातात असलेला वेळ आता घटला होता. ते म्हणाले, ''याह्या खान यांना सहा महिने तरी त्यांच्या पदावर कायम ठेवावंच लागेल.'' दीर्घकालीन विचार करता, याह्या खान पूर्व

पाकिस्तान राखू शकणार नसल्याचं निदर्शनास आणून देत किसिंजर म्हणाले, ''आपल्याला फक्त सहा महिने हवे आहेत; किंवा कदाचित त्यापेक्षाही कमी.''

याह्या खान यांना आंतरराष्ट्रीय आर्थिक मदत देऊन पदावर शाबूत ठेवण्यासाठी मदत करण्याचा आग्रह अमेरिकेचे माजी संरक्षणमंत्री आणि आता जागतिक बँकेचे अध्यक्ष असणाऱ्या रॉबर्ट मॅकनामारा यांना करताना किसिंजर म्हणाले, ''आपल्याला या लोकांची गरज खरोखर तीन महिन्यांसाठी असून त्यानंतर आपण नरम भूमिका घेणार आहोत.'' असाच आग्रह अमेरिकेचे अर्थमंत्री जॉन कॉनेली यांना करताना किसिंजर म्हणाले, ''पुढच्या तीन महिन्यांसाठी आपल्याला खरोखर या लोकांची गरज आहे.''

२३ मे रोजी किसिंजर निक्सन यांना म्हणाले, ''आपण करत असलेल्या इतर गोष्टी पाहता, पाकिस्तानचं सरकार उलथवलं जाणं आपल्याला बिलकूल परवडणारं नाही.''

याह्या खान यांचं माध्यम फारच जबर किमतीचं ठरलं. जूनच्या अखेरीला अमेरिकी परराष्ट्र मंत्रालयाने जाहीरपणे व्यक्त केलेल्या अंदाजानुसार, तोपर्यंत पूर्व पाकिस्तानमध्ये किमान दोन लाख मृत्यू झाले होते. सिडनी शेनबर्गच्या विश्वसनीय राजनैतिक सूत्रांच्या आधारे पाकिस्तानी लष्कराने कमीतकमी दोन लाख बंगालींना कंठस्नान घातल्याचं न्यूयॉर्क टाइम्समधल्या वृत्तात म्हटलं होतं.

ज्या कत्तलींचं वर्णन ब्लडनी 'वंशविच्छेद' असं करून त्यांचा धिक्कार केला होता; त्या कत्तलींच्या व्याप्तीचा सज्जड पुरावाच नव्हे, तर हिंदू अल्पसंख्याकांना वेचून ठार करण्याबाबतचा पुरावाही निक्सन प्रशासनाकडे उपलब्ध होता. संपूर्ण निक्सन प्रशासनाला हे ज्ञात होतं. किसिंजर यांनी एकदा खुद्द निक्सन यांना सांगितलं होतं, ''त्यांनी (याह्या यांनी) केलेली आणखी एक घोडचूक म्हणजे पूर्व पाकिस्तानमधून एवढ्या मोठ्या संख्येने हिंदूंची हकालपट्टी करणं.'' यामुळे भारतीयांना युद्ध करण्यासाठी एक सबळ कारण मिळालं होतं. मसुदा लिहिलेल्या एका पत्राद्वारे सॉन्डर्सनी निक्सनना सतर्क करताना हिंदू विस्थापितांच्या घरवापसीबद्दल सावध केलं. परराष्ट्र विभागाचे उपमंत्री निक्सनना म्हणाले, ''हिंदू लोकांनी अतोनात यातना सहन केल्या असून अनेक हिंदूंनी देशातून पळ काढला आहे.''

या वंशविच्छेदाबद्दल किसिंजर यांना सातत्याने इशारे देण्यात येत होते. पाकिस्तानी लष्कर हिंदूंना जाणीवपूर्वक वेचून ठार करत असल्याचे अहवाल येत असल्याचं सॉन्डर्सनी किसिंजरना सांगितलं, तर पाकिस्तानचं धोरण हिंदूंचा निकाल लावण्याचं असल्याचं परराष्ट्र मंत्रालयाच्या एका ज्येष्ठ अधिकाऱ्याने निक्सनना

कळवलं. युद्धकक्षातल्या आणखी एका बैठकीत परराष्ट्र मंत्रालयाचा एक अधिकारी किसिंजरना स्पष्टपणे म्हणाला, ''विस्थापितांपैकी ऐंशी टक्के हिंदू आहेत.'' याह्या खान यांनी अमेरिकेला काहीही आश्वासन दिलं असलं, तरी पूर्व पाकिस्तानमध्ये विस्थापित परतण्याच्या संभाव्यतेबद्दल याच बैठकीत सीआयएच्या संचालकांनी साशंकता व्यक्त केली – ''ज्या प्रकारे पाकिस्तानी त्यांना मारहाण करत आहेत; ते पाहता, हिंदूंच्या डोक्यात गोळी घालण्यात येणार नसल्याची हिंदूंची खात्री पटवावी लागेल.''

इस्लामाबादमधले राजदूत फारलॅन्ड याह्या खान यांचे प्रशंसक असूनही हिंदूंना कठोर वागणूक देता यावी म्हणून पाकिस्तानी लष्कर हिंदूंना वेचून काढत असल्याचं या राजदूतांनी कबूल केलं. मात्र 'लष्कराचं धोरण हिंदूंची हकालपट्टी करण्याचं आहे असं वाटत नसल्याचं' फारलॅन्ड यांनी नमूद केलं. त्यांनी लिहिल्यानुसार, 'अधिकृत स्तरावरून होणारा हिंदूविरोधी प्रचार पाहता, लष्कराच्या क्रौयामुळे हिंदूंचा झुंडीनं पलायन करण्याचा वेग वाढतो आहे.' अशीही नोंद त्यांनी केली, 'पश्चिम पाकिस्तानींच्या विचारसरणीत हिंदूविरोधी पूर्वग्रह दिसतो आहे.' ते पुढे म्हणतात, 'हिंदूंच्या पलायनाला याह्या सरकार अधिकृतपणे प्रोत्साहन देत नसलं, तरी हिंदू पळून जात असल्याबद्दल या सरकारला खेद होतो आहे काय, याबद्दल आम्हांला शंका आहे. त्यांच्या दृष्टीने बेभरवशी आणि विघातक म्हणून असणारा घटक कमी होत जाणं म्हणजे वरदान असल्याची प्रतिक्रिया बहुधा पाकिस्तानी लष्करात उमटत असावी.'

हे सर्व घडल्यानंतरही निक्सनना याह्या खान यांच्याबद्दल वाटणारी आपुलकी तसूभरही कमी झाली नाही. ''तो एक भला माणूस आहे.'' असं निक्सन म्हणाले. ''हजारो मैलांच्या अंतराने विभागलेले देशाचे दोन भाग एकत्र ठेवण्याची अवघड कामगिरी पार पाडण्याची खटपट ते करत आहेत.''

भारतात लक्षावधी विस्थापितांचा ओघ सुरू असताना निक्सन प्रशासनाने स्वतःचे सर्व राजनैतिक उपाय वापरण्याची शक्यता निकालात काढली – पाकिस्तानची लष्करी किंवा आर्थिक मदत रोखणं किंवा पाकिस्तानच्या कृतीचा जाहीरपणे धिक्कार करणं यांऐवजी याह्या खान यांना खासगीत काही सूचना करणं एवढंच अमेरिकेच्या हाती उरलं होतं.

पाकिस्तानच्या एका वरिष्ठ दूताला निक्सन म्हणाले की, याह्या त्यांचे 'चांगले मित्र' असून पाकिस्तानच्या या हुकूमशहाला घ्याव्या लागणाऱ्या निर्णयांबद्दल निक्सनना मानसिक 'यातना' होत होत्या. म्हणजेच निक्सननी याह्या खान यांच्याप्रति सहानुभूतीच व्यक्त केली. वैधानिक निर्बंध आणि जनमत यांच्या

कचाट्यात अमेरिकी काँग्रेस सापडल्याचा इशारा या दूताला देताना पाकिस्तानने त्याच्या राजकीय समस्या हाताळण्याच्या पद्धतीसंदर्भातला उपदेश अमेरिका करणार नसल्याचं सांगून निक्सन यांनी त्याला आश्वस्तही केलं. निक्सन म्हणाले, ''स्वतःचा राजकीय कारभार कसा करावा, हे अमेरिकेने इतर देशांना सांगत फिरावं असं गृहीत धरणं चुकीचं आहे.''

निक्सन, किसिंजर किंवा रॉजर्स यांच्याकडून नव्हे; तर पाकिस्तानप्रेमी राजदूत फारलॅन्ड यांच्याकडून झालेला कठोर शब्दांचा वापर ही अमेरिकेकडून दिली गेलेली एकमेव समज होती. चीनबरोबरच्या संपर्कात व्यग्र असतानाच फारलॅन्ड यांनी याह्या खान यांना सुनावलं होतं, ''सर्वप्रथम गोळीबार थांबवून पुनर्बांधणी सुरू करावी लागेल.'' पूर्व पाकिस्तानमधल्या सर्वव्यापी भयग्रस्ततेचं स्मरणही त्यांनी याह्या यांना करून दिलं होतं. पूर्व पाकिस्तानमध्ये हिंदूंची वेचून कत्तल सुरू झाल्यावर जवळपास दोन महिन्यांनी, म्हणजे २२ मे या दिवशी फारलॅन्ड यांनी याह्या खान यांच्या कराची इथल्या निवासस्थानात बिचकतच या हत्याकांडाचा मुद्दा उपस्थित केला होता. आर्चर ब्लड यांनी नुकत्याच पाठवलेल्या एका संदेशातला काही संवेदनशील मजकूर त्यांनी याह्या यांना वाचून दाखवला. यामुळे याह्या खवळले आणि भारतीय अपप्रचाराचा त्यांनी उद्धार केला. हे यातनाचक्र पाकिस्तान सरकारच्या सांगण्यावरून घडत नसल्याचं याह्यांनी शपथेवर सांगितलं. तसंच वातावरण निवळल्यावर याबाबत चौकशी करण्याचंही त्यांनी कबूल केलं.

स्वगृही परतणाऱ्या विस्थापितांना याह्या यांनी सर्वसाधारण अभय जाहीर केल्यानंतर हिंदूंसह सर्व धर्मांचे विस्थापित परतू शकणार असल्याचं याह्या यांनी ठासून सांगण्याविषयी फारलॅन्ड यांनी याह्यांना जूनमध्ये सुचवलं. हिंदूंना लक्ष्य केलं जात असल्याचा याह्या यांनी त्यानंतरही इन्कार केला, पण ही सूचना त्यांनी मान्य केली. सततच्या हिंदू लोंढ्यामुळे भारताबरोबर युद्ध पेटण्याचा इशारा फारलॅन्ड यांनी याह्यांना दिला. त्याचप्रमाणे ''लष्कर स्थानिकांवरचे, विशेषतः हिंदूंवरचे अत्याचार थांबवत नाही, तोपर्यंत हा लोंढा रोखला जाणार नाही.'' असंही फारलॅन्ड म्हणाले. अपेक्षेनुसार, या घोषणांचा भारतावर प्रभाव पडला नाही; 'पूर्व पाकिस्तानमधले हिंदू नष्ट करणं हे पाकिस्तानचं वास्तवातलं उद्दिष्ट होतं आणि याह्या खान यांची आश्वासनं गांभीर्याने घेता येणार नाहीत.' असं इस्लामाबादमधल्या भारतीय राजनैतिक अधिकाऱ्यांनी नमूद केलं.

अभयदानाच्या घोषणेबद्दल आणि नागरिकांना पुन्हा सत्ता सुपुर्द करण्यात येण्यासदर्भात विधान केल्याबद्दल निक्सननी याह्या खानना लिहिलेल्या पत्रात त्यांची प्रशंसा केली. तोपर्यंतचा सर्वांत खणखणीत इशारा देताना निक्सननी युद्धाच्या

धोक्याबद्दल 'तीव्र चिंता' व्यक्त केली आणि विस्थापित वेगाने परतू शकतील असं वातावरण निर्माण करणं शांतता प्रस्थापित होण्यासाठी 'अतिशय महत्त्वाचं' असल्याचं अधोरेखित केलं.

अमेरिकेच्या खासगी टीकेतल्या या किंचित सुधारणेचा कोणताही उघड परिणाम जाणवला नाही. चीनबरोबरच्या संपर्कासाठी होत असलेल्या उपयुक्ततेचा पुरेपूर फायदा उठवत याह्या खाननी स्वतःच्या याचक संदेशांचा मारा निक्सन यांच्यावर केला. निक्सन यांनी त्यांचं वैयक्तिक समर्थन पाकिस्तानला देत राहावं, पाकिस्तानला आंतरराष्ट्रीय मदत मिळण्यासाठी साहाय्य करावं आणि भारताला दूर ठेवावं अशा विनंत्या याह्या करत होते. एका संदेशात त्यांनी लिहिलं, 'पूर्व पाकिस्तानमधल्या लष्करी हस्तक्षेपाचं समर्थन करण्यासाठी इंदिरा गांधी यांनी भारतात पोहोचलेल्या विस्थापितांचा वापर करून घेण्याचा निर्धार केला आहे.' पण पूर्व पाकिस्तानमध्ये परतलेल्या हजारो विस्थापितांच्या परतण्याचं फारसं भांडवल याह्या खान करू शकत नव्हते, कारण जून महिन्यात दररोज भारतात पळून जाणाऱ्यांची संख्या एक लाख चोपन्न हजार होती, तर जुलैमध्ये ती दर दिवशी एकवीस हजार होती; तसंच त्यापूर्वीच करोडो लोक पळून गेले होते. त्या तुलनेत ही संख्या नगण्य होती.

याह्या खान यांनी २८ जून रोजी राष्ट्राला उद्देशून केलेल्या भाषणात विस्थापितांना परतण्याचं आवाहन केलं आणि देशासाठी नवी घटना आणि पूर्व पाकिस्तानमध्ये नवं सरकार हवं असल्याचं सांगितलं. पण अवामी लीगवरची बंदी कायम राहिली; पूर्वी निवडून आलेल्या, पण फुटीरतावादी भासणाऱ्या बंगालींना संसदेत बसण्यासाठी अपात्र ठरवलं जाणार होतं. काळजीपूर्वक निवडलेले विशेषज्ञ घटनेचं लेखन करणार होते; हे काम संसदेच्या निर्वाचित प्रतिनिधींवर सोपवण्यात येणार नव्हतं. तसंच लष्करी कायदा बेमुदत कालावधीसाठी कायम राहणार होता. अशी हात राखून दिलेली आश्वासनं अयशस्वी ठरणार असल्याचं अमेरिकी परराष्ट्र मंत्रालयाला माहीत होतं. अवामी लीगवरची बंदी कायम असेपर्यंत कोणताही राजकीय तोडगा निघणं शक्य नसल्याचं परराष्ट्र मंत्रालयाच्या एका वरिष्ठ अधिकाऱ्याने किसिंजरना सांगितलं. ''हे म्हणजे एडवर्ड केनेडी यांना डेमोक्रॅटिक पक्षात न राहायला सांगण्यासारखं असेल.'' अशी मल्लिनाथी या अधिकाऱ्याने केली. विस्थापितांनी परतावं म्हणून जे करणं आवश्यक होतं, ते याह्या खान यांनी केलं नसल्याचं व्हाइट हाउसच्या कर्मचाऱ्यांनी किसिंजरना सांगितलं. याह्या खाननी लष्कराला रोखण्यासाठी काहीच केलं नसल्याचा पुरावा म्हणजे भारतात जात राहिलेले विस्थापितांचे लोंढे असल्याचं संतप्त प्रतिपादन दिल्लीतल्या अमेरिकी

दूतावासाने केलं. याह्या सरकार जिवंत राहण्यासाठी अमेरिकेचा पाठिंबा हाच 'मुख्य आधार' असल्याने याह्या यांच्यावर दबाव न आणणं 'असमर्थनीय' ठरणार होतं; 'निकटच्या भविष्यासाठी याह्या करत असलेल्या सर्व गणितांमधला प्रमुख घटक आपण (अमेरिका) आहोत.' असं या दूतावासाने वॉशिंग्टनच्या निदर्शनास आणून दिलं.

राजदूतांची सदसद्विवेकबुद्धी

याह्या खान यांच्यामार्फत धाडण्यात आलेल्या त्यानंतरच्या चीनच्या संदेशात चाऊ एन लाय यांनी किसिंजर यांच्या आगामी भेटीचं स्वागत केलं होतं. हा संदेश मिळताच किसिंजरना 'अत्यानंद' झाल्याचं हाल्डेमननी नोंदवून ठेवलं आहे.

व्हाइट हाउसमध्ये लगबग सुरू झाली. ९ ते ११ जुलैदरम्यान ही भेट निश्चित केली असल्याचं आणि त्यासाठी किसिंजर पाकिस्तानमधून चीनला जाणार असल्याचं पाकिस्तानने लगेच ठरवलं. यासाठी एका पाकिस्तानी बोइंग विमानाचा वापर करण्यात येणार होता. याह्या खान यांनी 'ही अतिगुप्त भेट निश्चित केली असल्याचं' किसिंजरनी निक्सनना सांगितलं.

मात्र त्या अतिशय महत्त्वाच्या दिवसापूर्वी किसिंजरना एक उद्वेगजनक कामगिरी पार पाडायची होती. अमेरिकेचे भारतातले राजदूत केनेथ किटिंग या शिल्लक राहिलेल्या एकमेव विरोधकाला समोरासमोर भेटायचं होतं; पण किटिंगनी निक्सन-किसिंजर यांच्यासोबतच्या चर्चेसाठी निवडलेली वेळ अत्यंत चुकीची असल्याची जाणीव किटिंग यांना नव्हती. कारण चीनसोबत संधान साधण्यासाठी पाकिस्तानने अमेरिकेसाठी केलेल्या मध्यस्थीची गंधवार्ताही त्यांना नव्हती. अशा परिस्थितीत वॉशिंग्टनमध्ये दाखल होऊन स्वतःकडे दुर्लक्ष करू देणं किटिंगनी सरकारसाठी अवघड करून टाकलं. भारताचे परराष्ट्रमंत्री स्वर्ण सिंग यांच्याबरोबर होणाऱ्या बैठकीसाठी ते आले होते आणि निक्सन तसंच किसिंजरना ते खासगीत भेटू इच्छित होते.

आर्चर ब्लडकडे दुर्लक्ष करणं निक्सन-किसिंजरना सहजपणाने शक्य झालं होतं, पण उच्च वर्तुळात लागेबांधे असलेले माजी रिपब्लिकन सेनेटर किटिंग यांच्याकडे अशा प्रकारे दुर्लक्ष करणं दुरापास्त होतं. अशा संकटसमयी या राजदूतांना नारळ देणं खराब दिसलं असतं. त्यातच सरकारसाठी काम करत असतानाही किटिंग वर्तमानपत्रांना भरपूर मसाला पुरवत होते. त्यामुळे अशा परिस्थितीत त्यांची हकालपट्टी केली असती, तर ते अधिकच अपायकारक वागू शकले असते. सॅम्युएल हॉस्किन्सन म्हणतात, "किटिंग यांचा लौकिक भक्कम आहे. ते काही

बोलले, तर त्याची दखल घ्यावीच लागते.''

हॉस्किन्सन यांना अजूनही निक्सन आणि किसिंजर यांचा जळफळाट स्मरतो. ''किटिंग नकोशा लोकांच्या यादीत असल्याचं आम्हांला ठाऊक होतं. केनबरोबर काय झालं?'' असा प्रश्न करत हॉस्किन्सन स्वतःच उत्तरादाखल म्हणतात, ''किटिंग म्हणजे कुणी असेतसे राजदूत नसल्याने या दोघांचा तिळपापड झाला होता. किटिंग वॉशिंग्टनमधले मुरलेले राजकारणी होते, वॉशिंग्टनमध्ये त्यांचं स्वतःचं असं स्थान होतं. स्वतःचं म्हणणं दुसऱ्यापर्यंत पोहोचवण्याच्या, तसंच पत्रकारांना हाताळण्याच्या बाबतीत किटिंग तरबेज होते. त्यांचं स्वतःचं असं प्रभावक्षेत्र होतं, इतर रिपब्लिकन नेते त्यांना मान देत. किटिंग म्हणजे दूर बांगला देशात कुठेतरी अडगळीत असणारे आणि परराष्ट्र सेवेतल्या फक्त एकदोन अधिकाऱ्यांचा पाठिंबा लाभलेले आर्चर ब्लड नव्हते!

व्हाइट हाउसमध्ये किसिंजरना भेटल्यावर किटिंगनी स्वतःचं गाऱ्हाणं त्यांच्यापुढे मांडलं. मात्र किसिंजरनी किटिंगना कोणतंही आश्वासन दिलं नाही. उलट याह्या खानना निर्णय घेण्यासाठी आणखी काही महिने देण्याची राष्ट्राध्यक्षांची इच्छा असल्याचं गुळमुळीत भाषेत किसिंजरनी किटिंगना सांगितलं. ''राष्ट्राध्यक्षांना याह्यांबद्दल खास जिव्हाळा आहे आणि अशा भूमिकेवरून धोरण ठरत नसलं, तरी ही वस्तुस्थिती आहे.''

यावर हा खास जिव्हाळा किटिंग जाणून असून तो बुचकळ्यात पाडणारा असल्याचं किटिंगनी सांगितलं. 'केवळ घनिष्ठ मैत्रीखातर' अमेरिकेने याह्या खान यांची पाठराखण करणं किटिंग यांच्या आकलनापलीकडचं असल्याचं त्यांनी किसिंजरना सुनावलं. पूर्व पाकिस्तानमध्ये कत्तली सुरू असताना आणि विस्थापित जिवानिशी सीमेपार पळ काढत असताना पाकिस्तानला केली जाणारी दारूगोळ्याची पाठवण आणि लष्करी मदत ताबडतोब थांबणं आवश्यक असल्याचं खणखणीत प्रतिपादन किटिंग यांनी केलं.

'पाकिस्तानने कत्तल थांबवली, तरच आर्थिक मदत चालू राहील अशी अट अमेरिकेने घालावी. केवळ शब्दांचे बुडबुडे असणारे खलिते दिल्लीतून वॉशिंग्टनला पाठवू नयेत.' अशी किटिंगची इच्छा होती. किटिंगनी ब्लड यांच्या इशाऱ्यांचा पुनरुच्चार केला आणि पाकिस्तानी लष्कराने हिंदूंवरच लक्ष केंद्रित केलं असल्याची किसिंजरना परत आठवण करून दिली. भारतात पळ काढणाऱ्या विस्थापितांचं प्रमाण सुरुवातीला पूर्व पाकिस्तानच्या लोकसंख्येच्या प्रमाणातच होतं, पण त्यानंतर मात्र अशा विस्थापितांमध्ये ९० टक्के हिंदू होते.

या प्रतिपादनामधल्या बहुतेक मुद्द्यांना किसिंजर यांनी प्रतिसाद दिला नाही.

पाकिस्तान सरकारला पूर्व पाकिस्तान स्वतःच्या ताब्यात ठेवणं शक्य असल्याचा भ्रम व्हाइट हाउसला नसून तसं घडण्यातही त्याला काहीच स्वारस्य नव्हतं, इतपतच आश्वासन किसिंजरनी किटिंगना दिलं. "ही प्रक्रिया संथपणे घडावी म्हणून आम्हांला फक्त वेळ काढायचा आहे." असं किसिंजर म्हणाले.

दुसऱ्या दिवशी ओव्हल ऑफिसमध्ये याबाबत स्वतःचं गाऱ्हाणं निक्सन यांच्यासमोर मांडताना किसिंजर म्हणाले, "या प्रश्नाने किटिंग जणू झपाटून गेले आहेत." किटिंगना भेटण्याच्या भावनेने निक्सन नाराज होते. किटिंग पूर्णपणे (भारताच्या) आहारी गेले असल्याचं निक्सनना वाटत होतं. ते म्हणाले, "भारतात जाणारा प्रत्येक राजदूत भारताच्या प्रेमात पडतो; किटिंगचंही तेच झालंय."

तरीही निक्सननी किसिंजरना विचारलं, "याबाबत आम्ही काय करावं असं त्यांना वाटतं?" त्यावर किसिंजर म्हणाले, "आपण पाकिस्तानची सगळी लष्करी आणि आर्थिक मदत बंद करावी आणि त्याला पूर्व पाकिस्तानमधून बाहेर हाकलण्यासाठी परिणामी भारताला मदत करावी असं किटिंगना वाटतं." हे स्पष्टीकरण ऐकणं निक्सन यांच्या सहनशक्तीपलीकडे होतं. ते म्हणाले, "असल्या गाढवपणाच्या कल्पना घेऊन त्यांनी माझ्याकडे येता कामा नये."

भारताविरुद्ध राळ उडवत किसिंजर म्हणाले, "त्या हरामखोरांनी आपल्या मदतीसाठी कधीही करंगळीही वर केलेली नसताना पूर्व पाकिस्तानच्या खातेऱ्यात आपण कशासाठी पडायचं?" बांगला देशाचा जन्म होण्यापूर्वीच त्याच्या भवितव्यावर काट मारताना ते बरळले, "पूर्व पाकिस्तान स्वतंत्र झालं, तर ते घाणीचं एक डबकं बनेल. त्यात दहा कोटी माणसं असतील आणि संपूर्ण आशियात त्यांचं जीवनमान सर्वांत वाईट असेल. त्यांच्याकडे कोणतीही साधनसंपत्ती नसेल. कम्युनिस्ट शिरकावासाठी ही अगदी अनुकूल भूमी असेल." भारतीय दगलबाजीचं विश्लेषण करताना ते म्हणाले, "पश्चिम बंगालमधले कम्युनिस्ट भारतावर दबाव आणतील. त्यामुळे भारतीय लोक त्यांच्या मूर्खपणाच्या सवयीनुसार काहीतरी अगदी क्षुल्लक गोष्टी पणाला लावून या खेळात उतरतील. अर्थात, पूर्व पाकिस्तान कोणत्यातरी प्रकारे स्वतःच्या कह्यात आणून कोलकात्यामधून त्याचं नियंत्रण करण्याची योजना भारतीयांच्या मनात नसेल, तरच हे खरं आहे." निक्सन यांच्याकडे यापेक्षा सोपं स्पष्टीकरण होतं. ते म्हणाले, "पाकिस्तानचा नायनाट करण्याचाच भारताचा मानस आहे."

इथे ध्वनीफितीचा दर्जा खराब असला, तरी "राष्ट्राध्यक्ष महोदय, खरं तर आपल्याला याह्या यांना ठेवायचं आहे, आपल्याला याह्या यांना ठेवायचं आहे (शब्द अस्पष्ट).... पुढच्या महिन्यात जाहीरपणे ठार करणं." असं किसिंजर म्हणत

असल्याचं ऐकू येतं. याह्या खान यांना कत्तली करण्यावाचून तात्पुरतं रोखण्यासाठी ही सूचना असावी असं दिसतं.

चीनबरोबर संबंध प्रस्थापित करणं हे पाकिस्तानला पाठिंबा देण्याचं एकमेव कारण नसल्याचं चर्चेचा समारोप करताना निक्सन यांनी ठासून सांगितलं. ते म्हणाले, "हे पाहा... चिनी प्रकरण नसतं, तरी भारतीयांना मदत होईल असं मी काही करणार नाही. देवाच्यान, हे भारतीय लोक बिनकामाचे आहेत."

किटिंग यांना १५ जूनला राष्ट्राध्यक्षांना समोरासमोर भेटायची संधी मिळाली. या चकमकीसाठी किटिंग यांची वाट पाहत ओव्हल ऑफिसमध्ये थांबलेल्या निक्सन यांनी स्वतःच्या मनातली सल किसिंजरना ऐकवली. ते म्हणाले, "आपल्या इतर सर्व भारतीय राजदूतांप्रमाणेच किटिंग यांचाही मेंदू प्रभावित झाला आहे." निक्सन पुढे म्हणाले, "ते पाकिस्तानविरोधी बनले आहेत."

किटिंग यांनी प्रवेश करताच आरडाओरड सुरू झाली. "तुमचे सॅन्डल्स कुठे आहेत?" असा किटिंगना प्रश्न करून निक्सननी बुचकळ्यात टाकलं. स्वतःचं म्हणणं स्पष्ट करताना निक्सन म्हणाले, "तुम्ही तुमचा दूतावास तुमच्या आधीच्या राजदूतांप्रमाणे त्या हिप्पींकडे सोपवला नसेल, अशी आशा आहे." पहिल्या आणि दुसऱ्या महायुद्धात लढलेले किटिंग रिपब्लिकन पक्षाचे सेनेटर होते. सीअरसकर सूट्सचे (एका प्रकारच्या अनौपचारिक पेहरावाचे) भोक्ते असणारे किटिंग हिप्पी असल्याचा गैरसमज अनेकदा होत असे. किटिंग काहीसे सावरत असतानाच त्यांचं स्थान दाखवून देताना निक्सन म्हणाले, "सामान्यतः आम्ही राजदूतांना इथे येऊ देत नाही."

राष्ट्राध्यक्षांनी असा जबरी हल्ला केल्यानंतरही किटिंग ठाम राहिले. स्वतःची निष्ठा व्हाइट हाउसला वाहिलेली असल्याचा दाखला देताना व्हिएतनाम आणि इतर प्रश्नांवर भारतीयांसमोर अमेरिकेची बाजू त्यांनी कशी लावून धरली होती, याचं स्मरण त्यांनी करून दिलं; पण भारत हा एक बलशाली आणि स्थैर्य लाभलेला देश असून पाकिस्तानमध्ये उलथापालथ सुरू असल्याचा युक्तिवाद त्यांनी केला. निक्सन यांनी भारतीयांसदर्भात विचारलं, "आम्ही काय करावं अशी त्यांची अपेक्षा आहे? पाकिस्तानचे तुकडे?" भारतीयांना असं काहीही नको असलं, तरी सुमारे पन्नास लाख विस्थापितांची जबाबदारी पेलणं त्यांना शक्य नसल्याचं किटिंगनी सांगितलं. यावर "विस्थापितांना ते गोळ्या का घालत नाहीत?" असा सवाल निक्सन यांनी केला.

या सल्ल्याकडे सुज्ञपणाने दुर्लक्ष करून किटिंग यांनी भावनात्मक आवाहन केलं. ते म्हणाले, "बंगाली बुद्धिवंतांना पाकिस्तान सरकारने कंठस्नान घातलं

आहे, मुजीब यांना देशद्रोही ठरवून कैदेत डांबलं आहे आणि दोन सोडून सर्व जागा जिंकणाऱ्या राजकीय पक्षांवर बंदी घातली आहे.'' त्यांच्यापैकी ३० लाख विस्थापित कोलकात्यात असल्याचं सांगून ते म्हणाले, ''कोलकाता शहर न्यूयॉर्कच्या आकाराचं आहे, म्हणजे न्यूयॉर्कमध्ये तीस लाख लोक आणून टाकण्यासारखं आहे. फरक एवढाच आहे की, कोलकात्याची स्थिती न्यूयॉर्कपेक्षा फारच वाईट आहे. फार नाही, अगदीच खराब आहे.''

''तुमचं मित्रराष्ट्र (पाकिस्तान) वंशविच्छेद करतं आहे. ते हिंदूंची कत्तल करत असल्याने दररोज दीड लाख विस्थापित भारतात येत आहेत. सुरुवातीला त्यांचं प्रमाण लोकसंख्येच्या प्रमाणात होतं - म्हणजे पंचाऐंशी टक्के मुस्लीम, पंचवीस टक्के हिंदू. याचं कारण त्यांनी कत्तली सुरू केल्या, तेव्हा ते कोणताही भेदाभेद करत नव्हते. आता सर्व प्रमुख केंद्रांवर नियंत्रण प्रस्थापित केल्यानंतर मात्र बहुतेक हिंदूंनाच खतम करण्यात येतं आहे.'' असं किटिंग यांनी ओव्हल ऑफिसमध्ये निक्सन आणि किसिंजर यांना निक्षून सांगितलं.

यावर निक्सन किंवा किसिंजर यांनी अवाक्षरही उच्चारलं नाही. हे भयानक विश्लेषण वातावरण भारून टाकत असताना किटिंग बोलतच राहिले. ''हिंदू कदापि परतणार नाहीत; पण एखादा राजकीय तोडगा निघाला आणि हत्या थांबल्या, तर मुसलमान कदाचित परतू शकतील.'' असं ते म्हणाले. बंगालींच्या मनात निर्माण झालेली कटुता एवढी प्रखर होती की, किटिंगना स्वतःला आणि इस्लामाबादमधले राजदूत जोसेफ फारलॅन्ड यांना जुनं पाकिस्तान नष्ट झालं असल्याची खात्री वाटत असल्याचं किटिंग यांनी सांगितलं. त्यामुळे किटिंगनी याह्या सरकारवर दबाव टाकण्याची मागणी केली; पण निक्सननी भारताबरोबर समजूतदार भूमिका घेण्याचं मान्य केलं, तरी ''विस्थापितांच्या समस्येसाठी मी (पाकिस्तानच्या) अंतर्गत राजकीय भानगडीत पडणार नाही. कारण हाही आपल्या धोरणाचा भाग आहे.'' असंही निक्सननी किटिंग यांना बजावलं.

निक्सन त्यांचा एक इरादा बोलून दाखवू शकत नव्हते - गोपनीय चिनी माध्यम. निक्सन यांना शांत करण्याच्या प्रयत्नात किटिंग म्हणाले, ''याह्या खान यांच्याबरोबरचं तुमचं खास असलेलं नातं मला माहीत आहे आणि मी त्याचा आदर करतो.'' त्यांना काहीच थांगपत्ता न लागू देता निक्सन उत्तरले, ''केवळ तेच नव्हे, इतरही काही महत्त्वाची कारणं आहेत.'' काही क्षणांनी ते गूढरीत्या उद्गारले, ''पाकिस्तान नष्ट होणं - विशेषतः या घडीला - आपल्या हिताचं नाही. त्याची कारणं सांगणं शक्य नाही. केन, अशा परिस्थितीत आपण भारतीयांसाठी शक्य तितक्या सढळ हाताने मदत करू शकतो, पण याह्या खान यांच्याबरोबर उघड

दुफळी निर्माण होईल असं किंवा आपल्याला अवघड स्थितीत टाकेल असं काहीही करणं आपल्याला शक्य नाही.''

भारतीयांबद्दल चार बरे शब्द बोलण्याचा थोडासा प्रयत्न निक्सन यांनी केला, पण ते त्यांना जमलं नाही. ते पुटपुटले, ''मला हे सांगितलं पाहिजे की, भारताबद्दल तुमचा गैरसमज होऊ देण्याची माझी इच्छा नाही. भारताची लोकसंख्या चाळीस कोटी आहे.'' त्यांचं विधान दुरुस्त करत किटिंग म्हणाले, ''ती प्रत्यक्षात पंचावन्न कोटी आहे.'' निक्सन आश्चर्यचकित झाले आणि म्हणाले, ''त्या नतद्रष्ट देशात कुणीही प्रजोत्पादन का करतं हे मला ठाऊक नाही, पण ते करतात खरं.'' पुन्हा एकदा बरं काहीतरी बोलण्याच्या प्रयत्नात निक्सन म्हणाले, ''भारतात लोकशाहीचा थोडाफार आभास असून ते राष्ट्र यशस्वी व्हावं अशी आमची इच्छा आहे. ते पंचावन्न कोटी असल्याने त्यांचं भलं व्हावं असं आम्हांला वाटतं.'' पण आपण फारच चांगलं बोललो असं वाटून ते पुन्हा मूळ पदावर आले, ''आणि ते आमचा कायम दुस्वास करतात... आंतरराष्ट्रीय स्तरावर, हे आम्हांला माहीत आहे.''

हे त्रासदायक राजदूत निघून गेल्यानंतर निक्सन आणि किसिंजर ओव्हल ऑफिसमध्ये संतापाने चरफडत राहिले. स्वतःच्याच प्रशासनातल्या विरोधकांपैकी एकाला थेट समोरून भिडल्यानंतरही निक्सन आणि किसिंजर स्वतःच्या भूमिकेपासून ढळले नव्हते. या चर्चेत निक्सन-किसिंजर यांनी वंशविच्छेदाच्या आरोपांचा उल्लेख कधी केला नाही की विस्थापितांबाबत किंवा हिंदूंबाबत सहानुभूती व्यक्त केली नाही. पण किटिंग आणि ब्लड यांच्यावर ते विलक्षण संतापले होते.

किटिंग गेल्याचं पाहून निक्सन म्हणाले, ''आपल्यासमोर काय वाढून ठेवलं आहे हे मला कळत नाही.'' किसिंजर बोलायला लागले, ''आपल्याला शक्य तेवढ्या अपमानास्पद....'' पण त्यांचं वाक्य मध्येच तोडून निक्सन पुढे म्हणाले, ''अरे देवा, पाकिस्तान संपलं असल्याचं जाणवणारे अहवाल फारलॅन्ड पाठवत आहेत की काय?'' (फारलॅन्ड तसे अहवाल पाठवत होते.) आर्चर ब्लड यांच्यावर तोफ डागत किसिंजर उत्तरले, ''बकवास! ढाक्यात तो वेडा वाणिज्यदूत बसला आहे. बंडखोर लेकाचा!''

राष्ट्राध्यक्षांना आश्वस्त करताना किसिंजर म्हणाले, ''हे सगळं घडवून आणण्यासाठी तीनचार महिने लागतील, असं मी भारत सरकारला सांगितलं आहे. आपण त्यांच्यासाठी काही पैसे उभे करू, त्यांना मदत होईल अशी भूमिका हळूहळू घेऊ; पण आपल्याला हे सगळं आपल्या पद्धतीने करावं लागेल. जेणेकरून, ते स्वतःचं थोबाड बंद ठेवतील.'' याची वाच्यता निक्सन यांनी किटिंग यांच्यादेखत केली असती, तर त्यांनी त्याचा डंका सर्वत्र पिटला असता, म्हणून तसं न करण्याचा

इशारा किसिंजरनी निक्सनना दिला. त्यांच्याबरोबर सहमती दाखवून निक्सन म्हणाले, ''किटिंग संपूर्ण परराष्ट्र मंत्रालयात बडबडत फिरतील.''

किसिंजर यांच्या मनात चिनी माध्यम सर्वाधिक प्राधान्य बाळगून होतं. ते म्हणाले, ''यामुळे याह्या स्वतःचा घोर अपमान झाल्याचा समज करून घेतील आणि सगळीच तयारी पाण्यात जाईल.'' निक्सन पुन्हा म्हणाले, ''ते काय बोलतायत तेच मला कळत नाही.'' याह्या खान यांच्यावरचं अवलंबित्व कमी करायचं ठरवून किसिंजर म्हणाले, ''आपण एवढे असुरक्षित राहायला नको, म्हणून चिनी नेत्यांबरोबर चर्चा करताना मी आणखी एखादं स्वतंत्र माध्यम प्रस्थापित करीन.''

हादरलेले निक्सन शोकाकुल मनःस्थितीत याह्या खान यांच्या पाडावाबद्दल बोलायला लागले, ''हेन्री, नेमकं काय ते मला ठाऊक नाही, पण हा अक्करमाशा कदाचित टिकणारही नाही.'' विस्थापितांच्या संख्येबद्दल अनुमान करताना ते म्हणाले, ''पन्नास लाख? खरंच इतकी वाईट परिस्थिती आहे की, ही अतिशयोक्ती आहे?'' भारतीय लोकांच्या पुनरुत्पादनाबाबत निक्सन यांनी केलेल्या शेरेबाजीला दुजोरा देऊन तशाच अभिरुचिहीन प्रकारे बंगाली लोकांच्या पुनरुत्पादनाचा उल्लेख करताना किसिंजर म्हणाले, ''अर्थातच ते किती पैदा करतात हे मला माहीत नाही.''

शस्त्रपुरवठा चालूच

ओव्हल ऑफिसमधल्या त्या चकमकीनंतर दुसऱ्याच दिवशी भारताला संयम पाळण्याचा सल्ला देण्याची संधी निक्सन आणि किसिंजर यांना लाभली. वेगवेगळ्या राष्ट्रांच्या राजधान्यांचा दौरा करणारे स्वर्ण सिंग वॉशिंग्टनला भेट देऊन दौऱ्याचा समारोप करणार होते.

रुबाबदार व्यक्तिमत्त्वाच्या सिंग यांची संभावना नंतर 'दाढीवाला' अशी करणारे किसिंजर यांनी राष्ट्राध्यक्षांना सांगितलं की, त्यांनी सिंग यांच्याशी बोलताना सहानुभूती आणि दृढता यांचा संयोग साधावा. किसिंजर यांचं उद्दिष्ट साधं होतं – ''त्यांनी (भारताने) तीन महिने तरी हल्ला करू नये, असा माझा प्रयत्न आहे.'' निक्सन यांनी काय म्हणावं हे पढवताना किसिंजर म्हणाले, ''तुम्ही असं सांगा की, याह्या यांच्यावर उघडपणे दबाव आणला; तर त्याचा नेमका उलटा परिणाम होईल. तसंच आपण आपल्या पद्धतीने याह्या यांना समजावत असल्याचंही त्यांना सांगा. हे काहीसं फसवं आहे, पण या हरामखोरांना तेच समजतं. (किटिंग यांच्याविरुद्ध एका क्षणात तोंडाचा पट्टा सोडताना निक्सन म्हणाले, ''किटिंग यांची भूमिका मला

फारशी पटलेली नाही. ते भावनेला बळी पडले आहेत असं मला वाटतं.'') किसिंजर यांनी निक्सन यांचं लक्ष सिंग यांच्याबरोबर व्हायच्या भेटीवर केंद्रित केलं – ''आपल्या उद्दिष्टपूर्तीच्या दृष्टीने त्यांना हल्ला करण्यापासून रोखायचं आहे.''

भारतीय आक्रमण थोपवलं जावं म्हणून निक्सन प्रशासनाने विस्थापितांच्या मदतीसाठी भारताला देऊ केलेलं साहाय्य सात कोटी डॉलर्सपर्यंत वाढवण्यात आलं. सिंग यांच्याबरोबर ओव्हल ऑफिसमध्ये झालेल्या भेटीत निक्सन यांनी त्यांच्यावर जणू मोहिनीअस्त्राचा वापर केला आणि भारताच्या 'भयानक वेदनेप्रति' सहानुभूती प्रकट केली. याह्या खान यांच्यावर दबाव आणण्याचा प्रयत्न केल्याचं, मात्र 'जाहीरपणे आणि कठोरपणे' तसं करता येणार नसल्याचंसुद्धा निक्सन यांनी सूचित केलं. सिंग सात कोटी डॉलर्सच्या मदतीबद्दल कृतज्ञता व्यक्त करत असतानाच त्यापेक्षा दसपट मदत देऊनही 'ही समस्या संपणार नसल्याची' कबुली निक्सन यांनी दिली. ही रोकड साठ लाख विस्थापितांसाठी पुरणार नसल्याचं मान्य करताना निक्सन म्हणाले, ''किती काळासाठी? फार काळ नाही, पण मदत तर होईलच.'' निक्सनच्या बोलण्याने सिंग एवढे प्रभावित झाले की, अमेरिकी परराष्ट्र मंत्रालयापेक्षा निक्सन अधिक साहाय्यकारी असल्याची खात्री त्यांना पटली. तसंच अमेरिका आता याह्या खान यांच्यावर दबाव टाकणार असल्याची ग्वाही भारताला मिळाल्याचा फाजील आशादायक समज त्यांनी करून घेतला. निक्सन आणि इंदिरा गांधी यांच्या सरकारांदरम्यानच्या एकतानतेचा हा एक दुर्मीळ क्षण होता.

पण तो फक्त सहा दिवस टिकला. व्हाइट हाउसला २२ जून रोजी आश्चर्याची सणसणीत चपराक बसली. या दिवशी न्यूयॉर्क टाइम्सने पहिल्या पानावर एक स्फोटक बातमी प्रसिद्ध केली. या बातमीनुसार, न्यूयॉर्क बंदरात उभं असलेलं एक पाकिस्तानी मालवाहू जहाज अमेरिकी लष्करी सामग्रीचे सुटे भाग आणि आठ विमान यांसह प्रयाण करण्यासाठी सज्ज होतं. चिलखती सैनिकवाहू वाहनांसाठी सुटे भाग घेऊन आणखी एक जहाज मे महिन्यातच रवाना झालं होतं आणि ते कराची इथे पोहोचायच्या बेतात होतं.

या बातमीमुळे भारत सरकार आणि विशेषतः स्वर्ण सिंग अगदीच बेसावध अवस्थेत असताना पेचात अडकले. वॉशिंग्टनहून उत्साहाने दिल्लीला परतलेले सिंग आता बुद्दू दिसत होते. या धोरणाला अमेरिकेच्या अत्युच्च स्तरावर मंजुरी मिळाली असल्याची खात्री भारतीय परराष्ट्र मंत्रालयाला होती. भारताच्या पुन्हा संतप्त झालेल्या संसदेच्या दोन्ही सभागृहांना स्वर्ण सिंग सामोरे गेले. पाकिस्तान अत्याचार करत असेपर्यंत आणि अवामी लीगबरोबर देवाणघेवाण करण्याचा पाकिस्तानचा नकार कायम असेपर्यंत अमेरिकेने पाकिस्तानचा लष्करी सामग्रीचा सर्व पुरवठा

थांबवून लोकशाही तत्त्वांना जागावं, असं प्रतिपादन सिंग यांनी केलं. काही आठवड्यांनी या शस्त्रपुरवठ्याचा धिक्कार करताना 'बांगला देशाच्या जनतेविरुद्ध पश्चिम पाकिस्तानच्या लष्करशहांच्या बाजूने केलेला हस्तक्षेप' असं त्याचं वर्णन करून सिंग म्हणाले, ''बांगला देशातल्या वंशविच्छेदाला समर्थन देणारी ही कृती आहे.''

लष्करी सामग्रीची ही पाठवण म्हणजे धोरणविषयक संभ्रमावस्थेचा अपरिहार्य परिपाक होता आणि एकमेकांशी संघर्ष करणाऱ्या अमेरिकी सरकारच्या वेगवेगळ्या शाखांमुळे ही संभ्रमावस्था तयार झाली होती. एकीकडे परराष्ट्र मंत्रालयाने पाकिस्तानला होणाऱ्या लष्करी सामग्रीच्या पुरवठ्यावर अनौपचारिक प्रशासकीय प्रतिबंध लागू केला होता आणि हा प्रतिबंध म्हणजे औपचारिक अधिरोधाच्या (एम्बार्गोच्या) अलीकडचं पाऊल होतं. व्हाइट हाउसने पाकिस्तानचं समर्थन न थांबवल्यास अमेरिकी संसद (काँग्रेस) या पुरवठ्यावर संपूर्ण बंदी घालण्यासाठी कायदा करण्याच्या तयारीत होती. दुसरीकडे असा अधिरोध घालून निक्सन आणि किसिंजर याह्या खान यांच्या तोंडावर फटका मारू इच्छित नव्हते. किसिंजर यांच्या कर्मचारिवर्गाने केलेल्या नोंदीनुसार, अशी बंदी व्हाइट हाउसतर्फे न घालण्यात आल्याने आणि पर्यायाने पाकिस्तानच्या जगभर चालू असलेल्या धिक्कारात अमेरिका सहभागी न झाल्यामुळे याह्या खान कृतज्ञ होते. युद्धकक्षात किसिंजर यांनी लगोलग स्पष्ट केल्यानुसार, विद्यमान कार्यक्रमांसाठी आणि गरजांसाठी सुटे भाग पाठवायचे होते, पण काही काळापुरती तरी कोणतीही मोठी पाठवण करायची नव्हती आणि त्याबाबत नंतर विचार करण्याची निक्सन यांची इच्छा होती. सुटे भाग पाठवणं थांबवण्याच्या 'उघड शत्रुतापूर्ण' कृतीला मात्र निक्सन यांचा विरोध होता. किसिंजर म्हणाले, ''याह्या खान यांच्याबरोबरच्या संबंधांवर प्रतिकूल प्रभाव पडेल, अशी कोणतीही बाब टाळण्यासाठी राष्ट्राध्यक्ष उत्सुक आहेत.'' म्हणूनच सर्व पुरवठा थांबवण्याच्या सरळसोट धोरणाचा अवलंब करण्याऐवजी 'आधी ठरलेल्या वेळापत्रकानुसार जाणारी सामग्री जाऊ द्यावी आणि आगामी काही महिन्यांत पुरवठा संपत जावा.' अशा गोंधळात पाडणाऱ्या प्रक्रियेला त्यांनी अनुमती दिली.

पण वेळापत्रकानुसार, जाणाऱ्या सामग्रीच्या तपशिलाबद्दल कुणालाही खात्री नव्हती. इतर काही जहाजांवर अशीच धक्कादायक पाठवण पडून असल्याचं शोधून काढण्यासाठी व्हाइट हाउसची धावपळ सुरू झाली. पाकिस्तानच्या मार्गावर असलेल्या सामग्रीचा छडा लावण्याची जबाबदारी व्हाइट हाउसने सॅम्युएल हॉस्किन्सन यांच्यावर सोपवली. या प्रसंगाचं सखेद स्मरण करताना ते म्हणतात, ''माझ्या मते, हे कधीच शोधून काढता आलं नसतं. किसिंजर याबद्दल उतावीळ

होते आणि मला काहीच आकडेवारी देता येत नव्हती. आम्ही आकडेवारी संकलित केली की लगेच काहीतरी घडत असे. 'अरे बापरे! आणखी दोन जहाजं रवाना झाली आहेत.' ''

किसिंजर यांनी निक्सन यांना सांगितल्यानुसार, लष्करी (वैध निर्यात परवाना असलेली आणि पूर्वीच पाकिस्तानी जहाजांना सुपुर्द केलेली किंवा एखाद्या अमेरिकी पुरवठादाराकडून थेट पाकिस्तानला पोहोचणार असलेली) सामग्री पाकिस्तानकडे रवाना होत होती; पण पुरवठादारांची संख्या भली मोठी असल्याने नेमकं कुठे काय चालू होतं, याचा मागोवा घेणं कठीण होतं. त्यातच रक्तपात चालू असतानाही अमेरिकी लष्करी सामग्रीबाबतचे भरभक्कम परवाने मिळवण्याचा प्रयत्न पाकिस्तानने सुरूच ठेवला होता. हॉस्किन्सन यांची संरक्षण मंत्रालयाबरोबर अगणित प्रसंगी चर्चा झाली आणि प्रत्येक स्तरावर आकडेवारी बदलत राहिली. ते म्हणतात, ''संरक्षण मंत्रालयाला याची माहिती असावी असं मला वाटत नाही. अखेर मी या निष्कर्षाप्रत येऊन पोहोचलो की, ते आमच्यापासून माहिती लपवत नसून त्यांनाच काही माहीत नव्हतं.''

पाकिस्तानला किती सामग्री मिळणार होती, याबद्दलचा एक जेमतेम अंदाज व्हाइट हाउसने आणि परराष्ट्र मंत्रालयाने कसाबसा तयार केला. विमानं, रणगाडे आणि इतर लष्करी वाहनांसाठी आवश्यक सुटे भाग, काहीसा दारूगोळा, यंत्रांचे बदलायचे भाग, संपर्कयंत्रणेची सामग्री आणि छोट्या पाणबुड्यांचे काही भाग यांचा या सामग्रीत प्रामुख्याने समावेश होता. अमेरिकेकडून पाकिस्तानला सुमारे दोन कोटी नव्वद लाख डॉलर्सची सामग्री देणं बाकी होतं, पण त्यातल्या अर्ध्या सामग्रीवर तात्पुरता प्रतिबंध लावण्यात आला होता. म्हणजेच पाकिस्तानला दीड कोटी डॉलर्सची लष्करी सामग्री द्यायची होती आणि ऑगस्टअखेर घटून ती चाळीस लाख डॉलर्सइतकी होणार होती.

डॉलर्समध्ये दर्शवलेली शस्त्रास्त्रांची किंमत शस्त्रं आणि सामग्री यांचं वास्तव मूल्य दाखवत नाही, कारण मित्रत्वाचे संबंध असलेल्या सरकारांना ती बाजारमूल्यापेक्षा नेहमी फार कमी दराने विकली जातात. तसंच काही सुटे भाग स्वस्त असले, तरी कोणतंही लष्कर कार्यरत ठेवण्यात त्यांची भूमिका महत्त्वाची असते. कोरियामध्ये आणि व्हिएतनाममध्ये युद्ध लढलेल्या अॅलेक्झांडर हेग यांना ही वस्तुस्थिती चांगलीच ठाऊक होती आणि सर्वकाही सुरळीत असल्याप्रमाणे सुट्या भागांची विक्री ते चालू ठेवू इच्छित होते. किसिंजर यांना याबाबत स्मरण करून देताना हॅरल्ड सॉन्डर्स म्हणाले, ''पाकिस्तानी हवाई दलातला अमेरिकी ताफा उड्डाणक्षम ठेवण्यासाठी हे सुटे भाग अत्यावश्यक आहेत. आपल्याला माहितीच

आहे की, पूर्व पाकिस्तानमध्ये हवाई दलाचा वापर करण्यात येतो आहे.''

अमेरिकेकडून होणारी लष्करी सामग्रीची पाठवणी थांबली असती, तर त्याचे लगोलग होणारे परिणाम आणि होणारी मानहानी यांची धास्ती याह्या खान यांना वाटत होती. दुसरं म्हणजे इतर राष्ट्रांच्या सरकारांनी अमेरिकेचं अनुकरण करण्याची भीती याह्यांना होती. या निमित्ताने निक्सन आणि किसिंजर यांना त्यांच्या हाती एक हत्यार आल्याचं एका वेगळ्या संदर्भात जाणवलं असणार – याह्या खान खरोखर या भीतीने ग्रस्त असल्याने निक्सन-किसिंजर त्यांना सामग्रीच्या प्रतिबंधाची धमकी परिणामकारकरीत्या देऊ शकणार होते, पण हा हुकमाचा एक्का वापरण्याचा प्रयत्न त्यांनी कधीच केला नाही.

लष्करी सामग्रीची वाहतूक करणारी ही जहाजं परराष्ट्र मंत्रालयाच्या पाठीवरची शेवटची काडी ठरली. पूर्व पाकिस्तानमधल्या कत्तलींना उपयुक्त ठरू शकणाऱ्या कोणत्याही सामग्रीची तपासणी अमेरिकेकडून होईपर्यंत ही सामग्री पाकिस्तानला पाठवणं प्रलंबित ठेवण्याविषयी परराष्ट्र मंत्रालयाने निक्सन यांना सांगितलं. याला किसिंजर यांनी निःसंदिग्ध नकार दिला आणि विद्यमान धोरण कायम ठेवण्याविषयी त्यांनी निक्सन यांना विनंती केली. तसंच या पुरवठ्यावर अगदी तात्पुरती स्थगिती लागू करण्याची शक्यताही त्यांनी फेटाळून लावली. 'चालू खळबळ थांबल्यानंतर' आणखी लष्करी सामग्री पाठवण्यासाठी मंजुरी देण्याचा पर्याय त्यांनी खुला ठेवला.

यादरम्यान, किसिंजरना चीनला गुपचूप पाठवण्यासाठी सर्वांना चकवणारी एक नामी योजना आखण्यात याह्या खान गुंतले होते. त्यानुसार किसिंजर यांनी पाकिस्तानला जायचं होतं; आजारी पडल्याचं ढोंग करायचं होतं; विश्रांतीसाठी याह्या खान यांच्या पहाडी प्रासादात पोहोचायचं होतं आणि तिथून गुप्तपणे विमानाने बीजिंगला जायचं होतं. चिनी नेत्यांबरोबरच्या भेटी उरकून परतल्यानंतर प्रकृती चांगलीच सुधारल्याचं दाखवत पुन्हा पाकिस्तानमधल्या लोकांच्या समोर यायचं होतं. याह्या खान यांनी किसिंजर यांना आत्मविश्वासपूर्वक कळवलं, 'आम्ही अत्यंत अभेद्य व्यवस्था करणार असून याबद्दल आपण चिंता करण्याची बिलकूल गरज नाही.' ''

किसिंजर यांनी हॅट आणि काळा चश्मा परिधान करून वेषांतर करण्याविषयी फारलॅन्ड यांनी सुचवलं. विन्स्टन लॉर्ड, व्हाइट हाउसचे दोन कर्मचारी आणि गुप्तचर सेवेचे दोन हेर बीजिंगला जाणार होते, तर चकवा देण्याच्या दृष्टीने हॅरल्ड सॉन्डर्स इस्लामाबादनजीकच्या रावळपिंडीत थांबणार होते. किसिंजर यांच्यावर उपचार करण्यासाठी अमेरिकी दूतावासाच्या डॉक्टरना येण्यापासून रोखण्याचा सुस्पष्ट आदेश

फारलॅन्ड यांना देण्यात आला. 'आपलं बिंग फुटेल' या काळजीने अखेरच्या क्षणापर्यंत सर्व संबंधितांना घेरलं होतं. सॉन्डर्स ही घटना आठवताना म्हणतात, ''चीनभेटीविषयीचा गळी उतरेल असा नकार देण्यासाठी किसिंजरना तयार राहायचं होतं.''

निक्सन आणि किसिंजर कमालीचे उत्तेजित झाले होते. यासंदर्भात निक्सन म्हणाले, ''याह्या खान यांच्याबरोबर मी याबाबत दीर्घ काळ, म्हणजे दोन वर्षं तरी चर्चा करत होतो.'' हाल्डेमन यांच्या टिपणानुसार, २८ जून रोजी खासगी संभाषणात निक्सन म्हणाले, ''इतिहासातल्या एका महान घटनेत आपण उपस्थित आहोत आणि दुसऱ्या महायुद्धानंतरची ही सर्वांत महत्त्वाची घटना आहे.'' किसिंजर मध्येच म्हणाले, ''अमेरिकेतल्या यादवी युद्धानंतरची ही सर्वांत मोठी घटना आहे असं मला वाटतं.'' लिंकन दिवाणखान्यात रात्री उशिरा, धाप लागलेल्या स्थितीत, थरथरत किसिंजर घुसल्याची आठवण निक्सन यांनी नंतर सांगितली. या दोघांनी त्यांच्या युगकर्त्या यशाचं स्वागत अत्यंत मुरलेल्या ब्रॅन्डीचे दोन पेले भरून केलं. हाल्डेमन त्यांच्या टिपणात म्हणतात, 'या सगळ्या चिनी प्रकरणामुळे राष्ट्राध्यक्ष अतिशय उत्तेजित झाल्याचं स्पष्टपणे दिसत असून त्याबद्दलच ते अखंड बोलत होते.'

किसिंजर यांचा चीनप्रवास अक्षरशः ढाकामार्गे झाला असता. 'अमेरिकेचं मानवतावादी कार्य प्रत्यक्ष पाहण्यासाठी किसिंजर यांनी ढाका इथे थांबावं आणि नंतर गुप्तपणे चीनला प्रयाण करावं.' असं एका प्रारंभिक योजनेत सुचवण्यात आलं होतं. नंतर गुप्ततेच्या दृष्टीने पाकिस्तान इन्टरनॅशनल एअरलाइन्सच्या 'हिंदुकुशमार्गे किंवा ढाकामार्गे' जाणाऱ्या विमानातून याह्या खान यांनी त्यांना पाठवण्याचा प्रस्ताव ठेवला. ढाक्याच्या कडक बंदोबस्तातल्या विमानतळाकडे त्यांचं विमान येताना किसिंजर यांना खिडकीतून खाली धुमसणारं शहर दिसलं असतं. विमान उड्डाण करण्याची प्रतीक्षा करताना त्यांना अमेरिकेत तयार झालेली आणि पाकिस्तानच्या हवाई दलाच्या दिमतीला असलेली सी–१३० किंवा एफ–८६ सेबर जेट लढाऊ विमानं प्रत्यक्ष दिसू शकली असती, पण वॉशिंग्टनमधल्या किंवा इस्लामाबादमधल्या कुणीतरी किसिंजर यांच्यासाठी आणखी वेगळा मार्ग ठरवण्याचं तारतम्य वापरलं होतं.

११. पूर्व दिशा लाल आहे

अमेरिकी हवाई दलाच्या विमानातून ६ जुलै रोजी हेन्री किसिंजर दिल्ली विमानतळावर उतरले. या विमानात गुप्तचर विभागाचे आणि लष्करी अधिकारी खच्चून भरले होते. राष्ट्राध्यक्षांच्या ताफ्यातली सगळी विमानं वापरात असल्याने हवाई दलाकडून उसन्या घेतलेल्या आणि अंतरंग बदललेल्या विमानावर किसिंजर यांना समाधान मानावं लागलं. हे महाकाय विमान अत्यंत गैरसोयीचं होतं आणि जणू काही ते धावपट्टी सोडून नाराजीनेच उड्डाण करत असे. याबाबत किसिंजर यांनी नंतर नोंद केली – 'या विमानाला खरं तर अपेक्षित ठिकाणी रस्त्यावरूनच जायला आवडत असावं, असं या विमानात बसल्यावर मनात आल्याशिवाय राहिलं नाही.' विमान धावपट्टीवर संथपणे उतरत असताना एका ऐतिहासिक प्रवासावर निघाल्याची भावना किसिंजरच्या मनात तीव्रपणे दाटून आली. हा प्रवास त्यांच्या आयुष्यातला कदाचित सर्वांत महत्त्वाचा प्रवास असावा असंही त्यांना वाटून गेलं. ही त्यांनी भारताला दिलेली दोन दिवसांची भेट नव्हती. दिल्लीला आणि नंतर इस्लामाबादला त्यांनी कर्तव्य भावनेने भेट दिली असली, तरीही बीजिंगची अखेरची गुप्त भेट हाच या प्रवासाचा खरा हेतू होता.

कोणत्याही दृष्टीने पाहिलं, तरी भारतातला थांबा हा किसिंजर यांच्यासाठी केवळ एक देखावा होता. चीनला जाण्यासाठी त्यांना पाकिस्तानला जावं लागणार होतं, पण पाकिस्तानला जाताना समतोल साधण्यासाठी त्यांना भारतात तोंड दाखवावं लागणार होतं. त्यांनी भारताला दिलेली उडती भेट म्हणजे निक्सन-किसिंजर यांच्या. लेखी भारताला असलेल्या नगण्य स्थानाचा पुरावाच होता.

या भेटीप्रसंगी हॅरल्ड सॉन्डर्स त्यांच्याबरोबर होते. किसिंजर यांचे भारतविषयक आणि पाकिस्तानविषयक ज्येष्ठ साहाय्यक या नात्याने कोणत्याही शंकेचं निराकरण करण्यासाठी त्यांनी तिथे थांबणं गरजेचं होतं. याबाबतच्या आठवणीत ते म्हणतात, "भारतातला थांबा म्हणजे लक्ष दुसरीकडे वळवण्यासाठीचा उघड बनाव होता. भारतात आणि नंतर पाकिस्तानमध्ये किसिंजर यांचं वर्तन सर्वकाही व्यवस्थित चालू असल्याप्रमाणे होतं."

किसिंजर आणि त्यांचा चमू हे भर पावसात उतरले असले, तरी त्यांच्याविरुद्धची डाव्यांची अनिवार्य निदर्शनं होतच राहिली. विमानतळावर पोलिसांपेक्षाही कमी संख्या असलेले निदर्शक काळे झेंडे फडकवून आणि 'मृत्युदूत किसिंजर, परत जा.' तसंच 'खुनी किसिंजर, परत जा.' असे फलक दाखवून घोषणा देत होते. अमेरिकी अभ्यागतांना उभ्या मोटारींमध्ये कोंबून वेगाने दूर नेण्यात आलं. याच अवधीत विमानतळातून बाहेर पडण्याचं दुर्भाग्य वाट्याला आलेले किसिंजर निदर्शकांचा डोळा चुकवून गेल्यामुळे संतप्त झालेले निदर्शक कोणत्याही वाहनावर टोमॅटोंचा आणि सडक्या अंड्यांचा मारा करत होते.

इतर निदर्शक अमेरिकी दूतावासासमोर जमत होते. त्यांची संख्या सुमारे ४५० होती. त्यांच्यापैकी अनेक जण अमेरिकी सुरक्षारक्षकांना चकवा देत दूतावासाच्या आवारात घुसले आणि त्यांनी मुख्य द्वाराकडे मुसंडी मारली. हा जमाव दारं मोडून पाडू शकण्यापूर्वीच भारतीय पोलिसांनी त्याच्यावर झडप घालून निदर्शकांना अटक केली. या वेळी दूतावासाच्या हिरवळीवर रोवलेला एक लाल झेंडा मात्र मागे राहिला. किसिंजर दूतावासात असतील असा गैरसमज करून घेतलेल्या डाव्या निदर्शकांनी तिथे त्यांच्याविरुद्ध घोषणाबाजी चालू ठेवली. प्रत्यक्षात किसिंजरमुळे आणि जेटलॅगमुळे त्रस्त झालेल्या त्यांच्या चमूने आलिशान अशोका हॉटेलमध्ये मुक्काम केला होता; पण निदर्शनं आयोजित करणाऱ्या कम्युनिस्ट पक्षाच्या संयोजकांना ही शक्यताच जाणवली नव्हती.

भारतात वास्तव्य असताना पश्चिम बंगाल आणि त्रिपुरा राज्यांमधल्या ठसठसत्या वेदनांपासून किसिंजर शक्य तितके लांब होते. किसिंजर यांनी स्वतः विस्थापितांच्या छावण्यांना भेट देण्याविषयी भारत सरकारने त्यांना सुचवलं होतं. दुसऱ्या कुणा राष्ट्राध्यक्षाच्या कारकिर्दीत किसिंजर व्हाइट हाउसमध्ये कार्यरत असते, तर त्यांनी कदाचित कोलकात्याला एखादी भेट दिली असती किंवा विस्थापितांचं पोषण करण्यासाठी अमेरिकी अर्थसाहाय्याचा होणारा विनियोग पाहण्यासाठी त्यांना पश्चिम बंगालमधल्या शेकडो छावण्यांपैकी एखाद्या छावणीत पाठवण्यात आलं असतं; पण यासाठी किसिंजर यांनी साफ नकार दिला. याबाबत हॉस्किन्सन म्हणतात, "खरं तर ते किसिंजर यांच्या विशेष आवडीचं काम नव्हतं." एका भारतीय राजनैतिक अधिकाऱ्याने केलेल्या नोंदीनुसार, 'किसिंजर एकाही विस्थापित छावणीला भेट देऊ शकणार नसल्याबाबत' त्यांच्या मनात कोणतीही शंका नव्हती.

किसिंजर भारतात

त्या दिवशी हेन्री किसिंजर आणि पी. एन. हक्सर यांची समोरासमोर भेट

झाली. किसिंजर हक्सर यांना म्हणाले, ''आपण जाणकार माणसं आहोत.'' हक्सर यांच्या साउथ ब्लॉकमधल्या कार्यालयात परराष्ट्र धोरणविषयक हे दोन प्रमुख सल्लागार नम्र भाषेचा वापर करत, पण कठोर आणि ठाम भूमिका घेऊन चर्चा करत राहिले. हक्सर आलंकारिक भाषेत पाल्हाळीक कथन करून किसिंजर यांच्यावर प्रभाव पाडण्याचे प्रयत्न करत, तेव्हाच या चर्चेमध्ये खंड पडत असे.

पाकिस्तानला अद्यापही लष्करी सामग्रीची पाठवण होत असल्याच्या न्यूयॉर्क टाइम्सने नुकत्याच केलेल्या गौप्यस्फोटांमुळे संतप्त झालेल्या हक्सर यांना किसिंजर यांनी 'हा नोकरशाहीने केलेला गोंधळ' असल्याचं सांगून आणि नोकरशाहीवर खापर फोडून या बातम्या वाचताना त्यांना स्वतःलाही आश्चर्य वाटल्याचं सांगितलं. ''असले गोंधळ टाळण्यासाठी शस्त्रास्त्रांचा पुरवठा पूर्णपणे थांबवावा.'' असं हक्सर म्हणाले. ही सूचना फेटाळताना किसिंजर म्हणाले की, शस्त्रास्त्रांचा पुरवठा अत्यल्प महत्त्वाचा असून याह्या खान यांच्यावरचा प्रभाव कायम ठेवण्यासाठी अमेरिकेला हे साधत राहणं आवश्यक होतं. पाकिस्तानला पूर्वी झालेल्या आणि त्या वेळी चालू असलेल्या शस्त्रपुरवठ्याचा परखड पंचनामा करून ड्वाइट आयझनहॉवर यांच्या काळापासून देण्यात आलेल्या प्रचंड शस्त्रसाठ्याकडे व्हाइट हाउसने दुर्लक्ष न करण्याविषयी हक्सरनी किसिंजरना सांगितलं. या पुरवठ्याचं महत्त्व फार नसल्याचं प्रतिपादन करताना किसिंजर म्हणाले की, 'मूलतः घातक नसलेला' तो पुरवठा पूर्णपणे थांबवण्याची संरक्षण मंत्रालयाची इच्छा नव्हती. स्वस्तातल्या सुट्या भागांमुळे मौल्यवान यंत्रसामग्री कार्यरत राहत असल्याची वस्तुस्थिती या दोघांना ज्ञात असल्याने हक्सर कडाडले, '' 'घातक नसलेला' ही पराभौतिक संकल्पनाच मला मान्य नाही.''

''अमेरिकेने सर्व दोन कोटी नव्वद लाख डॉलर्स किमतीची लष्करी यंत्रसामग्री रवाना केली, तरीही परिस्थितीत काहीही फरक पडणार नाही.'' असा दावा किसिंजर यांनी केला, तेव्हा हक्सर यांचा स्वतःच्या कानांवरच विश्वास बसेना. ''म्हणून अशा निष्प्रभ बाबींसाठी आपण एकमेकांवर ओरडणं थांबवावं.'' असं किसिंजर यांनी सुचवलं. ते रागावून म्हणाले, ''या मुद्द्यावर भारताची भूमिका आवेशपूर्ण असली, तर त्याला अमेरिका कोणत्याही प्रकारे प्रतिसाद देऊ शकणार नाही.''

आता खूशमस्करीचा अवलंब करत आणि अमेरिकेच्या राष्ट्राध्यक्षांच्या एका विधानाचा हवाला देत किसिंजर म्हणाले, ''या खंडात केवळ महाशक्तीच नव्हे, तर शांतता आणि स्थैर्य यांच्यासाठी असणारी शक्ती म्हणून उदयाला येणं केवळ भारतालाच शक्य आहे.'' पाकिस्तान म्हणजे एक छोटीशी प्रादेशिक शक्ती

असल्याचं विश्लेषण ऐकून हक्सर खूश झाले आणि त्यांच्या चेतलेल्या भावना शांत झाल्या. या प्रशंसेचा मोबदला म्हणून हक्सर यांनी पाकिस्तानच्या इस्लामी ओळखीच्या कृत्रिमतेबद्दल किसिंजर यांच्यासमोर एक विद्वत्तापूर्ण प्रवचन झोडलं. यादरम्यान हक्सर म्हणाले, ''राष्ट्रनिर्मितीसाठी धर्म एक व्यासपीठ पुरवू शकत असता, तर युरोपमध्ये आजही पवित्र रोमन साम्राज्यच दिसलं असतं.''

विस्थापित भारताच्या सीमाभागात व्यवधान निर्माण करत असल्याचा इशारा देऊन पूर्व पाकिस्तानमधून पळून जाणाऱ्या लोकांपैकी सुमारे ९० टक्के लोक हिंदू असल्याचा मुद्दा हक्सर यांनी जोरकसपणे मांडला. एक निधर्मी लोकशाही विकसित करण्याच्या भारताच्या प्रयत्नाच्या मुळावरच यामुळे घाव घातला जात असल्याचं हक्सर म्हणाले. पूर्व पाकिस्तानमध्ये परतल्यानंतर विस्थापितांना स्वतःची कत्तल होण्याची भीती वाटत असल्याने त्यांना भारताबाहेर हाकलणं शक्य नव्हतं; पण पूर्व पाकिस्तानला लोकशाहीवादी सरकार लाभलं असतं, तर ते परतू शकले असते अशी भारताची भूमिका असल्याचं हक्सरनी स्पष्ट केलं. यामुळे अजिबात न द्रवलेल्या किसिंजरनी हक्सरना फाडकन सांगितलं, ''पूर्व पाकिस्तानमध्ये आक्रमण करण्याची तयारी करण्यासाठी भारतीय बाजू फक्त मोठा आवाज करते आहे.''

कैचीत सापडलेल्या किसिंजर यांनी सरळ प्रतिहल्ला करताना परिस्थिती ज्वालाग्राही राहण्याचं कारण बंगाली बंडखोरांना भारताकडून मिळणारा पाठिंबा असल्याचं सांगितलं. प्रत्युत्तरादाखल हक्सर म्हणाले, ''मी तुमच्याबरोबर अगदी प्रांजळपणे बोलतो.'' एखादं ढळढळीत असत्य बोलण्यापूर्वी दिल्लीमधले आणि वॉशिंग्टनमधले राजकारणी अशीच सुरुवात करतात. ''आम्ही शस्त्रं दिलेली नाहीत.'' असं सांगताना भारत स्वतःच्या सीमा सर्वत्र सीलबंद करू शकणार नसल्याचं हक्सरनी स्पष्ट केलं; पण भारतीय लष्कराने किंवा सीमासुरक्षा दलाने चालवलेल्या प्रशिक्षण छावण्यांचा, त्याचप्रमाणे भारतीय भूमीमधून पूर्व पाकिस्तानमध्ये खोलवर होणाऱ्या चढायांचा उल्लेख त्यांनी शिताफीने टाळला.

किसिंजर यांच्या स्मरणानुसार, उत्तेजित झालेल्या हक्सर यांना शांत करण्यातच या बैठकीचा वेळ खर्च झाला. किसिंजरनी हक्सर यांना शांत केल्याचंही किसिंजरना आठवतं. एकूणच वातावरण शांत करण्याच्या दृष्टीने हक्सर यांना आवाहन करताना किसिंजर म्हणाले, ''भारतीय जनता शांत होऊ शकली, तर पुढच्या काही महिन्यांमध्ये विस्थापितांच्या समस्येवर तोडगा काढण्याच्या प्रयत्नांना जोर यावा म्हणून अमेरिका गाजावाजा न करता प्रयत्न करत राहील.'' भारत सरकारपुढच्या अडचणींचा ऊहापोह करताना हक्सर म्हणाले, ''खरंतर आम्हांला युद्ध नको आहे, पण ते टाळणं आता आमच्या हातांत नाही.''

आशियात येण्यामागचं खरं कारण सूचित करताना अमेरिकेला चीनबरोबर वेगाने संबंध सुधारायचे असल्याचं किसिंजरनी हक्सरना अप्रत्यक्षपणे सांगितलं. भारताचा कट्टर शत्रू असलेल्या चीनला अमेरिका भारताच्या वरचढ होऊ देणार नसल्याबाबत किसिंजरनी हक्सरना आश्वस्त केलं, पण पाकिस्तानबरोबर युद्ध पेटल्यास चीन प्रतिक्रियेच्या रूपाने काहीतरी कृती करीन, असा इशाराही किसिंजरनी दिला. असं घडणं भारताच्या दृष्टीने फारच भीतिदायक असणार होतं. तसं झालं असतं, तर भारताला सोव्हिएत देशाची मदत मागणं भाग पडलं असतं. ''यामुळे आम्हां अमेरिकी लोकांसाठी गंभीर परिस्थिती निर्माण होईल.'' असं ते म्हणाले. चवताळलेले हक्सर उत्तरले, ''भारताचं पाकिस्तानबरोबर युद्ध झालं तर, आणि चीनच्या हस्तक्षेपाची शक्यता समोर आली; तर अमेरिका भारताप्रति सहानुभूती दर्शवेल, अशी आशा आहे.''

या खानदानी, भारदस्त ज्येष्ठ मुत्सद्द्यासारख्या दिसणाऱ्या अधिकाऱ्यासमोर लोटांगण घालायला किसिंजर यांना प्रत्यवाय नव्हता आणि चाऊ एन लाय यांच्यासमोरही ते असेच झुकणार होते; पण हक्सर यांनी उघड प्रयत्न करूनही किसिंजर त्यांच्याबाबत थंडच राहिले. हक्सर यांच्याबरोबर शाब्दिक चकमक झाल्यानंतर भारत सरकार भावनिक वागत नसून युद्ध सुरू करण्यासाठी योग्य सबब शोधत असल्याचा किसिंजर यांचा समज झाला. दिल्लीत एका दिवसापेक्षाही कमी काळ केलेल्या वास्तव्यात 'अमेरिका पाकिस्तानला करत असलेल्या शस्त्रपुरवठ्याविरुद्ध अस्सल भारतीय प्रतिक्रिया' दिसत नसल्याची त्यांची खात्री झाली. हक्सर यांचा निरोप घेतल्यानंतर किसिंजर यांनी भारतीय नेते 'थंड डोक्याने सत्तेचं राजकारण खेळत असल्याचा' निष्कर्ष काढला.

किसिंजर यांचा दुसरा दिवसही एका तणावपूर्ण वातावरणातल्या बैठकीतून दुसऱ्या तशाच बैठकीसाठी जाण्यात व्यतीत झाला. भारतीय अधिकाऱ्यांनी आणि इतरांनी किसिंजर यांचा धिक्कार केला, त्यांना चिथावलं आणि टोचून काढलं. त्यावर कडी म्हणजे देशभक्त भारतीय जंतूंनी किसिंजर यांच्यावर सूड उगवला. पाकिस्तानमध्ये गेल्यानंतर ढोंग करण्यासाठी स्वतःचं पोट बिघडल्याचा दावा ते कितपत प्रभावीपणे करू शकणार होते यावर सारं काही अवलंबून होतं; पण भारतात लगेचच ते खरोखर आजारी पडले. त्यांचा देखावा शाबूत राहावा म्हणून स्वतःच्या पोटातल्या वेदना सहन करत ते दिल्लीत तडफडत राहिले.

किसिंजर यांच्याप्रति सन्मान दर्शवण्याचे भारत सरकारचे प्रयत्न बेंगरूळ होते ('डॉ. किसिंजर ज्यू असल्याने' अरब-इस्राइल संघर्षाचा उल्लेख न करण्याचं स्मरण एका ज्येष्ठ भारतीय महिला राजनैतिक अधिकाऱ्याने तिच्या सहकाऱ्यांना करून

दिलं). किसिंजर यांच्या निषेधार्थ होणाऱ्या निदर्शनांना भारतीय वर्तमानपत्रांनी भरपूर प्रसिद्धी दिली आणि संपादकीय पानावर त्यांचे वाभाडे काढले. लष्करी सुटे भाग आणि दारूगोळा यांनी लादलेली आणखी अनेक जहाजं पाकिस्तानला प्राप्त होणार असल्याच्या अफवेने लोकसभा-सदस्यांच्या रागाचा स्फोट झाला. तरीही या बैठकांमधला किसिंजर यांना तोंड द्यावा लागत असलेला मारा याहूनही भेदक होता.

भारतीय विचारवंत आणि अभ्यासक यांच्याबरोबर अशोका हॉटेलमध्ये न्याहरी करून किसिंजर यांनी त्यांचा दिवस सुरू केला. मात्र ही सुरुवात भयंकर ठरली. उपस्थित भारतीयांपैकी एक जण अतिशय संतापलेला होता - आशिया खंडात भारताचं वर्चस्व प्रस्थापित व्हावं म्हणून पाकिस्तानवर हल्ला करण्याविषयी सर्वोच्च भारतीय नेत्यांना सुचवणारी गुप्त टिपणं एप्रिलमध्ये लिहिणारे तज्ज्ञ के. सुब्रमण्यम ... भावनावश अवस्थेत आणि कटू मनःस्थितीत असलेले सुब्रमण्यम यांनी किसिंजर यांना सुनावलं, "तुम्ही स्वतः एक विस्थापित असल्यामुळे जे काही घडतं आहे, ते तुम्ही समजून घेतलं पाहिजे. हिटलरच्या बाबतीत १९३०च्या दशकात केलेली चूकच अमेरिका आता परत करते आहे - स्वतःची लोकसंख्या घटवण्याचं काम करत असलेल्या हुकूमशाही राजवटीला खूश करणं आणि तिच्याबरोबर व्यवहार करणं." समोर लांबलचक दिवस दिसत असणारे किसिंजर यांनी सुब्रमण्यम यांच्याशी होणारा वाद टाळण्याचा प्रयत्न केला.

दुपारच्या जेवणासाठी हक्सर यांना अशोका हॉटेलमध्ये पुन्हा भेटणं आणि जेवणाचा सत्यानाश करून घेणं किसिंजर यांच्यासाठी क्रमप्राप्त होतं. कारण पाकिस्तानला होणाऱ्या अमेरिकी शस्त्रपुरवठ्यावरून पुन्हा चकमक होणार होतीच. यानंतर संरक्षण मंत्री जगजीवनराम यांनी किसिंजर यांच्या बचावाच्या चिंध्या केल्या. दलित समाजात जन्मलेले आणि पंडित नेहरू यांच्या नेतृत्वाखाली वेगाने उदयाला आलेले जगजीवनराम एक आदरणीय राजकीय नेते होते. पाकिस्तानविरुद्ध कारवाई करण्याचा असह्य दबाव भारतावर असल्याचं सांगून, नुकतेच ते पूर्व पाकिस्तानच्या सीमेलगत आगरतळा इथे गेले असताना पाकिस्तान भारताच्या भूमीवर तोफा डागत असल्याचं त्यांच्या निदर्शनास आल्याचं त्यांनी स्पष्ट केलं. "पाकिस्तानला केवळ तुम्हीच धुगधुगी देत आहात." असा आरोप त्यांनी केला. किसिंजर उत्तरले, "थोडीफार." हसून जगजीवनराम यांनी टोला मारला, "केवळ थोडीफार नाही, जवळपास पूर्ण."

किसिंजर यांचा परराष्ट्र मंत्री स्वर्ण सिंग यांना शांत करण्याचा एक उपचारसुद्धा बाकी होता. स्वर्ण सिंग वॉशिंग्टनहून नुकतेच परतले होते आणि न्यूयॉर्क टाइम्समधल्या एका विशेष वृत्तानुसार, अमेरिकेकडून पाकिस्तानला

शस्त्रपुरवठा चालू असल्याचा गौप्यस्फोट करण्यात आला असल्याने ते दुखावले होते. त्या वेळी असा पुरवठा होत असल्याची माहिती व्हाइट हाउसला किंवा परराष्ट्र मंत्रालयातल्या वरिष्ठांना नसल्याचा खुलासा किसिंजर यांनी परराष्ट्र मंत्र्यांच्या साउथ ब्लॉकमधल्या कार्यालयात तत्परतेने करून स्वर्ण सिंग यांच्या जखमेवर फुंकर मारण्याचा प्रयत्न केला, पण हे असत्य असल्याची जाणीव किसिंजरना होती. पाकिस्तानला दोन कोटी नव्वद लाख डॉलर्स मूल्य असलेल्या सामग्रीपेक्षा अधिक काहीही पुरवण्यात येणार नसल्याचं सांगून याह्या खान यांच्याबरोबर निक्सन यांच्या असलेल्या वैयक्तिक नात्याच्या संदर्भात किसिंजर म्हणाले, ''अमेरिकी परराष्ट्र मंत्रालयाच्या शस्त्रपुरवठ्यावर निर्बंध घालण्याचा प्रशासकीय निर्णय म्हणजे निक्सन यांच्यासाठी एक मोठं पाऊल होतं.'' अवमानित झाल्यामुळे संतापलेले स्वर्ण सिंग या पळवाटेबद्दल राग व्यक्त करून म्हणाले, ''जर माझ्या कर्मचाऱ्यांनी मला संपूर्ण माहिती दिली नाही, तर मी त्यांची चंपी करीन.'' त्यावर किसिंजर उत्तरले, ''मी तेच करतो आहे.'' (प्रत्यक्षात ते तसं करत नव्हते.) सिंग म्हणाले, ''पाकिस्तानबरोबर एवढा निकटचा संबंध ठेवण्यामध्ये तुम्हांला एवढं स्वारस्य असण्याचं कारणच माझ्या लक्षात येत नाही.'' शस्त्रपुरवठा पूर्णपणे थांबवण्यात येण्याची मागणी करून ते किसिंजर यांना स्पष्टपणे म्हणाले, ''तुम्ही पाकिस्तानला करत असलेल्या शस्त्रपुरवठ्यामुळे युद्ध भडकेल.''

या अतिशय नावडत्या दिवशी किसिंजर यांनी एक वचन वारंवार दिलं – 'चीनने भारताविरुद्ध लष्करी हालचाली सुरू केल्या, तर अमेरिका भारतामागे उभी राहील.' हक्सर यांच्याबरोबर भोजन करताना अमेरिकेच्या चीनबरोबरच्या 'नव्या महत्त्वपूर्ण आरंभाचे' संकेत किसिंजर यांनी दिले. नंतर किसिंजरनी हक्सर यांना शब्द दिला, ''कोणत्याही चिनी दबावाविरुद्ध कोणत्याही परिस्थितीत अमेरिका भारतामागे उभी राहील. चीनबरोबर कोणतीही चर्चा करताना भारताविरुद्ध आम्ही चीनला प्रोत्साहन देणार नाही.''

स्वर्ण सिंग यांच्याबरोबरच्या अतिशय वेदनादायी बैठकीनंतर त्यांना बाजूला घेऊन किसिंजर यांनी आगामी चीनभेटीबद्दल त्यांना काही संदिग्ध संकेतही दिले. अमेरिकेचा हा पुढाकार भारताविरुद्ध नसल्यासंदर्भात स्वर्ण सिंग यांना आश्वस्त करताना किसिंजर म्हणाले, ''चीनने भारतावर विनाकारण आक्रमण केलं, तर अमेरिका याबाबत अत्यंत गंभीर भूमिका घेईल.'' (यामुळे चीनच्या सकारण आक्रमणाच्या शक्यतेचा प्रश्न अनुत्तरित राहिला; म्हणून 'चीनने आक्रमण केलं, तर अमेरिका भारताला लष्करी सामग्रीचा पुरवठा करेल.' अशी शपथ घेण्याची मागणी सिंग यांनी किसिंजर यांच्याकडे केली. उपलब्ध माहितीनुसार, स्वर्ण सिंग यांना उत्तर

मिळालं नाही.)

नंतर चीनकडून भारताविरुद्ध लष्करी हालचाल होण्याच्या शक्यतेबद्दल प्रचंड उत्सुकता दाखवताना त्याच दिवशी किसिंजर यांनी जगजीवनराम यांना निःसंदिग्ध आश्वासन दिलं, ''चीनने भारताविरुद्ध कोणतीही कारवाई केली, तर आम्ही त्याकडे अत्यंत गंभीरपणे पाहू. हे आम्ही चीनला निश्चित पटवून देऊ.'' हे ऐकून जगजीवनराम यांना आनंद झाला. स्वतःच्या चीनदौऱ्याची माहिती मिळाल्यानंतर भारतात धोक्याच्या घंटा वाजणं सुरू होऊ नये यासाठी किसिंजर म्हणाले, ''सलोखा आणि शांतता या गोष्टी वाढीला लागाव्यात यासाठी आम्ही काही विशिष्ट धोरणाचा अवलंब करत असलो; तरी ते (चीन) हिंसाचार करणार असल्याचं दिसलं, तर आम्ही अतिशय कडक भूमिका घेऊ.''

१९६२च्या युद्धात चीनकडून अत्यंत अपमानास्पद पराभव झाल्याच्या जखमा कुरवाळणाऱ्या भारतीयांसाठी हे अतिशय मोठं आश्वासन होतं; पण खरं तर चीनचे सैनिक भारतासमोर उभे करण्यासाठी किसिंजर पाचच महिन्यांनी चीनला चिथावणी देणार होते.

त्या दिवसाचा परमोच्च बिंदू म्हणजे इंदिरा गांधी यांच्याबरोबर किसिंजर यांची झालेली चर्चा! शानदार, घुमटाकारी साउथ ब्लॉकमधल्या पंतप्रधानांच्या कार्यालयात किसिंजरना नेण्यात आलं; पण किसिंजरच्या दिल्लीतल्या इतर चर्चांप्रमाणे ही बैठकही कलहपूर्ण ठरली.

किसिंजर यांनी एकट्यांनी पंतप्रधानांबरोबरची बैठक सुरू केली. या प्रसंगी दोन्ही बाजूंच्या अधिकाऱ्यांना बाहेर ठेवण्यात आलं होतं. या एकांतात किसिंजरनी इंदिरा गांधींना अमेरिकेच्या चीनबरोबरच्या संबंधांमधल्या काही महत्त्वाच्या घडामोडींचे संकेत संदिग्धपणे दिले. या घडामोडी भारताविरुद्ध नसणार असल्याचंही त्यांनी इंदिरा गांधींना सांगितलं. त्याचप्रमाणे निक्सन यांचं शुष्क भाषेतलं एक पत्रही त्यांनी इंदिरा गांधींना दिलं. मानवतेच्या भूमिकेतून विस्थापितांसाठी अमेरिका देत असलेल्या मदतीचं स्मरण या पत्रात करून देण्यात आलं असलं, तरी शस्त्रपुरवठ्याबद्दल कोणतंही समर्थन करण्यात आलं नव्हतं.

यानंतर हक्सर, केनेथ किटिंग (दिल्लीतला जुलैचा उन्हाळा बाधू नये म्हणून सीअरसकर सूट परिधान केलेले) आणि हॅरल्ड सॉन्डर्स यांना एकत्रितपणे पंतप्रधानांच्या कार्यालयात जाण्याची अनुमती देण्यात आली. या कलहपूर्ण दौऱ्याचा प्रभाव किसिंजरवर पडायला लागला होता. भारताच्या भावनांच्या तीव्रतेमुळे ते प्रभावित झाले असल्याचं त्यांनी गंभीरपणे सांगितलं. विस्थापितांना परतण्यासाठी प्रोत्साहन मिळण्यासाठी याह्या खान यांच्यावर दबाव राहावा, हे पाकिस्तानला

पाठिंबा देण्याचं अमेरिकेचं मुख्य कारण असल्याचं निक्सन यांच्या पाकिस्तानविषयक भूमिकेचा पुनरुच्चार करताना किसिंजर यांनी सांगितलं. विस्थापितांनी परतण्यासाठी पाकिस्तानमध्ये राजकीय तोडगा निघण्याची आवश्यकता मान्य करून याबाबत त्या क्षणी अमेरिकेच्या कोणत्याही कल्पना नसल्याचं त्यांनी कबूल केलं.

तोपर्यंत सत्तर लाख विस्थापित आले असल्याचं सांगून इंदिरा गांधींनी भारतीयांच्या 'भावनाप्रधान' मानसिकतेची पुरेपूर कल्पना किसिंजरना दिली. ''ही परिस्थिती हाताळण्यापलीकडे कधी जाईल?'' असं किसिंजर यांनी विचारताच ती त्यापूर्वीच हाताबाहेर गेली असल्याचं सांगून इंदिरा गांधी म्हणाल्या, ''आम्ही केवळ इच्छाशक्तीमुळे टिकून आहोत. आमचं धोरण पसंत असलेले दोन सदस्यही संसदेत नसतील.''

कोणतंही टोकाचं पाऊल उचलण्यापूर्वी आणखी थोडे महिने थांबावं, असं किसिंजरनी वेळकाढूपणा करण्यासाठी भारताला सुचवलं. पाकिस्तानची आर्थिक आणि लष्करी मदत थांबवण्यात काही अर्थ नसल्याचं मत मांडून ते म्हणाले, ''आता पाकिस्तानला पाठवण्यात येणाऱ्या मर्यादित शस्त्रास्त्रांमुळे लष्करी समतोलावर जवळपास काहीच परिणाम होणार नाही.'' इंदिरा गांधी उत्तरल्या, ''शस्त्रपुरवठ्याचा प्रत्यक्ष प्रभाव कोणताही असेल, पण त्याचा मानसिक आणि राजकीय परिणाम फार मोठा असतो.''

पाकिस्तानवर कडाडून टीका करताना इंदिरा गांधी म्हणाल्या, ''भारतविरोधी भावना भडकवण्यावर पाकिस्तानने स्वतःचं अस्तित्व अवलंबून ठेवलं आहे. 'आपण काहीही केलं, तरी अमेरिकेचा पाठिंबा आपल्याला मिळणारच.' असं दीर्घ काळ वाटत आल्यामुळे पाकिस्तानी 'साहसवाद आणि भारतद्वेष' यांना खतपाणी मिळालं आहे.'' पाकिस्तान प्रत्येक प्रश्नाला हिंदू विरुद्ध मुसलमान संघर्ष असं स्वरूप देत असल्याची तक्रार करून त्या म्हणाल्या, ''धर्मयुद्ध आणि इस्लामचं संरक्षण अशा तत्त्ववादी भाषेचा वापर भारतद्वेष लपवण्यासाठी करण्यात येतो. पाकिस्तानला इस्लामबद्दल खरोखर आस्था असती, तर भारतातल्या सहा कोटी मुसलमानांवर स्वतःच्या कारवायांचा काय परिणाम होईल याचा विचार पाकिस्तानने केला असता.'' असं भेदक निरीक्षण त्यांनी नोंदवलं. भारताला टोकाचं पाऊल उचलायचं नसलं; तरी परिस्थिती जे वळण घेईल, त्यावर सगळं अवलंबून राहणार असल्याचं इंदिरा गांधींनी स्पष्ट केलं. अशा प्रकारे युद्धाचा पर्याय त्यांनी सताड उघडा ठेवला.

गरज नसतानाही थापा मारण्याची चमत्कारिक सवय किसिंजर यांना होती.

पश्चिम पाकिस्तानी सरकारतर्फे पूर्व पाकिस्तानमध्ये बळाचा वापर होणं अशक्य असल्याचं मूल्यमापन अमेरिकेतल्या सगळ्या विशेषज्ञांनी मार्चमध्ये केल्याचा हवाला त्यांनी इंदिरा गांधी यांना दिला. हे खोटं होतं. मार्चच्या आरंभी, पाकिस्तानी लष्कर कत्तल सुरू करण्याच्या शक्यतेचा इशारा हॅरल्ड सॉन्डर्स या किमान एका विशेषज्ञाने किसिंजर यांना दिला होता आणि या प्रसंगी ते सॉन्डर्स किसिंजरच्या बाजूलाच उभे होते. अशा वेळी किटिंग यांनी सुज्ञपणे विषय बदलला.

अखेर किसिंजर यांनी त्यांचं मोहिनीअस्त्र बाहेर काढलं. 'अमेरिकेचे महत्त्वाचे राष्ट्रीय हितसंबंध न गुंतलेल्या तद्दन प्रादेशिक वादात पडून' एका सशक्त लोकशाहीतल्या पन्नास कोटी जनतेबरोबरच्या नात्याला धोका निर्माण करण्याची अमेरिकेची इच्छा नसल्याचं ते म्हणाले. त्या वेळी किसिंजर देत असलेला संदर्भ चीनबद्दल असल्याचं भारतीयांना लवकरच समजणार होतं. याबाबत वचन देताना ते म्हणाले, ''कोणत्याही बाह्यशक्तीने भारतावर दबाव आणण्यासाठी किंवा त्याला धमकी देण्यासाठी अमेरिका कोणत्याही परिस्थितीत अनुमती देणार नाही.''

हे कथन ऐकून यजमान भारतीय सुखावले. चिनी दबावाविरुद्ध अमेरिका भारताला देणार असलेल्या पाठिंब्याच्या वेगवेगळ्या आश्वासनांचा भारत सरकारने घाईघाईने वापर करून घेतला आणि अमेरिकेच्या राष्ट्रीय सुरक्षा सल्लागारांच्या भारतीय मंत्र्याबरोबर झालेल्या भेटींमध्ये जणू काही ही सर्वांत महत्त्वाची बाब असल्याप्रमाणे या आश्वासनांना भरघोस प्रसिद्धी दिली.

अखेर किसिंजर यांनी इंदिरा गांधींना वॉशिंग्टनला भेट देण्याची विनंती केली, पण खरं तर या शक्यतेमुळे किसिंजर गारठून गेले होते. तंग वातावरणातली ही बैठक पंतप्रधानांनी एका उद्धट उत्तराने समाप्त केली. स्मितहास्य करून त्या म्हणाल्या, ''मला यायला जरूर आवडेल, पण याबाबतचा जाहीर उच्चार मी करू शकणार नाही.'' कारण तसं झालं असतं, तर त्यांच्या टीकाकारांनी त्यांच्यावर प्रचंड दडपण आणून या भेटीला नकार देण्यासाठी त्यांना भाग पाडलं असतं.

किसिंजर यांच्यासाठी हा अत्यंत धावपळीचा दिवस ठरला. इस्लामाबादच्या आणि बीजिंगच्या विमानप्रवासासाठी ते रवाना झाले, तेव्हा हक्सरनी आणि त्यांनी स्वतः ह्या भयाण भेटीबद्दल विचार सुरू केला.

प्रत्यक्षात किसिंजर तिथे काय करणार होते, याबद्दल हक्सर यांना अद्याप काहीही कल्पना नव्हती. त्यांची नोंद म्हणते, 'भूतकाळापासून दूर जाण्याबद्दल किसिंजर धाडसाने बोलत होते; पण भूतकाळ जमिनीत पुरला, तरीही त्याच्या थडग्यातून विचार आणि कृती यांच्यावर तो हुकूमत गाजवत असतो.' अमेरिकेच्या धोरणातल्या गोंधळामुळे स्तिमित झालेल्या हक्सरना वाटलं की, चीनबरोबरचा

समतोल साधण्यासाठी अमेरिकेला भारताची गरज वाटत होती. याच्या अगदी विरुद्ध घडत असल्याचं हक्सर यांच्या लक्षात आलं नाही. भारताविरुद्ध समतोल साधण्यासाठी निक्सन आणि किसिंजर चीनचा वापर करण्याचा प्रयत्न करणार होते.

ताळ्यावर येऊन सावध झालेले किसिंजर भारतातून रवाना झाले. त्यांनी भारतीय प्रसारमाध्यमांच्या खुनशीपणाबद्दल कुरकुर केली. वॉशिंग्टनला परतल्यानंतर ते निक्सन यांना म्हणाले, ''भारतीयांना खरोखर काय हवं आहे, हे मला माझ्या भेटीत स्पष्टपणे जाणवलं. त्यांना असं वाटतं की, ते पूर्व पाकिस्तान खच्ची करू शकले, तर पश्चिम पाकिस्तानमध्ये (फुटीरतवादी) तत्त्वांना अतिशय बळकटी मिळून पाकिस्तानचा सगळा प्रश्नच निकालात निघेल. भारतीय आणि पश्चिम पाकिस्तानी परस्परांचा तिरस्कार करतात.''

पाकिस्तानकडे रवाना होताना किसिंजर यांनी गुप्तपणे नोंद केली, 'भारताच्या तीव्र भावना माझ्यासमोर पूर्णपणे उघड झाल्या.' भारतावरचा दबाव असह्य असून सरकार केवळ इच्छाशक्तीच्या जोरावर टिकून असल्याच्या इंदिरा गांधींच्या विधानावर किसिंजरनी बराच विचार केला. पुढे ते म्हणतात, ''युद्ध अटळ असल्याची वाढती भावना किंवा किमानपक्षी व्यापक हिंदू-मुस्लीम हिंसाचार कुणाची इच्छा असल्यामुळे नव्हे, तर अखेर हे सगळं कसं टाळायचं याचा उपाय सापडत नसल्यामुळे कायम आहे.'' हक्सर यांचं किमान एक तरी अर्थगर्भ विधान प्रभावी ठरलं होतं.

''लष्कर हिंदूंची हकालपट्टी का करतं आहे?''

किसिंजर इस्लामाबादला रवाना झाले, तेव्हा त्यांना सुटकेची भावना स्पष्टपणे जाणवत होती. विन्स्टन लॉर्ड यांच्यासाठी ही संपूर्ण भेट म्हणजे डोळ्यांसमोरून अतिवेगाने जाणारी एक पट्टी होती. त्यांचं लक्ष बीजिंगवर केंद्रित झालं होतं. ते म्हणतात, ''आम्ही गुप्तपणे कुठे जाणार होतो, या गोष्टीने माझ्या मनाचा ताबा घेतला होता.'' विमानात त्यांच्याकडे असणाऱ्या कागदपत्रांच्या तीन संचांची चाळवाचाळव करण्यात ते व्यग्र होते. यांपैकी एक संच चीनभेटीबद्दल काहीही माहिती नसलेल्यांसाठी होता. किसिंजर जाणार असलेलं ठिकाण विमानातल्या ज्या निवडक अधिकाऱ्यांना माहीत होतं, त्यांच्यासाठी दुसरा संच होता; तर तिसरा 'हॅरल्ड सॉन्डर्स यांच्यासारख्यांसाठी होता. किसिंजर आणि इतर अधिकारी चीनला चालले असून त्याबाबत गुप्ततेचा पडदा राखायचा असल्याचं सॉन्डर्ससारख्यांना माहीत होतं.'

निक्सन यांचे वरिष्ठ परराष्ट्र धोरण सल्लागार यांची इस्लामाबादला भेट म्हणजे

तिथल्या अमेरिकी दूतावासासाठी सणासारखा दिवस होता. किसिंजर यांच्या भेटीचा खरा हेतू माहीत असणारी एकमेव व्यक्ती राजदूत जोसेफ फारलॅन्ड होती. त्यांनी देशभरातून अमेरिकेच्या वाणिज्यदूतांना पाचारण केलं होतं. त्यापूर्वीच हकालपट्टी केलेले आर्चर ब्लड तिथे नव्हते, पण किसिंजर यांच्याबरोबर समोरासमोर टक्कर घेण्याची संधी ब्लड यांच्या एका संतप्त सहकाऱ्याने साधली.

ढाका इथल्या उपदूतावासात नियुक्ती झालेले एरिक ग्रिफेल तिथले वरिष्ठ विकास अधिकारी होते. पूर्व पाकिस्तानमधल्या चक्री वादळानंतर अमेरिकी मदतकार्याचं त्यांनी केलेलं नेतृत्व त्यांच्या सहकाऱ्यांच्या कौतुकास पात्र झालं होतं. ब्लड यांनी पाठवलेल्या त्या ऐतिहासिक संदेशावर सही करणारे ग्रिफेल लॉस एन्जलिस इथे खासगी भेटीसाठी गेले असतानाही किसिंजर यांना आव्हान देण्याची संधी साधण्यासाठी जगप्रदक्षिणा करून इस्लामाबादला पोहोचले होते. चकमक करण्यासाठी त्यांचे हात शिवशिवत होते. 'उपखंडातल्या कुणाहीबद्दल किसिंजर यांना तुच्छता वाटत होती.' असं ग्रिफेल यांना वाटत होतं. तसंच ग्रिफेल यांच्या मते, किसिंजर यांचा स्थानिकांबद्दलचा दृष्टीकोन 'लॉरेन्स ऑफ अरेबियासारखा' होता; म्हणजे ज्यांना घोडे चालवता येत नसतील, त्यांचा किसिंजर यांच्या दृष्टीने काही उपयोग नव्हता. ते सांगतात, ''लष्करी गणवेशातल्या पाकिस्तानींना बघून ते प्रभावित झाले होते आणि त्यांना बनिये आवडत नव्हते.''

''पूर्व पाकिस्तानबद्दलची ढाका उपदूतावासाची भूमिका त्यांना अवगत होती'' अशी आठवण सांगून ग्रिफेल म्हणतात, ''ही भूमिका त्यांच्या भूमिकेपेक्षा अगदीच वेगळी होती. आम्हांला आमचं म्हणणं मांडण्याची अनुमती मिळाली. त्यांनी अत्यंत सौजन्यपूर्वक सर्वकाही ऐकून घेतलं. त्यांचं वागणं लाघवी होतं, पण त्यांच्या मनात दुसरंच काहीतरी घोळत होतं, कारण ते पेकिंगच्या वाटेवर होते.'' हे काहीतरी म्हणजे काय, हे ग्रिफेल यांना त्या वेळी माहीत नव्हतं; पण ते म्हणतात, ''किसिंजर यांचं आमच्याकडे लक्ष नव्हतं, हे स्पष्ट होतं.''

ग्रिफेल वारंवार बोलत राहिले, सरकारी भूमिकेला अधीन झालेल्या अधिकाऱ्यांचं म्हणणं खोडून काढत राहिले आणि शक्य तेव्हा किसिंजर यांना अडचणीत आणत राहिले. ते किसिंजर यांना म्हणाले, ''पूर्व पाकिस्तानमधल्या स्थानिक नागरिकांनी एवढ्या जोरदारपणे उठाव केला होता की, भारताची मदत नसती; तरीही तो शमला नसता.'' ('दहशतीची मोहीम' बंगाली चांगल्या प्रकारे चालवू शकतात). बंगालींच्या मनातली पश्चिम पाकिस्तानबाबतची 'चिरंतन' भीती आणि त्याबाबतचा तिरस्कार यांची जाणीव ग्रिफेल यांनी किसिंजर यांना करून दिली. ग्रिफेलनी एका तरुण पाकिस्तानी लष्करी अधिकाऱ्याच्या धर्मांधतेबद्दलची

एक कहाणी सांगितली. 'आशियातल्या आणखी एका नागरी युद्धापासून' अमेरिकेला दूर राहण्याची इच्छा असल्याचं किसिंजर यांनी सांगताच ग्रिफेल यांनी ताडकन उत्तर दिलं की, युद्ध झालंच असतं; तर भारताने ते कमी काळात जिंकलं असतं. अमेरिकेचा प्रभाव मर्यादित असल्याचा इशारा किसिंजर यांना देऊन ग्रिफेल म्हणाले, ''तरीही जोपर्यंत अमेरिकी आर्थिक मदत येत राहील, तोपर्यंत आपण करत असलेल्या हरकती मूर्खपणाच्या असल्याचं पाकिस्तानी सरकारला समजणं कठीण जाईल.''

हिंदूंच्या खुल्या कत्तलींबद्दल ढाका उपदूतावासाकडून वारंवार येणारे इशारे परिचित असल्याचा उल्लेख करून किसिंजर यांनी विचारलं, ''लष्कर हिंदूंची हकालपट्टी का करतं आहे?'' ग्रिफेल काहीशा तुटकपणे उत्तरले, ''पूर्व पाकिस्तानमध्ये शुद्धीकरण करण्याची ही एक संधी आहे.'' त्याच सुरात फारलॅन्ड म्हणाले, ''मुजीब यांच्या कटामागे हिंदू असल्याचा लष्कराचा समज आहे.'' भुकेने त्रस्त झाल्यामुळे आणखी विस्थापित पळ काढण्याची शक्यता असल्याचा इशारा देऊन पूर्व पाकिस्तानमध्ये अजूनही सत्तर लाख हिंदू असून त्यांची परिस्थिती फारच नाजूक असल्याचं ग्रिफेलनी सांगितलं.

या चकमकीची आठवण आजही मोठ्या चवीने काढणारे ग्रिफेल यांना किसिंजर यांचं मनःपरिवर्तन होण्याची कोणतीही आशा नव्हती. ते म्हणतात, ''मला माझं मन हलकं करायचं होतं. कदाचित त्यामुळे आमचं धोरण थोडंसं मवाळ होऊ शकलं असतं, पण हे धोरण बदलण्याची तसूभरही अपेक्षा मला नव्हती.'' किसिंजर यांच्याबरोबर अशा प्रकारे बोलताना चिंता वाटली नाही का असं विचारलं असता, ग्रिफेल म्हणाले, '' 'याला इथून बाहेर हाकला.' असं किसिंजर म्हणण्याचा धोका तर होताच; पण पहिली गोष्ट म्हणजे असं घडण्याची शक्यता मला वाटत नव्हती आणि दुसरं म्हणजे तसं घडलं असतं, तरीही मला फारशी फिकीर वाटली नसती.'' ढाक्यात त्यांनी जे पाहिलं होतं, त्यामुळे किसिंजर यांचे विरोधक भावनावश झाले होते. ग्रिफेल म्हणाले, ''इतर एखाद्या वेळी आम्ही जसं थंड डोक्याने वागलो असतो, तसं या वेळी कदाचित वागत नव्हतो.''

किसिंजर यांच्यावर मारा करण्याची एवढी तयारी इतर राजनैतिक अधिकाऱ्यांमध्ये नसली, तरी त्यांनी एक गंभीर चित्र किसिंजरसमोर रेखाटलं. एक अतिशय द्रष्टे राजकीय अधिकारी डेनिस कक्स यांना याह्या खान फार काळ सत्तेत टिकतील असं वाटत नव्हतं. एखादा राजकीय तोडगा निघण्याबाबत त्यांना संशय होता आणि विस्थापित – विशेषतः हिंदू – परत जाणार नसल्याचं त्यांना जाणवत होतं. एकास तीन या प्रमाणात त्यांना युद्धाची संभाव्यता दिसत होती. किसिंजरच्या

दिल्ली दौऱ्यानंतर त्यांना युद्धाची संभाव्यता यापेक्षाही अधिक प्रमाणात दिसत असल्याचं ते म्हणाले. "ही एक गोष्ट आम्हांला घडायला नको आहे." असे उद्गार त्यांनी थकलेल्या मनःस्थितीत काढले.

या दालनात हजर असलेल्यांपैकी एक जणाचं नाव चक यीगर होतं. ध्वनीपेक्षा अधिक वेगाने विमान चालवण्याचा जगातला पहिला विक्रम त्यांच्या नावावर जमा होता. अमेरिकी संरक्षणविषयक प्रतिनिधी म्हणून कार्यरत असणारे यीगर पाकिस्तानी हवाई दलाच्या अचंबित अधिकाऱ्यांना सल्ला देण्यात आनंद घेत असत. या हवाई दलाच्या वैमानिकांबद्दल नंतर त्यांनी नोंद केली, 'मी कमालीचा प्रभावित झालो होतो. हे जवान केवळ विमान चालवण्यासाठी जगतात आणि श्वास घेतात.'

त्यांची एक भविष्यवाणी विलक्षण अचूक ठरली. यीगर म्हणाले होते, "भारताबरोबर युद्ध झालं, तर पाकिस्तानी लष्कराचा जास्तीतजास्त दोन आठवडे निभाव लागेल." पाकिस्तानचे कट्टर समर्थक आणि ब्लड यांच्याबरोबर खडाजंगी झालेले यीगर यांचा अमेरिकी धोरणाशी त्यांच्या पातळीवर काही एक मतभेद होता – पाकिस्तानला पुरेशा लष्करी सामग्रीचा पुरवठा होत नसल्याची त्यांची तक्रार होती. (युद्ध सुरू झाल्यानंतर भारताने यीगर यांचा बदला घेतला. इस्लामाबाद विमानतळावर केलेल्या हल्ल्यात भारताने यीगर यांच्या छोट्या विमानाचा चुराडा करून टाकला. नंतर यीगर चिडून म्हणाले, "अमेरिकेला ठेंगा दाखवण्याची ही भारतीय पद्धत आहे.")

शेजारच्याच रावळपिंडी शहरात याह्या खान यांच्या अतिथिगृहात उतरणारे किसिंजर यांचं स्वागत पाकिस्तान सरकारने प्रेमपूर्वक केलं. प्रसारमाध्यमांमध्ये पाकिस्तानबद्दल असलेल्या प्रतिकूल दृष्टीकोनाबद्दल किसिंजरनी आणि वरिष्ठ पाकिस्तानी अधिकाऱ्यांनी खेद व्यक्त केला. किसिंजरबद्दल पाकिस्तानी वृत्तपत्रं टीकात्मक लिहीत नसल्याचं पाहून आनंद होत असल्याचं किसिंजरनी नमूद केलं. पाकिस्तानमध्ये वृत्तपत्रांवर सेन्सॉरशिप असल्याचा उल्लेख किसिंजरनी टाळला.

'भारतीयांची शत्रुभावना, कटुता आणि त्यांचा युद्धखोर स्वभाव' पाहून खरोखर धक्का बसला असल्याचं किसिंजर यांनी यजमानांना सांगितलं. किसिंजरनी पाकिस्तानला कोणतीही धमकी दिली नाही, कोणत्याही प्रभावाचा वापर केला नाही आणि राजकीय समझोता होण्यासाठी कोणताही प्रस्तावित आराखडा दिला नाही. "पाकिस्तानी नेतृत्वाला कोणताही सल्ला देण्याची गरज असल्याचं आम्ही गृहीत धरत नाही." पण पाकिस्तानने त्यांच्यासमोरच्या पेचाचा गंभीरपणे विचार करण्याविषयी किसिंजरनी सुचवलं. ते म्हणाले, "युद्धाचं कारण म्हणून आज भारत

जगासमोर विस्थापितांना उभं करू शकेल.'' एका ज्येष्ठ पाकिस्तानी अधिकाऱ्याला त्यांनी सांगितलं, ''सत्तर लाख विस्थापित हा भारतासाठी असह्य बोजा आहे. त्याचप्रमाणे युद्ध जिंकण्याची खात्री भारतीयांना वाटते आहे.''

किसिंजर याह्या खान यांना एकटेच भेटले. विन्स्टन लॉर्ड याह्यांबाबत सावध होते. हा हुकूमशहा ''मनमिळाऊ, मैत्रीपूर्ण असला; तरी तो एक रांगडा गडी होता, याकडे दुर्लक्ष करता येत नव्हतं. ते अगदी मनमिळाऊ वागले, पण त्यांच्याबाबत आपण भ्रमात राहू शकत नाही; हा माणूस म्हणजे थॉमस जेफर्सन नव्हे.'' निक्सन यांच्याकडून आणलेलं, स्नेहपूर्ण मजकुराने भरलेलं पत्र किसिंजरनी याह्या खानना सादर केलं. विस्थापितांनी परतावं यासाठी याह्यांची असफल उपाययोजना आणि नवीन आर्थिक साहाय्य मिळताच प्रगती करण्याचं आश्वासन यांची या पत्रात प्रशंसा करण्यात आली होती.

या बैठकीच्या नोंदी किसिंजर यांनी ठेवल्या नसल्याने याबाबत अतिशय अल्प तपशील उपलब्ध आहे. याह्या खान यांना दिल्लीतल्या आक्रमक मानसिकतेची माहिती देऊन विस्थापितांना परतण्यासाठी आकर्षित करण्यासाठी म्हणून पूर्व पाकिस्तानमध्ये नव्याने नागरी सरकार स्थापन करण्याविषयी विचार करावा असा आग्रह किसिंजर यांनी याह्या खानना केला. यासंदर्भात याह्या खान विचार करतील असं त्यांनी सांगितलं.

आपण अस्सल मूर्ख असल्याची खात्री किसिंजर यांना पटवून देण्यात मात्र याह्या खान यशस्वी झाले. त्यांच्याबद्दल निक्सन यांना असणारा जिव्हाळा दुर्लक्षित करून किसिंजर राष्ट्राध्यक्षांना म्हणाले, ''याह्या ही काही हुशार व्यक्ती नाही.'' वॉशिंग्टनला परतल्यानंतर किसिंजर लगेचच तुच्छपणाने म्हणाले, ''याह्या खान आणि त्यांचा गोतावळा यांना उच्च बुद्ध्यंक स्पर्धेत कधीच बक्षीस मिळणार नाही किंवा त्यांच्या राजकीय आकलनशक्तीच्या बाबतही त्यांना कुणी नावाजणार नाही. ते इमानी आणि बथ्थड सैनिक आहेत; पण पूर्व पाकिस्तान हा पश्चिम पाकिस्तानचा भाग का नसावा, हे समजण्याबाबतची बौद्धिक क्षमता त्यांच्याकडे नाही.'' नंतरच्या काळात याबद्दल किसिंजर आठवण सांगतात, ''स्वतःसमोरच्या संकटांची जाणीव याह्यांना नव्हती आणि वास्तवाला सामोरं जाण्याची तयारी त्यांनी केलेली नव्हती. भारत युद्धाची तयारी करत आहे असं त्यांना आणि त्यांच्या सहकाऱ्यांना वाटत नव्हतं. युद्ध झालं असतं, तरी ते पाकिस्तानने जिंकलं असतं अशी खात्री त्यांना होती. मी जेव्हा त्यांना आडमार्गाने भारतीय सैनिकांच्या मोठ्या संख्येबद्दल आणि भारताकडच्या वरचढ लष्करी सामग्रीबद्दल विचारलं, तेव्हा याह्यांनी आणि त्यांच्या सहकाऱ्यांनी मुस्लीम योद्ध्यांच्या ऐतिहासिक श्रेष्ठत्वाबद्दल उद्दामपणाने गर्जना

केल्या.''

एका भोजनप्रसंगी किसिंजर त्यांच्या पोटदुखीबद्दल जाहीरपणे सांगायला लागले, तेव्हा याह्या खान गरजले, ''प्रत्येक जण मला हुकूमशहा म्हणतो.'' त्यानंतर जेवणाच्या टेबलाभोवती फिरत पाकिस्तानी आणि अमेरिकी अशा प्रत्येक उपस्थिताला ते विचारायला लागले, ''मी हुकूमशहा आहे का?'' प्रत्येकाने प्रसंगावधान राखून नकारार्थी उत्तर दिलं. अखेर ते किसिंजरपाशी आले. ''अध्यक्ष महोदय, मला ते ठाऊक नाही.'' किसिंजरनी उत्तर दिलं. ''पण एक हुकूमशहा म्हणून तुम्हांला एक निवडणूकही धड घेता येत नाही.''

स्वर्गाखालची उलथापालथ

अखेर किसिंजर यांच्यासाठी पोट बिघडल्यामुळे आजारी पडल्याचं ढोंग करण्याचा क्षण आला आणि त्याच वेळी स्वतःच्या अतिथीला थोडी विश्रांती देऊन त्याची नाथियागली इथल्या स्वतःच्या विश्रामधामात देखभाल करण्याची संधी याह्या खान यांना प्राप्त झाली. या वास्तव्याबद्दल किसिंजर नंतर लिहितात, 'या सगळ्या चोर-पोलीस लपंडावाच्या खेळामुळे याह्या थरारून गेले होते.' किसिंजर इतिहास रचण्यासाठी रवाना होत असतानाच त्यांचे साहाय्यक हॅरल्ड सॉन्डर्स यांना मागे पाकिस्तानमध्येच ठेवण्यात आलं होतं. त्याबाबत ते म्हणतात, ''मी बुजगावण्यासारखा होतो; इतरांची दिशाभूल करण्यासाठी. हेन्री किसिंजर यांच्या सर्व भेटी शुक्रवारी ठरल्याप्रमाणे पार पडल्या. पत्रकारही कंटाळून गेले. शनिवार दुपारपर्यंत सगळं शांत झालं होतं. मी बाहेर जाऊन एक सतरंजी खरेदी केली. नंतर झवेरी बाजारात गेलो.'' किसिंजर यांच्या गुप्त चीनभेटीची बातमी अमेरिकेत फुटल्यास लगेच कळवण्याविषयी सांगून याह्या खान यांनी त्यांचा व्यक्तिगत दूरध्वनी क्रमांक लिहिलेलं एक चिटोरं सॉन्डर्स यांना दिलं. हा गौप्यस्फोट झाला असताच, तर याह्या खान बीजिंगला फोन करणार होते.

किसिंजर यांच्या आजारपणाबद्दल इस्लामाबादमध्ये संशय वाढत असल्याचं सॉन्डर्स यांना जाणवलं असलं, तरी यासाठी याह्या सरकारच्या प्रयत्नांमध्ये काहीच हयगय झालेली नव्हती. किसिंजर यांना नाथियागलीकडे नेण्याचा देखावा निर्माण करण्यासाठी याह्या खान यांनी मोटारींचा एक बनावट ताफासुद्धा धाडला होता. किसिंजर यांची ४९ तासांची अनुपस्थिती कुणाच्याही नजरेस येऊ नये यासाठी त्यांच्या प्रकृतीची चौकशी करायला ज्येष्ठ पाकिस्तानी अधिकाऱ्यांची ये-जा चालू असल्याबद्दलच्या काल्पनिक बातम्या पाकिस्ताननने वर्तमानपत्रांमध्ये पेरल्या.

किसिंजर यांच्या आठवणीनुसार, पहाटेपूर्वीच्या अंधारात लाभणाऱ्या गुप्ततेत

ते एका पाकिस्तानी विमानात स्थानापन्न झाले. त्यासाठी याह्या यांनी पाकिस्तानी एअरलाइन्सचं बोइंग ७०७ विमान पुरवून त्याचं सारथ्य करण्यासाठी स्वतःचा वैमानिक दिला होता. रेडिओ-संदेश मध्येच ऐकले जाऊ नयेत म्हणून हा वैमानिक सावध होता. विमानात अनेक वरिष्ठ चिनी अधिकाऱ्यांनी किसिंजर यांचं स्वागत केलं. केवळ याच भेटीसाठी ते बीजिंगहून आले होते. या प्रवासाबद्दल नंतर मोठ्या दिमाखात लिहिताना या अभूतपूर्व प्रवासामुळे किसिंजरना त्यांचं बालपण आठवल्याचं नमूद केलं आहे. ते म्हणतात, "कारण बालपणी आयुष्याच्या अर्थाचं आकलन करताना प्रत्येक दिवस म्हणजे एक विलक्षण साहसच होतं. विमानाने हिमालयाची बर्फाच्छादित शिखरं ओलांडून उगवत्या सूर्याच्या तांबूस प्रकाशात आकाशाकडे झेप घेतली, तेव्हा माझी हीच भावना होती." (विमान चिनी भूमीवर उतरायला लागलं, तेव्हा त्यात सर्वांत पुढे बसलेल्या विन्स्टन लॉर्ड यांना १९४९ नंतर चीनमध्ये प्रवेश करणारे ते पहिलेवहिले अमेरिकी अधिकारी असल्याची बढाई मारण्याची संधी प्राप्त झाली.) "बीजिंगमधल्या एका लष्करी विमानतळावरून चिनी बनावटीच्या आलिशान गाड्यांमधून, खिडक्यांचे पडदे ओढून; रुंद, स्वच्छ रस्त्यांवरून; किसिंजरना वेगाने नेण्यात आलं. या वेळी सायकली वगळता फारशी रहदारी नव्हती." असं किसिंजर यांनी नंतर निक्सन यांना सांगितलं.

डिऔयू इथल्या भारदस्त वातावरणाने किसिंजर प्रभावित झाले. बीजिंगमधून त्यांनी कळवलं, 'माझ्या व्हाइट हाउसच्या कारकिर्दितली ही चर्चा अतिशय सखोल, महत्त्वाची आणि दूरगामी झाली.' चीनहून परतल्यानंतर ते निक्सन यांना म्हणाले, "सरकारमध्ये राहून आत्तापर्यंत केलेल्या चर्चांपैकी सर्वाधिक अन्वेषक, व्यापक आणि महत्त्वपूर्ण चर्चा आम्ही केली." थोडक्यात केवळ एक तुलना देऊन या चर्चेची भव्यता लक्षात आली नसती. "तुम्ही आणि माओ यांना इतिहासाचं एक पान उलटता यावं, यासाठीची आवश्यक पायाभरणी आम्ही करून ठेवली आहे." चाऊ एन लाय यांचा 'स्पष्टवक्तेपणा आणि वक्तृत्व, त्यांचा तत्त्वज्ञानविषयक आवाका, त्यांचं इतिहासविषयक विश्लेषण, डावपेचात्मक चाचपणी आणि विनोदाचा शिडकावा' यांमुळे किसिंजर दिपून गेले होते. 'मला भेटलेला सर्वाधिक प्रभावी परकीय मुत्सद्दी' असं बिरुद चाऊ यांना लावून किसिंजर यांनी चाऊ यांची तुलना 'चार्ल्स द गॉल' यांच्याबरोबर केली. भारावलेल्या अवस्थेत त्यांनी निक्सन यांना कळवलं, 'मला अगदी मोकळेपणाने सांगावंसं वाटतं की, ही भेट म्हणजे अतिशय हृद्य अनुभव होता. या प्रसंगाची ऐतिहासिक बाजू, चिनी नेत्यांचं स्नेहपूर्ण आणि अदबशीर वर्तन, 'फॉरबिडन सिटीचं' वैभव, चिनी इतिहास आणि संस्कृती, चाऊ यांचं उत्तुंग व्यक्तिमत्त्व आणि आमच्या चर्चेचं गांभीर्य तसंच तिचा आवाका

यांनी माझ्या मनावर अमीट ठसा उमटवला आहे.'

किसिंजर यांना भारताबद्दल अशी भावना कधीच वाटली नव्हती. विन्स्टन लॉर्ड यांनी नोंद केल्यानुसार, भारतीय लष्करबाजीबद्दल सचिंत असणारे किसिंजर चीनच्या आक्रमकतेला मात्र बगल देत असत. कितीही दोष असले, तरी भारत म्हणजे जगातली सगळ्यांत मोठी लोकशाही असूनही किसिंजर यांनी तिचं मात्र असं गुणगान केलं नाही. निक्सन आणि किसिंजर यांच्याबाबत लॉर्ड म्हणतात, ''भारत लोकशाही राष्ट्र असल्याचं वास्तव त्यांना आवडत नसल्याचं ते कदापि मान्य करणार नाहीत. मला असं वाटतं की, निर्णय घेण्यासाठी हुकूमशहांबरोबर व्यवहार करणं कधीकधी अधिक सोपं असतं असं त्यांना वाटत असावं. कारण मुक्तपणे होणारी चर्चा आणि संसद यांच्यामुळे लोकशाही जटिल असते. मला खात्री आहे आणि सखेदपणे नमूद करावंसं वाटतं की, 'केवळ माओकडे किंवा चाऊकडे गेलं, तरी पुरेसं आहे.' अशी यांची भावना असणार. याह्यांबाबतही हेच सत्य आहे, पण याबाबतीत त्यांना भारत हे प्रकरण मात्र जास्त गुंतागुंतीचं वाटत असणार.''

किसिंजर आणि चाऊ एन लाय यांच्या भेटीच्या पहिल्या दिवशी चाऊ एन लाय किसिंजरशी अत्यंत खानदानीपणे आणि अदबीने वागत होते, पण दुसऱ्याच दिवशी त्यांनी किसिंजर यांना बुचकळ्यात पाडलं. चिनी नेतृत्वाच्या भारताविरुद्धच्या 'विखारी, खदखदणाऱ्या वैरभावामुळे' किसिंजर स्तिमित झाले. चाऊ यांचा भारतविषयक 'तुच्छताभाव आणि ऐतिहासिक अविश्वास' त्यांना लक्षणीय वाटल्याचं त्यांनी नंतर निक्सन यांना सांगितलं. चीनचे पंतप्रधान १९६२ सालच्या भारताबरोबरच्या युद्धाच्या छायेने ग्रासलेले दिसले. ते भारताला वारंवार 'आक्रमक' म्हणून दोष देत होते.

'ग्रेट हॉल ऑफ द पीपल' या महाकाय सभागृहात दीर्घ काळ चाललेल्या एका बैठकीत चाऊ यांनी भारत आक्रमणाची योजना करत असल्याचा आरोप थंडपणे करून भारत अमेरिकेचा चोरून पाठिंबा मिळवत असल्याचं सूचित केलं. भारतमित्र म्हणून कधीच शिक्का न बसलेल्या किसिंजरसाठी हा खरोखर एक धक्काच होता. काय बोलावं ते न सुचल्यामुळे ते म्हणाले, ''पंतप्रधान महोदय, आमच्याकडून भारताला लष्करी सामग्रीचा पुरवठा प्राप्त होत नाही.'' चाऊ ताडकन उत्तरले, ''हे माझ्या कानांवर आलेलं आहे, पण तुम्ही पाकिस्तानला काही सामग्री देत आहात.'' प्रत्युत्तरादाखल किसिंजर म्हणाले, ''होय, पण तुम्हीही देत असता.''

विद्यमान संकटाचं संपूर्ण खापर चाऊ यांनी भारतावर फोडलं. ते म्हणाले, ''तथाकथित बांगला देश सरकारने स्वतःचं मुख्यालय भारतातच स्थापन केलंय. हा

पाकिस्तानी सरकार उलथवण्याचा प्रयत्न नाही का?'' किसिंजर पुन्हा गोंधळून गेले. त्यांनी विचारलं, ''याला आम्ही सहकार्य करत आहोत, असं तर पंतप्रधानांना वाटत नाही ना?'' पाकिस्तानबाबत अमेरिकेची आणि चीनची भूमिका एकसारखी असल्याचं आश्वासन चिनी पंतप्रधानांना देऊन ते म्हणाले, ''याह्या खान यांच्याशी आणि त्यांच्या देशाशी असलेल्या आमच्या गाढ मैत्रीबद्दल त्यांच्याकडून तुम्हांला कळलंच असेल.''

निक्सन प्रशासनापेक्षाही याह्या खान यांचं अधिक कट्टर समर्थक असणारं एक राष्ट्र जगात असल्याचं यामुळे निष्पन्न झालं. चीनच्या भारताप्रतिच्या कट्टू वैरभावामुळे किसिंजर आश्चर्यचकित झाले. याचा वापर भारताविरुद्ध करून घेणं शक्य असल्याचं त्यांना तत्क्षणी उमजलं. या ऐतिहासिक बैठकीचा समारोप करताना चाऊ यांनी उच्चारलेले अखेरचे शब्द पाकिस्तानबाबत होते. ते म्हणाले, ''भारताने आक्रमण केलं, तर आम्ही पाकिस्तानला पाठिंबा देऊ हे आपण अध्यक्ष याह्या खान यांना सांगा. तुमचासुद्धा भारताला विरोध आहे.'' हे शब्द म्हणजे लष्करी समर्थनाचा निर्धार असल्यासारखं किसिंजर यांना वाटलं. ते उत्तरले, ''आम्ही भारताच्या आक्रमणाचा विरोध करू, पण लष्करी कारवाई करू शकणार नाही.'' त्यांच्याबरोबर सहमती दर्शवून चाऊ म्हणाले, ''तुम्ही फारच दूर आहात.'' मात्र भारताचं मनपरिवर्तन करण्यासाठी अमेरिकेने स्वतःच्या बळाचा वापर करण्याविषयी चाऊ यांनी सुचवलं. ''आम्हांला शक्य ते सर्वकाही करू.'' असं वचन किसिंजर यांनी चाऊंना दिलं. निक्सन यांच्याकडे नंतर खुलासा केल्यानुसार, चाऊ यांना वाटणाऱ्या काळजीचं स्पष्टीकरण करताना किसिंजर म्हणाले, ''आपण दहा हजार मैल दूर असल्यामुळे फार काही करू शकणार नाही अशी चिंता त्यांना आहे. मात्र चीन भारताच्या फार जवळ आहे. १९६२ साली चीनकडून झालेल्या भारताच्या पराभवाची आठवण काढून त्याची पुनरावृत्ती होणं शक्य असल्याचं चाऊ यांनी स्थूलमानाने, पण धाडसीपणे सूचित केलं.''

किसिंजर पाकिस्तानमध्ये परतण्यापूर्वी चिनी अधिकाऱ्यांनी अत्यंत रुचकर चिनी खाद्यपदार्थ, माओ यांच्या लिखाणाची नवी इंग्रजी आवृत्ती आणि या भेटीच्या छायाचित्रांचा अल्बम इत्यादी भेटवस्तूंनी विमान भरून टाकलं. आता निक्सन यांच्या स्वतःच्या बीजिंगभेटीची तयारी झालेली होती. अमेरिकेच्या चिनी यजमानांना उद्देशून किसिंजर शुष्कपणे म्हणाले, ''तुमच्यावर अनेक रानटी आक्रमणं झालेली आहेत, पण या वेळी तुम्ही कितपत तयारीत आहात याबाबत मी साशंक आहे.''

याचबरोबर अमेरिका आणि चीन यांच्या दृष्टीने याह्या खान यांची असणारी

विशेष उपयुक्तता समाप्त झाली. यानंतर चिनी नेत्यांबरोबर सहजपणे संपर्क साधण्याचे मार्ग उपलब्ध होते. विन्स्टन लॉर्ड म्हणतात, ''आम्ही जे करत होतो, त्याबाबत चीनला माहिती देण्यात आली होती. आम्ही न्यूयॉर्कमधल्या संयुक्त राष्ट्रसंघाच्या चिनी प्रतिनिधीमार्फत आणि पॅरिसच्या मार्गाने चीनशी संपर्क साधत होतो.'' व्हाइट हाउस त्यापुढे पॅरिसमधल्या विश्वसनीय लष्करी दूतामार्फत गोपनीय पत्रं पाठवू शकणार होतं आणि तो लष्करी दूत ही पत्रं इथल्या चिनी राजदूताच्या हवाली करू शकणार होता. नंतर चीनच्या पॅरिसमधल्या राजदूताबरोबर बोलताना किसिंजर म्हणाले, ''मी फ्रान्समध्ये अकरा वेळा पाच वेगवेगळ्या मार्गांनी गुप्तपणे आलो आहे. हे सगळं संपल्यावर याबाबत मी एक गुप्तहेर कथा लिहिणार आहे.''

पण चीनची याह्यांबाबतची कृतज्ञता शिल्लक राहिली होती. चाऊ म्हणाले, ''आपण याह्या खान यांना कृपया असं सांगा की, गरज पडेल, तेव्हा यापुढेही आम्ही त्यांची मध्यस्थी वापरू.'' याबाबत नम्रपणे सहमती दर्शवताना किसिंजर म्हणाले, ''एक शिष्टाचार म्हणून आपण त्यांच्यामार्फत काही संदेशांची देवाणघेवाण करण्यावर विचार करू या.'' चाऊ म्हणाले, ''अमेरिकी नेत्यांचा याह्यांवर विश्वास असून आम्हीही त्यांचा आदर करतो.'' मात्र याह्या खान यांची उपयुक्तता संपल्याची कल्पना दोन्ही बाजूंना होती. किसिंजर म्हणाले, ''मित्र कितीही विश्वसनीय असले, तरी काही गोष्टी आपल्याला मित्रांच्या मार्फत बोलता येण्यासारख्या नाहीत.'' हे मान्य करून चाऊ म्हणाले, ''महत्त्वाचं असं काहीच आपण पाठवणार नाही.''

पाकिस्तानप्रति अमेरिकेने मित्रनिष्ठा दाखवली असती, तर चीनवर त्याचा अनुकूल प्रभाव पडण्याची शक्यता असल्याचा युक्तिवाद आता किसिंजर यांनी केला. निक्सन यांच्यासाठी याचा सारांश बनवताना ते लिहितात, 'भारतीयांबद्दल चिनी नेत्यांना वाटत असणारा तिरस्कार या भेटीत अगदी स्पष्टपणे जाणवला. याउलट, पाकिस्तानचा ठाम आणि विश्वसनीय मित्र म्हणून चीनचे असलेले संबंध असेच स्पष्टपणे दर्शवण्यात आले. 'चीनची साथ देतील आणि स्वतःचा शब्द पाळतील, अशा राष्ट्रांना चीनची मदत लाभेल.' हा संदेश चाऊ एन लाय कदाचित देऊ इच्छित असावेत.' याची बरोबरी करण्याची किसिंजर यांना इच्छा होती. लॉर्ड यांच्या आठवणीनुसार, ''आम्ही चीनबरोबर चर्चा करत असलेल्या ठिकाणी बावीस वर्षांनंतर घडत असलेला हा पहिलाच संकटाचा प्रसंग होता. त्यामुळे या पेचप्रसंगाबाबत आमचा आणि चीनचा दृष्टीकोन काही अंशी एकसमान असल्याचं आणि आम्ही विश्वसनीय मध्यस्थ ठरू शकत असल्याचं चीनला दाखवण्याची ही नक्कीच निक्सन आणि किसिंजर यांची खेळी असणार होती. पाकिस्तानला पाठिंबा देण्याखेरीज आम्ही इतर काहीही करत असल्याचं चीनने पाहावं असा आम्हांला

वाटत नव्हतं.''

अशा प्रकारे अनौपचारिक मध्यस्थ म्हणून पाकिस्तानची उपयुक्तता संपल्यानंतरही कत्तली चालू असतानाच्या काळात पाकिस्तान सरकारला निक्सन आणि किसिंजर यांनी ठाम पाठिंबा दिला. जेणेकरून, संकटकाळ किंवा सण असं काहीही असलं, तरी अमेरिका एक विश्वसनीय सहकारी राष्ट्र असल्याचं माओ आणि चाऊ यांना दिसून यावं. अशा तऱ्हेने पाकिस्तानने व्हाइट हाउसवरचा आणखी एक दावा पदरात पाडून घेतला. काही काळाने बीजिंगहून परतल्यानंतर किसिंजर म्हणाले, ''आपण पाकिस्तानकडे पाठ फिरवू शकणार नाही. कारण मला वाटतं की, चीनबरोबरच्या संबंधांवर त्याचा विनाशी परिणाम होईल. कारण पाकिस्तानने आपल्याला एक विमानतळ वापरायला दिल्यानंतर आपण त्यांना कंठस्नान घातलं, असा अर्थ आपल्या विपरीत वागण्याचा होईल.'' (या ठिकाणी किसिंजर यांच्यासाठी 'कंठस्नान' म्हणजे प्रत्यक्ष कत्तल नव्हती, तर एखाद्या सरकारवर दबाव टाकणं होतं.) अमेरिका हा एक चंचल मित्र असून पाकिस्तानने स्वतःच्याच लोकांना ज्या प्रकारे वागवलं, त्यामुळे अमेरिकेने पाकिस्तानबरोबरची मैत्री तोडली असल्याचा चिनी नेतृत्वाचा समज व्हावा, अशी व्हाइट हाउसची इच्छा नव्हती. माओ यांच्यासाठी ही गोष्ट बिकट ठरली असती, कारण त्यांनी घेतलेल्या बळींची संख्या याह्या खान यांच्या कत्तलींपेक्षाही फार जास्त म्हणजे लक्षावधींमध्ये होती.

किसिंजर इस्लामाबादमध्ये परतल्यानंतरही दिशाभूल करणारा हा खेळ चालू ठेवून ते नाथियागली विश्रामधामातून परत येत असल्याचं चित्र निर्माण करण्यासाठी त्यांना शहराबाहेर नेऊन पुन्हा शहरात आणण्यात आलं. याह्या खान यांचे आभार मानण्यासाठी एक झटपट भेट घेण्यासाठी गेलेले किसिंजर यांना 'हे कारस्थान यशस्वीपणे पार पडल्याबद्दल याह्या खान एखाद्या लहान मुलासारखे खूश झालेले' दिसले. एखाद्या लष्करी हुकूमशहासाठी हे वर्णन दुर्दैवी म्हणावं लागेल. किसिंजर यांची उत्तेजित मनोवस्था पाहताना काहीतरी खरी कामगिरी केल्याचं समाधान किसिंजर यांना वाटत असल्याचं हॅरल्ड सॉन्डर्सना आठवतं. चेहऱ्यावर आनंदाची भावना दाखवणाऱ्यांपैकी किसिंजर नसले, तरी या प्रसंगी ते अतिशय भावनावश झाल्याचं नोंदवून सॉन्डर्स म्हणतात, ''चाऊ यांच्याबरोबरच्या नात्याबद्दल त्यांनी किती सखोल विचार केला असावा, हे आपल्याला यातून दिसतं. किसिंजरनी पाकिस्तानबरोबर ज्या प्रकारे संबंध राखले होते, त्याचंच हे प्रतिबिंब म्हणता येईल.''

सॅन क्लेमेन्ट, कॅलिफोर्निया इथल्या प्रासादात निक्सन सचिंत अवस्थेत थांबले होते. ते म्हणाले, ''हेन्री परतला की या युगातला तो रहस्यपुरुष ठरेल.''

स्वतःची जादू उघड व्हावी अशी निक्सन यांची इच्छा नव्हती. ''या संपूर्ण कथानकाची गोम म्हणजे संशय आणि रहस्य यांची निर्मिती करणं. पाकिस्तानमधल्या 'पोटदुखीचा' कधीही इन्कार करायचा नाही. ते खरंच असल्याची, पण नंतर इतर गोष्टीही घडल्या असल्याची बतावणी करायची.'' सॅन क्लेमेन्ट इथे १३ जुलै रोजी हसऱ्या चेहऱ्याने किसिंजर सकाळी सात वाजता पोहोचले, तेव्हा निक्सन यांनी त्यांचं स्वागत केलं आणि ते त्यांना न्याहरीसाठी घेऊन गेले. ''आमच्याइतकीच चिनी नेत्यांनाही या संबंधाची गरज आहे.'' अशी नोंद एच. आर. हाल्डेमन यांनी करून ठेवली. राष्ट्रीय सुरक्षा उपसल्लागार ॲलेक्झांडर हेग यांनी किसिंजर यांच्या चमूची भेट घेतली. सॉन्डर्स यांच्या आठवणीनुसार, ''आम्ही कुठे गेलो होतो, याची वाच्यता कुणासमोरही न करण्याविषयी हेग यांनी आमच्यापैकी प्रत्येकाला व्यक्तिशः जरबपूर्वक सांगितलं होतं. निक्सन यांनी घोषणा करेपर्यंत ही माहिती येऊ नये, अशी आमची इच्छा होती. हेग म्हणाले, 'काय घडलं, हे आता मला परराष्ट्रमंत्री रॉजर्स यांना समजावून सांगावं लागणार आहे.' ''

चीनभेटीचं निमंत्रण स्वीकारलं असल्याचं, अमेरिकी जनतेला आश्चर्याचा धक्का देणारं निवेदन करण्यासाठी निक्सन दोन दिवसांनी म्हणजे १५ जुलै रोजी राष्ट्रीय दूरचित्रवाणी वाहिन्यांवर गेले. किसिंजर यांच्या गुप्त कामगिरीमुळे जगभरातल्या लोकांनी आश्चर्याने तोंडात बोटं घातली. जोसेफ फारलॅन्ड यांनी इस्लामाबादहून किसिंजर यांना कळवलं, ''आ वासलेली इतकी माणसं मी आयुष्यात पहिल्यांदाच पाहतो आहे.''

''तुम्ही माझ्यासाठी जे काही केलं आहे, त्याचं मी नेहमी कृतज्ञतापूर्वक स्मरण ठेवीन.'' असं निक्सन यांनी याह्यांना गदगदल्या स्वरात सांगितलं. त्यांना लिहिलेल्या पत्रात किसिंजर म्हणतात, 'तुम्हांला धन्यवाद देण्यासाठी माझ्याकडे एवढी कारणं आहेत की, कुठून सुरुवात करावी हे समजेनासं झालं आहे.' निक्सन पाकिस्तानच्या राजदूताला म्हणाले, ''याह्यांबरोबरच्या मैत्रीसंबंधांपासून या गोष्टीला सुरुवात झाली.'' अनेक वर्षांनंतर निक्सन यांना खेद होत राहिला की, या वेळी याह्या खान यांच्याप्रति पुरेसं उदारहस्ते वागणं अमेरिकेला जमलं नाही. याबाबत राष्ट्राध्यक्षांबरोबर झालेल्या चर्चेचा गोषवारा नोंदवून ठेवताना हाल्डेमन लिहितात, ''याह्या खान यांनी या सर्व घटनाचक्रात दिलेल्या सहकार्याबद्दल मी निक्सन यांच्याबरोबर बोलत असताना किसिंजर यांनी अमेरिकेच्या तथाकथित पोटदुखीबद्दल याह्या खान यांनी किती तत्परता दाखवली होती, याचं रंजक वर्णन केलं. किसिंजर यांनी सोबतीसाठी त्यांच्या परराष्ट्र उपमंत्र्यांना पाठवण्याचं सूतोवाच करताच याह्यांनी त्यांना स्वतःच्या पहाडी विश्रामधामात जाण्यासाठी फर्मावलं. या गोष्टीची जाहीरपणे

वाच्यता करून किसिंजर यांच्या आजारपणाच्या बातम्या सगळीकडे प्रसिद्ध व्हाव्यात आणि त्यांना चीनला जाण्यासाठी आवश्यक असलेला फसवा देखावा निर्माण व्हावा एवढाच या सगळ्याचा हेतू होता.''

या चीनभेटीनंतर इंदिरा गांधी सरकारची दातखीळ बसली. भारताच्या यातनांकडे किसिंजर यांचं लक्ष जाईल अशी कल्पना करणाऱ्या भारतीयांना अमेरिकेच्या लेखी किती क्षुल्लक महत्त्व होतं, हे समजून आल्यानंतर विटंबना झाल्यासारखं वाटायला लागलं. किसिंजर यांच्या गुप्त भेटीचं सखेद वर्णन करताना, बीजिंगमधल्या भारतीय वकिलातीने म्हटलं, 'ज्याच्या-त्याच्या राजकीय भूमिकेनुसार, अविश्वास; त्यानंतर उन्माद, धक्का किंवा सुन्नपणा अशा वेगवेगळ्या प्रतिक्रिया उमटल्या.'' मेजर जनरल जेकब यांच्या आठवणीनुसार, ''चिनी नेत्यांची भेट घेण्याची व्यवस्था किसिंजर यांनी याह्या खान यांच्या मदतीने केली. हे पाकिस्तानने घडवून आणल्यामुळे पाकिस्तानने उपकृत केल्याची भावना त्यानंतर अमेरिकेच्या मनात निर्माण झाली.'' भारताचे माजी परराष्ट्र सचिव जगत मेहता म्हणाले, ''अमेरिका एक विश्वसनीय मित्र बनू शकेल, याची जाणीव चीनला करून देण्याचा हा संदेश होता, पण ही जणू भारताला धमकी होती, अशा प्रकारे त्याकडे बघण्याची आमची प्रवृत्ती होती.''

''पूर्व बंगालमध्ये इतिहासातली सर्वांत मोठी मानवी हिंसा घडवून आणण्याच्या याह्या राजवटीच्या अपराधाकडून जगाचं लक्ष किसिंजर यांच्या चीनभेटीमुळे दुसरीकडे वळलं.'' अशी निष्प्रभ तक्रार या भेटीची गंधवार्ताही नसलेल्या इस्लामाबादमधल्या भारतीय राजनैतिक अधिकाऱ्यांनी केली. या अधिकाऱ्यांच्या अहवालानुसार, 'लोकशाही आणि न्याय यांचे सगळे संकेत झुगारून आणि पाशवी बळाचा वापर करून पूर्व बंगालमधली राजवट चालू ठेवण्यासाठी याह्या खान यांना मदत करण्याबाबत निक्सन प्रशासनावर उपकारांचं ओझं येऊन पडलं होतं.''

किसिंजर चीनमध्ये काय करत होते याची कल्पनाच सॅम्युएल हॉस्किन्सन यांना नव्हती. अमेरिकी प्रशासनाचं पाकिस्तानविषयी काय धोरण होतं, अशी विचारणा त्यांनी किसिंजर यांच्याकडे केली असता, प्रतिसाद म्हणून किसिंजरनी बाळगलेल्या शांततेमुळे सगळं काही स्पष्ट झालं होतं. हॉस्किन्सन म्हणतात, ''अचानक माझ्या लक्षात आलं की, चीनबरोबरच्या संपर्काला सगळीकडे प्राधान्य होतं. त्यामुळे इकडे मी आरडाओरड करत असताना मला या-ना-त्या प्रकारे कोणताच प्रतिसाद मिळाला नाही. चीनला गुप्तपणे खुणावता आलं नसतं, तर निक्सन आणि किसिंजर यांनी पाकिस्तानविषयी कदाचित वेगळी भूमिका घेतली

असती. चीन हे प्रथम धोरण होतं. इतर सर्वकाही दुय्यम होतं.''

ढाका उपदूतावासही बेसावध अवस्थेत पकडला गेला. याबद्दल नंतर बोलताना आर्चर ब्लड म्हणाले, ''मला हे माहीत असलं असतं, तरीही मी मतभेद दर्शवणाऱ्या त्या संदेशावर स्वाक्षरी केली असती.'' स्कॉट बुचर म्हणतात, ''आपण कशासाठी युद्ध लढत आहोत, हे तुम्ही तुमच्या सैनिकांना सांगणं गरजेचं असतं. 'तुमचं म्हणणं आमच्या कानांवर येतं आहे, पण आवश्यक तेवढी ठाम भूमिका घेणं आम्हांला शक्य नाही.' असं सांगणारा अहवाल ते आर्चर ब्लड यांना पाठवू शकले असते. यानंतरही आम्ही विरोध दर्शवला असताच, पण त्याचा कर्कशपणा थोडासा कमी झाला असता. हे संपूर्ण मौनाचं कृष्णविवर नव्हे, एवढंतरी किमान आम्हांला समजलं असतं.''

निक्सन यांची चीनची ऐतिहासिक भेट आकार घेत असताना पुढच्या दोन किंवा तीन महिन्यांमध्ये उपखंडात युद्ध पेटणं त्यांना परवडण्यासारखं नव्हतं. जुलैच्या मध्यात सॅन क्लेमेन्ट इथल्या वेस्टर्न व्हाइट हाउसमध्ये परराष्ट्र धोरणविषयक वरिष्ठ पथकासमोर बोलताना निक्सन म्हणाले, ''भारतीय लोक वातावरण भडकवत आहेत.'' 'त्या घडीला पाकिस्तान अडचणीत न येणं' अत्यंत महत्त्वाचं असल्याची भूमिका निक्सननी स्पष्ट केली. ''भारतीय लोक 'निसरडे आणि दगाबाज' लोक असून या शोकांतिकेचा वापर पाकिस्तान नष्ट करण्यासाठी होण्यापेक्षा त्यांना काहीही अधिक प्रिय नसेल.'' असा स्वतःचा 'पूर्वग्रह' असल्याची कबुली निक्सन यांनी दिलेली त्या दालनातल्या प्रत्येक जणाने आधीच टिपून घेतली. या घटनाक्रमातला प्रमुख खेळाडू किसिंजर यांनी सहमती दर्शवली, ''युद्ध व्हावं ही भारतीयांची इच्छा आहे. त्यांनी केलेली प्रत्येक कृती म्हणजे युद्ध करण्यासाठी काढलेली कुरापत आहे.''

''भारतीय लोक विलक्षण अहंकारी आहेत.'' असं ते म्हणाले.

मात्र पाकिस्तानची शकलं होणं अनिवार्य असल्याची जाणीव किसिंजर यांना होत असल्याचं भासलं. निक्सन यांच्यासमोर उभं राहून याह्या खान यांची निर्भर्त्सना करताना ते म्हणाले, ''या दीर्घ काळात सत्तर हजार पश्चिम पाकिस्तानी पूर्व पाकिस्तानला दाबून टाकू शकत नाहीत.'' मार्चमध्ये किसिंजर यांनी स्वतःच व्यक्त केलेल्या भूमिकेपासून त्यांनी घेतलेली ही माघार होती आणि त्या काळात त्यांची भूमिका सर्वाधिक महत्त्वाची ठरू शकली असती. अजूनही स्वतःच्या पाकिस्तानी मित्राची तरफदारी करणारे निक्सन मध्येच बोलताना याह्या खान हे राजकीय नेते नसल्याची स्तुतिसुमनं उधळते झाले. स्वतःच्या भूमिकेवर ठाम राहत किसिंजर प्रत्युत्तरादाखल म्हणाले, ''पूर्व पाकिस्तानमध्ये हस्तक्षेप करण्याची भारताकडे

असलेली सबब नाहीशी करण्याकरता विस्थापितांसाठी उदारहस्ते काही योजना देऊ करावी, अशी विनंती आपण याह्या खान यांना केली होती. चीन युद्धात खेचला गेला, तर आपण चीनबरोबर केलेले 'सगळेच प्रयत्न पाण्यात जातील.' '' असा इशारा त्यांनी दिला.

राष्ट्राध्यक्षांच्या आगामी चीनदौर्‍याचा तपशील विशद करण्यासाठी १९ जुलै रोजी निक्सन आणि किसिंजर यांनी व्हाइट हाउसच्या कर्मचारिवर्गाची बैठक रुझवेल्ट दालनात बोलवली. या लक्षणीय उपलब्धीमुळे व्हिएतनामबरोबरचं युद्ध संपायला तर मदत होणारच होती, पण तिच्यामुळे शीतयुद्ध जिंकणंही शक्य होऊ शकलं असतं. निक्सन खिन्न होते, पण किसिंजर यांना यशाचा उन्माद चढला होता. ते म्हणाले, ''हा दौरा आखतानाचा पाकिस्तानमधला लंपडाव मोठा रोमांचकच होता. हिंदूंची अखेरची कत्तल केल्यापासून याह्या खान यांना एवढी मजा आली नसेल.''

१२. मुक्ती वाहिनी

सिडनी शेनबर्ग ज्याचं वृत्तांकन करत करत होता, असं हे पहिलं युद्ध होतं. न्यू यॉर्क टाइम्सचा हा पत्रकार कालांतराने कम्बोडिया आणि व्हिएतनाम इथल्या युद्धांचंही वार्तालेखन करणार होता, पण बांगला देशाच्या गनिमी युद्धाचं वृत्तांकन करताना तो नवखा होता. याबद्दल तो गंभीरपणे म्हणतो, ''थोड्या वेळात तुम्ही भरपूर काही शिकता.''

युद्धविषयक प्रारंभिक धडे घेण्यासाठी तो बंगाली गनिमांबरोबर फिरायला लागला. भारतीय सीमासुरक्षा दल मुक्ती वाहिनीला प्रशिक्षण देत असलेल्या भारतीय सीमाभागात जाण्याची परवानगी त्याला मिळाली. भारतीय सीमासुरक्षा दल नेमकं काय करत होतं, ते त्याला दाखवायचं असल्याचं या दलाच्या अधिकाऱ्यांनी शेनबर्गला सांगितलं. हा हल्ला त्याला लख्ख आठवतो. सुमारे दहा गनीम असलेल्या एका तुकडीबरोबर तो गेला. त्यांच्यापैकी तिघांच्या पायात बूटही नव्हते. एका नदीच्या बाजूने लपून सरपटत जाताना गनिमांनी बेसावध पाकिस्तानी सैनिकांची तुकडी पाहिली. बंगाली गनिमांनी शेनबर्गला खाली वाकून गप्प राहायला सांगितलं.

तो म्हणतो, ''माझ्याबरोबरच्या लोकांनी अचानक गोळीबार सुरू केला. उभ्या असलेल्या एका माणसावर त्यांनी निशाणा साधला, एवढंच मला आठवतंय. तुम्ही एखाद्याला गोळी घालता, तेव्हा त्याचं शरीर आधी वर उडतं आणि नंतर खाली जातं. इथे तेच घडलं होतं. मी भीतीने गारठून गेलो. मला प्रभावित करण्यासाठी हे चालू असल्याचं मला समजत होतं. ते त्यांची कामगिरी पार पाडत असल्याचं मला दाखवण्यासाठी ते हे करत असल्याचं मला माहीत होतं.''

''आता पुरे.'' अशी विनंती शेनबर्गने त्यांना केली. अखेर गनिमांना थांबवणं शेनबर्गला शक्य झालं.

या गनिमांच्या तरुण वयाचं शेनबर्गला आश्चर्य वाटलं. तो म्हणतो, ''मी ज्यांच्याबरोबर गेलो, त्यांच्यापैकी कुणाचंही वय वीस वर्षांपेक्षा जास्त नव्हतं. ते काही बालसैनिक नव्हते.'' वास्तवात, काही गनीम दहा वर्षांचेही होते. शेनबर्ग म्हणतो, ''त्यांना ग्रामीण पार्श्वभूमी होती आणि बांगला देशात या वर्गाची सर्वाधिक

पिळवणूक झाली होती. ते फारसं इंग्रजी बोलू शकत नव्हते. मात्र शेख मुजीब यांना असलेला पाठिंबा प्रचंड होता.'' हे युद्ध किती असमान होतं याची आठवण शेनबर्गला होत असते. गनीम पूल किंवा वीज उत्पादन केंद्रं उडवून देऊ शकत होते; पण त्यांना त्यांचं स्वातंत्र्य जिंकून घेणं शक्य नव्हतं. तो म्हणतो, ''खरं तर हे लढवय्ये प्रभावी नव्हते. ते पाकिस्तानी लष्कराचा मुकाबला करू शकले नसते.''

या भयंकर उन्हाळ्यात गनिमांच्या कारवाया सगळीकडे चालू होत्या. त्यांना भारताचा पाठिंबा असल्याचं जाहीरपणे मान्य करायचं इंदिरा गांधी टाळत होत्या. त्या म्हणाल्या, ''बांगला देशात मुक्ततेचा संघर्ष सुरू आहे. त्यात आम्ही ढवळाढवळ करण्यात काय अर्थ आहे?'' ''भारत याला समर्थन देतो आहे का?'' असा निश्चित प्रश्न विचारल्यावर त्या रोख बदलून म्हणाल्या, ''स्वातंत्र्यसैनिकांकडे अनेक साधनं आहेत.''

प्रत्यक्षात जुलैपासून इंदिरा गांधींच्या सरकारने बांगला देशींच्या उठावाला दिलेलं सहकार्य आणखी वाढवलं होतं. गनिमांना मदत करण्याचे थेट आदेश भारतीय पायदळाला देण्यात आले होते आणि यात वरिष्ठ सेनाधिकारी सहभागी होते. शस्त्रास्त्रं आणि दारूगोळा खरेदी करण्यासाठी भारत गनिमांना गुप्तपणे मदत करत होता. मॉस्कोमधल्या राजदूत पदाची सूत्रं सोडल्यानंतर दिल्लीला परतून सरकारमध्ये मोठा प्रभाव गाजवणारे डी. पी. धर यांनी लिहिलं आहे, 'सगळ्या शस्त्रांची खरेदी आपणच केली पाहिजे.' असे चोरटे शस्त्रखरेदीचे सौदे 'अवमानकारक' असल्याचं मान्य करूनही याबाबत भारताने पुढाकार घेण्याविषयी त्यांनी सुचवलं. भारताच्या परराष्ट्र मंत्र्यांच्या मदतीने लंडनमधल्या बंगाली निर्वासितांनी बेल्जिअममधून शस्त्रखरेदी करून ती शस्त्रं गनिमांकडे रवाना केली.

डिसेंबरचं युद्ध भारताने भडकवलं होतं का, असं नंतर विचारण्यात आलं असता, इंदिरा गांधी प्रांजळपणे म्हणाल्या, ''तुम्ही जर खूप मागे जाऊन पाहिलंत, तर आम्ही मुक्ती वाहिनीला मदत केली. ही मदत केली, आणि त्या क्षणापासून सर्वकाही सुरू झालं, असं तुम्हांला वाटत असल्यास होय, ते आम्ही सुरू केलं.'' पण गनिमी युद्धाला मदत करून पाकिस्तानबरोबर थेट संघर्ष करण्याचं भारत टाळत होता. मित्र हक्सर यांना धर म्हणाले, ''माझ्या मते, स्पष्टपणे घोषित युद्ध हा सद्यःस्थितीत एकमेव पर्याय नाही. आपल्याला बंगाली मानवी साधनं आणि बंगाली भूमी यांचा वापर एक समग्र मुक्तियुद्ध छेडण्यासाठी करावा लागेल.''

आर्चर ब्लड यांचा तरुण मित्र शाहदुल हक याचाही या युद्धाच्या प्रयत्नात खारीचा वाटा आहे. स्वतःच्या आठवणीत तो म्हणतो, ''ते सगळं अत्यंत आदर्शवादी होतं. काय घडत होतं याचा बोध मला अजिबात होत नव्हता.''

लष्करी कारवाईमुळे कडव्या बनलेल्या; आणि मित्रांना, तसंच गनिमांना सामील होण्यासाठी गेलेल्या स्वतःच्या एका चुलत भावाच्या उदाहरणामुळे धीट बनलेल्या; हकने एक छोटी पिशवी भरली आणि भारतीय सीमेकडे कूच केलं. रस्त्यातल्या पाकिस्तानी लष्कराच्या गाड्या चुकवत एका नातलगाच्या मार्गदर्शनाखाली तो सीमेवर पोहोचला. तो गोळीबाराच्या चकमकीचे आवाज ऐकू शकत होता. तो एका गनीम मार्गदर्शकाला भेटला. त्या मार्गदर्शकाने हकला एका मोठ्या परिसरात पसरलेल्या तात्पुरत्या प्रशिक्षण छावणीकडे नेलं.

पाकिस्तानी सैनिकांच्या छोट्या तुकड्यांवर अचानक हल्ला चढवून त्यांना मारून टाकण्याचा आणि त्यांची शस्त्रं ताब्यात घेण्याचा गनिमांचा प्रयत्न असे. पाकिस्तानची कोठारं, रेल्वे, पूल आणि नौका यांच्यावर त्यांनी मारा केला. हक्सर यांच्या निदर्शनास आलेल्या एका जुजबी अहवालानुसार, 'मुक्ती फौजेच्या जवानांनी रात्रीचा दिवस आणि दिवसाची रात्र करायला शिकलं पाहिजे.' लढाईचा एखादा विशिष्ट व्यूह रचला असल्याचं सूचित करण्यासाठी गनीम कधीकधी प्राण्यांचे आवाज काढत. गनिमांच्या मूळ पथकातले पूर्व पाकिस्तान रायफल्सचे आणि पूर्व बंगाल रेजिमेन्टचे सैनिक अत्याधुनिक शस्त्रास्त्रं हाताळू शकत असले, तरी नव्या स्वयंसेवकांना बरीच कवायत करणं आवश्यक होतं. दलदली आणि जलमार्ग यांच्याशी गनीम परिचित असले, तरी नदीवरचं युद्ध प्रभावीपणे लढता यावं यासाठी त्यांना लपण्याचं आणि सरपटण्याचं; सापळ्यांचं आणि खंदकांचं, नळीतून श्वास घेऊन पाण्याखाली दबा धरून बसण्याचं, रायफल्स आणि ग्रेनेड्स वापरण्याचं, आणि इजा झाल्यानंतर बसलेला धक्का रोखण्यासाठीचं, तसंच रक्त थांबवण्यासाठी करायच्या उपायांचं प्रशिक्षण देणं आवश्यक होतं.

ही बंडखोरी राजकीय असून शेतकरीवर्गाला जिंकून घेणं हे तिचं उद्दिष्ट होतं. एका ज्येष्ठ बांगला देशी राजकीय नेत्याने लिहिलं, 'माओ त्से तुंग यांचं 'गनीम माशासारखे, तर लोक पाण्यासारखे असतात.' हे वचन मी उद्धृत करीन. पाणी सुकलं, तर मासे जगू शकत नाहीत. कुठेही गनिमी कारवायांचं चिन्ह दिसलं की पाकिस्तानी लष्कराने स्त्रियांसह आणि मुलांसह निष्पाप नागरिकांना मारून टाकायला सुरुवात केली आहे.' राष्ट्रीय क्रांतीचा पाठपुरावा करताना बंगाली गनिमांना त्यांच्या सगळ्या लोकांचा सक्रिय सहभाग हवा होता – महिलांनी अपार दुःखाला सामोरं जाण्याची, शेतकऱ्यांनी जमीन बळकावण्याची, स्थानिकांनी दूरध्वनीच्या आणि विजेच्या तारा तोडण्याची आणि लाकडी पूल जाळण्याची गरज होती. भयकारक बाब म्हणजे या क्रांतीत गनिमांनी ऐक्याची मागणी केली – "याह्या खान यांना आतापर्यंत एकही फितूर सापडलेला नसून बंगाली जनतेमधून त्यांना कुणीही प्यादं

मिळणार नाही.'' – आणि या लढ्याच्या अंमलबजावणीसाठी सदैव जागरूक राहून शत्रूच्या हेरांना शोधून काढायला, तसंच त्यांचा निर्दयीपणे नायनाट करायला गनिमांनी त्यांच्या लढवय्यांना शिकवलं. जेणेकरून, त्या अजस्र ऑक्टोपसच्या नांग्या छाटून टाकता आल्या असत्या.'

भारतीय लष्कराने आणि इतर यंत्रणांनी बंगाली गनिमांना घाईघाईने प्रशिक्षण दिलं आणि इतर प्रकारेही सहकार्य केलं. 'मुक्ती फौज' या नावानेही बंगाली गनीम ओळखले जात होते. ते भारतीयांना 'मित्र' किंवा 'मित्रसेना' असं संबोधत असले, तरी अगदी मंदबुद्धी पाकिस्तानी अधिकारीही त्यामुळे फसला नसता. एका भारतीय गुप्तचर यंत्रणेच्या नोंदीनुसार, 'आमच्या लष्कराने गनिमांना प्रशिक्षित करण्याचं काम मोठ्या प्रमाणावर सुरू केलं आणि यासाठी लागणारी बऱ्यापैकी मोठी संघटना स्थापन केली.'

या गनिमी युद्धात भारत किती गुंतला होता, हे आसाम आणि त्रिपुरा या सीमावर्ती राज्यांमध्ये दौरा करणाऱ्या एका पाहणीपथकाच्या अहवालावरून स्पष्ट होतं (जयप्रकाश नारायण यांनी हा अहवाल भारत सरकारला सादर करून या लढ्याला साहाय्य करण्याचं आवाहन इंदिरा गांधी, हक्सर आणि संरक्षणमंत्री जगजीवन राम यांना केलं.) गनिमांचं प्रशिक्षण अधिक वेगाने करण्याची, गनिमांची राजकीय प्रेरणा आणखी प्रखर करण्याची आणि सर्व प्रकारची शस्त्रास्त्रं तसंच लढाईच्या तंत्राशी त्यांना अवगत करण्याची धर यांची इच्छा होती. सीमेच्या भारतीय बाजूला असलेल्या गनिमांच्या प्रशिक्षण छावण्यांची देखरेख सीमासुरक्षा दलाकडे होती किंवा थेट भारतीय लष्कराच्या नियंत्रणाखाली होती.

गनिमांनी पूर्व पाकिस्तानमधल्या शहरांवर किंवा लष्करी तळांवर हल्ला केला की भारतीय सीमासुरक्षा दल त्यांना संरक्षक आच्छादन पुरवत असे. हल्ला झाला, तर सीमासुरक्षा दलाकडून मदत मिळवण्यासाठी किंवा दारूगोळ्याच्या ताज्या पुरवठ्यासाठी गनीम सीमासुरक्षा दलावर अवलंबून असायचे (अशाच एका चकमकीत भारतीय सैन्याने पळ काढला). अनेक ठिकाणी भारतीय अधिकाऱ्यांकडे थेट नियंत्रण होतं. काही ठिकाणी तर बंगाली गनिमांना पाकिस्तानी लष्करावर वेडा हल्ला करण्यापासून रोखण्यासाठी सीमासुरक्षा दलाने बंगाली गनिमांना निःशस्त्र केलं.

या प्रक्रियेत भारतीय गुप्तचरांनीही मोलाची भूमिका बजावली होती. बंगाली सैनिकांबरोबर रॉमार्फत संपर्क ठेवण्यात येत होता. चीनने पुन्हा कधीही हल्ला केलाच, तर भूमिगत विरोध संघटित करण्यासाठी 'स्पेशल सर्व्हिस ब्युरो' ह्या आणखी एका गुप्तचर यंत्रणेची नियुक्ती चीनयुद्धाच्या वेळी करण्यात आली होती. तिचा वापर आता बंगालच्या उठावासाठी करण्यात येऊ लागला. या ब्युरोमार्फत

आणि रॉला उत्तरदायी असणाऱ्या सुरक्षा महासंचालनालयातर्फे प्रगत गनिमी युद्धकाव्यात प्रावीण्य प्राप्त करून देण्यासाठी दोन मोठ्या प्रशिक्षण छावण्या चालवण्यात आल्या. विलक्षण गुप्तता बाळगून त्यांनी पिस्तुलासारख्या साधनांच्या आणि स्फोटकांच्या वापराबद्दल पाच हजारापेक्षा जास्त गनिमांना मार्गदर्शन केलं. त्याचप्रमाणे अचानक हल्ला करणं, स्फोटकं वापरून विनाश घडवून आणणं आणि संपर्कयंत्रणा विसकळीत करणं यांचं प्रशिक्षणही ब्युरोमार्फत आणि रॉमार्फत देण्यात आलं.

भारतीय नाविक गुप्तचर विभागाचे संचालक कॅप्टन मिहीर रॉय गनिमांच्या विनाशक नाविक कारवायांना भारताचं साहाय्य आनंदानं देत होते. गनिमांच्या संघर्षावर त्यांचा विश्वास होता. त्यांच्या आठवणीनुसार, "वंशविच्छेद सुरू झाल्यानंतर आपण एक कोटी विस्थापितांना जवळ ठेवून एखाद्या देशाचा कारभार करू शकणार नसल्याचं स्पष्ट होतं. आम्हांला त्यांना त्यांच्या घरी परत नेणं भाग होतं." कालांतराने व्हाइस अॅडमिरल या हुद्द्यावर बढती झालेले रॉय भारताने मुक्ती वाहिनीला दिलेल्या पाठिंब्याबद्दल अभिमानाने बोलतात. या निर्णयामुळे पाकिस्तानी लष्करावर प्रचंड दबाव आल्याचं ते सांगतात. बंगाली घाबरट असल्याबाबतची समजूत पाकिस्तानी सेनाधिकाऱ्यांप्रमाणे उच्च भारतीय लष्करी अधिकाऱ्यांमध्येही आढळत असे. हे भारतीय सेनाधिकारी दर वेळीच प्रभावित झालेले नव्हते. जनरल सॅम माणेकशा म्हणाले, "बंगाली पळ काढतात; लढत नाहीत. त्यामुळे पाकिस्तानींना हळूहळू खच्ची करण्याचं आमचं धोरण होतं. हल्ला कर, पळून जा; हल्ला कर, पळून जा; असं आमचं धोरण होतं."

पूर्व पाकिस्तानाच्या बंदरांची नाकेबंदी करावी, अशी बंगालीभाषक असलेल्या रॉय यांची इच्छा होती; कारण त्यानंतर पाकिस्तानी लष्कराला पश्चिम पाकिस्तानमधून केवळ हवाईमार्गे नवी कुमक आणि रसद आणणं शक्य होणार होतं. ते म्हणतात, "म्हणून आम्ही पाणबुडे तयार केले. ज्यांच्या आयाबहिणींवर बलात्कार झाला असेल, त्यांची हत्या झाली असेल; असे स्वयंसेवक मला पाहिजे असल्याचं मी सांगितलं." अशा स्वयंसेवकांना भारतात घाईघाईने प्रशिक्षण देण्यात आलं. त्यासाठी पाणबुडे प्रशिक्षण छावण्या चालवण्यात आल्या. या स्वयंसेवकांमधले बहुतांश पाणबुडे सुशिक्षित विद्यापीठीय विद्यार्थी होते, असं सांगून रॉय म्हणतात, "ते पट्टीचे पोहणारे होते आणि हा प्रदेश त्यांना परिचित होता. चितगाववर हल्ला करायचा असल्यास चितगावमध्ये राहणाऱ्यांना मी बरोबर नेत असे.

"अचानक हल्ला करणं ही सर्वांत महत्त्वाची बाब होती. पहिलाच हल्ला मोठा

असणं आवश्यक असल्याचं आम्हांला ठाऊक होतं. आम्ही हल्ल्यासाठी काळोख्या रात्रीची वेळ निवडत असू. वेगवेगळ्या ठिकाणी आम्ही लोक घुसवत असू. ते बंगाली असल्यामुळे घुसखोरी ही समस्याच नव्हती. सुरुवातीला आम्ही त्यांना काही सामग्री दिली, पण त्यांच्यातले काही जण पकडले जायला लागले.'' संपूर्ण पूर्व पाकिस्तानमध्ये ठिकठिकाणी हल्ले करणारे सुमारे २०० पाणबुडे भारताकडे असल्याचं रॉय सांगतात.

''नावा आणि इतर सर्वकाही भारतीय लोक उडवून देत आहेत.'' असं निक्सन संतापून म्हणाले. अत्यंत समाधानाने आठवून रॉय सांगतात, ''लंडनच्या लॉइड्स या विमाकंपनीच्या अंदाजानुसार, आम्ही एक लाख टन जहाजक्षमता उडवून दिलेली होती. बंदरांमध्ये कोणतीही हालचाल नव्हती.'' रॉय यांच्यासोबत बरोबरीने काम करणारे मेजर जनरल जेकब म्हणतात, ''आम्ही पुष्कळ जहाजं बुडवली, पण याबद्दल मला जास्त काहीही बोलायचं नाही. नाही तर व्यापारी जहाजांचे मालक आमच्यावर खटले भरतील.''

जिवावर उदार झालेले गनीम लढण्यासाठी मुलांचा वापर करत होते, याची माहिती सर्वांनाच होती. काही महिन्यांनी दिल्लीत केलेल्या एका भाषणात इंदिरा गांधींनी मुक्ती वाहिनीत सामील झालेल्या अगदी १२ वर्षांच्या तरुण मुलांच्या शौर्याची प्रशंसा केली. भारतीय संसदेसमोरच्या एका प्रमुख भाषणात त्या म्हणाल्या, ''मुक्ती वाहिनीतले शूर जवान आणि तिच्यातली मुलं यांचं शौर्य आणि समर्पण यांना आम्ही सलाम करतो.''

भारतीय लष्कराच्या देखरेखीखाली बंगाली गनिमांनी बालसैनिकांना प्रशिक्षण दिलं. त्यातली काही मुलं अगदी दहा वर्षांचीसुद्धा होती. बहुतेक जण दहापेक्षा जास्त वयाचे असले, तरी आसाम आणि त्रिपुरा इथल्या छावण्यांमध्ये मुलांना भरती न करण्यासाठी कोणताही प्रयत्न झाल्याचं दिसत नव्हतं. भारतीय निरीक्षकांच्या नोंदींनुसार, 'विशेष आणि नियमित लष्करी प्रशिक्षण देण्यासाठी भारतीय लष्कर या किशोरांचा ताबा घेतं.' लहान मुलं आणि थोड्या जास्त वयाचे तरुण यांच्या प्रशिक्षण छावण्यांबरोबरच भारत सरकारने युवक प्रशिक्षण छावण्यांचंही नियोजन केलं होतं. हे प्रशिक्षण राजकीय डोस पाजून आणि त्यानंतर चार ते सहा आठवड्यांचा गनिमी युद्धाचा सराव करून घेतल्यानंतर पूर्ण होत असे. मग त्यांना लढाईसाठी पाठवण्यात येत असे. अवामी लीग अनेक युवक-छावण्यांवर देखरेख करत असे, तर सीमासुरक्षा दल या छावण्या चालवत असे, आणि भारतीय पायदळातर्फे लष्करी प्रशिक्षण देण्यात येत असे.

या युवक छावण्यांची अवस्था दयनीय होती; पुरेसं शुद्ध पाणी किंवा अन्न

यांचा अभाव होता. अनेक तरुण गनीम फक्त लुंगी नेसून येत असले, तरी त्यांना कपडे किंवा बूट पुरवण्यात येत नसत. कोसळत्या पावसात एका छावणीत कोणताही आडोसा नसताना तरुण मुलं मुटकुळं करून पडलेली असल्याचं भारतीय निरीक्षकांनी पाहिलं होतं. एका वरिष्ठ बांगला देशी अधिकाऱ्याने त्रिपुरा राज्यातल्या सगळ्या एकवीस युवक-छावण्यांची पाहणी केल्यानंतर हे सर्व किशोर भयानक परिस्थितीत राहत असल्याचं त्याला जाणवलं. छावण्यांमध्ये राहण्यापेक्षा काही तरुण पूर्व पाकिस्तानमध्ये परतल्याचा दावा त्याने केला. ‘‘तिथे अनेक किशोरांना दिसताक्षणी गोळी घालण्यात आली होती.’’

बंगाली तरुण अत्यंत निधड्या छातीचे लढवय्ये असल्याचं त्यांनी सिद्ध करून दाखवल्याने भारतीय सैनिक आणि सीमासुरक्षा दलाचे जवान प्रभावित झाले होते. भारतीय भूमीवरच्या सीमासुरक्षा दलाच्या छावण्यांमधले तरुण गनीम पूर्व पाकिस्तानमध्ये २० मैलांपर्यंत खोलवर घुसखोरी करत. अशाच एका छावणीत जेमतेम दहाबारा वर्षांच्या ३२-४० किशोरांची तुकडी हातबॉम्बसच्या वापराचं प्रशिक्षण घेताना भारतीय निरीक्षकांना आढळली. त्यांच्यापैकी दोन मुलांनी पूर्व पाकिस्तानमध्ये घुसखोरी करून पाकिस्तानी लष्करावर दोन हातबॉम्बस भिरकावले होते. अशा कामगिरीचा परिणाम अनेकदा मृत्यूत होत असे. भयचकित झालेल्या एका ज्येष्ठ बांगला देशी राजकीय नेत्याने लिहिल्यानुसार, या बालसैनिकांचा वापर केवळ दारूगोळा म्हणून करण्यात येत होता – ‘गनिमी युद्धकलेत प्रशिक्षित केलेल्या किशोरांना पाचदहाच्या गटांमध्ये एकदोन हातबॉम्बस आणि कालबाह्य झालेली एकदोन पारंपरिक हत्यारं देऊन शत्रूने व्यापलेल्या प्रदेशात खोलवर पाठवण्यात येत असे. अशा स्थितीत बहुतेक जण अपरिहार्यपणे शत्रूचं लक्ष्य बनत.’

‘‘त्यांच्या मदतीला कुणाला तरी यावं लागेल.’’

उठाव करणारे बंगाली गनीम पाकिस्तानवर स्वतःच विजय मिळवू शकतील, अशी काहीशी आशा इंदिरा गांधी यांच्या सरकारला सुरुवातीला होती. नंतर त्या हलकंसं हसत म्हणाल्या होत्या, ‘‘क्रांती यशस्वी होईल अशी मला खात्री होती.’’

जुलैपर्यंत जवळपास पंधरा हजार पाकिस्तानी सैनिकांना ठार केल्याचा आणि त्यामुळे भयग्रस्त सैनिक अंधार पडल्यानंतर स्वतःच्या छावण्या सोडून बाहेर पडायला घाबरत असल्याचा दावा मुक्ती वाहिनीतर्फे करण्यात आला. इस्लामाबादमधल्या भारतीय दूतावासाने आनंदाने केलेल्या नोंदीनुसार, वाढत्या हल्ल्यांनी पाकिस्तानी लष्कराचं मोठं नुकसान झालं होतं. तसंच वाहतूकयंत्रणा आणि वीजपुरवठा खंडित केल्यामुळे याह्या खान यांच्या लष्करी सरकारचं मनोबल

खच्ची झालं होतं. पूर्व पाकिस्तानमध्ये सर्वकाही सामान्य असल्याचं सिद्ध करण्याच्या हेतूने ढाका शहराला जुलैअखेर भेट देता येण्याची आशा बाळगणारे याह्या खान यांना मुक्ती वाहिनीच्या उपसर्गामुळे ती रद्द करावी लागली. इंदिरा गांधी जाहीरपणे म्हणाल्या, ''स्वातंत्र्यासाठी होणारे लढे थोडे माघारी जात असले, तरी अखेर त्यांचाच विजय होतो असं इतिहासाने दाखवून दिलं आहे.''

पण प्रत्यक्षात परिस्थिती गंभीर होती. परागंदा बांगला देशी सरकार युद्धाचा विचका करत असल्याची काळजी भारत सरकारला वाटत होती. अवामी लीगच्या पाठीराख्यांनी अधिक दूरदृष्टी, खुलेपणा आणि संघटनात्मक बुद्धी दाखवावी अशी हक्सर यांची इच्छा होती. उठाव करण्याच्या योजनेचा अभ्यास केल्यानंतर हक्सर इंदिरा गांधींना म्हणाले, ''यासाठी अधिक चांगल्या आणि व्यापक पायावर आधारित राजकीय नेतृत्वाची गरज आहे.'' ते म्हणाले, ''आपल्यामागे गुणवान, प्रामाणिक, समर्पित आणि आदर्शवादाने भारलेलं नेतृत्व असल्याची खात्री पटत नाही, तोपर्यंत युवकांना प्रशिक्षण देता येणार नाही; त्यांच्यात स्फूर्ती जागवता येणार नाही; आणि स्वतःचा जीव देण्यासाठी त्यांना तयार करता येणार नाही.'' 'बांगला देशाच्या मंत्रीमंडळात कुणालाही युद्धाबद्दल काहीही माहिती नसल्याची' व्यथा एका बंगाली गनीम अधिकाऱ्याने मांडली. तो वैतागाने म्हणाला, ''अवामी लीगचे राजकीय नेते, एक – सरळ रेषेत उड्डाण करू शकणारी आणि जमिनीवर उतरू शकणारी लक्ष्यवेधी विमानं, दोन – जमिनीवरून आकाशात मारा करू शकणारी क्षेपणास्त्रं, आणि तीन – लेसर किरणं अशा मूर्खपणाच्या मागण्या करत आहेत.''

भारतीय आणि बंगाली अशा दोन्ही बाजूंचे लष्करी नेते आणि राजकीय नेते उघडपणे वाद घालत होते. बंगाली राष्ट्रवाद्यांप्रति असलेला स्वतःचा रोष हक्सर यांनी लपवून ठेवला नाही. एका भारतीय मंत्र्याने इशारा दिला, ''आपल्या मित्रांची मनं आत्ताच आपल्यापासून दुरावायला सुरुवात झाली आहे.'' जयप्रकाश नारायण यांनी इंदिरा गांधींना दिलेल्या इशाऱ्यानुसार म्हणाले, ''बांगला देशाचे मंत्री आणि मुक्ती फौज यांच्याबरोबर भारताने वडीलकीच्या नात्याने वागणं धोक्याचं ठरेल. आपल्या अधिकाऱ्यांच्या दुर्गुणांपैकी अहंगंड हा एक दुर्गुण आहे.'' ते म्हणाले, ''दक्षिण व्हिएतनाममध्ये अमेरिका कशी वागली, याची आठवण आपण ठेवायला हवी – 'अग्ली अमेरिकन' तुम्हांला माहीत आहे ना?''

शस्त्रास्त्रांच्या तुलनेत मागे पडलेले गनीम गंभीर लष्करी संकटात सापडल्याची जाणीव भारतीय आणि बंगाली नेतृत्वाला होती, म्हणजेच आता या लढाईत भारतीय लष्कराला अधिक प्रत्यक्षपणे सहभागी व्हावं लागणार होतं, असा याचा सरळ अर्थ होता. अशी कृती करण्यासाठीचा इंदिरा गांधींवरचा आणि भारतीय

लष्करावरचा दबाव डळमळणाऱ्या गनिमी उठावामुळे वाढला. गनीम संख्येने अगदीच कमी होते; अनेकांकडे फक्त चाकू आणि हातबॉम्ब होते; पाकिस्तानी लष्करी तुकड्यांवर हल्ला करण्यासाठी ते नाखूश होते. अगदी उत्तम शस्त्रास्त्रं धारण करणाऱ्या गनिमांपेक्षाही पाकिस्तानी तोफखाना आणि हवाई दल या गोष्टी सरस होत्या. पाकिस्तानी पायदळाच्या भारी पडणाऱ्या गोळीबारापुढे गनिमांच्या तोफखान्याला किंवा रणगाडाविरोधी तोफा नसणाऱ्या गनिमांना माघार घेणं भाग पडत होतं. त्यामुळे ते भारतीय पायदळाचं समर्थन मागत होते आणि ते पुरेसं मिळत नव्हतं. उच्चप्रशिक्षित पाकिस्तानी तुकड्यांसमोर बाजारबुणगे गनीम यशस्वी होऊ शकणार नसल्याचं मतप्रदर्शन करून जयप्रकाशजी म्हणाले, ''त्यांच्या मदतीला कुणाला तरी यावं लागेल.''

अनेकदा पाकिस्तानच्या जिंकलेल्या शस्त्रास्त्रांनी लढणाऱ्या गनिमांना भारताकडून अधिक शस्त्रास्त्रं आणि दारूगोळा यांची आत्यंतिक गरज असे. मोठ्या तोफा, विमानविरोधी गोळ्यांच्या फैरी आणि रणगाडाविरोधी ग्रेनेड्स या गोष्टी मिळाव्यात म्हणून गनिमांचे अधिकारी साकडं घालत असत. त्यांना सर्वकाही हवं होतं – रायफल्स, तोफगोळे, वॉकीटॉकी, युद्धभूमीवर वापरायचे दूरध्वनी, नकाशे, हातखर्चाला रोख रक्कम (भ्रष्टाचाराचा मोह टाळण्यासाठी), वैद्यकीय संच आणि दुर्बिणी; पण लढाईच्या दरम्यान भारतीय अस्त्रं सापडल्यास भारताची होणारी अनिवार्य परवड भारताला काळजीत टाकताना दिसत होती.

स्वतःच्या परीने बंगाली गनीम भारतीय देखरेखीला विरोध करायला लागले होते. युद्धाचं खणखणीत मूल्यमापन करताना ज्येष्ठ अवामी नेते मिजनूर रेहमान चौधरी यांनी भारतीय लष्कराच्या कामगिरीवर कोरडे ओढले. भविष्यात बांगला देशाचे पंतप्रधान झालेले चौधरी लिहितात, 'मुक्ती फौजेची झाली; तशी आबाळ यापूर्वी कधीच, कोणत्याच बहाद्दर सैनिकाची झालेली नाही.'

भारतीय सैन्याने सूत्रं हाती घेतल्यानंतरही बांगला देशी परागंदा सरकारला अधिक प्रशिक्षण–छावण्या हव्या होत्या आणि आणखी शस्त्रास्त्रं हवी होती. पाकिस्तानी सशस्त्र सेनेचा सामना करणाऱ्या गनिमांना दारूगोळ्याच्या फक्त दहा फैरी दररोज मिळत – 'जंगलातल्या हौशी शिकाऱ्यांसाठीही त्या पुरेशा नसत.' एखादा हल्ला करण्यासाठी आवश्यक दारूगोळा मिळावा म्हणून अधिकाऱ्यांना अनेक दिवस वाट बघावी लागत असे. वरिष्ठ अधिकाऱ्यांकडे पुरेशी शस्त्रास्त्रं नसत. शिधा, गणवेश, पाकिस्तानी चलन (पूर्व पाकिस्तानमध्ये वापरण्यासाठी आवश्यक), तंबू, साबण, सिगरेट्स आणि बूट अशी सगळ्याचीच चणचण होती. चौधरी लिहितात, 'आमच्या स्वातंत्र्यसैनिकांना अनवाणी आणि कपड्यांच्या चिंध्या झालेल्या

अवस्थेत फिरणं भाग पडताना पाहून माझ्या छातीत कळ येत असे. आजारी जवानांसाठी औषधं मिळवण्याकरता विभागीय सेनाधिकाऱ्यांना वेगवेगळ्या ठिकाणी भिकाऱ्यांसारखं फिरणं भाग पडल्याचं मी पाहिलं आहे.'

अत्यंत कटू स्वरात चौधरी आपली व्यथा मांडतात, 'आमच्या जवानांच्या मूलभूत गरजांची पूर्तता करण्याचं वचन 'मित्रांनी' दिल्याचं आश्वासन आम्हांला देण्यात आलं असलं; तरी आमच्या जवानांना ज्याची गरज आहे, ते कधीच मिळत नाही हे ढळढळीत सत्य आहे.' मित्रसेनेवर पूर्णपणे अवलंबून राहण्याबद्दल नाराजी प्रकट करून ते म्हणतात, 'मित्रांची मदत सर्वाधिक मोलाची असली, तरीही मुक्ती फौजेला केवळ 'मित्रांच्या' मेहेरबानीवर सोडून देता येणार नाही.'

भारताची आणि बांगला देशाची उद्दिष्टविषयक दृष्टी या अविश्वासाला कारणीभूत होती. नोव्हेंबरपर्यंत युद्धाला तयार नसलेल्या भारताला, एकीकडे गनिमांना समर्थन देण्याबाबत द्विधा मनःस्थितीने ग्रासलं होतं; तर दुसरीकडे स्वतःच्या राष्ट्रीय स्वातंत्र्यासाठी युद्धाच्या पूर्ण तयारीने बंगाली मुसंडी मारत होते. संपूर्ण पूर्व पाकिस्तानवर आक्रमण करण्यापेक्षा पूर्व पाकिस्तानचा एखादा लचका तोडून तिथे बांगला देश सरकार स्थापन करण्याचा भारताचा विचार असू शकतो, असं स्वाभाविकपणे अनेक बंगाली लोकांना वाटलं. मुक्ती फौज एकेक टप्पा ओलांडत भारताला युद्धात अधिकाधिक खोल खेचत होती. भारतीय सैन्याकडून गनिमांना योग्य मदत आणि आच्छादन मिळाल्यास पाकिस्तानी लष्कराच्या बॉम्बफेकीला आणि गोळीबाराला हे गनीम अधिक चांगल्या प्रकारे तोंड देण्याची शक्यता असल्याचा युक्तिवाद भारतीय निरीक्षकांच्या चमूने केला.

मे महिन्याच्या अखेरपर्यंत संपूर्ण पूर्व पाकिस्तानवर कब्जा करण्याची योजना मेजर जनरल जेकब यांनी आखली होती. लेफ्टनंट जनरल के. के. सिंग यांनीही लष्करी आराखडा स्पष्टपणे तयार केला होता. जुलैच्या अखेरपासून शस्त्रास्त्रपुरवठा, दारूगोळा आणि सुटे भाग या गोष्टी, आदेश येताच लष्करातर्फे सीमेकडे सज्जतेसाठी हलवण्यात येत होत्या. ऑगस्टच्या सुरुवातीला जनरल सॅम माणेकशा आणि त्यांचे वरिष्ठ अधिकारी आक्रमणाचे पर्याय आणि व्यापक युद्ध कवायती यांच्यावर गुप्तपणे चर्चा करायला लागले होते. स्पेशल सर्व्हिस ब्युरो मोठ्या युद्धाची तयारी करत होता. त्यासाठी सीमेलगत चौक्या उभारत होता; आणि घातपातविरोधी, तसंच हेरगिरीविरोधी उपाययोजना करत होता.

विस्थापितांना परत नेण्यासाठी एखादा सक्षम राजकीय तोडगा काढणं पाकिस्तानला शक्य झालं नसतं, तर भारताला हळूहळू युद्धाकडे सरकावं लागणार असल्याच्या निर्णयाप्रत भारत सरकार जुलैच्या मध्यापर्यंत पोहोचलं. आक्रमक

सल्लागारांपैकी आघाडीवर असणारे डी. पी. धर यांनी परखडपणे टिप्पणी केली, 'आपल्या देशालगतच्या परिसरात निश्चित आश्रय मिळेल अशा हमीसह बंगाली गनिमांनी अधिक परिणामकारकपणे लढायला सुरुवात केल्यास, परिस्थिती पाकिस्तान आणि भारत यांच्यात युद्ध पेटण्याएवढी दाहक बनण्याची चांगलीच शक्यता आहे. अशा शक्यतेला आपण प्रमाणाबाहेर घाबरण्याची आवश्यकता नाही. अशा प्रकारे युद्ध येणार असेल, तर ते होऊ दे; आपण ते टाळायला नको.'

माओ त्से तुंग यांनी गनिमी काव्यावर लिहिलेल्या प्रसिद्ध मार्गदर्शिकेत म्हटलं आहे, 'युद्ध जसं लांबत जातं, तसतसे गनीम हळूहळू पारंपरिक लष्करामध्ये परावर्तित होत जातात.' खरोखर अनेक बंगाली स्वातंत्र्यसैनिक स्वतःचं भविष्य त्याच प्रकारे पाहत होते. विसकळीत असलेल्या गनिमांचं रूपांतर 'एकसंघटित आणि नियमित सैन्यात' व्हावं, तोफखाना आणि विमानविरोधी तोफा हाताळण्यात ते सक्षम व्हावेत आणि त्यांचं एक छोटंसं हवाई दलही तयार व्हावं, अशी चौधरींची अपेक्षा होती. ते लिहितात, ' 'आपलं मित्रराष्ट्र' आपली संपूर्ण मागणी पूर्ण करू शकेल का, याचा अखेरचा सोक्षमोक्ष आपल्याला लावावा लागेल.''

जुन्या पूर्व बंगाल रेजिमेन्टच्या धर्तीवर परागंदा बांगला देशी सरकारला एका नियमित पायदळाच्या पथकाची निर्मिती करायची होती. जुलै महिन्यात अनियमित सैनिकांना एकत्र करून एक जुजबी लष्कर स्थापन करण्यात आलं आणि त्याला एका मध्यवर्ती सेना मुख्यालयाच्या अधीन करण्यात आलं. एम. ए. जी. उस्मानी त्याचे सेनाप्रमुख होते. या सैन्याला 'बांगला देश फोर्सेस' असं नाव देण्यात आलं. आता बांगला देश फोर्सेसच्या झेंड्याखाली कार्यरत असलेल्या गनिमांकडे एक युद्धयोजना आली होती. अंतर्गत उठाव कसा संघटित करावा, याचा अभ्यास करण्यासाठी ही योजना अत्यंत उपयुक्त होती.

उस्मान यांच्या कर्मचारिवर्गाने सर्व गनीम स्वतःच्या आधिपत्याखाली घेतले. अशा प्रकारे स्थापन झालेल्या प्रत्येक पथकात सात गनीम आणि एक अधिकारी, त्यांच्यावर देखरेख करण्यासाठी एक राजकीय सल्लागार अशी रचना करण्यात आली. पाकिस्तानी नौदलाच्या तोफवाहू नौका, त्याचे खंदक आणि त्याची दारूगोळ्यांची कोठारं उडवून देण्यासाठी; पिस्तुलं, रायफली, स्वस्तातल्या सब मशीनगन्स किंवा हलक्या मशीनगन्स, तसंच थोडेफार रॉकेट लाँचर उपलब्ध होण्याची अपेक्षा या गनिमांना होती. जाड्याभरड्या लुंग्या आणि कुडते परिधान केलेले हे गनीम स्थानिक लोकांच्यात मिसळून जात (हे जिनिव्हा कराराचं सरळसरळ उल्लंघन होतं, कारण लढवय्यांनी नागरिकांसारखे कपडे वापरण्याला या करारात मनाई करण्यात आली होती). ज्या-ज्या वेळी शक्य होईल, त्या-त्या वेळी गनीम स्वतःच्या

घराच्या जवळपास लढत असत. 'या गनिमांनी सुनियोजित आणि जोरदार हल्ले (त्यांची तीव्रता दररोज वाढवत) विस्तीर्ण परिसरात चढवावेत.' आणि 'यादरम्यान शत्रूच्या हस्तकांना, खबऱ्यांना आणि शत्रूबरोबर हातमिळवणी करणाऱ्यांना मारून टाकावं.' अशी त्यांच्या सेनाधिकाऱ्यांची इच्छा होती. एक प्रकारे स्वतःवर झालेल्या अत्याचाराचा पाशवी बदला घेण्यासाठी दिलेलं हे निमंत्रणच म्हणावं लागेल. केवळ पूल आणि रेल्वेमार्ग उडवून देण्यावर न थांबता नद्यांवरची बंदरं, तेलशुद्धीकरण कारखाने, वीजनिर्मिती केंद्रं आणि पेट्रोलचे तसंच तेलाचे साठे नष्ट करण्याचं उद्दिष्ट आता गनिमांनी स्वतःसमोर ठेवलं होतं. काही काळाने यामुळे रक्तबंबाळ झालेलं पाकिस्तान काहीही करण्यासाठी असमर्थ ठरणार होतं, आणि 'शत्रूचा अखेरचा श्वास हिरावून घेण्याकडे' गनीम लक्ष वळवू शकणार होते (अशी अपेक्षा होती). यानंतर या लढ्यातल्या विजयी वीरांचं रूपांतर 'एका गनिमी टोळीतून जनसेनेत (पीपल्स आर्मीत) करण्यात येणार होतं.

हे सगळं नियोजन कितीही आक्रमक असलं, तरी वस्तुस्थिती मात्र गोंधळाची होती. त्रिपुरामधल्या एका प्रशिक्षण छावणीच्या प्रमुख पदी शाहदुल हक याला नेमण्यात आलं होतं. याबद्दल आठवण सांगताना तो म्हणतो, ''हे किती वरवरचं होतं, हे पाहून मी अत्यंत निराश झालो होतो. पैसे नव्हते, दारूगोळा नव्हता; आमच्याकडे फक्त कडवे समर्पित सैनिक प्रशिक्षण देण्यासाठी उपलब्ध होते. त्यातच स्वातंत्र्यसैनिक असल्याचा अभिमान असला, तरी खायला फणसाखेरीज काहीही नव्हतं.'' शाहदुलला केव्हापासून फणसाबद्दल निर्माण झालेली शिसारी आजही कायम आहे. बांबूच्या फलाटांवर झोपलेले गनीम मान्सूनच्या वादळी पावसात जवळपास वाहूनच गेले होते. काही आठवड्यांनंतर शाहदुल फारच आजारी पडला, त्याच्या शौचातून रक्त पडायला लागलं. डॉक्टर किंवा औषधं उपलब्ध नसल्याने नारळाचं पाणी पिणं हा एकमेव घरगुती उपाय त्याने केला, पण त्याचा उपयोग झाला नाही. त्याचे काही मित्र ढाक्यात बॉम्ब पेरण्यासाठी किंवा पाकिस्तानी लष्कराच्या गस्ती तुकड्यांवर अवचित मारा करण्यासाठी गेले, तेव्हा शाहदुलला घरी न्यावं लागलं. सहा महिन्यांमध्येच त्याचं वजन अर्ध्याने कमी झाल्याचं तो सांगतो.

दुसरा एक गनीम आठवण सांगतो की, तोपर्यंत केवळ युद्धपटांमध्ये पाहिलेल्या गोष्टी करताना ते 'मरणाचे घाबरले होते.' स्फोटकं पेटवून देताना त्यांचे हात थरथर कापत असत. गनिमांची स्थिती अद्यापही दयनीय होती. डास पळवून लावणारं मलम, रपारप कोसळणाऱ्या पावसापासून बचाव करण्यासाठी जलरोधक कापड आणि सर्पदंशावर उपायकारक लस आदींची गनिमांना तातडीने गरज होती,

पण त्यांना दरमहा फारतर साबणाची एक वडी मिळत असे. सैनिकांकडच्या दारूगोळ्याबरोबरच त्यांच्याकडची ग्रेनेड्सही संपत आली होती. या नव्या बांगला देश लष्करातल्या एका मेजरनी लिहिल्यानुसार, 'लष्करी नेतृत्व हुकूमशाही पद्धतीने काम करत होतं. त्यामुळे विभागीय सेनाधिकाऱ्यांना अत्यंत असुरक्षित वाटत होतं... कुठल्याही व्यूहरचनात्मक योजनेचा विचारच केला गेला नव्हता... मुक्तीलढा नवशिक्यांसारखा आणि अव्यावसायिक पद्धतीने हाताळण्यात येत होता.' सेनाधिकारी उस्मानी यांच्याबद्दल मेजर उपहासाने म्हणतात, 'पुरवठा विभागाचे कर्नल म्हणून निवृत्त झालेले उस्मानी पायदळातले सैनिक बनण्यामध्ये पूर्णपणे अयशस्वी झाले.'

नागरी युद्ध जसं भडकत गेलं, तसा बंगाली गनीम आणि भारतीय पायदळ यांच्यातला तंटा पेटत गेला. 'बांगला देशी सैनिकांची कमान थेट भारतीय पायदळाकडे हळूहळू सोपवण्यात येत असल्याने' मेजर आणि त्यांच्याबरोबरचे अधिकारी यांच्यात निर्माण झालेल्या व्यापक नाराजीबद्दल भारतप्रेमी असल्याचा लौकिक असणाऱ्या या बांगला देशी मेजरनी तक्रार केली. अगदी बालसैनिकांचा वापरही चुकीच्या पद्धतीने चालू असल्याचं नमूद करून ते म्हणतात, 'प्रशिक्षण घेऊन परतणाऱ्या किशोरांना शस्त्रं देण्यात येत नव्हती. भारतीय सीमासुरक्षा दलाचं नियंत्रण असताना असं कधीच घडलं नव्हतं.'

भारतीय पूर्व विभागाचे सेनाधिकारी लेफ्टनंट जनरल जगजितसिंग अरोरा यांच्यावर बांगला देशी लष्करी अधिकाऱ्यांचा विशेष रोष होता. हे लष्करी अधिकारी त्यांची गाऱ्हाणी घेऊन भारतीय लष्कराकडे आणि सीमासुरक्षा दलाकडे गेले. इंदिरा गांधींच्या सरकारने उच्च पातळीवर निर्णय घेऊनही भारताने गनिमांना पूर्वी दिलेल्या आश्वासनानुसार, अरोरा यांचं सैन्य मदत देत नसल्याची तक्रार त्यांनी भारताचे गुप्तचरप्रमुख, 'रॉ'चे संचालक रामनाथ काव यांच्यासमोर मांडली. त्याला प्रतिसाद म्हणून काव यांनी खुद्द पंतप्रधानांनाच इशारा दिला – "बांगला देश सरकारने उभ्या केलेल्या स्वयंसेवकांना गनिमी लढ्याचं प्रशिक्षण देण्यासाठी आत्तापर्यंत काहीही करण्यात आलेलं नाही." उस्मानी आणि अरोरा यांच्यात तेढ निर्माण झाली असल्याबद्दल इशारा देऊन ते म्हणाले, "बांगला देश लष्करात बरंचसं असंतोषाचं, नाराजीचं आणि संशयाचं वातावरण आहे."

परिस्थितीचं निराशाजनक मूल्यमापन काव यांनी पंतप्रधानांपुढे परखडपणे सादर केलं. त्यांच्या नोंदीनुसार, 'भारत सरकारने गजगती धोरणाचा अवलंब केला असून बांगला देश लष्कराची कार्यक्षमता आणि कार्यतत्परता वाढवण्यासाठी कोणतेही प्रयत्न करण्यात येत नसल्याचा अनेक गनिमांचा समज झाला आहे.'

पुरेशी शस्त्रं पुरवण्यासाठी भारतीय लष्कराची अनिच्छा असल्याचा दावा गनिमांनी केला. 'बांगला देश लष्कराच्या प्रशासनात सतत हस्तक्षेप होत असल्याबद्दल' बांगला देशी सेनाधिकाऱ्यांनी विरोध दर्शवला. हा हस्तक्षेप गनिमांची भरती, नियुक्ती आणि गच्छन्ति या सर्व बाबतींमध्ये होत असून हे गनीम भारतीय लष्कराच्या पगारावर असल्याच्या भावनेने पैसे घेतानाही या बंगाली लढवय्यांची चिडचिड होत असे. बांगला देशी सेनाधिकाऱ्यांनी दिलेल्या आदेशांच्या विरुद्ध भारतीय लष्कराने बांगला देशी सैनिकांना आदेश देऊ नयेत, अशी विनंती बांगला देशाच्या एका ज्येष्ठ अधिकाऱ्याने काव यांना केली.

भारतीय लष्कराचा पूर्व विभाग आणि बांगला देशी राष्ट्रवादी सैनिक यांच्यातले संबंध पूर्ववत करण्यासाठी भारत सरकारने त्वरेने कृती करण्याची विनंती काव यांनी केली. पावसाळ्याच्या मोक्याच्या काळात भारताची मदत सुधारली नसती, तर नागरी युद्ध आणखी लांबण्याचा आणि लोकांचे हाल होण्याचा इशारा दोन बांगला देशी अधिकाऱ्यांनी भारताला ठामपणे दिला होता. यामुळे अवामी लीगला उखडून त्यांची जागा घेण्यासाठी क्रांतिकारकांना मदत झाली असती, आणि 'त्या परिस्थितीत डाव्या विचारांच्या तत्त्वांना साम्यवादी चीनचा सक्रिय पाठिंबा लाभला असता.' असं बांगला देशी अधिकाऱ्यांचं म्हणणं होतं.

आतून पाहणाऱ्याला नेहमीच युद्धविषयक प्रयत्न अयशस्वी होत असल्यासारखे दिसतात. मात्र दिल्लीत हे अहवाल वाचणाऱ्या हक्सरना आणि इतरांना स्पष्ट दिसत होतं की, मुक्ती वाहिनी पाकिस्तानी लष्कराला निष्प्राण करू शकली असती. तसंच भारताच्या गुप्त समर्थनाने या लष्कराचं प्रचंड नुकसान करू शकली असती. मात्र पाकिस्तानी लष्कर बांगला देशातून हाकलून काढण्यासाठी भारताचा थेट हस्तक्षेप अधिक आवश्यक ठरणार होता.

पश्चिम बंगालचा सुरुंग

भडकणाऱ्या नागरी युद्धामुळे भारतात विस्थापितांचे आणखी नवे लोंढे कोसळत होते. याबाबत इंदिरा गांधींनी अशी नोंद केली, 'या विस्थापितांना भारतात कायमस्वरूपी स्थायिक होण्याची अनुमती आम्ही देऊ शकणार नाही, पण ते इथे असताना काही गरजांची पूर्तता करायलाच लागेल.' त्यांच्या म्हणण्यानुसार, संकटग्रस्त सीमावर्ती राज्यांसाठी आणि विशेषतः पश्चिम बंगालसाठी ही एक महाआपत्ती होती.

पश्चिम बंगालला याचा सर्वाधिक फटका बसला होता. जुलै महिन्यापर्यंत भारतात आलेल्या पासष्ट लाख विस्थापितांपैकी पन्नास लाख पश्चिम बंगालमध्ये

होते, आणि भारतातल्या ५९३ विस्थापित छावण्यांपैकी ४१९ छावण्या या राज्यात होत्या. छावण्यांबाहेर राज्यभर सुमारे पंधरा लाख विस्थापित विखुरलेले होते. कोलकाता शहरात विस्थापितांच्या झुंडी होत्या, तर तिथल्या विमानतळाभोवती हजारो विस्थापित मुक्काम करून होते. विस्थापित छावण्यांमध्ये नक्षलवादी सक्रिय असून ते क्रांतीची ठिणगी पेटवण्याचा प्रयत्न करत असल्याचं भारतीय गुप्तचर सेवांनी पंतप्रधानांना कळवलं.

प्रचंड संख्येने आलेल्या या जमावांनी पश्चिम बंगालच्या औदार्यावर असह्य भार टाकला. हे आठवून अरुंधती घोष म्हणतात, ''विस्थापित जेव्हा आले, तेव्हा सुरुवातीला सहानुभूती होती आणि तिला नाराजीची किंचित किनार होती. शाळा व्यापण्यात आल्या होत्या, कुठेही मोकळी जागा नव्हती. ते अक्षरशः सगळीकडे होते.'' येणाऱ्या ओघामुळे हिंदू आणि मुस्लीम यांच्यातला तणाव वाढला. या विस्थापितांसाठी आणि बांगला देशाच्या परागंदा सरकारच्या नेत्यांसाठी भारत सरकार घरं शोधत असताना कधीमधी, '' 'या लोकांना घरं देण्याची आम्हांला इच्छा नाही.' असं स्थानिक लोक म्हणत असत, तर 'आम्ही ती ताब्यात घेत आहोत.' असं आमच्या वतीने सांगितलं जात असे.''

राज्याचे मुख्यमंत्री अजय मुखर्जी यांनी जूनमध्ये लिहिलं, 'पाकिस्तानच्या दडपशाहीची शिकार झालेल्या लक्षावधी लोकांच्या पुरात आज पश्चिम बंगाल बुडून गेला आहे.' डगमगणारं त्यांचं सरकार त्याच महिन्यात काही दिवसांमध्ये कोसळलं आणि या संकटकाळाच्या उर्वरित अवधीसाठी केंद्र सरकारने पश्चिम बंगालमध्ये राष्ट्रपती राजवट लागू केली. विस्थापितांमुळे निर्माण झालेलं संकट म्हणजे कम्युनिस्टांसाठी आणि नक्षलवाद्यांसाठी एक वरदान होतं, हे लोकं 'स्वतःच्या घृणास्पद उद्दिष्टपूर्तीसाठी मानवी शोकांतिकेचा फायदा उठवायला सदैव तयार होते.' आणि आता ते विस्थापितांच्या 'खिन्न, उदासीन मनःस्थितीचा' फायदा घेत होते.

इंदिरा गांधींच्या सरकारने स्वतःचं अत्यंत लोकशाहीविरोधी स्वरूप या काळात दाखवलं. 'नक्षलवादी आणि मार्क्सवादी कम्युनिस्ट पक्ष यांच्या रेट्यासमोर' हक्सर गळाठले; नव्याने निवडणुका घेण्यासाठी ते घाबरले. ''मार्क्सवादी कम्युनिस्ट पक्ष निर्णायक विजय मिळवणार असल्याने सद्यःस्थितीत निवडणूक घेण्याची शक्यता निकालात काढलेली बरी.'' असं मतप्रदर्शन त्यांनी केलं. तरीही आणखी उदात्त तत्त्वांचं स्मरण झाल्यानंतर त्यांच्या लक्षात आलं की, कालांतराने निवडणूक घ्यावीच लागणार होती, नाहीतर नक्षलवादी क्रांती घडून आली असती. हक्सर म्हणाले, ''पूर्व पाकिस्तानमधली परिस्थिती सुधारली नाही, तर कम्युनिस्ट नवे अनुयायी जिंकून घेऊ शकतील. विस्थापित परतू शकले नाहीत, तर त्यांच्यापैकी

बहुतेक जण आज-ना-उद्या मार्क्सवादी कम्युनिस्ट पक्षाच्या प्रचाराचं भक्ष्य बनतील आणि त्यामुळे परिस्थिती आणखीनच बिघडू शकेल.''

पश्चिम बंगालमध्ये 'लष्कर तैनात करून सरकारला कायदा आणि सुव्यवस्था पुनःस्थापित' करावी लागणार असल्याची नोंद दुःखद मनःस्थितीत करून हक्सर म्हणतात, 'संपूर्ण राज्यभरातल्या उपद्रवस्थानांना घेरून टाकावं लागेल आणि खेड्यांची, तसंच काही शहरी भागांची बारकाईने तपासणी करावी लागेल.' पुढे हक्सर भविष्य वर्तवतात, 'कोणताही आर्थिक चमत्कार घडून येणार नाही, पण राजकीय दडपशाही भरपूर असेल.' ही निराशा स्वतःच्या शब्दबंबाळ शैलीत व्यक्त करताना हक्सर म्हणतात, 'पश्चिम बंगालमध्ये जे काही घडतं आहे, ते एखादी ग्रीक शोकांतिका उलगडत चालल्यासारखं आहे... एका अटळ घटनाक्रमातली सगळी चुकीची पावलं उचलण्यात येत आहेत, सगळ्या चुकीच्या कृती करण्यात येत आहेत... मात्र घातक ऐतिहासिकतेच्या पात्यांमध्ये अडकून आम्ही पुढे जाणार आहोत.'

भारत एकीकडे पाकिस्तानविरुद्ध आग ओकत असताना दुसरीकडे लोकशाहीलाही लगाम घालत होता. पाकिस्तानने बंगालींवर केलेल्या - अधिक रक्तरंजित - अत्याचाराबरोबर तुलना होऊ शकेल असं काहीही टाळण्याएवढं भारत सरकार बुद्धिमान होतं. पश्चिम बंगालमधल्या डाव्यांना दाबून टाकण्याच्या कृतीमुळे इंदिरा गांधी कुप्रसिद्ध झाल्या. हक्सर यांच्या नोंदीनुसार, 'अटकसत्र आणि दडपशाही तरुणांना आवर घालू शकणार नाही. हे असं कधीच घडत नसल्याचं आपण भूतकाळात पाहिलं आहे.' पश्चिम बंगालमध्ये डाव्यांची हिंसक क्रांती टाळण्यासाठी आर्थिक विकास घडवून आणावा, तुरुंगातल्या कैद्यांना माफी देऊन सोडावं, आणि मार्क्सवादी कम्युनिस्ट पक्षाला सत्तेवर येऊ द्यावं, असं आवाहन हक्सर यांनी केलं. 'हे न घडल्यास पर्याय म्हणजे, पूर्व बंगालमध्ये निर्माण झालेल्या परिस्थितीसारखीच स्थिती निर्माण होणं. (व्हिएतनामचा उल्लेख मी मुद्दाम करत नाही.)' इंदिरा गांधी सरकारच्या दृष्टीने विस्थापित म्हणजे केवळ तातडीने दिलासा देण्याची गरज असलेले लोक नव्हते; त्यांच्यातून क्रांतिकारक आणि घातपाती कृत्य करणारे निपजू शकत होते. त्यामुळे त्यांच्या परतण्याने भारत सुरक्षित होणार होता.

न आखलेली रेष

भारत सरकारने घेतलेला सर्वांत वाखाणण्याजोगा निर्णय सर्वांत खर्चीकही ठरला. बंगाली विस्थापितांना देशात प्रवेश न देण्याचा मोह निर्माण होण्यासारखी परिस्थिती असतानाही भारताने त्यांच्यासाठी स्वतःच्या सीमा कधीच बंद केल्या

नाहीत. एडवर्ड केनेडी यांनी म्हटल्यानुसार, 'मानवी दुःखाचा हा ओघ सीमा ओलांडून येत असल्याचं भारत सरकारने सर्वप्रथम पाहिल्यानंतर स्वतःच्या भूमीची नाकेबंदी करून भारत त्यांना प्रवेश नाकारू शकला असता, पण भारताने करुणेच्या मार्गाचा अवलंब करून अक्षय श्रेय मिळवलं आहे.'

भारताच्या अनुमानानुसार, सप्टेंबरपर्यंत सुमारे ऐंशी लाख निर्वासित आले होते आणि हा ओघ आटण्याचं चिन्ह दिसत नव्हतं. सीआयएच्या आकडेवारीनुसार, पूर्व पाकिस्तानच्या एकूण लोकसंख्येचा हा दहावा हिस्सा होता. याचे आर्थिक आणि राजकीय परिणाम गंभीर होते. रुग्णवाहिका, क्षकिरण यंत्रं, प्लाझ्मा, जंतुनाशकं, प्राणवायू, मोडलेले अवयव सांधणाऱ्या पट्ट्या आणि बॅन्डेज यांचा तुटवडा असणाऱ्या त्रिपुरा आणि आसाम राज्यांमध्ये वैद्यकीय सुविधांची भयानक निकड होती. सुमारे २०,००० विस्थापित असलेल्या एका छावणीत केवळ एकच डॉक्टर आणि तोसुद्धा दररोज फक्त तीन तासांसाठी उपलब्ध होता. मानवी विष्ठा आणि घाण यांची दुर्गंधी छावण्यांमधून सुटलेली होती. पुरेसं अन्न नव्हतं. याचा प्रभाव विशेषतः लहान मुलांच्या आरोग्यावर पडत होता. सुमारे बारा लाख विस्थापित दोन वर्षांखालचे असल्याचं भयप्रद अनुमान भारत सरकारने केलं होतं. याचे परिणाम जेवढे अटळ, तेवढेच भीषण होते – विस्थापित, विशेषतः मुलं मोठ्या संख्येने मरत होती आणि हा मृत्युदर भारतातल्या इतर स्थलांतरित समुदायांच्या मृत्युदराच्या पाचपट होता. परिस्थिती इतकी बिकट असतानाच हक्सर यांना अशी भीती वाटत होती की, पूर्व पाकिस्तान आतूनच कोसळलं असतं; तर तिथे भयानक दुष्काळ पडला असता. आणि त्यामुळे आणखी लक्षावधी विस्थापित भारताकडे आले असते.

केवळ पश्चिम बंगालच नव्हे, तर भारताच्या सगळ्या सीमावर्ती राज्यांमध्ये राजकीय विस्फोट होण्याची भीती भारत सरकारला वाढत्या प्रमाणात वाटायला लागली. जर्जर स्थानिक अर्थव्यवस्था अचानक निर्माण झालेल्या महागाईमुळे, बेरोजगारीमुळे, वाढत्या गुन्हेगारीमुळे आणि अन्नधान्यांच्या किमती भडकत असल्यामुळे कोसळत होत्या. भारतीय नागरिक आणि विस्थापित यांच्यातला तणाव खदखदत होता. बंगाली विस्थापित रोजगार शोधत असताना अनेक स्थानिक भारतीयांनी या गोष्टीला विरोध केला. भारतीय परराष्ट्र मंत्रालयाने पाकिस्तानवर आरोपांची फैर झाडताना म्हटलं, 'पश्चिम बंगालमधले हिंदू आणि मुस्लीम यांच्यात पाकिस्तान जाणीवपूर्वक तणाव निर्माण करतं आहे. बंगाली विस्थापित आणि आसाममधले स्थानिक, मेघालयातले आदिवासी (बहुतांश ख्रिश्चन) आणि बंगाली विस्थापित, त्याबरोबरच त्रिपुरामध्येही पाकिस्तानने गुदमरवून टाकणारी परिस्थिती

निर्माण केली आहे; कारण त्रिपुरातल्या विस्थापितांची संख्या (दहा लाख) त्या राज्यातल्या मूळ पंधरा लाख लोकसंख्येच्या दोन तृतीयांशाहूनही अधिक आहे.' विशेषतः त्रिपुरा राज्यात आदिवासी आणि बिगरआदिवासी यांच्यातला नाजूक समतोल यामुळे बिघडला होता. डावे अतिरेकी 'विस्थापित आलेल्या परिसरांमध्ये स्वतःच्या तत्त्वज्ञानाचा प्रसार करण्यात' मग्न असल्याची तक्रार भारत सरकारने केली. पाकिस्तानी लष्कराच्या हिंदूविरोधी अत्याचारांमुळे ऐंशी लाख विस्थापितांपैकी जवळजवळ सत्तर लाख हिंदू असल्याचं भारताचं म्हणणं होतं.

त्यामुळे सीमांची नाकेबंदी करण्याच्या कल्पनेमागे सबळ कारणं होती. भारतीय परराष्ट्र मंत्रालयाने केलेल्या गोपनीय नोंदीनुसार, विस्थापितांचा ओघ अमेरिकेने थांबवला नसता आणि 'याच सीमेवरून त्या विस्थापितांना मागे ढकलण्याची कृती भारताने केली असती, तर त्याला अमेरिका प्रामाणिक विरोध करू शकली नसती.' गुजरातच्या राज्यपालांनी (श्रीमन नारायण यांनी) इंदिरा गांधींना सीमा बंद करण्याची सूचना खासगीत केली होती. ते लिहितात, 'पूर्व बंगालमधून येणाऱ्या विस्थापितांचा ओघ थांबवण्यासाठी आपण परिणामकारक पावलं उचलावीत असं मला अजूनही वाटतं. कोणतीही घोषणा न करता आपण आपल्या सीमा बंद करण्याची वेळ येऊन ठेपली आहे, असं मला वाटतं.' हाच मुद्दा व्यक्तिगत भेटीत त्यांनी ठासून मांडला.

पण हे आव्हान खडतर ठरलं असतं, कारण त्यासाठी काही विस्थापितांवर गोळ्या चालवणं आणि इतर अनेकांना शोधून पकडणं आवश्यक ठरलं असतं. भारत विस्थापितांना बाहेर ढकलण्याची शक्यता नसल्याचं भारतीय राजनैतिक अधिकाऱ्यांना ठाऊक होतं. राज्यपालांची सूचना इंदिरा गांधींनी फेटाळली असली, तरी त्यासाठी नैतिक कारणांपेक्षा वास्तव कारणं अधिक होती. ही सीमा सुमारे २७०० मैल लांब होती आणि नैसर्गिक अडथळ्यांच्या रूपात सीमेवर फारसं काही नव्हतं. या संदर्भातल्या नोंदीत इंदिरा गांधी म्हणतात, 'एवढ्या लांबलचक सीमेची नाकेबंदी करणं आपल्यासाठी किती अवघड आहे, हे मी त्यांना सांगितलं. व्हिएत कॉंगचे गनीम येत असलेल्या भागाची नाकेबंदी करणं अगदी अमेरिकेलाही शक्य झालं नव्हतं.' ही वस्तुस्थिती इंदिरा गांधींनी त्यांच्या निदर्शनास आणून दिली.

गांधी सरकारने भारताच्या सीमा खुल्या ठेवल्या; विस्थापितांना आणि गनिमांना आश्रय देणं सुरू ठेवलं. भारतीय परराष्ट्र मंत्रालयाच्या नोंदीनुसार, भारताने पूर्व पाकिस्तानी विस्थापितांना येण्यापासून रोखलं नाही. सिडनी शेनबर्ग म्हणतो, "ते बंगाली होते आणि ते आता पश्चिम बंगालमध्ये असल्याने भारत त्यांना बाहेर फेकून देणार नव्हता." इंदिरा गांधींच्या अनेक निर्णयांप्रमाणे या निर्णयातही मानवता

आणि पाकिस्तानविरोधी कठोर धोरण यांचा मिलाफ होता. परराष्ट्र मंत्रालयाचा एक ज्येष्ठ अधिकारी म्हणाला, ''पूर्व बंगालमधल्या विस्थापितांना भारतात येण्यापासून भारत सरकारने अडवलं नाही आणि या विस्थापितांना स्वतःच्या स्वातंत्र्यासाठी लढण्याकरता परततानाही अडवण्याची भारताला इच्छा नाही.''

'पण देव आपल्या बाजूने आहे का?'

एका आंतरराष्ट्रीय समस्येमुळे भारत धडपडत असताना त्याने संयुक्त राष्ट्र संघाकडे धाव घेणं स्वाभाविकच भासलं असतं, पण भारत सरकारच्या मनात संयुक्त राष्ट्रसंघाबद्दल अतिशय अविश्वास होता; त्याची नोकरशाही, त्याची विस्थापित साहाय्य कार्यपद्धती, आम सभा आणि सर्वांत जास्त म्हणजे सुरक्षा परिषद! भारताचे परराष्ट्रमंत्री स्वर्ण सिंग यांनी त्यांच्या राजनैतिक अधिकाऱ्यांना एका खासगी बैठकीत सांगितलं, ''संयुक्त राष्ट्र संघटनेच्या संपूर्ण निष्प्रभतेबद्दल माझी पुरेपूर खात्री पटली आहे. ते केवळ बोलत राहतात, करत काहीच नाहीत.''

संयुक्त राष्ट्रसंघ पूर्णपणे भारताविरुद्ध झुकला असल्याची भारत सरकारची दीर्घ काळची भावना होती. पॅरिसमधला भारतीय राजदूत म्हणतो, ''संयुक्त राष्ट्र संघटनेत या जगातल्या प्रस्थापितांचं प्रतिबिंब दिसतं.'' तो लिहितो –

पाश्चात्त्य देश भारताकडे संशयाने बघतात, कारण भारताचा साम्राज्यवादाला विरोध आहे आणि भारताने 'तिसरं जग' ही संकल्पना मांडली आहे. 'तिसरं जग' भारताकडे संशयाने पाहतं, कारण लोकशाहीवर आणि मानवी हक्कांच्या सिद्धान्तावर भारताचा विश्वास आहे. भारताच्या धर्मनिरपेक्षतावादामुळे मुस्लीम जग संतापलेलं आहे. साम्यवादी देश भारताला उद्धट आणि संभाव्य धोका मानतात, कारण प्रगतीसाठी 'साम्यवाद' ही मूलभूत अट असल्याचं भारताने नाकारलं आहे. आपण अर्थातच देवाच्या बाजूने आहोत, पण देव आपल्या बाजूने आहे का?

भारताला सुरक्षा परिषदेची भीती वाटत होती, कारण या परिषदेत अमेरिका आणि चीन या दोन प्रतिकूल कायम सदस्यांना लवकरच तोंड द्यावं लागणार होतं. कायम सदस्य म्हणून तैवानला दूर करून तिथे चीन प्रस्थापित होण्याच्या बेतात होता. पूर्व पाकिस्तानमध्ये 'इतर कोणत्याही देशाला कोणतीही सबब दाखवून हस्तक्षेप करण्याचा अधिकार' नसल्याची कंटाळवाणी टकळी चीन वाजवत असतानाच 'मुक्ती वाहिनीच्या यशस्वी कारवायांमध्ये हस्तक्षेप' करू शकणारी संयुक्त राष्ट्रसंघाची कोणतीही कृती टाळण्यासाठी भारतीय परराष्ट्र मंत्रालय प्रयत्न करत होतं. भारताचे फ्रान्समधले राजदूत भारताच्या 'तिसऱ्या जगाच्या' चश्म्यातून

पाहत म्हणाले, ''अखेर हे सगळे कायम सदस्य पुरेशा प्रमाणात केलेल्या कत्तलींचे दोषी आहेत. रशिया आणि अमेरिका यांचा पूर्वेतिहास चांगलाच बोलका आहे. तसंच दक्षिणेकडची राज्यं फुटून निघू नयेत यासाठी स्वतःच्या सर्वांत महान राष्ट्राध्यक्षांच्या नेतृत्वाखाली अमेरिकेने एक रक्तरंजित यादवी युद्ध लढलं होतं. अल्जीरियात फ्रान्सने जे काही केलं होतं, ते फारसं चांगलं नव्हतं; पण अर्थातच तिथे फ्रान्सला फारसा वावही नव्हता. नेपोलियनच्या नेतृत्वाखाली स्पेनमध्ये मात्र फ्रान्सने पुष्कळच काही केलं. मुद्दा असा आहे की, या महाशक्तींची विनाश करण्याची क्षमता सोडली, तर त्यांच्या बाबतीत महान असं काहीही नाही.''

त्याचप्रमाणे भारताचे मोजकेच मित्र असलेल्या संयुक्त राष्ट्रसंघाच्या आमसभेवरही भारताचा विश्वास नव्हता. याबाबत दोषारोप करताना फ्रान्समधले भारतीय राजदूत म्हणाले, ''या महान संघटनेवर लोकशाही, मानवी हक्क इत्यादींबाबत साशंक असणाऱ्या राष्ट्रांचा प्रभाव आहे. स्वतःच्याच देशात अशा हक्कांची पायमल्ली करण्याची त्यांची दीर्घकालीन परंपरा आहे.'' पाकिस्तानने संयुक्त राष्ट्रसंघाच्या जाहीरनाम्यानुसार, सदस्य राष्ट्रांच्या कारभारात हस्तक्षेप न करण्याची तरतूद असल्याचा युक्तिवाद खरोखरच केला. आमसभेच्या शब्दबंबाळ आणि शिष्ट भूमिकेबद्दल वाटणारा तिरस्कार न लपवता स्वर्ण सिंग संतापाने म्हणाले, ''सर्व मानवी हक्क चिरडून टाकण्यात आल्याने आणि अजूनही कायम असलेल्या भयाकुल वातावरणामुळे मानवतेच्या सदसद्विवेकबुद्धीला धक्का बसला आहे.'' हे खरं असल्यास त्याचा पुरावा आमसभेत तरी दिसला नाही.

पॅरिसमधले भारतीय राजदूत पुढे म्हणतात, ''एखादा प्रश्न एकदा संयुक्त राष्ट्रसंघात नेला की चर्चा आणि या प्रश्नांबाबतचा प्रचार यांचं गुऱ्हाळ चालू राहतं. त्यांचं उद्दिष्ट म्हणजे या प्रश्नावर तोडगा काढण्यासाठी प्रतिबंध करणं. 'कृती करणं' हे आपलं ध्येय असेल, तर आपल्याला संयुक्त राष्ट्रसंघाला टाळावं लागेल.'' मात्र संयुक्त राष्ट्रसंघाचे सरचिटणीस उ थांट यांनी हा प्रश्न सुरक्षा परिषदेसमोर नेण्याचं सुचवलं, तेव्हा भारताची अवस्था बिकट झाली.

संयुक्त राष्ट्रसंघाच्या निर्वासितांच्या आयोगाच्या निरीक्षकांनी भारताच्या पूर्व पाकिस्तानबरोबरच्या सीमेच्या दोन्ही बाजूंवर लक्ष ठेवण्याविषयीचा प्रस्ताव थांट यांनी मांडल्यानंतर भारताची आणखी हबेलहंडी उडाली. एखाद्या समूहाचा वंशविच्छेद मूठभर निरीक्षक कसा थांबवू शकणार होते, हे भारतीय परराष्ट्र मंत्रालयाला उमजत नव्हतं. स्वतःची कत्तल करून घेण्यासाठी विस्थापित पूर्व पाकिस्तानमध्ये परतण्याची अपेक्षा करता येणार नसल्याचं मतप्रदर्शन करून त्याऐवजी बांगला देशातल्या जनतेच्या आकांक्षा प्रतिबिंबित करणारा राजकीय

तोडगा निघण्याची अपेक्षा हक्सरनी व्यक्त केली.

या निरीक्षणपथकाची देखरेख संयुक्त राष्ट्रसंघाचे अधिकारी करू शकले असते, यावरही भारताचा विश्वास नव्हता. संयुक्त राष्ट्रसंघाच्या निर्वासितांच्या आयोगाच्या मदतीचं भारताने स्वागत केलं, पण आयोगाचे प्रमुख प्रिन्स सद्रुद्दीन आगाखान हे मात्र भारताला सहन होण्यापलीकडचे होते. कारण ते अमेरिकेचे आणि पाकिस्तानचे पिट्टू असल्याप्रमाणे भारत त्यांच्याकडे पाहत होता. याह्या खान यांच्या प्रति आगाखान यांना सहानुभूती होती आणि आक्रमणाबद्दल तसंच भारतातल्या विस्थापित छावण्यांमधल्या सततच्या गलिच्छतेवर त्यांनी खासगीत टीकास्त्र सोडलं होतं. आगाखान यांनी पूर्व पाकिस्तानमधली परिस्थिती सामान्य झाल्याचं विधान केल्याचं प्रसिद्ध झाल्यानंतर संपूर्ण राष्ट्रसंघालाच समज देण्याविषयी भारतीय संसदेत करण्यात आलेली मागणी थोपवण्यासाठी गांधी सरकारला अक्षरशः लढा द्यावा लागला. संयुक्त राष्ट्रसंघाच्या सर्व १३२ सदस्यांचा धिक्कार भारत करू शकणार नसल्याचं हक्सर यांनी शांतपणे नजरेस आणून दिलं.

सर्वांत महत्त्वाचं म्हणजे मुक्ती वाहिनीला असलेला भारताचा गुप्त पाठिंबा ही गोष्ट हे निरीक्षक उघडी पाडू शकले असते किंवा त्यात हस्तक्षेपही करू शकले असते. संयुक्त राष्ट्रसंघाच्या याबाबतच्या प्रस्तावाला समर्थन देताना असंच घडावं अशी व्हाइट हाउसची अपेक्षा होती. एक वरिष्ठ भारतीय राजनैतिक अधिकारी या योजनेबाबत तुच्छतेने म्हणाला, "ही योजना म्हणजे ब्रिटिश-अमेरिकी योजनेसाठीचं फक्त एक विनयशील कवच असून सद्रुद्दीन यांना त्याची आतली माहिती आहे." पूर्व बंगाल चिरडून टाकण्यासाठी पाकिस्तानी लष्कराला वेळ मिळावा हे या योजनेचं उद्दिष्ट होतं. इंदिरा गांधींना दिलेल्या सावधगिरीच्या इशाऱ्यात हक्सर म्हणतात, "काही महाशक्ती – विशेषतः अमेरिका – बांगला देशातल्या स्वातंत्र्यसैनिकांच्या कामगिरीला खीळ घालण्यासाठी उत्सुक आहेत. अशा प्रयत्नांचा आम्ही प्रतिकार करत आहोत." हक्सर यांनी पंतप्रधानांना स्पष्टपणे सांगितलं, "लोकशाहीने दिलेला अधिकार आणि लोकशाहीने दिलेलं स्वातंत्र्य यांच्यासाठी पश्चिम बंगालच्या जनतेने चालवलेल्या संघर्षाला सुरक्षा परिषद किंवा संयुक्त राष्ट्रसंघाच्या निर्वासितांचा आयोग यांनी अटकाव करू नये, या दिशेने आमचे सर्व राजनैतिक प्रयत्न सुरू आहेत. मी हे सगळं सांगण्याचं कारण म्हणजे एक संघटना म्हणून संयुक्त राष्ट्रसंघाची 'निष्क्रियता' इतकीही मारक नाही."

संयुक्त राष्ट्रसंघाचे निरीक्षक पाठवण्याचा प्रस्ताव हाणून पाडण्यासाठी भारत सुरक्षा परिषदेतल्या त्याच्या एकमेव मित्राकडे, सोव्हिएत राष्ट्राकडे वळला. या निरीक्षकांच्या प्रस्तावावर असलेली कालमर्यादा सोव्हिएत प्रभावामुळे आपोआप

समाप्त झाली.

युद्ध सुरू होईपर्यंत संयुक्त राष्ट्रसंघाप्रति भारत सरकारची खोलवर गेलेली नैराश्याची भावना कायम राहणार होती. संयुक्त राष्ट्रसंघ प्रामुख्याने सदस्य राष्ट्रांदरम्यान होणारे तंटे – त्यांच्या अंतर्गत समस्या नव्हेत – हाताळण्याचं काम करत असे. त्यामुळे या सर्व संकटाचं कारण म्हणजे मूलभूत अधिकारांचं सातत्याने होणार दमन असल्याचं भारताने ओरडून सांगितलं, तरी संयुक्त राष्ट्राकडून भारताची निराशाच होत होती. संयुक्त राष्ट्रसंघाच्या मताला बेदखल करण्याच्या सुरात स्वर्ण सिंग म्हणाले, ''हे तर भारत-पाकिस्तानचं नेहमीचंच रडगाणं आहे, असंच प्रत्येक जण म्हणेल. मग ते लोक कंटाळून जातील.''

भारतातली लोकशाही

भारतीय नेते त्यांच्या स्वतःच्या लोकशाहीअंतर्गत राजकारणाची किती अल्पशी मजा लुटत होते हे कळलं असतं, तरी निक्सन आणि किसिंजर यांचा भारतविषयक दृष्टीकोन सुधारला असता. तत्त्वहीन आणि पक्षपाती राजकारणी, सर्वज्ञानी पत्रकार आणि खोडा घालणारे नोकरशहा यांच्यामुळे इंदिरा गांधी आणि हक्सर कंटाळून गेले होते. त्यांच्याशी एकनिष्ठ असणाऱ्यांना मोक्याच्या जागांवर बसवण्याचा त्यांचा प्रयत्न होता; भाषणबाजी करून ते प्रतिस्पर्ध्यांना नामोहरम करत असत; थोड्याशाही टीकेने ते दुखावले जात. निक्सन यांच्या व्हाइट हाउसमध्ये हे सगळं सुपरिचित वाटलं असतं.

भारतातल्या मुक्त वृत्तपत्रांमधून मिळणाऱ्या कडवट संपादकीय उपदेशामुळे इंदिरा सरकार बेजार झालं होतं. त्यामुळे वृत्तपत्रसृष्टीला स्वतःची जागा दाखवून देण्याविषयीच्या उपायांवर इंदिरा गांधी विचार करायला लागल्या. वैतागलेल्या पंतप्रधान पत्रकारांना म्हणाल्या, ''आम्हांला लपवायचंय असं काही एक नाही. त्यात भारतासारख्या समाजात इच्छा असूनही काही लपवता येणं शक्य नाही.'' पश्चिमेकडची 'ज्यू वर्तमानपत्रं' आवडत नसणाऱ्या इंदिरा गांधी परदेशातल्या वृत्तपत्रीय टीकेबाबत विलक्षण संवेदनशील होत्या. न्यूयॉर्क टाइम्ससाठी एकदा त्यांची मुलाखत घेणारा सिडनी शेनबर्ग याच्या आठवणीनुसार, ''ही मुलाखत फारशी खास झाली नाही. स्वतःच्या नावाने काय छापून येणार, याबद्दल त्या नेहमी सतर्क असायच्या.'' बंडखोरांच्या उठावाला भारत देत असलेल्या पाठिंब्याचं त्याने केलेलं अचूक वृत्तांकन भारत सरकारला बेचैन करणारं ठरलं. एक वरिष्ठ भारतीय राजनैतिक अधिकारी निराश स्वरात म्हणाला, ''शेनबर्गसारखे चांगला हेतू असणारे पत्रकार आपल्या कह्यात कसे आणता येतील किंवा त्यांना आणणं शक्य होईल

का?'' शेनबर्ग म्हणतो, ''भारताला अडचणीत आणण्याबाबतची गमतीशीर गोष्ट म्हणजे पाकिस्तानप्रमाणे तुम्हांला बाहेर हाकललं जात नाही; पण असा विचार भारताने काही वेळा केला होता.''

भारतीय पत्रकारांनी बंडखोरांच्या लढ्याचं वर्णन ठळकपणे केलं, पण गनिमांना असलेलं भारताचं गुप्त समर्थनही उघड केलं. या गुप्त हालचाली पत्रकारांच्या छिद्रान्वेषी नजरेने उघड्या पाडल्याबद्दल डी. पी. धर चिडले असले, तरी अशा अनेक घटनांचं वास्तव आंतरराष्ट्रीय पत्रकारांनी उघड केलेलं असल्याने त्यांचा अधिकृत नकार हास्यास्पद असल्याचं भारताच्या परराष्ट्र मंत्रालयाने अनिच्छेने कबूल केलं.

अनेक भारतीयांच्या दृष्टीने त्यांचं सरकार वाहवत जात होतं. शेजारी घडत असलेल्या प्रलयाला कसा प्रतिसाद द्यावा, हे या सरकारला उमजत नव्हतं. वृत्तपत्रीय टीकेमुळे इंदिरा सरकारचा ताबा सुटल्याचं दिसत होतं. एका नामवंत पत्रकाराने चंपी केल्यानंतर रागाचा स्फोट होऊन हक्सर म्हणाले, ''त्याने असं समजू नये की, भारत सरकारमध्ये निर्बुद्धांचा भरणा असून काय घडतं आहे, याची सरकारला कल्पना नाही.''

संसदेत चहू बाजूंनी हल्ला झाला. हक्सर इंदिरा गांधींना म्हणाले, ''संसद, जनमत, खुद्द कॉंग्रेस पक्ष, कम्युनिस्ट पक्ष, मार्क्सवादी कम्युनिस्ट, जनसंघ सगळे जण उत्तेजित झाले आहेत. सगळे जण बांगला देशाला मान्यता देण्याची मागणी करत आहेत.'' अमेरिकेकडून अजूनही पाकिस्तानला शस्त्रसामग्रीचा पुरवठा चालू असल्याच्या गौप्यस्फोटामुळे संसदेच्या दोन्ही सभागृहांमधल्या बहुतेक सगळ्या पक्षांचा संताप अनावर झाला.

डाव्या विचारसरणीचा कम्युनिस्ट पक्ष बांगला देशचा कट्टर समर्थक होता. पश्चिम बंगालमध्ये बलवान असलेल्या मार्क्सवादी कम्युनिस्ट पक्षाकडे इंदिरा सरकार संशयाने पाहत होतं. बांगला देशाला त्वरित मान्यता देण्याची मागणी कम्युनिस्टांप्रमाणेच मार्क्सवादी कम्युनिस्ट पक्षानेही केली. भारतीय कम्युनिस्टांनी पूर्व पाकिस्तानमधल्या कॉम्रेड्सबरोबर हातमिळवणी करून चीनला मदत करण्याची शक्यता असल्याचं इंदिरा गांधींच्या कार्यालयातल्या एका वरिष्ठ अधिकाऱ्याने सांगितलं. या अधिकाऱ्याच्या मते, अतिरेकी डाव्यांना या संकटाचा वापर करून भारतातच क्रांतीची मशाल पेटवायची होती. दरम्यान, उजवीकडच्या 'जनसंघ' या हिंदू राष्ट्रवादी पक्षाला पाकिस्तानच्या मुस्लिमांविरुद्ध हिंदुयुद्ध हवं होतं. ही मागणी एवढी टिपेला पोहोचली की, या भावनिक आवेगाबद्दल आक्रमक जनसंघाला फटकारण्यासाठी हक्सर यांनी इंदिरा गांधींकडे तगादा लावला.

भारतीय जनता आता अवघड प्रश्न विचारत होती – कत्तल सुरू होण्यापूर्वीच याह्या खान यांची पूर्व पाकिस्तानमधली लष्करी मोर्चेबंदी भारत सरकारने पराभूत का केली नाही? बंगाली लोकांची मुक्तता करण्यासाठी भारत सरकारने त्यानंतर लगेचच हल्ला का केला नाही? अवामी लीगच्या भारतवादी नेतृत्वाला बंगाली डावे दूर करतील का? गनिमी युद्धामुळे पाकिस्तानी लष्कराचं कंबरडं मोडणार नसेल आणि विस्थापित परत जाऊ शकणार नसतील, तर मुक्ती वाहिनीवर इतकं अवलंबून का राहावं? पाकिस्तानी सैन्य मुक्ती वाहिनी विरुद्धच्या लढ्यात रुतलेलं असताना आणि पाकिस्तानी अर्थव्यवस्था एवढी जर्जर असताना आत्ताच पाकिस्तानवर हल्ला का करू नये?

मॉस्कोमधला गाशा गुंडाळून दिल्लीत जबरदस्त अधिकार गाजवण्यासाठी परत आलेले धर युद्धाबाबत उघड चर्चा ऐकून आश्चर्यचकित झाले होते, ''वेगवेगळ्या व्यासपीठांवरून, संसदेच्या प्रांगणातून, वृत्तपत्रांच्या कार्यालयांमधून, निष्क्रिय धनवानांच्या दिवाणखान्यांमधून, कॉफी हाउसेसमधून आणि चहाच्या ठेल्यांवरून हीच चर्चा चालू आहे. सरकारच्या धोरणांमधलं शहाणपण आणि त्यांची सक्षमता यांच्यावरचा लोकांचा विश्वास हळूहळू उडायला लागला आहे आणि पंतप्रधान काहीतरी जादू घडवून आणतील, अशी सामान्य माणसाला वाटत असणारी भोळसट श्रद्धा वगळता नैराश्याची आरंभिक चिन्हं ठळकपणे दिसत आहेत.'' ते तक्रारीच्या सुरात म्हणाले, ''संसदेतल्या लोकांच्या असंतोषाला देवत्वाची झाक आहे.'' मार्चमध्येच पाकिस्तानवर तातडीने हल्ला करण्याची इंदिरा गांधींना उपलब्ध असलेली सर्वोत्कृष्ट संधी त्यांनी हल्ला न केल्याने गमावली असल्याचं काही भारतीयांना वाटत होतं. धर यांच्या मते, सरकारने स्वतःचं परराष्ट्र धोरण योग्य प्रकारे स्पष्ट केलं नव्हतं. परिणामी, सुमारे एक कोटी विस्थापित कायमचे भारतात राहण्याच्या शक्यतेमुळे जनमानसात भय दिसायला लागलं होतं. त्याच वेळी पाकिस्तान 'उरल्यासुरल्या उपद्रवी हिंदूना संपवण्यात' यशस्वी झालं होतं.

संसदेच्या बाहेर जयप्रकाश नारायण यांनी कृतीची मागणी केली. हे घटनाचक्र थांबवण्यासाठी पंतप्रधानांनी काहीही केलं नसल्याचं विधान त्यांनी केलं. इंदिरा गांधींनी राष्ट्रीय कौल जिंकला असला, तरी मार्च १९७२मध्ये तेरा राज्यांमधल्या महत्त्वाच्या निवडणुकांना त्यांना सामोरं जायचं होतं आणि हरणं त्यांना पसंत नव्हतं.

लोकसभेत इंदिरा गांधी यांना अजूनही भक्कम बहुमत होतं; त्यांची व्यक्तिगत लोकप्रियता शाबूत होती. उच्चवर्गाची सामर्थ्यहीनता आणि परराष्ट्र धोरणापेक्षाही अधिक तातडीच्या समस्या समोर असणारी अल्पशिक्षित जनता यांच्यावर इंदिरा

गांधींची मदार होती. निवडणुकीतल्या कौलामुळे इंदिरा गांधींच्या सोयीची वेळ – थंडी पडेपर्यंत थांबण्याचा जनरल सॅम माणेकशा यांचा सल्ला मानण्याची – निवडण्याचं स्वातंत्र्य त्यांना असलं, तरी काहीतरी हालचाल करावीच लागणार होती. भारतीय राजकारणी मतपेटीसाठीच जगतो आणि येणाऱ्या निवडणुकीची चिंता त्याला कायम भेडसावत असते, हे आधीच्या दोन निवडणुकांच्या अनुभवावरून इंदिरा गांधी शिकल्या होत्या. जनतेच्या अपेक्षा उच्च असल्या, तरी अनेक अंतर्गत समस्यांनी इंदिरा गांधींची लोकप्रियता पोखरली जात होती – गरिबी हटावच्या घोषणा, बेरोजगारी, वाढती महागाई, संप आणि भ्रष्टाचार. बांगला देशाला मान्यता द्यावी, असं अर्ध्यापेक्षा जास्त भारतीयांना वाटत होतं आणि याचा अर्थ होता – युद्ध करणं. फक्त एक चतुर्थांश लोकांचा युद्धाला विरोध होता आणि सरकारची हीच भूमिका होती. अरुंधती घोष म्हणतात, ''विस्थापितांची समस्या आणि जनमत यांचा अपवाद सोडला असता, तर हक्सर साहेबांनी युद्ध करायला विरोधच केला असता.''

परिस्थिती आणखी बिघडली, कारण भारतातली गटबाजीने ग्रस्त नोकरशाही या संकटाने पूर्णपणे हडबडून गेली. स्वतःच्या हाताखालच्या अधिकाऱ्यांबद्दल किसिंजर जशा तक्रारी करत, तशाच हक्सरही करत असत. स्वतःच्या विश्वासू मित्रांवर अवलंबून राहणं त्यांना रुचत असे. बांगला देशाच्या परागंदा सरकारबरोबर संपर्क साधणारा प्रमुख म्हणून त्यांनी धर यांच्यावर जबाबदारी सोपवली.

भारतीय जनमतामुळे प्रक्षुब्ध झालेले धर यांनी जनमताला आवर घालण्यासाठी अत्यंत टोकाचा उपाय सुचवला. ''आपण अणीबाणी लागू करू शकतो का?.'' असा प्रश्न त्यांनी विचारला. भारतीय नागरिकांचे 'मूलभूत हक्क स्थगित' ठेवले असते, तर भारतीय जनतेची प्रतिक्रिया प्रतिकूल होण्याचं मान्य करताना धर यांनी सुचवलं, ''अणीबाणी जाहीर करावी, पण काही काळासाठी मूलभूत हक्क स्थगित करू नयेत.'' इंदिरा गांधींनी १९७५ साली जाहीर केलेल्या अणीबाणीचा अशुभ संकेत यातून मिळतो – भारताच्या लोकशाही परंपरेतलं हे सर्वांत वाईट पर्व होतं!

१३. ''मसणात गेलं ते नतद्रष्ट काँग्रेस!''

याह्या खान यांनी पूर्व पाकिस्तानमध्ये शिरकाण सुरू केल्यानंतर काही दिवसांनी, म्हणजे २९ मार्च रोजी अमेरिकी पायदळातले फर्स्ट लेफ्टनंट विल्यम कॅले ज्युनिअर यांना कोर्ट मार्शल सुनावणीनंतर माय लाई या व्हिएतनाममधल्या खेड्यात २२ व्हिएतनामी नागरिकांचा थंड डोक्याने आणि ठरवून खून केल्याबद्दल दोषी ठरवण्यात आलं. कालांतराने कॅले यांची तुरुंगातून सुटका करून गृहकैदेत ठेवणारे आणि शिक्षा कमी करणारे रिचर्ड निक्सन यांच्या दृष्टीने माय लाई हत्याकांडावरून उठलेलं वादळ आणि नैतिकता यांचा काहीही संबंध नव्हता, तर व्हिएतनाम युद्धावरून निक्सनवर राजकीय हल्ला करण्याची त्यांच्या टीकाकारांना मिळालेली ही एक संधी होती.

व्हिएतनाममधून येणाऱ्या अनेक असह्य बातम्यांपैकी माय लाई खटला म्हणजे अगदी ताजी बातमी होती. त्यामुळे पूर्व पाकिस्तानमधल्या कत्तलींच्या बातम्या आल्या, त्या वेळी आधीच अनेक अमेरिकी लोक स्वतःच्या सरकारच्या परराष्ट्र धोरणाबाबत - विशेषतः व्हिएतनामबाबत - नैराश्यग्रस्त झाले होते. तिथलं युद्ध ही अमेरिकी लोकांच्या मनात घर करून राहिलेली सगळ्यांत महत्त्वाची समस्या होती; अगदी त्यांच्या राष्ट्रीय अर्थव्यवस्थेपेक्षाही ही समस्या त्यांच्यासाठी कळीची होती. या समस्येने परदेशांमधल्या इतर सर्व प्रश्नांवरून जनतेचं लक्ष उडवलं होतं.

निक्सन आणि किसिंजर हे दोघंसुद्धा व्हिएतनामबद्दल सतत विचार करत असत. व्हिएतनाममधून सैनिक काढून घेताना अमेरिकेची विश्वासार्हता नष्ट होऊ नये, असा प्रयत्न प्रशासन करत असतानाच दक्षिण व्हिएतनाममध्ये डळमळणाऱ्या एका सरकारला आणि लष्कराला टेकू देण्याचं काम चालूच होतं. युद्ध हळूहळू संपवण्याची विधानं निक्सन करत असले; तरी तिथली लढाई केवळ कधीच न संपणारी वाटत नव्हती, तर तिची तीव्रताही सतत वाढत होती - याची उदाहरणं म्हणजे १९७० साली कम्बोडियावर केलेली बॉम्बफेक आणि आक्रमणं, तसंच अलीकडेच अमेरिकी लष्कराने दक्षिण व्हिएतनामी पायदळाच्या लाओसमधल्या फसलेल्या आक्रमणाला दिलेला पाठिंबा. अमेरिकी भूमीवर १९७१ च्या वसंत ऋतूत

व्हिएतनाम युद्धाच्या निषेधार्थ प्रचंड निदर्शनं चालू होती आणि आता त्यात माजी सैनिकांबरोबरच कित्येक विद्यमान सैनिकही भाग घ्यायला लागले होते. निक्सन यांचं जनसमर्थन अत्यंत खालच्या पातळीला पोहोचलं होतं आणि युद्ध थांबवण्यासाठी अमेरिकी काँग्रेसमध्ये पडणाऱ्या ठरावांच्या वर्षावाला सामोरं जाण्याची वेळ व्हाइट हाउसवर आली होती.

स्वतःची फेरनिवड होणार नसल्याची भीती १९७१ च्या सुरुवातीला निक्सन यांना पछाडायला लागली होती. काँग्रेसने (अमेरिकी संसदेने) व्हिएतनाममधून सगळे अमेरिकी सैनिक परत बोलवावेत, अशी अपेक्षा जवळपास तीन-चर्तुथांश अमेरिकी नागरिकांनी जानेवारीमध्ये व्यक्त केली होती. तिकडे मार्च महिन्यात याह्या खान यांनी अत्याचार सुरू केले असतानाच इकडे निक्सन ज्या प्रकारे व्हिएतनाम युद्ध हाताळत होते, त्याबद्दल बहुतांश अमेरिकी नागरिकांनी नापसंती दर्शवली होती; तर व्हिएतनाम युद्धाबाबत जनतेला जे काही माहीत असणं आवश्यक होतं, त्याचा तपशील निक्सन प्रशासन देत नसल्याची भावना दोन-तृतीयांश नागरिकांची झाली होती.

व्हिएतनाम ते बांगला देश अशी एक सरळ रेषा ओढून सायगॉन आणि इस्लामाबाद इथल्या पाशवी हुकूमशाहींना पाठिंबा दिल्याबद्दल व्हाइट हाउसच्या टीकाकारांनी निक्सन प्रशासनावर कोरडे ओढले. निक्सन यांच्या नैतिकताहीन परराष्ट्र धोरणाचं ताजं उदाहरण म्हणून बंगाली लोकांच्या हत्याकांडाचा वापर डेमोक्रॅटिक पक्षाचे नेते करायला लागले आणि राष्ट्राध्यक्षांनी त्यांचा जबरदस्त प्रभाव पाकिस्तानसाठी वापरावा म्हणून या नेत्यांनी आवाहन केलं. बोस्निया आणि डारफूर यांच्याबद्दल अलीकडे झालेल्या चर्चांप्रमाणे बंगाली लोकांना वाचवण्यासाठी बळाचा वापर करण्याचा विचार अर्थातच कुणाही अमेरिकी नेत्याच्या मनात आला नाही. अगदी एडवर्ड केनेडी यांनीही हा पर्याय सुचवला नव्हता. अमेरिका मोठ्या कष्टाने व्हिएतनाममधून स्वतःची सुटका करून घेण्याच्या प्रयत्नात असताना आशियामधल्या लष्करी घडामोडींमध्ये अमेरिकेने स्वतःला अधिक गुंतवून घ्यावं आणि विशेषतः अमेरिकेला आणखी एका युद्धात ओढू शकेल असं काहीही करावं, अशी कुणाचीच इच्छा नव्हती. जॉन केनेथ गालब्रेथ यांनी बंगाली लोकांना केलेल्या विद्वत्तापूर्ण आवाहनात म्हटलं, ''इंडोचायनामध्ये कमी आग्रही भूमिका घेण्याची विनंती आम्ही केली असल्याने आशिया खंडात इतर ठिकाणी उपाययोजना करण्याची कृती करायचं आवाहन करण्याचा अधिकार आम्हांला पोहोचत नाही.'' प्रक्षुब्ध मनःस्थितीत घरी पाठवलेल्या पत्रात ढाकास्थित एक अमेरिकी अधिकारी म्हणतो, 'इतक्या दूर, व्हिएतनाममुळे आलेला थकवा, कार्यालयातला भरगच्च

दिवस, वैतागलेली मुलंबाळं; आणि काहीही लाभ होण्याची शक्यता नसताना अमेरिकी सरकार आणि नागरिक याबाबत टाळाटाळ करतील, या प्रश्नाभोवती घिरट्या घालत राहतील, त्यावरचा निर्णय पुढे ढकलतील किंवा तो स्थगित ठेवतील हे सहजरीत्या समजण्यासारखं आहे. ते गैरवाजवी नाही, तर्कशून्यही नाही किंवा विशेषकरून स्वार्थीपणाचंही नाही; ती केवळ एक शोकांतिका आहे.'

अमेरिकेतली नैराश्यग्रस्त मानसिकता व्हाइट हाउसच्या पथ्यावर पडली. अमेरिकेच्या परदेशातल्या वेड्या साहसांमुळे कटूपण अनुभवणारे अमेरिकी लोक बंगाली जनतेप्रति निर्विकार राहतील, अशी अपेक्षा करून निक्सन यांच्या राजकीय सल्लागारांनी केनेडी आणि डेमोक्रॅटिक पक्ष आशियातल्या आणखी एका नागरी युद्धात अमेरिकेच्या हस्तक्षेपाची मागणी करत असल्याचं फाजील चित्र रंगवलं. पाकिस्तानी लष्कराने अत्याचार सुरू केले, तेव्हा निक्सन किसिंजर यांना म्हणाले, "व्हिएतनामबद्दल तक्रारी करणाऱ्यांनी अशा तक्रारी करण्याचं कारण म्हणजे त्यांच्या दृष्टीने यादवी युद्ध असलेल्या घटनेत आपण हस्तक्षेप केला... यातल्या काही हरामखोरांना... आपण आता बायफ्रामध्ये हस्तक्षेप करायला हवा आहे, आणि त्यांच्यापैकीच काही लोकांना आपण इथेही (पूर्व पाकिस्तानात) हस्तक्षेप करावा असं वाटतं आहे. दोन्ही यादवी युद्धंच आहेत; खरीखुरी यादवी युद्धं." त्यांची री ओढताना किसिंजर म्हणाले, "आग्नेय आशियात आम्ही फार गुंतलो असल्याचा आरोप करणारे लोकच दक्षिण आशियात आम्ही फारसं काही करत नसल्याचा आरोप करत आहेत. दोन्ही युद्धांपैकी एक कम्युनिस्टविरोधी असून दुसरं याह्या खान यांच्याविरुद्ध."

हा युक्तिवाद अखेर विलक्षण परिणामकारक ठरला. वर्तमानपत्रांनी सविस्तर आणि हृदयद्रावक वृत्तान्त छापल्यानंतरही, केनेडींनी आणि इतरांनी काँग्रेसमध्ये वकिली केल्यानंतरही, आणि सार्वजनिक स्तरावर थोडाफार सक्रिय प्रयत्न झाल्यानंतरही, अमेरिकी जनमानस बंगालींसाठी खऱ्या अर्थाने संघटित झालंच नाही. व्हिएतनाममध्ये भ्रमनिरास झाल्यानंतर आणि तिथे शक्तिपात झाल्यानंतर आशियातल्या आणखी एका दलदलीत फसण्याची अमेरिकी जनतेची इच्छा नव्हती.

'त्यांना ठोकण्यासाठी वापरता येणाऱ्या मोजक्या काठ्यांपैकी एक'

दक्षिण आशियातल्या अत्यंत गरीब लोकांच्या दैनंदिन हालअपेष्टा अमेरिकी प्रसारमाध्यमांचं लक्ष सामान्यतः फारसं आकर्षित करून घेत नसत; त्यात काँग्रेसची तर बातच सोडा! तरीही याह्या खान यांचं आक्रमण हा लक्ष वेधून घेणारा एक ठळक प्रसंग होता. त्याबाबत वर्तमानपत्रं एवढं सचित्र वर्णन करत होती की, ही

मानवी शोकांतिका मतदारांना साध्या भाषेत समजावून सांगणं आणि त्याचं खापर निक्सन प्रशासनावर फोडणंही शक्य होतं.

कोलाहलकारी जनता आणि संसद यांना तोंड देण्यासाठी सरावलेल्या भारत सरकारने स्वतःची व्यथा थेट अमेरिकी जनतेसमोर सादर केली. अमेरिकी वर्तमानपत्रांनी जवळपास एकमताने पाकिस्तानमधल्या कत्तलींचा निषेध केला असून अगदी परंपरावादी 'शिकागो ट्रीब्यून' या दैनिकानेही पाकिस्तानला फटकारलं असल्याचा अहवाल भारतीय राजनैतिक अधिकाऱ्यांनी मोठ्या उत्साहाने पाठवला. अमेरिकी बुद्धिजीवी, पत्रकार आणि अधिकारी यांच्यात संतापाची लाट पसरल्याचं वॉशिंग्टन इथल्या भारतीय दूतावासाने कळवलं. भारतीय राजनैतिक अधिकाऱ्यांनी प्रयत्नपूर्वक काँग्रेसच्या सदस्यांची मनधरणी केली; काँग्रेसच्या नव्या, प्रभाव पडू शकेल अशा सदस्यांबरोबर चलाखपणे संपर्क राखला आणि काँग्रेसच्या कर्मचाऱ्यांमध्ये प्रचार सुरू ठेवून त्यांचा पाठिंबा मिळवण्याचा प्रयत्न चालू ठेवला.

प्रमुख डेमोक्रॅटिक नेत्यांच्या हेतूंबद्दल भारतीय अधिकारी थंड आणि साशंक होते. या नेत्यांपैकी काही जणांना दक्षिण आशियाबद्दल खरोखर जिव्हाळा असू शकणार असला, तरी ह्युबर्ट हंफ्री आणि एडमन्ड मस्की यांच्याबरोबर बहुतेक महत्त्वाचे भारतवादी सेनेटर्स राष्ट्राध्यक्षांना असलेल्या विरोधामुळे आणि ते स्वतःच राष्ट्राध्यक्ष बनण्यासाठी आशेवर असल्यामुळे या मोहिमेत उतरण्यासाठी उद्युक्त झाले असण्याची शक्यता एका भारतीय राजनैतिक अधिकाऱ्याने स्वतःच्या गोपनीय नोंदीत व्यक्त केली. या नोंदीतला प्रत्येक शब्द निक्सन आणि किसिंजर यांना मान्य झाला असता. हा अधिकारी म्हणतो, 'त्यांना ठोकण्यासाठी वापरता येणाऱ्या मोजक्या काठ्यांपैकी एक (बांगला देश) असल्याचं त्यांना आढळलं.'

असं असूनही मस्की हे डेमोक्रॅटिक पक्षाच्या १९७२च्या राष्ट्राध्यक्ष पदासाठीच्या निवडणुकीचे आघाडीचे दावेदार असणार असल्याचा (चुकीचा) तर्क करून भारत सरकारने मोहिनीअस्त्राचा वापर सुरू केला. वॉशिंग्टन इथल्या भारतीय राजदूतांनी मस्की यांना सांगितलं, ''भारताला आधीच भेट दिलेल्यांकडे राष्ट्राध्यक्षीय राजमुकुट वंशपरंपरेने येत असतो.'' मस्की यांच्या पत्नीला भारताला भेट देण्याची अतीव इच्छा असून 'एका भारतीय महिलेकडून त्या योगाचे धडे घेत असल्याचंही' या राजदूताने निर्लज्जपणे कळवलं.

दुसरे एक दावेदार एडवर्ड केनेडी यांच्याबद्दल निक्सन यांना अधिक चिंता वाटत होती. पश्चिम पाकिस्तानमधल्या अत्याचारांविरुद्ध निषेध व्यक्त करणारा सर्वांत मोठा आवाज म्हणून मॅसच्युसेट्सचे सेनेटर एडवर्ड केनेडी वेगाने उदयाला येत होते. निक्सन यांची केनेडी घराण्याबद्दलची पछाडून टाकणारी भीती आणि

त्यांच्याबद्दलचा तिरस्कार या भावना राजकीय गणितापलीकडच्या होत्या. एडवर्ड यांच्या दूरध्वनीवर गुप्त पाळत ठेवण्याची निक्सन यांची इच्छा होती. राष्ट्राध्यक्षीय निवडणुकीतल्या पक्षाच्या उमेदवारीसाठी केनेडी आणि मस्की यांच्यात चढाओढ असून केनेडी यांच्याबद्दल सचिंत राहण्यासाठी व्हाइट हाउसकडे सबळ कारण होतं. जनमत चाचणीच्या थेट स्पर्धेत निक्सन केनेडी यांच्या पुढे असले, तरी ही तफावत भरून काढण्यासाठी केनेडी यांच्याकडे भरपूर वेळ होता आणि व्हिएतनाम तसंच चीन यांच्यासह एकूण परराष्ट्र धोरणाच्या संदर्भात ते निक्सन यांच्यावर टीकेचा भडिमार करत होते. मात्र केनेडी निवडणुकीला उभे राहणार असल्यास स्वतःवरील एक कुभांड त्यांना दूर करावं लागणार होतं – त्यांनी केलेल्या दाव्यानुसार, १९६९च्या जुलै महिन्यात मॅसच्युसेट्समधल्या चॅपाक्विडिक या चिमुकल्या बेटावर त्यांच्या मोटारीने चुकीचं वळण घेतलं होतं आणि रॉबर्ट केनेडी यांच्या निवडणूक–प्रचारासाठी काम करत असलेली मेरी ज्यो कोपेचने ही तरुण मुलगी त्या बुडालेल्या मोटारीत मरण पावली होती. ही घटना पोलिसांना कळवायला त्यांनी दहा तास घेतले होते.

पूर्व पाकिस्तानमध्ये कत्तली सुरू झाल्यानंतर आर्चर ब्लड यांनी पाठवलेल्या अहवालांपैकी काही संदेश केनेडी यांनी ताबडतोब ताब्यात घेऊन याह्या खान यांचं हत्याकांड, निक्सन यांचं मौन आणि अमेरिकी शस्त्रास्त्रांचा पाकिस्तान करत असलेला वापर यांच्याबद्दल भाषणं द्यायला सुरुवात केली. हजारो नव्हे, तर लक्षावधी जीव पणाला लागले असून 'त्यांचा नाश अखिल मानवतेच्या सदसद्विवेकबुद्धीच्या मानगुटीवर बसणार असल्याचं' त्यांनी ३ मे रोजी सेनेटला सांगितलं. ब्लड यांचे अहवाल दाबून टाकण्यात येत असल्याची तक्रार करून ढाका उपदूतावासाकडून येणाऱ्या अहवालांची पाहणी करण्याची परवानगी केनेडींना नाकारण्यात आल्याचं गाऱ्हाणं त्यांनी मांडलं.

लक्षावधीच्या संख्येने पलायन करणाऱ्या विस्थापितांमुळे केनेडी यांना एक व्यासपीठ प्राप्त झालं होतं. ते सेनेटच्या निर्वासित–विषयक उपसमितीचे कार्याध्यक्ष होते. पूर्व पाकिस्तानमधल्या विस्थापित हिंदूंची संख्या मोठी असल्याचं कटू वास्तव त्यांनी जगासमोर मांडलं. विस्थापितांना मदत करण्याच्या संदर्भात व्हाइट हाउस फक्त 'बोलघेवडेपणा करत असल्याची आणि कागदी घोडे नाचवत असल्याची' टीका करून त्यांनी निक्सन यांनी पाकिस्तानी लष्कराला पुरवलेल्या अमेरिकी शस्त्रास्त्रांमुळे होणाऱ्या परिणामांवर बाळगलेल्या 'मौनाचा आणि भावनाशून्यतेचा' धिक्कार केला. केनेडी यांचा आवाज इतका बुलंद होता की, एका रात्रीत ते बंगाली लोकांच्या गळ्यातले ताईत बनले, तर संयुक्त राष्ट्रसंघाच्या सनदेचं उल्लंघन करून

पाकिस्तानच्या अंतर्गत घडामोडींमध्ये ते नाक खुपसत असल्याबद्दल पाकिस्तानने नाराजी नोंदवली. केनेडी यांच्या मोहिमेमुळे व्हाइट हाउसमध्ये धोक्याच्या घंटा वाजायला लागल्या. परराष्ट्र मंत्रालय आणि केनेडी यांचं मेतकूट असल्याची शंका किसिंजर आणि अॅलेक्झांडर हेग यांनी व्यक्त केली. व्हिएतनामवरून होणाऱ्या निदर्शनांमधून निक्सन सावरत असतानाच जूनमध्ये घेण्यात आलेल्या नव्या जनमतात राष्ट्राध्यक्षीय निवडणुकीसाठीच्या स्पर्धेत केनेडी यांनी बरोबरी केल्याचं दिसून आलं.

इतर सेनेटर्सही आवाज उठवायला लागले. यात रिपब्लिकन पक्षाच्या काही सेनेटर्सचा, तर डेमोक्रॅटिक पक्षाच्या जवळजवळ सगळ्या सेनेटर्सचा समावेश होता. 'अमेरिकी रणगाडे, विमानं आणि तोफा यांचा वापर असंरक्षित शहरं भुईसपाट करण्यासाठी आणि सुमारे दोन लाख निःशस्त्र नागरिकांना ठार करण्यासाठी झाल्याबद्दल' एडमन्ड मस्की यांनी धक्का बसल्याचं प्रतिपादन केलं, तर वॉल्टर मोन्डॉल यांनी पाकिस्तानची लष्करी मदत थांबवण्यासाठी एक ठराव दाखल केला. आर्कन्सासचे प्रभावशाली डेमोक्रॅट सिनेटर आणि सेनेटच्या परराष्ट्र संबंध समितीचे अध्यक्ष विल्यम फुलब्राइट यांनी प्रशासनाकडे आर्चर ब्लड यांच्या अहवालांची आणि ढाका इथून आलेल्या इतर अहवालांमधल्या तपशिलाची मागणी केली. ते द्यायला परराष्ट्र मंत्रालयाने नकार दिल्यानंतर निक्सन प्रशासन अत्याचार सौम्य स्वरूपात दाखवण्याचा प्रयत्न करत असल्याबद्दल फुलब्राइटनी आणि इतरांनी निक्सन प्रशासनाची जाहीरपणे खरडपट्टी काढली.

प्रशासनाच्या या कृतीमुळे कार्यात बाधा आलेल्या फुलब्राइट यांनी त्याऐवजी ब्लड यांना पाचारण केलं. नुकतेच ढाका इथून परतलेले ब्लड परराष्ट्र मंत्रालयातल्या बैठ्या कामामुळे नैराश्यग्रस्त झाले होते. सेनेटच्या परराष्ट्रसंबंध समितीसमोर साक्ष देण्यासाठी २४ जूनला त्यांना हजर राहायचं होतं. निक्सन यांच्या धोरणाला न जुमानता अवज्ञा करून ब्लड म्हणाले, ''या कत्तलींविरुद्ध अमेरिकेने आवाज उठवावा, पाकिस्तानची आर्थिक मदत स्थगित ठेवावी आणि राजकीय तोडगा काढण्यासाठी याह्या खान यांच्यावर दबाव आणावा.'' ब्लड काहीशी साशंकता दाखवण्याचा प्रयत्न करत असल्याचं दिसत असलं, तरीही म्हणाले, ''हिंदू अल्पसंख्याकांनी एकसाथ निघून जावं अशी पाकिस्तानी लष्कराची इच्छा असल्याचं हिंदूंवर होत असलेल्या अत्याचारांवरून दिसून येतं.'' ब्लड यांच्या जबानीमुळे खुद्द याह्या खान अस्वस्थ झाले.

त्यानंतर चार दिवसांनी केनेडी यांनी स्वतःच्या उपसमितीसमोर ब्लड यांना साक्ष द्यायला लावली. त्या दिवशी प्रचंड वादळ सुटलं होतं आणि प्रचंड जोरात विजा कडाडत होत्या. त्यामुळे सेनेटर्सही हादरून गेले होते. ब्लड यांच्या साक्षीतून

असाच विद्युत्प्रहार व्हावा, अशी केनेडी यांची इच्छा असली; तरी ब्लड मात्र एवढं सगळं होऊनही परराष्ट्र सेवेशी इमान राखून होते. संसदेसमोर ते सगळं काही उघडपणे मांडणार नव्हते. वॉशिंग्टनला परत आल्यानंतर त्यांनी वृत्तपत्रांसमोर किंवा इलेक्ट्रॉनिक माध्यमांसमोर स्वतःचा संताप ओकून टाकला नव्हता. त्याचप्रमाणे किसिंजर यांच्या कार्यालयातल्या अनेकांनी रागाच्या भरात कम्बोडियावरच्या आक्रमणानंतर दिलेल्या राजीनाम्यासारखी कृतीही त्यांनी केली नव्हती. स्वतःच्या मतभेद व्यक्त करणाऱ्या त्या अहवालाचा उल्लेख ब्लड यांनी केला नाही आणि असामान्य परिस्थितीत ढाका सोडणं भाग पडल्याचं त्यांनी वारंवार स्पष्टपणे सूचित करूनही त्यांचा इशारा केनेडी समजू शकले नाहीत.

केनेडी यांच्या उंचीचा एखादा नेता बंगाली लोकांच्या बाबत एवढं स्वारस्य दाखवत असल्याबद्दल ब्लड मनोमन आनंदित झाले असले, तरी त्यांचा स्वर मात्र संयत आणि औपचारिक होता. ब्लड यांच्या नोकरीविषयक महत्त्वाकांक्षा अद्यापही जागृत होत्या आणि ते साक्ष देत असताना परराष्ट्र मंत्रालयातला त्यांचा एक वरिष्ठ त्यांच्यावर नजर ठेवून होता. ब्लड यांनी कोणतीही गोपनीय माहिती उघड केली असती, तर तो त्यांच्यावर तुटून पडला असता. अनपेक्षित पदावनतीच्या धक्क्यातून ब्लड अद्याप सावरले नसावेत. मात्र त्यांनी सत्यवचनाची शपथ घेतली होती आणि ते देत असलेली उत्तरं स्फोटक होती. ते ढाक्यातून बाहेर पडण्याच्या दिवसापर्यंत बंगाली विस्थापितांचा ओघ सतत वाहत असल्याचं त्यांनी सांगितलं. लष्कराचा घाला पडलेल्या प्रत्येक शहरातून आणि खेड्यातून हे विस्थापित पळ काढत होते. वेचून अत्याचार होत असल्यामुळे निघून जाणाऱ्यांपैकी बहुतेक हिंदू असल्याचंही त्यांनी सांगितलं. ब्लड यांच्या संयमी निवदेनामुळे केनेडी काहीसे निराश झालेले भासले, पण ब्लड यांच्या बांगला देशामधल्या कार्यामुळेच केनेडी यांना अमेरिकी शासनावर सार्वजनिकरीत्या हल्लाबोल करता आला. अमेरिकी शस्त्रास्त्रांसंदर्भात, केनेडी यांनी परराष्ट्र मंत्रालयातल्या वरिष्ठ अधिकाऱ्यांची नाट्यपूर्णरीत्या उलट तपासणी घेतली. पाकिस्तानने एफ-८६ सेबरजेट लढाऊ विमानांचा आणि एम-२४ चॅफी रणगाड्यांचा वापर केला असल्याचं केनेडींनी परराष्ट्र मंत्रालयातल्या वरिष्ठ अधिकाऱ्यांना कबूल करायला भाग पाडलं. ब्लडनी आणि त्यांच्या सहकाऱ्यांनी ही वस्तुस्थिती आधीच सिद्ध केली होती.

दरम्यान, वर्तमानपत्रंही कल्लोळ करतच होती. अनेक वृत्तपत्रांचे प्रतिनिधी पूर्व पाकिस्तानमध्ये चोरून घुसत, आणि भारतात आलेले विस्थापित अत्याचारांच्या भयानक कहाण्या सांगत. त्याविषयी छापल्या जाणाऱ्या बातम्यांवर पाकिस्तान बंदी घालू शकत नसे. पत्रकारांनी पूर्व सीमा ओलांडून पाकिस्तानमध्ये जाण्यासाठी

भारतीय लष्कर कोलकाता इथून शक्य तेवढं प्रोत्साहन देत असे.

काही अमेरिकी शस्त्रसामग्री अद्यापही पाकिस्तानमध्ये पोहोचत असल्याचं ऐकून बंगाली जनता सुन्न झाली. लष्कराने निर्माण केलेल्या दहशतवादी वातावरणात रेडिओच्या माध्यमातून या भयग्रस्त लोकांना बातम्या मिळत होत्या. ''लष्कराला तुम्ही आणखी बंदुका का देत आहात?'' असा सवाल एका बंगाली माणसाने वॉशिंग्टन पोस्टच्या वार्ताहराला कडवटपणे केला.

पाकिस्तानी पत्रकार अॅन्थनी मास्करेन्हस यांनी लिहिलेलं एक तपशीलवार आणि अंगावर काटा आणणारं वार्तापत्र लंडनमध्ये संडे टाइम्सने 'वंशविच्छेद' ह्या मथळ्याखाली प्रसिद्ध केलं. 'न्यूजवीक' या साप्ताहिकाने अंगावर शहारे आणणारी मुखपृष्ठकथा छापली. एकामागून एक खेडी जमीनदोस्त करण्यात येत असल्याचं आणि दुर्गंधी निर्माण करणाऱ्या प्रेतांचा खच पडल्याचं वर्णन करून अडीच लाख बंगाली मरण पावल्याचं न्यूजवीकमध्ये म्हटलं होतं. त्यात तीन वर्षांचं एक मूल आणि त्याची अल्पवयीन आई या दोघा विस्थापितांची कहाणी समाविष्ट केली होती – 'उन्हाळी पावसाने चिखल झालेल्या जमिनीवर ते बसले होते. या मुलाचं पोट चमत्कारिकपणे फुगलं होतं, त्याचं तोंड सुजलं होतं आणि माणसाच्या बोटाएवढेसुद्धा त्याचे हात जाड नव्हते. त्याने थोडासा भात खावा आणि सुकी मच्छी खावी म्हणून त्याची आई त्याला आग्रह करत होती. अखेर या मुलाने ते अन्न कसंबसं खाल्लं, ते एकदा खोकलं आणि मरण पावलं.''

या भयकथांचा परिणाम सौम्य करण्यासाठी पाकिस्तानने काही परदेशी वार्ताहरांना या भागात जाण्याची अनुमती दिली. मार्च महिन्यात ढाका शहरातून हकालपट्टी झालेला न्यू यॉर्क टाइम्सचा प्रतिनिधी सिडनी शेनबर्ग याने उतावीळपणे ही संधी साधली. पाकिस्तानी लष्कराला बंगाली लोकांबद्दल वाटत असलेल्या तिरस्काराबद्दल तो म्हणतो, 'या लष्करी तुकड्यांचे अधिकारीसुद्धा म्हणत, 'या लोकांवर विश्वास ठेवता येत नाही. ते अत्यंत हीन दर्जाचे आहेत आणि ते खोटं बोलतात.' लष्कराच्या अधिकाऱ्यांनी या लोकांच्या हत्या केल्याचा इन्कार केला नाही. हिंदूंच्या मालकीच्या असणाऱ्या चिमुकल्या लाकडी घरांवर या अधिकाऱ्यांनी त्या अर्थाच्या खुणा केलेल्या दिसत होत्या.' बचावलेल्या विस्थापितांनी त्याला सांगितलं, ' 'इथे कुणी हिंदू आहेत का?' असा ओरडा करत लष्कर येत असे. हिंदू सापडले की त्यांना ते ठार मारत असत.' स्वतःच्या बातमीचा समारोप करताना शेनबर्ग म्हणतो, 'हा वंशविच्छेदच होता.' कदाचित कम्बोडियापेक्षाही हे अधिक सुस्पष्ट होतं.

न्यू यॉर्क टाइम्समध्ये लिहिलेल्या वृत्तान्तात शेनबर्गने नमूद केलं, 'या शहरात

अद्याप तगून असलेल्या हिंदूंच्या दुकानांवर पाकिस्तानी लष्कराने पिवळ्या रंगाने मोठा 'एच' रंगवला आहे.' हिंदूंना वेचून ठार मारण्यात येत असल्याचं वास्तव ठासून मांडताना 'जिंकलेल्या प्रदेशातला द्वेष, तिथलं भय आणि तिथली दहशत' यांचं वर्णन त्याने केलं. अखेर ढाक्यात परतल्यानंतर शेनबर्गला हे शहर अर्ध्याच्या वर निर्मनुष्य झाल्याचं आणि पश्चिम पाकिस्तानमधून विमानतळावर सैनिकांच्या नव्या तुकड्या दररोज येत असल्याचं आढळलं. भयभीत झालेल्या व्यापाऱ्यांनी बंगाली भाषेतले फलक काढून टाकून तिथे इंग्रजीतले नवे फलक लावले होते, कारण त्यांना उर्दू भाषा येत नव्हती. लष्कराने किमान दोन लाख बंगाली मारल्याचं अनुमान परराष्ट्रीय राजनैतिक प्रतिनिधींनी केल्याचं शेनबर्गने त्याच्या अहवालात नमूद केलं.

शेनबर्ग म्हणतो की, त्यानंतर लगेचच पाकिस्तानी अधिकाऱ्यांनी त्याची दुसऱ्यांदा हकालपट्टी केली. त्याच्या ओळखीचा एक अधिकारी पाठवून त्याला दुसऱ्याच दिवशी विमानातून निघून जावं लागणार असल्याचा निरोप देण्यात आला. शेनबर्गला कुणी मारहाण केली नसल्यातच त्याने आनंद मानला. या विमानप्रवासाचं भाडं शेनबर्गने द्यावं असा प्रयत्न या अधिकाऱ्यांनी केला असता, शेनबर्गने नकार दिला. तो म्हणतो, ''माझ्या दैनिकाला एक वेळच्या विमानप्रवासाचा येऊ शकणारा खर्च मी वाचवला होता.''

प्रतिकूल जनमताची गंभीर समस्या समोर उभी ठाकल्याचं व्हाइट हाउसला उन्हाळ्याच्या सुरुवातीला वाटायला लागलं. ''मानवी हक्क आणि वंशविच्छेद यांच्या दृष्टीकोनातून हे सगळं खूपच वादग्रस्त होतं.'' असं हेन्री किसिंजर यांचे विशेष साहाय्यक विन्स्टन लॉर्ड म्हणतात – ''प्रसारमाध्यमं, कॅपिटल हिल, डेमोक्रॅट्स आणि काही रिपब्लिकन्ससुद्धा या विरोधात सामील झाले होते. सार्वजनिकरीत्या देशात पसरलेल्या या वणव्याकडे निक्सन आणि किसिंजर दुर्लक्ष करू शकत नव्हते आणि करणार नव्हते.''

स्वतःबद्दलच्या करुणेने ओथंबलेल्या निक्सन आणि किसिंजर यांनी स्वतःच्या शत्रूंची यादी केली. निक्सन म्हणाले, ''अमेरिकेतली वर्तमानपत्रं भारतीय वर्तमानपत्रांसारखीच आहेत. लोक म्हणतात ते सगळं हे छापून टाकतात.'' किसिंजर म्हणाले, ''संपूर्ण उदारमतवादी समूह भावनात्मकदृष्ट्या याह्या खान यांच्याविरुद्ध आहेत.'' ''सर्व डेमोक्रॅट्स, विशेषतः आपल्याविरुद्ध केनेडी लढत आहेत.'' असं निक्सन म्हणाले. किसिंजर म्हणाले, ''भारत आपल्याला वर्तमानपत्रामधून आधीपासूनच मात देतो आहे. (अमेरिकी) काँग्रेसवर स्वतःचा प्रभाव पाडतो आहे.'' भारतीय राजदूताने अमेरिकी जनमताचा उल्लेख करताच

किसिंजर कडाडले, ''तुमची धोरणं आणि तुमचा दृष्टीकोन यांचा अमेरिकेने अवलंब केला नाही, तर लोकांमध्ये निर्माण होणाऱ्या प्रचंड अप्रियतेबद्दल आम्हांला धमक्या देऊ नका.'' अमेरिकी प्रशासनाची पाकिस्तानविषयक धोरणं न्यू यॉर्क टाइम्स आणि इतर प्रकाशनं प्रतिबिंबित करत नसल्याचं स्पष्टीकरण किसिंजर यांना एका चिनी प्रतिनिधी मंडळाला द्यावं लागलं. (अमेरिकी) काँग्रेसमधून आणि वृत्तपत्रांतून होणाऱ्या टीकेला प्रत्युत्तर देणं भाग असल्याबद्दल निक्सन आणि किसिंजर यांचं एकमत झालं असलं, तरी याह्या खान दुखावले जातील असं काहीही न करता उत्तर द्यावं लागणार असल्याची आवश्यकताही त्यांना मान्य झाली.

ही कामगिरी मोठी कठीण होती. हत्यांचं आणि लोकशाहीचा गळा दाबण्याचं समर्थन प्रशासन करत असल्याचं किसिंजर यांचे दक्षिण आशियाविषयक वरिष्ठ साहाय्यक हॅरल्ड सॉन्डर्स यांनी दाखवून दिलं. किसिंजर जनसंपर्काबद्दल पाकिस्तानी राजदूताला धडे द्यायला लागले, तेव्हा पूर्व पाकिस्तान 'नाझींच्या हल्ल्यानंतर बेचिराख झालेल्या आर्नहाइमप्रमाणे' किंवा 'अण्वस्त्राचा हल्ला झाल्यानंतर दिसणाऱ्या एखाद्या देशाप्रमाणे' भासत असल्याचं वर्णन जागतिक बँकेच्या एका पथकाने केलं असल्याची तक्रार या राजदूताने केली. निक्सन आणि किसिंजर यांनी त्यांच्या अधिकाऱ्यांना वर्तमानपत्रांशी संपर्क साधण्याविषयी सुचवलं. काँग्रेससमोर साक्ष देण्यापेक्षा वार्ताहरांना पार्श्वभूमी समजावून सांगणं अधिक चांगलं असल्याचं किसिंजर यांचं मत होतं. ते मान्य करून निक्सन म्हणाले, ''तेच खरं महत्त्वाचं आहे. बाकी मसणात गेलं ते नतद्रष्ट काँग्रेस!''

शस्त्रास्त्रं आणि प्रभाव

अमेरिकेने पुरवलेल्या शस्त्रास्त्रांचा पाकिस्तानने वापर केल्याबद्दल निक्सन आणि किसिंजर यांनी पाकिस्तानची कधीच कानउघाडणी केली नाही. या दोघांना मोकळीक मिळाली असती, तर पाकिस्तानकडे शस्त्रपुरवठ्याचा ओघ चालू ठेवण्यासाठी त्यांनी निश्चितच काहीतरी युक्ती शोधून काढली असती. अमेरिकी काँग्रेसच्या अन्वेषण कार्यालयाने तयार केलेल्या एका अहवालानुसार, २५ मार्च रोजी, म्हणजे ज्या दिवशी पूर्व पाकिस्तानमध्ये लष्करी कारवाई सुरू झाली होती, त्या दिवशी अमेरिकेकडून पाकिस्तानला सुमारे साडेतीन कोटी डॉलर्स किमतीचा दारूगोळा रवाना होणं बाकी होतं. किसिंजर यांच्या कार्यालयाने नोंद केल्यानुसार, 'अमेरिका पाकिस्तानला विकत असलेली लष्करी सामग्री मनोवैज्ञानिक आणि प्रत्यक्ष उपयुक्ततेच्या दृष्टीकोनातून पश्चिम पाकिस्तानींसाठी अतिशय महत्त्वाची आहे.' पाकिस्तानला होणाऱ्या अमेरिकी लष्करी सामग्रीची भारताला जरब नसती,

तर भारताने पाकिस्तानवर आक्रमण करण्याची शक्यता निक्सन आणि किसिंजर या दोघांनाही निश्चितपणे वाटत होती. नंतर किसिंजर म्हणाले, ''युद्ध टाळण्याचा सर्वोत्तम उपाय म्हणजे पाकिस्तानला शस्त्रास्त्रांची पाठवणी चालू ठेवणं, हा असू शकत होता.''

मात्र अमेरिकी काँग्रेस आणि जनमत यांचा संयुक्त दबाव, तसंच परराष्ट्र मंत्रालयाने केलेली चलाखी यांमुळे निक्सन आणि किसिंजर अडकून पडले होते. सामग्री पाठवण्यावर अनौपचारिक, तात्पुरता प्रशासकीय अवरोध लागू करणं मंत्रालयाला शक्य झालं होतं. या अवरोधाने जास्त काळ टिकाव धरणं अपेक्षित नसलं; तरी अत्याचारांमुळे अमेरिकी जनता जसजशी घृणा प्रगट करायला लागली; तसतसं निक्सन आणि किसिंजर यांना उमजायला लागलं की, हा अवरोध रद्द करणं म्हणजे संकटाला निमंत्रण देण्यासारखं होतं.

दरम्यान, दोन पाकिस्तानी मालवाहू जहाजांवर अमेरिकी लष्करी सामग्री लादल्याची खास बातमी न्यू यॉर्क टाइम्समध्ये प्रसिद्ध होताच पाकिस्तानचा लष्करी पाठिंबा बंद करण्याची मागणी काँग्रेसतर्फे दुप्पट तीव्रतेने व्हायला लागली. सेनेट परराष्ट्र संबंध समितीमधले एक प्रभावशाली डेमोक्रॅटिक सदस्य फ्रँक चर्च यांनी, तर या जहाजांपैकी एक जहाज अमेरिकेच्या सागरी हद्दीत अडवण्यासाठी निक्सन यांनी स्वतःचं तटरक्षक दल रवाना करण्याची मागणी केली. निक्सन प्रशासन केवळ मौन बाळगून निष्क्रिय राहिलेलं नसून ते पाकिस्तानला देत असलेलं सहकार्य आणि पाकिस्तानच्या भूमिकेमधला त्याचा सहभाग सदसद्विवेकबुद्धीला पटणं शक्य नसल्याचा आरोप केनेडी यांनी केला; पण पाकिस्तानची सगळी लष्करी मदत स्थगित करण्याची परराष्ट्र मंत्रालयाची इच्छा असूनही निक्सन आणि किसिंजर यांनी असं करायला स्पष्ट नकार दिला.

परिणामी, विस्थापित माघारी परतेपर्यंत पाकिस्तानची लष्करी आणि आर्थिक मदत थांबवण्याच्या उपाययोजना डेमोक्रॅट्सनी प्रत्याघातादाखल मांडल्या. संतापलेले चर्च म्हणाले, ''पश्चिम पाकिस्तानी लष्करशाही करत असलेल्या भयानक कत्तलींना अमेरिकेचं सरकार साहाय्य करतं आहे; चिथावणी देतं आहे.'' वंशविच्छेद-विषयक आंतरराष्ट्रीय कराराला अमेरिकेने मान्यता द्यावी म्हणून १९६७पासून १९८६पर्यंत चिकाटीने हजारो भाषणं देणारे विस्कॉन्सिन प्रांताचे सेनेटर विल्यम प्रॉक्समायर यांनी 'चालू असलेल्या वंशविच्छेदाचा' निषेध केला. निक्सन यांच्याविरुद्ध १९७२च्या निवडणुकीत उभे राहणारे डेमोक्रॅटिक पक्षाचे युद्धविरोधी उमेदवार जॉर्ज मॅकगव्हर्न यांनी जाहीर केलं, ''आणखी एका आशियाई यादवी युद्धात कुणाचीही बाजू घेण्याबाबत आपण आग्रही असलो, तर

''मसणात गेलं ते नतद्रष्ट काँग्रेस!'' / २८९

व्हिएतनाममधून आपण कोणताही धडा शिकलो नसल्याचं सिद्ध होईल.''

किसिंजरच्या नोंदीनुसार, पाकिस्तानला पाठवायच्या शस्त्रपुरवठ्यावर अवरोधक लागू करण्याबाबत निक्सनना अद्यापही 'अत्यंत अनिच्छा' होती. त्या घडीला फक्त चाळीस लाख डॉलर्सची सामग्री पाठवणं बाकी असल्याचं किसिंजरचं म्हणणं होतं; पण किसिंजर यांच्या कर्मचारिवर्गाने नाराजीने नोंद केली की, त्याच्यासमोर गप्प राहण्याखेरीज कोणताही पर्याय नव्हता. त्यांना असलेली एकमेव आशा म्हणजे लष्करी मदत निरस्त करून आर्थिक मदत चालू ठेवण्याचं समर्थन करणं अधिक सयुक्तिक ठरलं असतं. लष्करी सामग्री पाठवण्याबद्दलचे निर्णय निक्सन आणि किसिंजर यांच्या हातातून निसटायला लागले होते. हत्याकांड सुरू झाल्यानंतरही अमेरिकेच्या लष्कराने एक कोटी डॉलर्सपेक्षाही अधिक किमतीच्या नव्या विक्रीचा प्रस्ताव पाकिस्तानला सादर करणं सुरूच ठेवलं होतं. हे प्रस्ताव पाठवणं थांबवण्याचा आदेश संरक्षण मंत्रालयाने लष्कराला जुलैपर्यंत किंवा ऑगस्टपर्यंत दिलेला नव्हता. आकडेवारीत काहीशी तफावत असली, तरी काँग्रेसच्या अन्वेषण कार्यालयाच्या निष्कर्षानुसार, २५ मार्च ते सप्टेंबरची अखेर यादरम्यान पाकिस्तानला सुमारे अडतीस लाख डॉलर्स किमतीचा अमेरिकी दारूगोळा मिळाला होता.

काँग्रेसला घण म्हणल्यास परराष्ट्र मंत्रालय ऐरण ठरली. निक्सन यांनी जूनमध्ये दिलेल्या आदेशांच्या विरुद्ध जाऊन पाकिस्तानला होणारी शस्त्रांची पाठवण परराष्ट्र मंत्रालयाने मोठ्या प्रमाणात रद्द केल्याचं समजल्यानंतर किसिंजर यांना आश्चर्याचा धक्का बसला.

शस्त्रास्त्रांची पाठवण पुन्हा सुरू करणं 'आत्मघातकी' ठरण्याची शक्यता असल्याचं परराष्ट्र मंत्रालयाच्या एका वरिष्ठ अधिकाऱ्याने सांगितल्यानंतर किसिंजर भडकले. ''पाकिस्तानची मान गिलोटीनखाली असल्याचं पाकिस्तानींना ठाऊक आहे का?'' असा सवाल त्यांनी केला. पाकिस्तानच्या लष्करी पुरवठ्यात कपात करण्यासाठी राष्ट्राध्यक्षांनी निश्चित स्वरूपात नकार दिलेला असताना तो निष्प्रभ करण्याचं काम केल्याबद्दल परराष्ट्र मंत्रालयाच्या कर्मचाऱ्यांना किसिंजरनी धारेवर धरलं. ते म्हणाले, ''फक्त चाळीस लाख डॉलर्सचा अपवाद सोडता, ऑगस्टच्या मध्यापर्यंत आपण जे करू नये अशी राष्ट्राध्यक्षांची इच्छा होती, नेमकं तेच आपण केलं.'' त्यांचा रोख शिल्लक राहिलेल्या त्या अखेरच्या पाठवणीकडे होता.

पण निक्सन यांना लिहिलेल्या खासगी संदेशात संकोचलेल्या किसिंजर यांना त्यांच्याच नोकरशाहीने बनवलं असल्याचं कबूल करावं लागलं. पाकिस्तानवर दबाव आणणारं काहीही प्रशासनाने न करण्याविषयीचा किंवा याह्या खान

यांच्याबरोबरच्या निक्सन यांच्या विशेष नातेसंबंधाला बाधा येण्यासारखं काहीही न होण्यासंदर्भातला आग्रह किसिंजर यांनी धरल्यानंतरही परराष्ट्र मंत्रालयाने शस्त्रपाठवणीवर लागू केलेला तात्पुरता अवरोध अपेक्षेपेक्षाही फार अधिक परिणामकारक ठरला. (याचा परिणाम म्हणून शस्त्रास्त्रं कमी प्रमाणात मिळाल्यामुळे पाकिस्तानी लष्कर अस्वस्थ झालं असलं; तरी खुद्द याह्या खान यांना सुटल्यासारखं वाटत होतं, कारण अमेरिकेने संपूर्ण अधिरोध (एम्बार्गो) लागू करण्याचं किंवा पाकिस्तानचा धिक्कार करण्याचं टाळलं होतं.)

नव्याने करण्यात येणाऱ्या तसंच पूर्वीच्या शस्त्रपाठवणीवर निक्सननी अधिरोध लागू केला नसल्याने काँग्रेसमध्ये संतापाची लाट पसरली असल्याचा इशारा किसिंजर यांनी निक्सनना दिला. अनिच्छेने माघार घेतानाही पाकिस्तानची आर्थिक मदत चालू ठेवण्याचा प्रयत्न करण्याची किसिंजर यांची इच्छा होती. आर्थिक मदत अधिक महत्त्वाची असली, तरी तिला काँग्रेसपासून धोका होता. निक्सन यांना समजावून सांगताना किसिंजर म्हणाले, ''निदान आर्थिक मदत देता येईल असं घडवण्याचा आम्ही प्रयत्न करत असलो; तरी शस्त्रास्त्रपाठवणीबद्दल काहीही आशा नाही.''

स्तंभित झालेल्या निक्सन यांनी विचारलं, ''पाकिस्तानला शस्त्रास्त्रं पुरवण्यावर अधिरोध लादण्याची आपली भूमिका आहे का?'' सर्वसाधारण जनतेला दिलेलं स्पष्टीकरणच त्यांना ऐकवताना किसिंजर म्हणाले, ''आपण १ एप्रिलनंतर कोणतीही शस्त्रास्त्रं पाठवलेली नाहीत आणि त्याचा दाखला म्हणजे, आपल्या कोठारात असलेली बाकी सामग्री. तसंच आता त्यांचं मूल्य फक्त तीस ते पन्नास लाख डॉलर एवढंच आहे.'' भावी काळातल्या लष्करी निर्यात परवान्यांबाबत काय सांगावं लागेल असं निक्सन यांनी विचारताच किसिंजर म्हणाले, ''काहीतरी थाप मारायला हवी. सध्या कोणताही परवाना नाही.'' नाखूश झालेले निक्सन म्हणाले, ''याचं मूल्यमापन आपण त्या-त्या वेळच्या परिस्थितीनुसार करू. मात्र यावरून पडणारे फटके आपल्याला खावे लागतील.'' समजूतदार स्वरात किसिंजर म्हणाले, ''हे न्यायाला धरून नाही, पण हा प्रश्न उद्भवणार हे मला माहिती आहे.'' निक्सन चिडक्या स्वरात म्हणाले, ''आपल्याला अडचणीत आणण्यासाठी हे सगळं चालू आहे. पाकिस्तान खड्ड्यात जावं आणि आम्हांला कैचीत पकडावं, अशी त्यांची इच्छा आहे. त्यांना युद्ध हवं आहे.''

किसिंजर यांच्या सहकाऱ्यांनी वर्णन केल्यानुसार, अखेर पाकिस्तानला काँग्रेसचा संदेश स्पष्टपणे समजला. अमेरिका पाकिस्तानवर दबाव आणण्याचा प्रयत्न करत नसल्याचं किसिंजरनी याह्या खान यांच्या एका सेनाधिकाऱ्याला वारंवार

सांगितलं, पण त्याच वेळी लष्करी सामग्रीच्या पाठवणीमुळे आर्थिक मदतीला धोका निर्माण होत असल्याची कटू बातमीही दिली. न्यू यॉर्कमधल्या गोदामांमध्ये पडलेले सुमारे दहा लाख डॉलर्स किमतीच्या विमानांचे अंदाजे पन्नास टन वजनाचे सुटे भाग ताब्यात घेण्याचा प्रयत्न या सेनाधिकाऱ्याने केला, तेव्हा हे घडत असताना 'आपण पकडले गेलो तर....' हीच किसिंजर यांची मुख्य चिंता होती. ते म्हणाले, ''अशा पाठवणीबद्दल किती लोकांना ठाऊक आहे किंवा होऊ शकेल, यावर बरंच काही अवलंबून आहे.'' हे म्हणणं इतकं बेधडकपणाचं होतं की, किसिंजर यांनी नंतर अधिकृत नोंदींमधून ते वगळून टाकायला लावलं.

किसिंजर यांनी निक्सन यांना सांगितलं, ''पाकिस्तानला लष्करी मदत मिळत नसून आर्थिक मदतसुद्धा न मिळणं ही समस्या आहे. भारतीयांना हल्ला करण्याचा मोह होण्यासाठी काहीही कारणीभूत ठरणार असेल; तर ते कारण असेल, पाकिस्तानची संपूर्ण असहायता!'' निक्सन म्हणाले, ''पाकिस्तानने इतकं सगळं केल्यानंतर आपण हे घडू देता उपयोगी नाही.''

''अक्करमाशे मनोरुग्ण''

युद्धकक्षातल्या बैठकांमध्ये किसिंजर भारतावर टीकास्त्र सोडत. निक्सन यांच्याबरोबर एकटे असताना भारतासंदर्भात किसिंजरची भाषा जशी असायची, त्यापेक्षा किंचितच सौम्य ती या बैठकांमध्ये असे. एक इशारा देताना ते म्हणाले, ''युद्ध केलं, तर फार काही तोशीस न पडण्याच्या भ्रमात भारतीयांनी राहू नये.'' भारताच्या मानवतावादाच्या प्रामाणिकतेबद्दल शंका उपस्थित करून ते म्हणाले, ''मानवी दुःखाबाबत भारताच्या भूमिकेबद्दल माझी स्वतःची काही धारणा आहे. माझ्या मते, भारतीय लोक एखाद्या गोष्टीबद्दलच्या भावनेची तीव्रता सतत वाढवत नेऊन बेभान होतात, आणि मग त्यातून सुटका कशी करून घ्यायची हे त्यांना कळत नाही.''

पण यामुळे परराष्ट्र मंत्रालयाने बंड केलं. प्रतिक्रियेदाखल एका वरिष्ठ अधिकाऱ्याने पाकिस्तान हिंदूंवर करत असलेल्या अत्याचाराला उजाळा दिला आणि 'भारतीयांना वठणीवर आणण्यासाठी लाठीचा वापर हाच एकमेव मार्ग असल्याप्रमाणे' किसिंजर वागत असल्याबद्दल त्याने टीका केली. याह्या खान विस्थापितांसाठी एक व्यवहार्य योजना बनवण्याच्या प्रयत्नात असून ''विस्थापितांबाबत त्यांची भूमिका चांगली आहे.'' असं विधान किसिंजर यांनी करताच परराष्ट्र मंत्रालयाच्या वरिष्ठ अधिकाऱ्यांच्या तोंडातून शब्द फुटेना.

विस्थापित हिंदू बहुधा कधीच परतणार नसल्याचं हॅरल्ड सॉन्डर्स यांनी

निराशेच्या छायेत किसिंजर यांना सांगितलं. भारतामधल्या विस्थापित छावण्या, तसंच पूर्व पाकिस्तानमध्ये आंतरराष्ट्रीय मदतीचे प्रयत्न थिटे पडत असून हा बोजा हलका करण्यासाठी या गोष्टींचा काहीच उपयोग होत नसल्याचंही ते म्हणाले. भारताच्या मदतीसाठी अमेरिकी काँग्रेसने दहा कोटी डॉलर्सची घातलेली भर पुरेशी असल्याचं सॉन्डर्स यांना वाटत नव्हतं. 'बंगाली लोकांचं सर्वव्यापी भय' कमी करण्यासाठी काहीतरी करण्याची आवश्यकता असल्याचं त्यांना वाटत होतं. फार उशीर होण्यापूर्वी अमेरिकेचा प्रभाव काही प्रमाणात तरी 'नाजूकपणे' वापरण्याचं आवाहन त्यांनी किसिंजर यांना केलं.

पाकिस्तानवर दबाव आणण्यासाठी चार महिने विरोध केल्यानंतर जुलैच्या उत्तरार्धात किसिंजर यांनी याबाबत चर्चा करण्याची तयारी दाखवली. अमेरिकी काँग्रेसची मानसिकता अत्यंत उत्तेजित होती; चीनबरोबरच्या संपर्कासाठी मध्यस्थ म्हणून पाकिस्तानचा वापर करण्याचा घटक कमी महत्त्वाचा झाला होता; त्याचप्रमाणे इंदिरा गांधी यांना पाकिस्तानवर हल्ला करण्यापासून रोखण्याचा एखादा मार्ग अमेरिकी काँग्रेसला शोधायचा होता. किसिंजर म्हणाले, ''राष्ट्राध्यक्ष आणि मी अशा दोघांची पाकिस्तानी नेत्यांकडे शिल्लक आहे. पाकिस्तानने काय करावं हे आपल्याकडून पक्कं झालं की आपण ते त्यांच्याकडून करवून घेऊ शकू.'' पाकिस्तानवर दबाव आणण्यासाठी व्हाइट हाउस तयार असल्याची माहिती त्यांनी त्याच्या अधिकाऱ्यांना दिली.

पण एवढ्या मोठ्या हत्याकांडानंतर आता कोणत्या गोष्टीमुळे फरक पडू शकला असता, हे समजणं कठीण होतं. याह्या खानकडून पूर्व पाकिस्तानमध्ये काही राजकीय तडजोड होण्याची अंधूक आशा एके काळी अमेरिकी अधिकाऱ्यांना असली, तरी ती आता पूर्णपणे मावळली होती. काहीही राजकीय प्रगती झाली नसल्याबद्दल व्हाइट हाउस आणि परराष्ट्र मंत्रालयाचा कर्मचारिवर्ग यांच्यामध्ये एकमत होतं.

याह्या खान आणि लोकप्रिय अवामी लीगचं नेतृत्व यांच्यात काही राजकीय देवाणघेवाण होणं ही युद्ध टाळण्यासाठीची एकमेव संभाव्यता होती आणि पूर्व पाकिस्तानमधल्या विस्थापितांनी न घाबरता परत येण्यासाठी पुरेशी शांतता प्रस्थापित करणं आवश्यक होतं. किसिंजर यांनी २३ जुलै रोजी युद्धकक्षात सांगितलं, ''पूर्व बंगालला काही प्रमाणात स्वायत्तता दिल्यानंतरच कोणत्याही राजकीय प्रक्रियेचा समारोप होईल.'' हत्याकांड सुरू होण्याच्या आधीपासून अनेक वरिष्ठ अधिकारी त्यांना हेच पटवून देण्याचे अयशस्वी प्रयत्न करत होते. अखेर त्यांचं म्हणणं मान्य करून किसिंजर म्हणाले, ''हे स्वतः करण्याएवढी राजकीय कल्पकता पाकिस्तानी

नेत्यांमध्ये नाही.''

पण यानंतर लगेचच राजकीय घासाघीस करण्याबाबत ते साशंक झाले. अशी तडजोड म्हणजे पाकिस्तानचे दोन तुकडे करणं असं भारताला वाटत असल्याची त्यांची खात्री झाली. बंगाली लोकांना पूर्ववत काही राजकीय सहभाग देण्यासाठी याह्या खान यांना विनंती करण्याची इच्छा किसिंजरना होती, पण याह्या हे जमवू शकण्यापूर्वीच भारताने युद्ध सुरू केलं असतं असंही त्यांना वाटत होतं. स्वतःच्या एका विश्वासू अधिकाऱ्याला किसिंजर म्हणाले, ''याह्या खान यांच्याबरोबर कठोरपणे बोलण्यापेक्षा प्रेमाने बोलणं जास्त बरं.'' परराष्ट्र मंत्रालय राजकीय तडजोडीसाठी ओरड करत असल्याचं किसिंजरनी सांगताच निक्सन म्हणाले, ''आपल्याला भरपूर मदत द्यायची आहे; त्याखेरीज बाकी काहीही नाही.'' याह्या खान यांनी बंगालींबरोबर वाटाघाटी करण्याबाबत राष्ट्राध्यक्षांनी काहीही स्वारस्य दाखवलं नाही.

या पेचप्रसंगातून बाहेर पडण्याचा सर्वोत्कृष्ट तोडगा म्हणजे याह्या खान यांनी अवामी लीगचे सर्वोच्च नेते शेख मुजीब यांच्याबरोबर स्वायत्ततेबाबत वाटाघाटी करणं हा होता. या धाडसी पावलामुळे बंगाली प्रभावित झाले असते आणि शस्त्रं खाली ठेवण्यासाठी त्यांच्या नेतृत्वाला प्रोत्साहन मिळालं असतं; पण याह्या मुजीबबरोबर चर्चा करणार नसल्याची ठाम भूमिका किसिंजर यांनी घेतली. याह्या यांनी अवामी लीगबरोबर जमवून घेण्याचा मुद्दाही त्यांनी फेटाळून लावला. केवळ मुजीब यांचा सहभाग असलेली तडजोडच टिकण्याचा भारताचा आग्रह त्यांना नापसंत होता. ते म्हणाले, ''भारताच्या भूमीवरून विस्थापित परत जाण्याची इच्छा बाळगण्याचा भारताला अधिकार आहे, पण हे घडण्यासाठी एखाद्या विशिष्ट राजकीय तोडग्याचा आग्रह धरण्याचा अधिकार त्यांना नाही.'' किसिंजरनी स्वतःची भूमिका स्पष्ट केल्यानंतरही परराष्ट्र मंत्रालयाने स्वतःच्या मुद्द्यावर कायम राहत याह्या खान यांच्या बाबतीत कठोर भूमिका घेण्याची शिफारस केली. याचाच एक भाग म्हणून अवामी लीगबरोबर जुळवून घेण्याविषयी आणि हिंदू खेड्यांचा विनाश थांबवण्याविषयी सूचना करणारं निक्सन यांचं पत्र याह्यांना पाठवण्यात आलं.

भारताने याह्या खान यांना खतम करण्याची वाट ओव्हल ऑफिसच्या एकांतात पाहत असताना निक्सन आणि किसिंजर हताश झाले होते. हताश झालेले याह्या खान कदाचित भारतावर हल्ला करण्याची शक्यता असल्याचं सांगायला आलेले निक्सन पाकिस्तानच्या पराभवाच्या संभाव्यतेमुळे खचून गेले होते. ''ते आत्महत्या करतील.'' असं निक्सन म्हणाले. त्यांच्या आसनामागे अब्राहम लिंकन यांचा अर्धपुतळा होता. पुन्हा एकदा याह्या खान यांची अब्राहम लिंकन

यांच्याबरोबर तुलना करून किसिंजर म्हणाले, ''ते लढतील; जसा लिंकन यांनी लढा दिला होता. त्यांच्यासाठी पूर्व पाकिस्तान हा पाकिस्तानचा एक भाग आहे.''

प्रारब्धवादी स्वरात आणि भारतावर दुगाण्या झाडत निक्सन म्हणाले, ''तिथे नक्कीच रक्ताचा सडा पडणार आहे. भारतीयांनी काहीही सुरू केलं, तर आम्ही त्यांची सगळी मदत बंद करू असं आम्ही त्यांना खड्या भाषेत बजावलं आहे. खरं सांगतो, असं करायची संधी मिळाली; तर मला अतिशय आनंद होईल.''

डेमोक्रॅटिक पक्षातल्या स्वतःच्या टीकाकारांवर आग ओकताना किसिंजर यांनी रॉबर्ट मॅकनामारा यांना सांगितलं, ''बायफ्रा इथल्या घडामोडींकडे आपण दुर्लक्ष करावं असं आम्हांला सांगणारेच पाकिस्तानवर अत्याचार करायला सांगत आहेत. भारतीय अत्यंत निष्ठूर खेळ खेळत आहेत.'' संतापलेले निक्सन किसिंजर यांना म्हणाले, ''हे नतद्रष्ट भारतीय आणि त्यांचं वागणं हास्यास्पद आहे. तुम्हांला ठाऊकच आहे की, माझ्या मते, याबाबतीत पाकिस्तानी लोकांएवढेच तेसुद्धा दोषी आहेत.''

युद्धकक्षातल्या एका बैठकीत राष्ट्राध्यक्षांच्या परममित्राचा बचाव करताना किसिंजर म्हणाले, ''याह्या खान यांच्याबरोबरची आमची सदिच्छा संपलेली नाही. याह्या समजूतदारपणे वागतील.'' याह्या खान यांच्याबरोबर मवाळपणे वागणं किसिंजरना पसंत होतं, त्यांना उपदेश करणं किंवा दबाव आणणं नव्हे. पूर्व पाकिस्तानचा कारभार लष्कराकडून काढून घेण्याविषयी परराष्ट्र मंत्रालयाच्या एका अधिकाऱ्याने सुचवल्यानंतर किसिंजर पाकिस्तानच्या सार्वभौमत्वाच्या बाजूने उभे राहिले. ''आपलं सरकार कसं चालवावं, ते पाकिस्तानींना सांगण्याचा आपल्याला काय अधिकार आहे?'' असा प्रश्न किसिंजरनी केला. ''एखाद्या मित्राला आपण सल्ला देऊ शकतो.'' असं हा अधिकारी म्हणताच किसिंजर उखडले. ते म्हणाले, ''शत्रू पाकिस्तानची काय हालत करेल? आपण पाकिस्तानच्या लष्करी आणि आर्थिक मदतीत याआधीच कपात केली आहे. आपला कल पाकिस्तानच्या दिशेने असला पाहिजे, असं राष्ट्राध्यक्षांनी वारंवार बजावल्यानंतरही येणारा प्रत्येक प्रस्ताव या आदेशाच्या नेमका विरुद्ध जाणारा असतो.''

निक्सन यांच्या राष्ट्राध्यक्षपदाच्या कारकिर्दीत कदाचित कम्बोडियाचा अपवाद वगळता, व्हाइट हाउस आणि परराष्ट्र मंत्रालय यांच्यात एवढी उघड दुफळी क्वचितच माजली असेल, असं या चकमकींची आठवण काढताना किसिंजर म्हणतात. खासगीत ते गरजले, ''परराष्ट्र मंत्रालयाने मला जेरीला आणलं आहे.'' मंत्रालयाच्या ज्येष्ठ अधिकाऱ्यांवर हल्ला करताना एकाची संभावना 'मूर्ख' म्हणून, दुसऱ्याला 'पागल' असा सन्मान बहाल करून, तिसऱ्याला 'जागल्या' अशी पदवी

त्यांनी दिली.

निक्सन आणि किसिंजर यांना त्यांच्या हाताखालच्या लोकांचा सूड घ्यायचा होता. त्यांनी भारतातले राजदूत केनेथ किटिंग यांच्यावर निशाणा साधला. ओव्हल ऑफिसमध्ये खुद्द राष्ट्राध्यक्षांना आव्हान देण्याचं धाडस किटिंग यांनी दाखवलं होतं आणि अजूनही ते संतप्त संदेश पाठवतच होते. किटिंग यांचे जबरदस्त लागेबांधे आणि त्यांचा मोठा लौकिक असूनही त्यांच्या स्थानाला धोका निर्माण झाला होता. सॅम्युएल हॉस्किन्सन म्हणतात, ''सर्व घटक त्यांच्या हातात असते, तर त्यांनी किटिंग यांना हाकललं असतं असं मला वाटतं.''

निक्सन किसिंजर यांना म्हणाले, ''आपल्याला किटिंग यांना कोणत्यातरी प्रकारे वेसण घालावी लागेल.'' त्यांनी हा प्रश्न परराष्ट्रमंत्री विल्यम रॉजर्स यांच्याकडे उपस्थित केला होता, तेव्हा किटिंग यांना म्हातारचळ लागल्याचं रॉजर्स म्हणाले असल्याची आठवण निक्सननी मोठ्या चवीने काढली. ''किटिंग देशद्रोही आहेत.'' असे उद्गार निक्सन यांनी नंतर काढले.

किटिंगची हकालपट्टी करण्याविषयी किसिंजरना सांगून निक्सन म्हणाले, ''भारतीय लोक भयानक आहेतच, पण त्यांना किटिंग यांची कोणत्यातरी प्रकारे मदत होते आहे.'' त्यांच्याशी सहमती दर्शवून किसिंजर म्हणाले, ''पुष्कळच मदत मिळते आहे; ते जवळपास त्यांचे प्रवक्तेच आहेत.'' ते पुढे म्हणाले, ''ते आता भारतीय बनले आहेत. मी तुम्हांला सांगितल्याचं आठवतच असेल की, मी भारतीयांना भेटून त्यांच्या तक्रारी ऐकत असताना त्यांना मध्येच थांबवून 'तुम्ही अमुक की तमुक सांगायला विसरलात.' अशी आठवण किटिंग करून देत होते. (हे खरं नाही ... दिल्लीच्या बैठकीत किटिंग फक्त एकदाच बोलले होते आणि तेसुद्धा इंदिरा गांधी यांच्याबरोबरच्या संभाषणात आलेल्या एका अवघड क्षणानंतर संभाषण पुढे चालू करण्यासाठी बोलले होते.)

निक्सन म्हणाले, ''मला वाटतं, आता त्यांना हलवलं पाहिजे. ते एक्काहत्तर वर्षांचे झाले आहेत.'' उत्तरादाखल किसिंजर म्हणाले, ''होय, पण ते आपलं बरंच नुकसान करतील.'' माजी सहकाऱ्याला हाकलण्यात आलं असतं, तर काँग्रेसचे अनेक सदस्य खवळून उठणं अनिवार्य ठरणार होतं. निक्सन म्हणाले, ''आपण वातावरण थंड होईपर्यंत थांबावं, दोन किंवा तीन महिने; आणि नंतर मला वाटतं, आपण हे करावं.''

किटिंग यांचा प्रभाव असा होता की, त्यांची हकालपट्टी करणं शक्य नव्हतं, पण ढाका उपदूतावासातले कनिष्ठ स्तरावरचे कर्मचारी एवढे नशीबवान नव्हते. ''हे लोक त्रासदायक होते.'' अशी आठवण हॉस्किन्सन सांगतात.

आर्चर ब्लड यांच्याबद्दलचा राष्ट्राध्यक्षांचा संताप खदखदत होता. चीनबद्दलच्या मध्यस्थीत पाकिस्तानमधले निष्ठावान राजदूत जोसेफ फारलॅन्ड यांनी याह्या खान यांच्यासोबत केलेल्या कामगिरीचं बक्षीस म्हणून त्यांना निक्सन आणि किसिंजर यांना ओव्हल ऑफिसमध्ये भेटण्याचं निमंत्रण लाभलं. या बैठकीत त्यांनी ब्लड यांचा विषय काढताच, ''तो काही कामाचा नाही.'' असं निक्सन ताडकन म्हणाले. ब्लडबद्दल फारलॅन्ड म्हणाले, ''त्यानेच हे सगळं उघडकीला आणलं.'' निक्सन यांनी विचारणा केली, ''तो नालायक आहे, नाही का?'' फारलॅन्ड उत्तरले, ''आता तो ढाक्यातून बाहेर पडला आहे. सध्या तो इथे परराष्ट्र मंत्रालयात आहे.''

हे प्रकरण इथेच संपलं नाही. ढाका इथून मतभेद व्यक्त करणाऱ्यांविरुद्ध घेण्यात आलेल्या बदल्याचा पूर्ण तपशील निक्सन आणि किसिंजर यांनी ऐकून घेतला. अमेरिकेच्या माहिती सेवेतले ढाका इथले प्रमुख अधिकारी ब्रायन बेल यांनी तिथल्या परिस्थितीचे अहवाल निर्भयपणे पाठवले होते; रक्तपाताबद्दल विलक्षण धक्कादायक सत्यकथनात्मक लिखाण केलं होतं आणि ब्लडच्या कुप्रसिद्ध अहवालांवर सही केली होती. ते सहजासहजी घाबरणाऱ्यांपैकी नव्हते. वॉशिंग्टन इव्हिनिंग स्टारचे आणि असोसिएटेड प्रेसचे भूतपूर्व परराष्ट्र वार्ताहर असणारे बेल अल्प काळ व्यावसायिक फुटबॉलपटूही होते, पण गुडघ्याला झालेल्या जखमेमुळे त्यांची खेळातली कारकिर्द संपली होती. ब्लड यांच्याइतकेच बेलसुद्धा पक्षपाती असल्याचं मत फारलॅन्डनी व्यक्त केलं. त्यासाठी बेल यांना योग्य शिक्षा देण्यात आली –''त्याला हाकललं.'' असं फारलॅन्ड यांनी सांगताच प्रतिक्रियेदाखल निक्सन म्हणाले, ''छान!''

या शृंखलेतलं पुढचं नाव एरिक ग्रिफेल यांचं होतं. ब्लड यांच्या अहवालावर सही करणारे बंडखोर विकास अधिकारी ग्रिफेल यांनी किसिंजर यांच्या नुकत्याच झालेल्या पाकिस्तानभेटीत त्यांच्याबरोबर खडाजंगी केली होती. फारलॅन्ड निक्सन आणि किसिंजर यांना म्हणाले, ''आता शिल्लक राहिलेला एक जण म्हणजे काट्यासारखा टोचणारा हा एरिक ग्रिफेल. आंतरराष्ट्रीय विकास संस्थेचा प्रमुख असलेला हा ग्रिफेल सप्टेंबरमध्ये बाहेर निघालेला असेल. त्याला आत्ताच हाकलून देण्याची माझी इच्छा आहे, पण त्याला इतक्या सहज काढता येईल असं मला वाटत नाही. त्याचे....'' निक्सन यांनी त्यांचं वाक्य पूर्ण केलं, ''पडसाद उमटतील.'' फारलॅन्ड सहमती दर्शवत म्हणाले, ''कॅपिटल हिलवर (संसदेत) याचे पडसाद उमटतील; आत्तापर्यंत फुटलेल्या काही बातम्या फोडण्यामागे त्याचाच हात असावा, असा माझा तर्क आहे.''

निक्सन म्हणाले, ''अक्करमाशे मनोरुग्ण! याबाबत तुम्ही सतत पाठपुरावा करा.''

रॉक अ‍ॅन्ड रोल

जॉर्ज हॅरिसन लोकांच्या गळ्यातला ताईत असण्याचा उपयोग जाणतच होता. जगप्रसिद्ध बीटल्स ग्रूपमध्ये तो गिटार वाजवत असे. १९७० साली बीटल्सपासून दूर झालेला हॅरिसन एक आत्ममग्न, गोंधळलेला आणि मृदू हृदयाचा तरुण होता. त्याच्या व्यक्तिमत्त्वाला अनपेक्षितरीत्या चाणाक्ष राजकीय किनारही लाभली होती.

त्या वेळी आदल्या काही वर्षांमध्ये हॅरिसन प्रसिद्ध भारतीय सतारवादक रविशंकर यांच्या निकट गेला होता. भारतात सहा महिने राहून सतार आणि आध्यात्मिक क्षेत्र यांच्याबाबतचे धडे त्याने गिळले होते. बीटल्स ग्रूपच्या प्रसिद्ध 'नॉर्वेजियन वूड्ससारख्या' गीतांमध्ये सतारीचा नाद ऐकू येतो. जशी भारतातली विस्थापितांची संख्या दशलक्षांवर गेली, तसे बंगाली असणारे रविशंकर यांनी बंगालींच्या मदतीसाठी घ्यायच्या एका कार्यक्रमासाठी हॅरिसनला साहाय्य मागितलं.

इतर संगीतकारांनीही आवाज उठवला. 'बांगला देशाचं गीत' अशी दुःख व्यक्त करणारी रचना लिहिणारी जोन बेझ हिचा या संगीतकारांमध्ये समावेश होता; पण हॅरिसनच्या मनात एक व्यवहार्य हेतू होता - 'काही निधी जमवायचाच, पण बंगाली मारले जात असून आणि नाहीसे केले जात असून अनेक देश पाकिस्तानला शस्त्रास्त्रांच्या आणि इतर सामग्रीच्या रूपाने मदत करत असल्याबद्दलची जागरूकता निर्माण करायची.' मदतीसाठीचा हा कार्यक्रम न्यू यॉर्कमध्ये होणार असल्याने हॅरिसनच्या आणि त्याच्या मित्रांच्या मनात विशेषकरून कोणता देश असावा याबद्दल कोणतीही शंका नव्हती. मानवतावादी मदतकार्यासाठी आयोजित केलेली 'कॉन्सर्ट फॉर बांगला देश' ही पहिलीच रॉक संगीताची मैफल होती. 'लाइव्ह एड' यांसारखे मदतीचे कार्यक्रम नंतर सुरू झाले आणि त्यांच्यात अपेक्षेनुसार प्रामाणिकपणा, उथळपणा आणि दिखाऊ सात्त्विकपणा यांचं मिश्रण दिसायला लागलं. हॅरिसनने आणि त्याच्या साथीदारांनी हा मदतीचा कार्यक्रम विक्रमी वेळात आयोजित करून त्यासाठी १ ऑगस्ट ही तारीख ठरवली, कारण मॅनहॅटनमधलं प्रसिद्ध मॅडिसन स्क्वेअर गार्डन हे स्टेडिअम या एकाच दिवशी उपलब्ध होतं. दोन कार्यक्रमांची तिकीटविक्री लगेचच होऊन चाळीस हजारांपेक्षा जास्त प्रेक्षक जमा होणार असल्याचं निश्चित झालं.

प्रखर दिव्यांच्या झोतात पांढऱ्या रंगाचा सूट आणि भडक भगवा सदरा परिधान केलेल्या हॅरिसनच्या डोक्यावर केसांचं शिप्तर होतं आणि त्याची दाढी अस्ताव्यस्त वाढलेली होती. रावळपिंडीच्या सेनाधिकाऱ्यांना चक्रावून सोडणारा हॅरिसन हा प्रखर विद्रोही संस्कृतीचं प्रतीक होता. आकलनापेक्षा भावनेला अधिक

प्राधान्य देत तो जीव तोडून गायला लागला, 'बांगला देश बांगला देश... केवढी भीषण ही आपत्ती, मला समजण्यापलीकडची... पण मला दिसतंय वाटोळं झाल्याचं.... एवढी मानवी वेदना मी कधीच पाहिली नव्हती.' स्वतःच्या जुन्या मित्रांना गोळा करून हॅरिसन घाईघाईने एक विसकळीत वाद्यवृंद उभा केला. त्यात ढोलकं वाजवायला रिंगो स्टार आणि गिटार वाजवण्यासाठी एरिक क्लॅप्टन आले होते, पण जॉन लेनन आणि पॉल मॅकार्थी हे सगळ्यांत लोकप्रिय बीटल्स मात्र चुकूनही फिरकले नव्हते. शंकरनी आणि इतर भारतीयांनी वाजवलेल्या सतारीमुळे श्रोतृवृंद गोंधळून गेला.

अर्थातच या कार्यक्रमासाठी आलेल्या उत्सुक तरुणांना प्रामुख्याने संगीत ऐकायचं होतं; पण अनेकांना बांगलादेशातली भीषण घडामोड ज्ञात होती. रविशंकर यांनी बंगाली लोक सोसत असलेल्या यातनांची माहिती दिली. स्वतःच्या गाण्यांमध्ये कलाकारांनी निर्वासित छावण्या, मृतदेह आणि उपासमार चालू असलेली मुलं यांच्या काळीज फोडणाऱ्या चित्रफिती दाखविल्या. व्हिलेज व्हॉइस या साप्ताहिकाने लिहिलं, 'शानदार, बड्या कलाकारांना ऐकण्यासाठी करमाफी मिळणारे थोडेसे डॉलर्स खर्च करून स्वतःच्या सदसद्विवेकबुद्धीची धुलाई करण्याची संधी!'

या चमकदार सादरीकरणांच्या मालिकेनंतर हॅरिसनला एक दुर्मीळ आश्चर्य सादर करण्याची संधी मिळाली. चकित झालेल्या श्रोतृवर्गाला उद्देशून तो म्हणाला, "आपल्या सर्वांच्याच एका मित्राला आता मी आपल्यासमोर सादर करण्याची इच्छा व्यक्त करतो - मि. बॉब डिलन." मोटरसायकल चालवताना झालेल्या एका जीवघेण्या अपघातापासून जवळपास एकांतात गेलेला डिलन अंधारातून प्रकाशझोतात प्रवेश करता झाला. सडसडीत आणि सुपरिचित, जीन्सचा खमीस अंगावर असलेला डिलन गिटार आणि तोंडात बाजा अशा अवतारात येताच एकच हलकल्लोळ झाला. तो शमताच डिलनने त्याची 'अ हार्ड रेन्ज अ गॉना फॉल' आणि 'ब्लोविन इन द विन्ड' ही जगप्रसिद्ध गाणी गाऊन श्रोत्यांच्या हृदयाला साद घातली. जणू काही तो निक्सन यांच्यावरच प्रहार करत असल्याप्रमाणे डिलन उत्कटपणे गायला लागला, "आणखी किती बळी घेतल्यानंतर त्यांना समजणार आहे की फारच लोक मरण पावले आहेत?"

अचानक झालेल्या या लाभामुळे भारत सरकारच्या आनंदाला पारावार राहिला नाही. हॅरिसन याच्या गाण्यांच्या ध्वनीफिती मिळवण्यासाठी धावपळ सुरू झाली. दुसरीकडे रॉक अॅन्ड रोलच्या सामर्थ्यामुळे पाकिस्तानची लष्करी राजवट गोंधळून गेली. हॅरिसनने आणि त्याच्या झिपऱ्या वादकमित्रांनी पाकिस्तानी

सरकारला कैचीत पकडलं होतं. एका पाकिस्तानी अधिकाऱ्याने सगळ्या पाकिस्तानी दूतावासाला इशारा दिला की, 'पाकिस्तानविरोधी बीटल्स त्रिमूर्तींमधल्या (खरं तर ते चौघं आहेत.) जॉर्ज हॅरिसन या एका कलाकाराने गायलेल्या आणि ध्वनिमुद्रित झालेल्या ध्वनीफितीची नोंद 'बांगला देश' नावाने घ्यावी. या गाण्यात पाकिस्तानविरोधी द्वेषपूर्ण प्रचार आहे.' या गाण्यावर पाकिस्तानमध्ये बंदी घालण्याचा विचार करत असलेल्या या अधिकाऱ्याने हे गाणं जगभरातल्या कोणत्याही नभोवाणी केंद्रावरून वाजवण्यासाठी काहीही करून प्रतिबंध करण्याचा प्रयत्न करण्याचा आदेश दिला.

वैतागलेले निक्सन ओव्हल ऑफिसमध्ये किसिंजर यांना म्हणाले, "आता यासाठी बीटल्स निधी उभारत असल्याचं मला दिसतं आहे. आपल्या या नतद्रष्ट देशात आपण असल्या कसल्याही वेड्याविद्र्या मोहिमांमध्ये भाग घेतो, हे एक मोठं आश्चर्यच आहे!"

ही मदत पाकिस्तानसाठी जाणार होती की भारतासाठी, असा प्रश्न विचारून किसिंजर म्हणाले, "बीटल्स कुणासाठी निधी उभा करत आहेत? भारतातल्या विस्थापितांसाठी?" (विशेष म्हणजे बीटल्सची फाटाफूट झाल्याबाबत बहुधा दोघंही अनभिज्ञ होते.) उत्तरादाखल निक्सन चिरकले, "नतद्रष्ट भारतीय!" 'अशा परिस्थितीत हॅरिसन यांनी उगाच तसदी घ्यायला नको होती.' असा विचार निक्सन यांच्या मनात आला. "या पेचप्रसंगातली भारतीय बाजू आर्थिकदृष्ट्या ठीकठाक आहे. आम्ही त्यांना सात कोटी डॉलर्स दिले आहेत, आणखी पैसे येत आहेत." (वास्तविक, एक वर्ष विस्थापितांची देखभाल करण्यासाठी भारताला याच्या दसपट रकमेची गरज लागणार होती.) 'इंदिरा गांधी यांचं सरकार' हीच समस्या असल्याचं सांगून किसिंजर म्हणाले, "या पैशाचा विनियोग ते कसा करत आहेत हे कुणालाच ठाऊक नाही." स्तंभित झालेले निक्सन म्हणाले, "हा निधी तुम्ही सरकारला देत आहात? ही घोडचूक आहे." ते करण्याखेरीज पर्यायच नसल्याचं सांगून किसिंजर उत्तरले, "ते तिथे कुणालाही येऊ देत नाहीत. विस्थापितांच्या आसपास कोणत्याही परकीय नागरिकाला फिरकू दिलं जात नाही. भारताचा इतिहास धक्कादायक आहे."

कदाचित काहीशा सौम्यपणे बोलत असल्याच्या भावनेमुळे भयग्रस्त झालेल्या किसिंजर यांनी लगेचच याह्या खान आणि बंगाली लोक यांच्यात राजकीय तोडगा काढण्याच्या भारताच्या आवाहनाचा धिक्कार केला आणि ते म्हणाले, "राजकीय प्रणालीवरचं हे निरर्थक प्रवचन थांबवा. कालांतराने पूर्व बंगालमध्ये स्वायत्तता येणार असून ते पुढच्या दोन वर्षांत घडेल. मात्र ते येत्या सहा महिन्यांमध्ये घडणार नाही. भारत एक घृणास्पद, निष्ठूर खेळी खेळतो आहे."

बांगला देशाबद्दल जागरूकता निर्माण करण्याबाबत हॅरिसन कितीही आशावादी असला, तरी त्याच्या श्रोतृवर्गात निक्सन आणि किसिंजर असण्याची सुतराम शक्यता नव्हती.

''पाकिस्तानी हे वेगळं प्रकरण आहे.''

सहनशक्ती संपुष्टात आलेले निक्सन आणि किसिंजर यांनी बहकलेल्या चाबकाचा वापर करून परराष्ट्र मंत्रालयाला जागेवर आणायचं ठरवलं. ऑगस्ट महिन्यात युद्धकक्षात झालेल्या एका बैठकीत कर्मचाऱ्यांना वठणीवर आणण्यासाठी निक्सन यांनी त्यांच्या वरिष्ठ अधिकाऱ्यांना ओव्हल ऑफिसमध्ये येण्याचं फर्मान सोडून आश्चर्यचकित केलं. तत्पूर्वी समाधानाच्या भावनेतून निक्सन गुरगुरले, ''कधीमधी त्यांना एखादा झटका दिलेला बरा असतो.'' अचानक निघालेल्या या फर्मानामुळे भांबावलेले परराष्ट्र मंत्रालयाचे आणि इतर यंत्रणांचे अधिकारी धडधडत्या अंतःकरणाने पहिल्या मजल्यावरच्या ओव्हल ऑफिसमध्ये पोहोचले. राष्ट्राध्यक्षांनी सगळ्यांवर जळजळीत नजर फिरवली. निक्सन प्रशासनाने संबंधित धोरणांचं अनुपालन करायलाच हवं होतं, असं त्यांनी बजावलं.

किसिंजर किंवा एच. आर. हाल्डेमन यांच्याबरोबर एकांतात असताना राष्ट्राध्यक्ष जसे वागत, त्यापेक्षा या बैठकीत ते फार चांगले वागले. विस्थापितांसाठी अमेरिका देत असलेल्या देणगीचा प्रामुख्याने उल्लेख करून, कधी नव्हे तो त्यांनी 'मानवी व्यथांचा' उल्लेख केला आणि ते म्हणाले, ''मदत करण्याच्या बाबतीत आपल्याला सर्वतोपरी प्रयत्न करावाच लागेल, पण आता मला स्पष्टपणे बोलायचं आहे.'' असं सांगून त्यांनी केनेथ किटिंग यांच्यावर हल्ला केला. ''भारतात जाणारा प्रत्येक राजदूत भारताच्या प्रेमात पडतो. (राष्ट्राध्यक्षांनी असा थेट हल्ला चढवणं इतकं अभूतपूर्व होतं की, किसिंजर आणि सॉन्डर्स यांनी परराष्ट्र मंत्रालयासाठी या संभाषणाच्या बनवलेल्या अधिकृत इतिवृत्तातून हा भाग वगळला.) परराष्ट्र मंत्रालयाच्या आणि दक्षिण आशियातल्या भारतवादी तत्त्वांना तुम्हांला थंड करावं लागेल.'' असं निक्सन यांनी परराष्ट्र मंत्रालयाच्या वरिष्ठ अधिकाऱ्यांना सांगितलं. या तुलनेत अमेरिकी लोक अगदी कमी संख्येने पाकिस्तानच्या प्रेमात पडत असल्याचं नमूद करून निक्सन म्हणाले, ''पाकिस्तानी हे वेगळं प्रकरण आहे. काही वेळा ते अगदी मूर्खपणे वागतात. मात्र भारतीय अधिक कपटी असून अनेकदा ते इतके चाणाक्षपणे वागतात की, त्यांच्या बोलण्याला आपण फसतो.''

याह्या खान यांनी जे काही केलं होतं, त्याचं वकीलपत्र निक्सननी घेतलं नसलं, तरी विस्थापितांच्या प्रश्नावरून पाकिस्तानचे तुकडे करण्यासाठी भारताला

युद्ध सुरू करण्याची परवानगी अमेरिका देऊ शकणार नसल्याचे उद्गार निक्सन यांनी काढले. ''मी नवी दिल्लीत असतो, तर याच प्रकारे युद्धाला सुरुवात केली असती.'' असं सांगून निक्सन म्हणाले, ''युद्ध झालंच, तर मी राष्ट्रीय दूरचित्रवाणी वाहिन्यांवर जाऊन भारताची सर्व मदत बंद करण्याची सूचना काँग्रेसला करीन. त्यांना एक छदामही मिळणार नाही.''

याउलट, पाकिस्तानला फारच सौम्य वागणूक मिळाली. याह्या खान यांच्याबरोबरच्या स्वतःच्या खास नात्याचा उल्लेख करून निक्सन म्हणाले की, पाकिस्तानकडे अमेरिकेचं काही वजन टिकवून ठेवणं आवश्यक होतं आणि काही शिफारशी फक्त खासगीतच करण्याविषयी त्यांनी सुचवलं. ''पाकिस्तानचं राजकीय भविष्य ठरवणं आपलं काम नाही.'' असं म्हणून निक्सन यांनी याबाबतच्या राजकीय सौद्यात अमेरिका पडणार नसल्याचं स्पष्ट केलं. ''पाकिस्तानी नेत्यांना स्वतःच्या भविष्याला स्वतःच आकार द्यावा लागेल.'' पाकिस्तानमधल्या रक्तपाताची तमा न बाळगणारे निक्सन पाकिस्तानच्या सार्वभौमत्वाचा वारंवार उल्लेख करून म्हणाले, ''पाकिस्तान सरकारने देशाच्या पूर्व भागात काय केलं आहे, याच्या मोजपट्टीवर आम्ही पाकिस्तानबरोबरच्या आमच्या संबंधांचं मोजमाप करणार नाही. तोच निकष लावायचा ठरला, तर कम्युनिस्ट राष्ट्रांमध्ये होणारी मानवी कत्तल पाहता, जगातल्या प्रत्येक कम्युनिस्ट सरकारबरोबरचे संबंध आम्हांला तोडावे लागतील.''

राष्ट्राध्यक्षांच्या विशेष अधिकारांचं समर्थन मिळाल्यामुळे किसिंजर पुन्हा एकदा लिंकन यांच्याबरोबर याह्या खान यांचं असलेलं साम्य उद्धृत करून म्हणाले, ''कोलकाता इथल्या अवामी लीगच्या नेत्यांबरोबर याह्या खान यांना राजकीय सौदा करायला सांगणं म्हणजे अब्राहम लिंकन यांना जेफर्सन डेव्हिस याच्याबरोबर वाटाघाटी करायला सांगण्यासारखं आहे.'' पाकिस्तानचे तुकडे करण्यात अमेरिका सहभागी होऊ शकणार नसल्यासंदर्भात सहमती प्रकट करून निक्सन म्हणाले, ''पूर्व पाकिस्तानचं राजकीय भवितव्य या देशावर लादण्याची परवानगी आपण भारताला देऊ शकत नाही. याह्या खान यांनी राजकीय तडजोड करावी म्हणून, अमेरिका पाठवत असलेली मदत त्यांच्यावर दबाव आणण्यासाठी नसून आक्रमण करण्याची सबब शोधण्याच्या संधीपासून भारताला वंचित करण्यासाठी आहे.''

अखेर निक्सन यांनी त्यांच्या कर्मचाऱ्यांना निघून जाण्याची सूचना दिली. ते ओळीने युद्धकक्षात पोहोचले. फटके बसल्यामुळे ते जागेवर आले होते. ओव्हल ऑफिसमध्ये कान पिळले गेल्यानंतर सुरू झालेल्या त्यांच्या बैठकीत किसिंजर यांनी युद्धकक्षातल्या अधिकाऱ्यांसमोर त्यांचा अतिपरिचित राग आळवला.

(‘‘पाकिस्तानची मदत पुन्हा सुरू करण्यासाठी जागतिक बँक राजकीय अटी घालत असून माझ्या मते, हे असहनीय आहे.’’) त्यांचं हे म्हणणं अधिकाऱ्यांच्या चमूने मनापासून स्वीकारलं.

एवढं झाल्यानंतरही किसिंजर त्यांच्यावर खवळूनच होते. राष्ट्राध्यक्षांच्या इच्छेविरुद्ध हालचाली करत असल्याबद्दल युद्धकक्षातल्या एका बैठकीत त्यांनी थयथयाट केला. पाकिस्तानला होणारा शस्त्रपुरवठा आक्रसत असल्याचा उल्लेख परराष्ट्र मंत्रालयाच्या एका अधिकाऱ्याने करताच किसिंजर तडकले. ते म्हणाले, ‘‘ही आपली भूमिका नाही. शस्त्रपुरवठा सुकवण्याचा प्रयत्न तुम्ही करत आहात. ही रसद थांबवावी, असं तुम्ही त्यांना सांगत आहात.’’ संतापून ते पुढे म्हणाले, ‘‘याबाबत राष्ट्राध्यक्षांनी पाचशे वेळा तरी आदेश दिलेला आहे.’’ अधिकाऱ्यांना दिलेल्या सूचनांच्या कक्षेबाहेर अधिकारी जात असल्याबद्दल नाराजी व्यक्त करून ते म्हणाले, ‘‘तुम्हांला जर बेसबॉल बॅट वापरायची – अणुयुद्ध सुरू करण्याची – सूचना मिळाली, तर तुम्ही काय कराल असा प्रश्न मला पडतो.’’

जनआक्रोश मूक करण्यासाठी निक्सन यांनी ऑगस्ट महिन्यात एका पत्रकार परिषदेचा वापर बंगाली वंशविच्छेदावरचं पहिलं अधिकृत निवेदन देण्यासाठी केला. तत्पूर्वी ते किसिंजर यांना म्हणाले, ‘‘याबाबत मला अगदी थोडं बोलायचं आहे. यावर प्रश्न विचारण्यात येतीलच, पण त्याला मी कवडीचीही किंमत देत नाही. मी ते सरळ उडवून लावणार आहे.’’

अशा प्रकारे पत्रकारांसमोर एक संक्षिप्त निवेदन करताना निक्सन यांनी पाकिस्तानची मदत थांबवण्याची कल्पना फेटाळून लावली. उलट ते म्हणाले, ‘‘पश्चिम पाकिस्तानची आर्थिक मदत चालू ठेवणं, ही सर्वांत जास्त सकारात्मक भूमिका आम्ही पार पाडू शकतो.’’ कत्तलींचा धिक्कार न करता निक्सन म्हणाले, ‘‘पाकिस्तान सरकारवर लोकदबाव आणण्याच्या फंदात आम्ही पडणार नाही. तसं करणं पूर्णपणे उलट परिणाम घडवणारं ठरेल. अशा प्रश्नांवर आम्ही फक्त खासगी स्तरावरच चर्चा करू.’’

पण अमेरिकी जनतेच्या औदासीन्यावर निक्सन यांचा अढळ विश्वास होता. ते हाल्डेमन यांना ओव्हल ऑफिसमध्ये म्हणाले, ‘‘युरोप, लॅटिन अमेरिका किंवा आफ्रिका यांच्याबद्दल कुणालाच काही पडलेली नाही. इस्राइलमधल्या ज्यूंच्याबाबत त्यांना कळवळा आहे, कारण त्यांना युद्धाला सामोरं जावं लागलं आणि इतर फारसं काही घडत नसल्याने भारत-पाकिस्तान ही बातमी होईल, पण लोकांना पाकिस्तानबाबत फार काही वाटत असावं असं मला वाटत नाही. तुम्हांला काय वाटतं?’’ हाल्डेमन म्हणाले, ‘‘मला वाटतं, टेडी (एडवर्ड केनेडी) त्यांना

तापवण्याचा प्रयत्न करत आहे.'' पूर्व पाकिस्तानमधून भयानक चित्रं येत असल्याचं मान्य करून हाल्डेमन म्हणाले, ''मात्र भारतीय आणि पाकिस्तानी यांची भयानक दृश्यं तुम्ही आयुष्यभर पाहत आलेला आहात. उदाहरणार्थ, दिल्लीतले भिकारी आणि तसलेच प्रकार.'' यावर निक्सन उत्तरले, ''बायफ्राबाबत लोक जसे थंड राहिले, त्यापेक्षा जास्त काही घडणार नाही. बायफ्रामुळे मूठभर कॅथलिक अस्वस्थ झाले; पण मला वाटतं की, पाकिस्तानपेक्षाही बायफ्रामुळे लोक जास्त हलले होते, कारण त्यांच्या दृष्टीने पाकिस्तान म्हणजे तपकिरी वर्णाच्या नतद्रष्ट मुस्लिमांची एक वसाहत आहे.''

ढाका येथील अमेरिकी उपदूतावासातील वाणिज्यदूत आर्चर ब्लड हे व्हाइट हाउसच्या धोरणांचे कडवे विरोधक बनले. १८ डिसेंबर १९७० रोजी ढाका विमानतळावर ब्लड (डावीकडे) पत्नी मेग ब्लड (मध्यभागी) एका अमेरिकी हवाई दलाच्या अधिकाऱ्यासमवेत (उजवीकडे) दिसत आहेत.

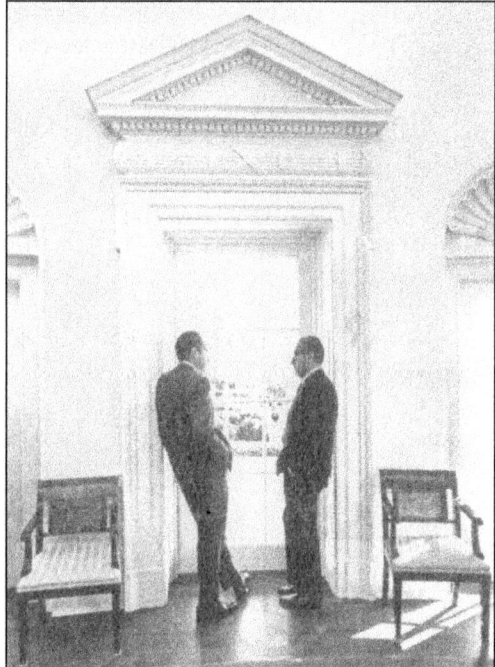

मेधावी प्रतिभेचे, अमेरिकेचे राष्ट्रीय सुरक्षा सल्लागार हेन्री किसिंजर यांचा राष्ट्राध्यक्षांवर विशेष प्रभाव होता. निक्सन (डावीकडे) आणि किसिंजर, १० फेब्रुवारी १९७१ रोजी ओव्हल ऑफिसमध्ये.

१९७०, पूर्व पाकिस्तान
(वर) ढाका शहरातील एका रस्त्यावरील वर्दळ,
(खाली) ग्रामीण भागातील बंगाली नागरिक.

पाकिस्तानचे लष्करी हुकूमशहा जनरल आगा मुहम्मद याह्या खान यांच्याप्रति रिचर्ड निक्सन अखेरपर्यंत एकनिष्ठ राहिले. २५ ऑक्टोबर १९७० रोजी ओव्हल ऑफिसमधील भेटीत याह्या (डावीकडे) यांना नव्याने शस्त्रपुरवठा करण्याचे मान्य करताना निक्सन (उजवीकडे).

भारतीय पंतप्रधान इंदिरा गांधी यांनी पाकिस्तानविरुद्ध कठोर भूमिका घेतली. ३ मार्च १९७१ रोजी लाल किल्ला येथील प्रचारसभेत भाषण करताना.

शेख मुजीब उर-रेहमान हे बंगाली राष्ट्रवादी नेते १९७० सालच्या पाकिस्तानी निवडणुकीत विजयी झाले. ७ मार्च १९७१ रोजी ढाका येथे बांगला देशाच्या झेंड्याखाली ते आपल्या समर्थकांची एकजूट करताना दिसत आहेत.

२५ मार्च १९७१पासून पाकिस्तानी लष्कराने पूर्व पाकिस्तानमध्ये दडपशाहीचे सत्र सुरू केले. बंगाली लोक पेटलेली घरेदारे सोडून जाताना दिसत आहेत.

अमेरिकेचे भारतातील राजदूत केनेथ किटिंग यांनी निक्सन आणि किसिंजर यांना बांगला देशातील वंशविच्छेदाबद्दल थेट जाब विचारला. ही बैठक तणावपूर्ण होऊनही १५ जून १९७१ रोजी किटिंग (मध्यभागी), निक्सन (डावीकडे) आणि किसिंजर (उजवीकडे) व्हाइट हाउसमधील छायाचित्रासाठी स्मितहास्य करताना.

याह्यांच्या मदतीने चीनबरोबर सुरू झालेल्या ऐतिहासिक संबंधांमध्ये किसिंजर गुंतले होते. १०-११ जुलै १९७१ रोजी चीनला दिलेल्या गुप्त भेटीदरम्यान ते (डावीकडे) चीनचे राष्ट्रप्रमुख चाऊ एन लाय (उजवीकडे)यांच्यामुळे विशेष प्रभावित झाले होते.

निर्वासित लाखोंच्या संख्येने भारतात दखल झाले.
त्या वेळी अनेकदा त्यांना गच्च भरलेल्या छावण्यांमध्ये दयनीय अवस्थेत राहावे लागे.

निक्सन यांचे प्रमुख प्रतिस्पर्धी असलेल्या डेमोक्रॅटिक पक्षाच्या टेड केनेडी यांनी बंगालींची पाठराखण केली. निर्वासितांच्या छावणीतील हालअपेष्टा पाहून केनेडींना धक्का बसला.
१२ ऑगस्ट१९७१ रोजी पश्चिम बंगालमधील निर्वासितांच्या इस्पितळाला भेट देताना टेड केनेडी.

रिचर्ड निक्सन आणि इंदिरा गांधी एकमेकांचा दुःस्वास करत. ४ नोव्हेंबर १९७१ रोजी दोघे व्हाइट हाउसमध्ये.

२२ नोव्हेंबर १९७१, पाकिस्तानी लष्कराशी लढाई करण्यासाठी प्रशिक्षण घेताना बंगाली गनीम.

बांगला देश युद्ध : भारतीय पायदळ पूर्व सीमेवर युद्ध करताना, डिसेंबर १९७१.

भावी राष्ट्राध्यक्ष, जॉर्ज एच. डब्ल्यू. बुश यांनी
संयुक्त राष्ट्रसंघात भारताविरुद्ध
अमेरिकेची बाजू मांडली.

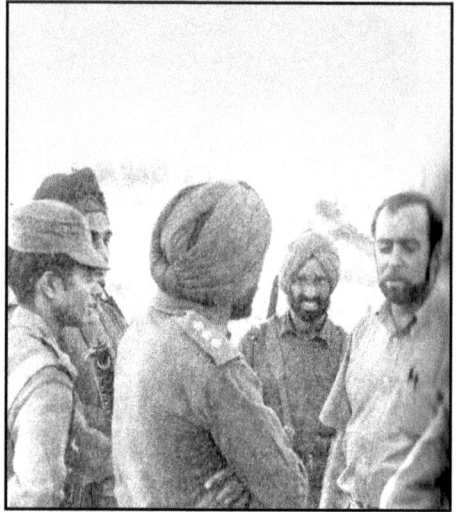

डिसेंबर १९७१. न्यू यॉर्क टाइम्सचे वार्ताहर
सिडनी शेनबर्ग भारतीय सैनिकांबरोबर.

ढाका येथील पराभवानंतर भारतीय लेफ्टनंट जनरल जगजितसिंग अरोरा (डावीकडे बसलेले)
यांच्याकडे शरणागती पत्करताना पाकिस्तानी लेफ्टनंट जनरल ए. ए. के. नियाजी (उजवीकडे बसलेले).
भारतीय मेजर जनरल जेकब-फर्ज-राफेल जेकब मागे उभे राहून पाहत आहेत; १६ डिसेंबर १९७१.

१४. सोव्हिएत मित्र

''व्हिएतनामचा खाटीक बांगला देशच्या खाटकाला भेटला असून दोन्ही खाटीक एकमेकांच्या संगतीत रमले आहेत.'' असं एक भारतीय कार्यकर्ता प्रत्येकाला सांगत सुटला होता. कारण 'खाटीक निक्सन' यांच्या कारवायांबद्दल त्या भारतीयाला वाटणारा तिरस्कार अनावर झाला होता. टाइम्स ऑफ इंडियामध्ये एका लेखकाने म्हटलं होतं, 'याह्या खान हिटलरएवढ्याच सैतानी अपराधाचे दोषी आहेत.' सर्वोदयी नेते जयप्रकाश नारायण यांनी कडवटपणे जाहीर केलं, 'एके काळी ब्रिटिश साम्राज्यशाहीविरुद्ध उठाव करणारी अमेरिका एक वसाहतवादी महाशक्ती झाली आहे.'

अमेरिकेकडे शत्रुत्वाच्या भावनेने पाहणाऱ्या भारतीयांची संख्या वाढत होती. ग्रीस, स्पेन, पोर्तुगाल आणि पाकिस्तान या देशांमधल्या हुकूमशाही राजवटींना अमेरिका देत असलेल्या समर्थनाची भारतीय धोरणकर्त्यांना घृणा वाटत होती, तर व्हिएतनाममधल्या आणि पाकिस्तानमधल्या पाशवी राजवटींना अमेरिका देत असलेल्या पाठिंब्याला अनेक भारतीय अधिकारी एकाच मापात मोजत होते. तोपर्यंत अमेरिका भारतीयांमध्ये लोकप्रिय असली, तरी आता अमेरिकेबद्दल चांगला दृष्टीकोन बाळगणाऱ्यांची संख्या दोन-तृतीयांशावरून अर्ध्यापर्यंत घसरली होती.

सर्वांत महत्त्वाचं म्हणजे पाकिस्तानला चालू असलेल्या अमेरिकी मदतीच्या ओघामुळे भारतीय लोक संतापाने धुमसत होते. अमेरिकेच्या वाणिज्य मंत्रालयाने पाकिस्तान इन्टरनॅशनल एअरलाइन्सला बोइंग ७०७ बनावटीची दोन विमानं भाडेपट्टीवर दिल्याचं उघड झाल्यामुळे भारतीय संसद संतप्त झाली होती, कारण या विमानांचा वापर पाकिस्तानी सैनिकांना ढाक्यात वाहून नेण्यासाठी होण्याची शक्यता होती. अमेरिका पश्चिम पाकिस्तानमधून विमानातून सैनिकांना पूर्व पाकिस्तानमध्ये पोहोचवत असल्याच्या आणि अमेरिकी शस्त्रास्त्रं व्हिएतनाममधून पाकिस्तानमध्ये येत असल्याच्या वृत्तपत्रामधल्या अवास्तव आणि भडक बातम्यांमुळे वस्तुस्थितीचं अनेकदा विकृतीकरण करण्यात येत होतं.

निक्सन यांना धोरण समजावून सांगताना किसिंजर म्हणाले, ''इतर

कोणत्याही मुद्द्यापेक्षा पाकिस्तानला लष्करी पुरवठा करण्याची बाब भारत–अमेरिका संबंध कमालीचे बिघडण्यासाठी कारणीभूत ठरली आहे. हा अत्यंत भावनात्मक आणि अतिशय लक्षणीय सार्वजनिक मुद्दा बनला असून आपण करत असलेला थेंबभर शस्त्रपुरवठा म्हणजे याह्या खान बंगाली लोकांवर करत असलेल्या अत्याचारांना समर्थन अशा दृष्टीने अनेक भारतीय त्याकडे पाहत आहेत.'' खरोखर, भारतीय परराष्ट्र मंत्रालयाने खासगीत असा युक्तिवाद केला की, शस्त्रास्त्रांच्या पाठवणीचा आकार महत्त्वाचा नसून पाकिस्तानी लष्कराच्या दमनचक्राला अमेरिका पाठिंबा देत असल्याचं हे प्रतीक होतं. त्याचा मनोवैज्ञानिक प्रभाव पाकिस्तान सरकार आणि बंगाली जनता यांच्यावर पडत होता. निक्सन आणि किसिंजर यांनी वारंवार चटके दिलेले, पण सौजन्यमूर्ती म्हणून प्रसिद्ध असणारे परराष्ट्रमंत्री स्वर्ण सिंग हेसुद्धा संसदेत गरजले, ''अमेरिकेचा शस्त्रपुरवठा म्हणजे बांगला देशातला वंशविच्छेद माफ करण्यासारखं आणि अत्याचार चालू ठेवण्यासाठी पाकिस्तानच्या लष्करशहांना प्रोत्साहन देण्यासारखं आहे. त्याचप्रमाणे बांगला देशाच्या जनतेविरुद्ध पश्चिम पाकिस्तानच्या लष्करशहांच्या बाजूने ते हस्तक्षेप करण्यासारखंही आहे.''

दिल्लीतले अमेरिकी राजदूत केनेथ किटिंग यांनी भारतात वाढणाऱ्या अमेरिकाविरोधाबद्दल एक दीर्घ आणि इशारा देणारा अहवाल पाठवला. त्यानुसार, भारतीयांना अमेरिकेबद्दल अतूट प्रेम असल्याच्या जुन्यापुराण्या गृहीतकावर अमेरिका यापुढे विसंबून राहू शकणार नव्हती. त्यांना अमेरिकाविरोधी पत्रांचे गठ्ठे रोज मिळत होते. लोकशाहीचा गळा घोटल्याबद्दल, खुन्यांना शस्त्रसज्ज केल्याबद्दल आणि वंशविच्छेदाचा मूक साक्षीदार बनल्याबद्दल या पत्रांमध्ये अमेरिकेवर प्रहार केलेले असल्याचं त्यांनी अहवालात कळवलं. किटिंग आणि त्यांचे कर्मचारी जात असलेल्या प्रत्येक ठिकाणी सर्व दर्जांचे आणि सगळ्या वर्गांचे भारतीय त्यांचा धिक्कार करत होते. यांमध्ये एका ज्येष्ठ सेनाप्रमुखापासून पंजाबमधल्या एका वयस्कर नोकराचाही समावेश होता. त्याच्या घरात एका अमेरिकी माणसाने पाय ठेवल्यामुळे तो अस्वस्थ झाला होता. केवळ इंदिरा गांधी किंवा सोव्हिएतवादी पी. एन. हक्सर आणि डी. पी. धर यांच्यासारखे अधिकारी, डावे भद्रलोक आणि पत्रकारच नव्हेत; तर एका संपूर्ण लोकशाही समाजाबरोबर निक्सन प्रशासन वैरभाव ओढवून घेत होतं.

भारत–सोव्हिएत मैत्रीकरार

इंदिरा गांधी यांनी शेवटचा प्रयत्न म्हणून पाश्चात्त्य देशांच्या राजधान्यांचा दौरा करण्याचा निर्णय घेतला. पंतप्रधानांनी पश्चिमेकडे जावं म्हणून त्यांना गळ घालणारे हक्सर यांनी सोव्हिएत पंतप्रधान अलेक्सी कोसिगिन यांचं मॉस्कोतलं

'जनस्वागताचं' निमंत्रण स्वीकारायचा आग्रह इंदिरा गांधींना केला. भारताचे सोव्हिएत देशाबरोबरचे संबंध दृढ होत होते आणि मॉस्कोमधल्या 'उत्साही वातावरणामुळे' तिथला भारतीय दूतावास हरखून गेला होता.

भारताचे मॉस्कोतले राजदूत धर यांनी अनेक महिने प्रयत्न करूनही सोव्हिएत देशाबरोबरच्या मैत्रीकरारावर स्वाक्षरी करण्याबाबत इंदिरा गांधींनी फारसा उत्साह दाखवला नव्हता; पण आता पाकिस्तानबरोबर युद्धाची संभाव्यता सामोरी आली होती आणि अमेरिका उघडपणे शत्रुभावाने वागत होती. किसिंजर यांच्या बीजिंगच्या ऐतिहासिक भेटीनंतर अमेरिका आणि चीन एकत्रितपणे भारताविरुद्ध आघाडी उघडणं शक्य होतं. त्यामुळे ऑगस्टच्या सुरुवातीला या कराराला अंतिम रूप देण्यासाठी धर भारतातून पुन्हा मॉस्कोला धावले.

तत्कालीन केंद्रीय गृहखात्याचे राज्यमंत्री के. सी. पंत म्हणतात, "ते अत्यंत व्यवहार्य पाऊल होतं, कारण भारत युद्धाची तयारी करत असल्याने हे पाऊल उचलणं आवश्यक ठरलं होतं." मॉस्कोमधल्या भेटीगाठींमध्ये धर बेभान झाल्यासारखे वागत होते. पाकिस्तानने चालवलेला वंशविच्छेद आणि त्याला शस्त्रास्त्रं पाठवून अमेरिका देत असलेला पाठिंबा यांचा त्यांनी धिक्कार केला. त्यांच्या मते, भारत-सोव्हिएत मैत्रीकरारामुळे अमेरिका आणि पाकिस्तान यांचा तिळपापड होणार होता - "मोठ्या मित्रत्वामुळे मोठ्या मत्सराला निमंत्रण मिळतं."

भारताच्या निकडीच्या प्रसंगी, सोव्हिएत देशाने दिलेल्या समर्थनाची आठवण आज अनेक भारतीय जिव्हाळ्याने करत असले; तरी तेव्हा युद्धाकडे धाव घेण्याच्या भारताच्या भूमिकेबद्दल सोव्हिएत नेतृत्व अनुत्साही होतं. या संपूर्ण संकटकाळात लिओनिद ब्रेझनेव्ह यांची राजवट युद्धाबाबत साशंक होती आणि विभाजित पाकिस्तानची शक्यता या राजवटीला फारशी रुचत नव्हती. बांगला देशाला सोव्हिएत मान्यता मिळण्याची शक्यता नव्हती. सरळसरळ मुक्ती वाहिनीचा संदर्भ सूचित करताना अवघडलेल्या कोसिगिन यांनी भारताने स्वतःच्या सीमेवरच्या घटनांबाबत पूर्ण गोपनीयता बाळगण्याविषयी भारताला सुचवलं. युद्ध झालंच असतं; तर त्याला रशियाचा पाठिंबा जाहीर करण्याऐवजी, भारताने स्वतःचं लष्कर मजबूत करण्याचा सल्ला कोसिगिन यांनी भारताला दिला. या अगदी वादळी क्षणीही कोसिगिननी शांततेचं संरक्षण करण्याच्या अत्यावश्यकतेचा पुनरुच्चार केला आणि युद्ध करणं भारताच्या हिताचं नसल्याचं त्यांनी स्पष्टपणे सांगितलं. सर्वांत महत्त्वाच्या एका प्रश्नावर हे दोन देश वेगवेगळ्या भूमिकांमध्ये होते.

मात्र ८ ऑगस्ट रोजी सोव्हिएत परराष्ट्रमंत्री आंद्रे ग्रोमिको या मैत्रीकरारावर स्वाक्षरी करण्यासाठी दिल्लीत उपस्थित होते. हा क्षण ऐतिहासिक आणि अतीव

महत्त्वाचा असल्याचं हक्सर यांनी इंदिरा गांधींना उत्साहाने सांगितलं. भारत मुक्ती वाहिनीला मदत करत असल्याचं मान्य करून हक्सर यांनी सोव्हिएत नेत्यांना या स्वातंत्र्यसैनिकांना देण्याच्या समर्थनासाठी देण्यात येणाऱ्या खर्चाचीही माहिती खासगीत विनासंकोच दिली होती. पाकिस्तानी कारवायांचं क्रौर्य आणि भारतातल्या लोकशाही सरकारवरचा लोकदबाव यांची आठवणही हक्सर यांनी त्यांना करून दिली. ग्रोमिको हे मानवाधिकारांसंबंधी भयंकर इतिहास असणाऱ्या एका जुलमी हुकूमशाहीचे प्रतिनिधी होते. त्यांना ही आठवण फारशी पसंत पडण्याची शक्यता नव्हती. सर्वांत महत्त्वाचं म्हणजे सोव्हिएत समर्थनामुळे हक्सर आनंदून गेले होते. 'चीनने चिथावल्याने आणि अमेरिकेच्या खुल्या समर्थनाच्या जोरावर पाकिस्तानी लष्करी राजवटीकडून युद्ध सुरू करण्याचा धोका' यामुळे दूर झाल्याचं हक्सर यांना वाटत होतं. 'राष्ट्राध्यक्ष निक्सन आणि चीन यांचा संताप या मैत्रीकरारामुळे अनावर होण्याची' पूर्ण जाणीव इंदिरा गांधी आणि हक्सर या दोघांना होती.

या मैत्रीकराराचे रचनाकार हक्सर आणि धर, तसंच सोव्हिएतवादी परराष्ट्र सचिव टी. एन. कौल यांच्या लवाजम्यासह इंदिरा गांधी यांनी दिल्लीत ग्रोमिको यांचं स्नेहपूर्वक स्वागत केलं. भारताच्या आक्रमक भूमिकेबद्दल सोव्हिएत नेत्यांना असणारी चिंता दूर करताना या करारामुळे शांतता प्रस्थापित होण्याला मदतच होणार असल्याबद्दल इंदिरा गांधींनी त्यांना आश्वासित केलं. मात्र त्यांनी सोव्हिएत परराष्ट्रमंत्र्यांना असंही सांगितलं, ''अधिक लढाऊ भूमिका घेण्यासाठी सर्व भारतीयांकडून माझ्यावर दबाव येत असून चहूकडून मारा होत असलेल्या बेटासारखी माझी अवस्था झाली आहे.'' सोव्हिएत मदतीमुळे एकतर युद्धाला प्रतिबंध झाला असता किंवा युद्ध झालं असतं, तर ते जिंकण्यासाठी हा करार साहाय्यभूत ठरला असता, अशी आशा हक्सर यांनी व्यक्त केली. सोव्हिएत नेत्यांकडून या-ना-त्या प्रकारे युद्ध करण्याची परवानगी मिळवण्याचा भारताचा प्रयत्न चालू असल्याचं तत्कालीन दस्तऐवजांवरून दिसून येत असलं, तरी त्याला ग्रोमिको यांनी दाद दिली नाही. 'शांतताप्रिय राष्ट्राचं सैन्य' अशा शब्दांमध्ये भारतीय लष्कराची प्रशंसा करत ते म्हणाले, ''शांतता पसंत असणाऱ्या कुणालाही हा करार न आवडणं शक्य नव्हतं.''

असं असलं, तरी ग्रोमिको यांनी भारतासाठी काही भेटवस्तू आणल्या होत्या. विस्थापितांच्या मदतीसाठी येणारी सोव्हिएत मदत अत्यंत कृपण असली, तरी मर्यादित प्रमाणात काही शस्त्रास्त्रं त्यांनी भारताला देऊ केली – तोफा, गस्ती जहाजं आणि लष्करी हेलिकॉप्टर्स. मात्र लगेचच युद्ध झालं असतं, तर यातलं काहीही उपलब्ध होऊ शकलं नसतं. 'अणुऊर्जेच्या शांततामय विकासासाठी'

भारताला कित्येक टन जड पाणी देण्याचा प्रस्ताव ग्रोमिको यांनी मांडला. भविष्यातल्या अण्वस्त्रसज्ज दक्षिण आशियाची ही एक भयाण झलक होती.

शांतता, मैत्री आणि सहकार्य यांबाबतच्या करारावर ९ ऑगस्ट रोजी स्वर्ण सिंग आणि ग्रोमिको यांनी सह्या केल्या. असे करार बहुधा भोंगळ शब्दांनी भरलेले असले, तरी या करारांमधली भाषा फारच हवाबाजीची होती. करारात म्हटलं होतं, 'प्रामाणिक मैत्री, चांगला शेजार आणि समग्र सहकार्य यांचं आश्वासन देण्यात येतं आहे.' या करारातल्या सर्वांत महत्त्वाच्या तरतुदीत जाहीर करण्यात आलं होतं – 'या दोहोंपैकी कोणत्याही एका देशावर आक्रमण झाल्यास दुसरा देश हा धोका दूर करण्यासाठी सल्लामसलत करेल आणि दोन्ही देशांमध्ये सुरक्षा तसंच शांतता प्रस्थापित करणं यासाठी योग्य ती परिणामकारक उपाययोजना करेल.' या तरतुदीत एका देशाने दुसऱ्याचं संरक्षण करण्याचं स्पष्ट अभिवचन दिलेलं नसलं, तरी मॉस्कोतल्या भारतीय दूतावासाने अभिमानाने नोंद केल्यानुसार, 'चीन आणि पाकिस्तान या दोघांना जरब बसेल' असा हा इशारा असल्याच्या दृष्टीने सगळीकडे त्याकडे पाहिलं गेलं.

आजदेखील अनेक भारतीय लोक या मैत्रीकराराचं स्मरण एक ऐतिहासिक घटना म्हणून करताना भारताच्या सर्वाधिक संकटाच्या काळात एक तगडा परकीय मित्र इमानाला कसा जागला, याचा संदर्भ देतात. हक्सर यांच्या नोंदीनुसार, 'या करारामुळे अनेक आशा पल्लवित होतील.' भारतीय राजनैतिक अधिकाऱ्यांनी पाठवलेल्या अहवालानुसार, या करारामुळे इस्लामाबादला धक्का बसला होता आणि वास्तवाची जाणीव झाली होती. मेजर जनरल जेकब म्हणतात, ''रशियनांनी आम्हांला पुष्कळ मदत केली. मी कायम या मदतीचं स्मरण कृतज्ञतापूर्वक करीन. रशियनांसाठी माझ्याकडे हवा तेवढा वेळ आहे.'' सोव्हिएत देशाने भारताला मदत करण्याचे अनेक मार्ग शोधून काढले – निक्सन यांच्या आगामी चीन दौऱ्यामुळे निर्माण होऊ शकणाऱ्या धोक्यांबाबत भारताला इशारा देणं, मुजीब यांच्यावर भरलेला खटला सुनावणीला येणार असल्याबाबत भारताने केलेल्या तक्रारीला तातडीने समर्थन देणं, ग्रोमिको यांची पाकिस्तान-भेट (युद्धाला चिथावणी मिळणार नसल्यास) रद्द करण्यासाठी संमती देणं; पण एवढे नगारे बडवूनही ब्रेझनेव्ह आणि इंदिरा गांधी यांच्या सरकारांमधल्या विसंवादाच्या मुख्य कारणाचं निरसन झालं नाही – भारताने पाकिस्तानबरोबर युद्ध करणं टाळावं, हीच सोव्हिएत नेत्यांची इच्छा होती.

यशाच्या या क्षणात भारत सरकार न्हाऊन निघालं. बंगालमधल्या संकटापूर्वी असा करार झाला असता, तर हा अलिप्ततेच्या धोरणावर आघात असल्याची

देशांतर्गत टीका सहन करण्याची तयारी भारतीय अधिकाऱ्यांनी ठेवली असती; पण आता संसदेतल्या अनेक महिन्यांच्या चर्चेत परराष्ट्र धोरण दुबळं असल्याची टीका झाल्यानंतर या धाडसी कृतीमुळे इंदिरा गांधींच्या सरकारला बढाई मारण्याचं एक साधन प्राप्त झालं होतं.

संसदेने या करारावर लागलीच शिक्कामोर्तब केलं. एवढंच नव्हे, तर इंदिरा गांधींना सतत खड्यासारखे टोचत असणारे जयप्रकाश नारायण यांनीही या कराराचं स्वागत केलं, पण त्याच वेळी सरकारने बांगला देशाला मान्यता देण्याची वेळ येऊन ठेपली असल्याची खोचक टीकाही नारायण यांनी केली. मात्र संसदेचे काही सदस्य तेवढेसे उत्साही दिसत नव्हते. 'यामुळे भारताच्या स्वातंत्र्याचा संकोच होईल.' अशी कुरकुर ते करत होते. जनसंघ या घडामोडींकडे सावधपणे पाहत होता. ब्रिटिशांना हाकलून दिल्यानंतर आता भारत एक प्रकारे सोव्हिएत वसाहत होण्याचा धोका एका विरोधी पक्षाच्या खासदाराने बोलून दाखवला. सोव्हिएत रणगाड्यांखाली चिरडलं जाण्यापूर्वी हंगेरी आणि चेकोस्लोव्हाकिया यांनीही अशाच करारांवर सह्या केल्या असल्याचा इशारा लोकसभेच्या एका सदस्याने दिला.

या करारामुळे भारताच्या अलिप्ततेच्या धोरणाला बळ मिळणार असल्याचं इंदिरा गांधींचं सरकार ठासून सांगत होतं. 'अलिप्तता' या शब्दाच्या जादुई उच्चारामुळे जणू काही एका महाशक्तीविरुद्ध दुसऱ्या महाशक्तीबरोबर केलेल्या कराराचा स्वच्छ अर्थ झाकला जाऊ शकणार होता. भारत शीतयुद्धापासून अलिप्त राहावा, असा नेहरूप्रणीत आदर्शवाद धोरणात कल्पिण्यात आला होता; पण या संकटामध्ये आता दोन्ही महाशक्तींबरोबर चीनही ओढला गेला होता. व्हाइट हाउसने चीनबरोबर दरवाजा खुला केल्यामुळे आणि भारताच्या सोव्हिएत मैत्रीकरारामुळे उपखंडावर शीतयुद्धाचं सावट पसरलं होतं.

'हिटलरच्या छळवादामुळे पळून गेलेले विस्थापित'

भारत-सोव्हिएत मैत्रीकरार होण्याच्या पुष्कळ आधीपासून सोव्हिएत देशाबरोबर असलेल्या भारताच्या दोस्तीमुळे निक्सन चक्रावून गेले होते. आता ते संतापून लालेलाल झाले.

धमकीच्या स्वरात ते म्हणाले, ''मी भारतीय असतो, तर शेजारीच चीन असताना आणि अमेरिका तिथून फारच दूर असताना माझा सर्वांत जवळचा मित्र सोव्हिएत रशिया असल्याबद्दल चिंतेत पडलो असतो.'' 'एक बारीकसा सौदा' असं या कराराचं तुच्छतेने वर्णन करण्याचा प्रयत्न करणारे निक्सन ''उपखंडात युद्ध भडकवण्यासाठी सोव्हिएत देश मदत करू शकेल.'' असं कृष्णबुद्धीने म्हणाले.

बंगाली राष्ट्रवादी राजकारणाच्या गोंधळात किसिंजर यांना कधीच फारसा रस नव्हता, पण त्यांना सुपरिचित असलेल्या शीतयुद्धाच्या चौकटीत आता सगळं काही बसलं होतं. आता ही परिस्थिती म्हणजे अमेरिका आणि सोव्हिएत देश यांच्या कच्छपी लागलेल्या राष्ट्रांमधली चढाओढ वाटत होती. किसिंजरनी नंतर केलेल्या नोंदीनुसार, 'या कराराद्वारे मॉस्कोने एक जळती काडी दारूगोळ्याच्या कोठारात फेकली.' या कराराच्या केवळ अस्तित्वामुळे भारताच्या अतिप्रिय अलिप्ततावाद सिद्धान्ताचा पायाच भुसभुशीत झाला होता. मात्र त्या वेळी तरी किसिंजर यांनी सोव्हिएत उद्दिष्टांबाबत कनवाळू भूमिका स्वीकारून पाकिस्तानला थांबवण्यासाठी आणि भारताला आवर घालण्यासाठी सोव्हिएत नेते प्रयत्न करत असल्याचं सूचित केलं. मात्र सोव्हिएत पाठिंब्यामुळे पाकिस्तानबरोबर संघर्ष करण्याचा मोह भारताला होऊन त्यातून युद्धाची ठिणगी पडू शकली असती असंही त्यांना वाटत होतं. स्वतःच्या वास्तववादी राजकारणाच्या विलक्षण प्रज्ञेची चुणूक दाखवत किसिंजर नंतर म्हणाले, "भारत रशियाच्या गोटात शिरला, तर त्यामुळे चीन आमच्याकडे ढकलला जाईल."

शीतयुद्ध म्हणजे लोकशाही विरुद्ध हुकूमशाही यांच्यातली सरळसाधी स्पर्धा असल्याचा ज्यांचा गैरसमज होता, त्यांच्यासाठी ही एक उलथापालथ होती. किसिंजरच्या जखमेवर मीठ चोळत वॉशिंग्टनमधल्या सोव्हिएत राजदूतांनी किसिंजरना शालजोडीतले मारले आणि सोव्हिएत रशिया लोकशाहीच्या एका खंद्या पुरस्कर्त्याबरोबर उभा असताना अमेरिका मात्र (हुकूमशाही) चीनबरोबर असणं अत्यंत औपरोधिक असल्याची जाणीव किसिंजरना करून दिली. एका ऑस्ट्रियन मुत्सद्द्याने १८४८ साली केलेल्या भाषणाच्या सारांशाचा वापर करून शेरा मारताना किसिंजर म्हणाले, "भारतीय कृतघ्नता कोणत्या थराला जाऊ शकते, हे समजल्यानंतर सोव्हिएत नेते अचंबित होतील."

प्रत्यक्षात मात्र दिल्लीत कृतज्ञता व्यक्त करताना पी. एन. हक्सर यांना शब्द पुरे पडत नव्हते. इंदिरा गांधी यांच्यासाठी एका भाषणाचा मसुदा तयार करताना हक्सरनी अमेरिकेला चांगलंच फटकावलं – 'समुदायांनी आणि सरकारांनी कसं वागावं, याची परीक्षा म्हणजे बांगला देशाबाबतच्या सध्याच्या घटना. मानवी स्वातंत्र्य आणि सन्मान यांचा सन्मान करणाऱ्या प्रत्येक व्यक्तीच्या सदसद्विवेकबुद्धीची ही कसोटी आहे.' अमेरिकेवर अप्रत्यक्ष हल्ला चढवताना हक्सर म्हणाले, 'बांगला देशातल्या साडेसात कोटी जनतेला जगण्याचा अधिकार आहे की नाही? कोणत्याही देशातल्या बहुसंख्याकांवर अल्पसंख्य अत्याचार करू शकतात का? या अल्पसंख्याकांना इतर देशांकडून शस्त्रास्त्रं आणि राजकीय सुविधा मिळणं

योग्य आहे काय?'

परिस्थिती अधिक कौशल्याने हाताळणाऱ्या इंदिरा गांधींना होणाऱ्या हानीचं नियंत्रण करण्याची निकड स्वच्छपणे दिसली. हक्सर किंवा धर यांच्याप्रमाणे त्या सोव्हिएत देशाच्या प्रेमात नव्हत्या आणि अलिप्ततेपासून दूर जाणारं हे वळण घेण्यासाठी त्यांची बरीच मनधरणी करावी लागली होती. कौल यांनी सुचवल्यानुसार, असाच मैत्रीकरार अमेरिकेनेही भारताबरोबर करण्याची सूचना इंदिरा गांधींनी मान्य केली नसली, तरी वॉशिंग्टनला अधिकृत भेट देण्याचं निक्सन प्रशासनाचं निमंत्रण ७ ऑगस्ट रोजी, म्हणजे सोव्हिएत मैत्रीकरार होण्याच्या दोनच दिवस आधी त्यांनी अखेर स्वीकारलं होतं. निक्सन यांनी पाठवलेल्या दोन पत्रांना त्यांनी तोवर उत्तर दिलेलं नव्हतं. यांपैकी एक पत्र मे महिन्यात आलेलं होतं, तर दुसरं किसिंजर दिल्लीत असताना जुलै महिन्यात त्यांनी स्वतः इंदिरा गांधींना सादर केलं होतं. अमेरिकेने पाठवलेल्या पत्रांना अधिक तत्परतेने उत्तरं मिळण्याची सवय अमेरिकेच्या राष्ट्राध्यक्षांना जडली होती.

काहीशा अपराधी मनाने इंदिरा गांधींनी या भेटीचा निर्णय घेतल्याचं किसिंजर यांना नंतर जाणवलं. ते म्हणाले, ''भारत सोव्हिएत कळपात जावा अशी आमची इच्छा नाही; अगदी एखादा बनावट पेचप्रसंग निर्माण करून भारत त्या दिशेने स्वतःला जाणीवपूर्वक ढकलत असला तरी.'' किसिंजर यांचे गुरू नेल्सन रॉकफेलर यांच्यामार्फत किसिंजरना पाठवलेल्या एका संदेशात इंदिरा गांधी म्हणाल्या की, हा करार म्हणजे केवळ सोयीसाठी केलेली कृती होती. या करारावर झोड उठवून रॉकफेलर यांनी जेव्हा इंदिरा गांधींना विचारलं की, त्यांनी सर्व अंडी एकाच टोपलीत ठेवण्याचं कारण काय होतं; तेव्हा इंदिरा गांधी उत्तरल्या, ''दुसरी टोपली असली असती, तर आम्ही असं केलं नसतं.''

अमेरिकेशी संबंध सुधारण्याचा भारताचा हा प्रयत्न नीट हाताळला गेला नव्हता. ज्या दिवशी भारत-सोव्हिएत मैत्रीकरारावर सह्या झाल्या, त्याच दिवशी भारतीय राजदूत इंदिरा गांधींचं पत्र किसिंजर यांना देण्यासाठी गेले. हा सगळा प्रकार भारताच्या राजकीय औचित्याबद्दल प्रश्नचिन्ह निर्माण करणारा होता. यामुळे निर्माण झालेल्या अवघडलेल्या वातावरणाची नोंद किसिंजर यांनी कडवटपणे केली. सोव्हिएत समर्थनामुळे युद्ध करण्याच्या मोहात भारताने न पडण्याचा इशारा देऊन किसिंजरनी भारत म्हणजे सोव्हिएत देशाचं राजनैतिक शेपूट होण्याची संभाव्यता व्यक्त केली आणि नाक मुरडलं. हा करार होण्याचं खापर डाव्या विचारांच्या हक्सर यांच्यावर घाईघाईने फोडून भारतीय राजदूताने इंदिरा गांधींचं पत्र समझोतावादी असल्याचं आश्वासन किसिंजर यांना दिलं.

इंदिरा गांधींच्या पत्राची भाषा नरम आणि काहीशी बचावात्मक असल्यामुळे त्या अमेरिकाविषयक शक्यता पूर्णपणे निकालात काढत नसल्याचं किसिंजर यांना आढळलं, पण हक्सर यांनी लिहिलेल्या या पत्रातून ताठर भूमिका दिसत होती. याह्या खान यांच्याकडून राजकीय तडजोड होण्याचं कोणतंही चिन्ह इंदिरा गांधींना दिसत नव्हतं. पाकिस्तानला करण्यात आलेल्या ताज्या शस्त्रपाठवणीच्या बातमीमुळे भारत फारच अडचणीत आल्याचं नमूद करून, आयझनहॉवर राष्ट्राध्यक्ष असल्याच्या काळापासून अमेरिकी शस्त्रांचा वापर भारताविरुद्ध होत आला असल्याबद्दल इंदिरा गांधींनी निषेध व्यक्त केला होता. याह्या खान यांनी वचन दिलेल्या लोकशाहीवर विश्वास ठेवण्याचं हे एकमेव पातक करणाऱ्या पूर्व पाकिस्तानींविरुद्ध आता या शस्त्रांचा वापर करण्यात येत होता. भारत–पाकिस्तान सीमेच्या दोन्ही बाजूंना संयुक्त राष्ट्रसंघाचे निरीक्षक तैनात करण्याचा प्रस्ताव इंदिरा गांधींनी धुडकावून लावला; कारण मुक्ती वाहिनीच्या गनिमी युद्धासाठी भारत देत असलेल्या गुप्त समर्थनात अशा निरीक्षकांनी अडथळा निर्माण केला असता, हे इंदिरा गांधी आणि हक्सर या दोघांना ठाऊक होतं. स्वतःच्या युक्तिवादाची परिसीमा गाठून इंदिरा गांधी म्हणाल्या, "नाझीवादाचे विरोधक आणि ज्यू यांच्याविरुद्ध सामूहिक कत्तलींचं सत्र सुरू असताना हिटलरच्या छळवादामुळे पळून गेलेल्या विस्थापितांचं मन माघारी जाण्यासाठी वळवण्यात लिग ऑफ नेशन्सचे अधिकारी यशस्वी झाले असते का?"

नाझी इतिहासाचं उदाहरण भारतीयांनी देण्याचा हा पहिलाच प्रसंग नव्हता. पाकिस्तान वंशविच्छेद करत असल्याचा आरोप अगणित भारतीय अधिकाऱ्यांनी केला होता. जयप्रकाश नारायण यांनी इस्लामाबादमधल्या हिटलरी लष्करी राजवटीचा उल्लेख केला होता. त्याचप्रमाणे हक्सर यांनी खासगीत अशी नोंद केली होती, 'गोबेल्सनीतीवर आधारित मार्गाने पाकिस्तानचा प्रचार नेहमीप्रमाणे चालू आहे.' पण इथे मात्र भारताच्या पंतप्रधानांनी अमेरिकेच्या राष्ट्राध्यक्षाला लिहिलेल्या औपचारिक पत्रात अमेरिकेच्या एका मित्रराष्ट्राची तुलना नाझी जर्मनीबरोबर केलेली होती.

मुक्ती वाहिनीला सढळ हस्ते पाठिंबा देणारे, सीमासुरक्षा दलाचे प्रमुख के. एफ. रुस्तमजी यांच्या रोजनिशीतल्या नोंदीनुसार, पाकिस्तानवर हल्ला करण्यासाठी आदेश देण्याची योजना आता इंदिरा गांधी आखत होत्या. युद्धासाठी तयारी ठेवणं आवश्यक असल्याचं जनरल सॅम माणेकशांना आणि इतर सेनांच्या प्रमुखांना माहीत होतं, पण इंदिरा गांधींच्या मनात काय असावं याचा त्यांना थांगपत्ता लागत नव्हता.

याच कारणामुळे ऑगस्टच्या अखेरीला, म्हणजे सोव्हिएत मैत्रीकरारावर

स्वाक्षरी केल्यानंतर काही दिवसांमध्येच इंदिरा गांधी पश्चिम बंगालमधल्या एका लष्करी मुख्यालयात भारताच्या सेनाधिकाऱ्यांना भेटण्यासाठी आणि काही विस्थापित-छावण्यांचा दौरा करण्यासाठी गेल्या. पश्चिम बंगालमधल्या एका मुक्ती वाहिनी प्रशिक्षण छावणीला भेट देण्याची इच्छा इंदिरा गांधींनी प्रकट केली. पाऊस कोसळत असतानाच सीमासुरक्षा दलाच्या दोन वरिष्ठ अधिकाऱ्यांबरोबर इंदिरा गांधी एका जीपवर चढल्या. रस्त्यातल्या एका चरावरून उडी मारून त्या पलीकडे गेल्या, तेव्हा त्यांची चपळाई आश्चर्यकारक होती.

तिथे प्रशिक्षण घेत असलेल्या गनिमांना भेटून इंदिरा गांधींनी काही आश्वासनं दिली. या अभूतपूर्व दौऱ्यानंतर परतलेल्या इंदिरा गांधींनी सीमासुरक्षा दलाच्या एका अधिकाऱ्याला बाजूला घेऊन स्पष्ट शब्दांमध्ये विचारलं, ‘‘या वेगाने ढाक्यात कधी पोहोचण्याची तुम्हांला अपेक्षा आहे?’’ ‘‘भारतीय लष्कराने मदत केली नाही, तर कधीही नाही.’’ असं उत्तर त्या अधिकाऱ्याने दिलं. पाकिस्तानी पायदळ, तोफखाना किंवा हवाई दल यांच्यासमोर सीमासुरक्षा दलाचा टिकाव लागणं शक्य नव्हतं. त्याला प्रत्युत्तर देण्यासाठी भारतीय पायदळाची आणि हवाई दलाची गरज लागणार असल्याचं इंदिरा गांधींनी मान्य केलं. पाकिस्तानी पायदळाने पश्चिमेकडून चढाई केली असती, तर त्याही चढाईला तोंड देण्याची चिंता वाटत असल्याचं इंदिरा गांधींनी नमूद केलं. त्यावर हा अधिकारी उत्तरला, ‘‘त्यासाठी रणगाडे वापरण्याएवढी कोरडी जमीन आणि काही हवाई संरक्षण यांची गरज भासेल.’’ हेही इंदिरा गांधींनी मान्य केलं.

पंतप्रधानांकडून भारतीय लष्कराला हिरवा कंदील दाखवला जाण्याची अपेक्षा कधी करावी, असा प्रश्न त्या अधिकाऱ्याने विचारताच पंतप्रधान म्हणाल्या, ‘‘बहुधा नोव्हेंबरच्या तिसऱ्या आठवड्यात.’’

१५. केनेडी

पाकिस्तानची मदत थांबवण्याचं आवाहन करणाऱ्या अमेरिकी सेनेटर्सची नावं पूर्व पाकिस्तानमधल्या गावोगावच्या बंगाली लोकांना तोंडपाठ होती. त्यातही विशेषतः एक नाव त्यांच्या प्रशंसेला पात्र ठरलं होतं – टेड (एडवर्ड) केनेडी.

पाकिस्तानमधल्या दमनचक्राच्या विरुद्ध केनेडी यांनी केलेल्या भावनात्मक भाषणांमुळे त्यांच्याकडे बंगाली लोक महानायक म्हणून पाहत होते. निक्सन प्रशासनाच्या मर्मस्थानावर प्रहार करताना केनेडी म्हणाले, ''संपूर्ण व्हिएतनाम युद्धापेक्षाही अधिक विस्थापित दोनशे दिवसांपेक्षाही कमी काळात याह्या खान यांच्या भयामुळे निर्माण झाले आहेत.'' ढाका उपदूतावासातून पाठवण्यात आलेले आणखी दोन गोपनीय अहवाल हस्तगत करून केनेडी यांनी निक्सन प्रशासनाच्या संतापात भर घातली. या अहवालाच्या छायाप्रती तत्परतेने काढून केनेडी यांच्या कर्मचारिवर्गाने त्या वर्तमानपत्रांकडे पोहोचवल्या.

भारतातल्या आणि पाकिस्तानमधल्या परिस्थितीचं अवलोकन करण्यासाठी स्वतः जाण्याचा निर्णय केनेडी यांनी घेतल्यानंतर वॉशिंग्टनमधल्या पाकिस्तानच्या राजदूताने हेन्री किसिंजर यांना धोक्याचा इशारा दिला, पण किसिंजर म्हणाले, ''त्यांना जाऊ दे.'' केनेडी यांचे दोन साहाय्यक पूर्व पाकिस्तानमध्ये चोरून प्रवेश करणार असल्याची कुणकुण लागताच या दोघांनी व्हिसासाठी अर्ज केला नसल्याचं या राजदूताने केनेडी यांना कळवलं. त्या दोघांनी असा अर्ज करताच तो पाकिस्तानने लगेच फेटाळून लावला आणि यासाठी हॉटेलची सोय किंवा वाहनव्यवस्था उपलब्ध नसल्याचं लंगडं कारणही दिलं. पाकिस्तानमध्ये चोरून प्रवेश करणाऱ्या कुणावरही शत्रुराष्ट्राचा घुसखोर म्हणून लष्कर गोळीबार करू शकत असल्याचा धमकीवजा इशाराही पाकिस्तानी राजदूताने दिला.

केनेडी यांची भेट म्हणजे भारतासाठी पर्वणीच होती. १९७२ च्या अध्यक्षीय निवडणुकीत रिचर्ड निक्सन यांच्याविरुद्ध केनेडी हे डेमोक्रॅटिक पक्षातर्फे सर्वांत मजबूत दावेदार असल्याची खात्री वॉशिंग्टनमधल्या भारतीय राजनैतिक अधिकाऱ्यांना होती. त्यानुसार, या अधिकाऱ्यांनी अमेरिकेच्या एका संभाव्य

राष्ट्राध्यक्षाची खूशमस्करी करण्याचा प्रयत्न लगेचच सुरू केला. अशा प्रकारे भारत सरकारने केनेडी यांच्या दौऱ्याचा मार्ग आखला आणि त्यांचे दिवंगत बंधू राष्ट्राध्यक्ष जॉन केनेडी यांच्या स्मृत्यर्थ पंजाबपासून केरळपर्यंत उभारण्यात आलेल्या स्मारकांची यादी तयार केली; पाकिस्तानी राजदूताने केनेडी यांच्या ज्या दोन सहकाऱ्यांना गोळ्या घालण्याची धमकी दिली होती, त्यांची भारताने विलक्षण बडदास्त राखली. त्याचप्रमाणे केनेडी जिथे-जिथे जातील, तिथे-तिथे त्यांच्या स्वागतासाठी गर्दी जमावी अशी तजवीज केली. एका ज्येष्ठ भारतीय अधिकाऱ्याने केलेल्या नोंदीनुसार, 'केनेडी यांचा दौरा त्यांना क्षणाचीही विश्रांती देणार नसला, तरी अत्यंत उपयुक्त ठरेल.'

केनेडी यांच्यासमोर युक्तिवादातून स्वतःची बाजू मांडत बसण्याऐवजी,त्यांना सीमाभागात फिरवून सत्य परिस्थिती दाखवण्याचा साधासोपा पर्याय भारत सरकारने निवडला. एका वरिष्ठ भारतीय राजनैतिक अधिकाऱ्याने दिलेल्या सूचनेनुसार, 'केनेडी यांना विस्थापितांच्या समस्येचं शक्य तेवढं दर्शन घडवण्यात यावं, त्यांना इच्छा असेल तेवढ्या छावण्या दाखवण्याची व्यवस्था करावी आणि वेगवेगळ्या स्तरांतल्या विस्थापितांना ते भेटू शकतील, त्यांच्याशी चर्चा करू शकतील असं नियोजन करावं. त्यायोगे केनेडी आणि त्यांचे सहकारी यांना या शोकांतिकेचं थेट आकलन होईल आणि पूर्व बंगालमधल्या भयचक्राचं दर्शन घडेल.' विस्थापित सीमा ओलांडून येताना पाहण्याची केनेडी यांची इच्छा लक्षात घेऊन त्यासाठी आवश्यक ते सगळं करण्याविषयीचा आदेश भारतीय परराष्ट्र मंत्रालयाने स्थानिक अधिकाऱ्यांना दिला.

या घडामोडींमुळे व्हाइट हाउस बिथरून गेलं. हा दौरा म्हणजे एक त्रासदायक समस्या ठरणार असल्याचा इशारा किसिंजर यांनी दिला, तर संताप अनावर झालेले निक्सन म्हणाले, ''केनेडीला अगदी किमान आवश्यक तेवढ्या मदतीशिवाय जर कुणा हरामखोराने जास्तीची मदत दिली, तर त्याला हाकलून दिलं जाईल हे परराष्ट्र मंत्रालयाला ठासून सांगा. कळलं ना?'' निक्सन धुमसत पुढे म्हणाले, ''अरे, मी परदेशात अनेक दौरे केले, पण कुणीही मला मदत केली नाही.'' दिल्लीतले भारतप्रेमी राजदूत किटिंग काय करतील याबद्दल सचिंत असणारे निक्सन म्हणाले, ''किटिंग यांनी शेण खाल्लेलं मला चालणार नाही, समजलं?''

चीनभेटीसाठी व्हिसा मिळवून देण्याची मागणी पाकिस्तानकडे करण्याचं धाडस केनेडी यांनी केल्याबद्दल किसिंजर केनेडींवर भडकले होते. केनेडींच्या दोन साहाय्यकांना पाकिस्तानचा व्हिसा नाकारल्याचं किसिंजरना माहीत होतं, पण केनेडींनी याला कोणताही आक्षेप घेतला नव्हता. सी.आय.ए.च्या संचालकांनी

'केनेडी यांना परत आणावं.' अशी सूचना केनेडी यांचा भारत दौरा चालू असताना युद्धकक्षात झालेल्या एका बैठकीत केली असता किसिंजर कडवटपणे उत्तरले, "वरच्या मजल्यावर (राष्ट्राध्यक्ष) याला मान्यता मिळेल असं मला वाटत नाही."

मॅसच्युसेट्सचं भूत

केनेडी १० ऑगस्ट रोजी भारतात उतरले. पूर्व पाकिस्तानचा दौरा करून याह्या खान यांना इस्लामाबादमध्ये भेटण्याचा त्यांचा बेत होता, पण पाकिस्तान सरकारने त्यांचा व्हिसा अचानक रद्द केला.

केनेडी आणि किसिंजर यांच्या भारतभेटींत जमीनअस्मानाचा फरक होता. केवळ महिन्यापूर्वीच भारतात आलेल्या किसिंजर यांनी साउथ ब्लॉकमधली सरकारी कार्यालयं आणि दिल्लीच्या चाणक्यपुरी ह्या हरित परिसरातली आलिशान हॉटेल्स वगळता फारसं काही पाहिलं नव्हतं. कोलकाता इथून स्वतःचा दौरा सुरू करणाऱ्या केनेडी यांनी अतिदयनीय अवस्थेत असलेल्या विस्थापित छावण्यांची पाहणी करण्यात चार दिवस व्यतीत केले. दमछाक करणाऱ्या या चार दिवसांमध्ये त्यांनी पश्चिम बंगाल ते त्रिपुरा असा संपूर्ण भारतीय सीमाभाग पिंजून काढला.

केनेडी यांना विस्थापितांना भेटायचं होतं. केवळ भारतीय अधिकाऱ्यांबरोबर चर्चा न करता त्यांनी भारतात पळून आलेल्यांबरोबर आणि मदतकार्य करणाऱ्या स्वयंसेवकांबरोबर आवर्जून चर्चा केली. (परराष्ट्र मंत्रालयाने त्यांचा दौरा नियंत्रित करू नये, यासाठी दिल्लीतला अमेरिकी दूतावास त्यांच्या प्राधान्यक्रमात अगदी शेवटी होता. त्यामुळे निक्सन यांना भारतातला अमेरिकी दूतावास आणि केनेडी यांचं सूत जुळण्याबाबत वाटणारी चिंता अस्थानी ठरली.) भारतीय आणि अमेरिकी वार्ताहर प्रत्येक ठिकाणी त्यांचा पाठलाग करत असले तरी, आणि एबीसी तसंच सीबीएस दूरचित्रवाणी वाहिन्यांच्या प्रतिनिधींचा या पाठलागात समावेश असला; तरीही केनेडी यांनी या प्रतिनिधींना हाताच्या अंतरावरच ठेवलं, त्यांच्या प्रश्नांना बगल दिली आणि देशाबाहेर असल्यामुळे अमेरिकी सरकारवर टीका करण्यासाठी नकार दिला.

केनेडी यांनी स्वतःबरोबर विकास आणि विस्थापित साहाय्य या क्षेत्रांमधल्या अनुभवी अमेरिकी विशेषज्ञांना आणलं होतं. त्यांच्यापैकी एक नेविन स्क्रिमशॉ होते. मॅसच्युसेट्स इन्स्टिट्यूट ऑफ टेक्नॉलॉजी (एमआयटी) या विद्यापीठातल्या पोषणशास्त्राच्या प्राध्यापक असलेल्या स्क्रिमशॉ यांनी ग्वाटेमाला आणि भारतातल्या मुलांमधल्या कुपोषणाच्या समस्येसंदर्भात लढा देताना मोलाचं कार्य केलेलं होतं. समोर दिसणारं दृश्य स्क्रिमशॉ यांना सुपरिचित होतं. ही भेट आठवताना ते

म्हणतात, ''अंगात पाणी होणं, कमालीची उदासीनता येणं, केस गळणं किंवा त्यांत कोंडा होणं आणि तत्सम विकार दिसत होते; पण त्यांचं प्रमाण पाहून मी खचून गेलो. पनामा ते इजिप्त अशा वेगवेगळ्या देशांमध्ये दीर्घ काळ काम करताना पाहिलेल्या दृश्यांपेक्षाही हे दृश्य जास्त भीषण होतं.'' कोलकात्यानजीक पाहिलेल्या पहिल्याच छावणीच्या आकारामुळे स्क्रिमशॉ सुन्न झाले. या छावणीत सुमारे दहा हजार विस्थापितांनी आश्रय घेतला होता. या पुस्तकासाठी मुलाखत देताना ९४ वर्षं वय असलेले स्क्रिमशॉ त्या आठवणीने शहारून जाऊन म्हणाले, ''एखाद्या शेतात शेकडो माणसं बसली आहेत आणि त्यांच्यापैकी बहुतेकांना अतिसार झाला आहे, असं चित्र तुम्ही डोळ्यांसमोर आणा. लोक तुम्हांला नम्रपणे त्यांच्या तंबूत येण्याची विनंती करत आहेत, तुमच्याशी बोलत असताना एखाद्या कोपऱ्यातून एखादी चिंधी उचलत आहेत आणि काही तासांमध्येच मरण पावणार असणारं एक मूल त्या चिंधीखाली पडलेलं तुम्हांला दिसतं आहे, याची कल्पना करा.''

या छावणीत मानवी विष्ठेची दुर्गंधी भरून राहिली होती, मलनिःसारणाची काहीही व्यवस्था नव्हती आणि स्वच्छ पाणीही उपलब्ध नव्हतं. भारतीय अधिकाऱ्यांनी शहरी चौकाच्या आकाराचं एक शेत संडास म्हणून राखून ठेवलं होतं, पण अतिसार झालेली मुलं आणि प्रौढ यांची संख्या प्रचंड होती आणि बहुधा ते तिथपर्यंत पोहोचू शकत नव्हते. त्यामुळे तात्पुरत्या उभारलेल्या तंबूंच्या दरम्यान असलेली डबकी पावसाळ्यात भरून वाहत असताना विष्ठेमुळे अधिक घाण झाली होती. विस्थापित राहत आणि खात असलेल्या अतिगर्दीच्या तंबूमध्ये चिखलात आणि पाण्यात मिसळलेली विष्ठा वाहून येत होती. पावसाचा मारा झेलण्यासाठी विस्थापितांना फक्त फाटक्या, गळक्या तंबूंचा आसरा होता. परदेशी पाहुण्यांना घेराव घालणाऱ्या हजारो लोकांपैकी अनेकांच्या हातात आत्यंतिक कुपोषण झालेली मुलं होती. स्क्रिमशॉ म्हणाले, ''केनेडी यांनी कधीही बघितलं असेल किंवा कल्पना केली असेल, त्यापेक्षाही हे दृश्य भयानक होतं. केनेडी हेलावून गेल्याचं स्पष्ट दिसत होतं.''

इतरांप्रमाणे केनेडीही या पावसात चिंब भिजले होते. (नंतर त्यांनी अपराधी भावनेने कोरडे कपडे चढवले.) स्वतःच्या संरक्षणासाठी तैनात केलेल्या सैनिकांना मागे टाकून कोसळत्या पावसात केनेडी पुढे गेले आणि स्वतःच्या सुरक्षेबद्दल किंचितही चिंता न करता गर्दीत घुसले. त्यांच्याभोवती ढाल करण्यासाठी कुणीही नसल्यामुळे काळजीत पडलेले स्क्रिमशॉ केनेडी यांच्यासमोर उभे ठाकले आणि हजारो लोकांच्या घोळक्यातून स्वतःच्या खांद्यांना ढकलत त्यांनी रस्ता काढला. या वेळी स्क्रिमशॉ यांना अमेरिकी फुटबॉलच्या सामन्यातल्या डावपेचांची असंगत

आठवण झाली. अपरिचित ठिकाणी दोन फूट पाण्यातून चालताना पाण्याखाली दडलेल्या एखाद्या खड्ड्यात पडण्याची कल्पना नसताना ते दोघं जण चालत राहिले.

विस्थापितांबरोबर बातचीत करण्याची घाई झालेले केनेडी कोणत्याही छावणीत किंवा तात्पुरत्या रुग्णालयात घुसत असत. बहुतेक वेळा त्यांचा भारतीय आणि अमेरिकी लवाजमा लांब मागेच राहत असे. त्यांनी दिवसभर त्रिपुरामधल्या छावण्यांचा दौरा केल्यानंतर ते थांबतील असा सर्वांचा समज झाला, पण रात्री साडेदहा वाजता त्यांनी आणखी एक छावणी बघण्याची इच्छा असल्याची घोषणा केली. ते पूर्व पाकिस्तानच्या सीमेच्या शक्य तेवढ्या जवळ जाऊन आले. भारतीय हद्दीत विस्थापितांना कोंबून आणणाऱ्या अनेक छोट्या नौका त्यांनी पाहिल्या. बरसात आणि कल्याणी इथे ते शेकडो विस्थापितांबरोबर बोलले. प्रत्येक ठिकाणी भीती आणि पलायन यांच्या हृदयद्रावक कहाण्या त्यांनी ऐकल्या; काहीशा सुरक्षित ठिकाणी पोहोचण्यासाठी अनेक दिवस किंवा कित्येक आठवडे केलेल्या तंगडतोडीचे अनुभव ऐकले. स्क्रिमशॉ म्हणतात, ''त्यांच्या घरांवर तोफा डागण्यात आल्या होत्या आणि पाकिस्तानी लष्कराने त्यांना पळून जायला भाग पाडलं होतं.'' विस्थापितांपैकी अनेक जण वेगवेगळ्या क्षेत्रांमध्ये काम करणारे बंगाली होते. ते उत्तम इंग्रजी बोलू शकत होते. परिस्थिती अचानक बदलल्यामुळे ते खचून गेले होते. ५५ वर्षांचा एक मुस्लीम रेल्वे कामगार केनेडी यांना म्हणाला, ''मला का गोळ्या घालण्यात आल्या, ते ठाऊक नाही. माझा कोणत्याही राजकीय पक्षाबरोबर संबंध नाही. मी रेल्वेतला एक साधा कारकून होतो.''

त्रिपुरामधल्या एका इस्पितळात गोळी लागलेली मुलं केनेडी यांनी पाहिली. पोटात गोळी घालण्यात आलेल्या एका महिलेबरोबर ते रात्री बोलले. बंदुकीच्या गोळ्या, तोफगोळ्यांचे कपचे आणि तोफांच्या माऱ्यात जखमी झालेले भारतातले आणि पूर्व पाकिस्तानमधले हजारो नागरिक केनेडींनी आणि त्यांच्या साहाय्यकांनी पाहिले. स्क्रिमशॉ यांच्या म्हणण्यानुसार, गोळीबाराच्या चकमकीत जखमी झालेल्या मुक्ती वाहिनीच्या गनिमांनाही केनेडी भेटले. मात्र स्वतः केनेडी त्यानंतर याचा उल्लेख करू इच्छित नव्हते. कोलकात्याच्या उत्तरेला असलेल्या एका रस्त्यावरून केनेडी पायपीट करत असताना त्यांनी डझनावारी बंगाली शेतकऱ्यांकडून कत्तलींच्या कहाण्या ऐकल्या. पूर्व पाकिस्तानमध्ये जाणाऱ्या नदीच्या किनाऱ्यावरच्या सात हजार विस्थापितांपैकी हा एक छोटा प्रातिनिधिक नमुना होता. त्यांचे आईबाप मदतीची याचना करत असताना रस्त्याच्या कडेला मुलं मरत होती. अनेक जणांना मानसिक धक्का बसला होता आणि ते रस्त्याच्या बाजूला निराशेने बसले होते किंवा आंधळ्यासारखे चाचपडत फिरत होते. त्यांच्यापैकी बहुतेक हिंदू असल्याचं केनेडी

यांच्या लक्षात आलं.

आपत्कालीन मदतकार्याबाबत केनेडी यांना काळीज हेलावून टाकणारं मार्गदर्शन लाभलं. मेलेली लहान मुलं दफन करण्यातल्या अडचणी त्यांना लगेच समजल्या. सर्व छावण्यांमध्ये थैमान घालत असलेले अतिसार आणि श्वसनविकार हेच मुख्य धोके असल्याचं स्क्रिमशॉ आणि स्वतःच बंगाली विस्थापित असलेल्या अनेक स्थानिक डॉक्टरांनी केनेडी यांच्या लक्षात आणून दिलं. स्क्रिमशॉ म्हणतात, ''ते या सगळ्याकडे मानवी दृष्टीकोनातून कसं पाहत होते, याचा अर्थ लावण्यात मी दंग होतो.'' केनेडींनी 'ती सर्व परिस्थिती पाहिली आणि त्यांना त्याबद्दल आस्था वाटत होती.' लवकरच आईच्या कडेवरच्या एखाद्या मुलाकडे पाहून त्याला क्वाशीऑरकॉरचा (प्रथिनांच्या अभावामुळे झालेल्या कुपोषणाचा) किंवा बालशोषाचा (कुपोषणामुळे वयोमानाच्या तुलनेत बाळाचं वजन कमी असणं) विकार झाला असल्याचं केनेडी निष्णातपणे सांगायला लागले. केनेडी दाखवायला लागले, ''तिकडे एक आहे, इकडे आणखी एक आहे.''

भारत प्रयत्न करत असूनही या छावण्यांमधली नैराश्याची आणि उदासीनतेची छाया दूर होत नव्हती. स्क्रिमशॉ म्हणाले, ''तंबू, छावण्या, तात्पुरते निवारे अशा सगळ्या ठिकाणांची अवस्था भीषण होती.'' संपूर्ण पश्चिम बंगाल राज्यच जणू एका प्रचंड विस्थापित-छावणीसारखं भासत होतं. औषध टोचून घेण्यासाठी किंवा नोंदणीपत्र मिळवण्यासाठी, चिखलाने लडबडलेल्या रस्त्यांवर विस्थापितांच्या न संपणाऱ्या रांगा दिसत होत्या. मरणाऱ्यांमध्ये अगदी लहान मुलं आणि ज्येष्ठ आघाडीवर होते. काही तासांमध्ये किंवा काही दिवसांमध्येच मरण पावणार असलेल्या पाच वर्षांखालच्या मुलांना केनेडी पुनःपुन्हा पाहत होते. त्यांनी अनेक मेलेली मुलंही पाहिली. ''तुम्हांला सर्वांत जास्त तातडीने कशाची गरज आहे?'' असा प्रश्न त्यांनी एका छावणीच्या व्यवस्थापकाला विचारला असता त्याने उत्तर दिलं, ''स्मशान.''

यातनांच्या या अनंत सागरातून मार्ग काढताना शेवटी केनेडी तुलनेने लहानशा दुःखाच्या धक्क्याने कोलमडून गेले. एका छोट्या मुलाच्या डोळ्यांवर पडदा आल्याचं स्क्रिमशॉ यांनी दाखवलं. हा मुलगा जन्मभर अंध राहणार होता. असे विकार जडलेल्या असंख्य मुलांपैकी तो फक्त एक होता. केवळ एक दिवस आधी त्याला साधं अ जीवनसत्त्वाचं इंजेक्शन मिळालं असतं, तर त्याचं अंधत्व सहजपणे रोखता आलं असतं. मुलाचे विकारग्रस्त डोळे जवळून पाहण्याविषयी स्क्रिमशॉ यांनी केनेडी यांना सांगितलं; पण ते बघू शकले नाहीत, त्यांनी पाठ फिरवली.

या दौऱ्यामुळे केनेडी पूर्णपणे हेलावून गेल्याचं भासत होतं; पण याच दौऱ्यात त्यांना काहीसा दिलासाही मिळाला होता. मायदेशी चॅपाक्विडिक कुभांडामुळे सतत प्रश्न झेलाव्या लागणाऱ्या केनेडी यांचं भारतात सगळीकडे जमलेले लोक उत्साहाने स्वागत करत होते आणि त्यांच्याबाबतचं वृत्तांकनही सकारात्मकच होतं. रस्त्यांच्या दुर्तफा उभे राहून, 'केनेडी यांचं स्वागत असो!' असे फलक घेऊन 'भारतमित्र' म्हणून लोक त्यांचा जयघोष करत होते. याचं प्रमाण एवढं वाढलं की, हे कुणीतरी मुद्दाम घडवून आणत असल्यासारखं वाटायला लागलं. मात्र ही भावना प्रामाणिक असल्याबद्दल अमेरिकेच्या दूतावासालाही शंका नव्हती. अमेरिकेने पाकिस्तानला शस्त्रं पाठवणं थांबवण्यासंदर्भातही काही तरुण घोषणा देत होते. वॉशिंग्टनला पाठवलेल्या अहवालात राजदूत केनेथ किटिंग म्हणाले, 'कुणाही परदेशी अतिथीचं यापेक्षा उत्साहपूर्ण स्वागत झाल्याचं दूतावासाला स्मरत नाही.'

केनेडी हे आडनाव भारतात आदराने उच्चारलं जात असे. "लोकशाहीच्या भवितव्याची खरी परीक्षा म्हणजे भारत असल्याचा विश्वास, माझे दिवंगत बंधू जॉन केनेडी यांना होता." अशी घोषणा एडवर्ड यांनी केली. लोकशाहीचा प्रयोग भारतात फसला असता; तर लोकशाही फक्त श्रीमंत राष्ट्रांसाठीच असते असा निष्कर्ष राजकीय तत्त्वज्ञांनी काढला असता, असं जॉन केनेडी यांना वाटत असे. विस्थापितांचं हे आव्हान आता भारतीय लोकशाहीची परीक्षा घेत होतं.

भारत सरकारने केनेडी यांची राजेशाही बडदास्त ठेवली. भारतीय हवाई दलाचं विमान आणि हेलिकॉप्टर यांच्यामधून त्यांना पूर्व भारताचा दौरा घडवला. त्यांच्या भेटीच्या अखेरच्या टप्प्यात त्यांचं दिल्लीत आगमन झाल्यानंतर परराष्ट्र मंत्रालयाने आयोजित केलेल्या स्वागत-समारंभात पी. एन. हक्सर यांच्यापासून जयप्रकाश नारायण यांच्यापर्यंत सगळे हजर होते. केनेडी यांनी काही मोजक्या खासदारांसमोर केलेल्या छोट्या संभाषणाचं रूपांतर संसदेच्या गच्च भरलेल्या दोन्ही सभागृहांसमोरच्या उस्फूर्त भाषणात लवकरच झालं. सर्व खासदारांनी केनेडींना उभं राहून मानवंदना दिली. स्वातंत्र्यदिनाच्या लाल किल्ल्यावरच्या सोहळ्यासाठी इंदिरा गांधींनी त्यांना आमंत्रित केलं; पण भारत सरकारपासून थोडंसं अंतर राखण्याचं स्मरण किटिंग यांनी करून दिल्यानंतर केनेडी यांनी तिथे जाणं टाळलं.

बांगला देशाच्या परागंदा सरकारबरोबरच्या केनेडींच्या आणि त्यांच्या साहाय्यकांच्या गुप्त बैठका भारत सरकारने दिल्ली आणि कोलकाता इथे आयोजित केल्या. दिल्लीत वावरताना केनेडींना भारताच्या अधिकृत आक्रमकतेचं पुरेसं दर्शन झालं. भारताच्या परराष्ट्र सचिवांनी अतिशय झोंबणाऱ्या शब्दांमध्ये पाकिस्तानची

तुलना नाझी-जर्मनीबरोबर केली.

या संदर्भातली आठवण सांगताना स्क्रिमशॉ म्हणतात, ''पुढे बांगला देश म्हणून निर्माण झालेल्या प्रदेशावर भारत आक्रमण करणार असल्याचं आम्ही दिल्लीला परतल्यानंतर आम्हांला पक्कं माहीत झालं होतं. ते अगदी उघड दिसत होतं.'' केनेडी यांच्यासोबत असलेल्या पथकातल्या प्रत्येकाला हे स्पष्टपणे जाणवत होतं. स्क्रिमशॉ म्हणतात, ''त्यांची रसद संपत आली होती. अमेरिका आणि युरोप यांच्याकडून अपेक्षित असणारी मदत मिळत नव्हती. त्यांच्यासमोर कोणताही पर्याय नव्हता. इतक्या लोकांना खायला घालणं त्यांना शक्य नव्हतं.''

भारत दौऱ्याच्या अखेरच्या दिवशी केनेडी यांनी खासगीत इंदिरा गांधी यांची भेट घेतली. दोन विख्यात घराण्यांचे ते दोन वारसदार होते. भारत फार काळ तग धरू शकणार नसल्याचा इशारा इंदिरा गांधींनी दिला. संसद अनियंत्रित होत चालली असल्याचं, तसंच कम्युनिस्ट आणि नक्षलवादी यांचं बळ वाढत असल्याचं सांगून त्या म्हणाल्या, ''मुक्ती वाहिनीला पाठिंबा देण्यासाठी लोकदबाव निर्माण झाला आहे आणि भारताने प्रयत्नांची पराकाष्ठा केल्यानंतरही विस्थापित 'अजूनही भयानक अवस्थेत राहत आहेत.' '' कुपोषण थांबवण्याचा उत्तम मार्ग दूध देण्याचा असल्याचं केनेडी यांनी सुचवल्यानंतर भारताच्या या भागात दूधही एक दुर्मीळ चीज असल्याचं इंदिरा गांधींना त्यांच्या निदर्शनाला आणून द्यावं लागलं. पंतप्रधान म्हणाल्या, ''विस्थापितांसारख्याच गरजा असणाऱ्या गोरगरीब भारतीयांना सोडून विस्थापितांना विशेष मदत करणं अवघड होतं.''

परकीय भूमीवर निक्सन प्रशासनाला फटकारण्याचं टाळणाऱ्या केनेडी यांना पत्रकारांचे प्रश्नही टाळायचे होते; पण ही सुवर्णसंधी दवडण्याची इच्छा नसणाऱ्या भारतीय परराष्ट्र मंत्रालयाने चपळाईने दिल्लीतल्या संपूर्ण वृत्तपत्रसृष्टीला केनेडी यांच्या पत्रकार परिषदेसाठी उपस्थित राहण्याचं शानदार निमंत्रण पाठवलं. अमेरिकेतल्या कोणत्याही सेनेटरने दीर्घ काळ मौन पाळणं ही नैसर्गिक अवस्था नसल्यामुळे 'पाकिस्तान वंशविच्छेद करत आहे काय?' अशा पहिल्याच प्रश्नाला त्यांनी 'होय' असं उत्तर लगेच दिलं. पाकिस्तानला होणारी सर्व अमेरिकी लष्करी आणि आर्थिक मदत थांबवण्यासाठी शक्य ते सारं काही करण्याचा निर्धार व्यक्त करून ते म्हणाले, ''निक्सन यांचं धोरण मला गोंधळात पाडणारं आहे.'' लोकशाही सिद्धान्ताच्या बाजूने बोलताना ते म्हणाले, ''अवामी लीगचे नेते मुजीब उर-रेहमान यांच्यावर गुप्त लष्करी न्यायालयात खटला चालवणं ही 'विटंबना' आहे - मुजीब यांचा एकमेव गुन्हा म्हणजे त्यांनी निवडणूक जिंकली आहे.''

यानंतर केनेडी वॉशिंग्टनला रवाना झाले. त्यांच्या चौकसपणामुळे आणि

गांभीर्यामुळे भारतीय, तसंच अमेरिकी अधिकारी सारखेच प्रभावित झाले होते. एका भारतीय राजनैतिक अधिकाऱ्याने भावनावश होऊन लिहिलं, 'सत्य परिस्थिती पाहण्यासाठी आलेले धडाकेबाज सेनेटर आले आणि गेले.'

सोव्हिएत मैत्रीकरारावर स्वाक्षऱ्या झाल्याच्या दुसऱ्याच दिवशी केनेडी भारतात आले असल्याचं लक्षात घेता त्यांचा झालेला सार्वत्रिक गौरव अधिकच प्रभावी ठरतो. भारतीय जनता मूलतः अमेरिकाविरोधी असल्याचं ज्यांना वाटत होतं, त्यांनी केनेडी यांचं उत्साहाने स्वागत करणारे भारतीय लोकांचे जथे पाहायला हवे होते. अमेरिकेबरोबर भारत आणखी एक मैत्रीकरार करू शकत असल्याचं सुचवून त्यांनी सर्वांना जिंकून घेतलं. व्हाइट हाउसमधून केनेडी यांच्या दौऱ्यावर शिव्याशापांचा वर्षाव झाला असला, तरी सोव्हिएत प्रकाशझोताची बरीचशी किरणं त्यांनी स्वतःकडे खेचून घेतली होती.

केनेडी यांचं कौतुक करताना भारतीय लोक निक्सन यांच्यापासून मुक्तता मिळण्याची कल्पना करत होते. केनेडी जणू राष्ट्राध्यक्ष म्हणून स्थानापन्न झालेच असल्याच्या थाटात इंदिरा गांधी यांनी त्यांच्या सन्मानार्थ एक भोजनसमारंभ आयोजित केला. असा मान सामान्यपणे राष्ट्रप्रमुखांसाठी राखीव असतो. भावी पंतप्रधान अटल बिहारी वाजपेयी संसदेत म्हणाले, "सेनेटर केनेडी अमेरिकेचे राष्ट्राध्यक्ष कधी होणार, असा प्रश्न अनेक संसद-सदस्यांच्या वतीने मी विचारू इच्छितो." केनेडी हसत म्हणाले, "असला प्रश्न मला आवडतो."

केनेडी यांच्या स्वागताला जमलेली गर्दी पाहून उत्साहित झालेल्या त्यांच्या कर्मचारिवर्गाचा विचार असाच होता. केनेडी दिल्लीत परतले असताना ऑगस्टमधल्या काहिली करणाऱ्या उन्हाळ्यापासून सुटका करून घेण्यासाठी त्यांनी दूतावासामधल्या तलावात पोहण्याचा आनंद घेतला होता. सूर मारण्याच्या फलाटावर उभे असलेल्या केनेडी यांच्या तंदुरुस्त शरीराकडे कौतुकाने बघणारा त्यांचा एक साहाय्यक स्क्रिमशॉ यांच्या नजरेने टिपला. चॅपाक्विडिक कांड लवकरच इतिहासजमा होण्याची खात्री वाटत असणारा हा साहाय्यक म्हणाला, "केनेडी राष्ट्राध्यक्ष होण्याची दाट शक्यता आहे."

चॅपाक्विडिक विसरण्याची इच्छा असणाऱ्या, पण हे प्रकरण मनात घर करून असलेल्या केनेडी यांना मात्र राष्ट्राध्यक्षपदाची एवढी खात्री वाटत नव्हती. एकदा एका विस्थापित-छावणीकडे जाताना त्यांच्या गाड्यांचा ताफा डावीकडे वळून रस्त्याच्या बाजूला थांबला. त्या वेळी एका भारतीय अधिकाऱ्याने केनेडी यांच्या मोटारीच्या खिडकीत डोकं खुपसल्याचं स्क्रिमशॉ यांना आठवतं. "आपण का थांबलो आहोत?" अशी विचारणा केनेडी यांनी केली असता, हा अधिकारी

म्हणाला, ''चुकीचं वळण घेतलंय.'' केनेडी हळूच पुटपुटले, ''हीच तर माझी जीवनकथा आहे.''

''ही अमेरिकेची एक अशी प्रतिमा आहे, जी लष्करी दडपशाहीला पाठिंबा देते.''

'परतल्यानंतर एडवर्ड केनेडी वादळ निर्माण करण्याची' भीती किसिंजर यांना वाटत होती. त्यांचा आडाखा अचूक होता. केनेडींनी जे काही पाहिलं होतं, त्याने ते झपाटून गेले होते आणि वॉशिंग्टनला परतल्यावर निक्सन यांच्याविरुद्ध एक सज्जड आरोपपत्र ठेवण्याच्या तयारीने ते आले होते.

नॅशनल प्रेस क्लबमध्ये गर्दी केलेल्या पत्रकारांना ते म्हणाले, ''आधुनिक काळातल्या मानवी दुःखाची सर्वाधिक धक्कादायक बाजू मी प्रत्यक्ष पाहिली आहे.'' अत्याचार, कत्तल, लूटमार आणि जाळपोळ यांच्या त्यांनी ऐकलेल्या कहाण्यांचं वर्णन कोणताही तपशील न गाळता त्यांनी केलं. कसलीच समज न आलेल्या वयातल्या 'मुलांच्या छोट्या हाडांच्या सापळ्यांवरून कातडी लोंबत असताना' ती दिशाहीन अवस्थेत भटकताना त्यांनी पाहिल्याचं सांगून ते म्हणाले, ''त्वचारोग आणि कुपोषण यांच्यामुळे सुजलेले हातपाय घेऊन फिरणारी किंवा स्वतःच्या आयांच्या कडेवर मान टाकून पडलेली मुलंही आम्हांला दिसली. यांपैकी सर्वांत भयानक दृश्य म्हणजे अगदी आदल्या रात्रीच मरण पावलेल्या लहान मुलाचा मृतदेह! कंबरेखाली लुळ्या पडलेल्या एका मुलाच्या चेहऱ्यावरचा भाव कधीच न विसरता येण्यासारखा होता. हे मूल आयुष्यात कधीच चालू शकणार नव्हतं. स्वतःच्या डोळ्यांसमोर स्वतःचे आईवडील आणि भाऊबहिणी यांची हत्या होताना पाहिल्यामुळे भीतीने थरथरणारा एक मुलगा एका तंबूत चटईवर पडला होता आणि अजूनही त्या धक्क्यातून सावरलेला नव्हता.'' ते म्हणाले, ''आम्ही पोहोचण्याच्या आधी काहीच क्षणांपूर्वी मरण पावलेल्या स्वतःच्या तान्ह्या भावाचा देह झाकण्यासाठी कापडाचा एखादा तुकडा शोधणाऱ्या दहा वर्षांच्या मुलीच्या चेहऱ्यावर दाटून आलेली काळजी विसरणंही अशक्य आहे.''

अमेरिका अशा गोष्टींना पाठिंबा देत असल्याची गर्जना करून केनेडी म्हणाले, ''असं दुःख पाहून विशेषतः अमेरिकी जनतेला यातना झाल्या पाहिजेत; कारण गेल्या दशकभर पुरवलेल्या आपल्या तोफा, आपले रणगाडे आणि आपली विमानं या लष्करी सामग्रीचं या शोकांतिकेत लक्षणीय योगदान आहे.'' या संघर्षात अमेरिका गुंतू नये असं निक्सन आणि किसिंजर खासगीत नेहमीच म्हणत असले, तरी प्रत्यक्षात मात्र अमेरिका याह्या खान यांच्या बाजूने उतरली असल्याचं केनेडी

यांनी दाखवून दिलं. ते म्हणाले, ''यात गुंतण्याचं आपल्याला काहीही कारण नाही, असं तुम्ही म्हणाल; आपण जगावर देखरेख करू शकत नाही, असा दावा तुम्ही कराल. ते खरं आहे; पण या वास्तवाची काळी बाजू म्हणजे पूर्व बंगालमध्ये यापूर्वीच आपण गुरफटलेले आहोत. आपल्या तोफा वापरात आहेत, आर्थिक साहाय्याच्या रूपाने गेली दोन दशकं गुंतवलेला आपला पैसा तिथे वापरात आहे.'' याह्या खान यांच्यावर दबाव आणण्यासाठी हातचं काहीतरी राखून ठेवण्याच्या व्हाइट हाउसच्या धोरणावर टीका करून ते म्हणाले, ''पाकिस्तान सरकारवर प्रभाव पाडण्याचं एखादं साधन आपल्याकडे उपलब्ध असताना आपल्या महान राष्ट्राने अशा गलिच्छ आणि लज्जास्पद कारवाईला मदत करणं अनिवार्य आहे का?

''संपूर्ण जगातून मिळून भारतात जाणाऱ्या मदतीपेक्षाही अधिक मदत एकटं निक्सन प्रशासन देत असल्याचा अभिमान या प्रशासनाला वाटत असला, तरी यापेक्षाही फार अवजड ओझं भारत सरकार आणि तिथली जनता एकहाती पेलत असल्याचं पाहिल्यानंतर हा अभिमान लागलीच विरून जातो. विस्थापित-छावण्यांमधल्या वास्तवाच्या कसोटीवर विचार करता, जगातली इतर राष्ट्रं केवढं अल्प साहाय्य करत आहेत आणि त्यातही अमेरिकेचा वाटा किती क्षुल्लक आहे ते समजतं.'' केनेडी यांना आजाराच्या मुळावर उपचार करायचे होते; आजाराच्या परिणामांवर नव्हते. विस्थापित आणि नागरी बळी यांची निर्मिती करण्यासाठी होणारा अमेरिकी शस्त्रास्त्रांचा वापर त्यांना थांबवयाचा होता आणि भारताबद्दलच्या समर्थनाला बळ पुरवायचं होतं.

निक्सन प्रशासनाच्या दुखऱ्या नसेवर वार करताना केनेडी यांनी त्यांचा मोहरा व्हिएतनामकडे वळवला. ते म्हणाले, ''अमेरिका एकीकडे एका आभासी लोकशाहीला व्हिएतनाममध्ये टेकू देऊन उभं करण्याचा प्रयत्न करत होती. दुसरीकडे सायगॉनपासून दोन हजार मैलांपेक्षाही कमी अंतरावरच्या पूर्व बंगालमध्ये एका मुक्त वातावरणात झालेल्या निवडणुकांचे निकाल आपण दुर्लक्षित करतो आहोत, आणि कशासाठी... तर मतदारांनी दिलेला कौल चिरडून टाकण्यासाठी; सेनाधिकाऱ्यांच्या एका गटाला मदत करण्यासाठी; आणि ज्या तत्त्वांसाठी आपण एवढा दीर्घ काळ एवढ्या सगळ्या गोष्टींचा त्याग केला, त्या निरर्थक ठरवण्यासाठी.'' त्यांनी ठासून सांगितलं, ''अमेरिकेचा दक्षिण आशियातला आजचा चेहरा आणि गेल्या काही वर्षांतला तिचा आग्नेय आशियातला चेहरा यांच्यात दुर्दैवाने फारसा फरक नाही. ही अमेरिकेची एक अशी प्रतिमा आहे, जी लष्करी दडपशाहीला पाठिंबा देते आणि लष्करी हिंसेला भडकवण्यासाठी मदत करते. ती एका अशा अमेरिकेची प्रतिमा आहे, जी लष्करी राजवटींबरोबर बिनदिक्कत वावरते.''

“निक्सन यांनी स्वतः याह्या खान यांच्यावर दबाव आणावा; मानवतेच्या अत्यंत मूलभूत तत्त्वांचं उल्लंघन करणाऱ्या राजवटीला होणारा सगळा शस्त्रपुरवठा आणि त्यांना होणारी आर्थिक मदत राष्ट्राध्यक्षांनी थांबवावी; पूर्व बंगाल उद्‌ध्वस्त करणाऱ्या भयानक कत्तलींबाबत अमेरिकेला मनापासून आणि शाश्वत तिरस्कार असल्याचं जगातल्या लोकांना आणि पश्चिम पाकिस्तानच्या सेनाधिकाऱ्यांना आपण दाखवून दिलं पाहिजे.” अशी मागणी व्यक्तिगत अनुभवामुळे टोकाची भूमिका घेणाऱ्या केनेडी यांनी केली. स्वतःच्या निवेदनाचा समारोप त्यांनी रवींद्रनाथ टागोर यांच्या पुढील कवितेने केला –

भयशून्य चित्त जेथ, उन्नत सदैव माथा
मम देशही जागृत होवो, या मुक्त स्वर्गी आता
हो अनिर्बंध हे ज्ञान, ना संकुचिताची व्यथा
मम देशही जागृत होवो, या मुक्त स्वर्गी आता
गर्भातुनी सत्याच्या, ये शब्दांना ही सुंदरता
मम देशही जागृत होवो, या मुक्त स्वर्गी आता
अविरत परिश्रमांनी परिपूर्ण ती कुशलता
मम देशही जागृत होवो, या मुक्त स्वर्गी आता
रुढींना नाही थारा, विचारी अखंड निर्मलता
मम देशही जागृत होवो, या मुक्त स्वर्गी आता
तव प्रेरणेमुळेही नवोन्मेषी व्यापकता
मम देशही जागृत होवो, या मुक्त स्वर्गी आता

केनेडी यांच्या प्रत्येक शब्दाचं भारतात प्रचंड स्वागत झालं. इंडियन एक्सप्रेसने म्हटलं, ‘बंधू जॉन आणि रॉबर्ट यांच्याप्रमाणेच एडवर्ड केनेडी यांच्या रूपाने अमेरिकेच्या उदारमतवादी आणि मानवतावादी अस्मितेचं दर्शन होतं आहे. त्यांचं निवदेन म्हणजे अमेरिकेच्या सदसद्विवेकबुद्धीचा हुंकार आहे.’

भारताला अधिक मानवतावादी मदतीची गरज असल्याचं मान्य असल्याच्या बातम्या केनेडी यांच्या हल्ल्याने चाप बसलेल्या व्हाइट हाउसने प्रसारित केल्या. केनेडी यांच्या दौऱ्यामुळे सचिंत झालेल्या निक्सन आणि किसिंजर यांनी पूर्व पाकिस्तानला आगामी आर्थिक वर्षात अधिक मदत देण्यासाठी अमेरिकी काँग्रेसकडे सुमारे दहा कोटी डॉलर्सची मागणी करण्याचा आणि भारतातल्या विस्थापितांसाठी पंधरा कोटी डॉलर्सची मागणी करण्याचा निर्णय घेतला. पूर्वीच वचन दिलेल्या आठ

कोटी नव्वद लाख डॉलर्सचा विचार करता मदतीचा हा नवा हप्ता निश्चितच भरीव होता, पण व्हाइट हाउसच्या स्वतःच्या अनुमानापुढे तो अगदीच थिटा वाटत होता. व्हाइट हाउसच्या आकडेवारीनुसार, या संकटात दरवर्षी येणारा वास्तव खर्च पूर्व पाकिस्तानसाठी एकतीस कोटी पन्नास लाख डॉलर्स आणि भारतातल्या ऐंशी लाख विस्थापितांसाठी त्र्याऐंशी कोटी डॉलर्स असा असणार होता. (व्हाइट हाउसचे त्या काळातले अर्थसंकल्पीय संचालक आणि नंतर रोनाल्ड रेगन यांचे परराष्ट्रमंत्री झालेले जॉर्ज शूल्ट्झ यांनी ही अनुमानित रक्कम फारच अवाढव्य असल्याबद्दल आक्षेप नोंदवला होता आणि त्यांच्या निषेधाचा आवाज किसिंजर यांना दाबून टाकावा लागला होता.)

केनेडी सवंग लोकप्रियता मिळवायचा प्रयत्न करत असल्याचा दावा करून हॅरल्ड सॉन्डर्स चवताळले, कारण याह्या खान यांच्या धोरणांना निक्सन प्रशासन मोठ्या प्रमाणात जबाबदार असल्याचं केनेडी ध्वनित करत होते. सॉन्डर्स यांनी नोंद केली, 'अमेरिकेने स्वतःचं लक्ष पूर्व पाकिस्तानला स्वायत्तता मिळवून देण्याऐवजी विस्थापितांवर केंद्रित करावं.' केनेडी आणि किसिंजर यांची भेट ८ सप्टेंबर रोजी झाली, पण या भेटीत त्यांच्यात झालेल्या संवादाची बखर व्हाइट हाउसकडे उपलब्ध नाही. अपवाद एवढाच की, मुजीब बहुधा मरण पावले असल्याचा दावा केनेडी यांनी केला आणि तो हास्यास्पद असल्याचं किसिंजर यांचं मत झालं.

केनेडी एककल्ली आणि उन्मादी असल्याची टीका करणारी भाषणं रिपब्लिकन काँग्रेस सदस्यांसाठी लिहून देण्याची कामगिरी सॉन्डर्स यांच्यावर सोपवण्यात आली. व्हाइट हाउसच्या प्याद्यांमध्ये भावी राष्ट्राध्यक्ष जेराल्ड फोर्ड यांचा आणि कॅन्ससचे सेनेटर बॉब डोल यांचा समावेश होता. त्या वेळी मिशीगनतर्फे प्रतिनिधिगृहात फोर्ड निवडून गेलेले होते, तर १९९६च्या अध्यक्षीय निवडणुकीत रिपब्लिकन पक्षाचे उमेदवार होण्याची संधी डोल यांना लाभली. व्हाइट हाउसला अपेक्षित प्रत्येक राग डोल यांनी आळवला. निक्सन यांनी विस्थापितांसाठी केलेल्या मदतीची त्यांनी प्रशंसा केली, शस्त्रास्त्र-पाठवणीच्या वास्तवाला कमी लेखलं. सद्यःस्थिती बदलण्याची क्षमता असलेल्या एकमेव लोकांपासून - पाकिस्तान सरकारपासून - नैतिकतेच्या नावाखाली अमेरिकेने संबंध तोडता कामा नसल्याचं त्यांनी जाहीर केलं.

रॉबर्ट केनेडी यांच्याकडून सेनेटच्या निवडणुकीत पराभूत झालेले भारतातले राजदूत केनेथ किटिंग यांनी अध्यक्षीय निवडणुकीपर्यंत, म्हणजे 'नोव्हेंबर १९७२पर्यंत केनेडी बहुधा याच विषयावर जोर देत राहणार असल्याचा' इशारा दिल्लीतून व्हाइट हाउसला दिला. ''त्यांना एक मजबूत कारण मिळाल्याचा त्यांचा

आणि त्यांच्या कर्मचारिवर्गाचा समज नक्कीच झाला आहे.'' असं किटिंग यांचं म्हणणं होतं. अमेरिकी जनमताची भारताने फसवणूक केल्याचं निक्सन यांचं म्हणणं होतं. ते म्हणाले, ''इथे एक प्रचंड जनसंपर्क अभियान सुरू आहे. इतर पक्षातले आमचे अनेक मित्र आणि आमच्या पक्षातलेही काही खुळे लोक यात सामील झाले असून ते भारतीय प्रचाराला पूर्णपणे बळी पडले आहेत; आणि भारताकडे भरपूर प्रचारसाहित्य आहे.''

या सर्व काळात केनेडी यांच्याकडून अथक मारा सुरू होता. त्यांनी सेनेटमध्ये पाकिस्तानवर वंशविच्छेदाचा आरोप वारंवार केला. ते म्हणाले, ''माझ्या दौऱ्यानंतर तिथल्या अमानुष परिस्थितीपासून आणि पाकिस्तान सरकारच्या वंशविच्छेदाच्या कृत्यांपासून बचाव करून घेण्यासाठी आणखी सुमारे दहा लाख पूर्व बंगाली पळून गेले आहेत.''

केनेडी यांनी व्हाइट हाउसवर जणू बॉम्बगोळाच टाकला. पाकिस्तानला होणारा शस्त्रपुरवठा थांबला असून संरक्षण मंत्रालयाच्या कोठारातून काहीही रवाना करण्यात आलं नसल्याचं अभिवचन, खासकरून, निक्सन प्रशासनातर्फे देण्यात आल्याचं स्मरण त्यांनी करून दिलं. मात्र वस्तुस्थिती तशी नव्हती. अमेरिकी शस्त्रसामग्री पाकिस्तानकडे अजूनही जात असल्याचा शोध घेण्याची कामगिरी केनेडी यांनी काँग्रेसच्या तपासनिसांवर सोपवली होती. त्या वेळी त्यांना असं आढळून आलं होतं की, संरक्षण मंत्रालयाच्या (पेन्टागॉनच्या) कोठारांमधून वीस लाख डॉलर्सपेक्षाही अधिक किमतीची सामग्री रवाना करण्यात आली होती.

यासाठी अमेरिकेचं हवाई दल सर्वाधिक दोषी होतं. पाकिस्तानी हवाई दलाला जुलैपर्यंत अंदाजे चोवीस लाख डॉलर्स किमतीचे सुटे भाग - त्यांपैकी ७० टक्के प्राणघातक होते - अमेरिकी हवाई दलातर्फे पुरवण्यात आले होते. त्याचप्रमाणे अमेरिकेचं पायदळ आणि नौदल यांच्यातर्फेही प्राणघातक शस्त्रास्त्रांचे सुटे भाग पाकिस्तानला पाठवण्यात येत होते. यामुळे किसिंजर यांचे साहाय्यक हॅरल्ड सॉन्डर्स आणि सॅम्युएल हॉस्किन्सन संतापले होते आणि हे नजरचुकीने झालं नसल्याचा संशय त्यांना होता. किसिंजर यांना पाठवलेल्या टिप्पणीत ते म्हणतात, 'आपण स्वतःच तयार केलेल्या आणि जाहीर केलेल्या नियमावलीच्या अंतर्गत यांपैकी अडतीस लाख डॉलर्स मूल्याच्या सामग्रीच्या किमान अर्धी तरी सामग्री कधीच रवाना व्हायला नको होती. रवानगीमधला विलंब आणि परवान्यांची मुदतसमाप्ती लक्षात घेऊनही याचा अर्थ असाच होतो.'

निक्सन प्रशासन पाकिस्तानबद्दल सांगत असलेल्या एका शब्दावरही आता केनेडी यांचा विश्वास उरलेला नव्हता. भारतातल्या विस्थापितांच्या प्राणघातक

वंचितावस्थेवर उपाय म्हणून एकोणतीस कोटी डॉलर्सची मदत देण्याचं विधेयक केनेडींनी सादर केलं. प्रशासनाचे चालू असलेले प्रयत्न अक्षम्यरीत्या मंद असून प्रत्यक्ष गरजेच्या मानाने ते फारच तोकडे असल्याची टीका त्यांनी केली. भारताच्या गणनेनुसार विस्थापितांमध्ये सतरा लाख साठ हजार मुलं आठ वर्षांपेक्षा कमी वयाची होती. नेविन स्क्रिमशॉ आणि प्रिन्स्टन विद्यापीठातले विकासविषयक एक विशेषज्ञ यांच्यासह केनेडी यांच्या पथकाने केलेल्या अंदाजानुसार, किमान तीन लाख मुलांना कुपोषणविषयक उपायांची तातडीने गरज होती. या अंदाजानुसार, सुरुवातीला दररोज शेकडो मुलं भुकेने मरण पावत होती, नंतर हा आकडा हजारात गेला आणि आता दररोज ४३०० मुलांचा भूकबळी जात होता. मदत तातडीने न मिळाल्यास वर्षाअखेर दोन लाखांपर्यंत मुलं मरण पावली असती, असं या पथकाचं म्हणणं होतं.

केनेडी यांनी जाहीर केलं, ''पाकिस्तानी लष्कराने २५ मार्चच्या रात्री आरंभलेल्या पद्धतशीर भयचक्राचे संहारक परिणाम दिसून येण्यासाठी यापेक्षा अधिक स्पष्ट किंवा सहजपणे शब्दबद्ध करता येईल असं काहीही नसेल.'' नाझी राजवटीने ज्यू समाजाच्या केलेल्या संहाराचं स्मरण करून ते म्हणाले, ''हिंदूंना वेचून काढण्यात येतं आहे, पद्धतशीरपणे ठार करण्यात येतं आहे आणि काही ठिकाणी त्यांच्या मालमत्तेवर 'एच' अशी पिवळी खूण चितारली जात आहे.'' यांपैकी बहुतेक घटनांसाठी निक्सन प्रशासनावर दोषारोप करून केनेडी म्हणाले, ''पूर्व बंगालच्या मानवी आणि राजकीय शोकांतिकेत अमेरिकेने इस्लामाबादला दिलेला दमदार पाठिंबा म्हणजे गुन्ह्यात सामील असण्याखेरीज दुसरं काहीही नाही.''

१६. "त्या थेरड्या चेटकिणीसमोर आपण खरोखर लाळ गाळली."

व्हाइट हाउसमधलं कुणीही पूर्व पाकिस्तानमधल्या भयानक अत्याचारांची माहिती नसल्याचा दावा करू शकलं नसतं. सीआयएने सप्टेंबरमध्ये तयार केलेल्या एका महत्त्वाच्या अहवालात 'या भागातले अंदाजे दोन लाख किंवा अधिक रहिवासी मरण पावले' असल्याचा तर्क करून नोंद केली, 'आधुनिक काळातल्या सर्वांत मोठ्या आणि सर्वाधिक वेगवान मानवी स्थलांतराचा अनुभव पूर्व पाकिस्तानने घेतला आहे.'

या 'अविश्वसनीय' स्थलांतराचं कठोर स्पष्टीकरणही सीआयएकडे तयार होतं – 'सर्व नसले, तरी बहुतांश हिंदू स्वतःचा जीव वाचवण्यासाठी पळून गेले आहेत.' 'बंगाली लोकांना लगेच घाबरवून गुडघे टेकण्यासाठी भाग पाडता येईल.' असं याह्या खान यांचे लष्करी राज्यपाल लेफ्टनंट टिका खान यांना वाटल्याचं उघड होतं. 'पाकिस्तानी लष्कराने हिंदूंना वेचून लक्ष्य केल्याचं दिसतं.' अशी नोंदही सीआयएने केली.

हा वंशविच्छेद असल्याचा आक्रोश सीआयएने केला नसला, तरी सीआयएने ठामपणे सांगितलं, 'ही एका विशिष्ट वंशाविरुद्धची मोहीम असून त्यात ऐंशी टक्के किंवा कदाचित नव्वद टक्के विस्थापित हिंदू आहेत.' तोपर्यंतच्या ऐंशी लाख विस्थापितांपैकी साठ लाखांवर हिंदू असून आणखी बरेच येण्याची शक्यता होती. बहुधा पूर्व पाकिस्तानमध्ये हिंदू शिल्लक न राहिल्यावरच हा ओघ थांबू शकला असता. अशा हल्ल्यांना आळा घालण्याचा याह्या खान यांचा प्रयत्न फारसा उपयोगाचा ठरला नाही, कारण या 'विषारी वातावरणात' हिंदू अल्पसंख्याकांना छळण्याची सवयच सरकारनिष्ठांना लागून गेली होती.

मैमनसिंग परिसरात हिंदूंवर अत्याचार होत असून पलायन करणाऱ्या हिंदूंच्या नव्या लाटा भारतात पोहोचत असल्याचा इशारा आर्चर ब्लड यांच्या हकालपट्टीनंतरही ढाका उपदूतावासाने दिला. या भागात बलात्काराच्या घटनांनी थैमान घातलं होतं असं स्थानिक लोकांचं म्हणणं होतं. न्यू यॉर्क टाइम्सचा

प्रतिनिधी सिडनी शेनबर्ग याने या म्हणण्याला दुजोरा दिला. भारतात पोहोचलेल्या विस्थापितांच्या मुलाखती घेतल्यानंतर त्यातले बहुतेक सर्व हिंदूच असल्याचं त्याला जाणवलं होतं. पाकिस्तानी लष्कर त्यांना लक्ष्य करत असल्याचं त्याने सांगितलं. शेनबर्ग म्हणतो, ''पाकिस्तानी लष्कराने केलेल्या बलात्काराच्या भयकथा मी ऐकल्या आणि त्या खऱ्या होत्या. प्रत्येक जण हीच कर्मकथा ऐकवत होता. हे घडलं असल्याचं अगदी स्पष्ट होतं.''

अमेरिकेच्या एका सन्माननीय विकास-अधिकाऱ्याच्या अहवालानुसार, हिंदूविरोधी विचारसरणीचा पगडा असलेलं पाकिस्तानी लष्कर पूर्व पाकिस्तानमधल्या हिंदूंना नष्ट करत होतं. पूर्व पाकिस्तानचा कारभार पाहणारे वरिष्ठ लष्करशहा मेजर जनरल राव फर्मान अली खान यांनीही सुमारे ऐंशी टक्के हिंदू पूर्व पाकिस्तानमधून निघून गेल्याच्या अमेरिकी अधिकाऱ्याच्या अनुमानाशी सहमती दर्शवली. विस्थापितांची संख्या सुमारे साठ लाख असल्याचं, तसंच अजून पंधरा लाख भारतात लवकरच पळून जाणार असल्याची चिन्हं असल्याचं आणि तोवर पूर्व पाकिस्तानमध्ये शिल्लक असलेल्या हिंदूंच्या संख्येएवढाच हा आकडा असल्याचं मेजर जनरल राव यांनी खासगीत बोलताना कबूल केलं होतं.

चीनला मोकळं रान

प्रामुख्याने चीनचा विषय समोर असताना रिचर्ड निक्सन आणि हेन्री किसिंजर पाकिस्तानच्या मागे पहाडासारखे उभे राहिले. किसिंजर म्हणाले, ''पेकिंगबाबत आपण आपली भूमिका काहीशी कठोर करावी असं मला वाटतं. पाकिस्तानवर वाजवीपेक्षा जास्त दडपण आणलं आणि तिथे युद्ध सुरू झालं, तर सगळंच मुसळ केरात जाईल.'' चीनचं युद्ध सुरू झालं असतं, तर निक्सनचा आगामी दौरा धोक्यात येण्याची भीती निक्सनना होती.

'स्वयंनिर्णयाच्या नावाखाली अमेरिका पाकिस्तानचा एक भाग तोडण्याचा प्रयत्न करत असल्याचा ग्रह' चीनने करून घेतला असता, तर 'पेकिंगच्या दृष्टीने तैवानच्या आणि तिबेटच्या संदर्भात' हा एक अस्वीकारार्ह पायंडा पडला असता, असा इशारा किसिंजर यांनी राष्ट्राध्यक्षांना दिला. आता मानवतेच्या आधारावर पाकिस्तानला भरभक्कम साहाय्य देण्याची निक्सन यांची इच्छा होती आणि यामुळे चीन प्रभावित झाला असता, असं किसिंजर यांना वाटत होतं. काँग्रेसकडून येणारा दबाव वाढत असूनही 'निक्सन अजून पाकिस्तानच्या मागे खंबीरपणे उभे असल्याचं' चीनला ज्ञात व्हावं अशीही निक्सन यांची मनीषा होती.

निक्सन यांच्या आगामी बीजिंगभेटीचा तपशील निश्चित करण्यासाठी

१६ ऑगस्ट रोजी किसिंजर पॅरिसमधल्या चिनी दूतावासात पोहोचले. पाकिस्तानचा मित्र म्हणून अमेरिका अत्यंत ठाम असल्याचं दाखवण्याची इच्छा बाळगून तिथे गेलेल्या किसिंजरवर त्याऐवजी अमेरिकेच्या लोकशाही प्रणालीने, विशेषतः वृत्तसृष्टीने आणि काँग्रेसने निक्सन-किसिंजरवर घातलेली नकोशी बंधनं कोणती होती याबाबत खुलासा करण्याची पाळी आली. किसिंजर म्हणाले, ''भारतीय प्रचार अत्यंत कौशल्यपूर्ण असून अमेरिकी काँग्रेसवर नियंत्रण असलेला आमचा विरोधी (डेमोक्रॅटिक) पक्ष पूर्णपणे भारतीय प्रचाराच्या बाजूचा आहे. पाकिस्तानला लष्करी पुरवठा चालू ठेवणं त्यांनी जवळपास अशक्य केलं आहे.'' अशा लोकशाहीप्रणीत बंधनांचा अंकुश नसलेल्या चीनने ही तूट भरून काढावी असं त्यांचं म्हणणं होतं. असं असलं, तरी भारताला 'पाकिस्तानची विटंबना' करण्याची अनुमती अमेरिका देणार नसल्याचं किसिंजरनी सांगितलं. विस्थापितांना मायदेशी परत पाठवून युद्ध करण्याच्या भारताच्या सबबीतली हवा काढून टाकण्यासाठी चीनने पाकिस्तानला प्रोत्साहन देण्याविषयी सुचवून 'पाकिस्तान सरकार अडचणीत येईल असं कोणतंही जाहीर विधान निक्सन प्रशासन करणार नसल्याचं' आश्वासन निक्सन यांनी दिलं.

सॅम्युएल हॉस्किन्सन यांनी काही काळापूर्वी लिहिलेल्या मजकुरातली एक ओळ वापरून निक्सन यांना लिहिलेल्या एका संदेशात किसिंजर म्हणतात, 'चीनच्या सत्तर कोटी जनतेचं सरकार, आणि साठ कोटींपेक्षा जास्त संख्येने असणारे भारतीय आणि बंगाली या दोघांमधून धोरणाची निवड करण्याचा दबाव आपण टाळणं सर्वाधिक महत्त्वाचं आहे.' मात्र ही निवड व्हाइट हाउसने करून टाकली असल्याचं स्पष्ट होतं. या संदेशावर निक्सन यांचा विश्वास बसेना. ''अरे देवा, भारताचा बळी?'' असं त्यांनी अविश्वासाने विचारलं. किसिंजर उत्तरले, ''राष्ट्राध्यक्ष महोदय, पहिली गोष्ट म्हणजे भारतात बळी देण्यासारखं काहीही नाही.'' हे मान्य करून निक्सन म्हणाले, ''अर्थातच!''

चीनसाठी अमेरिका काय करू शकणार होती, एवढंच विचारून निक्सन आणि किसिंजर थांबले नाहीत; तर चीन अमेरिकेसाठी काय करू शकणार होता, हेही त्यांनी विचारलं. पाकिस्तानवर हल्ला करण्याबाबत भारताला घाबरवण्यासाठी चीनचा वापर करता आला असता असं त्यांना जाणवलं; किंवा युद्ध झालंच असतं, तर चीनला स्वतःचं लष्कर भारतीय सीमेकडे रवाना करायला सांगून एकाच वेळी दोन शत्रूंबरोबरच्या युद्धात भारताला गुंतवण्याची धमकी आता ते देऊ शकणार होते. चीनबरोबरच्या त्यांच्या नव्या नातेसंबंधांमुळे अभूतपूर्व संभाव्यता निर्माण झाल्या होत्या. वास्तववादी राजकारणाची ही एक धाडसी खेळी होती. कदाचित स्वतः मॅटरनिकनेही या खेळीचं कौतुक केलं असतं. या खेळीमागे नाकारता न येणारी

सामरिक व्यूहरचना होती. एका लोकशाहीविरुद्ध उभं ठाकण्यासाठी साम्यवादी चिनी प्रजासत्ताकाच्या लष्कराचा वापर दुसऱ्या लोकशाहीने करण्यातलं औद्धत्य अलाहिदा! १९६२ साली चीनने भारताबरोबर केलेल्या युद्धप्रसंगी भारताला स्वसंरक्षणासाठी अमेरिकेने केलेल्या मदतीच्या भूमिकेपेक्षा ही भूमिका पूर्णपणे उलट होती.

किसिंजर यांनी जुलैमध्ये दिल्लीदौऱ्यात दिलेल्या गांभीर्यपूर्वक आश्वासनांपेक्षा हे वर्तन नेमकं उलटं असणार होतं. 'चीनने भारताविरुद्ध शस्त्रांचा खणखणाट केलाच, तर अमेरिका भारताच्या बाजूने उभी राहील.' असं आश्वासन किसिंजर यांनी दिल्याने सुटकेचा निःश्वास टाकणाऱ्या भारतीय अधिकाऱ्यांसाठी चीनचा हल्ला हा सर्वांत मोठा भीतीचा बिंदू असणार होता. अशा प्रकारची आश्वासनं किसिंजर यांनी स्वतः इंदिरा गांधी, पी. एन. हक्सर, परराष्ट्रमंत्री आणि संरक्षणमंत्री यांना दिली होती.

चीनला भारतावर सोडण्याची कल्पना किसिंजर यांना हळूहळू आवडायला लागली. चाऊ एन लाय करत असलेला भारतद्वेष स्वतः पाहून प्रभावित झालेल्या किसिंजर यांना पाकिस्तानबरोबरचं युद्ध भारत हरण्याचा एकमेव मार्ग म्हणजे 'चीनने या युद्धात पडणं.' हाच असल्याची खात्री झाली होती. अमेरिकेच्या सगळ्या सेनादलप्रमुखांच्या समितीच्या अध्यक्षांनी नंतर केलेल्या अनुमानानुसार, चीनबरोबरच्या सीमेवर भारताला पाच ते सहा डिव्हिजन्स पाठवाव्या लागल्या असत्या आणि खुश्कीच्या युद्धात असलेलं पाकिस्तानवरचं भारताचं वर्चस्व यामुळे संपुष्टात आलं असतं. याचं बीज किसिंजर यांचे साहाय्यक अॅलेक्झांडर हेग यांनी व्हाइट हाउसमध्ये निक्सन यांच्या मनात पेरलं. ते म्हणाले, "चीनविरुद्ध स्वतःचा बचाव करण्याच्या आणि पाकिस्तानविरुद्ध दोन आघाड्यांवर लढण्याच्या कितीही गमजा भारत करत असला, तरी १९६२च्या युद्धातल्या मानहानीमुळे भारतीय अद्याप पछाडलेले आहेत."

किसिंजर व्हाइट हाउसमध्ये सावध सुरात निक्सन यांना म्हणाले, "भारत-पाकिस्तान संघर्ष सुरू झाला तर, आणि यासंदर्भात चीनने भारतावर आक्रमण केलं; तर चीनबरोबरच्या आपल्या धोरणासंदर्भात अतिशय वेदनादायक पर्याय निवडण्याची वेळ आपल्यावर येईल." किसिंजर यांच्याप्रमाणे अनिर्बंध कल्पनाशक्ती न लाभलेले त्यांचे साहाय्यक मात्र भारतावर आक्रमण करण्यासाठी चीनला चिथावणी देण्याऐवजी त्यासाठी प्रतिबंध कसा करता आला असता, याची चिंता करत होते. चीनने हल्ला केला असता, तर भारताला लष्करी मदत देण्याची इच्छा बाळगणारं परराष्ट्र मंत्रालय निक्सन-किसिंजर यांच्या योजनेपासून आणखीनच

अनभिज्ञ होतं. अमेरिकी जनतेची अवस्थाही तशीच होती. भारतावर कम्युनिस्ट आक्रमण झालं असतं, तर अमेरिकी सामग्री किंवा सैनिक पाठवण्याची इच्छा त्यांच्यापैकी जवळपास अर्ध्या नागरिकांनी तरी व्यक्त केली असती.

भारतीय अधिकाऱ्यांची कल्पनाशक्ती अधिक भयग्रस्त होती. बीजिंगमध्ये बंद दाराआड चर्चा करताना किसिंजर यांनी कोणती गूढ आश्वासनं पदरात पाडून घेतली असतील, याबाबत ते अचंबा करत होते. चीन पाकिस्तानसाठी लढण्याची शक्यता कमी असल्याचा गोपनीय निष्कर्ष 'रॉतर्फे' जानेवारीतच काढण्यात आला असला, तरी भारत-पाकिस्तान युद्ध झालंच असतं, तर 'भारत-चीन सीमेवर चीन आक्रमक पवित्रा घेईल आणि अगदी काही सीमांवर चकमकीही घडवून आणेल.' अशी शक्यता 'रॉतर्फे' व्यक्त करण्यात आली होती. 'असं घडलं, तर भारतीय सैन्य अडकून पडेल आणि पाकिस्तानविरुद्धच्या युद्धापासून दूर राहील.' असा इशाराही रॉतर्फे देण्यात आला. "चीन आपल्याबरोबर थेट युद्ध करेल किंवा आपल्याला सीमेवर व्यग्र ठेवून आपले सैनिक गुंतवून ठेवू शकेल." अशी भीती परराष्ट्रमंत्री स्वर्ण सिंग यांनी जूनमध्ये व्यक्त केली होती.

अशा प्रकारे युद्ध समोर आल्याचं भासायला लागलं आणि भारताविरुद्ध विषारी फूत्कार काढायला चीनने सुरुवात केली, तेव्हा वॉशिंग्टनमधल्या भारताच्या राजदूताने किसिंजर यांच्याकडे धाव घेऊन त्यांची निश्चित भूमिका जाणून घेण्याचा प्रयत्न केला. दिल्लीत दिलेल्या वचनांपासून काहीसं मागे सरत किसिंजर म्हणाले, "पूर्व पाकिस्तानमध्ये असलेले भारतीय गनीम आणि काश्मीरमधलं पाकिस्तानी सैन्य विचारात घेता, 'युद्ध कुणी सुरू केलं?' हे स्पष्ट झालं नाही, तर अमेरिका भारताला चीनविरुद्ध मदत देणार नाही." पण त्यांनी अशी घोषणा केली की, "१९६२ सारखी परिस्थिती निर्माण झाली, तर... म्हणजे चीनने भारतात घुसखोरी केली असती, तर... अमेरिका भारताला चीनविरुद्ध सर्वतोपरी मदत करेल." किसिंजर असं म्हणाल्याची नोंद या राजदूताने केली. ही नोंद म्हणते, 'पाकिस्तानने भारतावर हल्ला केल्यास आणि चीनने पाकिस्तानला पाठिंबा दिल्यास, अमेरिका भारताला शस्त्रास्त्रांची मदत करण्यात हयगय करणार नाही, मात्र सैनिक पाठवणार नाही.'

या अगदी ताज्या आणि अधिक सशर्त वचनानंतरही ही शक्यता किसिंजर यांच्या मेधावी मनात सतत घोळत होती. 'चीनचा शाश्वत भारतद्वेष अमेरिकेच्या परराष्ट्र धोरणातली एक उपयुक्त कट्यार ठरू शकेल.' असा निर्णय त्यांनी सप्टेंबर उजाडताना घेतला होता. त्यांनी स्वतः भारताला वचन दिलेलं असतानाही अमेरिकेने चिनी हल्ल्याविरुद्ध भारताचा बचाव करण्याचं कुठलंही वचन देण्याचं टाळण्याच्या

निष्कर्षाप्रत अमेरिका पोहोचली, कारण यामुळे भारताला चिथावणी मिळण्याची शक्यता असल्याचं किसिंजरचं मत होतं. ''भारताने पाकिस्तानवर हल्ला केल्यावर त्यातून चीनच्या भारतावरच्या आक्रमणाची ठिणगी पडली, तर (भारताला) मदत करणं अमेरिकेला कठीण जाईल.'' असं त्यांनी काही दिवसांनी भारतीय राजदूताला ऐकवलं.

मात्र किसिंजर यांच्या मनात यापेक्षाही बरंच काही होतं. चीनने सीमेवर काही आगळीक केली असती, तरी भारताला त्याच्या नशिबावर सोडून देण्याच्या सूचना किसिंजर यांनी व्हाइट हाउसच्या आणि परराष्ट्र मंत्रालयाच्या कर्मचाऱ्यांना दिल्या होत्या. ओव्हल ऑफिसमध्ये ते निक्सन यांना म्हणाले, ''भारतीयांना धक्का देण्याची संधी मिळाली, तर आपण त्यांना नक्कीच झटका देऊ. कारण चीन जवळपास नक्कीच भारतावर चालून जाणार, असा आमचा निष्कर्ष आहे.'' ही कल्पना निक्सनना फारच आवडली. पाकिस्तानवर हल्ला झाला असता, तर चीन मूक साक्षीदार बनून राहणार नसल्याचं निक्सननी युगोस्लाव्हियाचे राष्ट्राध्यक्ष जोसेफ ब्रॉझ टिटो यांना सांगितलं.

स्वतःच्या दोन खात्रीच्या मित्रांवर भारताने भरवसा ठेवला – सोव्हिएत संघ आणि येणारा हिवाळा. पहिलं म्हणजे भारत-सोव्हिएत मैत्रीकरारामुळे चीन कदाचित घाबरून जाण्याची शक्यता होती. युद्धाचे ढग क्षितिजावर जमल्याचं भासत असतानाही बीजिंगमधल्या भारतीय दूतावासाने पाठवलेल्या अहवालानुसार, पाकिस्तानला जाहीरपणे पाठिंबा देण्याबाबत चीन आश्चर्यकारकरीत्या अनुत्सुक दिसत होता. सोव्हिएत देशाबरोबरचा मैत्रीकरार अत्यंत महत्त्वाचा होता. त्यामुळे भारतीय सैनिकांना कार्यरत राहता आल्याची आठवण लष्कराच्या पूर्व कमानीचे सेनाप्रमुख मेजर जनरल जेकब सांगतात.

दुसरं म्हणजे इंदिरा गांधींनी भारतीय सेनाधिकाऱ्यांकडे सर्वप्रथम युद्धाच्या व्यूहरचनेची मागणी केली होती, तेव्हा सेनाधिकाऱ्यांनी हिवाळा पडेपर्यंत पंतप्रधानांना थांबायला सांगितलं होतं. याचं कारण म्हणजे हिमालयात होणाऱ्या बर्फवृष्टीने कोणताही हल्ला करण्यासाठी चिनी लष्कराला प्रतिबंध होणार होता. चीनने हस्तक्षेप करण्याची भीती भारतीय प्रमुख जनरल सॅम माणेकशा यांच्या मनात ठाण मांडून बसली असल्याचं जनरल जेकब सांगतात. भारताच्या नौदलाचे गुप्तचर संचालक व्हाइस ॲडमिरल मिहीर रॉय म्हणतात, '' 'पाऊस नसतानाचा आणि हिमालय बर्फाच्छादित असतानाचा ऋतू आपण निवडू या.' असं म्हणूनच माणेकशा म्हणत होते.''

ऑक्टोबरच्या अखेरीला किसिंजर पुन्हा चीनला गेले आणि निक्सन यांच्या

आगामी बीजिंगभेटीचा तपशील त्यांनी पक्का केला. त्या वेळी ही राजधानी चिनी प्रजासत्ताकाच्या इतिहासातल्या सर्वांत वाईट नेतृत्वाच्या पेचप्रसंगात सापडली होती. चीनमध्ये लष्करी कायद्याचा अंमल लागू करण्यात आला होता आणि रस्त्यांवरून सशस्त्र सैनिक गस्त घालत होते. भांडवलशाहीवादी 'कुत्र्यांचा' धिक्कार करणारे फलक विमानतळावर झळकत होते, पण चाऊ एन लाय यांच्याबरोबर ग्रेट हॉल ऑफ पीपलमध्ये झालेल्या बैठकीत कम्युनिस्टांना आणि भांडवलशाहीवाद्यांना भारतावर टीकास्त्र सोडण्यासाठी समाईक व्यासपीठ सापडलं.

चाऊ म्हणाले, ''पूर्व पाकिस्तानबाबतची सर्वाधिक जबाबदारी पूर्वेकडचे आम्ही आणि पश्चिमेकडचे तुम्ही यांच्यावर आहे.'' अमेरिकी काँग्रेसमध्ये भारतप्रेमी भावना असतानाही पाकिस्तानचा निषेध न करणारा 'अमेरिका' हा पाश्चिमात्य जगातला एकमेव प्रमुख देश असल्याचं स्मरण किसिंजर यांनी चीनच्या पंतप्रधानांना करून दिलं.

भारतीय चिथावणी आणि आक्रमकता यांच्यामुळे १९६२मधलं युद्ध झाल्याचा ठपका भारतावर ठेवणारं एक पुस्तक वाचण्याची चाऊ यांची शिफारस अमलात आणली असल्याचं सांगून किसिंजर म्हणाले, ''आत्तासुद्धा भारत जवळपास त्याच मार्गाने चालला आहे, अशी व्हाइट हाउसची खात्री झाली आहे.'' उत्तरादाखल चाऊ म्हणाले, ''ही त्यांची परंपरा आहे.'' पाकिस्तानचा एकदा आणि कायमचा निकाल लावण्याची संधी म्हणून भारत या पेचप्रसंगाकडे बघत असल्याचं प्रतिपादन किसिंजरनी केलं. त्यांच्याशी सहमती दर्शवून चाऊ म्हणाले, ''पाकिस्तानच्या अस्तित्वावर भारताचा विश्वास नाही.'' त्यावर किसिंजर म्हणाले, ''पूर्व पाकिस्तान नष्ट करण्याचा प्रयत्न भारत करेल, अशी आमची खात्री झाली आहे.'' येणाऱ्या महिन्याभरात भारताचा हल्ला अपेक्षित असल्याची किंवा पाकिस्तानने हल्ला करावा म्हणून भारताने चिथावणी देण्याची अपेक्षा त्यांनी व्यक्त केली. पाकिस्तानविरुद्धच्या भारतीय लष्करी कारवाईला अमेरिकेचा पूर्ण विरोध असल्याचं आश्वासन किसिंजर यांनी चाऊ यांना दिलं.

वॉशिंग्टनला परतल्यानंतर खासगीत किसिंजर म्हणाले की, भारतापेक्षा चीनबरोबर काम करणं त्यांना पसंत होतं. चीनमधल्या सांस्कृतिक क्रांतीच्या हिंसक थैमानाचं प्रत्यक्ष दर्शन घेऊन किसिंजर नुकतेच परतले असले, तरी भारतीय लोकशाहीप्रति त्यांनी कोणताही जिव्हाळा दाखवला नाही. निक्सन म्हणाले, ''तुम्ही नुकतेच चीनला जाऊन आलात. बापरे! ते लोक स्पष्ट बोलतात.'' याबरोबर संपूर्ण सहमती व्यक्त करून किसिंजर म्हणाले, ''भारतीयांबरोबर तुलना करता, चिनी लोकांबरोबर व्यवहार करणं सुखद आहे.''

''ब्रिटिश भारतातून फार लवकर बाहेर पडले.''

शिशिर ऋतूच्या पहिल्या काही रात्रींमध्ये थंडीबरोबरच वॉशिंग्टनमध्ये इतरही बरंच काही आलं. ऑक्टोबरच्या मध्यात किंवा नोव्हेंबरमध्ये भारताकडून हल्ला होण्याची शक्यता असल्याचा इशारा किसिंजर यांच्या व्हाइट हाउसमधल्या कर्मचाऱ्यांनी देताना भारतीय सेनाधिकाऱ्यांनी वापरलेला युक्तिवादच या कर्मचाऱ्यांनी पुन्हा वापरला, ''पावसाळा संपल्यावर हिमालयातली हवा गोठायला लागेल आणि चीनच्या कारवाया त्यामुळे अधिक खडतर होतील.''

भारत आणि पाकिस्तान यांची लष्करं संघर्षासाठी फुरफुरत होती. भारतीय पायदळ युद्धासाठी कसोशीच्या प्रशिक्षणाचा अवलंब करत होतं, तर मुक्ती वाहिनीने स्वतःच्या गनिमी कारवाया आणखी प्रखर केल्या होत्या. पूर्वी कधी नव्हते एवढे गनीम आता आक्रमक आणि लोकप्रिय झाले होते. स्वयंचलित शस्त्रं आणि तोफा यांच्या साहाय्याने लढणारे गनीम पूल उडवून देण्यात आणि जहाजांना सुरुंग लावण्यात तरबेज झाले होते. पाकिस्तानी तोफखाना गनिमांवर एवढी आग ओकत होता की, पाकिस्तानी मारा थांबवण्यासाठी 'सीमेपलीकडचा भूभाग ताब्यात घेण्याची अधिकृत परवानगी भारतीय पायदळाला देण्यात आल्याची' नोंद जनरल जेकब यांनी नंतर केली. बांगला देशाकडे आता सुमारे सत्तर हजार प्रशिक्षित गनीम असल्याचा दावा बांगला देशाच्या परागंदा सरकारने केला आणि गनिमांना अनिवार्य असणारं तोफखान्याचं संरक्षण भारतीय पायदळ देत असल्याचं खासगीत मान्य केलं.

बंगाली गनिमांना वाचवण्यासाठी भारतीय सैनिक सीमेवर वारंवार गोळीबार करत असल्याची तक्रार पाकिस्तानने केली. 'पाकिस्तानमध्ये कृत्रिमरीत्या युद्धज्वर भडकवण्यासाठी 'भारत चिरडा' या नावाची मोहीम संपूर्ण पश्चिम पाकिस्तानमध्ये भडकवण्यात आली असल्याचा' अहवाल इस्लामाबादमधल्या भारतीय दूतावासाने सचिंत मनःस्थितीत दिला. 'भारताने उघडपणे शत्रुत्व घेतल्याबद्दल, आणि बदमाशांना पाठिंबा आणि मदत दिल्याबद्दल' संतापलेले याह्या खान यांनी भारताला यापासून परावृत्त करण्याची विनंती निक्सन यांना केली.

अमेरिकेने दोन्ही बाजूंना हल्ला न करण्याची जरब दिली असली, तरी किसिंजरच्या आणि त्यांच्या साहाय्यकांच्या मनात युद्ध होण्या-न-होण्याबाबत कधीच संभ्रम नव्हता. फक्त ते कसं सुरू होणार होतं, हाच त्यांच्यासमोरचा प्रश्न होता. पाकिस्तानतर्फे भारतावर प्रतिरोधात्मक हल्ला होण्याचा इशारा काही आठवड्यांतच सीआयएच्या संचालकांनी दिला.

युद्ध झालं असतं, तर पाकिस्तानचा भुगा होणार होता हे निक्सन प्रशासनाला

ठाऊक होतं. पाकिस्तानचा पराभव अनिवार्य असल्याबाबत अमेरिकेचा लष्कर विभाग आणि परराष्ट्र मंत्रालयाचा गुप्तचर विभाग या दोन्ही विभागांचं एकमत होतं. जमिनीवरच्या सैनिकी संख्येचा विचार करता, भारत चारास एक या प्रमाणात भारी असल्याचा घटक युद्धात निर्णायक ठरणार असल्याचं सर्व सेनाप्रमुखांच्या समितीच्या अध्यक्षांनी बोलून दाखवलं होतं. 'युद्ध अगदी अल्पकालीन असेल आणि दोन्ही बाजूंना चार ते सहा आठवड्यांमध्ये रसदीचा तुटवडा भासायला लागेल.' असं त्यांचं अनुमान होतं. ते म्हणाले, ''संख्याबळामुळे भारत विजयी ठरेल.''

युद्ध थांबवण्याचा प्रयत्न करण्यासाठी अमेरिकेकडे एक राजनैतिक अवसर उपलब्ध होता – इंदिरा गांधी यांची आगामी वॉशिंग्टन-भेट! निक्सन यांच्या कार्यक्रमपत्रिकेत अनेक महिन्यांपूर्वी समाविष्ट करण्यात आलेल्या शिखर परिषदेबाबत किसिंजर यांच्या साहाय्यकांनी सांगितलं, 'आपल्याला भारताला आवरण्याची ही अखेरची संधी असेल.'

निक्सन यांनी इंदिरा गांधींच्या भेटीचा धसका घेतला होता. ही भेट ठरल्यानुसार होणार असल्याचं किसिंजर यांनी सांगताच निक्सन म्हणाले, ''अरे देवा!'' त्या अमेरिकेत येऊन निक्सन प्रशासनाला मूर्ख बनवणार नसल्याची खात्री करून घेण्याची संशयग्रस्त राष्ट्राध्यक्षांची इच्छा होती.

किसिंजरनी निक्सनची संतापाची धग आणखी पेटवली. पाकिस्तान नष्ट करून भारतीय लोक फाळणीपूर्व परिस्थिती निर्माण करण्याचं कारस्थान करत असल्याचं जाहीर करून, भारतीयांच्या लबाड बुद्धीबाबत प्रस्थापित झालेल्या प्रतिमेचा त्यांनी पुनरुच्चार केला. किसिंजर म्हणाले, '' 'पाकिस्तानला आपण असा एक जबरदस्त ठोसा देऊ की, त्यातून तो कधीच सावरणार नाही आणि सगळ्या अडचणी एकदमच संपतील.' असं वक्रबुद्धीच्या भारतीयांना वाटतं.'' निक्सन यांनी ब्रिटनच्या परराष्ट्रमंत्र्यांना सांगितलं, ''मला वाटतं की, ब्रिटिश भारतातून फार लवकर बाहेर पडले.''

ओव्हल ऑफिसमध्ये निक्सन संतापून किसिंजर यांना म्हणाले, ''युद्ध सुरू झाल्याबरोबर अमेरिकेकडून भारताला होणारी मदत बंद होणार असल्याचं तुम्ही भारतीयांना सांगा. त्यानंतर त्यांना कोणतीही मदत मिळणार नाही.'' ही धमकी गंभीर होती. अमेरिका भारताला भरीव मदत करत असे. यांपैकी दरवर्षीचे बावीस कोटी डॉलर्स सोडता, विकासासाठी दिलेलं सुमारे बावीस कोटी डॉलर्सचं कर्ज आणि अन्नधान्याच्या स्वरूपात दिलेली सहा कोटी पन्नास लाख डॉलर्सची मदत असं या मदतीचं स्वरूप होतं. भारताची मदत थांबवण्याच्या प्रस्तावामुळे परराष्ट्र

मंत्रालय चरकलं. अशा 'नव-वसाहतवादी' भूमिकेबद्दल भारतीय लोक 'अतिसंवेदनशील' असून अमेरिकेने असं केलं असतं, तर 'कटुतेची नवी पातळी' गाठली जाऊन भारत-अमेरिका संबंधांमध्ये दीर्घ काळपर्यंत विषारीपणा आला असता, अशा अर्थाची नोंद परराष्ट्र मंत्रालयाने केली. मात्र भारताने युद्ध सुरू केल्यास, त्याची मदत थांबवण्याबाबत निक्सन अतिशय गंभीर असल्याबाबत किसिंजरनी युद्धकक्षातल्या एका बैठकीत सांगून टाकलं. ते म्हणाले, "आम्ही हे करू, हे भारताने समजून घेतलंच पाहिजे. आपल्या राष्ट्राध्यक्षांनी हेच म्हटलं आहे. खरं तर ते मला याबाबत रोज सांगत असतात."

शक्यतेच्या कोटीत दिसणाऱ्या युद्धासाठी सोव्हिएत समर्थनाचा खुंटा हलवून बळकट करून घेणं भारतासाठी आवश्यक होतं. त्यामुळे इंदिरा गांधी सप्टेंबरच्या अखेरीला मॉस्कोच्या शीतल वातावरणात दाखल झाल्या. सोव्हिएत देशाने त्यांच्यावर शक्य तेवढ्या सर्व गौरवांची उधळण केली. विमानतळावर लष्कराची खडी तालीम, त्या जाणार असलेल्या रस्त्यांच्या दुर्तफा जमवण्यात आलेली गर्दी, अंकित प्रसारमाध्यमांना करायला लागलेलं त्यांचं गुणगान आणि पंतप्रधानांचं क्रेमलिनमधलं वास्तव्य यांचा समावेश या गौरव सोहळ्यामध्ये होता. विस्थापितांमुळे भारतात निर्माण होत असलेल्या सामाजिक तणावांचा तपशील सोव्हिएत राजकीय आणि लष्करी नेत्यांबरोबर झालेल्या चर्चेत इंदिरा गांधींनी या नेत्यांच्या मनावर ठसवला. या भेटीनंतर सोव्हिएत नेत्यांनी पाकिस्तानविरुद्ध एक जोरदार वृत्तपत्रीय मोहीम सुरू केली. तिचं नेतृत्व 'प्रावदा' या कम्युनिस्ट पत्राच्या मुखपत्राकडे होतं. 'मुजीब यांची मुक्तता करणं' आणि 'हत्या थांबवणं' अशा मागण्या या मुखपत्राद्वारे करण्यात आल्या होत्या. असं असलं, तरी इंदिरा गांधी युद्धासाठी सोव्हिएत नेत्यांची संमती मिळवू शकल्या नाहीत. युद्धामुळे भारतावरचं ओझं आणखी असह्य होणार असल्याचा युक्तिवाद करून शांततेचे फायदे सांगण्यावर सोव्हिएत नेत्यांनी भर दिला. (इंदिरा गांधी क्रेमलिनमधल्या वाटाघाटी आवरत्या घेत असताना व्हाइट हाउसमध्ये निक्सन आणि किसिंजर सोव्हिएत परराष्ट्रमंत्री आंद्रे ग्रोमिको यांना वश करून घेण्याच्या प्रयत्नात होते. 'लढाई सुरू करू नये.' असं सोव्हिएत देशाने इंदिरा गांधींना विनवलं असून भारत युद्ध सुरू करणार नसल्याचं आश्वासन इंदिरा गांधींनी सोव्हिएत नेत्यांना दिलं असल्याचं ग्रोमिको म्हणाले.) इंदिरा गांधी यांची सर्वाधिक उपलब्धी म्हणजे सोव्हिएत पंतप्रधान अलेक्सी कोसिगिन यांनी स्पष्ट शब्दांत केलेलं एक निवेदन - 'पाकिस्तानमध्ये तातडीने राजकीय तडजोड व्हावी आणि विस्थापित सुरक्षितपणे परतावेत.' असं आवाहन या निवेदनात करण्यात आलं होतं.

यानंतर २४ ऑक्टोबर रोजी इंदिरा गांधी आणि हक्सर तीन आठवड्यांच्या पश्चिमी देशांच्या दौऱ्यावर निघाले. ब्रिटन, फ्रान्स आणि जर्मनी इत्यादी ठिकाणी थांबण्याचा समावेश असलेल्या या दौऱ्यातली सर्वांत महत्त्वाची भेट चार आणि पाच नोव्हेंबर रोजीच्या वॉशिंग्टन इथल्या मुक्कामात ठरलेली होती. इंदिरा गांधींच्या आधीच्या दौऱ्यांप्रमाणे या वेळीही त्यांचं कोरड्या शब्दांनी सांत्वन करण्यात आलं आणि थोडीफार मानवतावादी मदत देण्यात आली, पण यापेक्षा जास्त काहीही झालं नाही. भारतीय नौदलाचे ॲडमिरल मिहीर रॉय म्हणतात, ''हा वंशविच्छेद असल्याची व्यथा मांडत श्रीमती गांधी जगभर फिरल्या, पण त्यांचं कुणीही ऐकलं नाही.'' पूर्वाश्रमीचा नाझी इतिहास लपवू पाहणारे ऑस्ट्रियाचे राजनैतिक दूत कुर्ट वाल्डहाइम यांची वर्णी संयुक्त राष्ट्रसंघाचे आगामी सरचिटणीस म्हणून लावण्याचा ऑस्ट्रियाचा प्रयत्न होता. त्यामुळे जगातल्या मुस्लीम गटाबरोबर वाईटपणा घेण्याची इच्छा ऑस्ट्रियाला नव्हती. पाकिस्तान अद्यापही एकसंध ठेवण्याची इच्छा ब्रिटनला होती. फ्रान्समध्ये इंदिरा गांधी थोडंफार करू शकल्या. फ्रेंच राष्ट्राध्यक्ष जॉर्जेस पाँपिदू यांच्या सरकारने मुजीब यांच्या सुटकेची मागणी करून बांगला देशाचं स्वातंत्र्य अटळ असल्याचं मान्य केलं. (जगप्रसिद्ध लेखक आंद्रे मालरो यांनी मुक्ती वाहिनीबरोबरच्या सशस्त्र लढ्यात सहभागी होण्याची तयारी दाखवली. स्पेनच्या नागरी युद्धात ते लढले होते. त्या वेळी मालरो यांचं वय सत्तर वर्षं नसतं, तर या धमकीमुळे याह्या खान थोडेफार धास्तावले असते.) पश्चिम जर्मनीचे राष्ट्रप्रमुख चान्सलर विली ब्रॅन्ट यांनी सहानुभूती व्यक्त केली; पण यांपैकी कोणतीही बाब युद्ध रोखण्यासाठी पुरेशी नव्हती.

लंडनमध्ये थकून पोहोचलेल्या इंदिरा गांधी तणावामुळे कोसळून पडण्याच्या बेतात असल्याचं भासत होतं. पुनश्च एकवार नाझी इतिहासाचा दाखला देऊन त्या म्हणाल्या, ''ज्याप्रमाणे दुसरं महायुद्ध संपण्यापूर्वी विन्स्टन चर्चिल यांना ॲडॉल्फ हिटलर यांना भेटणं शक्य नव्हतं, त्याचप्रमाणे बंगाली विस्थापितांच्या समस्या दूर झाल्याखेरीज आपण याह्या खान यांना भेटू शकणार नाही.'' ''आपण मुक्ती वाहिनीला समर्थन देत आहात.'' असं आव्हान एका ब्रिटिश पत्रकाराने दिल्यानंतर क्षणभर स्वतःचा संताप आणि स्वतःचं दुःख आवरणं इंदिरा गांधींना अतिशय कठीण झालं. त्यांच्या डोळ्यांची अतिशय वेगाने उघडझाप सुरू झाली. त्यांनी एक मोठा आवंढा गिळला, पण त्या डगमगल्या नाहीत. ''परिस्थिती शांत करणं म्हणजे वंशविच्छेदाला समर्थन देण्यासारखं ठरतं काय?'' असा प्रतीसवाल त्यांनी अत्यंत थंड, पण संतप्त स्वरात विचारला. त्या पुढे म्हणाल्या, ''हिटलर जेव्हा थैमान घालत होता, तेव्हा तुम्ही आम्हांला का सांगितलं नाही की, 'तुम्ही गप्प बसा आणि

जर्मनीत शांतता नांदू दे आणि ज्यू लोक मरू देत, आणि बेल्जियम मरू दे किंवा फ्रान्स मरू दे?' "

छोटी पावलं

इंदिरा गांधी यांची भेट जसजशी जवळ यायला लागली होती, तसतसा युद्ध होऊ नये म्हणून निक्सन आणि किसिंजर यांनी काय केलं होतं, याचा खुलासा करण्याचा त्यांचा प्रयत्न सुरू झाला. ही यादी लांब नसली, तरी तिच्यात काही जमेच्या बाबींचा समावेश होता. युद्ध सुरू करण्यासाठी भारताकडे असणाऱ्या सबबी निष्प्रभ करण्यासाठी निक्सन प्रशासनाने जरा उशिरा म्हणजे उन्हाळ्याच्या अखेरीस पानगळ सुरू झाल्यानंतर याह्या खान यांना काहीतरी कृती करण्याविषयी विनंती करायला सुरुवात केली. अशा उपायांमुळे गंभीर परिस्थिती थोडी कमी गंभीर होत असल्याची कबुली अत्यंत आशावादी अमेरिकी अधिकाऱ्यांनी दिली. आर्चर ब्लड नंतर म्हणाले, "या उपाययोजना अगदीच माफक आणि फार उशिरा सुरू झाल्या होत्या. तसंच पूर्व पाकिस्तानमधल्या वास्तवाशी त्यांचा काहीही संबंध नव्हता." पाकिस्तानी नेत्यांनी पूर्वीच घेतलेल्या भयानक निर्णयांची दाहकता कमी करणं हेच या उपायांचं उद्दिष्ट होतं.

या काळात लाभलेलं यश म्हणजे अमेरिकेचे पाकिस्तानमधले राजदूत जोसेफ फारलॅन्ड यांनी याह्या खान यांना केलेल्या एका विनंतीला मिळालेला सकारात्मक प्रतिसाद. 'कुख्यात झालेले पूर्व पाकिस्तानचे राज्यपाल लेफ्टनंट जनरल टिका खान यांची हकालपट्टी करावी आणि पूर्व पाकिस्तानमध्ये एखादा नागरी राज्यपाल नेमावा.' अशी ही विनंती होती. या विनंतीला याह्या खान यांनी सुरुवातीला विरोध केला, पण नंतर स्वतःशी एकनिष्ठ असणारे एक मवाळ बंगाली अधिकारी राज्यपालपदी नेमले. त्याचप्रमाणे द्वेषाचे धनी झालेल्या टिका खान यांना दूर करून थोडेसे कमी तिरस्कृत लेफ्टनंट जनरल ए. ए. के. नियाजी यांची पूर्व पाकिस्तानमधल्या लष्करप्रमुखपदी नियुक्ती केली. यामुळे कधी नव्हे ते भारत सरकारही अल्प काळ प्रभावित झालं, पण आधीच्या राजवटीपेक्षा बिलकूल निराळी नसलेली ही नवी राजवट लष्कराच्याच तालावर नाचत असल्याचं हक्सर यांना लगेच समजून आलं. एका ज्येष्ठ पाकिस्तानी अधिकाऱ्याने नंतर कबूल केलं, "नागरी प्रशासन हा देशातल्या आणि जगातल्या जनमताची दिशाभूल करण्यासाठी उभा केलेला केवळ देखावा होता... महत्त्वाच्या सगळ्या बाबींवरचे खरे निर्णय लष्कराच्याच अखत्यारीत होते." जनरल नियाजी यांच्याबरोबर काम करणारे मेजर जनरल राव फर्मान अली यांनी नंतर दिलेल्या साक्षीत सांगितलं, "प्रत्यक्षात लष्कर

नागरी प्रशासन नियंत्रित करतच होतं.''

त्याचप्रमाणे याह्या यांनी मुजीब यांच्याविरुद्धचा देशद्रोहाचा खटला गुप्तपणे चालवायला सुरुवात केल्यानंतर निक्सन प्रशासनाने त्यांची खासगीत कानउघाडणी केली. या खटल्याची परिणती मुजीब यांना फासावर चढवण्यात होण्याची शक्यता स्पष्ट दिसत होती; आणि त्यायोगे भारतीय संतापाचा स्फोट होण्याची, त्यानंतर युद्ध होण्याची दाट शक्यता होती. बंगाली राष्ट्रवाद्यांबरोबर कोणतीही राजकीय तडजोड होण्याच्या सगळ्या आशांवर ह्या खटल्यामुळे पाणी पडलं. खुद्द निक्सन यांनाही धक्का बसला. ''हे त्यांनी कशासाठी केलं?'' असं त्यांनी किसिंजरना आश्चर्याने विचारलं. ते म्हणाले, ''तो एक अगडबंब, गर्विष्ठ, मूर्ख माणूस आहे.'' यावर निक्सन म्हणाले, ''त्यांना असं करता येणार नाही.'' किसिंजर दुसऱ्या दिवशी अधिक आशावादी भासले. ते म्हणाले, ''त्यांनी मुजीब यांना गोळ्या घातल्या नाहीत, तर आपण परिस्थितीतून काहीतरी मार्ग काढू शकू.''

यावर निक्सन यांनी विचारलं, ''गोळी घालून ठार करू नये, असं तुम्ही त्यांना सांगितलं आहे काय?'' किसिंजर म्हणाले, ''मी तुम्हांला सांगतो, पाकिस्तानी लोक चांगले आहेत.'' यानंतरचं संभाषण राष्ट्रीय सुरक्षेच्या कथित कारणावरून ध्वनीफितीमधून पुसून टाकण्यात आलं आहे.

त्यामुळे 'एक मित्र म्हणून' अमेरिकेच्या राजदूतांनी याह्या खान यांना सांगितलं की, हा 'पूर्णपणे अंतर्गत मामला' होता, तरी त्यांनी मुजीब यांना ठार केलं असतं; तर मानवतावादी मदत आणि आर्थिक साहाय्य अशा सगळ्यावरच निश्चितपणे प्रतिकूल परिणाम झाला असता. मुजीब यांच्यावर तरीही खटला चालवणारे आणि राजकीय प्रक्रियेच्या चिंध्या करणारे याह्या खान म्हणाले, ''तुम्ही काळजी करणं थांबवा. कारण तो देशद्रोही असला, तरी मी त्याला ठार करणार नाही.''

यादवी युद्धाने बेचिराख झालेल्या पूर्व पाकिस्तानमध्ये महादुष्काळाचा धोका असल्याचा अहवाल आल्यानंतर बहुधा अमेरिकेकडून सर्वांत महत्त्वाचा दबाव टाकण्यात आला. लक्षावधी लोकांचा बळी घेतलेल्या १९४३च्या बंगालच्या महादुष्काळाची आधुनिक कालीन पुनरावृत्ती होण्याचा धोक्याचा इशारा ढाका उपदूतावासाला दिल्यानंतर सी. आय. ए. चे संचालक म्हणाले, ''याच्यासमोर बायफ्रा म्हणजे एखादी कॉकटेल पार्टीच दिसेल.'' दुष्काळामुळे विस्थापितांची नवी लाट निर्माण होण्याची आणि भारताच्या पाठीवरची ही शेवटची काडी ठरण्याची भीती किसिंजर यांना वाटत होती. महादुष्काळ रोखला असता, तर पाकिस्तानवर हल्ला करण्याच्या एका सबबीपासून अमेरिका भारताला वंचित करू शकली असती,

असं त्यांनी निक्सन यांच्याकडे स्पष्ट केलं.

या प्रसंगी अमेरिकेने कृती केली. युद्धकक्षाच्या एका बैठकीत किसिंजर म्हणाले, ‘‘मी पाकिस्तानबद्दल बोलतो आहे. भारतासाठी काही करावं म्हणून आपण फारसे उत्सुक नाही. पूर्व पाकिस्तानमधला महादुष्काळ रोखण्यासाठी जगाला दाखवता येईल अशी कैफियत आपल्याला करायची आहे.’’ ‘महादुष्काळ टाळण्यासाठी जास्तीतजास्त प्रयत्न करा आणि त्यायोगे पूर्व पाकिस्तानमध्ये ढवळाढवळ करण्यासाठी भारत करत असलेल्या युक्तिवादाला छेद द्या.’ असं पत्र निक्सन यांनी याह्या खान यांना लिहिलं.

व्हाइट हाउसचे कर्मचारी, परराष्ट्र मंत्रालय आणि इस्लामाबादमधला अमेरिकी दूतावास अशा सर्वांनीच उदासीन, अकार्यक्षम आणि भ्रष्ट असलेलं पाकिस्तानचं सरकार मदतकार्याचा चोथा करत असल्याचा इशारा दिला. परिस्थिती सुधारण्याची सूचना करून निक्सन प्रशासनाने याह्या खान यांना धान्याच्या रूपाने सुमारे एक कोटी डॉलर्सची आणि संयुक्त राष्ट्रसंघाच्या मदतपथकांना साहाय्य करण्यासाठी अंर्तगत जलवाहतुकीकरता नौकांच्या रूपाने तीस लाख डॉलर्सची मदत पाठवली. संपूर्ण जगाने केलेल्या खर्चापेक्षा थोडा जास्तच खर्च एकट्या अमेरिकेने पाकिस्तानसाठी केला. किसिंजर निक्सन यांना म्हणाले, ‘‘धान्याचं वाटप नतद्रष्ट भारतीयांमुळे खोळंबलं आहे, कारण बहुतेक रस्ते सीमेला समांतर किंवा सीमेला अगदी लागून आहेत. भारतीय लोक प्रत्येक रात्री ते उडवून देतात.’’ यावर निक्सन म्हणाले, ‘‘या भानगडीत न पडता आपण फक्त विस्थापितांना मदत करावी आणि या दोघांमधल्या लढाईच्या बाहेर राहावं.’’

महादुष्काळाचा धोका ओसरला. अन्नधान्याच्या उपलब्धतेची पाकिस्तानमधली परिस्थिती अजून बिकट होती आणि अधिक मदतीची गरज लागणार होती. तरीही वसंत ऋतूच्या आगमनापर्यंत ती हाताळता येणं शक्य होतं. अमेरिका आणि संयुक्त राष्ट्र संघ खरोखर जीवरक्षक उपाययोजना केल्याचं श्रेय घेऊ शकत असले, तरी या यशाला एक कुरूप चेहराही होता. व्हाइट हाउसच्या कर्मचाऱ्यांनी याबाबत केलेली नोंद अशी – ‘पूर्व पाकिस्तानमधून यापूर्वीच नव्वद लाख लोक भारतात पळून गेले आहेत.’ प्रादेशिक शांततेसाठी हे अमेरिकेचं मोठं योगदान असून यामुळे ‘आणखी दशलक्षावधी’ बंगाली विस्थापित भारतात पळून जाण्यापासून रोखले गेले असल्याचं प्रतिपादन किसिंजर यांनी निक्सनपुढे केलं. ‘‘हे सिद्ध करणं कठीण असलं; तरी आत्तापर्यंत जी परिस्थिती आहे, त्यापेक्षा ती बरीच जास्त चिघळू शकली असती.’’ असं किसिंजर म्हणाले.

विलंबानंतर आलेल्या या अमेरिकी दबावामुळे भारताला थोडाफार दिलासा

मिळाला असला, तरी मूळ संकट संपुष्टात आणण्यासाठी त्याचा काहीही उपयोग झाला नाही. याह्या खान यांनी घेतलेल्या प्रलयकारी निर्णयांपासून घेतलेली ही आंशिक माघार होती. महादुष्काळ नसणं हे केव्हाही चांगलचं असलं, तरी महादुष्काळ पडण्याजोगी परिस्थितीच निर्माण करू न देणं अधिक श्रेयस्कर ठरलं असतं. टिका खान यांची हकालपट्टी करणं चांगलंच असलं; तरी बंगाली जनतेला भयभीत करण्यासाठी मुळात त्यांना नेमलंच गेलं नसतं, तर ते अधिक श्रेयस्कर ठरलं असतं. त्याचप्रमाणे मुजीब यांना ठार न करणं हा मोठा दिलासा असला, तरी लोकशाही मार्गाने झालेल्या निवडणुकीचा विजेता एखाद्या गुप्त लष्करी तुरुंगात असण्यापेक्षा वाटाघाटींसाठी समोरासमोर असणं अधिक श्रेयस्कर ठरलं असतं. नागरी युद्ध, पाशवी लष्करी राजवट किंवा लोकशाहीवादी नेतृत्व निकालात काढणं टळलं असतं; तर भवितव्य अधिक चांगलं झालं असतं, यांची थोडीशी झलक दाखवणारे हे इशारे होते.

वॉशिंग्टनमधून ही कमतरता अगदी स्वच्छ दिसत होती. अजूनही विस्थापित फार मोठ्या संख्येने पलायन करत असून अगदी कुणीही परत फिरकत नसल्याची माहिती निक्सन आणि किसिंजर यांना देण्यात आली. बंगाली जनतेला स्वतःच्या बाजूला वळवून घेण्याचे पाकिस्तान सरकारचे प्रयत्न अयशस्वी झाल्याची घडामोड ढाका इथल्या अमेरिकी अधिकाऱ्यांनी कळवली. शहरात राहणाऱ्या काही मध्यमवर्गीय बंगाली लोकांना काहीही करून शांतता हवी असली, तरी विशेषतः ग्रामीण भागातल्या आणि सर्वसामान्यपणे बंगाली तरुणांच्या मनातला पाकिस्तानी सरकार आणि लष्कर यांच्याबाबतचा द्वेष घट्ट होता. अत्याचाराच्या बातम्या सतत येत असल्याने हा तिरस्कार अधिकाधिक तीव्र होत चालला होता आणि पाकिस्तानी लष्कराला बळाच्या जोरावरच बाहेर काढावं लागणार असल्याची खात्री अत्यंत नेमस्त बंगाली लोकांनाही पटायला लागली होती.

पाकिस्तानचा दौरा केल्यानंतर एका वरिष्ठ अमेरिकी अधिकाऱ्याने लिहिलं, 'निवडणूक, राजकीय तडजोड, सगळ्या विस्थापितांनी परतण्यासाठीचं स्वागत आणि अभयदान-धोरणाबाबतच्या सगळ्या घोषणा छान आहेत; पण त्यांची अंमलबजावणी करणं पूर्व पाकिस्तानचा कारभार बघणाऱ्या लष्करी अधिकाऱ्यांच्या हातात आहे. अजून तरी या अधिकाऱ्यांवर परकीय प्रभावाचा काही परिणाम होत असल्याचं दिसत नाही.' याह्या खान यांनी धोरणविषयक दिखाऊ निवेदनं केल्यानंतर ती 'फसवी जनसंपर्क शिष्टाई' असल्याचं निष्पन्न झालं.

'राष्ट्रीय स्तरावर तडजोड होण्यासाठी याह्या खान यांनी निर्वाचित बंगाली राजकीय नेत्यांचा सहभाग घेणं उपयुक्त ठरणार असल्याचं याह्यांना लिहून निक्सन

नंतर म्हणाले की, बंगालच्या निर्वाचित लोकप्रतिनिधींचा जास्तीतजास्त सहभाग याह्या यांना पाहिजे असल्याची खात्री निक्सनना होती. वाइटात वाईट कृत्य केल्यानंतर या दमनचक्राच्या आवराआवरीच्या अवस्थेत याह्या आल्याचं दिसत होतं, आणि त्याचा एक भाग म्हणून याह्या राजकीयदृष्ट्या उदार भूमिका घेण्याची आधीपेक्षा जास्त तयारी दाखवत होते; पण याह्या खान यांचे राजकीय प्रयत्न अपुरे आणि पोकळ असल्याचं मतप्रदर्शन खुद्द किसिंजर यांच्याच साहाय्यकांनी केलं. पूर्व पाकिस्तानमध्ये नवीन सरकार स्थापन करण्याची योजना संताप येईल इतक्या मंद गतीने याह्या खान आखत होते. त्याचप्रमाणे अवामी लीगवरची बंदी उठवण्यासाठी किंवा निवडणुकीत विजयी झालेल्या उमेदवारांबरोबर चर्चा करण्याचा गंभीर प्रयत्न करण्यासाठी ते नकार देत होते. व्हाइट हाउसच्या कर्मचारिवर्गाने केलेल्या नोंदीनुसार, 'पूर्व पाकिस्तानमधल्या पंचेचाळीस टक्के निर्वासित प्रतिनिधींवर लष्कर खटले भरेल.' पूर्व पाकिस्तानला स्वायत्तता देऊन पाकिस्तान एकसंध ठेवता येण्याची आशा किसिंजर यांना तोवर वाटत असली, तरी अधिकृत बंगाली नेत्यांबरोबर तडजोड होईपर्यंत तिथे शाश्वत शांतता नांदण्याची शक्यता बिलकूल नव्हती.

"एकसंध पाकिस्तान स्वीकारार्ह असलेले बंगाली राजकीय नेते आणि पाकिस्तानी अधिकारी यांच्यात एक गुप्त बैठक आयोजित झाल्यास मी अशा बैठकीचं स्वागत करीन." असं याह्या म्हणाले. स्वातंत्र्यापेक्षा काहीही कमी स्वीकारायला तयार झाले असते, असे अवामी लीगचे प्रभावी नेते शोधण्याचा निष्फळ प्रयत्न व्हाइट हाउसने केला. मात्र मध्यस्थीची यापेक्षा कोणतीही अधिक कृती करण्याची इच्छा नसल्याने व्हाइट हाउस इथवरच थांबलं. याह्या खान चर्चा करायला तयार असल्याचं भारतातल्या परागंदा बांगला देश सरकारला सांगण्याचा अधिकार कोलकाता इथल्या अमेरिकी वाणिज्यदूताला देण्यात आला; पण त्यांच्या सर्वांच्या वतीने फक्त मुजीबच बोलतील, असा आग्रह बांगला देशी नेतृत्वाने धरला. "त्यांना बिनशर्त स्वातंत्र्य हवं असल्यामुळे कोणत्याही संभाव्य वाटाघाटी आपोआपच संपुष्टात येतात." अशी टीका किसिंजर यांनी केली. याह्या खान यांनी मुजीब यांना मुक्त करून त्यांच्याबरोबर वाटाघाटी करण्याबाबत किसिंजर म्हणाले, "मला हे अतर्क्य वाटतं! अर्थात, याह्या खान यांना मी जुलैमध्ये भेटल्यानंतर त्यांचं व्यक्तिमत्त्व शंभर टक्के बदललेलं नसल्यास."

कोणतीही राजकीय तडजोड दृष्टिपथात नसल्याने पाकिस्तानमधल्या अमेरिकी राजनैतिक अधिकाऱ्यांनी एक निराशाजनक चित्र रेखाटलं. अटकसत्र चालूच असल्याने आणि कोणत्याही प्रमुख लोकांना तुरुंगातून मुक्त करण्यात आलेलं

नसल्याने जाहीर करण्यात आलेल्या अभयदानाच्या घोषणेवर कुणाही बंगाली माणसाचा विश्वास नव्हता. पूर्व पाकिस्तानमधलं नागरी सरकार म्हणजे लष्करी राजवटीची उघड-उघड पडछाया होती. 'लष्कर अजूनही लोकांवर अत्याचार करत असल्याने टिका खान यांना दूर करून जे काही भलं साध्य झालं होतं, त्याचा परिणाम धुऊन निघाला.' असं विश्लेषण इस्लामाबादमधल्या एका दुय्यम स्तरावरच्या अधिकाऱ्याने केलं. लष्करी राजवट अजूनही चालू असल्याची नोंद करून सीआयएने म्हटलं, 'पूर्व पाकिस्तानमध्ये लष्कराच्या सौजन्याने स्थापन करण्यात येणारं कोणतंही नागरी सरकार म्हणजे केवळ देखावाच राहण्याची शक्यता आहे.'

याह्या करत असलेली उपाययोजना स्वागतार्ह होती. मात्र वॉशिंग्टनमधल्या आणि दिल्लीतल्या साशंक अमेरिकी अधिकाऱ्यांच्या नजरेतून पाहिलं असता, याबाबतीत व्हाइट हाउसला आलेलं यश पाहता, या संकटाच्या सुरुवातीपासूनच अमेरिकेने स्वतःचा प्रभाव वापरण्याचा प्रयत्न गांभीर्याने केला असता, तर काय घडू शकलं असतं, याची एक छोटीशी, लोभस झलक म्हणजे हे मर्यादित यश होतं. भारताचा हल्ला होण्याच्या भीतीने याह्या खान स्वतःला आवरत होते. या यशाबद्दल निक्सन आणि किसिंजर कितीही बढाई मारत असले, तरी दुर्दैवाने एवढ्या उशिरा या बढायांचा परिणाम शून्य ठरत होता.

परराष्ट्र मंत्रालयाच्या नोकरशाहीतल्या एका बैठ्या कामात बंदिस्त झालेले आर्चर ब्लड ढाका उपदूतावासातून झालेली हकालपट्टी खंबीरपणे सहन करण्यासाठी प्रयत्नांची पराकाष्ठा करत होते. 'हे घडणार, असं मी तुम्हांला बजावलं होतं.' याचं स्मरण स्वतःच्या वरिष्ठांना करून देण्याच्या स्थितीत ब्लड नसले, तरी घडणाऱ्या घटनांच्या अनुषंगाने त्यांनी ढाक्यातून पाठवलेल्या अहवालांमध्ये व्यक्त केलेली भीती वास्तव परिस्थितीवर आधारलेली असल्याचं नंतरच्या घटनांमुळे सिद्ध होत होतं. परराष्ट्र मंत्रालयातल्या दुय्यम दर्जाच्या एका अधिकाऱ्याबरोबर अर्ध्या तासाची एक बैठक आयोजित करून घेण्यात ब्लड यांना एकदा यश आलं. या बैठकीत त्यांनी आत्मविश्वासपूर्वक जाहीर केलं, ''भारतीय हस्तक्षेपाच्या साहाय्याने बंगाली अखेर त्यांच्या संघर्षात विजयी होतील.'' बंगाली गनिमांच्या वाढत्या कारवायांमुळे पाकिस्तानचा शक्तिक्षय होत असून ब्लडनी केलेल्या भाकितानुसार, स्वतंत्र बांगला देश हे वास्तव होण्याच्या मार्गावर होतं. मेग ब्लड म्हणतात, ''माझ्या नवऱ्याचा दृष्टीकोन वेगळा आणि फार दूरवरचा होता. पूर्व पाकिस्तानमधली अशांतता शमणार नसल्याचं किंवा ती नाहीशी होणार नसल्याचं तो पाहू शकत होता.''

इंदिरा गांधी यांची वॉशिंग्टनभेट जसजशी जवळ यायला लागली, तसतसं

निक्सन यांचं धोरण पूर्णपणे एकतर्फी असल्याचं भारतीय लोकांना भासायला लागलं. एक भारतीय राजनैतिक अधिकारी तुच्छतेने म्हणाला की, हे संकट म्हणजे पाकिस्तानचा अंतर्गत प्रश्न असल्याची भूमिका घेणं, हे निक्सन प्रशासनाचं खरं धोरण होतं. त्यायोगे पाकिस्तानला शक्य तेवढी राजनैतिक आणि आर्थिक मदत करण्याचा, पाकिस्तानचा शस्त्रपुरवठा चालू ठेवण्याचा आणि पाकिस्तानी अत्याचारांचा धिक्कार न करण्याचा निक्सन प्रशासनाचा हेतू होता. याला करण्यात आलेला एकमेव अपवाद म्हणजे विस्थापितांसाठी भारताला पाठवण्यात आलेली मदत, पण 'या मदतीचं आकारमानही प्रमाणाबाहेर फुगवून दाखवण्यात आलं होतं.'

याह्या खान यांच्या प्रयत्नांची संभावना 'याह्या खान घरभेदी शोधत आहेत.' अशी करून खुद्द मुजीब यांच्याबरोबरच पाकिस्तानला वाटाघाटी कराव्या लागतील, असं भारताने ठणकावून सांगितलं. बंगाली जनतेने लोकशाही मार्गाने, प्रचंड बहुमताने निवडलेला पर्याय दुर्लक्षित करून कोणताही सक्षम राजकीय सौदा कसा काय होऊ शकला असता हे हक्सर यांच्या लक्षात येत नव्हतं. याह्या खान यांना राष्ट्रद्रोही वाटत असलेल्या माणसाबरोबर चर्चा करण्यासाठी त्यांना भाग पाडणं अमेरिकेला शक्य नसल्याचं प्रतिपादन परराष्ट्रमंत्री विल्यम रॉजर्स यांनी केलं असता हक्सर कडाडले, "चर्चिल यांनी गांधींबाबत यापेक्षाही भयंकर मुक्ताफळं उधळली होती. ब्रिटिशांनी गांधी आणि नेहरू यांच्याबरोबर चर्चा केली होती, पण याह्या खान मात्र मुजीब उर-रेहमान यांच्याबरोबर चर्चा करू इच्छित नाहीत."

त्याचप्रमाणे विस्थापितांसाठी अमेरिका पाठवत असलेल्या मदतीमुळे भारतावर कोणताही खास प्रभाव पडला नव्हता. अगदी परकीय मदत बंद करण्याच्या निक्सन प्रशासनाच्या धमकीच्या आधीही भारत प्रभावित झाला नव्हता, तसंच या धमकीपूर्वी विस्थापितांसाठी अमेरिकेने जाहीर केलेल्या देणग्या या धमकीमुळे रद्द होण्याचा धोका असूनही भारतावर प्रभाव पडला नव्हता. विस्थापित म्हणजे आजार नसून त्याचं लक्षण आहे आणि या लक्षणावर कोणताही उपचार होत नसल्याचा भारताचा दृष्टीकोन होता.

अमेरिकेने आठ कोटी नव्वद लाख डॉलर्सची भरीव मदत केली असल्याचं आणि इतर देशांच्या सरकारांनी आणखी नऊ कोटी पन्नास लाख डॉलर्स जमवले असल्याचं सत्य व्हाइट हाउसने खासगीत मांडलं. निक्सन प्रशासनाने भारतासाठी आणखी पंधरा कोटी डॉलर्सची आणि पाकिस्तानसाठी जादा दहा कोटी डॉलर्सची मागणी केली असली, तरी परकीय मदत विधेयक काँग्रेसमध्येच अडकून पडलं होतं. इंदिरा गांधी यांच्या सरकारला युद्ध सुरू करण्याच्या कारणापासून वंचित करावं, असा व्हाइट हाउसचा हेतू असला, तरी अमेरिकेने केलेल्या या मदतीमुळे

अनेक जीव वाचले होते यात काहीही शंका नव्हती. यासाठी निक्सन आणि किसिंजर यांचा खरोखरच्या श्रेयावर अधिकार पोहोचतो.

पण अमेरिकेची ही मदत जवळपास एक कोटी विस्थापितांमुळे झाकोळून गेली. या ओझ्याखाली भारत लटपटत होता आणि अमेरिका किंवा इतर कोणतीही बाह्य शक्ती देऊ करत असलेल्या मदतीपेक्षा फार अधिक आर्थिक भार भारतावर पडत होता. व्हाइट हाउसच्या एका अनुमानानुसार, विस्थापितांवर होणारा वार्षिक खर्च सत्तर कोटी ते शंभर कोटी डॉलर्सवर गेला होता. भारत स्वतःच्या नागरिकांच्या विकासकामांवर करत असलेल्या खर्चाचा हा किमान सहावा हिस्सा होता. तोपर्यंत चालू वर्षात विस्थापितांवर होणाऱ्या खर्चाचा अमेरिकेने कदाचित दहा टक्के वाटा उचलला असावा, तर आणखी दहा टक्के उर्वरित जगातून आले असावेत. अशा प्रकारे दारिद्र्यग्रस्त भारतावर जवळपास ऐंशी टक्के खर्चाची जबाबदारी टाकण्यात आली होती; आणि जगभरात विस्थापितांच्या प्रश्नांबद्दलची सजगता शिगेला पोहोचली असताना असं घडत होतं. नंतर जगाचं लक्ष अनिवार्यपणे इतर बाबींकडे वळून हे आव्हान हाताळण्यासाठी भारताला एकटं सोडून दिलं जाणं क्रमप्राप्त होतं.

इंदिरा गांधींच्या आगमनापूर्वी याह्या खान यांनी सवलती द्याव्यात म्हणून निक्सन प्रशासनाने एक शेवटचा प्रयत्न करून पाहिला, जेणेकरून इंदिरा गांधी वॉशिंग्टनमध्ये आल्यानंतर त्यांना अडचणीत पकडता आलं असतं. 'पाकिस्तानवर दबाव आणू नये, दबाव फक्त भारतावर आणावा.' असं टिपण निक्सन यांनी किसिंजर यांना पाठवलं – 'याह्या खान यांनी काही कृती करावी, असा प्रयत्न करण्यामागचं कारण म्हणजे, तसं झालं, तर आपल्या भेटीसाठी मॅडम गांधी इथे आल्यानंतर आपण त्यांना जोरात फटकावू शकू.'

ऑक्टोबरच्या मध्यात पाकिस्तानने काश्मीरसह स्वतःच्या पश्चिम सीमेवर सैनिक, शस्त्रास्त्रं आणि दारूगोळा मोठ्या प्रमाणात तैनात करायला सुरुवात केल्यानंतर भारताच्या तक्रारी टिपेला पोहोचल्या. स्वतःच्या बाजूलाही अशीच तैनात करून भारताने प्रत्युत्तर दिलं आणि दोन्ही सैन्यं समोरासमोर उभी ठाकली. दोन्ही देशांनी स्वतःचे सैनिक काढून घेण्याचा प्रस्ताव अमेरिकेनं मांडला. पाकिस्तान स्वतःचे सैनिक आणि स्वतःची शस्त्रास्त्रं काढून घेण्यासाठी तयार असल्याची घोषणा याह्या खान यांनी खिलाडू वृत्तीने केली. ('भारताबरोबर संघर्ष करण्यासाठी सैनिक उभे करण्याचं कृत्य प्रथम याह्या यांनी केलं होतं.' काहीशा दूषित नजरेने परराष्ट्र मंत्रालयाने नोंद केली.) शिखर परिषद जशी जवळ आली, तसं सैनिक काढून घेण्याबाबतची कृती पाकिस्तान प्रथम करणार असल्याचं याह्या खान यांनी सांगितलं. मात्र तशीच कारवाई लगेच भारतही करणार असल्याचं वचन इंदिरा

गांधींनी निक्सनना देणं याह्यांना अपेक्षित होतं.

इंदिरा गांधींनी ही कल्पना धुडकावून लावली. स्वतःच तैनात केलेले सैनिक काढून घेऊन याह्या खान रास्त भूमिका घेत असल्याचा देखावा करण्याचा प्रयत्न करत असल्याबाबतचा निषेध भारतीय अधिकाऱ्यांनी नोंदवला. इंदिरा गांधींनी याह्या खान यांचं आश्वासन निरर्थक असल्याचं मतप्रदर्शन करून तक्रार केली की, त्यांनी पश्चिम पाकिस्तानच्या सीमेवरून सैनिक काढून घेतले असते, पण खरा धोका असलेल्या पूर्व पाकिस्तानमधून मात्र सैनिक मागे घेतले नसते. यात महत्त्वाचा मुद्दा म्हणजे, लष्करी समतोल कसा झुकलेला होता, याची जाणीव अमेरिकेप्रमाणेच भारतालाही होती आणि भारताने याह्या खान यांना एवढ्या सहजपणे सोडून देण्याची शक्यता नव्हती. त्यामुळे मुक्ती वाहिनीला समर्थन आणि पाकिस्तानवरचा दबाव वाढवत नेण्याचं कठोर धोरण भारताने स्वीकारलं.

वॉशिंग्टन

वॉशिंग्टनपूर्वी इंदिरा गांधी न्यू यॉर्कमध्ये थांबल्या. तिथे त्यांनी हॅना आरेन्डट यांना दिपवून टाकलं. आरेन्डट दीर्घ काळ भारतातल्या ब्रिटिश राजवटीच्या कट्टर टीकाकार होत्या. राजकीय विचारवंत असलेल्या आरेन्डट इंदिरा गांधी यांचं वर्णन करताना म्हणाल्या, ''त्या अत्यंत देखण्या म्हणजे सुंदरच आहेत, लाघवी आहेत; कोणताही संकोच न बाळगता उपस्थित प्रत्येक पुरुषाबरोबर त्या खेळकरपणे हास्यविनोद करत होत्या; त्यांच्यात कुठलाही दिखाऊपणा नव्हता आणि त्या अगदी शांत होत्या. भारत युद्ध करणार असल्याचं त्यांना तेव्हाही नक्कीच ठाऊक असणार आणि कदाचित एखाद्या विकृत पद्धतीने त्या शक्यतेचा त्या आनंद घेत असणार. आपल्याला हवं ते प्राप्त केल्यानंतर अशा प्रकारच्या स्त्रिया धारण करू शकत असणारा कठोरपणा खरोखर विलक्षण होता.''

आगामी शिखर परिषद तणावपूर्ण होण्याची भारत सरकार अपेक्षा करत होतं. ''इंदिरा गांधी तुम्हांला सापळ्यात अडकवण्याचा प्रयत्न करतील.'' असा इशारा किसिंजर यांनी राष्ट्राध्यक्षांना दिली. ''अमेरिकेने त्यांना युद्ध करण्यासाठी भाग पाडलं, असा दावा त्या करतील. अमेरिका विस्थापितांना मदत करेल, पण पाकिस्तानच्या राजकीय संरचनेच्या ठिकऱ्या उडवण्यासाठी भारताला मदत करणार नाही.'' असं किसिंजर म्हणाले.

''तुम्हांला माहितीये की, तेच आक्रमक आहेत.'' किसिंजर भारतीयांबद्दल राष्ट्राध्यक्षांना म्हणाले. इंदिरा गांधींच्या भेटीसाठी राष्ट्राध्यक्षांना तयार करताना पाकिस्तानची पाटी छाप पाडणारी असल्याचा दावा किसिंजरनी केला. ते म्हणाले,

''त्या थेरड्या चेटकिणीसमोर आपण खरोखर लाळ गाळली.'' / ३४९

‘‘पाकिस्तानने काय काय केलं आहे, त्याची यादी मी तुमच्यासाठी बनवली आहे. खरोखर, शरण जाणं सोडलं, तर त्यांनी सर्वकाही केलं आहे.’’ (पाकिस्तानच्या लष्करी मदतीचा ओघ थांबवला असल्याचं किसिंजरनी सांगताच आश्चर्यचकित होऊन निक्सन यांनी विचारलं, ‘‘खरंच आपण थांबवला आहे?’’) पूर्व पाकिस्तानला स्वायत्तता देण्यासाठी याह्या खान इच्छुक असले, तरी याबाबत मुजीब यांच्याबरोबरच वाटाघाटी करण्याचा भारताने आग्रह धरल्याबद्दल त्यांनी भारतावर तोफ डागली. ‘‘स्वतःचंच उच्चाटन केल्याखेरीज कोणताही पश्चिमी पाकिस्तानी नेता असं करू शकणार नाही.’’ असं मत व्यक्त करून किसिंजर म्हणाले, ‘‘मुजीब यांच्या सहभागाची मागणी करून भारत प्रत्यक्षात पाकिस्तानच्या संपूर्ण शरणागतीचीच मागणी करतो आहे. माझ्या मते, भारताला युद्धच हवं आहे.’’

४ नोव्हेंबर रोजी व्हाइट हाउसमध्ये इंदिरा गांधी यांचं आगमन झालं. स्वागत समारंभापासूनच त्यांची भेट अपयशी ठरायला सुरुवात झाली. निक्सन यांना जाहीरपणे अतिशय अदबीने वागण्याविषयी किसिंजर यांनी बजावल्यानंतरही व्हाइट हाउसच्या दक्षिणेकडच्या हिरवळीवरच्या कोवळ्या उन्हात सलामी घेण्यासाठी उभे असलेले हे दोन नेते म्हणजे जणू मूकद्वेषाची प्रतिमाच होती. परस्परांशेजारी उभं राहताना हे दोन्ही नेते अस्वस्थ असल्याचं दिसत होतं. शिशिरातल्या थंडीपासून बचाव करून घेण्यासाठी फिकट नारिंगी ओव्हरकोट परिधान केलेल्या इंदिरा गांधी पांढरी बट मिरवणाऱ्या केशभूषेच्या आडोशाने समोर रोखून पाहत होत्या. गडद रंगाचा सूट आणि पोटावर तटतटलेला कोट अशा अवतारातल्या निक्सन यांच्या मुद्रेवर अतिपरिचित खेकसल्याचा भाव होता.

‘इंदिरा गांधी यांच्या बर्फाळ औपचारिकतेमधून ‘निक्सन यांच्याबद्दलची नावड’ दिसून येत होती.’ असं नंतर किसिंजरनी लिहून ठेवलं. वातावरणातला तणाव आणि परस्परांचा तिरस्कार यांच्यामुळे सॅम्युएल हॉस्किन्सन स्तंभित झाले. ते म्हणतात, ‘‘एकमेकांविरुद्ध विलक्षण संशयग्रस्त असणाऱ्या दोन राष्ट्रप्रमुखांची भेट होत होती. निक्सन म्हणजे इंदिरा गांधी यांचा व्यत्यास होते. या क्षणी आपण पाकिस्तान नामशेष करून इतिहास निर्माण करणार आहोत, असं गांधींना वाटत होतं.’’

सरकारी औपचारिक मेजवानी ही अगदीच त्रासदायक घटना ठरली. वातावरणात थोडीशी धुगधुगी यावी, यासाठी प्रयत्न करण्यात आले होते. त्यासाठी न्यू यॉर्क सिटी बॅले चमूचा कार्यक्रम आयोजित करण्यात आला होता. निक्सन यांच्या पत्नी पॅट यांनी १९७०च्या दशकातला पायघोळ गुलाबी गाउन परिधान केला होता. किंचित कमी, पण जवळपास तशीच सोनेरी काठाची भडक किरमिजी

साडी गांधींनी घातली होती. खुद्द निक्सन एका औपचारिक सूटमध्ये उमदे दिसत होते. मात्र सर्वकाही अनुकूल असतानाही असे कार्यक्रम आवडण्याचा निक्सन यांचा स्वभाव नव्हता. अमेरिकी अधिकाऱ्यांमध्ये देशभक्तीची भावना नसल्याची तक्रार खासगीत करून ते म्हणाले, ''लष्करी मरीन पथकाचा बॅन्ड ऐकून भावनावश न होणारे सरकारमधले फक्त गणंगच असू शकतात. काँग्रेसचे सदस्य निर्विकार अक्करमाश्यांप्रमाणे बसून राहतात. परराष्ट्र मंत्रालयातल्या लोकांबद्दल तर बोलायलाच नको.'' निक्सन यांना मिळालेला प्रमुख दिलासा म्हणजे इंदिरा गांधींच्या स्वागतासाठी त्यांनी केलेलं प्रफुल्लित भाषण! परराष्ट्र मंत्रालयाने तयार केलेल्या माहितीचा अजिबात वापर न करता आणि टाचणांचा आधार न घेता केलेल्या या भाषणामुळे परराष्ट्रविषयक धोरणावरची त्यांची पकड पाहून पत्रकारही प्रभावित झाले. यामुळे बढाई मारताना निक्सन म्हणाले, ''स्वागताच्या आणि आगमनाच्या भाषणांच्या बाबतीत मी जगातल्या इतर कुणापेक्षाही कुशल आहे. मी जगभर प्रवास केलेला आहे.''

पण इंदिरा गांधी आणि हक्सर यानंतरही थंडच राहिले. स्वतःच्या स्वागतपर भाषणात निक्सन यांनी बंगालच्या संकटाचा उल्लेख टाळल्यामुळे भारतीय नेते आश्चर्यचकित झाले होते. इंदिरा गांधींनी स्वतःच्या भाषणात बिलकूल गोडवा आणण्याचा प्रयत्न केला नाही. त्या म्हणाल्या, ''मिशिगन राज्यातली संपूर्ण लोकसंख्या अनपेक्षितपणे न्यू यॉर्कवर कोसळली, तर काय होईल याची कल्पना तरी तुम्ही करू शकाल का? सामाजिक आणि आर्थिक अन्यायापासून पलायन करणाऱ्या लोकांवरच तुमचा समाज रचला गेला नाहीये का? तुमचे दरवाजे कायम खुले राहिले नाहीयेत का?''

किसिंजर यांनी या भोजनाचा अधिक आनंद घेतला, (''बॅले नृत्यांगना मला आवडली.'' असं त्यांनी नंतर निक्सन यांना सांगितलं,) पण दुसऱ्या दिवशी सकाळी हा विषय ओव्हल ऑफिसमध्ये चघळताना इंदिरा गांधींच्या भाषणामुळे निक्सन आणि किसिंजर चकित झाल्याचं जाणवलं. व्हाइट हाउसचे कर्मचारिप्रमुख एच. आर. हाल्डेमन कुरकुरले, ''काल रात्री त्या थांबतच नव्हत्या.'' किसिंजर म्हणाले, ''आपण इथे आल्यापासूनचं सर्वांत सुंदर भाषण राष्ट्राध्यक्ष करताना काल मी ऐकलं. ते अत्यंत तरल, अतिशय विचारी आणि स्नेहभावनेने ओतप्रोत होतं. त्याला व्यक्तिगत स्पर्शही होता; पण इंदिरा गांधी उठल्यानंतर त्यांनी मात्र राष्ट्राध्यक्षांचा उल्लेख जवळपास केलाच नाही, श्रीमती निक्सन यांचा किंचितसा मैत्रीच्या भावनेने उल्लेख केला आणि त्या पाकिस्तानवर तुटून पडल्या. आपल्याला ठाऊकच आहे की, औपचारिक भोजनसमारंभात एका राष्ट्रप्रमुखाने दुसऱ्या देशावर

टीका करण्यासारखी कृती कधीच घडत नाही.'' (इंदिरा गांधी यांनी पाकिस्तानचा नावानिशी उल्लेख टाळला असला, तरी 'मध्ययुगीन दडपशाही' असा संदर्भ देऊन त्यांनी पाकिस्तानबद्दलचा निषेध व्यक्त केला होता.) गांधींना लोकशाही कौल मिळाल्याचा त्यांनी केलेला उल्लेख किसिंजर यांना गोंधळून टाकणारा ठरला. ते म्हणाले, ''त्यानंतर त्यांनी स्वतःची प्रशंसा सुरू केली. एकंदरीत त्या असं म्हणाल्या की, अशी प्रशंसा करून घेण्यासाठी त्या पूर्णपणे पात्र आहेत. तसंच त्यांनी निवडणूक मोहीम चालवल्याचं त्या म्हणाल्या... त्यांना (बंगाली लोकांना) पाकिस्तानी लोकांप्रमाणेच वागवणं चुकीचं आहे, असंही त्यांचं म्हणणं होतं. देवा रे, ते सगळंच उबग आणणारं होतं.''

५ नोव्हेंबर रोजी इंदिरा गांधींचं ओव्हल ऑफिसमध्ये आगमन होण्याच्या थोडंसं आधी निक्सन यांना अखेरचं पढवण्यासाठी किसिंजर मागे थांबले. निक्सन आधीच संतापलेले असल्याचं त्यांना आढळलं. संपूर्ण जगाच्या मदतीची बेरीज केली असती, तरी त्यापेक्षा जास्त मदत एकट्या अमेरिकेने भारताला केली असल्याचा उल्लेख निक्सन यांनी केला आणि लगेच रागाचा स्फोट होऊन ते किंचाळले, ''यासाठी आम्हांला ते काहीच श्रेय का देत नाहीत?'' त्यांच्या रागाची उकळी कायम ठेवत किसिंजर म्हणाले, ''राष्ट्राध्यक्ष महोदय, मी फार बचावात्मक राहणार नाही. याचं कारण म्हणजे, या अक्करमाश्यांनी आपल्याबरोबर अत्यंत रानटी आणि निष्ठुर खेळी केली आहे.''

इंदिरा गांधी यांचा संताप शमवू शकणाऱ्या कृतींचा तपशील राष्ट्राध्यक्षांसमोर मांडला, 'महादुष्काळ निवारणासाठी मदत, आंतरराष्ट्रीय मदत यंत्रणांची उपस्थिती, नागरी राज्यपाल, अभयदान आणि एकतर्फी माघार.' शस्त्रास्त्रांचा पुरवठा थांबलेला असल्याची माहिती त्यांनी दिली. त्यात भर घालताना अवामी लीगचे नेते मुजीब उर-रेहमान यांना ठार न करण्यासाठी पाकिस्तानने मान्यता दिली असल्याचं निक्सननी सांगितलं. (''त्यांचं नाव काय? मुजीब? ते कसं उच्चारायचं?'' अशी विचारणा निक्सन यांनी केली.) यावर किसिंजर म्हणाले, ''त्याखेरीज याह्या खान बांगला देशाच्या एखाद्या नेत्याला भेटण्याची तयारी दाखवतील असं त्यांनी सांगितलं आहे, पण ते मुजीब यांना भेटणार नाहीत; त्रिवार नाही. मुजीब यांना भेटणं ही याह्या यांच्यासाठी राजकीय आत्महत्या ठरेल.'' थोडा उदात्त स्वर लावण्याचा प्रयत्न करून निक्सन यांनी सुचवलं, ''अमेरिकेचा भारताबरोबर (मैत्री) करार नसला, तरी शांततेचं संवर्धन करण्याची नैतिक बांधिलकी आपल्या दोन देशांवर असल्याचं आपण इंदिरा गांधी यांना सांगू या.'' आणि मग खेकसून ते म्हणाले, ''थेरडी कुत्री!''

इंदिरा गांधी यांच्याबरोबर कठोरपणे वागण्याची सूचना निक्सन यांना करून किसिंजर म्हणाले, ''मात्र जाहीरपणे तुम्ही त्यांच्याबरोबर अदबीने वागा.'' या ठिकाणी ध्वनीफीत पुसण्यात आली आहे. किसिंजर यांनी खासगीत कठोरपणासंदर्भात वापरलेले शब्द लपवण्यासाठी हे करण्यात आलं आहे. ''भारताच्या दिखाऊ अलिप्ततेवर सोव्हिएत मैत्रीकरारामुळे प्रश्नचिन्ह उमटलं असून पाकिस्तानबरोबरचं युद्ध अजिबात समजून घेतलं जाणार नाही, असा खणखणीत इशारा आपण इंदिरा गांधींना द्यावा.'' असं किसिंजर राष्ट्राध्यक्षांना म्हणाले.

किसिंजर यांच्या पढवण्यामुळे निक्सन सैलावले. अमेरिकेने पाकिस्तानला काय करायला भाग पाडलं होतं, हे पाहून निक्सन प्रभावित झाले. त्या नावावर पुन्हा एकदा अडखळत ते म्हणाले, ''मुजु-मुजु-की जे काही त्याचं नाव असेल ते... त्याला न मारण्यासाठी ते तयार झालेत.'' ते नाव 'मुजीब' असल्याचं किसिंजर यांनी सांगितलं. पाकिस्तान देणार असलेल्या 'नागरी राज्यपाल' आणि 'एकतर्फी लष्करी माघार' इत्यादी मदतींचा समावेश असणारी किसिंजर यांनी बनवलेली यादी निक्सन यांनी घडाघडा पाठ म्हणून दाखवली. सामंजस्य किंवा युद्ध एवढेच दोन पर्याय असून युद्धामुळे कुणालाच लाभ होणार नसल्याचा निष्कर्ष त्यांनी मांडला. आता ते भारतीय पंतप्रधानांना भेटण्यासाठी तयार होते.

''मी अत्यंत ताठर भूमिका घेणार आहे.'' असं निक्सन म्हणाले.

अखेर अधिकृत भेटीचा लवाजमा आणि येणारे व्यत्यय दूर ठेवून इंदिरा गांधी आणि रिचर्ड निक्सन ओव्हल ऑफिसमध्ये समोरासमोर भेटले. संतप्त वातावरणात दीर्घ काळ चाललेल्या या बैठकीत ते एकमेकांना भिडले असताना केवळ किसिंजर आणि हक्सर हेच त्यांच्या-त्यांच्या प्रमुखांच्या मदतीसाठी उपस्थित होते. ही बैठक स्फोटक होती. इंदिरा गांधी युद्धपिपासू होत्या असं निक्सन यांना वाटलं, तर निक्सन वंशविच्छेदाला साहाय्य करत असल्याची इंदिरा गांधींची भावना झाली. शिखर परिषदा सामान्यतः मुळमुळीत असतात, पण ही वादळी चर्चा सगळ्या भावनांचा निचरा करणारी होती. खदखदणाऱ्या युद्धासंबंधी दोन पूर्णपणे विरुद्ध दृष्टीकोनांमुळे फक्त या लढ्याला चिथावणी मिळाली नव्हती, तर राष्ट्राध्यक्ष आणि पंतप्रधान यांना परस्परांविरुद्ध वाटत असलेल्या वैयक्तिक तिरस्कारामुळे हे घडत होतं.

विस्थापितांना होणाऱ्या अमेरिकी मदतीवर निक्सन यांनी सुरुवातीला भर दिला, पण त्यांनी अचानक युद्ध सुरू करणं स्वीकारार्ह नसणार असल्याचा इशारा दिला. अमेरिकेला पाकिस्तानवर थोडा तरी प्रभाव कायम ठेवावा लागणार असल्याचं त्यांनी सांगितलं. त्यामुळे 'अत्यंत मर्यादित' लष्करी पुरवठा चालू ठेवण्याचं स्पष्टीकरण त्यांनी दिलं. निक्सनना पुरवण्यात आलेल्या मुद्द्यांची उजळणी

''त्या थेरड्या चेटकिणीसमोर आपण खरोखर लाळ गाळली.'' / ३५३

करत पाकिस्तानची स्थिती सुसह्य करण्यासाठी अमेरिकेने काय काय केलं होतं, याचा पाढा त्यांनी वाचला - पूर्व पाकिस्तानमधल्या महादुष्काळाला प्रतिबंध; नागरी राज्यपालांच्या नावाची घोषणा; विस्थापितांच्या परतण्याचं स्वागत; स्वीकारार्ह अवामी लीग नेत्यांबरोबर चर्चा; मुजीब यांना ठार न करण्याची सूचना आणि भारताच्या सीमेवरून काही सैन्य काढून घेणं. अमेरिका यापेक्षा अधिक काहीही करू शकणार नसल्याचं त्यांनी सूचित केलं. हे सर्व इंदिरा गांधींनी ऐकून घेतलं. या वेळी त्या 'अलिप्त आणि निर्विकार' असल्याची नोंद नंतर किसिंजर यांनी केली. मुजीब यांच्याबरोबर वाटाघाटी करण्याकरता दबाव आणण्यासाठी नकार देऊन निक्सन म्हणाले, "याह्या खान यांची उचलबांगडी होईल, अशा प्रकारच्या धोरणांचा आग्रह धरणं आम्हांला शक्य नाही."

युद्धभूमीवर भारत विजयी झाला असता, तरी त्यात अपरिमित धोका असणार असल्याचं मतप्रदर्शन निक्सन यांनी केलं. या पेचात विरुद्ध बाजूंकडून महाशक्ती गुंतल्या असल्याने जागतिक शांततेला धोका निर्माण होण्याची शक्यता त्यांना वाटत होती. चीनच्या भारतावरच्या संभाव्य आक्रमणाचा काहीसा अस्पष्ट इशारा देऊन निक्सन पंतप्रधानांना म्हणाले की, युद्ध केवळ भारत आणि पाकिस्तान यांच्यापुरतं मर्यादित राहू शकणार नव्हतं.

इंदिरा गांधी अधिक स्पष्टपणे बोलल्या आणि त्यांनी निक्सन यांच्यापेक्षा कमी मुत्सद्दीपणा दाखवला. किसिंजर यांनी नंतर नोंद केली, 'एखादा प्राध्यापक काहीशा मंदबुद्धी विद्यार्थ्याची प्रशंसा करत असल्यासारखा त्यांचा स्वर होता, आणि निक्सन गोठलेल्या दृष्टीने त्यांचं म्हणणं ऐकून घेत होते.' मनात उसळणारी नाराजी दाबून टाकण्याचा प्रयत्न करताना निक्सन यांची मुद्रा अशी होत असे. अमेरिका पाकिस्तानला पाठवत असलेल्या शस्त्रास्त्रांमुळे, आवर घालण्याचा प्रयत्न करूनही भारतीय जनता खवळून उठली होती, आणि त्याबद्दल त्यांनी अमेरिकेवर कठोर टीका केली.

पाकिस्तानच्या अखंड भारत-द्वेषमोहिमेवर हल्ला करून यामुळे भारत-पाकिस्तान यांच्यात दोन युद्धं झाली असल्याचा दोषारोप इंदिरा गांधींनी केला. यानंतर त्यांनी पाकिस्तानचा उघड धिक्कार केला. "पाकिस्तानची निर्मिती झाल्यापासून या देशाने त्याच्या विरोधात असलेल्या राजकीय नेतृत्वाला एकतर तुरुंगात टाकलं किंवा हद्दपार केलं. बलुचिस्तान आणि वायव्य सरहद्द प्रांत असे पाकिस्तानमधले अनेक प्रदेश स्वायत्ततेची मागणी करत आले आहेत." (भारतातल्या फुटीरतावाद्यांच्या प्रति भारताकडून काहीसा संयम दाखवण्यात आल्याचा दावा त्यांनी केला. तो ऐकून नागा आणि मिझो लोकांना धक्का बसला

असता.) बंगाली जनतेशी दगाबाजी करून आणि त्यांना फसवून त्यांच्यावर अत्याचार केल्याबद्दल इंदिरा गांधींनी पाकिस्तानवर आगपाखड केली. अत्याचारांच्या अनेक कहाण्या त्यांनी तपशीलवार ऐकवल्या. पूर्व पाकिस्तान आणि पश्चिम पाकिस्तान यांनी एकत्र राहावं अशी अपेक्षा करणं अवास्तव असून स्वायत्ततेसाठी येणारे दबाव फारच जोरकस असल्याचं प्रतिपादन त्यांनी केलं.

मग भारतात अजूनही प्रचंड संख्येने येणाऱ्या विस्थापितांकडे त्या वळल्या. (भारताच्या आकडेवारीनुसार, त्या दिवशी देशात पंचाण्णव लाखांपेक्षा अधिक विस्थापित होते.) युद्ध सुरू करण्यासाठी भारत शोधत असलेली कुरापत म्हणून निक्सन आणि किसिंजर याकडे पाहत होते. ''मदत अधिक वाढवावी अशी विनंती निक्सन काँग्रेसला करत राहतील.'' असं ही सबब निष्प्रभ करण्यासाठी निक्सन म्हणाले. विस्थापितांनी परत जाण्याची इच्छा त्यांनी व्यक्त केली, पण त्यावर इंदिरा गांधी म्हणाल्या की, सीमावर्ती राज्यांमधल्या भारतीयांपेक्षा या विस्थापितांची पार्श्वभूमी वेगळी होती, आणि त्यांचे धर्म अलग होते. त्यामुळे भारत सरकारसमोर रक्तरंजित धार्मिक दंगली रोखण्याची जबाबदारी प्राधान्याने निर्माण झाली होती.''

चितगाव बंदरानजीक येणाऱ्या मदतसामग्रीला बंगाली गनीम अडथळा निर्माण करत असल्याचा धिक्कार निक्सन यांनी केला. अशा प्रकारचा गनिमी लढा आधुनिक प्रशिक्षण आणि युद्धसामग्री यांच्याशिवाय अशक्य असल्याचं ते म्हणाले. या आरोपाला बगल देताना इंदिरा गांधी थोड्या संदिग्धपणे म्हणाल्या, ''गनिमांच्या कारवायांना समर्थन देत असल्याचा आरोप भारतावर झाला असला, तरी परिस्थिती तेवढीशी स्पष्ट नाही.'' ओव्हल ऑफिसमध्ये बसलेल्या कुणाचाही यावर विश्वास नव्हता, आणि गांधी आणि हक्सर यांचा तर मुळीच नव्हता. क्यूबामधून पळून आलेले लोक फ्लोरिडामधून क्यूबावर हल्ले करत असल्याची गोंधळून टाकणारी तुलना इंदिरा गांधी यांनी या वेळी केली.

दोन्ही नेत्यांमध्ये त्वेषपूर्ण चकमक झाली. किसिंजर यांनी नंतर नोंद केली, 'हे दोन बहिऱ्यांमधलं सुप्रसिद्ध संभाषण ठरलं.' याह्या खान यांच्या जिहादच्या वक्तव्याविरुद्ध इंदिरा गांधींनी अत्यंत कटुतेने तक्रार केली. स्वायत्ततेच्या आंदोलनाचे प्रतीक असणारे मुजीब हाच महत्त्वाचा मुद्दा असल्याचं सांगून, तसंच सोव्हिएत मैत्रीकराराचा उल्लेख करून इंदिरा गांधींनी निक्सन आणि किसिंजर यांचा रक्तदाब वाढवला. अमेरिकेने पाकिस्तानवर जबरदस्त दबाव आणल्याचा दावा करून, सैन्य एकतर्फी मागे घेण्याच्या याह्या खान यांच्या तयारीचा निक्सन यांनी पुनश्च एकवार पुनरुच्चार केला. हक्सर यांनी या मुद्द्याला बगल देण्याचा प्रयत्न करताच त्यांना निक्सननी चापलं.

एक कठोर इशारा देऊन निक्सन यांनी समारोप केला. ते म्हणाले, ''मानवतावादी भमिकेतून अमेरिकेचं सरकार भारताची मदत चालूच ठेवेल, याह्या खान यांना संयम पाळण्याचा सल्ला देईल आणि राजकीय तोडगा शोधण्याचा प्रयत्न करेल.'' मात्र पाकिस्तानचे तुकडे होणं कुणाच्याच हिताचं ठरणार नसल्याचा इशारा देऊन ते गरजले, ''संघर्ष सुरू करण्याचा भारताचा निर्णय समजून घेणं जवळपास अशक्य ठरेल. भारताने संघर्ष सुरू केला, तर इतर महाशक्ती काय पावलं उचलतील, याचा नेमका अंदाज बांधणंही अशक्य ठरेल.'' या विधानातून त्यांनी केवळ अमेरिकेचीच प्रतिक्रिया सूचित केली नव्हती, तर चीनच्या हस्तक्षेपाची शक्यताही सूचित केली होती. ही गर्भित धमकी म्हणजे ओव्हल ऑफिसमधला अखेरचा भयानक क्षण ठरला.

या चकमकीने निक्सन आणि किसिंजर यांना सुन्न करून टाकलं. इंदिरा गांधींबरोबर सतत अदबीने वागावं लागल्याने त्या दोघांवर भलताच ताण आला होता. दुसऱ्या दिवशी सकाळी केवळ हाल्डेमन ओव्हल ऑफिसमध्ये उपस्थित असताना या दोघांनीही स्वतःची निराशा ओकून काढली. निक्सन म्हणाले, ''ती कुत्री असं वागली, हाच खरा मुद्दा आहे.'' त्यावर किसिंजर म्हणाले, ''भारतीय तर अक्करमाशे आहेतच. आता ते युद्ध सुरू करणार आहेत.''

दोघांनी भारतीयांची सालटी काढली. पाकिस्तानचा निषेध करताना इंचभरही मागे न सरकणाऱ्या इंदिरा गांधींचा पवित्रा पाहून त्यांना केवळ पूर्व पाकिस्तान मुक्त करायचा नसून पश्चिम पाकिस्तानलाही ठोकायचं असावं, असा संशय किसिंजर यांना यायला लागला. निक्सन यांच्यावर स्तुतिसुमनं उधळत ते म्हणाले, ''त्या इतक्या हलकटपणे वागत असताना आपणही आपल्याला हवं ते पदरात पाडून घेतलं.''

इंदिरा गांधी यांच्या करण्यात आलेल्या स्वागतामुळे निक्सन यांना घृणा आली. ते म्हणाले, ''त्या थेरड्या चेटकिणीसमोर आपण खरोखर लाळ गाळली.'' यावर स्वतःच थोडीशी लाळ गाळत राष्ट्राध्यक्षांची खूशमस्करी करताना किसिंजर म्हणाले, ''फारशा महत्त्वाच्या नसणाऱ्या मुद्द्यांवर तुम्ही लाळ गाळली असली, तरी महत्त्वाच्या बाबींवर तुम्ही एक इंचही मागे हटला नाहीत.'' किसिंजर यांनी निक्सन यांचा टणकपणा आणि त्यांचं कौशल्य यांची प्रशंसा केली, तर बढाईच्या स्वरात निक्सन म्हणाले, ''बॉब, आम्ही त्यांना कसं फिरवलं, हे तू ऐकायला हवं होतंस. मी त्यांच्यावर चहूकडून शरसंधान केलं.''

किसिंजर म्हणाले, ''राष्ट्राध्यक्ष महोदय, त्या हलकटपणे वागल्या असल्या, तरी आपल्याला हवं असलेलं आपण मिळवलं याकडे आपण दुर्लक्ष करू नये,

आणि ते म्हणजे, 'आम्हांला गरज असतानाही अमेरिकेने आम्हांला वाईट वागवलं.' असं त्यांना सगळीकडे सांगत फिरता येणार नाही.'' इंदिरा गांधींवर आणखी मारा करणं किसिंजरसाठी 'भावनिकदृष्ट्या अधिक सुखदायक ठरलं असतं.' ते पुढे म्हणाले, ''पण त्यामुळे आपला तोटाच झाला असता... म्हणजे मला असं म्हणायचं आहे की, तुम्ही त्यांच्याबरोबर कठोरपणे वागला असतात, तर त्यांना रडू कोसळलं असतं; भारतात त्या रडत परतल्या असत्या.''

अमेरिका आपल्याशी थंडपणे वागल्यामुळे आपल्याला पाकिस्तानवर हल्ला करणं भाग असल्याचं इंदिरा गांधी म्हणू शकणार नाहीत आणि याबद्दल राष्ट्राध्यक्षांनाच धन्यवाद द्यावे लागतील, असं किसिंजर म्हणाले.

पूर्व पाकिस्तानमधल्या गनिमांबद्दल काहीच माहीत नसल्याचा आव इंदिरा गांधींनी आणल्यामुळे किसिंजर यांचं रागावणं समजण्यासारखं होतं. सोव्हिएत देशाबरोबर असलेल्या भारताच्या संबंधांमुळेही ते संतापले होते. ते म्हणाले, ''आता भारताचे सर्वांत निकटचे राजनैतिक संबंध रशियाबरोबर आहेत. प्रत्येक गोष्ट ते रशियनांकडे जाऊन सांगून टाकतात.'' निक्सन यांनी किसिंजर यांना शाबासकी दिली, कारण त्यांनी 'त्या पुस्तकावरून इंदिरा गांधींना चांगलंच सुनावलं होतं.' चाऊ एन लाय यांनी किसिंजर यांच्याकडे जे पुस्तक वाचण्याची शिफारस केली होती, तेच हे पुस्तक होतं. किसिंजर यांच्या शब्दांत सांगायचं, तर १९६२चं युद्ध भारताने सुरू केल्याचं या पुस्तकाच्या आधारे सिद्ध होत होतं. किसिंजर उपहासाने म्हणाले, ''अत्यंत नम्रपणे, अदबीने आणि स्नेहपूर्वक ही बाब मी त्यांच्या नजरेस आणून दिली.'' त्यावर निक्सन उत्तरले, ''काय घडलं होतं, ते मला ठाऊक असल्याचं त्यांना चांगलंच माहीत झालं.''

अमेरिकी प्रसारमाध्यमं आणि काँग्रेस यांचा पाठिंबा भारताने मिळवल्याबद्दल भारताप्रति निक्सन आणि किसिंजर यांच्या मनांत कटुता होती. किसिंजर म्हणाले, ''वर्तमानपत्रांवरून तुम्ही त्यांना चांगलंच वाजवलं.'' ते कबूल करून निक्सन म्हणाले, ''माझा आवाज मी जरा चढवला.''

किसिंजर यांनी हक्सर यांचीही भेट घेतली होती, आणि निक्सन यांनी 'तो विदूषक' म्हणून हक्सर यांची संभावना केली होती. हक्सर यांच्याबरोबर किसिंजर तेवढेच कठोरपणे वागले असल्याचं किसिंजर म्हणाले. त्यांनी हक्सर यांना सुनावलं, ''भारताला भेट देणाऱ्या डेमोक्रॅटिक नेत्यांचं शाही स्वागत करण्यात येतं, त्यांना प्रचंड प्रसिद्धी देण्यात येते आणि त्यांच्या वैयक्तिक भेटीगाठी आयोजित करण्यात येतात. एवढं सगळं केल्यानंतरही तुम्ही इकडे येऊन तुमचे प्रश्न आम्हांला सोडवायला सांगता!'' या विधानाचं निक्सन यांनी स्वागत केल्यानंतर ते पुढे

म्हणाले, ‘‘गेल्या तीन महिन्यांची कामगिरी बघा – आमच्याविरुद्ध तुम्ही वृत्तपत्रीय मोहीम उघडली; तुमचे–आमचे संबंध अत्यंत खराब असल्याची बातमी तुम्ही पसरवली; तुम्ही केनेडींना बोलावून घेतलं... तुम्ही रशियनांबरोबर मैत्रीकरार करता आणि त्यानंतर इथे येऊन आम्हांला तुमचे प्रश्न सोडवायला सांगता!’’

त्या दिवशीची बैठक काहीशी ‘थंड’ असावी, असं निक्सन यांनी ठरवलं. संभाषणाचा रोख व्हिएतनाम आणि इतर आंतरराष्ट्रीय प्रश्नांकडे वळल्यानंतर तो दिवस इंदिरा गांधींसाठी आणखी खडतर करण्याविषयी सुचवून किसिंजर म्हणाले, ‘‘त्या हलकट असल्या, तरी मी आज जरा थंडपणे वागणार आहे.’’

व्हाइट हाउसच्या राजनैतिक प्रवेशद्वाराजवळ इंदिरा गांधी आणि हक्सर यांना भेटण्याची आणि निक्सन यांच्याकडे घेऊन जाण्याची त्रासदायक कामगिरी सॅम्युएल हॉस्किन्सन यांना पार पाडायची होती. राजनैतिक प्रवेशद्वाराच्या चौकटीतून निक्सन यांच्या सचिव रोझ मेरी वुड्स यांना दूरध्वनी केल्याची आठवण सांगून हॉस्किन्सन म्हणतात, ‘‘थोडा विलंब करावा, असं रोझ यांनी कळवलं.’’ कधीच संपणार नाही असं वाटणारा अर्धा तास झाल्यानंतर ‘‘इंदिरा गांधी अतिशय चिडल्या.’’ असं ते सांगतात. हॉस्किन्सननी पुन्हा दूरध्वनी केला. वुड्स म्हणाल्या, ‘‘अद्याप नाही.’’ हॉस्किन्सन म्हणतात, ‘‘काय घडत होतं, ते मला स्पष्टपणे समजत होतं. इंदिरा गांधी यांना ते ताटकळायला लावत होते.’’ ‘बाईसाहेब, अमेरिकेच्या राष्ट्राध्यक्षांसाठी तुम्हांला थांबावं लागेल.’

‘‘सुमारे पंचेचाळीस मिनिटं झाल्यानंतर ‘त्यांना वर आणावं’ असा दूरध्वनी आला. नंतर वुड्स म्हणाल्या, ‘मॅडम गांधी यांना आपण कृपया रुझवेल्ट दालनाकडे घेऊन जावं.’ मी म्हणालो, ‘मी आणखी दहा ते पंधरा मिनिटं थांबतो. आता त्या भडकल्या आहेत. गांधी आणि हक्सर एकमेकांमध्ये कुजबुजत आहेत.’ आपण कल्पनाही करू शकणार नाही एवढा हा प्रसंग वेदनादायक होता.’’ अखेर निक्सन लगबगीने आले. चेहऱ्यावर कृत्रिम हास्य आणून ते म्हणाले की, इंदिरा गांधींना थांबवण्यात आल्याचं त्यांना माहीतच नव्हतं. ‘‘हे ऐकून त्या हबकल्या. एक प्रकारे हा कुरघोडी करण्याचा प्रयत्न होता. इथे स्वतःचं अधिराज्य चालत असल्याचं निक्सन यांना इंदिरा गांधींना दाखवून द्यायचं होतं.’’

यानंतर ओव्हल ऑफिसमधल्या अखेरच्या भेटीत अवमानित पंतप्रधानांबरोबर निक्सन यांचा सामना झाला. काही दिवसांनी याबाबत आठवताना किसिंजर म्हणाले, ‘‘राष्ट्राध्यक्षांबरोबरच्या संभाषणात श्रीमती गांधी यांनी फारसं स्वारस्य दाखवलं नाही. लष्कर काढून घेण्याबाबत निक्सन यांनी त्यांना विचारलं असता, याचं उत्तर त्यांनी दुसऱ्या दिवशी देण्याविषयी सुचवलं; पण या विषयाचा

पुन्हा उल्लेख करण्याचं सौजन्यही त्यांनी दाखवलं नाही.''

दुसऱ्या भेटीत इंदिरा गांधींनी दक्षिण आशियापलीकडच्या प्रश्नांवर चर्चा करण्याची सूचना केल्यामुळे निक्सन आणि किसिंजर वैतागले. या चर्चेत फारसं काही पणाला लागणार नसल्यामुळे वातावरण तापण्याचं कारणही तेवढंच कमी होतं. या वेळी निक्सन यांनी चीनबरोबरच्या अमेरिकेच्या पुढाकाराचा उल्लेख केल्यानंतर इंदिरा गांधी थंडपणे म्हणाल्या की, या गोष्टीला त्यांचं समर्थनच होतं. भारताविरुद्ध महाशक्तीने हस्तक्षेप करण्याच्या निक्सनच्या आदल्या दिवशीच्या गर्भित धमकीचा उल्लेख इंदिरा गांधींनी टाळला. पंतप्रधानांनी व्हिएतनामबद्दल विचारणा केली. तिथल्या अमेरिकी युद्ध-कारवायांचा भारत कडवा टीकाकार होता. हक्सर यांनी सावधपणे चीनबद्दल पृच्छा केली. अखेर दोन्ही नेते काहीशा चांगल्या वातावरणात चर्चा करून परस्परांपासून दूर होऊ शकले. फारसं काही करायचं नसल्याने ओव्हल ऑफिसमध्ये हक्सर यांनी निक्सन आणि किसिंजर यांचं फक्त ऐकण्यात वेळ काढला. निक्सन यांच्या कृत्रिम भासणाऱ्या मुखवट्यासारख्या चेहऱ्याला स्पर्श करण्याची तीव्र इच्छा हक्सरनी दाबून टाकली. हक्सर यांना वाटलं की, निक्सन यांना भावना असल्याचं एकमेव चिन्ह म्हणजे त्यांना आलेला घाम!

निक्सन यांनी कोणत्याही परकीय नेत्याबरोबर केलेल्या चर्चांपैकी या चर्चा निःसंशय सर्वांत वाईट असल्याची घोषणा नंतर किसिंजर यांनी करणं बिलकूल आश्चर्यजनक नव्हतं. पाकिस्तानने एकतर्फी माघार घेण्याची योजना अर्थहीन होती. व्हाइट हाउसच्या भूमिकेत कोणताही बदल नसून व्हाइट हाउससाठी याह्या खान अजूनही अनिवार्य असल्याचं भारतीय नेत्यांना दिसत होतं. हातात काहीच नसताना आणि संघर्ष शमवण्याची कोणतीही योजना नसताना इंदिरा गांधी आणि त्यांचा लवाजमा वॉशिंग्टनमधून बाहेर पडला. नंतर त्या म्हणाल्या, ''निक्सन यांच्याबरोबर झालेल्या माझ्या भेटीमुळे युद्ध टळण्याव्यतिरिक्त सारं काही झालं.''

या शिखर परिषदेचा प्रमुख दृश्य परिणाम म्हणजे, दोन महान लोकशाही राष्ट्रांचे नेते परस्परांचा पूर्वीपेक्षाही जास्त तिरस्कार करायला लागले. युद्धाला प्रतिबंध करण्याची शेवटची मोठी संधी अशा प्रकारे हुकली होती.

१७. द गन्स ऑफ नोव्हेंबर

हेन्री किसिंजर यांनी निराश होऊन रिचर्ड निक्सन यांना सांगितलं, ''आता पाकिस्तानचं काही खरं नाही.'' निक्सन उत्तरले, ''भारतीयांनी आपली वाजवलीये.'' वॉशिंग्टन इथली शिखर परिषद अपयशी ठरल्यानंतर निक्सन प्रशासनाला युद्ध होण्याची पुरेपूर अपेक्षा होती.

पाकिस्तानमध्ये कोणताही राजकीय तोडगा निघण्याची आशा गमावल्यानंतर इंदिरा गांधींनी या परिस्थितीवर लष्करी तोडगा शोधून काढण्याचा कथित आदेश दिला. भारतीय सैनिकांनी पाकिस्तानी लष्कराबरोबरच्या चकमकींचा सीमेवरचा जोर वाढवला. बंगाली गनिमांना भारत करत असलेल्या मदतीमुळे यांपैकी अनेक चकमकी होत असत. मुक्ती वाहिनी जेव्हा पाकिस्तानी सैनिकांबरोबर लढत असे, तेव्हा काही वेळा पाकिस्तानी सैनिक गनिमांचा पाठलाग भारतीय हद्दीत घुसून करत असत. यामुळे सीमेवरच्या भारतीय सैनिकांबरोबर त्यांचा संघर्ष होत असे. पाकिस्तानी भूमीवर अधिकाधिक उघडपणे आक्रमण करणाऱ्या भारताने दोन वेगवेगळ्या प्रसंगी स्वतःचे सैनिक मोठ्या संख्येने पाकिस्तानी हद्दीत धाडले. पाकिस्तान भारतीय भूमीवर तोफांचा आणि बंदुकांच्या गोळ्यांचा मारा करत असल्याची तक्रार भारताने केली.

या चकमकी लपवून टाकण्याएवढ्या क्षुल्लक नसल्या, तरी सीमेवर चुकीच्या बाजूला पकडलं जाण्याबाबत इंदिरा गांधींचं सरकार सावध होतं. न्यू यॉर्क टाइम्सचा प्रतिनिधी सिडनी शेनबर्ग ७ नोव्हेंबर रोजी भारताच्या पूर्व पाकिस्तानबरोबरच्या सीमेवर पायी गेला. दुसऱ्या दिवशी त्याने दैनिकाच्या पहिल्या पानावर प्रसिद्ध केलेल्या वार्तापत्रानुसार एका भारतीय शहरावर मारा करणाऱ्या पाकिस्तानी तोफा ताब्यात घेण्यासाठी भारतीय सैनिक पूर्व पाकिस्तानमध्ये शिरले होते. चिथावणी असतानाही सीमा ओलांडायची नसल्याचे कठोर आदेश सैन्याला दिले असल्याचा भारताचा अधिकृत दावा या वार्तापत्रामुळे उघडा पडला. हे वार्तापत्र वाचल्यानंतर हक्सर आणि इंदिरा गांधी हे दोघंही अतिशय अस्वस्थ झाले. शेनबर्गला ही गुप्त माहिती कुणी पुरवली होती, याची कसून चौकशी करण्याचा आदेश पंतप्रधानांनी

दिला असल्याचं सांगून हक्सर यांनी संरक्षण मंत्रालयाला कडक तंबी दिली.

वस्तुस्थितीचं अचूक वृत्तांकन करणाऱ्या बातमीबद्दल निषेध व्यक्त करण्यासाठी भारताच्या संरक्षण सचिवांनी शेनबर्ग याला बोलावून घेतलं. शेनबर्ग स्वतःच्या भूमिकेवर ठाम राहिला. परदेशी वार्ताहर अवलंबत असलेल्या पारंपरिक सबबीचा त्याने आश्रय घेतल्याचं एक भारतीय कथन सांगतं. या कथनानुसार, त्याच्या दैनिकाच्या छिद्रान्वेषी संपादकांनी त्याच्या बातमीचा नूरच बदलल्याचा कांगावा त्याने केला. भारतीय जे काही करत होते, त्यात काहीच नुकसानकारक नसल्याचा त्याचा समज झाल्याचा आव आणून त्याने भारताला परिणामकारकपणे कैचीत पकडलं. मात्र तो म्हणाला की, सीमा पार करून न जाण्याचे आदेश भारतीय सैन्याला देण्यात आल्याच्या अधिकृत दाव्यावर त्याचा बिलकूल विश्वास नव्हता. पंतप्रधानांनी त्यांच्या अधिकाऱ्यांना स्वतःच्या जिभेला आवर घालण्याचा आदेश पुन्हा एकदा दिला.

परराष्ट्र मंत्रालयाकडून गोंधळून टाकणारे संदेश येत असल्याने चिंताग्रस्त झालेले निक्सन यांनी पाकिस्तानला असलेला त्यांचा पाठिंबा अविचल असल्याचा संदेश चीनला तातडीने पाठवण्याचा आदेश किसिंजरना दिला. हे तातडीने करण्यात येण्याचं वचन देणारे किसिंजर त्यांच्या पॅरिसच्या मध्यस्थाचा वापर करण्याचं योजत होते.

पण अमेरिकेने पाकिस्तानला दिलेलं अभिवचन अविचल असलं, तरी चीनचं मात्र डळमळीत भासत होतं. चीनच्या पाठिंब्याची खात्री करून घेण्यासाठी पाकिस्तानने झुल्फिकार अली भुट्टो यांना बीजिंगला पाठवलं, तेव्हा त्यांचं थंड स्वागत झालं, आणि पाकिस्तानने युद्ध टाळण्याचा सल्ला चीनने त्यांना दिला. भारताने हल्ला केला असता, तर पाठिंबा देण्याचं वचन चीनने दिलं असल्याचा दावा भुट्टो यांनी सार्वजनिकरीत्या केला असला, तरी याचा अर्थ फार तर शस्त्रास्त्रं आणि दारूगोळा इथवरच मर्यादित होता; निक्सन आणि किसिंजर यांना अपेक्षित असलेल्या थेट हस्तक्षेपाच्या स्वरूपात ही अपेक्षा करता येत नव्हती. पाकिस्तानची युद्धातून सुटका करण्यासाठी चीन फारसं काही करण्याची शक्यता नसल्याचा अहवाल सीआयएने दिला.

व्हाइट हाउसमध्ये इंदिरा गांधी यांच्याबरोबर चकमक झाल्यानंतर किसिंजर यांच्या भारतविरोधी रागाला नवं बळ मिळालं होतं. ओव्हल ऑफिसमध्ये इंदिरा गांधींनी केलेला पाकिस्तानचा तीव्र धिक्कार त्यांच्या मनाला लागून राहिला होता आणि त्याचा उल्लेख ते वारंवार करत होते. किसिंजर म्हणाले, ''बलुचिस्तान हा पाकिस्तानचा भाग कदापि करायला नको होता, असं निक्सनना सांगण्यात इंदिरा

गांधींनी स्वतःचा बहुतेक वेळ खर्च केला.'' अशा प्रकारे पूर्व पाकिस्तानचा लचका तोडून भारताने पश्चिम पाकिस्तानचं कंबरडं मोडलं असतं, अशी इंदिरा गांधींची अपेक्षा होती. 'पाकिस्तानच्या समस्येचा सोक्षमोक्ष एकदाच कायमचा लावून टाकावा.' असं हे सांगण्यामागचं उद्दिष्ट होतं. भारत आक्रमण करण्याची शक्यता असल्याचं किसिंजरना वाटत असलं, तरीही पाकिस्तानकडून पहिला हल्ला होण्यामागचं जिवावर उदार होण्याचं तर्कशास्त्रसुद्धा त्यांना खुणावत होतं. ते म्हणाले, ''पाकिस्तान या-ना-त्या प्रकारे पूर्व पाकिस्तान राजकीयदृष्ट्या गमावणारच असेल, तर ते त्याने युद्धात का गमावू नये?''

इंदिरा गांधी यांच्यावर प्रचंड लोकदबाव होता आणि संसदेचं हिवाळी अधिवेशन सुरू होत असताना तो आणखी वाढला. 'त्यांना रक्ताची तहान लागली होती.' अशी नोंद नंतर किसिंजर यांनी केली. वॉशिंग्टनमधून परतताना 'हा पाकिस्तानचा केवळ अंतर्गत मामला असल्याचा, अमेरिका देत असलेल्या निवळ कायदेशीर बाबीवर आधारित फसव्या दाव्याचा' धिक्कार इंदिरा गांधींनी केला होता आणि 'सर्वांत मूलभूत लोकशाही अधिकार आणि स्वातंत्र्य यांच्या रक्षणार्थ मुक्ती वाहिनी करत असलेल्या वीरश्रीयुक्त संघर्षाबद्दल' आनंद व्यक्त केला होता. मुजीब यांच्याबरोबर राजकीय तोडगा शोधून काढण्यासाठी निक्सन यांनी स्वतःची प्रचंड प्रतिष्ठा उपयोगात आणावी, अशी विनंती त्यांनी निक्सन यांना केली असली; तरी असं काहीही घडणार असण्याची सुतराम आशा त्यांना नव्हती.

''शक्य आहे ते सर्वकाही आम्ही केलंय.'' ओव्हल ऑफिसमधल्या एका बैठकीत पाकिस्तानच्या परराष्ट्र सचिवांना निक्सन म्हणाले, ''शक्य आहे ते सर्वकाही आम्ही केलंय, विश्वास ठेवा.'' बळाचा वापर करण्याऐवजी या समस्येवर राजकीय तोडगा शोधून काढण्याचं व्यक्तिगत आवाहन एखाद्या पाकिस्तानी अधिकाऱ्याला आठ महिन्यांमध्ये निक्सन प्रथमच करत होते; पण बंगाली गनिमांबरोबर सौदा करणं किंवा भारत आणि पाकिस्तान यांच्यातला लष्करी तणाव नाहीसा करणं यांपैकी कोणता पर्याय निक्सन यांना अभिप्रेत होता, हे इथे स्पष्ट होत नाही.

इंदिरा गांधींबरोबरची शिखर परिषद अयशस्वी ठरल्यानंतर निक्सन प्रशासनाने स्वतःची लष्करी दहशत दाखवण्याची तयारी सुरू केली. त्यांच्या कार्यपद्धतीमधली ही एक नेहमीची युक्ती होती. पॅसिफिक कमानीचे प्रमुख ॲडमिरल जॉन मकेन ज्युनिअर यांनी व्हिएतनाममध्ये हवाई संरक्षण देण्यासाठी नेमलेला कार्यगट काढून घेऊन तो बंगालच्या खाडीत रवाना करण्याची योजना आखली. लष्कराच्या गोपनीय नियोजनाची माहिती व्हाइट हाउसच्या कर्मचारिवर्गाने किसिंजर यांना दिली,

आणि या योजनेला सेनाप्रमुखांच्या समितीने लगोलग मंजुरी दिली.

याह्या खान यांच्या जोरावर निक्सन आणि किसिंजर यांनी सारं काही पणाला लावलं होतं, पण घटनांच्या वेगवान प्रवाहात याह्या गटांगळ्या खात असल्याचं त्या दोघांना समजत होतं. काही काळापूर्वी, म्हणजे ऑगस्ट महिन्यात व्हाइट हाउसच्या डिसेंबरमधल्या कार्यक्रमांचं नियोजन करताना 'याह्या खान' अजून नियोजनात असण्याबाबत हाल्डेमन यांनी विचारणा केली होती. अवघडलेल्या परिस्थितीत थबकून निक्सन म्हणाले, ''नाही.'' असेच काही त्रासदायक क्षण उलटल्यानंतर किसिंजर पुटपुटले, ''तोपर्यंत ते पदावर असतील, असं मला वाटत नाही.''

इंदिरा गांधींबरोबरच्या शिखर परिषदेनंतर व्हाइट हाउसच्या कर्मचारिवर्गाने किसिंजर यांना लगेचच इशारा दिला की, आता एकट्या पडलेल्या याह्या खान यांचं स्वतःच्या लष्करावरच नियंत्रण राहिलेलं नव्हतं. लष्कराचं पूर्ण नियंत्रण असलेल्या पूर्व पाकिस्तानमध्ये काय घडत असावं, याची वास्तव कल्पना याह्यांना नव्हती. कदाचित याह्या खान यांनी अमेरिकेच्या सूचना ऐकून घेतल्या असत्या, पण लष्कराने त्या अमलात आणल्या नसत्या. याह्या चांगले मित्र असल्याचं निक्सन निष्ठापूर्वक म्हणत राहिले असले, तरी पाकिस्तानी नेतृत्व पदच्युत होण्याच्या मार्गावर असल्याचा इशारा किसिंजरनी राष्ट्राध्यक्षांना दिलेला होता. याच वेळी पूर्व पाकिस्तानमध्ये चालू असलेल्या 'दहशतवादी छाप्यांबाबत' निक्सन यांना माहिती देऊन किसिंजर यांनी नोंद केली, 'हिंदूंवर नजर ठेवून अत्याचार चालूच आहेत.'

ढाक्यातल्या अमेरिकी अधिकाऱ्यांच्या अहवालांवरून यांपैकी बहुतांश दुःखदायक बातम्या निक्सन यांना ज्ञात असायला हव्या होत्या. पूर्व पाकिस्तानमध्ये खऱ्या अर्थाने यादवी सरकार नसल्याचं पूर्वीच स्पष्ट झालेलं होतं; नागरी युद्ध हाताबाहेर चालल्याचं दिसत होतं आणि याह्या खान देत असलेल्या राजकीय सवलती अत्यल्प असल्याचं जाणवत होतं; अजूनही हिंदूंना छळण्यासाठी वेचून काढण्यात येत होतं; पश्चिम पाकिस्तानमधल्या बादशहांप्रति बंगाली लोकांची भावना अधिकाधिक संतप्त होत होती; आणि विस्थापित घरी परतणार नव्हते, हे नकोसं वास्तव आता निक्सन आणि किसिंजर यांच्या गळी उतरत होतं; पण फार उशीर झाला होता.

''पाकिस्तानवर बलात्कार होईल.''

भारतीय सैनिकांना पूर्व पाकिस्तानी हद्दीत दहा मैल जाण्याची अनुमती देण्यात आली होती. भारतीय अधिकाऱ्यांनी या सूचनांचा वापर स्वतःचं आक्रमण तातडीने मजबूत करण्यासाठी केला. त्यांनी हा प्रदेश मोठ्या प्रमाणात काबीज केला

आणि पाकिस्तानी लष्कराच्या चौक्या उद्ध्वस्त केल्या. २१-२२ नोव्हेंबरच्या रात्री तणाव अत्यंत वाढून पहिला हवाई लढा झाला.

सीमेवर ही चकमक प्रथम सुरू केल्याचा आरोप भारत आणि पाकिस्तान यांनी परस्परांवर केला. मात्र सुरुवात भारताने केली असल्याचं मेजर जनरल जेकब यांनी नंतर कबूल केलं. त्यांच्या आठवणीनुसार, २० नोव्हेंबर रोजी भारतीय लष्कराच्या एका पायदळ पथकाने पूर्व पाकिस्तानमधल्या भारताच्या सीमेनजीक असलेल्या बोयरा नावाच्या गावात प्राथमिक हल्ला चढवला होता. यानंतर पाकिस्तानी हवाई दलाने प्रतिकारात्मक मारा केला आणि त्यात तीन सेबरजेट विमानं गमावली. पाकिस्तानी लष्कराकडच्या एम-२४ चॅफी या अमेरिकी बनावटीच्या हलक्या रणगाड्यांनी खुल्या मैदानातून एक अपयशी हल्ला केला. त्या वेळी त्यांना भारतीय रणगाड्यांचा आणि तोफांच्या तीव्र माऱ्याचा सामना करावा लागला. या चकमकीत पाकिस्तानचे १३-१४ रणगाडे नष्ट झाले, आणि अनेक जवान मरण पावले. यानंतर पाकिस्तानी सैनिक भारतात घुसले आणि त्यांनी अनेक भारतीय खेड्यांवर मारा केला. पाकिस्तानच्या तोफांच्या माऱ्यात अनेक भारतीय जखमी झाल्याचा दावा भारताने केला.

पण हल्ल्यांचा दोष जाहीरपणे पाकिस्तानला देण्याची भूमिका भारताने कायम ठेवली. फारशी अडचण निर्माण न करणाऱ्या या घटनाक्रमात एका पाकिस्तानी पायदळाच्या डिव्हिजनने रणगाडे, तोफखाना आणि हवाई संरक्षणाच्या जोरावर पूर्व पाकिस्तानमधल्या बोयरा परिसरातल्या मुक्ती वाहिनीच्या एका तळावर भारतीय सीमेपासून पाच मैल अंतरावर हल्ला चढवला. पाकिस्तानी भूमीवर आक्रमण केल्याचं कबूल करून भारताने दुसरा पर्याय नसल्याचा दावा केला. पूर्व पाकिस्तानच्या सीमेलगतच्या भारतीय हद्दीत पाकिस्तानने वारंवार भारतीय हवाई हद्दीचं उल्लंघन केल्यानंतरही आणि भारतीय हद्दीत तोफांचा मारा केल्यानंतरही भारताने संयम राखल्याचा युक्तिवाद हक्सर यांनी केला. हक्सर यांच्या कथानकानुसार, पाकिस्तानी रणगाडे आणि तोफा निकामी करण्यासाठी भारताने बोयरा भागात हल्ला केला होता. याच्या दुसऱ्या दिवशी पाकिस्तानची तीन सेबरजेट विमानं भारतीय हवाई हद्दीत घुसली आणि ती पाडण्यात आली. या विमानांमधून सुटका करून घेतलेल्या दोघा वैमानिकांना भारताने अटक केली.

भारताच्या सामरिक उद्दिष्टांसाठी ही लढाई सोयीची होती. कोलकाता इथल्या फोर्ट विल्यममधल्या कमान मुख्यालयातून या हवाई लढ्याचं नियंत्रण करण्यात येत असल्याचं जनरल जेकब यांनी नंतर कबूल केलं. भारताच्या वरिष्ठ अधिकारिवर्गात सर्वांत कलहप्रिय म्हणून ज्ञात असणारे डी. पी. धर यांनी युद्धाचं

स्वागत केलं; पण पूर्व पाकिस्तानमधल्या यादवीमुळे या युद्धाचा स्फोट होईल, अशी खात्री त्यांना करून घ्यायची होती. स्वतःच्या नोंदीत ते म्हणतात, 'बंगाली स्वातंत्र्ययुद्धासाठी भारत मदत करत असल्याची सविस्तर सबब सादर करणं भारताला शक्य होणं नंतर आवश्यक ठरणार आहे.'

तेवढीच महत्त्वाची बाब म्हणजे, हा लढा भारतासाठी अगदी ठरवलेल्या वेळी सुरू झाला होता. जेकब यांच्या म्हणण्यानुसार, इंदिरा गांधी यांनी भारतीय लष्कराला सर्वप्रथम एप्रिल महिन्यात चाल करून जायला सांगितलं होतं. तेव्हा लवकरात लवकर म्हणजे १५ नोव्हेंबर रोजी भारतीय लष्कर युद्धासाठी तयार असू शकणार असल्याचं जेकब यांनी पंतप्रधानांना सांगितलं होतं. युद्धाची तयारी करण्यासाठी जनरल सॅम माणेकशा यांना सहा महिने हवे होते. अखेर १५ नोव्हेंबर उजाडला, तेव्हा जेकब यांनी अन्य सेनाधिकाऱ्यांना खासगीत कळवलं, 'वेगवान हल्ला करण्यासाठी पश्चिमेतली परिस्थिती पोषक आहे.' हा युद्धाचा हंगाम होता – पाऊस थांबला होता; लष्कराला प्रशिक्षणासाठी सवड मिळाली होती, आणि हिमालयातल्या बर्फाळ हवामानामुळे चीनचे कुणीही सैनिक हल्ला करणार नव्हते.

भारताने पाकिस्तानवर हल्ला केला असल्याचं सांगत त्या दिवशी सकाळी किसिंजर व्हाइट हाउसमधल्या हाल्डेमन यांच्या कार्यालयात घुसले. केवळ पाकिस्तानी नभोवाणीच्या बातम्यांवर विसंबून आणि प्रत्यक्षात काय चाललं असावं याबाबत निश्चित कल्पना नसणाऱ्या किसिंजर यांनी निक्सन यांना धोक्याचा इशारा दिला. त्यांनी दूरध्वनीवरून राष्ट्राध्यक्षांना सांगितलं, ''भारताच्या भक्कम पाठिंब्यावर एक मोठं अतिक्रमण सुरू आहे.'' भारत आणि पाकिस्तान या दोघांची सर्व मदत थांबवण्यात येणार असल्याचा आणि 'यामुळे भारताला अधिक इजा होणार असल्याचं भारताला खडसावून सांगण्याचा' आदेश निक्सन यांनी किसिंजर यांना दिला.

किसिंजर म्हणाले, '' 'हे युद्ध आहे.' असं पाकिस्तानींचं म्हणणं आहे.'' निक्सन उत्तरले, ''हे असं नसल्याचं भारतीयांचं म्हणणं आहे.'' कोणतीही भरीव माहिती हाती नसतानाही किसिंजर आग्रहपूर्वक म्हणाले, ''राष्ट्राध्यक्ष महोदय, हे नागडं आक्रमण आहे.'' 'भारतीय लोक २५ वर्षांपासून अमेरिकेच्या पार्श्वभागावर लत्ताप्रहार करत असल्याचं.' अर्थमंत्री जॉन कॉनली यांनी निक्सनना सांगितलं असल्याचं निक्सन यांनी फुरंगटून सांगितलं. पाकिस्तानची शकलं करणारा भारतीय आघात होण्याची अमेरिकेची इच्छा नसल्याचं किसिंजर म्हणाले. संयुक्त राष्ट्रसंघाच्या सुरक्षा परिषदेत या विषयावर चर्चा झाली असती, तर भारताचा धिक्कार करण्यासाठी अमेरिकेला चीनएवढी टोकाची टीका करण्याची गरज भासणार नव्हती.

कारण चीनच्या प्रतिनिधी मंडळाने सांस्कृतिक क्रांतीच्या अगम्य परिभाषेत आधीच भारताचा निषेध केला होता. निक्सनच्या संतापाचा स्फोट झाला आणि ते म्हणाले, ''शक्य तेवढं करायची माझी इच्छा आहे, समजलं? मला भारतीय आवडत नाहीत.''

दुसऱ्या दिवशी किसिंजर म्हणाले, ''भारत संतापजनक आहे.'' अमेरिकेला अवमानित करण्याच्या सोव्हिएत योजनेचा एक भाग म्हणजे भारताच्या कारवाया असल्याचं त्यांनी ठासून सांगितलं. 'हरामखोर' अशी भारतीयांची संभावना करून किसिंजर यांनी पत्रकार परिषदेत आक्रमणाविरुद्ध बोलण्यासाठी जोरदार निवेदन तयार केलं – '' 'हे संयुक्त राष्ट्रसंघाच्या सनदेच्या विरुद्ध आहे; भारताच्या तत्त्वप्रणालीच्या विरुद्ध आहे.' या भूमिकेवरून भारताला आपल्याशी विवाद करण्यासाठी उद्युक्त करायचं.'' पण संयुक्त राष्ट्रसंघातली चर्चा हाच पुढे जाण्यासाठीचा एकमेव पर्याय असल्याचं कळल्यानंतर किसिंजर उखडून म्हणाले, ''आपण आपलीच फसवणूक करून घेण्याचं कारण नाही. आपण जर-तरबद्दल चर्चा करत बसलो, तर पाकिस्तानवर बलात्कार होईल.''

बोयरा इथल्या लढाईनंतर जनरल माणेकशा यांनी भारतीय लष्कराला पाकिस्तानी हद्दीत नव्याने आणि आणखी धाडसी हल्ले उघडपणे करण्याचा आदेश कोणताही गाजावाजा न करता दिला. ही मर्यादित स्वरूपाची कारवाई असल्याचा युक्तिवाद सीआयएने केल्यानंतरही या हल्ल्यात भारतीय सैनिक सहभागी असल्याची खात्री अमेरिकी सेनाधिकारी समितीच्या प्रमुखांनी व्यक्त केली. किसिंजर म्हणाले, ''रणगाडे आणि विमानं यांचा वेध घेणं तसंच सैनिकी तुकड्यांप्रमाणे कारवाया करणं गनिमांना कोणत्याही प्रकारे शक्य नाही. हे नाटक फार काळ करता येणार नाही. या गनिमांच्या कारवाया असल्याचा दावा कोणताही देश करू शकत असल्यास हे कसलं जग आहे?'' पूर्व पाकिस्तानच्या हद्दीत लष्कराच्या नियमित पथकांचा वापर करून भारताने हल्ला केला असल्याचा पुरावा नसला, तरी किसिंजरची तशी खात्री झाली होती. या हल्ल्याची तयारी भारत बराच काळ करत असल्याचं त्यांनी मनोमन ठरवलं होतं. नाझी जर्मनीने १९४१ साली लिथुएनियावर केलेल्या हल्ल्याबरोबर ते भारताच्या कारवायांची तुलना करत असल्याचं भासत होतं. ते म्हणाले, ''भारताकडच्या दोनशे विमानांविरुद्ध पाकिस्तानकडे बारा विमानं आहेत. हे म्हणजे लिथुएनियाने हल्ला केल्याचा दावा जर्मनांनी करण्यासारखं आहे.''

पाकिस्तानने देशात अणीबाणी जाहीर केली आणि दहा दिवसांमध्ये युद्ध सुरू होण्याची अपेक्षा असल्याचं नशेत असलेल्या याह्या खान यांनी न्यू यॉर्कर या मासिकाच्या प्रतिनिधीला सांगितलं. फार उशीर होण्याआधी मुजीब यांच्याबरोबर

समझोता करण्यासाठी हा क्षण याह्या खान यांच्यासाठी अनुकूल ठरू शकत असल्याचं परराष्ट्र मंत्रालयाच्या एका अधिकाऱ्याने सुचवलं असता, स्वतंत्र बांगला देशाच्या कल्पनेबाबत उदासीन असणारे किसिंजर ("आम्हांला त्याच्याशी काही घेणंदेणं नाही.") चिडून म्हणाले, "म्हणजे भारताने पाकिस्तानवर हल्ला केलेला असताना याह्या खान यांच्यावर मुजीब यांच्याबरोबर वाटाघाटी करण्यासाठी दबाव आणावा हा तर्कसुसंगत निष्कर्ष आहे. भारतीय सैनिकांना जे साध्य करता येणार नाही, ते आपण त्यांना मिळवून देऊ या. परिस्थिती नेमकी उलटी असती आणि पाकिस्तानी सैनिक भारतात घुसत असते, तर न्यू यॉर्क टाइम्स, वॉशिंग्टन पोस्ट आणि सेनेटची परराष्ट्र संबंध समिती या सगळ्यांनी सामूहिक आत्महत्या केली असती; आणि वॉशिंग्टनवर मोर्चे निघाले असते."

योगायोगाने बोयरा इथल्या लढाईनंतरच्या दुसऱ्याच दिवशी चिनी राजनैतिक अधिकाऱ्यांबरोबर किसिंजर यांची न्यू यॉर्कमधली पहिलीच गुप्त भेट ठरली होती. चीनचे संयुक्त राष्ट्रसंघातले नवे राजदूत हुआंग हुआ यांच्या नेतृत्वाखाली एका शिष्टमंडळाला भेटण्यासाठी जॉर्ज बुश, अॅलेक्झांडर हेग आणि विन्स्टन लॉर्ड यांच्यासह किसिंजर मॅनहॅटनच्या इस्ट साइड भागातल्या एका जुन्या इमारतीमधल्या सीआयएच्या एका सुरक्षित सदनिकेत रात्री उशिरा लपतछपत शिरले. किसिंजर यांनी चिनी प्रतिनिधींना सांगितलं, "अशा कामगिरीसाठी बुश थेट माझ्यासाठी काम करतात. या खोलीतले लोक वगळता, सरकारमधल्या इतर कुणालाही या संपर्कमार्गाची माहिती नाही." किसिंजर आणि हेग यांनी लष्करी दृष्टीकोनातून परिस्थिती विशद केली. जेसोर आणि चितगाव इथे भारतीय सैनिकांनी हल्ले केल्याचा आरोप करून भारताने चीनबरोबरच्या उत्तर सीमा खुल्या सोडल्या असल्याचं गाजर त्यांनी चीनला दाखवलं. अमेरिकी गुप्तहेर यंत्रणेने गोळा केलेली माहिती चिनी अधिकाऱ्यांसमोर उघड करण्याबाबत किसिंजर म्हणाले, "सुरक्षाविषयक सर्व नियमांचं हे उल्लंघन आहे." संयुक्त राष्ट्रसंघाच्या सुरक्षा परिषदेत होणाऱ्या चर्चांबाबत अमेरिकेने आणि चीनने घेण्याबाबतच्या भूमिकांचा समन्वय निश्चित करण्यात आला. पाकिस्तानला असणाऱ्या अमेरिकेच्या पाठिंब्याचं प्रदर्शन करताना हुआंग हुआ यांना किसिंजर म्हणाले, "विस्थापितांनी निर्माण केलेला दबाव हलका करण्यासाठी लष्करी बळ वापरण्याचा कोणताही अधिकार भारताला नाही." 'अमेरिका आणि चीन यांच्या भारतीय उपखंडातल्या मित्राकडून कोणताही प्रतिकार न होता त्याच्यावर बलात्कार झाल्यास' चीनला काय वाटलं असतं, याबद्दल नंतर लगेचच किसिंजर यांनी बरीच चिडचिड केली.

अजून बोयरा इथल्या लढाईने युद्धाचं स्वरूप धारण केलेलं नव्हतं. इंदिरा

गांधी यांच्याकडे समग्र आक्रमणाची योजना तयार होती, पण ती त्यांनी कार्यरत केलेली नव्हती. प्रतिसाद देण्यात अडखळलेल्या पाकिस्ताननेही स्वतःची युद्धयोजना अमलात आणायला सुरुवात केली नव्हती. हे उघड भारतीय आक्रमण असल्याची किसिंजर यांची खात्री झाली असली, तरीही हा संघर्ष म्हणजे युद्धाची सुरुवात असल्याबाबत निक्सन सुरुवातीला संशयी होते. ''जेट विमानांचा संग्राम म्हणजे युद्ध चालू आहे, असा अर्थ होत नाही.'' असं त्यांचं म्हणणं होतं.

पण किसिंजर त्यांना आग्रह करत राहिले. ते म्हणाले, ''गनिमांची संख्या एखाद्या ब्रिगेडसारखी असून त्यांना तोफखाना, रणगाडे आणि हवाई समर्थन या गोष्टी लाभलेल्या आहेत.'' या युक्तिवादाला बळी पडून निक्सन म्हणाले, ''हे म्हणजे उत्तर व्हिएतनामने दक्षिण व्हिएतनाममध्ये घुसल्याचा अजूनही इन्कार करत राहण्यासारखं हे आहे... त्यांना पाकिस्तानच्या ठिकऱ्या व्हायला हव्या आहेत.'' शक्य असेल त्या प्रत्येक ठिकाणी अमेरिकेचं धोरण पाकिस्तानच्या बाजूने झुकवण्याचा आदेश निक्सननी किसिंजरना दिला. आदेशाची तीव्रता आणखी उंचावत किसिंजर म्हणाले, ''भारताला प्रादेशिक वर्चस्व प्राप्त करून घ्यायचं आहे.''

भारत युद्ध जिंकणार असल्याचं ठाऊक असूनही याह्या खान यांना असणारा निक्सन यांचा पाठिंबा डळमळला नाही. निक्सन म्हणाले, ''ते जमीनदोस्त होतील, कालांतराने पाकिस्तानचे तुकडे होतील.'' परिस्थिती अशी गळ्यापर्यंत आलेली असतानाही याह्या यांच्याबरोबरची निक्सनची भावनिक जवळीक तसूभरही कमी झाली नाही. याह्या खान हे कलंकित, पण आवश्यक भागीदार असल्याबद्दल त्यांचा बचाव करण्याऐवजी निक्सन यांनी वारंवार त्यांच्या सचोटीचा निर्वाळा दिला. ते म्हणाले, ''याह्या पूर्णपणे शालीन आणि समजूतदार आहेत. राजकीयदृष्ट्या ते फार चलाख नसले, तरी ते सभ्य आहेत.''

मार्चमध्ये सुरू झालेला घटनाक्रम घडू दिल्यानंतर निर्माण झालेल्या परिस्थितीची कोणतीही जबाबदारी स्वतःवर नसल्याचं प्रतिपादन निक्सन आग्रहपूर्वक करत राहिले. 'अमेरिकेला काहीही देणंघेणं नसलेल्या युद्धाबद्दल' त्यांना टीकाही ऐकून घ्यायची नव्हती. त्यांना घोड्यावर चढवत किसिंजर म्हणाले, त्यांनी कुठली चूक केली असलीच, तर ती म्हणजे पाकिस्तानबरोबर कठोरपणे वागणं ही होती. निक्सन म्हणाले, ''जगातल्या प्रत्येक युद्धासाठी आपण जबाबदार असू शकत नाही, हे आपल्याला अमेरिकेतल्या जनतेला समजावून द्यावं लागेल... या युद्धासाठीही आपण जबाबदार नाही. हे युद्ध, विस्थापित किंवा पाकिस्तानला येणारी आकडी यांपैकी कशासाठीच आपण जबाबदार नाही. हे टाळणं आपल्याला

शक्य नव्हतं; होतं का?''

पाकिस्तानच्या भूमीवर भारत अनेक ठिकाणी घुसखोरी करत असल्याचं सिद्ध करण्यासाठी सिडनी शेनबर्ग कोलकात्यामधून निघाला. तो म्हणतो, ''भारतीय लष्कर करत असलेली घुसखोरी पाहण्याची परवानगी आम्हां कुणालाही नव्हती.'' भारताच्या कोणत्याही सैनिकाने सीमा ओलांडली असल्याबद्दल भारत अजूनही अधिकृतपणे इन्कार करत होता. सीमावर्ती भागात जाण्यासाठी पत्रकारांना बंदी होती. त्यामुळे त्याला बोयरा इथे जाण्याची परवानगी निश्चितच नव्हती, पण त्याने एक वाट शोधून काढलीच. प्रत्येक वेळी एखाद्या तपासणी-चौकीजवळ आल्यानंतर सीमेकडे जायचं नसून संबंधित लेफ्टनंटबरोबर बोलायचं असल्याची थाप तो सैनिकांकडे मारत असे. लष्करी कारवायांनी गजबजलेल्या आणि सीमेपासून जवळ असणाऱ्या भागात या लबाडीमुळे तो पोहोचू शकला. शेकडो सैनिक मालमोटारींवर बसून एका ताफ्यातून सीमेकडे जाताना त्याने पहिल्या दोन तासांतच पाहिलं. या सैनिकांकडे स्वयंचलित शस्त्रं आणि पुरेसा दारूगोळा होता. झुंडीने चाललेल्या मालमोटारी लांबून दिसू नयेत म्हणून त्या फसव्या जाळ्यांनी मढवलेल्या होत्या आणि त्यांच्यावर दारूगोळा लादलेला होता. तो म्हणतो, ''त्यांच्याकडे रणगाडे आणि कार्यालयीन सामग्रीपासून सगळं काही होतं. ते आत शिरणार असल्याचं लगेच समजत होतं.''

शेनबर्गला दूर अंतरावर तोफांचा आवाज ऐकू येत होता. भारतीय सैनिकांनी त्याला थांबवलं. अधिकाऱ्यांचा एक गट बिअर पिताना दिसल्यानंतर शेनबर्गने वार्ताहरांची एक जुनीच युक्ती वापरली. ते पूर्व पाकिस्तानमध्ये जाऊन आले होते का, असं विचारण्याऐवजी ते जाऊन आल्याचं त्याने गृहीत धरलं. एका मेजरला तो म्हणाला, ''पाकिस्तानी लष्कराला तुम्ही चांगलंच चेपलं असणार.'' याला होकारार्थी उत्तर देऊन भारतीय सैनिक थेट जेसोरपर्यंत जाऊन आल्याची माहिती या मेजरने दिली. शेनबर्ग याने ही सगळी माहिती लिहून काढली. त्यानंतर त्याने न्यू यॉर्क टाइम्सच्या पहिल्या पानावर एक खास बातमी झळकावली.

भारतीय सैनिक पूर्व पाकिस्तानमध्ये घुसले असल्याचं इंदिरा गांधी यांना अखेर प्रथमच कबूल करणं भाग पडलं, पण ही घुसखोरी स्वसंरक्षणार्थ असल्याचा दावा भारताने केला. पाकिस्तानी तोफखान्याची पोहोच असलेल्या अंतरापर्यंत आत घुसण्याची परवानगी भारतीय सैनिकांना देण्यात आली असल्याचं कोलकाता इथल्या एका सभेतल्या उन्मादी वातावरणात भारताच्या संरक्षणमंत्र्यांनी जाहीर केलं. या प्रसंगी एक काँग्रेस वक्ता किंचाळला, ''भारत पाकिस्तानचे तुकडे करेल.'' दुसऱ्याने घोषणा केली, ''याह्या खान यांच्या चामड्याचे आम्ही जोडे करू.'' शेनबर्ग याच्या

बातमीचा प्रतिशोध म्हणून पश्चिम बंगाल शासनाने सीमाभागात जाण्याचा त्याचा परवाना रद्द केला. त्याला देशाबाहेर हाकलून देण्याबाबत भारताच्या मंत्रीमंडळात चर्चा झाली असल्याचं एका केंद्रीय मंत्र्याने त्याला अनेक वर्षांनी सांगितलं.

निक्सन आणि किसिंजर यांना भारताच्या सर्व लष्करी मदतीत कपात करण्याची इच्छा होती; पण ठरल्यापैकी सर्वांत महत्त्वाचे सत्तर टक्के अमेरिकी शस्त्रास्त्रांचे सौदे रोखून धरणं अधिक युक्त ठरलं असतं; आणि भविष्यात भारताकडून आणखी आगळीक झाली असती, तर त्यासाठी उरलेलेही राखून ठेवता आले असते; असं किसिंजर यांनी लगेचच ठरवलं. किसिंजर यांनी निक्सन यांना सांगितल्यानुसार, भारताच्या सुमारे एक कोटी सत्तर लाख डॉलर्स किमतीच्या लष्करी पुरवठ्यात कपात करण्यात येणार होती. त्यायोगे भारताची सी-११९ लष्करी विमानं अडकून पडली असती. तसंच सगळा दारूगोळा पुरवण्याचं कामही थांबवण्यात येणार होतं.

ही वाईट बातमी भारताला कळवण्यासाठी २ डिसेंबरला राजदूत केनेथ किटिंग यांना दिल्लीत परराष्ट्र मंत्रालयात धाडण्यात आलं. (''त्यांच्यादेखत भारतीय धाय मोकलून रडतील.'' असा टोमणा किसिंजर यांनी मारला होता.) अमेरिकेचा निर्णय यापेक्षाही वाईट असू शकला, असता असं प्रतिपादन भारताच्या संरक्षण मंत्रालयाने खासगीत केलं; पण या निर्णयामुळे भारत सरकार संतापलं आणि जनतेला धक्का बसला. निक्सन यांनी एका धान्यपुरवठा कार्यक्रमाचा निधी रद्द केला आणि सुमारे दहा कोटी डॉलर्स किमतीचं कर्ज थांबवलं.

इंदिरा गांधींचा निर्धार कायम होता. संयुक्त राष्ट्रसंघाच्या मध्यस्थीला झिडकारताना पश्चिम बंगालमध्ये कायम असलेल्या 'लष्करी दमनचक्राचा आणि मूलभूत मानवी हक्क नाकारण्यात येत असल्याचा' धिक्कार त्यांनी केला. त्या कधी नव्हे, एवढ्या निष्ठुर असल्याचं किटिंग यांना आढळलं. याह्या खान यांच्यावरचा दबाव कमी करण्यासाठी भारतीय सैनिक माघारी बोलवण्यासाठी स्पष्टपणे नकार देऊन त्या म्हणाल्या, ''त्यांच्यासाठी परिस्थिती थोडीफार सुसह्य करणं आम्हांला शक्य नाही.'' भारतीयांना थांबायला सांगणं त्यांना कसं शक्य होतं, असं विचारून त्या म्हणाल्या, ''आता मी हे रोखू शकत नाही.''

याह्या खान यांना 'पुढची पावलं उचलण्याची इच्छा असल्याचं' २ डिसेंबर रोजी पाकिस्तानच्या राजदूतांनी किसिंजर यांना सांगितलं.

१८. चौदा दिवसांचं युद्ध

मेजर जनरल जेकब-फर्ज-राफेल जेकब हे भारतीय पायदळाच्या पूर्व कमानीचे सेनाप्रमुख या युद्धाची अनेक महिने तयारी करत होते. पश्चिम बंगालमधल्या एका नामांकित सेफार्डिक ज्यू कुटुंबांचे सुपुत्र असलेले जेकब शाळेत असतानाच मुष्टियुद्ध आणि नेमबाजी शिकले होते. हे दोन्ही क्रीडाप्रकार त्यांना आवडत.

जेक जेकब म्हणजे आडदांड आणि धिप्पाड देहयष्टीचा, जाड पापण्या असलेला शक्तिवान माणूस होता. नाझी जर्मनीने युरोपीय ज्यूवंशीयांचा छळ सुरू केल्यानंतर पलायन करून कोलकात्यापर्यंत आलेल्या ज्यू विस्थापितांना त्यांच्या कुटुंबाने आसरा दिला, तेव्हाच छोट्या जेकबने या शत्रूंचा निःपात करण्याचं मनोमन पक्कं ठरवलं होतं; म्हणून नाझींबरोबर लढण्यासाठी त्यांनी १९४१ साली ब्रिटिश लष्करात प्रवेश केला. त्यांची तुकडी लिबियामध्ये जर्मन सैनिकांबरोबर लढत असताना तिच्या चिरफळ्या झाल्या आणि ब्रह्मदेशातल्या नरकप्राय दलदलीच्या वातावरणात जेकब जखमी झाले; पण त्या वेळी जणू ते स्वतंत्र भारताच्या लष्करात दाखल होण्यासाठी बचावले. पाकिस्तानबरोबरच्या १९६५च्या युद्धात कामगिरी बजावल्यानंतर जेकब यांची वरिष्ठ स्तरात वेगाने पदोन्नती झाली. इंदिरा गांधी यांच्याबद्दल जिव्हाळ्याने बोलणाऱ्या दुर्मीळ लोकांमध्ये जेकब यांचा समावेश करता येईल. भारतीय ज्यू समाजाची प्रेमाने विचारपूस करून ('फिडलर ऑन द रूफ' हा इंदिरा गांधींचा आवडीचा सांगीतिक चित्रपट असल्याचं जेकब सांगतात.) आणि स्वतःच्या मुलांच्या गमतीजमती सांगून इंदिरा गांधींनी जेकब यांना आपलंसं करून टाकलं. ते म्हणतात, "मला त्या अतिशय आवडत. इतर लोक काय म्हणतात, याच्याशी मला कर्तव्य नाही."

पाकिस्तानविरुद्ध लढणाऱ्या भारतीय उच्च सेनाधिकाऱ्यांमध्ये तीन पारशी, तीन शीख आणि तीन ज्यूधर्मीय असल्याचं जेकब मोठ्या चवीने सांगतात. भारतीय पायदळाचे प्रमुख, धाडसी, विनोदप्रिय, दुसऱ्या महायुद्धात तावून-सुलाखून निघालेले, झुपकेदार मिशी ठेवलेले जनरल सॅम माणेकशा भारताच्या विजयाबाबत

जेकब यांच्याएवढेच निश्चिंत होते.

पूर्व पाकिस्तानमधली भारताची बाजू लष्करीदृष्ट्या अनेक पटींनी वरचढ असल्याचं भारतीय सेनाधिकाऱ्यांना माहीत होतं. पाकिस्तानच्या तीन लाख सैन्यासमोर भारताच्या पायदळाकडचं अदमासे अकरा लाख सैन्य फारच अवाढव्य असल्याचं अनुमान सीआयएने केलं होतं. भारताने स्वतःची युद्धयंत्रणा मजबूत केली होती, तिचं आधुनिकीकरण केलं होतं आणि पायदळ, हवाईदल आणि नौदल यांच्या समन्वित कामगिरीचं नियोजन केलं होतं. पूर्व पाकिस्तानमध्ये भारतीय सैन्याला बहुतेक बंगाली जनतेचा हार्दिक पाठिंबा होता आणि मुक्ती वाहिनीसारखा स्थानिक सहभागीदारही भारताला तिथे मिळाला होता. मुक्ती वाहिनीचे गनीम एकीकडे पाकिस्तानी लष्कराला दाबून ठेवत होते, तर दुसरीकडे भारतीय जवानांना स्थानिक भूप्रदेशाची खडानखडा माहिती देत होते. पाकिस्तानाचे पूर्व भागातले सैनिक संख्याबळाने कमी होते, त्यांचं धैर्य नष्ट झालं होतं, आणि बंगाली लोक तसंच गनीम यांना दडपण्याच्या कामगिरीमुळे ते थकून गेले होते. पूर्व पाकिस्तान हा लष्करी बोजा ठरणार असल्याचं आर्चर ब्लड यांना पहिल्यापासून ज्ञात होतं. ते म्हणतात, ''भारताविरुद्ध पाकिस्तानला स्वतःचा बचाव कधीच करता आला नाही, कारण त्याला भारताने जवळपास वेढलेले असून हा प्रदेश (पश्चिम पाकिस्तानपासून) हजार मैलांपेक्षा अधिक अंतराने दूर आहे.''

याला अनुसरूनच भारताने युद्धनियोजन केलं होतं. भारतीय सैन्याने पूर्वेकडे एका साहसी रणनीतीचा अवलंब केला. तिचं पितृत्व स्वतःकडे असल्याचा दावा करून जेकब सांगतात, ''तुम्ही सरळ ढाक्यावर चाल करायची. अधल्यामधल्या दुय्यम शहरांकडे दुर्लक्ष करायचं.'' अनेक सेनाधिकाऱ्यांनी आक्रमणाची योजना शिजवली होती, पण तिच्या गाभ्याबद्दल सर्वांचं एकमत होतं. जेकब यांनी स्पष्ट केल्यानुसार, ''ढाका हा गुरुत्वाकर्षणाचा केंद्रबिंदू होता. ते पूर्व पाकिस्तानचं भू-राजकीय हृदय होतं. ढाका जिंकल्याशिवाय युद्ध संपवणं शक्य नव्हतं.''

युद्ध जिंकल्यापासून या विजयाचं श्रेय घेण्यावरून भारतीय उच्च लष्करी अधिकाऱ्यांमध्ये चालू असलेल्या चढाओढीवरून हे युद्ध किती उत्तम प्रकारे लढलं गेलं असावं, याची कल्पना येऊ शकते. जेकब यांच्या म्हणण्यानुसार, लढाईची योजना ऑगस्ट महिन्यात चर्चेला आली असताना चितगाव आणि खुलना ही इतर दोन महत्त्वाची शहरं जिंकण्याची माणेकशांची आणि इतर वरिष्ठ अधिकाऱ्यांची इच्छा होती, कारण त्यायोगे ढाक्याचा पाडाव झाला असता. जेकब म्हणतात, ''मी सांगितलं की, 'हे बिलकूल चालणार नाही. चितगावचं महत्त्व दुय्यम आहे. ते घेतल्यामुळे युद्धावर काहीही प्रभाव पडणार नाही.' मी बोलल्यानंतर माणेकशा

म्हणाले, 'स्वीटी, नको–' '' एखाद्याला ताकीद देण्याची प्रस्तावना माणेकशा अशा प्रकारे करत.

पाकिस्तानचा हल्ला

३ डिसेंबर १९७१ हा दिवस राजकीयदृष्ट्या दिल्लीत शांततेचा दिवस होता. इंदिरा गांधी कोलकाता इथे होत्या, तर त्यांचे ज्येष्ठ मंत्री इकडेतिकडे विखुरलेले होते. हवाई बॉम्बहल्ल्याचा इशारा देणारे भोंगे सायंकाळी सहा वाजण्याच्या काही क्षण आधी दिल्लीत किंचाळायला लागले.

भारतीय नौदलाचे गुप्तवार्ता प्रमुख व्हाइस ॲडमिरल मिहीर रॉय म्हणतात, ''आम्ही चार डिसेंबरला हल्ला करणार होतो. मला वाटतं, पाकिस्तानने हा तर्क केला असणार.'' पौर्णिमा असल्याचा फायदा उठवत ४ डिसेंबरला हल्ला करण्याच्या जनरल माणेकशा यांच्या योजनेला इंदिरा गांधी यांनी संमती दिल्याचं सांगण्यात येतं. युद्ध कधी सुरू होणार होतं, याबाबतच्या सूचना लष्कराने दिल्या असल्याचं सीमासुरक्षा दलाचे महासंचालक के. एफ. रुस्तमजी यांना स्मरतं. त्यांच्या दलावर टाकण्यात आलेल्या जबाबदारीनुसार पाकिस्तानी सैनिकांना त्यांच्या तळांवरून बाहेर काढून इतस्ततः विखरून लावण्याची आणि सीमेवरच्या चकमकींमध्ये लढण्याची कामगिरी त्यांना पार पाडायची होती. इतर सर्व बाबी लष्कर बघून घेणार होतं; पण पाकिस्तानने प्रथम हल्ला केला. पाकिस्तानी हवाई दलाने पंजाब, राजस्थान आणि उत्तरप्रदेश या उत्तर भारतातल्या प्रमुख विमानतळांवर अनपेक्षितपणे समन्वित हल्ला चढवला. यानंतर पाकिस्तानी लष्कराने संपूर्ण पश्चिम सीमेवरच्या भारतीय लष्करी ठिकाणांवर लगेचच मारा सुरू करून पंजाबमध्ये आणि काश्मीरमध्ये मोठी आघाडी उघडली. पाकिस्तानी सैन्याने काश्मीरमधल्या पूंछ भागात हल्ला केल्याचा अहवाल संयुक्त राष्ट्रसंघाच्या लष्करी निरीक्षकांनी दिला. कालांतराने पाकिस्तान सरकारने नेमलेल्या एका न्यायिक आयोगासमोर आलेल्या माहितीनुसार, याह्या खान यांनी हा हल्ला करण्याचा निर्णय २९ नोव्हेंबर रोजी घेतला, तेव्हा त्यांना भारताच्या हल्ल्याची योजना माहीत नव्हती.

सुमारे दहा लाख लोकांच्या महासभेसमोर कोलकाता इथे भाषण करणाऱ्या इंदिरा गांधी खासगीत म्हणाल्या, ''बरं झालं, त्यांनी हल्ला केला.'' या युद्धाचा दोष पाकिस्तानच्या माथी मारण्याची त्यांची इच्छा होती. आता तसंच घडणार होतं. हल्ल्याची बातमी मिळाल्यानंतर इंदिरा गांधींच्या चेहेऱ्यावर कोणतीही भावना उमटली नाही, पण त्या रात्री विमानाने दिल्लीला परतत असताना 'पाकिस्तानी हवाई दल आपलं विमान उडवून देण्याचा प्रयत्न करू शकेल.' या कल्पनेने त्या बैचेन

झाल्या होत्या. दिल्लीत त्यांनी तीनही सेनाप्रमुखांची भेट घेतली, लष्करी परिस्थितीचा पडताळा घेण्यासाठी त्या युद्धकक्षाकडे धावल्या आणि त्यानंतर त्यांनी संसदीय नेत्यांबरोबर सल्लामसलत केली. या वेळी त्या रागाने धुमसत होत्या. त्यांच्या कर्मचारिवर्गाने त्यांच्यासाठी घाईघाईने लिहिलेल्या एका सुमार भाषणावरून त्यांच्या संतापाचा कडेलोट झाल्याची आठवण त्यांच्या एका ज्येष्ठ सहकाऱ्याने सांगितली आहे. जनसंघाचे आक्रमक नेते अटल बिहारी वाजपेयी इंदिरा गांधींबद्दल सांगतात, ''त्या अत्यंत चिंताग्रस्त आणि काळजीत होत्या.''

पंतप्रधानांनी भारतीय लष्कराला हल्ला करण्याचा आदेश दिला. जनरल माणेकशा नंतर म्हणाले की, पंतप्रधान आणि संरक्षणमंत्री दिल्लीबाहेर असल्याने त्यांना प्रतिहल्ला करण्याबाबतचा निर्णय घ्यायचा होता आणि नंतर त्यावर मंत्रीमंडळाचं शिक्कामोर्तब करून घ्यायचं होतं. इंदिरा गांधी यांनी ३-४ डिसेंबरच्या मध्यरात्रीनंतर आकाशवाणीवरून केलेल्या भाषणात संथ आणि गंभीर स्वरात देशबांधवांना सांगितलं, ''आता बांगला देशातलं युद्ध भारताविरुद्धचं युद्ध बनलं आहे.'' अखेरची घोडचूक केल्यानंतर याह्या खान यांनी ४ डिसेंबर रोजी पाकिस्तानचं भारताविरुद्धचं युद्ध सुरू झाल्याचं जाहीर केलं.

याह्या यांनी केलेल्या हल्ल्यामुळे भारताला उच्च नैतिक स्थान प्राप्त झालं. इंदिरा गांधी लोकसभेत गरजल्या, ''एक लढाऊ संसद म्हणून आपण आज एकत्र आलो आहोत. आपल्याला नको असलेलं एक युद्ध आपल्यावर लादलं गेलं आहे. हे युद्ध टाळण्यासाठी आम्ही प्रयत्नांची पराकाष्ठा केली.'' इंदिरा गांधींनी केवळ स्वसंरक्षणाच्या संदर्भातच या युद्धाचं समर्थन केलं नाही, तर बांगला देशाचं स्वातंत्र्य आणि तिथले मानवी अधिकार यांच्या संदर्भांतही त्यांनी या युद्धाचा पुकारा केला. इंदिरा गांधींनी रिचर्ड निक्सन यांना लिहिलेल्या संदेशात पाकिस्तानी आक्रमणाचा त्याचप्रमाणे वंशविच्छेदात परिणती झालेल्या दमनचक्राच्या पाशवी आणि वसाहतवादी धोरणाचा धिक्कार केला.

कोलकात्यामधल्या भारतीय राजनैतिक अधिकारी अरुंधती घोष याबाबत म्हणतात, ''यानंतरचा हल्ला कोलकात्यावर होणार, असं आम्हांला वाटत होतं. कारण इथली शहरं माणसांनी ओसंडून वाहत असतात. त्यामुळे एखादा फटाका फुटला, तरी लोक मरू शकतात.'' भररात्री हवाई हल्ल्याचे इशारे देणारे भोंगे वाजायला लागल्यामुळे आणि डोक्यावरून जाणाऱ्या जेट विमानांच्या घरघराटामुळे दिल्लीत लोक दचकून उठायला लागले. मात्र संपूर्ण देश युद्धाच्या प्रयत्नांमागे उभा ठाकला. या काळात सरकारने लादलेली रात्रीची प्रकाशबंदी आणि खंदक खणायला लोकांना दिलेलं प्रोत्साहन यांसारखे नाट्यमय प्रसंग वगळता, लोकसंख्या

असलेल्या ठिकाणांपासून युद्ध दूर होतं. त्यामुळे सरकारकडून एकामागून एक येत असणाऱ्या लष्करी विजयांच्या बातम्यांचा आनंद घेण्याइतपत बहुतेक नागरिक सुरक्षित होते. पूर्वी टीका केली असली, तरी आता जयप्रकाश नारायण यांनीही इंदिरा गांधींना संपूर्ण पाठिंबा जाहीर करून अशा राष्ट्रीय अणीबाणीच्या प्रसंगी गटबाजीला थारा नसल्याचं सांगितलं. एका भारतीय सामाजिक कार्यकर्त्याने लिहिलं, 'माझा देवावर विश्वास नसला तरी, संकटाच्या या क्षणी इंदिरा गांधी यांच्यासारखं निर्धारी आणि निर्भय नेतृत्व पंतप्रधानपदी असल्याबद्दल मी देवाचे आभार मानतो.' हे युद्ध का आणि कसं सुरू झालं होतं, याची माहिती सर्वसामान्य जनतेला व्हावी यासाठी पी. एन. हक्सर यांनी सरकारी उद्घोषणांचा वापर करण्याची पराकाष्ठा केली.

न्यू यॉर्क टाइम्सचा सिडनी शेनबर्ग म्हणतो, "त्या रात्री जेकब खुशीत होते. ते म्हणाले, 'लष्कर म्हणजे काय असतं, ते आत्ता आम्ही दाखवू.' " जेकब यांचे सेनाप्रमुख माणेकशा यांना तेवढाच आत्मविश्वास होता. एका चिंताग्रस्त अधिकाऱ्याने पाकिस्तानी हल्ल्याची बातमी दिल्यानंतर माणेकशा म्हणाले, "स्वीटी, एवढा घाबरलेला दिसू नकोस. मी पाहा, दिसतोय घाबरलेला?"

भारताने युद्ध सुरू केलं असल्याची खात्री रिचर्ड निक्सन आणि हेन्री किसिंजर यांना वॉशिंग्टनमध्ये लगोलग पटली. मात्र या वेळी त्यांच्याकडे कोणताही प्रत्यक्ष अद्ययावत तपशील नव्हता. युद्ध सुरू झाल्यामुळे निक्सन आणि किसिंजर यांची भारताबद्दलची नावड फारच तीव्र झाली होती. कोणतीही मतभिन्नता ते सहन करेनासे झाले होते. अमेरिकेने आणि पाकिस्तानने प्रयत्नांची पराकाष्ठा केली होती, तर भारताने सगळंच चुकीचं केलं होतं असा साक्षात्कार अचानक होऊन त्या दोघांनी स्वतःची बाजू न्याय्य असल्याची भूमिका घेतली होती.

युद्ध सुरू करण्यासाठी भारत अनुकूल क्षणाची वाट पाहत होता, हे चाणाक्ष किसिंजर यांनी अचूक ओळखलं. ते म्हणाले, "शक्य तेवढ्या लवकर भारतीयांनी चढाई सुरू केली आहे. पावसाळा संपला आहे, बर्फामुळे चीनबरोबरच्या खिंडी बुजल्या आहेत, बांगला देशींना प्रशिक्षित करण्यात आलं आहे, आणि भारताने स्वतःचं सैन्य हलवलेलं आहे." पाकिस्तानने प्रथम हल्ला केलेला असूनही त्याकडे क्षमाशील दृष्टीने पाहून किसिंजर म्हणाले, "पाकिस्तानला आक्रमण करण्यासाठी चिथावण्यात आलं असल्याची भूमिका अमेरिकेने घेतली पाहिजे." ते म्हणाले, "हे म्हणजे फिनलंडने रशियावर आक्रमण करण्यासारखं आहे."

निक्सन किसिंजरना म्हणाले, "देवाशपथ, माझ्या भावना मी पुरेशा तीव्रपणे व्यक्त करू शकत नाही." निक्सन अतिशय क्रोधित होऊन किसिंजर यांना म्हणाले,

“त्यांनी हे भयानक कृत्य केल्यानंतर आपण लगेच माघार घेऊ शकणार नाही. आता शब्दच्छल पुरे करा.” राष्ट्राध्यक्षांचा हा धगधगता आदेश किसिंजर यांनी खालपर्यंत पोहोचवला. निक्सन यांचा संताप अनावर झाला असून आता ते बरळायला लागले असल्याचं किसिंजरनी त्यांच्या कनिष्ठांना सांगितलं. युद्धकक्षातल्या एका बैठकीत किसिंजर म्हणाले, “आपण पुरेशी कठोर भूमिका घेतली नसल्याबद्दल राष्ट्राध्यक्षांच्या चाबकाचे फटकारे दर अर्ध्या तासाने माझ्या उघड्या पाठीवर बसत आहेत.”

निक्सन यांनी भारताची लष्करी आणि आर्थिक मदत थांबवण्याचा आदेश तातडीने दिला. भारताला धडा शिकवणारा प्रत्येक पर्याय धुंडाळण्याची आज्ञा त्यांनी किसिंजर यांना केली. साहाय्यक अ‍ॅलेक्झांडर हेगना किसिंजर म्हणाले, “भारताची सगळी मदत थांबवण्याची त्यांना इच्छा आहे; मी फारच नरम आहे असं त्यांना वाटतंय.” वास्तविक, या विचारानेच किसिंजरना गडगडाटी हसू आलं. भारताची मदत दीर्घ काळ बंद करून भारताची दूरगामी आर्थिक हानी करण्याचं निक्सन यांचं उद्दिष्ट होतं.

‘आपण पाकिस्तानच्या बाबतीत याहून अधिक उपकारक भूमिका घेऊ शकलो नाही.’ याचाच खेद निक्सन आणि किसिंजर यांना होत होता. अमेरिकी शस्त्रास्त्रांचा वापर करण्यापेक्षाही परकीयांपासून संरक्षण करण्यासाठी ही शस्त्रास्त्रं पाकिस्तानने अंतर्गत दमनचक्रासाठी वापरल्याबद्दल बेफिकीर असणाऱ्या निक्सन यांनी पाकिस्तानला आणखी शस्त्रास्त्रं पाठवण्याची गरज असल्याची इच्छा प्रदर्शित केली. पाकिस्तानला अमेरिकेकडून होणारी लष्करी मदत बंद झाल्यामुळे दुर्बल झालेल्या पाकिस्तानवर हल्ला करण्यासाठी भारताला चिथावणी मिळाली असल्याचा तर्क त्यांनी लढवला होता. ‘प्रशासनाने पूर्वीच भारताची लष्करी आणि आर्थिक मदत धीटपणे बंद करायला पाहिजे होती, म्हणजे भारताला रोख बसू शकला असता.’ अशी किसिंजर यांची भावना होती.

किसिंजर यांच्या दृष्टीने ही केवळ स्थानिक लढाई नसून शीतयुद्धातली सोव्हिएत संघाविरुद्धच्या इच्छाशक्तींची लढाई होती. ते निक्सन यांना म्हणाले, “इकडे भारत-सोव्हिएत युती आपल्या मित्रावर बलात्कार करते आहे. आत्ता आपण कोसळून पडलो, तर त्यामुळे सोव्हिएत नेते आपल्याप्रति आदर ठेवणार नाहीत. चिनी लोक आपला तिरस्कार करायला लागतील.” यामुळे चीनबरोबर संबंध स्थापित करण्याच्या किसिंजरच्या पुढाकाराचे तीन तेरा वाजले असते. आंतरराष्ट्रीय स्तरावर त्यांनी कमावलेलं सगळं काही निरर्थक ठरत असल्याची भूमिका मांडून ते म्हणाले, “रशियनांनी इथे खूप काही पणाला लावलेलं आहे.

आता व्हाइट हाउसने माघार घेतली, तर १९५६ साली सुएझ कालव्याप्रकरणी जसं अमेरिकेचं नाक कापलं गेलं होतं, तसाच प्रकार आपल्याही प्रशासनाच्या बाबतीत झाल्याचं सिद्ध होईल.''

या युद्धाची परिणती याह्या खान पदच्युत होण्यात होणार असल्याचं किसिंजर यांचं अनुमान होतं. या विचाराने दुःखी झालेले निक्सन म्हणाले, ''हे लज्जास्पद आहे; दुःखद आहे.''

निक्सन आणि किसिंजर यांनी इंदिरा गांधी यांच्यावर आगपाखड केली. निक्सन म्हणाले, ''तीनचार हजार मैल दूर असलेल्या गोऱ्या लोकांच्या देशाच्या धमकीला भीक घालणार नसल्याचं त्या म्हणतात. वा रे बहाद्दर! आमच्या पैशाच्या रंगाला त्यांनी आक्षेप घेतला नाही. ही बाई इथे आलेली असताना मी तिच्याबद्दल फारच नरम भूमिका घेतली होती की काय?'' ''खासगीत त्यांच्याशी निष्ठुरपणे वागण्याची शिफारस कदाचित मी तुमच्याकडे करायला हवी होती.'' असं किसिंजर यांना वाटल्याचं ते म्हणाले. निक्सन यांनी प्रतिज्ञा केली, ''याची किंमत तिला चुकवावी लागेल. याची किंमत तिला चुकवावीच लागेल.''

निक्सन आणि किसिंजर यांचा संताप भारतीय लोकांवरही बरसला. कोट्यवधी भारतीयांचं वैर ओढवून घेण्याची काही लोकांची इच्छा नसल्याचा उल्लेख निक्सन यांनी करताच त्यांचं बोलणं तोडत किसिंजर म्हणाले, ''पण राष्ट्राध्यक्ष महोदय, तसेही ते आपल्याबरोबर नाहीतच.'' हे मान्य करून निक्सन म्हणाले, ''त्यांचं शत्रुत्व तसंही आपण घेतलेलंच आहे. गांधी यांनी असं वागून हेच दाखवून दिलेलं आहे, होय की नाही?'' ''या अक्करमाश्यांनी आपल्याला कधीतरी पाठिंबा दिला आहे का?'' असं किसिंजर यांनी विचारता निक्सन म्हणाले, ''कधीही नाही.'' युद्ध सुरू झाल्यानंतर निक्सन म्हणाले, ''येतं शतकभर किंवा येती अनेक दशकं भारतीयांचा तिरस्कार आणि त्यांची साशंकता आपण ओढवून घेत असल्याचा युक्तिवाद न्यू यॉर्क टाइम्स आणि इतर लोक करतील. बकवास!.... अमेरिकेने अनेक दशकं मदत दिल्यानंतरही भारतीय लोकांकडून अमेरिकेच्या वाट्याला द्वेष आणि संशय याच भावना आल्या आहेत.'' किसिंजर उत्तरले, ''अगदी बरोबर! भारतात आपल्याला असलेला एकतरी मित्र मला सांगा; आहे का?'' निक्सन म्हणाले, ''अगदी बरोबर!''

''आपण भारताला कायमचं गमावतच आहोत, असं कदाचित डेमोक्रॅट्स म्हणतील.'' अशी शक्यता व्यक्त करून निक्सन म्हणाले, ''ठीक आहे, भारताला कायमचं गमावलं, तरी कुणाला फिकीर आहे?'' किसिंजर म्हणाले, ''आता आपल्याला त्यांच्यावरचा दबाव कायम ठेवावा लागेल. स्वतःच्या वर्तनाची किंमत

चुकवावी लागल्याचं भारताला समजलं पाहिजे. जर आपण कम्युनिस्ट चीनबरोबर संबंध पुनःस्थापित करू शकत असलो, तर कालांतराने आपण भारताबरोबरही संबंध प्रस्थापित करू शकू; कदाचित एकदोन वर्षांमध्येही करू शकू.'' चाऊ एन लाय यांना जिंकून घेणं आणि कोट्यवधी संतप्त भारतीय नागरिकांचा पाठिंबा परत मिळवणं यांमधला फरक किसिंजरच्या लक्षात आलेला नव्हता. ''भारतीयांना मी कवडीचीही किंमत देत नाही.'' असं निक्सन नंतर म्हणाले. 'आपण साठ कोटी भारतीय गमावू.' अशी काळजी व्यक्त करणाऱ्या विचारवंतांची त्यानंतर लगेचच हेटाळणी करत निक्सन उपरोधाने म्हणाले, ''भलताच तोटा!''

किसिंजर संकटात

कोणत्याही संकटप्रसंगी अतिशय अविचल राहणारा राजकारणी म्हणून हेन्री किसिंजर यांनी स्वतःची प्रतिमा ठसवलेली आहे – संकटप्रसंगी जबाबदारी घेण्यासाठीची आदर्श व्यक्ती! मात्र निक्सनना आणि त्यांच्या वरिष्ठ सहकाऱ्यांना मात्र चीनबरोबरचा संपर्क आणि व्हिएतनामबरोबरचं युद्ध हाताळण्याच्या तणावामुळे थकून गेलेले किसिंजर खिळखिळे होत चालल्याचं जाणवलं. एक मोठं युद्ध होऊ नये म्हणून अनेक महिने प्रयत्न केल्यानंतर किसिंजर त्यात अपयशी ठरले होते. त्यांचा आवाज चिरकत होता. हे सगळं त्यांच्यावरच्या तणावामुळे घडत असावं, असं निक्सन यांना वाटलं; किसिंजर थकले असल्याचं आणि असंबद्ध झाले असल्याचं भासलं.

एच. आर. हाल्डेमन यांच्याबरोबर ओव्हल ऑफिसमध्ये एकांतात असणाऱ्या निक्सन यांनी ठाशीव स्वरात; पण पालकत्वाचा सूर लावून ध्वनित केलं, ''आपण अयशस्वी झाल्याचं त्यांचं अंतर्मन त्यांना कदाचित सांगत असेल, असा माझा तर्क आहे.'' किसिंजरचं हे वर्तन अपराधी भावनेतून होत असल्याच्या मताशी हाल्डेमन यांनी सहमती दर्शविली. निक्सन पुढे म्हणाले, ''मला वाटतं, ते भावनिक झाले असावेत. माझ्याशी बोलताना त्यांचा स्वर अतिशय थकलेला वाटत होता.'' याबरोबरही मतैक्य दर्शवून हाल्डेमन म्हणाले, ''अति उत्तेजित झालेले किसिंजर स्वतःच्या अपयशामुळे अति खचलेले आहेत.''

हे युद्ध रोखण्यासाठी काहीही करता आलं नसतं, अशी खात्री पटलेले निक्सन म्हणाले, ''याबद्दल किसिंजर यांना अतिशय वाईट वाटतं आहे, कारण काहीतरी करून त्यांना हे युद्ध टाळता आलं असतं, असं त्यांना सतत वाटत होतं.'' परराष्ट्र मंत्रालयाबरोबर आणखी एकदा बाचाबाची झाल्यानंतर दाणदाण पाय आपटत हाल्डेमन यांच्या कार्यालयात आलेले किसिंजर म्हणाले की, त्यांना राजीनामा द्यावा

लागेल. निराश झालेले निक्सन म्हणाले, ''किसिंजर गोंधळलेले आहेत.'' यावर हाल्डेमन यांचं म्हणणं होतं, ''किसिंजर यांच्या अंतर्मनात स्वतःचाच छळ सुरू आहे.'' अमेरिकेच्या भारतविरोधी धोरणांवर काही आठवड्यांनी वृत्तपत्रीय टीका झाल्यानंतर खवळलेल्या किसिंजरना पाहणारे राष्ट्राध्यक्षांचे साहाय्यक जॉन एरलिचमन यांची नोंद म्हणते, 'हेन्रीला मानसोपचारांची गरज असण्याची शक्यता निक्सन यांनी मोठ्याने बोलून व्यक्त केली.'

सामर्थ्यक्षय झालेल्या आणि अवमानित झालेल्या किसिंजरवरची राष्ट्राध्यक्षांची मर्जी उडून गेली होती. त्यामुळे किसिंजर बेबंदपणे वागायला लागले होते. एकदा संतापाच्या भरात घोर भविष्यवाणी करताना १९३० च्या दशकाचा दाखला त्यांनी अशा प्रकारे दिला की, व्हाइट हाउसचे अगदी पहाडी छाती असलेले अधिकारीही चक्रावून गेले. निक्सन यांना धोक्याचा इशारा देताना हाल्डेमन म्हणाले, ''संतापलेले किसिंजर चेंबरलेनचा उल्लेख करतात आणि हे आपलं ऱ्हाइनलॅन्ड असल्याचं सांगत राहतात.'' किसिंजर यांच्या दुसऱ्या महायुद्धासारख्या प्रलयकारी भविष्यवाणीमुळे सहसा गडबडून न जाणाऱ्या हाल्डेमन यांनाही धक्का बसला. जर्मनीने ऱ्हाइनलॅन्ड जिंकून घेण्याची किंवा तत्सम घडामोडीची तुलना फेटाळून लावताना ते म्हणाले, ''इथे काहीसा फरक आहे. भारताची महत्त्वाकांक्षा संपूर्ण जग जिंकण्याची नाही.''

नोकरशाहीला बळीचा बकरा बनवणारे किसिंजर यांच्याकडे 'स्वतःकडूनही कधीतरी चूक होऊ शकते, हे पाहण्याची क्षमता नसल्याचं' प्रतिपादन निक्सन यांनी केलं. किसिंजर भीतीने पछाडले असल्याचं आणि हाताबाहेर गेले असल्याचं निरीक्षण खासगीत नोंदवताना जॉर्ज एच. डब्ल्यू. बुश म्हणाले, ''हेन्री सहजपणे उत्तेजित होतो आणि अत्यंत भावनिक झालेला आहे.'' किसिंजर यांच्या बुद्धीची झेप आणि त्यांचा हजरजबाबीपणा यांची प्रशंसा करून बुश म्हणतात, ''परराष्ट्र मंत्रालयातल्या अधिकाऱ्यांबाबत त्याचा दृष्टीकोन अगदी पाशवी असून या अधिकाऱ्यांना काहीही माहीत नसल्याचा आग्रह तो धरतो, आणि हे अधिकारी त्याच्या धोरणांची वाट लावत असल्याबद्दल त्यांना जाब विचारतो. या अनुभवातून मी गेलेलो आहे आणि मलाही थोडंसं लढावं लागलेलं आहे.''

युद्ध जवळ आल्यानंतर अशा प्रकारे स्वतःची भूमिका योग्य असल्याचं सिद्ध करण्याचे मार्ग किसिंजर शोधत होते. त्यायोगे त्यांना पुन्हा एकदा राष्ट्राध्यक्षांची मर्जी संपादन करता आली असती. थंड डोक्याने करण्याच्या वास्तववादी राजकारणावर त्यांची कितीही निष्ठा असली, तरीही या प्रसंगी त्यांच्या वागण्यामागे डावपेचांबरोबर भावनिकताही होती. पाकिस्तानवर दबाव आणून युद्ध टाळण्याच्या संधी अमेरिकेने

गमावल्याचं ते मान्य करत नव्हते. पाकिस्तानच्या कारवायांबद्दलची जबाबदारी अमेरिकेवर असल्याचा नकार किसिंजर अनेक महिने देत असले, तरी भारताच्या कारवायांबाबतचा दोषारोप मात्र ते पूर्णपणे सोव्हिएत संघाच्या माथ्यावर मारत होते. निक्सन भारताचा मनापासून तिरस्कार करत असले, तरी या संकटाच्या व्यापक चित्राचा अर्थ त्यांना समजला – जगाच्या केवळ एका भागातला हा केवळ एक पेचप्रसंग होता आणि या खेळात अमेरिकेची हार होत चालली होती. मात्र नैराश्यग्रस्त आणि संतप्त किसिंजर हा पेचप्रसंग अधिकाधिक गंभीर कसा करता आला असता, या प्रयत्नात होते. त्यांना सोव्हिएत संघावर माघार घेण्याची पाळी आणायची होती.

दोन आघाड्यांवरचं एक युद्ध

भारताने पूर्वेला आणि पश्चिमेला दोन अगदी वेगळ्या मोहिमा हाती घेतल्या. या दोन मोहिमांची उद्दिष्टं दोन्ही भूप्रदेशांएवढीच वेगवेगळी होती. पूर्वेला बांगला देशाच्या स्वातंत्र्यासाठी भारतीय सैनिक एक नेत्रदीपक, वेगवान लढाई लढले. या लढाईत ढाक्यात निर्णायक विजय मिळवण्यासाठी दलदली पार करून त्यांनी वेगाने कूच केली. संयुक्त राष्ट्रसंघाच्या सुरक्षा परिषदेने त्यांना रस्त्यात पायबंद घालण्यापूर्वीच त्यांना तिथे पोहोचायचं होतं. 'परकीय हस्तक्षेप आपल्याला थांबवण्यापूर्वीच, म्हणजे हे युद्ध आपल्याला आठ दिवसांमध्ये पूर्ण करून संपवावं लागेल.' असं टिपण डी. पी. धर यांनी हक्सर यांना युद्धापूर्वी पाठवलं होतं.

त्यानुसार ढाक्यावर चाल करून जाणं म्हणजेच बांगला देशाची निर्मिती करण्याचा जलद मार्ग असल्याबद्दल भारतीय सेनाधिकाऱ्यांमध्ये बरीच भवतो न भवति झाली. पश्चिम पाकिस्तानकडून पूर्वेला कोणतीही मदत मिळू नये, यासाठी पूर्व भागातली बंदरं आणि विमानतळ यांची नाकेबंदी करणाऱ्या भारतीय पायदळाने तोफखाना आणि चिलखती दल यांच्या वेगवेगळ्या पथकांचा कंबरमोड हल्ला पाकिस्तानी सैन्यावर चढवला.

अशी थोर कृत्यं पश्चिम आघाडीवर करणं शक्य नव्हतं. पूर्वेकडे झालेली हानी भरून काढण्यासाठी पश्चिम सीमेवर भारताला सपाटून मार देण्याचा आणि जमीन बळकवण्याचा पाकिस्तानचा निर्धार होता. पूर्व पाकिस्तानचं संरक्षण पश्चिमेत असल्याचं पाकिस्तानी सेनाधिकारी म्हणतच असत. खुद्द पश्चिम पाकिस्तान हा एक चिरेबंदी किल्ला होता, आणि त्याच्यावर आक्रमण करणाऱ्यांना विलक्षण प्रेरित पाकिस्तानी सैनिकांनी काढलेली खंदकातली आणि सिमेंटची भुयारं भेदून या सैनिकांना तोंड द्यावं लागणार होतं. पाकिस्तानी सैनिकांनी रणगाडाविरोधी चरही

खोदून ठेवले होते आणि जेकब यांनी आदरपूर्वक नोंद केल्यानुसार, 'या सैनिकांचा ताफा म्हणजे एक शस्त्रसज्ज आणि सुसज्ज लष्करी ताफा होता.' या भागात भारतीय पथकं केवळ थोड्याफार प्रमाणात शत्रूपेक्षा वरचढ होती. मात्र हा फरक यशस्वी आक्रमण करण्यासाठी आवश्यक तितका नव्हता. अशा प्रकारे भारत आणि पाकिस्तान एका रक्तलांच्छित; पण अनिर्णित युद्धात गुंतले, आणि त्यांचे रणगाडे वाळवंटातली धूळ उडवत किंवा काश्मीरच्या पहाडांमध्ये एकमेकांवर तुटून पडले. नंतर जनरल माणेकशा म्हणाले, ''भारतीय सैनिकांनी पश्चिम पाकिस्तानविरुद्ध प्रामुख्याने बचावात्मक भूमिका घेतली होती; आणि भारतीय संपर्कयंत्रणा, लष्करी तळ आणि काश्मीरमधली परिस्थिती सुधारण्यासाठी पाकिस्तानवर मर्यादित हल्ले चढवले होते.''

व्हाइट हाउसच्या अनेक महिन्यांच्या समर्थनामुळे प्रोत्साहित झालेल्या पाकिस्तानला परदेशातून मदत मिळण्याची आणि कदाचित हस्तक्षेपही होण्याची आशा होती. युद्धापूर्वी सीआयएने केलेल्या एका नोंदीनुसार, 'पाकिस्तानच्या गर्विष्ठ आणि स्वतःच्या सन्मानाबाबत अत्यंत जागृत असणाऱ्या वरिष्ठ सेनाधिकाऱ्यांकडून' भारतावर अचानक प्रहार होण्याची शक्यता होती. या साहसातल्या स्वतःच्या पराभवाच्या शक्यतेची कल्पना त्यांना होती, पण ते नशीब उघडण्यावर किंवा महाशक्तीकडून वेळीच हस्तक्षेप होण्याच्या आशेवर होते. या युद्धानंतर माणेकशा यांनी असा तर्क बोलून दाखवला की, बांगला देश तुटून निघाल्यामुळे त्याची भरपाई करण्यासाठी काश्मीरचा मोठा हिस्सा बळकवण्याच्या आशेने पाकिस्तानने हल्ला केला असावा. ''या प्रश्नाला आंतरराष्ट्रीय स्वरूप देऊन जगातलं, विशेषतः अमेरिकेतलं जनमत जागृत करून भारताला प्रतिहल्ला करण्यापासून रोखण्याचीही पाकिस्तानची अपेक्षा असावी. पाकिस्तानला कदाचित बऱ्याच अधिक मदतीची अपेक्षा चीनकडूनही असावी.''

१९६७च्या सहा दिवसांच्या युद्धात इस्राइली विमानांनी इजिप्तवर अनपेक्षित हल्ला केला होता. याह्या खान यांनी ३ डिसेंबर रोजी भारतावर हल्ला केला, तेव्हा त्यांच्या मनात ती घटना असल्याचं स्पष्ट होतं. तसंच नंतर पश्चिम आघाडीवर विनाशक हल्ले चढवण्याचा त्यांचा मनसुबा होता. ते पूर्णपणे अयशस्वी झाले. असा हल्ला होण्याची शक्यता लक्षात घेऊन भारताने स्वतःचं हवाई दल विभागून आणि संरक्षणात ठेवलं होतं. त्यामुळे पाकिस्तानी हल्ला आश्चर्यकारकरीत्या निष्प्रभ ठरला.

भारतीय मिग-२१ विमानांनी ढाका विमानतळ फोडून काढलं. पाकिस्तानी एफ-८६ सेबरजेट लढाऊ विमानं आकाशात भारतीय विमानांबरोबर अतिवेगाने झुंजत असताना तोंडात बोट घातलेले हजारो लोक ढाक्याच्या रस्त्यांतून आणि

छपरांवरून हे दृश्य पाहत होते. विमानं करत असलेल्या बॉम्बफेकीमुळे वातावरण धुराने भरून गेलं होतं आणि लक्ष्यवेधी बॉम्ब्स रात्रीच्या वेळी लालबुंद बाणांसारखे, तर दिवसा कापसाच्या पांढऱ्याशुभ्र गोळ्यांसारखे भासत होते. ढाक्यातल्या अमेरिकी उपदूतावासात आर्चर ब्लड यांचे उरलेले काही समर्थक भारतीयांचा जयजयकार करत होते. बंडखोर कनिष्ठ विकास अधिकारी डेसे मायर्स म्हणतो, ''या परिस्थितीचं वर्णन करताना सांगणारा संवेदनाशून्य भासायला लागतो. मात्र त्या घडीला आम्ही बाजू घेत होतो. देशाचे दोन भाग परत जोडणं पाकिस्तानला शक्य झालं असतं असं आम्हांला वाटत नव्हतं. पाकिस्तान जे काही करत होतं, ते चुकीचं असल्याचं आम्हांला वाटत होतं. त्यांना आवरावं, इंदिरा गांधींनी कारवाई करावी, लष्कराने लवकरात लवकर ढाक्यात पोहोचावं आणि युद्ध संपवावं असं आम्हांला वाटत होतं.'' इन्टर कॉन्टिनेन्टल हॉटेलमध्ये अडकून पडलेल्या मायर्सच्या खोलीच्या सगळ्या खिडक्यांना प्रकाश बाहेर जाऊ नये म्हणून काळे, जाड पडदे लावण्यात आले होते. विमानतळावर बॉम्बफेक करण्यासाठी भारताची लढाऊ विमानं येत असल्याचं हॉटेलच्या खिडक्यांमधून तो बघू शकत होता. त्याचप्रमाणे प्रखर सूर्यप्रकाशातून अचानक उसळी मारून येणारी विमानं पाकिस्तानसाठी अवघड लक्ष्य बनत असल्याचंही त्याला दिसत होतं.

विमानांच्या बाबतीत भारतीय हवाई दल पाकिस्तानपेक्षा तिपटीने सरस होतं. पूर्वेकडच्या आकाशात स्वतःचं वर्चस्व लगेचच प्रस्थापित करून या हवाई दलाने ढाका विमानतळाचा भुगा केला आणि पाकिस्तानने पूर्वेकडे जमवून ठेवलेल्या थोड्याफार विमानांचा निःपात केला. खालून चढाई करणाऱ्या भारतीय सैन्याला या हवाई दलाने आकाशातून संरक्षक आच्छादन पुरवलं आणि पाकिस्तानची उरलेली लढाऊ विमानं, रडार केंद्र, चिलखती पथकं, त्यांचे विमानतळ आणि इंधनांचे साठे यांना ठोकून काढलं.

भारतीय लष्कराच्या पूर्व कमानीचे प्रमुख लेफ्टनंट जनरल जगजीतसिंग अरोरा यांनी नंतर बांगला देशाच्या लढाईचं वर्णन 'अडथळ्यांचा लढा' असं केलं. अरोरा हे एक कठोर आणि बुद्धिमान शीख सैनिक होते. त्यांची भेदक नजर आणि वर वळवलेल्या मिशा यांच्यासाठी ते प्रसिद्ध होते. अरोरा आणि त्यांचे सेनाधिकारी प्रमुख जनरल जेकब यांनी या भूप्रदेशातून भारतीय सैन्य अक्षरशः पळवत नेलं. वेगाने वाहणाऱ्या नद्या आणि नाले यांच्यामुळे पूर्व पाकिस्तानमधला हा प्रदेश छोट्या-छोट्या तुकड्यांमध्ये विभागला गेला होता. चढाई करताना धोरणात सुधारणा करत, अभियंत्यांवर अवलंबून राहत, पूलबांधणी करत आणि पलीकडे जाण्यासाठी बोटी जमवत ही चढाई चालू राहिली. मुक्ती वाहिनीच्या गनिमांनी

बहुतेक पूल पूर्वीच उडवून दिल्यामुळे भारतीय सैनिकांसमोरचं आव्हान जास्त खडतर झालं होतं.

युद्धात यानंतरच्या काळात जनरल अरोरा यांच्या आधिपत्याखाली येणार असलेल्या मुक्ती वाहिनीने पूल पुन्हा उभारून आणि भारतीय सैनिकांसाठी स्थानिक वाहनं आयोजित करून तिच्या या कृत्याची भरपाई केली. नद्यांवर चालणाऱ्या नावा, रिक्षा आणि बैलगाड्या इत्यादी साधनं पैदा करून स्थानिक नागरिकांवर अवलंबून असलेल्या बंगाली गनिमांनी भारतीय चढाईचा वेग वाढवला. बंगाली ग्रामस्थांना परिचित असलेल्या भागांमधून या ग्रामस्थांनी भारतीय सैनिकांसाठी बंदुका आणि दारूगोळा यांची वाहतूक केली. एका प्रसंगी वीस स्थानिकांनी साडेपाच इंची मध्यम तोफ पाय रुतत असलेल्या भातशेतीतून पलीकडे नेली. त्या वेळी इतर बंगाली दारूगोळा वाहून नेत होते.

भारतीय हवाई दलाने पूर्वेत स्वतःचं वर्चस्व प्रस्थापित केलेलं असल्याने भारतीय लष्कराची पथकं चढाई करताना शत्रूच्या विमानांकडून मारा होण्याच्या भीतीपासून मुक्त होती आणि त्यांना विखरून किंवा लपून आगेकूच करण्याची आवश्यकता नव्हती. पूर्व पाकिस्तानमध्ये सैनिकांच्या तुकड्या खोलवर उतरवण्यासाठी भारताने हेलिकॉप्टर्सचा वापर केला, त्यांच्यामार्फत मुक्ती वाहिनीबरोबर हातमिळवणी केली आणि अखेर या तुकड्या भारतीय लष्कराला जाऊन मिळाल्या. युद्धाच्या योजनेनुसार, मोठ्या प्रमाणावर सैनिक उतरवण्याची कामगिरी वेळेवर फत्ते झाल्यामुळे जनरल जेकब खूश झाले. भारतीय सैनिक भर दिवसा उतरवण्याएवढा आत्मविश्वास यावा, इतकं हे हवाई वर्चस्व होतं. एका भारतीय सेनाधिकाऱ्याच्या शब्दांत, ''ही हेलिकॉप्टर्स 'हवाई पूल' बनली.''

पाकिस्तानी सैनिक खंदकांमध्ये आणि भुयारांमध्ये तळ ठोकून बसले असताना त्यांच्यावर हल्ला करण्यापेक्षा त्यांना वळसा घालून जाणं भारतीय सैनिकांना अधिक पसंत होतं. त्यांना तिथेच खिळवून ठेवण्यासाठी पुरेसे भारतीय सैनिक किंवा अनेकदा मुक्ती वाहिनीचे गनीम मागे ठेवण्यात येत असत. ॲडमिरल रॉय म्हणतात, ''शहरं चुकवत आम्ही थेट ढाक्यावर चाल केली. वाटेतली शहरं जिंकायला वेळ नव्हता.'' ढाक्यात पोहोचण्याचा निर्धार केलेल्या भारतीय सैनिकांनी फक्त जेसोर आणि कोमिला ही दोन मोठी शहरं जिंकून घेतली. उघड लक्ष्य ठरतील असे महामार्ग वापरण्याऐवजी भारतीय सैनिकांनी पायवाटांनी किंवा शेतातून आगेकूच करण्याचा प्रयत्न केला. स्थानिक नद्यांचं जाळं आणि भूप्रदेशाचं बारीक ज्ञान असणाऱ्या मुक्ती वाहिनीच्या गनिमांनी या सैनिकांना मदत केली. न्यू यॉर्क टाइम्सचा प्रतिनिधी सिडनी शेनबर्ग याला बॉम्बफेकीने उद्ध्वस्त झालेल्या एका शाळेचा

फेरफटका घडवताना एक भारतीय अधिकारी म्हणाला, ''आम्ही त्यांना हग्या मार देत आहोत.''

जमालपूरसारख्या अनेक ठिकाणी भारतीय सैनिकांना पाकिस्तानी लष्कराच्या तुंबळ प्रतिकाराला सामोर जावं लागलं. शरण येण्याच्या भारताच्या मागणीला उत्तर देताना, 'मुक्तींना माझं प्रेम द्या.' अशी चिठ्ठी एका पाकिस्तानी कर्नलने लिहिली आणि तिला चिनी बनावटीची गोळी जोडली. एका खेड्यात भारताच्या रणगाड्यांनी उडवून दिलेल्या खंदकात पाकिस्तानी सैनिकांचे जळलेले देह भारताच्या एका रणगाडापथकाबरोबर गेलेल्या शेनबर्गने पाहिल्यानंतर त्याच्या अंगावर काटा आला. एका शेतातल्या खंदकात त्याला पाकिस्तानी सैनिकांचे बावीस मृतदेह आढळले. त्यांपैकी काही शांतपणे पहुडल्यासारखे दिसत होते, पण इतर मात्र भारतीय तोफगोळ्यांच्या माऱ्यामुळे चोळामोळा झाल्यासारखे किंवा चिंध्या उडाल्यासारखे दिसत होते. एक खंदक पूर्णपणे कोसळून निर्माण झालेल्या थडग्यातून बूट चढवलेले दोन पाय बाहेर लोंबताना दिसत होते.

मुक्ती वाहिनीचे गनीम भारतीय सैनिकांच्या बरोबरीने लढत होते. ''बंगाली म्हणजे लढाऊ जमात असल्याचं आम्ही जगाला पुन्हा दाखवून दिलं.'' अशी बढाई बांगला देशाच्या एका सेनाधिकाऱ्याने मारली. एका भारतीय वैमानिकाचं विमान उडवून दिल्यानंतर तो पॅराशूटने उतरला, तेव्हा गनिमांनी त्याला आसरा दिला. गनिमांनी पाकिस्तानी सैनिकांवर हल्ला केल्यानंतर भयभीत झालेले ग्रामस्थ इतस्ततः पळत आणि अनेकदा दोन्हीकडून होणाऱ्या गोळीबारात सापडून मरत. गुडघाभर गढूळ पाण्यातून वाट काढताना त्यात खेळणारे चिमुकले मासे पाहून एका गनिमाला ''ते बागडत आहेत आणि आपल्याच विश्वात मग्न आहेत.'' असे अस्थानी उद्गार काढण्याची स्फूर्ती झाली. एका नदीवरच्या पाकिस्तानी युद्धनौकांच्या दिशेने निरभ्र आकाशातून सूर मारणाऱ्या तीन भारतीय नॅट लढाऊ विमानांचं, मागोमाग झालेल्या स्फोटांचं, तसंच निघालेल्या धुराच्या दाट लोटांचं सुंदर दृश्य आठवून हा गनीम कसा हर्षभरित झाला होता, याचं वर्णन त्यानी केलं.

स्थानिक बंगाली लोकांनी जयजयकाराने आणि आलिंगन देऊन उत्तेजित भारतीय सैनिकांचं स्वागत केलं. भारतीय लष्कर आगेकूच करत असताना त्यांच्यामागे एकदोन मैल अंतर ठेवून सचिंत बंगाली नागरिक येत असल्याचं आणि त्यांना स्वदेशात परतण्याची इच्छा असल्याचं शेनबर्गच्या लक्षात आलं. माघार घेणाऱ्या पाकिस्तानी सैनिकांच्या अखेरच्या द्वेषपूर्ण हल्ल्यांना बळी पडलेले अनेक जण स्वतःच्या घरी परतू शकले नाहीत. एका शेतात दोन बंगाली नागरिकांचे मृतदेह कुत्री कुरतडत असल्याचं आणि दुसऱ्या एका देहाचा डावा हात तोडलेला, तर छाती

फोडलेली असल्याचं शेनबर्गने पाहिलं. पाकिस्तानी सैनिकांचा आणि त्यांना साथ देणाऱ्यांचा काही गनिमांनी आणि बंगाली नागरिकांनी क्रूरपणे सूड घेतला. बदल्यापोटी कुणालाही ठार न करण्याचा आदेश भारतीय लष्कराने दिलेला असूनही पाकिस्तानी सैनिकांचे विच्छेद केलेले, त्यांची बोटं आणि स्तन कापलेले, तसंच त्यांचे गळे चिरलेले देह एका भारतीय लष्करी कॅप्टनने बघितले.

दोन्हीकडचे सैनिक विलक्षण शौर्य दाखवून लढले आणि दोन्ही बाजूंच्या पाठीराख्यांना ते मान्य करावं लागलं. मात्र पूर्वेकडे पाकिस्तानी लष्कर कोसळून पडत असताना शत्रुसैनिकांनी विनाकारण मरण पत्करण्यापेक्षा शरण येण्याचं आवाहन भारतीय लष्कराने केलं. जिनिव्हा कराराच्या अनुसार, युद्धकैद्यांना सन्मानाने वागवण्यात येणार असल्याचं माणेकशा यांनी नभोवाणीवरून केलेल्या आवाहनात वारंवार सांगितलं. शरणागती पत्करण्यात पाकिस्तानी सैनिकांना आणखी एक अशोभनीय, पण निश्चित लाभ होता - मुक्ती वाहिनीसमोर गुडघे टेकण्यापेक्षा ते भारतीय सैनिकांना शरण आले असते; तर त्यांची अवस्था जास्त बरी राहिली असती, असा वरिष्ठ भारतीय अधिकाऱ्यांचा अंदाज होता.

भारताचा विजय केवळ भारतीय सैनिकांच्या शौर्यामुळे झालेला नव्हता, तर त्यांच्याकडची युद्धसामग्री आणि शस्त्रास्त्रं यांची गुणवत्ताही यासाठी कारणीभूत होती. भारताचा स्वतःचा संरक्षण उद्योग आणि सोव्हिएत समर्थन यांचा हा परिपाक होता. सोव्हिएत देशाने पुरवलेले पीटी-७६ जलस्थलसंचारी हलके रणगाडे आणि एमआय-४ मालवाहू हेलिकॉप्टर्स यांसाठी माणेकशा यांनी सोव्हिएत देशाचे आभार मानले. हे हलके रणगाडे बांगला देशातला चिखल आणि तिथली दलदल यांच्यातून संचार करू शकत, तर हेलिकॉप्टर्समुळे ओढे आणि नद्या ओलांडून भारतीय सैनिकांची वाहतूक शक्य झाली आणि जखमी सैनिकांची सुटका करून त्यांची ने-आण करता आली. सोव्हिएत बनावटीचे टी-५५ मध्यम भक्कम भारतीय रणगाडे अमेरिकी बनावटीच्या एम-५४ चॅफी या हलक्या रणगाड्यांचा भेद करू शकले. भारतीय सैनिकांनी सोव्हिएत देशाच्या युद्धसामग्रीचा लौकिक आणखी उज्ज्वल केल्याबद्दल सोव्हिएत सेनाधिकाऱ्यांना अभिमान वाटला आणि त्यांनी सर्वोच्च बहुमानाची भाषा वापरून भारतीय लष्कराची प्रशंसा केली - त्यांनी भारतीय जवानांची तुलना दुसऱ्या महायुद्धातल्या सोव्हिएत सैनिकांबरोबर केली.

भारतीय सैनिक आणि बंगाली गनीम जसेजसे ढाक्याजवळ पोहोचायला लागले, तसातसा मुक्ती वाहिनीकडून सुडाच्या भावनेने होणाऱ्या अत्याचारांच्या शक्यतेचा भयानक धोका बांगला. देशातल्या बंगाली नसलेल्या अल्पसंख्य समाजाच्या मनात निर्माण झाला. हे अल्पसंख्य म्हणजे उर्दूभाषक बिहारी होते आणि

त्यांच्यातल्या अनेकांनी पाकिस्तानचं समर्थन केलं होतं. ''भारत 'हजारो नव्हे तर लक्षावधी' प्राण घेईल.'' असं याह्या यांनी जोसेफ फारलॅन्ड यांना सांगितलं. ते अमेरिकी परराष्ट्र मंत्रालयाला कळवून 'शतकातला सर्वांत मोठा रक्तपात होण्याच्या संभाव्यतेबद्दल' फारलॅन्डनी मंत्रालयाला इशारा दिला. 'पश्चिम पाकिस्तानींना मदत करणाऱ्या बिहारींचा बंगाली लोक निर्दयपणे बदला घेतील.' असं त्यांचं म्हणणं होतं. फारलॅन्ड म्हणाले, ''भारतीय लष्कराने गनिमांना रोखलं नाही, तर बिहारी पुरुष, महिला आणि मुलं यांना गनीम ठार करतील.'' ढाक्यात शस्त्रसज्ज बिहारी जमले असून त्यांच्यावर भीतीचा प्रचंड पगडा असल्याचं ढाक्यातल्या संयुक्त राष्ट्रसंघाच्या एका वरिष्ठ अधिकाऱ्याने कळवलं. आकाशवाणीवरून बदल्याच्या धमक्या ऐकवल्या जात असल्यामुळे त्यांच्या भीतीत भर पडल्याचंही या अधिकाऱ्याने कळवलं.

या सर्व घडामोडींना किसिंजर यांनी चांगला प्रतिसाद दिला. कत्तली थांबवण्यासाठी म्हणून सर्व संबंधितांना आवाहन करण्याची उत्कट इच्छा त्यांना होती. त्यानुसार, बिहारींविरुद्धचं सूडचक्र रोखण्याचं आवाहन अमेरिकेने भारताला केलं - तसं करण्याचं अभिवचन भारताने आधीच दिलं होतं - आणि जिनिव्हा करारानुसार पाकिस्तानी सैनिकांना माणुसकीच्या भावनेने वागवावं म्हणूनही विनवलं. अर्थातच, बंगालींची सररास कत्तल चालू असताना किसिंजर यांनी अशी तत्परता कधीच दाखवली नव्हती. खरंतर पाकिस्तानी नागरिक असलेल्या बिहारींना इतर पाकिस्तानी नागरिकांकडून धोका असल्याने या बिहारींचं संरक्षण हा किसिंजरच्या दृष्टीने आंतरराष्ट्रीय चिंतेचा मुद्दा बनण्याचं काहीच कारण नव्हतं. त्याचप्रमाणे नैतिक श्रेष्ठत्वाचा आव आणण्याच्या भारताच्या प्रयत्नांमधली हवा काढून घेण्याचा व्हाइट हाउसचा हा उघड प्रयत्न होता. निक्सन यांना किसिंजर म्हणाले, ''येत्या सहा महिन्यांमध्ये उदारमतवादी मंडळी मूर्ख दिसणार आहेत, कारण भारताने पूर्व पाकिस्तानवर कब्जा केल्यानंतर गेल्या काही महिन्यांमध्ये पाकिस्तानने जे काही केलं, ते एखादं बालनाट्य वाटेल.'' भारतीय अत्याचाराच्या घटनांची लक्षणं दिसावीत म्हणून निक्सन उतावीळ झाले होते. ते म्हणाले, ''ते आता बलात्कार करतायत आणि खून पडतायत, पण यांनीच पश्चिम पाकिस्तानवर टीका केली होती. आता तिथले भारतीय भयंकर दुष्टपणे वागत नाहीयेत का? प्रचंड संख्येने ते माणसं मारत नाहीयेत का?'' निक्सनच्या स्वतःच्या अधिकाऱ्यांनी असा काहीही पुरावा असल्याचा इन्कार केल्यानंतरही निक्सन यांनी स्वतःचा हेका कायम ठेवला. एका क्षणी ते संतापून म्हणाले, ''हेन्री, भारतीय वाईट दिसावेत, एवढीच माझी इच्छा आहे. त्या अनाथालयावर त्यांनी बॉम्बफेक केल्याबद्दल ते वाईट

दिसले पाहिजेत.'' भारतीय हवाई दलाच्या माथ्यावर अपश्रेय लागण्यासाठी हा प्रकार प्रत्यक्षात एका पाकिस्तानी विमानानेच केल्याची खात्री ढाक्यातला अमेरिकी उपदूतावास आणि संयुक्त राष्ट्रसंघाचा प्रतिनिधी यांना पटलेली होती. त्यामुळे अमेरिकेचा असा ढोंगीपणा गैरलागू होता. मात्र अमेरिका करत असलेली सभ्यशालीन वागणुकीची अपेक्षा आणि त्या संदर्भातली अमेरिकेची मागणी रास्तच होती, कारण त्यायोगे अनेक निष्पाप जीव वाचणार होते.

जागतिक जनमताबाबत जागृत असणाऱ्या भारताने बदला घेणार नसल्याचं अभिवचन दिलं होतं. बिहारी आणि शरण आलेले पाकिस्तानी सैनिक यांना जिनिव्हा करारानुसार सुडाच्या कृत्यांपासून संरक्षण देण्याचं आश्वासन दिलं होतं. दया दाखवण्याची आवश्यकता बांगला देशी नेत्यांच्या डोक्यात घुसवण्याचा आदेश हक्सर यांनी भारतीय राजनैतिक अधिकाऱ्यांना दिला – '' 'आम्ही स्वतःच रक्तपाताचे बळी असल्यामुळे कुणाचं रक्त सांडावं, अशी आमची इच्छा नाही.' असं या नेत्यांनी म्हणावं. एक सभ्य राष्ट्र म्हणून त्यांनी त्यांच्या विरोधकांबरोबर माणुसकीने वागावं. एक राष्ट्र म्हणून जगातल्या राष्ट्रसमूहात बांगला देश उदयाला येतो आहे. बांगला देशाचे प्रतिनिधी भारदस्तपणे, शांतपणे आणि स्वतःच्या भावना ताब्यात असल्याप्रमाणे वागले; तर त्यांना सर्व लाभ होतील.'' ढाक्यातल्या संयुक्त राष्ट्रसंघाच्या अधिकाऱ्यांच्या इशाऱ्याचं वाचन केल्यानंतर हक्सर यांनी जनरल माणेकशांना, संरक्षण मंत्रालयाला आणि इतर यंत्रणांना पुढे दिलेली घोषणा करण्याचा आदेश दिला, 'पाकिस्तानी लष्कराने दाखवलेल्या पाशवीपणाचा अवलंब भारतीय लष्कर करणार नाही, आणि शांतपणे शरण येणाऱ्या प्रत्येकाला सन्मानाने वागवलं जाईल; त्याच्या जीविताचं रक्षण करण्यात येईल.'

तरीही सुडापोटी अनेक भीषण कत्तली होत होत्या. फारतर एवढंच म्हणता येईल की, इतर वेळी पडू शकले असते; त्यापेक्षा कमी बळी भारताच्या प्रभावामुळे पडले. हे पुरेसं समाधानकारक नव्हतं. भारताच्या दबावाखाली बांगला देश सरकारने जिनिव्हा कराराचा सन्मान करण्याचं, युद्धकैद्यांसाठी आणि नागरिकांसाठी माणुसकीची वागणूक देण्याचं वचन दिलं. हीच घोषणा हक्सर यांनी आकाशवाणीवरून प्रसारित केली आणि एका सरकारी पत्रकार परिषदेत वाचून दाखवली. ९ डिसेंबर रोजी सीआयएने पाठवलेल्या अहवालात कळवलं, 'सूड घेऊ इच्छिणाऱ्या बंगालींपासून या लोकांचं संरक्षण करण्याच्या वचनाचं भारतीय सेना बऱ्यापैकी पालन करत असल्याचं दिसतं आहे.'

या संपूर्ण संघर्षात भारतीय नौदलाला स्वतःचं बळ दाखवण्याची उत्सुकता होती. पश्चिम पाकिस्तानचे रसदीचे सागरी मार्ग तोडून टाकून पूर्वेकडच्या पाकिस्तानी

सैनिकांना आणखी कुमक किंवा रसद मिळू शकणार नाही, अशी कृती भारतीय नौदलाने केली. त्याचप्रमाणे चितगाव आणि खुलना बंदरांची गळचेपी करून पाकिस्तानी सैन्याला जमिनीवर लढायला भाग पाडलं आणि ही बंदरं जिंकण्याची पायदळाची जबाबदारी हलकी केली.

चितगाव या पूर्वेकडच्या मोक्याच्या बंदराची नाकेबंदी करण्यासाठी भारताने स्वतःकडची एकमेव विमानवाहू युद्धनौका – ब्रिटनमध्ये बांधलेली 'आयएनएस विक्रांत' – तैनात केली आणि मदत करणारी जहाजं तसंच पाणबुड्या यांची तिच्यासोबत रवानगी केली. भारताची सी हॉक ही बॉम्बफेकी लढाऊ विमानं युद्धात भाग घेण्यासाठी विक्रांतवरून उड्डाण करू शकत होती. फक्त यासाठी तिथल्या यंत्रणेने बिनबिघाड काम करण्याची आवश्यकता होती. भारताच्या अगदी विसकळीत नौदलात दुरुस्तीची सतत गरज असणारी, जर्जर झालेली विक्रांत ही युद्धनौका अगणित विनोदांचा विषय बनलेली होती. ती वापरता येणार नसल्याचं युद्ध सुरू होण्यापूर्वी तीन महिने नौदलाने घोषित केलं होतं, कारण तिच्या बॉयलरला तडा गेलेला होता. भारताचे नौदलप्रमुख ॲडमिरल एस. एम. नंदा तुच्छतेने म्हणाले, "एखादी विमानवाहू नौका युद्धात वापरता येत नसली, तर ती बाळगण्यात काय अर्थ आहे!" भारतीय तंत्रज्ञांनी तिची शक्य तेवढी डागडुजी करून तिला तैनात केलं. अमेरिकेने पाकिस्तानी नौदलाला पुरवलेल्या सर्वांत विशाल आणि शक्तिशाली पाणबुडीकडून, 'पीएनएस गाजीकडून' भारतावर हल्ले होण्याची भीती भारतीयांना छळत होती.

खुद्द याह्या खान यांना पाकिस्तानी नौदलाकडून विक्रांतला जलसमाधी मिळण्याची आशा होती; पण कमनशिबी गाजी पाण्याखाली असताना तिच्यात प्रचंड स्फोट झाला आणि त्या आघाताने भूभागावरच्या अनेक खिडक्यांची तावदानं फुटली. भारताच्या पाणसुरुंगाला धडकल्यामुळे हा अपघात झाल्याचं भारतीय नौदल अधिकाऱ्यांचं म्हणणं होतं, तर स्वतःच्याच एका सुरुंगाला गाजीने धडक दिल्यामुळे हा अपघात झाल्याचा दावा पाकिस्तानी नौदल करत होतं. ही महान पाणबुडी समुद्रतळावर विसावली. गाजीकडून हल्ला होण्याच्या भीतीमधून मुक्त झालेल्या विक्रांतने चितगाव आणि कॉक्स बाजार बंदरांवर झालेल्या हल्ल्यांचं नेतृत्व केलं. ही मोक्याची बंदरं या हल्ल्याने लुळीपांगळी झाली आणि चितगावच्या मुख्य तेलशुद्धीकरण कारखान्याची होळी झाली. भारताच्या नौदलाच्या पूर्व कमानीच्या प्रमुखांनी स्वतःच्या खलाश्यांना संदेश दिला, 'पूर्व आरमाराचं घोषवाक्य – 'हल्ला–हल्ला–हल्ला.' ' पश्चिम पाकिस्तानकडे जाणारे सगळे सागरी मार्ग पूर्व पाकिस्तानसाठी बंद करण्यात आले.

याच वेळी पश्चिम पाकिस्तानमधली लढाऊ विमानं आव्हान देत राहिली असली, तरी भारतीय हवाई दलाने रावळपिंडी आणि कराची इथले विमानतळ आणि लष्करी आस्थापना यांच्यावर पुन्हापुन्हा भयानक हल्ले चढवले. भारतीय लढाऊ विमानांनी लाहोर इथल्या बहुतांश लष्करी लक्ष्यांचा वेध घेतला, पण अमेरिकेच्या वाणिज्यदूताच्या घरावरूनही ती चकरा मारत होती. इस्लामाबाद विमानतळावरचं एक अमेरिकी विमान – ते जगप्रसिद्ध वैमानिक चक यीगर यांच्या मालकीचं होतं – भारताने उडवल्याचं ऐकल्यानंतर वेडेपिसे झालेले निक्सन किंचाळत त्यांच्या कर्मचाऱ्यांची निर्भर्त्सना करत म्हणाले, ''देवाच्यान, या विमानांबाबत निषेध नोंदवण्याकरता आपलं हे फडतूस परराष्ट्र मंत्रालय काय करतं आहे?''

कडेकोट संरक्षणयंत्रणा उभारलेल्या कराची बंदरावर भारतीय हवाई दल आणि नौदल यांनी एक धाडसी आणि अनपेक्षित हल्ला करण्याची योजना आखली. पाकिस्तानी लष्कर कार्यरत राखण्यासाठी आवश्यक असलेल्या इंधनाचा चार-पंचमांश इंधनसाठा एकट्या कराचीत होता आणि तो नष्ट करण्याची ही योजना होती. भारतीय लढाऊ विमानांनी ४ डिसेंबरच्या रात्री उशिरा या लक्ष्यावर मारा केला, तेव्हा भारतीय नौदल गुपचूप किनाऱ्यावर अवतरलं आणि कराचीच्या तेलसाठ्यावर क्षेपणास्त्रांचा प्रहार सुरू केला. यानंतरच्या प्रचंड आगीत आकाशाला एक चमत्कारिक गुलाबी छटा प्राप्त झाली.

कराचीपासून काही अंतरावर असलेल्या भारतीय युद्धनौकांनी 'खैबर' या पाकिस्तानी विनाशिकेचे दोन तुकडे करून तिला समुद्रतळाला पाठवलं, तर 'शहाजहान' या विनाशिकेला पंगू करून टाकलं. ८ डिसेंबरला दुसऱ्या मोठ्या हल्ल्यात भारतीय नौदलाने कराची परिसरावर आणखी एकदा आग ओकत तिथल्या तेलाच्या टाक्या आणि तेलवाहू वाहनं उडवून दिली. कराचीवरच्या तेराव्या हवाई हल्ल्याचा प्रभाव जाणवत असताना दुसऱ्याच दिवशी आगीचे लोळ पसरले आणि शहरातले अर्धे इंधनसाठे खाक झाले. कराची सात दिवस जळत होती.

छांबची लढाई

कराचीचा अग्निप्रलय पाहणाऱ्या कुणाचाही विश्वास बसला नसता, पण अतिशय मजबूत असलेल्या पश्चिम पाकिस्तानविरुद्ध भारताला अतिशय सावधपणे लढणं भाग पडत होतं. पाकिस्तानच्या आक्रमक युद्धयंत्रणेला नामोहरम करून भारताची काश्मीरमधली परिस्थिती सुधारण्याची आशा भारताने बाळगलेली असली, तरी पूर्वेत भारताचा ज्या प्रकारे निर्णायक विजय झाला होता, तशी शक्यता

पश्चिमेत नव्हती.

हे लष्करी वास्तव वॉशिंग्टनमध्ये पूर्णपणे ज्ञात होतं. भारताच्या मंत्रीमंडळाच्या चर्चांची माहिती असणाऱ्या एका हेराने पुरवलेल्या तपशिलाच्या आधारावर सीआयएने स्पष्ट केलं की, भारत पश्चिमेत बचावात्मक पवित्रा घेऊन काश्मीरमध्ये पाकिस्तानला आणखी खोल जाण्यापासून रोखण्याची योजना बनवत होता. किसिंजरनी निक्सनना भारताच्या या बचावात्मक भूमिकेची माहिती दिली. पश्चिम पाकिस्तानमधल्या या पहाडी इलाक्यात भारताला अनेक अडचणींचा सामना करावा लागणार असल्याचं राष्ट्राध्यक्षांचं गणित होतं. ते म्हणाले, ''पाकिस्तानने काश्मीर बळकावलं, आणि भारताने पूर्व पाकिस्तान घेतलं; तर ही देवाणघेवाण चांगली होईल.''

पश्चिमेकडच्या चकमकी वेगवान आणि विनाशक होत्या. प्रत्येक क्षणाला मृत्यू जबडा आ वासून उभा असे - पाकिस्तानी रणगाडे वाळवंटात उत्तररात्री स्वच्छ चंद्रप्रकाशात उठून दिसत; भरदिवसा रणगाड्याच्या नळकांड्यावर तोफगोळा पडल्याने बावीस वर्षांचा एक भारतीय लेफ्टनंट मरण पावला; तर घाईघाईत न्याहरी करताना सीमासुरक्षा दलाच्या एका अधिकाऱ्याची श्वासनलिका कुठूनतरी आलेल्या पाकिस्तानी गोळीने छेदली. भारतीय आणि पाकिस्तानी सैनिक अत्यंत घाणेरड्या पंजाबी शिव्यांचा एकमेकांवर वर्षाव करत.

काश्मीर आणि राजस्थान या दोन ठिकाणी पाकिस्तानने जबरदस्त हल्ले चढवले. काश्मीरच्या पूंछ भागात पाकिस्तानी तोफखाना आणि मशीनगन यांच्या माऱ्यापुढे टिकाव लागण्यासाठी भारतीय सैनिकांना झगडावं लागलं. पाच दिवसांच्या घनघोर लढाईनंतर आणि अनेक बळी गेल्यानंतरच पूंछ सुरक्षित असल्याचा दिलासा भारताला मिळाला. भारतीय सैनिकांनी सिंधमध्ये धाडसी मुसंडी मारली आणि पाकिस्तानमधल्या पंजाबमध्येही जोरदार आगेकूच केली; पण पश्चिम आघाडीवरच्या परिस्थितीने इंदिरा गांधी आणि माणेकशा यांच्या न्याहरीप्रसंगी होणाऱ्या भेटींवर सावट आलं. या भेटीत हे दोघं एकमेकांकडची माहिती अद्ययावत करत. युद्धाच्या सहाव्या दिवशी जेव्हा लढाईत काहीच प्रगती होत नव्हती, तेव्हा माणेकशा यांना धीर देताना इंदिरा गांधी म्हणाल्या, ''पण सॅम, तुम्ही दररोज जिंकू शकत नाही.''

काश्मीरमधल्या छांब भागात पाकिस्तानने सर्व शक्ती एकवटून हल्ला केला. तिथला संघर्ष हा या युद्धातला सर्वांत जीवघेणा संघर्ष ठरला. त्यासाठी पाकिस्तानने भयानक युद्धसामग्री जमवली होती. सुमारे दोनशे अवजड आणि मध्यम क्षमतेच्या तोफांमधून भारतावर दोन दिवसांत साठ हजार फैरींचा वर्षाव करण्यात आला.

लवकरच या परिसरातले डोंगर जळून काळे ठिक्कर पडले होते. पाकिस्तानी लष्कराने दुपारी उशिरा कानठळ्या बसवणाऱ्या तोफगोळ्यांचा मारा सुरू करून तो मध्यरात्रीनंतर उशिरापर्यंत चालू ठेवला. त्यामुळे आकाशात गूढ छटा पसरत असत; जमीन हादरत असे. त्या वेळी भारतीय सैनिकांना मरणाच्या भीतीने ग्रासलं. सतत पडणाऱ्या तोफगोळ्यांमुळे युद्धभूमीची चाळण झाली, तर दगड आणि माती यांची कारंजी हवेत उंच उडायला लागली. सिमेंटच्या पोत्यांच्या थप्प्या रचून मजबूत केलेले बांधीव खंदक या माऱ्यात टिकू शकले नाहीत. एखाद्या चरात तोफगोळा लक्ष्यावर बरसला की चिखल आणि मानवी अवयव यांचा अंगावर शहारे आणणारा पाऊस पडत असे. जवळचीच एक उथळ नदी लालेलाल झाली होती.

भारतीय बॉम्बफेकी विमानांमधून होणारा संहारक वर्षाव पाकिस्तानी सैनिकांनी सहन केला, तर भारतीय सैनिकांनी हवाई हल्ले, तोफगोळे आणि पायदळ, तसंच रणगाडे अशा एकत्रित भीषण माऱ्याला तोंड दिलं. लढाईने ५ डिसेंबर रोजी चरमसीमा गाठली, तेव्हा सगळीकडे धूर व्यापून राहिला होता. या दिवशी पाकिस्तानचे कुप्रसिद्ध लेफ्टनंट जनरल टिका खान यांनी सैनिकांचा हल्ला दुपटीने वाढवला. एका शीख तुकडीने रणगाड्यांविरुद्ध रॉकेट लाँचर वापरल्यानंतर चार रणगाडे निकामी झाल्याचं दृश्य पाहून भारतीय सैनिक हर्षभरित झाले. अतिवापरामुळे भारतीय सैनिकांच्या मशीनगन अडकून काम करेनाशा झाल्या. यानंतर वरचढ संख्येचा फायदा घेत पाकिस्तानी पायदळाने हल्ला चढवला. संगिनींचा वापर करत समोरासमोर लढणाऱ्या भारतीय सैनिकांनी त्यांना मागे हटवण्याचा प्रयत्न केला. स्वतः हिंदू असलेला भारतीय मेजर गर्जना करून म्हणाला, ''ते शीख जवानांबरोबर लढतायत, हे त्यांना समजू द्या.''

बंदुकांच्या आणि तोफगोळ्यांच्या कवचांमुळे आणि गोळ्यांमुळे शरीर फाटलेले, जखमी झालेले, कण्हत असलेले भारतीय सैनिक प्रचंड संख्येने येत असल्याने भारताच्या लष्करी तळांवरची इस्पितळं ओसंडून वाहायला लागली. या भयाचा सामना करण्यासाठी जणू सैनिकांच्या जवळ पत्नी, मुलंबाळं किंवा एखाद्या देवतेचं छायाचित्रं असे. अशा अवस्थेत अंगावर येणाऱ्या पाकिस्तानी सैनिकांवर डोळ्यांत रक्त उतरलेल्या गोळीबार करणाऱ्या एका भारतीय सैनिकाला बॉम्बने उडवल्यानंतर अंतर्गत जखमांमुळे त्याला भयानक वेदना होत होत्या. देवाची प्रार्थना करताना तो पुटपुटत होता, ''अरे देवा, माझा एक महिन्याचा मुलगा आणि माझी पत्नी यांच्यासाठी मला वाचव.'' मरणाच्या दारात पोहोचलेला एक अधिकारी स्वतःच्या भावाच्या मृत्यूचा सूड घेण्यासाठी त्याच्यावर उपचार करणाऱ्या सर्जनकडे पुन्हा युद्धभूमीवर जाऊ देण्यासाठी विनवणी करत होता. जगण्याची एकमेव संधी

असलेला आणि तरीही गोळीबार करत राहिलेला एक सैनिक रक्त ओकत होता. अनेकांनी हात आणि पाय गमावले होते.

हवाई हल्ले आणि तोफखान्याचा मारा यांच्या संयुक्त रेट्यापुढे ६ डिसेंबर रोजी भारतीय सैनिकांना माघार घेणं भाग पडलं. यानंतरही ते लढत राहिले, पण त्या वेळी तरी पाकिस्तानी सैनिकांनी त्यांना हरवलं होतं. युद्धभूमीवर इतस्ततः जळके रणगाडे, जीप्स, मालमोटारी आणि टाकून दिलेल्या बंदुका यांचा खच पडला होता. उन्हात कुजणाऱ्या मृतदेहांची दुर्गंधी पसरली होती. दोन्ही बाजूंनी सुरुंग पेरलेले असल्यामुळे स्वतःच्याच मृत सहकाऱ्यांचे देह आणण्याची हिंमत दोन्ही बाजूंच्या सैनिकांमध्ये नव्हती.

संयुक्त राष्ट्रसंघ कामाला लागला!

युद्धकाळात नेतृत्व करण्याचा इंदिरा गांधी यांचा हा एकूणच अनुभव त्यांच्यासाठी गूढ आणि भास निर्माण करणारा होता. आश्चर्यचकित झालेल्या त्यांच्या एका मैत्रिणीला त्या म्हणाल्या होत्या, ''माझ्या तरुण वयात मला कधीकधी जी दृश्यं दिसायची, तीच दृश्यं आता वारंवार दिसत आहेत. या युद्धाच्या संपूर्ण काळात लाल रंग मला व्यापून राहिला होता.''

अधिक व्यवहारी स्तरावर युद्ध पेटल्यामुळे अखेर त्यांना ६ डिसेंबर रोजी बांगला देशाला मान्यता देणं शक्य झालं. मानवी अधिकारांचा सन्मान करत असलेल्या नव्या लोकशाहीचा जन्म झाल्याची आशा भारतीयांना होती. निक्सन यांना डिवचताना इंदिरा गांधी यांनी अमेरिकेच्या स्वतःच्या स्वातंत्र्ययुद्धाचा दाखला देऊन बांगला देशाच्या राष्ट्र म्हणून उदयाला येण्याचं समर्थन केलं. या प्रसंगी थॉमस जेफर्सन यांच्या एका वचनाचा त्यांनी गैरवापर केला. त्या म्हणाल्या, '' भरीव प्रमाणात व्यक्त झालेल्या राष्ट्राच्या इच्छेचं' समर्थन बांगला देश सरकारला लाभलेलं आहे.''

भारताने बांगला देशाला मान्यता देणं, म्हणजे केवळ अराजकता रोखणं किंवा सत्तेची पोकळी भरून काढणं किंवा अवामी लीगला सत्तारूढ करणं एवढंच नव्हतं. त्यातून भारताला ही काबीज करण्याची लढाई नसल्याचं सिद्ध करायचं होतं. हक्सर यांनी भारतीय अधिकाऱ्यांना बजावून सांगितलं, ''आपण स्वतः घालून घेतलेल्या ऐच्छिक बंधनाचं दर्शन मान्यता देण्याच्या या कृतीमधून होतं. कोणताही भूप्रदेश न जिंकण्याच्या किंवा बळकावण्याच्या आपल्या इच्छेचा आविष्कार त्यातून होतो.'' बांगला देशाचं स्वातंत्र्य अधोरेखित करण्यासाठी बंगाली गनीम स्वतःच्या राष्ट्रासाठी लढतानाची किंवा बंगाली लोक भारतीय सैनिकांचे मुक्तिदाते म्हणून

स्वागत करतानाची छायाचित्रं आणि त्याच्या चित्रफिती शोधून काढण्यासाठी भारतीय अधिकाऱ्यांची धावपळ सुरू झाली. इंदिरा गांधी जाहीरपणे म्हणाल्या, ''आम्हांला कुणाचीही भूमी नको.''

वॉशिंग्टनमध्ये निक्सन आणि किसिंजर सामान्यतः संयुक्त राष्ट्रसंघाला तुच्छ लेखत असत, पण युद्ध सुरू झाल्यानंतर भारताला ठोकायचं हत्यार म्हणून या जागतिक संघटनेच्या उपयुक्ततेचा साक्षात्कार त्यांना अचानक झाला. संयुक्त राष्ट्रसंघाच्या सुरक्षा परिषदेला सर्व सैनिक मागे घेण्यात येण्याची मागणी करायला लावून भारताचा युद्धभूमीवरचा विजय ते हिरावून घेऊ शकत होते. निक्सन म्हणालेही, ''जागतिक जनमत नावाच्या बकवास शब्दाला भारतीय बळी पडतात.''

अशा प्रकारे भारताच्या युद्धप्रयत्नांचं भवितव्य न्यू यॉर्कमधल्या सोव्हिएत राजनैतिक प्रतिनिधींच्या कालहरणाच्या प्रयत्नावर किंवा त्यांच्या नकाराधिकाराच्या वापरावर अवलंबून राहून बांगला देशात विजय प्राप्त करण्यासाठी जनरल माणेकशा यांच्या सैनिकांना पुरेसा वेळ मिळाला. (उपखंडात युद्ध पेटण्याचा इशारा सोव्हिएत संघाने भारताला दीर्घ काळापासून दिला असल्याने हे घडवणं सोव्हिएत संघासाठी अडचणीचं होतं.) किसिंजर यांनी निक्सन यांना स्पष्ट शब्दांमध्ये सांगितलं, ''सुरक्षा परिषदेत भारत आणि सोव्हिएत देश एवढा विलंब करतील की, प्रस्तावच मंजूर करता येणार नाही. तो मंजूर झाला, तरी सोव्हिएत संघ त्याचा नकाराधिकार वापरेल. संयुक्त राष्ट्रसंघ नपुंसक बनून राहील. म्हणजे सुरक्षा परिषद केवळ कागदी व्यायाम ठरेल; पण त्यामुळे वॉशिंग्टन पोस्टची आणि न्यू यॉर्क टाइम्सची कटकट थांबेल, आणि आपण हा प्रश्न संयुक्त राष्ट्रसंघाकडे सोपवला म्हणून उदारमतवादी खूश होतील... यावरून असं सिद्ध होतं की, रानटीपणे वागून एखादा देश मोकळा राहू शकतो.''

भारतीय सैनिक ढाक्याकडे आगेकूच करत असताना सुरक्षा परिषद तीन दिवस या विषयावर उत्कंठापूर्वक चर्चा करत होती आणि निर्णय लांबणीवर टाकत होती. भारताला संयुक्त राष्ट्रसंघावर वाटत असलेला कमालीचा संशय खरा ठरला, कारण निक्सन प्रशासनाने चीनबरोबर गुप्तपणे संधान साधून भारतावर कुठाराघात करण्याचं कारस्थान केलं होतं. ४ डिसेंबर रोजी अमेरिकेचे संयुक्त राष्ट्रसंघातले राजदूत जॉर्ज एच. डब्ल्यू. बुश यांनी तातडीची युद्धबंदी करण्याचा आणि सैनिक काढून घेण्याचा एक प्रस्ताव सादर केला. यामुळे बांगला देश मुक्त करण्याचा भारताचा प्रयत्न निरर्थक ठरला असता. स्वतःच्या पक्षाचं धोरण बुश यांना समजावून सांगताना निक्सन म्हणाले, ''आपण पाकिस्तानचे किंवा भारताचे पाठीराखे नसून शांततेचे पाठीराखे असल्याचं तुम्ही सांगा.''

पाकिस्तानी अत्याचारांचा कोणताही थेट उल्लेख काळजीपूर्वक टाळताना बुश यांनी संयुक्त राष्ट्रसंघाच्या सनदीचं उल्लंघन करून हल्ला केल्याबद्दल भारताची निर्भर्त्सना केली. या संघर्षाच्या मूळ कारणावरच्या चर्चेला बगल देऊन बुश म्हणाले, ''हे पूर्व पाकिस्तानावरचं सरळसरळ आक्रमण असून हे थांबलंच पाहिजे.'' व्हिएतनामबरोबर युद्धात गुंतलेल्या महाशक्तीने भारताची आक्रमक म्हणून संभावना केल्याबद्दल भारतीय परराष्ट्र मंत्रालयाने खासगीत रोष व्यक्त केला. मंत्रालयाच्या मते, पाकिस्तानच्या एकतर्फी आणि नागड्या आक्रमणाला, तसंच पूर्व पाकिस्तानमधल्या वंशविच्छेदाला अमेरिकेने प्रोत्साहन दिलं होतं. पाकिस्तानच्या अंतर्गत बाबीत भारताने ढवळाढवळ केली असून ही कृती म्हणजे संयुक्त राष्ट्रसंघाची सनद उद्दामपणे धाब्यावर बसवणं असल्याची ओरड पाकिस्तानने केल्यानंतर भारतीय राजनैतिक अधिकाऱ्यांनी या हाकाटीविरुद्ध सर्व बाजूंनी प्रत्युत्तर देताना म्हटलं, 'बांगला देशाचा वंशविच्छेद ही पाकिस्तानची अंतर्गत बाब नाही, आणि वंशविच्छेद-विषयक कराराच्या तसंच इतर आंतरराष्ट्रीय करारांच्या अनुसार, ही बाब आंतरराष्ट्रीय समुदायाच्या चिंतेचा विषय आहे.'

जॉर्ज बुश हे 'पूर्णपणे पाकिस्तानवादी' असून ते बांगला देशाच्या हालअपेष्टांकडे डोळेझाक करत असल्याबद्दल भारतीय परराष्ट्र मंत्रालयाने त्यांना खासगीत झोडपून काढलं. भारताच्या वकिलीला बुश यांनी दिखाऊ आक्षेप घेतला. निक्सन यांच्यासमोर बढाई मारताना बुश म्हणाले, ''राष्ट्राध्यक्षांचा उल्लेख एका भारतीय राजनैतिक अधिकाऱ्याने नावाने केला, तेव्हा मी त्याच्यावर चढलो.'' हे सांगताना बुश यांना मजा वाटत होती. ते निक्सन यांना म्हणाले, ''हा सगळाच अनुभव अद्भुत होता.''

निक्सन आणि किसिंजर न्यू यॉर्कमधल्या या औपचारिक निरर्थकतेचा आस्वाद मिटक्या मारून घेत होते. अमेरिकेचा प्रस्ताव प्रचंड बहुमताने मंजूर झाला. त्यांच्या बाजूने अकरा, तर भारताच्या बाजूने नकाराधिकार वापरणारा सोव्हिएत देश आणि त्याचा मांडलिक पोलंड हे दोघंच उभे राहिले. किसिंजर म्हणाले, ''सुरक्षा परिषदेत भारतविरोधी ठराव आला, तर रशिया स्वतःचा नकाराधिकार वापरून तो फेटाळेल, आणि असा ठराव पाकिस्तानविरोधी असला, तर चिनी प्रतिनिधी तो फेटाळतील.'' हे ऐकून निक्सन खोखो हसायला लागले. स्वतःच्या भूमिकेवर ठाम राहून त्यांनी आणखी एक असाच प्रस्ताव बुश यांना सादर करायला लावला. नकाराधिकार पुन्हा वापरून तो कसा फेटाळला जातो, असं सोव्हिएत देशाला दिलेलं हे आव्हान होतं. ठरावांच्या मसुद्यांचा ढीग साठत असताना सोव्हिएत संघाने भारतासाठी दुसरा नकाराधिकार वापरला आणि या वेळीही सोव्हिएत संघाला

संकोचून टाकणारं अकरा विरुद्ध दोन असं मतदान झालं. सोव्हिएत नेत्यांबद्दल किसिंजर निक्सन यांना म्हणाले, ''त्यांचा वेळ मजेत चालला आहे.''

'आपल्या संबंधांमधला हा एक महत्त्वाचा टप्पा आहे.' असा इशारा किसिंजर यांनी सोव्हिएत संघाला दिला, तर निक्सन यांनी लिओनिद ब्रेझनेव यांना पाठवलेल्या पत्रात 'तुम्ही पाकिस्तानचं स्वातंत्र्य आणि एकसंधता यांच्याविरुद्ध भारतीय लष्कराला पाठिंबा देत आहात.' अशी तक्रार कडक शब्दांमध्ये केली. सोव्हिएत नेत्यांशी समोरासमोर भिडण्याचा आग्रह निक्सन यांच्याकडे धरून किसिंजर म्हणाले, ''आपण त्यांच्याबरोबर कठोर राहिलेल्या प्रत्येक वेळी त्यांनी माघार घेतलेली आहे.''

विलक्षण कचाट्यात सापडलेल्या सुरक्षा परिषदेने ६ डिसेंबरच्या रात्रीच्या सुमाराला हा प्रस्ताव मान्य करण्याचा प्रयत्न सोडून देऊन हा सगळा घोळ आमसभेच्या दारात नेऊन ठेवला. बंगाली नागरिकांवरचे अत्याचार आणि भारत आक्रमण करत असल्याबाबतचे स्वतःचे आरोप यांच्यातला फरक दाबून टाकताना देताना बुश म्हणाले, ''कत्तल थांबवणं आणि आक्रमण थांबवणं आमच्या जनतेला अतिशय महत्त्वाचं वाटत असल्याचं दिसतं.'' याबाबत निक्सन यांना मोठ्या उत्सुकतेने सांगताना ते म्हणाले, ''आपल्याला जबरदस्त पाठिंबा होता. आपण आपला पहिला प्रस्ताव मांडला आणि तो अकरा विरुद्ध दोन मतं असतानाही पराभूत झाला. त्यानंतर सुरक्षा परिषदेवर नसणाऱ्या अनेक देशांचे - झांबिया, टांझानिया, मोरोक्को इत्यादी - राजदूत माझ्याकडे आले आणि हा प्रस्ताव घेऊन त्यांनी आमसभेकडे जाण्याविषयी सुचवलं. ही फारच उत्तम परिस्थिती आहे. कधीकधी हे देश अमेरिकेबरोबर मतदान करत नसले, तरी (या वेळी) अमेरिकेचं अगदी बरोबर असल्याचं या देशांचं म्हणणं आहे.''

दुसऱ्या दिवशी, म्हणजे ७ डिसेंबर रोजी या युद्धाबद्दल भारताला जागतिक मताचा सामना करावा लागला. युद्धबंदी आणि सैन्य काढून घेण्याची सूचना करणाऱ्या प्रस्तावाच्या बाजूने १०४ देशांनी मतदान करून भारताला एकाकी पाडलं.

बांगला देशाच्या मुक्ततेसाठी भारत मांडत असलेला युक्तिवाद अशा प्रकारे जगभर फेटाळण्यात आला. ठरावाच्या बाजूने मतदान करणारी हीच सरकारं बांगला देशातल्या कत्तली थांबवण्याच्या बाबतीत किंवा विस्थापितांना मदत देण्याबाबत सुसंगत भूमिका घेत नव्हती. इंदिरा गांधी आणि त्यांच्या सहकाऱ्यांनी तार स्वरात आवाहन केल्यानंतरही भारताला फक्त सोव्हिएत संघ, त्याचे काही अंकित आणि मांडलिक यांचाच पाठिंबा मिळवता आला. तसंच शेजारच्या छोटेखानी भूतान (निक्सन उसळून म्हणाले, ''भूतान हा काही देश नव्हे.'') या देशासह भारताच्या

बाजूला फक्त अकरा मतं होती, तर याच्या दसपट पाठिंबा अमेरिका आणि चीन यांनी एकत्र होऊन मिळवला होता. आफ्रिकेतून आणि अरब देशांमधून अमेरिकेला खंबीर पाठिंबा मिळाला असल्याचं बुश यांनी निक्सन यांना सांगितलं. युगोस्लाव्हिया, इजिप्त, घाना आणि इंडोनेशिया यांच्यासह अलिप्तता चळवळीने भारताला झटकून टाकलं होतं. हे मत म्हणजे कोणताही ठोस अधिकार नसला, तरी हा सगळा प्रकार अतिशय अवमानकारक होता.

निक्सन आणि किसिंजर यांचा आनंद गगनात मावत नव्हता. किसिंजर यांना निक्सन म्हणाले, ''देवा रे, भारतप्रेमी ही एक वेगळीच जमात आहे, पण देवाच्यान, त्यांचा अधिकार संयुक्त राष्ट्रसंघात चालत नाही, चालतो का?'' भारताच्या अमेरिकेतल्या समर्थकांना, विशेषतः एडवर्ड केनेडी यांना मिळालेल्या चपराकीमुळे निक्सन तृप्त झाले होते. त्यांची री ओढत किसिंजर म्हणाले, ''हे नालायक उदारमतवादी, ते काय म्हणू शकतात? सुरक्षा परिषद अकरा विरुद्ध दोन? आणि आमसभा १०४ विरुद्ध ११?''

यात सर्वांत प्रफुल्लित अमेरिकी नेता म्हणजे जॉर्ज बुश होते. स्वतःच युद्ध जिंकल्यासारखा त्यांचा स्वर होता. त्यांचं अभिनंदन करण्यासाठी निक्सन यांनी दूरध्वनी केला असता बुश स्वतःचा आनंद कसाबसा लपवू शकले. ''यामुळे आम्हांला फारफार बरं वाटलं.'' असं त्यांनी निक्सन यांना सांगितलं. ते संभाषण संपू नये, असंच त्यांना वाटत होतं. सोव्हिएत संघाने आणि भारताने कसून प्रयत्न केल्यानंतरही, ''त्यांना त्यांचा पोलादी पडदाच लाभला.'' असं बुश म्हणाले. स्वतःचं म्हणणं विषद करून सांगताना ते म्हणाले, ''युद्धबंदी आणि सैनिकांची माघार या तत्त्वावर संपूर्ण एकमत होतं. हे तत्त्व आपण, म्हणजे तुम्ही मूलभूत असल्याचं ठरवलं होतं. त्याचप्रमाणे भारताने पाखंडी भूमिका घेऊनही हाच देश खरा आक्रमक असल्याने हे एकमत झालं आहे.''

यामुळे निक्सन यांच्या संतापाचा कडेलोट होऊन ते म्हणाले, ''भारताने गांधींसारखा, येशू ख्रिस्तासारखा शांततेचा ढोंगी बुरखा पांघरला आहे. भारत म्हणजे जगातली सर्वांत महान, सर्वांत विशाल लोकशाही असून पाकिस्तान म्हणजे एक सर्वांत भयंकर हुकूमशाही असल्याचं चित्र उभं केलं आहे.'' निक्सन यांच्या 'हो'शी हो मिळवत बुश म्हणाले, ''आपण इथे युद्ध आणि शांतता यांची चर्चा करत असल्याचं; एका आक्रमणाबद्दल बोलत असल्याचं; दुसऱ्या देशात असलेल्या दीड लाख सैनिकांबद्दल बोलत असल्याचं मी संयुक्त राष्ट्रसंघाला सांगितलं.'' एका भावी राष्ट्राध्यक्षाची ही प्रारंभिक मुक्ताफळं होती. हे राष्ट्राध्यक्ष दोन दशकांनी युद्ध सुरू करून कुवेतवरच्या इराकच्या आक्रमणाचे काटे उलटे फिरवणार होते.

मात्र पाकिस्तान उल्लेख करत नसलेल्या स्वतःच्या अत्याचारांबाबत किंचित सदसद्विवेक दाखवून बुश म्हणाले, ''याच मुद्द्यावर अमेरिकेची भूमिका बरोबर आहे. हे आम्ही थांबवण्याचा प्रयत्न करत आहोत. आम्ही याह्या खान यांची सफेदपोशी करत नाही.'' विस्थापित, संयुक्त राष्ट्रसंघाचे निरीक्षक आणि 'मुजीबबाबतचा सौदा' अशा सर्व बाबतींमध्ये अमेरिकी प्रशासनाने स्वतःच्या प्रभावाचा वापर केल्यामुळे आलेल्या यशाचा उल्लेख निक्सन यांनी केला. याह्या सरकारवरची बहुतांश टीका समर्थनीय असल्याचं मान्य करूनही निक्सन स्पष्टपणे म्हणाले, ''यामुळे दुसऱ्या देशावर आक्रमण करण्याचं समर्थन होत नाही. एखाद्या देशाच्या अंतर्गत समस्या म्हणजे दुसऱ्या, अधिक मोठ्या, सामर्थ्यशाली देशाचा आक्रमणाचा अधिकार असल्याच्या समर्थनाचा आपण स्वीकार केला; तर जगातली आंतरराष्ट्रीय प्रणाली संपलेली असेल. हेच मूळ तत्त्व आहे की नाही?'' उत्साहाने मान डोलवत बुश म्हणाले, ''मूळ गाभा हाच आहे आणि म्हणूनच मतदानात त्यांचा पराभव झाला आहे.''

एखादं सार्वभौम सरकार स्वतःच्या हद्दीमध्ये हवं ते करू शकत असल्याच्या तत्त्वाचं निरूपण निक्सन यांनी सुरू केलं; पण त्यांनी मान्य केलं, ''याह्या यांच्याबद्दल बोलायचं झालं, तर त्यांचेही हात स्वच्छ नाहीत. ही परिस्थिती हाताळताना त्यांनी तिचा खेळखंडोबा केला.'' पण राष्ट्राध्यक्ष आणि बुश यांनी त्यांचा संताप भारतीयांसाठी राखून ठेवला. निक्सन गुरगुरले, ''आक्रमण करताना ते पकडले गेले आहेत.'' बुश यांना पुन्हा कामाला लागण्याचा आदेश देताना ते म्हणाले, ''माझ्या मते, मुख्य मुद्दा म्हणजे, ही बाष्कळ बडबड आहे. तुम्ही सतत जागतिक मताचं तुणतुणं वाजवत राहिलात, तर तो प्रश्न लोकशाहीवादी किंवा लोकशाहीविरोधी असल्याचा राहत नाही; साठ कोटी लोक सहा कोटींच्या विरुद्ध असल्याचा राहत नाही. आक्रमण चुकीचंच असतं; दोन देशांच्या आकारमानाच्या तफावतीमुळे त्याचं समर्थन होत नाही; शासन प्रणालीतल्या फरकामुळे त्याचं समर्थन करता येत नाही. समर्थन करता येत नसेल, तर एखाद्या लोकशाहीने केलेलं आक्रमण एखाद्या हुकूमशाहीच्या आक्रमणाएवढंच चुकीचं असतं. आक्रमण म्हणजेच चूक. याच पायावर संयुक्त राष्ट्रसंघ उभारलेला आहे. या नालायक कम्युनिस्ट देशांनी आक्रमण केलं, तर ते चुकीचं असेलच; पण एखाद्या लोकशाही देशाने ते केलं, तरी ते चुकीचंच असेल.''

बुश यांना बरंच काही बोलायचं होतं, पण त्यांना तोडत निक्सन म्हणाले, ''त्यांना मरेपर्यंत ठोका.'' आणि त्यांनी निरोपाचे शब्द न उच्चारताच दूरध्वनी बंद केला.

''मला त्यांच्यावर मुतायचं आहे.''

हे युद्ध म्हणजे भारताचं बेधडक आक्रमण असल्याची बाब अमेरिकी जनतेच्या मनावर ठसवण्यासाठी निक्सन आणि किसिंजर यांनी व्हाइट हाउसच्या सामर्थ्याचा पुरेपूर वापर सुरू केला. भारत आक्रमक असल्याचं सांगण्यासाठी त्यांनी मिळेल तो मार्ग अवलंबला. किसिंजरच्या नियमित पत्रकार परिषदा; किसिंजर यांच्यातर्फे होणारा माहितीचा प्रसार; तसंच उपराष्ट्राध्यक्ष स्पायरो अॅग्नू, व्हाइट हाउसमधले माध्यमाधिकारी, कॅबिनेट मंत्री, परराष्ट्र मंत्रालयाचे अधिकारी आणि काँग्रेसमधले जेराल्ड फोर्ड यांच्यासारखे प्रतिनिधी या सर्वांमार्फत त्यांनी भारत आक्रमक असल्याचा प्रचार चालू ठेवला. निक्सन म्हणाले, ''भारतीयांना बोंब मारू दे; उदारमतवाद्यांना कोकलू दे.''

निक्सन किसिंजर यांना म्हणाले, ''मला भारतीयांवर मुतण्यासाठी एक जनसंपर्क कार्यक्रम तयार करून पाहिजे. ते जबाबदार असलेल्या गोष्टींबद्दल मला त्यांच्यावर मुतायचं आहे. लक्षात घ्या, या दोषाचं खापर भारतीयांवर फुटेल, असं व्हायला पाहिजे. या पाखंडी भारतीयांना आपण असं सोडून देऊ शकत नाही. हेन्री, व्हिएतनामवरून ते आपल्यावर पाच वर्षं मुतलेले आहेत.''

व्हिएतनाम युद्धाबद्दल अमेरिकी जनतेत असलेल्या अप्रीतीचा फायदा व्हाइट हाउसने कौशल्याने करून घेतला. निक्सन म्हणाले, ''या आक्रमणाबाबत आपल्या विरोधकांना भारताची बाजू घेऊ दे. लोकांना युद्ध आवडत नाही. ते युद्धाविरुद्ध जातात.''

किसिंजर यांनी व्हाइट हाउसमधल्या पत्रकारांसमोर भारताविरुद्ध कैफियत मांडण्याची तयारी केली. ते तुच्छतेने म्हणाले, ''अर्थातच विस्थापितांमुळे भारताने ऊर बडवायला सुरुवात केली आहे, पण एकूण चित्र भारताविरुद्ध उभं राहायला सुरुवात झाली आहे.'' पत्रकारांना या घटनाचक्राची पार्श्वभूमी समजावून देताना चेहरा निर्विकार ठेवून ते म्हणाले की, भारतीय नेत्यांपेक्षा पाकिस्तानी नेत्यांना निक्सन अधिक पसंती देत असल्याबाबत ते अनभिज्ञ होते. अमेरिकी जनतेच्या 'भारताबरोबरच्या प्रेमसंबंधांबद्दल' पत्रकारांसमोर खेद व्यक्त करणाऱ्या किसिंजर यांची अमेरिकी जनतेचा भारताला असलेला पाठिंबा उथळ असल्याची खासगीत मात्र खात्री पटायला लागली होती. ते निक्सन यांना म्हणाले, ''या देशातले हरामखोर तुमच्यावर हवं तेवढं मुतू दे. आपल्या देशातली उदारमतवादी आघाडी नैतिकदृष्ट्या भ्रष्ट असून बौद्धिकदृष्ट्याही पूर्णपणे भ्रष्ट आहे. एकंदरीत तुमच्या मित्रावर होणाऱ्या बलात्कारावर ते तुम्हांला देखरेख करायला सांगतायत. कोणत्या अमेरिकी माणसाला भारत आवडतो, हे मला ठाऊक नाही.'' यावर निक्सन

म्हणाले, ''कुणालाच नाही.'' पुन्हा किसिंजर उत्तरले, ''तुमच्याविरुद्ध असलेल्या विचारवंतांना सोडून.''

एकदा युद्ध सुरू झाल्यानंतर एडवर्ड केनेडी आणि त्यांचे डेमोक्रॅटिक सहयोगी राष्ट्राध्यक्षांच्या रेट्याबरोबर स्पर्धा करू शकले नाहीत. निक्सन आणि किसिंजर त्यांच्या डेमोक्रॅटिक टीकाकारांवर कोरडे ओढायला लागले, काँग्रेसमधल्या रिपब्लिकन मित्रांना भारताविरुद्ध ओरड करण्यासाठी चिथवायला लागले. संयुक्त राष्ट्रसंघाच्या आमसभेतल्या मतदानानंतर सुखावलेले निक्सन किसिंजर यांना म्हणाले, ''आपल्या देशातली चर्चेस, केनेडी, न्यू यॉर्क टाइम्स, टाइम साप्ताहिक आणि इतर सगळे आता हे मतदान पाहतीलच, हेन्री.'' किसिंजर यांनी निक्सनना केनेडी यांच्यावर हल्ला चढवण्याविषयी सुचवलं.

निक्सन स्वतःला तत्त्वनिष्ठ माणूस समजत होते आणि स्वतःची धोरणं म्हणजे आक्रमणविरोधी आवश्यक नैतिक भूमिका असल्याचं समर्थन करत होते. ''एखाद्या देशात लोकशाही आहे की नाही यावरून अमेरिकेची धोरणं ठरत नसतात, हे परराष्ट्र मंत्रालयाने स्वतःच्या मेंदूत घुसवून घ्यावं.'' हा हेका निक्सन यांनी धरला. ते किसिंजर यांना म्हणाले, ''हेन्री, देवाच्यान, आपण हे अशा प्रकारे करत नसतो... एखादं पापी कृत्य अमुक प्रणालीच्या सरकारने केलं आहे, म्हणून चांगलं ठरत नाही. मला असं म्हणायचंय की, इतिहासातली सर्वांत भयानक युद्धं पश्चिम युरोपमधल्या ख्रिश्चन राष्ट्रांच्या दरम्यान लढली गेली आहेत आणि हे मी नेहमीच म्हणत आलो आहे.'' लोकशाहीला अधिक उच्च नैतिक मूल्यांचं पालन करायचं असल्याने एखाद्या लोकशाहीने केलेलं आक्रमण अधिक वाईट असल्याचा युक्तिवाद त्यांनी केला. ते समाधानाने म्हणाले, ''आता ही बाब या हरामखोरांसमोर योग्य प्रकारे सादर झाली आहे.''

व्हाइट हाउसच्या या प्रचारमोहिमेमुळे अमेरिकेतली मानसिकता भारताविरुद्ध गेली. उपखंडातलं युद्ध हाताळण्याच्या निक्सन यांच्या कार्यपद्धतीमुळे अमेरिकी लोक अस्वस्थ झाले असले, तरी कोणत्याशा कारणाने त्यांची सहानुभूती भारतापेक्षा पाकिस्तानला अधिक मिळायला लागली. याशिवाय अनेक अमेरिकी लोक यापासून पूर्णपणे दूर झाले. कुठल्याच बाजूबद्दल ते फिकीर करत नव्हते किंवा नेमकं काय चाललं होतं, याची त्यांना खात्रीशीर माहिती नव्हती. राष्ट्राध्यक्ष किसिंजर यांना म्हणाले, ''आपल्याला दोष द्यायचा की नाही, याबद्दल लोकांना कवडीचंही देणंघेणं नाही, कारण हे सगळेच खड्ड्यात गेले, तरी त्यांना सुखदुःख नाही.'' पाकिस्तानला मदत करण्यासाठी जनमताच्या विरोधामुळे अधिक काही करू शकत नसल्याबद्दल खेद वाटणाऱ्या निक्सन यांना आता धीर आला. ते

म्हणाले, ''या भानगडीमुळे लोक आपल्याला स्पर्शही करणार नाहीत, कारण या प्रश्नाशी त्यांना काहीही घेणंदेणं नाही.''

किसिंजर यांनाही दिलासा मिळाला. पूर्वेकडे पाकिस्तानी लष्कर पराभवाच्या तोंडावर उभं असताना काठोकाठ तुच्छतेने ते म्हणाले, ''याचा अर्थ, मरणाऱ्या बंगालींबाबत आता कुणीही अश्रुपात करणार नाही.''

१९. "हे आपलं ऱ्हाइनलॅन्ड आहे."

पाकिस्तानच्या पूर्व लष्करी कमानीचे सेनाधिकारी लेफ्टनंट जनरल ए. ए. के. नियाजी क्लांत आणि थकलेले होते. दुसऱ्या एका सेनाधिकाऱ्याच्या म्हणण्यानुसार, ते एका बैठकीत स्फुंदत रडले. थोडक्या दिवसांच्या लढाईनंतरच बांगला देशात पाकिस्तानी लष्कराचा धुव्वा उडला होता. पाकिस्तानची दोन शकलं करून भारत थांबणार नसल्याची मनोमन खात्री रिचर्ड निक्सन आणि हेन्री किसिंजर यांना पटली होती. पश्चिम पाकिस्तानवर कंबरमोड हल्ला करण्यासाठी पूर्व आघाडीवरचं लष्कर भारत फेरतैनात करू शकला असता, असं त्यांना वाटत होतं.

भारत कशासाठी लढत होता? बांगला देशाची मुक्ती करण्यासाठी की त्यापेक्षाही जास्त काहीतरी साध्य करण्यासाठी? किसिंजर यांचे साहाय्यक सॅम्युएल हॉस्किन्सन कोणताही किंतु न बाळगता म्हणतात, "पाकिस्तान नष्ट करणं हेच त्या वेळी असलेलं अंतिम उद्दिष्ट भासत होतं. खरोखर भारताची हे करण्याची तयारी होती. युद्धकालीन मंत्रीमंडळ यावर गंभीरपणे विचार करत असल्याची विश्वसनीय माहिती आमच्याकडे होती." ते पुढे सांगतात, "एकदा बांगला देश अस्तित्वात आल्यानंतर उत्तर भारतात लष्कर हलवून पश्चिमेला हल्ला करायचा आणि ही समस्या कायमची संपवून टाकायचा भारताचा इरादा होता. भारताचे सेनाधिकाऱ्यांमध्ये आणि वरिष्ठ वर्तुळात यावर गंभीरपणे चर्चा होत असल्याचं मला ठाऊक होतं." व्हाइट हाउसला हे सहन होण्यासारखं नव्हतं. याबाबत हॉस्किन्सन म्हणतात, "हा अमेरिकेचा मोठाच सामरिक पराभव ठरू शकला असता. अमेरिकेच्या एका मित्रराष्ट्राला अंगावर घेऊन भारताने संपवलं होतं. निक्सन आणि किसिंजर राष्ट्रीय सन्मानाबद्दल नेहमी जागरूक असत ... हा सोव्हिएत संघाचा सर्वंकष विजय ठरला असता."

युद्धकाळातले बहुतांश संवेदनशील दस्तऐवज अजूनही गोपनीय असले, तरी पश्चिम पाकिस्तानचे तुकडे करण्यासाठी भारत गंभीरपणे प्रयत्नशील असल्याची बाब स्पष्ट होत नाही. निक्सन यांना बेगवेगळ्या घडामोडींची माहिती देताना किसिंजर म्हणाले, "भारतीय आजही पश्चिम आघाडीवर प्रत्यक्षात बचावात्मक पवित्र्यात आहेत." भारत त्याची पूर्वेकडची मोहीम फत्ते करू शकला असता, तरी पूर्वेकडचं लष्कर

पश्चिमेला फेरतैनात करण्यासाठी त्याला बराच जास्त अवधी लागला असता आणि सोव्हिएत संघाला तेवढा अवधी मान्य होणं शक्य झालं नसतं. (संयुक्त राष्ट्रसंघाकडून युद्धबंदीची घोषणा होऊ नये म्हणून सेविएत संघ प्रयत्नशील होता.) सीआयएच्या गणितानुसार, हवाईमार्गे जाणाऱ्या भारताच्या लष्करी तुकड्यांना पश्चिम आघाडीवर पोहोचण्यासाठी पाच ते सहा दिवस लागले असते आणि पूर्वेत लढणारं पायदळ आणि चिलखती दल यांना त्यापेक्षाही अधिक कालावधी लागला असता. पश्चिम पाकिस्तान तोडण्यासाठी भारताला केवळ पाकिस्तानी लष्कराचा पराभव करून भागणार नव्हतं; तर या लष्कराचा भारताला पुरताच निःपातच करावा लागला असता, असं अमेरिकी गुप्तचर यंत्रणेच्या विश्लेषकांचं मत होतं. भारताची अशी इच्छा असली, तरी असं काही घडवून आणणं बहुधा भारताच्या क्षमतेबाहेरचं असावं.

हॉस्किन्सन यांचा निष्कर्ष निक्सन आणि किसिंजर यांच्याबरोबर मिळताजुळता होता आणि तो इंदिरा गांधी यांच्या मंत्रीमंडळातली गुपितं फोडणाऱ्या एका सीआयएच्या पंचमस्तंभी हस्तकाकडून आलेल्या माहितीवर आधारित होता. या एका माहितीच्या उगमावर आधारित सीआयएच्या अहवालानुसार, बांगला देशाची मुक्तता होईपर्यंत; पाकिस्तानच्या ताब्यात असलेला काश्मीरचा हिस्सा काबीज करेपर्यंत; आणि भारतावर आणखी एखादं आक्रमण करण्याची योजनाच पाकिस्तान आखू शकू नये अशा प्रकारे पाकिस्तानचा शस्त्रसाठा आणि हवाई दल नष्ट होईपर्यंत; लढत राहण्याचा इंदिरा गांधींचा निर्धार होता.

सीआयएचा हा हस्तक कोण होता किंवा तो कितपत विश्वसनीय होता याची खात्री आजही देता येत नाही. या अहवालाबद्दल गुप्तचर विभागातल्या अनेक विश्लेषकांनी शंका व्यक्त केली. पहिलं म्हणजे, खऱ्या चर्चा आणि निर्णय होण्याचं स्थान हे पंतप्रधानांचं सचिवालय होतं. कधीकधी या चर्चांमध्ये महत्त्वाच्या मंत्र्यांच्या छोटेखानी राजकीय व्यवहार समितीला सहभागी करून घेतलं जात असे, पण गप्पिष्टांचा भरणा असलेलं अवाढव्य मंत्रीमंडळ कधीच नाही. काश्मीरमधल्या वादग्रस्त भूप्रदेशाबद्दल विचारल्यावर, भारतीय राजनैतिक अधिकारी संदिग्धपणे उत्तरं देत, हे खरं आहे; आणि काश्मीरमधली इतर काही छोटी आणि मोक्याची ठिकाणं मिळवण्याची इच्छा असल्याचं त्यांनी नंतर मान्यसुद्धा केलं; पण इंदिरा गांधींच्या आक्रमक सल्लागारांना इंदिरा गांधींनी धुडकावून लावलं होतं, आणि पश्चिमेत मूलतः बचावात्मक युद्ध लढण्यावरच त्या ठाम असल्याचं या राजनैतिक अधिकाऱ्यांनी ठासून सांगितलं. हा हस्तक कितपत योग्यतेचा होता हे ज्ञात नसलं, तरी अमेरिकी सरकार या माहितीवर फारच अवलंबून होतं.

आधीच उत्तेजित झालेले किसिंजर हादरून गेले. त्यांच्या भारताबद्दलच्या

पूर्वग्रहावर आधारित कल्पनांना दुजोरा देणाऱ्या या माहितीची शहानिशा त्यांनी केली नाही. पश्चिम पाकिस्तानविरुद्ध एवढी अवाढव्य मोहीम (युद्ध) चालवणं भारताला खरोखर शक्य होतं का, याची चौकशी त्यांनी केली नाही किंवा नंतर या गुंत्यातून भारताने स्वतःची सुटका कशी करून घेतली असती, याचीही वास्तपुस्त किसिंजरनी केली नाही. त्याऐवजी त्यांनी अमेरिकेला भारताप्रति आणखी कठोर भूमिका घ्यावी लागणार असल्याचा निर्णय घेतला. त्यांनी निक्सन यांना ८ डिसेंबरला सांगितलं, "भारताचे डावपेच आता स्पष्ट झाले आहेत. स्वतःचं पूर्व पाकिस्तानमधलं लष्कर आता ते पश्चिमेकडे हलवणार आहेत. त्यानंतर पाकिस्तानी पायदळ आणि हवाई दल यांच्या ठिकऱ्या उडवून ते काश्मीरच्या काही भागावर कब्जा करणार आहेत." 'पश्चिम पाकिस्तानाचे पूर्णपणे तुकडे' करताना बलुचिस्तान आणि वायव्य सरहद्द प्रांतातल्या फुटीरतावादी शक्तींना चिथावणी देणं, असाच भारताचा इरादा असल्याचं सीआयएच्या गुप्त अहवालांच्या पलीकडे जाऊन किसिंजर यांनी विश्लेषण केलं. ते निक्सन यांना म्हणाले, "सोव्हिएत समर्थन, सोव्हिएत शस्त्रास्त्रं आणि भारतीय लष्करी सामर्थ्य यांच्या जोरावर हे घडवून आणण्यात येईल. याचा परिणाम म्हणजे पश्चिम आशियातली आणि इतर ठिकाणची सोव्हिएत-अंकित राष्ट्रं इतरांवर बेदरकारपणे हल्ले चढवण्याचं स्वातंत्र्य स्वतःला बहाल झाल्याचं समजतील, तर 'अमेरिकी लोक अगदीच दुर्बल आहेत.' असं चीनला वाटेल." हा पेचप्रसंग म्हणजे इतिहासातला एक मोठा संक्रमणकाल असल्याचं किसिंजरनी निक्सनना सांगितलं.

निक्सन यांनाही प्रचंड धक्का बसला. कारण ही बढाई होती की भारत खरोखरच इतक्या बेदरकारपणे वागू शकत होता, याचा विचार न करता किसिंजर यांच्याप्रमाणेच निक्सननी ही गुप्तवार्ता खरी मानली. पश्चिम पाकिस्तानची नाकेबंदी करताना भारताला लष्करीदृष्ट्या कोणत्या समस्या येऊ शकल्या असत्या, याबाबतही त्यांनी काही विचारणा केली नाही. हा तथाकथित हेर भारतविरोधी, पण पश्चिम आघाडीवरच्या नेहमीच्याच अपेक्षित युद्धविषयक उद्दिष्टांचा तपशील अमेरिकेला पुरवत असल्याचं किसिंजर आणि निक्सन यांना समजायला हवं होतं. ही उद्दिष्टं म्हणजे, काश्मीरमध्ये थोडंफार पदरात पाडून घेणं आणि पाकिस्तानच्या युद्धयंत्रणेचं जबर नुकसान करणं; पण पश्चिम पाकिस्तानकडून मजबूत प्रतिकार होत असल्याने भारताच्या या उद्दिष्टांवर मर्यादा पडणार असल्याचं समजून घेण्याऐवजी पश्चिम पाकिस्तानचा जणू लगेचच नायनाट होणार असल्याचं दृश्य या दोघांच्या नजरेसमोर तरळायला लागलं. सीआयएच्या हेराच्या माहितीत भर घालताना, निक्सननी इंदिरा गांधींच्या मंत्रीमंडळाच्या बैठकीबाबत अमेरिकी गुप्तचर यंत्रणेने मिळवलेल्या माहितीचा हवाला देऊन सांगितलं, "भारत पश्चिम पाकिस्तानवर विजय मिळवण्याचा प्रयत्न करणार असल्याचं जाणीवपूर्वक

विधान श्रीमती गांधींनी केलं. तसंच त्यांचं सैन्य त्या पूर्वेकडून पश्चिमेकडे हलवणार असल्याचंही म्हणाल्या.''

किसिंजर यांची गुप्त चढाई

चीन आणि अमेरिका यांच्याकडून होणारी मदत हीच याह्या खान यांची एकमेव आशा होती. 'उत्तरेकडच्या पीतवर्णीय आणि दक्षिणेकडच्या श्वेतवर्णीय' म्हणजे चिनी आणि अमेरिकी यांची मदत येईपर्यंत तग धरण्याविषयी सांगण्यात आल्याचं जनरल नियाजी सांगतात. भारतीयांना 'घाबरवण्याची' विनंती निक्सनना करताना किसिंजर म्हणाले, ''पश्चिम पाकिस्तानवरच्या हल्ल्याची शक्य तेवढी भीती तुम्ही त्यांना घाला. त्यासाठी आपण रशियनांना आणखी एक कठोर इशारा देणं आवश्यक आहे.''

आता किसिंजर यांनी तीन धोकादायक प्रस्ताव मांडले – इराणला आणि जॉर्डनला अमेरिकी विमानांची पथकं पाकिस्तानला पाठवण्याची बेकायदा अनुमती अमेरिकेने देणं, चीनने स्वतःचे सैनिक भारतीय सीमेवर जमा करण्याची विनंती चीनला गुप्तपणे करणं आणि भारताला धमकावण्यासाठी बंगालच्या उपसागरात अमेरिकेचं विमानवाहू जहाज तैनात करणं. हे तीनही पर्याय एकाच वेळी कार्यरत करून भारताला थिजवून टाकण्यासाठी किसिंजरनी राष्ट्राध्यक्षांची मनधरणी केली.

या आरमारी राजनैतिक खेळीमुळे अमेरिकी जनतेला धक्का बसणार असल्याचं किसिंजर यांना ठाऊक होतं. ते म्हणाले, ''यानंतर मोठं वादळ उठणार आहे याची खात्री मला आहे.'' मात्र हे तीनही पर्याय निक्सननी पटकन मान्य केले. ते म्हणाले, ''हे जहाज आपण पाठवू या. जॉर्डनच्या नेत्यांना आपण आश्वासन देऊ या. चीनला संदेश पाठवू या. एक संदेश रशियनांना पाठवू या. त्याचप्रमाणे परराष्ट्र मंत्रालयातल्या अधिकाऱ्यांना माहीत असल्याची गरज नसणारी कोणतीही बाब मी त्यांना सांगणार नाही.''

आधीच भारताबरोबर जहरी संबंध असलेल्या माओ यांच्या चीनला सूचना करण्याची निक्सन आणि किसिंजर यांची छुपी खेळी म्हणजे या घटनामालिकेतली सर्वांत धोकादायक गोष्ट होती. भारताचा विषय काढताच चाऊ एन लाय यांचा तोल जात असल्याचं, त्याचप्रमाणे चिनी सैनिक सीमेवर उभे ठाकल्यास दोन देशांमध्ये सहजपणे संघर्ष पेटण्याची शक्यता असल्याचं किसिंजरना ज्ञात होतं. चिनी सैनिकांची अशी हालचाल हे एक प्रकारे उपखंडातला तणाव हाताबाहेर जाण्याचं द्योतक ठरण्याच्या शक्यतेने ही बाब म्हणजे परिणामकारक धमकी ठरू शकणार होती. सर्वांत वाईट शक्यता म्हणजे यामुळे युद्ध आणखी व्यापक होण्याची शक्यता होती.

याचा परिपाक म्हणजे या संघर्षाला अण्वस्त्रधारी महाशक्तींमधल्या संघर्षाचं स्वरूप येण्याचा धोका होता. पाकिस्तानला मदत करण्यासाठी चीनने स्वतःचं सैन्य वापरलं असतं, तर सोव्हिएत संघानेही भारतासाठी अशीच कृती करण्याची इच्छा भारताने बाळगणं निश्चित होतं. दिल्लीतल्या सीआयएच्या हेराच्या म्हणण्यानुसार, चीनने भारताविरुद्ध लष्करी कृती केली असती; तर त्याला तोडीसतोड कृती करण्याचं वचन सोव्हिएत संघाने इंदिरा गांधींना दिल्याचा दावा इंदिरा गांधींनी केला होता. केवळ दोनच वर्षांपूर्वी सोव्हिएत संघाला धमकावण्यासाठी चीनने त्याच्या पश्चिम वाळवंटात हायड्रोजन बॉम्ब्सचे स्फोट केले होते. चीनला अंगावर घेण्याचं धाडस सोव्हिएत नेते दाखवू शकले असते का? आणि सोव्हिएत संघ यात खेचला गेला असता, तर यातून अमेरिका कशी काय बाहेर राहू शकली असती?

''भारताच्या उत्तर सीमा सहज भेदता येण्यासारख्या असू शकतील.'' अशी भुरळ पाडणारी सूचना किसिंजर यांनी २३ नोव्हेंबर रोजी न्यू यॉर्कमध्ये एका चिनी प्रतिनिधी मंडळाला केली होती. आता ६ डिसेंबर रोजी निक्सन किसिंजरना म्हणाले की, भारताच्या सीमेच्या दिशेने चीनने काही सैनिक पाठवणं अतिशय महत्त्वाचं ठरणार असल्याचं त्यांना चीनला 'आर्वजून' सांगायचं होतं. ''चिनी सैनिकांची हालचाल सुरू झाली, तर भारतीय गर्भगळीत होतील याची खात्री मला पटलेली आहे.'' राष्ट्राध्यक्ष म्हणाले. थंडीच्या काळात हिमालयात होणाऱ्या बर्फवृष्टीच्या समस्येला त्यांनी अजिबात महत्त्व दिलं नाही. कोरियन युद्धातल्या चीनच्या शौर्याचं स्मरण करताना ते म्हणाले, ''यालू नदी ओलांडून चिनी सैनिक आले, तेव्हा आम्हांला वाटलं होतं की, एवढ्या थंडीत येणारं ते मूर्खांचं टोळकं होतं; पण त्यांनी कामगिरी फत्ते करून दाखवली.''

चिनी आक्रमणाच्या धमकीविरुद्ध अमेरिका भारताच्या सोबत राहणार असल्याचं आश्वासन किसिंजर यांनी अत्युच्च स्तरावरच्या भारतीय नेत्यांना स्वतः - हक्सर आणि इंदिरा गांधी यांच्यासह - वारंवार दिलं होतं. आता निक्सन प्रशासन नेमकी त्याविरुद्ध कृती करत होतं.

चीनमधून अनेक मालगोटारी भरून लष्करी सामग्री पश्चिम पाकिस्तानमध्ये रवाना होत असल्याचा अमेरिकी गुप्तचर अहवाल वाचून किसिंजर आनंदित झाले होते, पण चीन सावधपणे चालला असून भारताविरुद्ध एक सर्वंकष युद्ध लढण्याची चीनची तयारी आणि क्षमताही नसल्याच्या भूमिकेवर सीआयए ठाम होती. प्रतिकूल डोंगरी प्रदेशात पुरेशा वेगाने आणि युद्धावर प्रभाव पडेल अशा रितीने हालचाल करणं सैनिकांसाठी महाकठीण होतं. भारताबरोबर अगदी मध्यम स्वरूपाचा संघर्ष करायचा झाला असता, तरी त्याची तयारी करण्यासाठी चीनला किमान दोन महिने लागले

असते, असा सीआयएचा युक्तिवाद होता. मात्र १९६२च्या भारत-चीन युद्धाच्या त्रासदायक आठवणींच्या जोरावर, चीनच्या आक्रमक भाषेच्या जोरावर आणि भारताला सतावण्यासाठी चीनकडून होणाऱ्या हल्ल्यांच्या जोरावर युद्ध न करताच भारतासाठी चीन उपद्रवकारक ठरू शकला असता; असं विश्लेषण सीआयएने केलं. स्वतःची उत्तर बाजू सुरक्षित ठेवण्यासाठी भारताला मोठ्या प्रमाणावर सैनिक काढून घ्यावे लागले असते असं सीआयएला वाटत होतं. किसिंजरनी निक्सनना एक टिप्पणी पाठवून त्यात म्हटलं, 'सीआयएच्या मतानुसार, चीन छोट्या, पण लक्षणीय लष्करी कृती करू शकेल, आणि त्यांत 'सैन्याची उघड हालचाल' तसंच 'लक्ष वळवण्यासाठी केलेला मर्यादित स्वरूपाचा हल्ला' आदी कारवायांचा समावेश असू शकेल.'

चीनभेटीची खेळी आणि अमेरिकेने पाकिस्तानला इराण आणि जॉर्डन इथून गुप्तपणे विमानं पुरवणं यांची सांगड किसिंजर यांनी घातली. व्हाइट हाउसला लागून असलेल्या, उत्तम सजावट केलेल्या एक्झिक्युटिव्ह ऑफिसच्या इमारतीमध्ये निक्सन यांनी स्वतःसाठी उघडलेल्या खासगी कार्यालयात ८ डिसेंबरला किसिंजर निक्सनना म्हणाले, ''आपण चीनला 'तुम्ही काही कृती करणार असलात, तर हीच अचूक वेळ आहे' असं लिहून कळवू शकतो.'' निक्सन यांनी या सूचनेला तत्क्षणी मान्यता दिली. सोव्हिएत संघाला घाबरवणं एवढं सोपं नव्हतं असं किसिंजरना वाटत होतं. निक्सन प्रशासनाचं पितळ उघडं पडलं असतं, तर अमेरिकेचा मुखभंग झाला असता; हे मान्य करूनही किसिंजर म्हणाले, ''त्यांनी आत्ताच कृती केली नाही, तर असा मुखभंग अटळ असेल.'' निक्सन ठाम राहून म्हणाले, ''आपल्याला आपला निर्णय थंड डोक्याने आणि भावनेच्या आहारी न जाता घ्यावा लागेल.''

राष्ट्राध्यक्षांनी युक्तिवाद केला, ''चिनी नेत्यांनी आपल्याला मदत केल्याखेरीज आपण हे करू शकणार नाही. त्या नतद्रष्ट सीमेकडे चीनला कूच करावं लागेल असं मला वाटतं. भारतीयांना थोडं घाबरवावं लागणार आहे.'' याबरोबर सहमती दर्शवून किसिंजर यांनी निक्सन गुप्तपणे काय करत होते, याची माहिती त्यांनी चीनला देण्याचा आणि भारतीय सीमेकडे काही सैन्य पाठवून त्याचा चीनला कसा लाभ होऊ शकला असता, हे सांगण्याचा प्रस्ताव ठेवला. किसिंजरना स्पष्ट शब्दांमध्ये सूचना देताना निक्सन म्हणाले, ''तुम्ही न्यू यॉर्कला जावं, संयुक्त राष्ट्रसंघातल्या चिनी प्रतिनिधींना भेटावं आणि माझा संदेश थेट चाऊ एन लाय यांच्यासाठी द्यावा.'' भारताचं लक्ष इतरत्र वळवण्यासाठी चीनने काहीतरी युक्ती केली असती, जेणेकरून भारताला फार मोठ्या संख्येने स्वतःचे सैनिक पश्चिमेला नेता आले नसते, असा तर्क अमेरिकी प्रशासनाची ठोस भूमिका दाखवून चिनी नेतृत्वाला प्रभावित करू इच्छिणाऱ्या किसिंजर यांनी केला.

व्हाइट हाउससुद्धा कृती करणार असल्याचं जाणवलं, तर चीनसुद्धा तसंच करू शकेल अशी भुरळ निक्सन यांना पडली होती. 'काहीच काळापूर्वी चिनी लष्करात बंडासमान परिस्थिती निर्माण झाली असल्याचा' आणि चीनच्या सीमेवर सुमारे दहा लाख रशियन तैनात असल्याचा इशारा किसिंजर यांनी दिल्यानंतरही निक्सन म्हणाले, ''अरे बाबा, मी तुला सांगतो, थोडेफार चिनी सैनिक सीमेकडे गेले; तरी ते साले भारतीय गठाळून जातील.''

''हे खरोखर आपल्या कायद्याच्या एवढं विरुद्ध आहे?''

किसिंजर निक्सन यांना म्हणाले, ''आपलं जनमत, आपली नोकरशाही यांच्या विरोधात आणि कायद्याच्या अगदी काठावर आपण काम करत आहोत.'' हे खरं तर वास्तव अगदी सौम्य करून केलेलं विधान होतं. प्रत्यक्षात पाकिस्तानला मदत करण्यासाठी निक्सन आणि किसिंजर यांनी समजूनउमजून कायदा धाब्यावर बसवला होता, आणि याची पुरेपूर जाणीव जॉर्ज एच. डब्ल्यु. बुश, एच. आर. हाल्डेमन, ॲलेक्झांडर हेग यांना आणि इतरांना होती.

याह्या खान यांना अमेरिकी लष्करी सामग्रीच्या पुरवठ्याची, विशेषतः विमानांची, अतिशय निकड होती. युद्धाच्या दुसऱ्या दिवशी अमेरिकेच्या मदतीची याचना करून ते म्हणाले, ''कृपा करून त्रयस्थ मित्रराष्ट्रांकडून येणारी सामग्री अडवू नका किंवा थांबवू नका.'' त्या दिवशी किसिंजर निक्सन यांना म्हणाले, ''याह्या खान यांच्याकडून निर्वाणीची विनंती मिळाली आहे. त्यांचा लष्करी पुरवठा तोडून टाकण्यात आला असून त्यामुळे ते अगदी उघडे पडले आहेत. पाकिस्तानच्या सर्वाधिक विश्वसनीय मित्रराष्ट्रांपैकी एक असलेल्या इराणमार्फत अमेरिका मदत करू शकेल काय?'' हे करण्याबाबत निक्सन आणि किसिंजर यांचं ताबडतोब एकमत झालं आणि हे करताना त्यांनी कायदेविषयक कोणत्याही समस्यांचा विचार केला नाही. किसिंजर यांना असणारी एकमेव चिंता म्हणजे, युद्धात नष्ट होणारी सर्व लष्करी सामग्री नंतर अमेरिकेला इराणला भरून द्यावी लागणार होती. हे मान्य करून निक्सन म्हणाले, ''ही बातमी बाहेर फुटली, तर तिचा इन्कार करण्याची व्यवस्था आपण करू शकतो. फक्त एकच करा, हे सगळं एक पाऊल मागे राहून करवून घ्या.'' किसिंजर राष्ट्राध्यक्षांना म्हणाले, ''युद्ध चालू राहिलं, तर इराणमार्फत मदत धाडा.'' यामुळे दिलासा मिळालेले निक्सन म्हणाले, ''छान, पाकिस्तानला निदान लकवा भरण्यापासून वाचवता येईल.''

या दोघांनी स्वतःच कारवाया आखून त्या अंधारात ठेवल्या. हे करण्यासाठी त्यांनी परराष्ट्र मंत्रालयाच्या नियमित संपर्कयंत्रणांना फाटा दिला, आणि निक्सन आणि इराणचे शाह मुहम्मद रझा पहलवी यांच्या दरम्यानच्या एका अनौपचारिक

संपर्कमध्यस्थीचा वापर केला. अमेरिकेचे तेहरानमधले राजदूत याबाबत अनभिज्ञ असल्याची खात्री पटल्याने आनंदून गेलेले निक्सन म्हणाले, ''छान! आता आपल्याला यात आणखी मजा येणार आहे. भारतीयांचं तोंड पाकिस्तानी कोणत्याही प्रकारे एकदोन दिवस फोडू शकले, तर तो खराखुरा काव्यगत न्याय ठरेल.'' इराणची लष्करी सामग्री पाकिस्तानला पाठवण्याची अमेरिकेची विनंती शाह यांनी दुसऱ्याच दिवशी मान्य केली, आणि इराण जी काही पाठवणी करणार होतं, त्याची भरपाई करण्यासाठी अमेरिकेने संमती दर्शवली.

पाकिस्तानला अमेरिकी बनावटीची एफ–१०४ स्टार फायटर जातीची आठ ते दहा अत्याधुनिक विमानभेदी लढाऊ विमानं पाठवण्याची याह्या खान यांची विनंती जॉर्डनला मिळाली. स्वतःचं हवाई दल पाठवण्यासाठी राजे हुसेन उत्सुक दिसत होते, पण अमेरिकी काँग्रेसच्या संतापाला घाबरल्याने याबाबत भरीव वचन मिळाल्याखेरीज कृती करण्याची त्यांची इच्छा नव्हती. दोलायमान मनःस्थितीत त्यांनी अम्मानमधल्या अमेरिकी दूतावासाचा सल्ला विचारला असता, तिथले राजनैतिक अधिकारी बिचकले. दूर कुठेतरी चाललेल्या युद्धात स्वतःला गुंतवून घेणं अनैतिक असल्याचं प्रवचन हे अधिकारी जॉर्डनच्या राजाला ऐकवत असल्याची नोंद किसिंजर यांनी हताशपणे केली; डळमळणाऱ्या पाकिस्तानी लष्कराला इराणमार्गे आणि जॉर्डनमार्गे अमेरिकी शस्त्रसामग्री पुरवण्याच्या अखेरच्या शक्यतेचा विचार या अधिकाऱ्यांना कधी सुचला नव्हता.

ही कृती बेकायदेशीर होती. परराष्ट्र आणि संरक्षण या मंत्रालयांच्या वकिलांप्रमाणे खुद्द व्हाइट हाउसच्या कर्मचाऱ्यांनीसुद्धा ही बाब किसिंजर यांच्या निदर्शनास आणून दिली.

युद्धाच्या सुरुवातीच्या दिवसांमध्ये, ६ डिसेंबर रोजी युद्धकक्षातल्या एका बैठकीत किसिंजर यांनी सर्वप्रथम या कारवाईबाबत प्रस्ताव मांडला. मात्र याबाबत राष्ट्राध्यक्षांनी आधीच निर्णय घेतला असल्याचा किंवा या संदर्भातल्या हालचाली इराणने पूर्वीच सुरू केल्या असल्याचा उल्लेख किसिंजरनी केला नाही. पण विद्यमान कायद्यातल्या अधिकारांचा विचार करता, जॉर्डनची शस्त्रास्त्रं पाकिस्तानला हस्तांतरित करणं निषिद्ध असल्याचा इशारा परराष्ट्र मंत्रालयाच्या एका अधिकाऱ्याने किसिंजर यांना लागलीच दिला. निक्सन यांनी याबाबत आधीच निर्णय घेतला असल्याचं जाहीर करण्याची किसिंजर यांची एक रीत होती. त्यानुसार ते म्हणाले, ''मला माझं अंतर्मन सांगतं आहे की, राष्ट्राध्यक्षांना हे करायची इच्छा असेल. त्यांना शक्य झाल्यास, ते पाकिस्तानींचा पराभव होऊ देणार नाहीत.''

युद्धकक्षातली ही बैठक संपल्यानंतर किसिंजर वरच्या मजल्यावरच्या ओव्हल

ऑफिसमध्ये गेले. तिथे निक्सन पत्रकारांसाठी थांबले होते. त्यांना किसिंजर म्हणाले, "आपण इराणला आणि इराण पाकिस्तानला देणार असलेल्या लष्करी मदतीची अंमलबजावणी आपण फक्त एकाच प्रकारे करू शकतो. खरं म्हणजे हे कायद्याला धरून नाही. इराणचे शाह यांनी कोणत्यातरी अनौपचारिक मार्गाने हे करावं, असं आपण इराणचे शाह यांना सांगू शकतो." कायदा मोडण्याच्या शक्यतेने निक्सन विचलित झाले नाहीत. किसिंजर पुढे म्हणाले, "हे करण्यासाठी ते आतुर असल्याचा संदेश त्यांनी पाठवला होता, मात्र नतद्रष्ट वृत्तपत्रांना याचा थांगपत्ता लागता कामा नये, आणि त्यासाठी आपण आपली तोंडं बंद ठेवली पाहिजेत अशी अट आहे." निक्सन यांना असणारी एकमेव चिंता म्हणजे, इराणचे शाह यांनी तेहरानमधल्या अमेरिकी राजदूताला याबाबत काहीही सांगायला नको होतं, ते म्हणाले, "त्या हरामखोरांना हे समजता कामा नये अशी माझी इच्छा आहे." त्यांना आश्वस्त करत किसिंजर म्हणाले, "नाही, नाही."

यानंतर निक्सन आणि किसिंजर यांनी स्वतःच्या कारवाया गुप्त ठेवण्याचं कारस्थान रचलं. किसिंजर म्हणाले, "आम्हांला याबद्दल माहिती नव्हती असं आपल्याला म्हणावं लागेल. मात्र शक्य तेवढ्या लवकर आपण त्या संदर्भातली सारवासारव करू या." निक्सन यांनी विचारलं, "छट्, आपण ते कसं लपवणार?" त्यांना समजावत किसिंजर म्हणाले, "इराणचे शाह यांना येत्या वर्षात जास्त मदत देऊन." निक्सन उत्तरले, "तसं करा." त्याबाबतचं अधिकृत धोरण स्पष्ट करत निक्सन म्हणाले, "याबाबत मला काहीही माहीत नाही." इराणची भरपाई करण्यासाठी इराणची लष्करी मदत वाढवताना या वाढीमागचं खरं कारण उघड न करता तिचं जाहीरपणे समर्थन कसं करायचं याबाबतचा तपशील त्यांनी मांडला. निक्सन म्हणाले, "आपण त्याची मांडणी अशा प्रकारे करू या – मी पश्चिम आशियात जाईन, तेव्हा आपल्याला तिथे एक भक्कम आधार लागेल; म्हणून इराणला आपण देत असलेली मदत पुढच्या वर्षी लक्षणीय प्रमाणात वाढवण्यात यावी, असा निर्णय मी या क्षणी घेतो." किसिंजरनी हे मान्य केलं.

येऊ घातलेल्या दुष्कृत्याची चाहूल लागलेल्या परराष्ट्र मंत्रालयाने किसिंजर यांना थोपवण्यासाठी एक कायदेविषयक टिपण तयार केलं. त्यानुसार पाकिस्तानविरुद्ध अमेरिकेचा शस्त्रपुरवठा-अधिरोध कायम होता. त्यामुळे त्रयस्थ देशातून अमेरिकी लष्करी सामग्रीचा पुरवठा पाकिस्तानला करण्यासाठी राष्ट्राध्यक्ष मंजुरी देऊ शकणार असणारी एकमेव परिस्थिती म्हणजे, हा पुरवठा करण्याची स्वतःची तयारी असल्याची अमेरिकेची ग्वाही! अशा प्रकारची अध्यक्षीय घोषणा अशक्यप्राय असल्याचं निक्सन आणि किसिंजर हे दोघं जाणून होते. संतप्त काँग्रेसने हे कधीच खपवून घेतलं नसतं.

परराष्ट्र मंत्रालयाने नोंदवल्यानुसार, 'व्हाइट हाउसची अशी कृती पाकिस्तानला लष्करी मदत देण्याच्या आणि शस्त्रास्त्रं विकण्यावर घातलेल्या बंदीच्या विरुद्ध असेल, तसंच सेनेट आणि अमेरिकी काँग्रेस यांनी मंजूर केलेल्या परराष्ट्र साहाय्य प्रस्तावाच्याही विरोधी असेल.' हा प्रस्ताव प्रलंबित होता. संबंधित जन अधिनियमातल्या तरतुदींचा दाखला देऊन परराष्ट्र मंत्रालयाने ठामपणे बजावलं, 'पाकिस्तानचा शस्त्रपुरवठा स्थगित करण्याबाबतच्या अमेरिकेच्या विद्यमान धोरणानुसार, असं हस्तांतरण करण्यासाठी अमेरिकेचं सरकार मान्यता देऊ शकणार नाही.'

या विधानाशी संरक्षण मंत्रालयाच्या वकिलांनीही सहमती दर्शवली. परराष्ट्र मंत्रालयाच्या कायदेविषयक विश्लेषणाची त्यांनी शब्दशः पुनरावृत्ती करून व्हाइट हाउसला प्रत्येक कायद्याची प्रतही पाठवली. 'कायद्यानुसार धोरणात्मक कारणांसाठी लष्करी सामग्रीच्या थेट हस्तांतरणास बंदी असेल, तर पात्र राष्ट्रांना त्रयस्थ राष्ट्रांमार्फतही लष्करी सामग्रीचं हस्तांतरण करता येणार नाही.' असं संरक्षण मंत्रालयाच्या कायदाविषयक तज्ज्ञांनी व्हाइट हाउसच्या निदर्शनास आणून दिलं. व्हाइट हाउसच्या लबाडीबद्दल सावध असल्याने संरक्षण मंत्रालयाच्या वकिलांनी इशारा दिला की, 'त्रयस्थ राष्ट्रांमार्फत लष्करी सामग्रीचं हस्तांतरण करण्यासाठी 'साधी पळवाट' हेच एकमेव कारण असल्यास नेमक्या याच प्रकारच्या गैरवापराला प्रतिबंध करणं हा काँग्रेसचा हेतू आहे.'

या कायदाविषयक धोक्याचा उच्चार हॅरल्ड सॉन्डर्स यांनीही केला. इराण आणि जॉर्डन स्वतःची शस्त्रास्त्रं लपूनछपून पाकिस्तानमध्ये पाठवत असताना त्याकडे कानाडोळा करण्याची कल्पना मुळात सॉन्डर्स यांनीच जन्माला घातली होती, पण त्यानंतर लगेचच त्यांनी किसिंजर यांच्यासाठी निर्माण होऊ शकणाऱ्या गंभीर कायदाविषयक समस्या ठळकपणे मांडून दाखवल्या. इराण किंवा जॉर्डन यांपैकी कोणत्याही मार्गाने लष्करी सामग्री पाठवणं हा अमेरिकी कायद्याचा प्रच्छन्न भंग ठरणार होता. त्यामुळे यासंदर्भात वेडं धाडस करायला सज्ज असलेल्या किसिंजर यांना कोणताही संदेह राहणार नाही अशा प्रकारे सॉन्डर्स यांनी हा इशारा दिला.

किसिंजर आणि निक्सन मिळून करत असलेलं कृत्य तद्दन बेकायदा असल्याचं स्वच्छपणे माहीत असूनही निक्सन आणि किसिंजर यांनी ते बेधडकपणे पार पाडलं.

ओव्हल ऑफिसमध्ये हाल्डेमन यांना समजावून सांगताना निक्सन म्हणाले, ''आम्ही त्रयस्थ राष्ट्रांमार्फत शस्त्रपुरवठा करणार असल्याचं इराणला सांगितलं आहे आणि इतर माहितीही दिली आहे. कायद्याचा भंग करणारं कृत्य करण्याचा प्रयत्न आम्ही करणार आहोत.'' निक्सन आणि किसिंजर अमेरिकी कायद्याचं उल्लंघन करणार असल्याचं निक्सननी सांगितलं, तेव्हा व्हाइट हाउस कर्मचारिप्रमुख हाल्डेमन यांनी

कुठलाही आक्षेप तर नोंदवला नाहीच, पण साधी टिप्पणीही केली नाही.

८ डिसेंबर रोजी युद्धकक्षात झालेल्या एका बैठकीत किसिंजर यांनी आडकाठी करत असल्याबद्दल परराष्ट्र मंत्रालयाच्या अधिकाऱ्यांवर सपासप वार केले. ते म्हणाले, ''आपण पाकिस्तानला विमानं पाठवू शकणार नाही, असा मोठा उत्साही सल्ला जॉर्डनचे राजे हुसेन यांना देणारे परराष्ट्र मंत्रालयाचे संदेश मी वाचून काढले आहेत. अशा तात्त्विक (अमेरिकेच्या कायद्याचं पालन वगैरे) आधारावर आपण अशा गोष्टी ठरवू नयेत. अमेरिकेच्या एखाद्या मित्रावर बलात्कार होत असेल, तेव्हा आपल्या मित्रासाठी बचाव उभारण्यात अमेरिकेने सहभागी व्हावं की नाही, विशेषतः या मित्राच्या शत्रूला सोव्हिएत मदत मिळत असताना सहभागी व्हावं की नाही, असा प्रश्न इथे आहे.'' कायदा काय म्हणतो, याचं संरक्षण मंत्रालयाच्या एका अधिकाऱ्याने त्यांना स्मरण करून दिल्यानंतर या अधिकारी गटावर उखडून किसिंजर म्हणाले, ''आपल्यासमोर एक देश (भारत) आहे. त्याला सोव्हिएत समर्थन असून सोव्हिएत युद्धसामग्री मिळते आहे. इतर एका देशाचा अर्धा तुकडा स्वतःच्या अधीन ठेवून उरलेला तुकडा हा देश एका नपुंसक मांडलिक देशात परिवर्तित करतो आहे. उपखंडातले अमेरिकी हितसंबंध बाजूला ठेवा, सोव्हिएत संघाबरोबर व्यवहार करणारे इतर देश यापासून काय निष्कर्ष काढतील?''

याबाबत निक्सन यांची मनधरणी करत किसिंजर म्हणाले, ''जॉर्डनने स्वतःच्या विमानांचा ताफा पश्चिम पाकिस्तानमध्ये हलवावा आणि इराणनेही त्याचा ताफा रवाना करावा, यासाठी मी त्यांना उद्युक्त करीन.'' हे ताफे हलवण्याने काय साध्य झालं असतं, अशी विचारणा राष्ट्राध्यक्षांनी केल्यावर किसिंजर म्हणाले, ''बरंच काही! आता पाकिस्तानमध्ये लष्करीदृष्ट्या एकमेव आशा म्हणजे, हा पेचप्रसंग भडकणार असल्याचं भारताला पटवून देणं. तसंच जबर किंमत मोजावी लागणार असल्याचं रशियनांना पटवून देणं.'' ही कृती करण्याविषयी तत्क्षणी जॉर्डनला सांगण्याची निक्सन यांची इच्छा होती. किसिंजर म्हणाले, ''काहीतरी कृती घडत असल्याचं दाखवण्यासाठी मी जॉर्डनला आणखी एक ताफा पाठवायला लावीन आणि जॉर्डनला हवं असल्यास इराणचे दोन ताफे जॉर्डनसाठी म्हणून पाठवायला लावीन.'' निक्सन यांनी यासाठी मान्यता दिली. त्यावर आणखी जोर देत किसिंजर म्हणाले, ''प्राणसंकटात असलेल्या आपल्या एका मित्राला मदत करू नये, असं आपल्या इतर मित्रांना सांगण्याच्या परिस्थितीत आता आपण सापडलो आहोत.''

स्वतःचं पितळ उघडं पडण्याची चिंता निक्सन आणि किसिंजर यांना छळत होती. हा शस्त्रास्त्रहस्तांतरणाचा विषय किसिंजर यांनी युद्धकक्षातल्या एखाद्या बैठकीत उपस्थित केला असता, 'तर त्यांचं सगळं कारस्थान वर्तमानपत्रांमधून बाहेर पडण्याची

शक्यता असल्याचा' इशारा निक्सन यांनी दिला. जॉर्डनने विमानांचा ताफा पाठवल्यानंतर हे बातमीदारांपासून कसं लपून राहिलं असतं, अशी शंका किसिंजर यांनी बोलून दाखवली असता निक्सन म्हणाले, ''ही कृती जॉर्डनने स्वतःच केल्याचा आव आपण आणू या.'' किसिंजर पाकिस्तानच्या राजदूताला म्हणाले, ''दारूगोळ्याची आणि इतर सामग्रीविषयक अहवालांची देवाणघेवाण पूर्णपणे थांबवा. आम्हांला शक्य ते सगळं आम्ही करत असून याबाबतचा सांकेतिक संदेश आम्ही पाठवू. तुम्ही असे संदेश पाठवणं अतिशय धोकादायक होत चाललं आहे.'' राजदूताला सावधानतेचा इशारा देताना किसिंजर म्हणाले, ''तुम्हांला लष्करी सामग्री पाठवण्यासाठी आम्ही कसून प्रयत्न सुरू केले आहेत, पण मेहरबानी करा आणि कुणालाही काहीही सांगू नका.''

किसिंजर यांच्या व्हाइट हाउसमधल्या कर्मचाऱ्यांना काहीतरी घडत असल्याची शंका येत होती, पण त्यांना पूर्णपणे अंधारात ठेवण्यात आलं होतं. याबाबत काहीही माहीत असल्याचा इन्कार सॅम्युएल हॉस्किन्सन करतात. ते म्हणतात, ''आमच्या कक्षेबाहेरच्या यंत्रणेमार्फत हे घडत असावं. गुप्त कारवाया हा अगदी वेगळा प्रांत होता.'' कालांतराने या सर्व हालचालींच्या बेकायदेशीरपणाबद्दल किसिंजर एवढे चिंताग्रस्त झाले की, या सगळ्या संदर्भात निक्सन यांना दोषी ठरवणारा पुरावा गोळा करण्याची कामगिरी त्यांनी अॅलेक्झांडर हेगवर सोपवली. किसिंजर यांना पाठवलेल्या टिपणात हेग लिहितात, 'सोबत दूरध्वनीवरच्या तीन संभाषणांचा तपशील असून या कारवायांची माहिती निक्सन यांना होती, त्यांची त्यांना मान्यता होती, आणि त्यापुढेही जाऊन इराण आणि जॉर्डन यांना विमानं पुरवण्याचा आदेश निक्सन यांनी दिला होता; असं या तीनही संभाषणांवरून सिद्ध होतं.'

निक्सन आणि किसिंजर यांनी राष्ट्राध्यक्षांच्या शासकीय अधिकारांबद्दलच्या सिद्धान्तांचा आधार घेतला नाही किंवा स्वतःच्या कृतीचं समर्थन करण्यासाठी कायदेशीर बचावही रचला नाही; त्यांनी सरळ कृतीच केली. ८ डिसेंबर रोजी एक्झिक्युटिव्ह ऑफिस इमारतीमधल्या राष्ट्राध्यक्षांच्या गुप्त कार्यालयात झालेल्या, इराणला आणि जॉर्डनला करायच्या शस्त्रास्त्रहस्तांतरणविषयक महत्त्वाच्या बैठकीत अमेरिकेचे महाधिवक्ता जॉन मिचल हजर होते. निक्सन आणि किसिंजर यांच्याएवढेच मिचलही कायदेभंगाबाबत बेफिकीर होते. (या बैठकीतल्या चर्चेचे महत्त्वाचे अंश व्हाइट हाउसच्या ध्वनीफितींमधून खोडून टाकण्यात आले असले, तरी परराष्ट्र मंत्रालयाने याचं अवर्गीकृत इतिवृत्त प्रसिद्ध केलं आहे.)

किसिंजर प्रांजळपणे म्हणाले, ''त्यांनी अशी पाठवण करणं बेकायदा आहे.'' प्रतिसादाच्या रूपात निक्सन यांनी विचारलं, ''आपण असं करणं कायद्याला धरून

नसल्याचं तुमचं म्हणणं आहे, पण जॉर्डनने असं करणंसुद्धा बेकायदा आहे?'' याबाबत स्पष्टीकरण देताना किसिंजर म्हणाले, ''आता पाकिस्तान शस्त्रखरेदीसाठी पात्र असल्याचं आपण, म्हणजे तुम्ही, जाहीर केलंत; तर शस्त्रपुरवठा पुन्हा सुरू करणं आपण कायदेशीर करू शकतो.'' असं करणं म्हणजे धोरणात टोकाचा बदल करण्यासारखं ठरलं असतं. त्यामुळे बिचकलेले निक्सन म्हणाले, ''हेन्री, असं करणं फार अवघड ठरेल.'' त्यांच्याशी सहमती दर्शवून किसिंजर उत्तरले, ''हे नालायक सेनेट नसतं, तर तुम्ही आणखी बरंच केलं असतं.''

महाधिवक्त्यांच्या उपस्थितीची फिकीर न करता किसिंजर म्हणाले, ''तुम्हांला पाकिस्तानमध्ये जॉर्डनची विमानं पाठवायची असली, तर एक मार्ग आहे. 'आम्ही असं करण्यासाठी तुम्हांला कायदेशीर परवानगी देऊ शकत नाही.' असं तुम्ही जॉर्डनचे राजे हुसेन यांना कळवा. 'आम्ही डोळेझाक करू. तुम्ही ती विमानं पाठवा.' असं ध्वनित करणारा संदेश मात्र आपल्याला दुसरीकडे तयार करावा लागेल.'' हाच धागा पकडून किसिंजर पुढे म्हणाले, ''आपण औपचारिक तयारी दाखवल्याखेरीज इराणचे शाह विमानं पाठवण्याची हिंमत करू शकणार नाहीत.'' या गुपिताचं रक्षण करण्यासाठी निक्सन आणि किसिंजर यांनी त्यांचा संदेश घेऊन एखादा गुप्त दूताला - कदाचित सीआयएच्या संचालकांना किंवा कुणा इस्राइली व्यक्तीला - राजे हुसेन यांच्याकडे पाठवायचं एकमताने ठरवलं. किसिंजर म्हणाले, ''आपल्याला याच मार्गाने जावं लागेल. आपण हे अधिकृतपणे करू शकणार नाही.''

अमेरिकेच्या महाधिवक्त्यांनी हे सगळं ऐकताना निषेधाचा चकार शब्दही उच्चारला नाही. बैठक पूर्ण होईपर्यंत ते सोशीकपणे बसून राहिले. कधीतरी मध्येच 'नतद्रष्ट भारतीय' लोकांचा उद्धार करण्यासाठी किंवा टेड केनेडी यांना 'मूर्ख' म्हणून ठोकण्यासाठी तोंड उघडण्याएवढाच या संभाषणात त्यांचा सहभाग होता. परराष्ट्र मंत्रालयाला अंधारात ठेवण्याची इच्छा निक्सन यांनी बोलून दाखवताच मिचल यांनी त्यासाठी लागलीच संमती दर्शवली. जॉर्डनमधून जाणाऱ्या विमानांबद्दल परराष्ट्र मंत्रालयाला माहीत असणं भाग असल्याचं किसिंजर यांनी निदर्शनास आणून देताच मिचल यांनी ते टाळण्यासाठी तोडगा सुचवला. ते म्हणाले, ''यावर पक्षाच्या धोरणाचा तुम्हांला हवाला द्यावा लागेल. अन्यथा हे बेकायदेशीर असल्याचं परराष्ट्रमंत्री अचानक म्हणतील.'' जॉर्डनने कायद्याचा भंग करून विमानं पाठवल्यानंतरही त्यांना शिक्षा होणार नसल्याचं सांगावं, असा आग्रह किसिंजर यांनी धरला. तो निक्सन यांनी मान्य केला.

निक्सन म्हणाले, ''ठीक आहे, हा माझा आदेश आहे. तुमचं म्हणणं अगदी ठीक आहे.'' महाधिवक्त्यांदेखत त्यांनी पुन्हा विचारलं, ''हे खरोखर आपल्या

कायद्याच्या एवढं विरुद्ध आहे?'' किसिंजर यांनी हे तसं असल्याचं कबूल केलं. इराण आणि जॉर्डन यांचा संदर्भ पुन्हा देत ते म्हणाले, ''ते काय करतात, हे आपल्या कायद्याविरुद्ध नसून त्याला आपण अनुमती देणं बेकायदेशीर आहे.'' यावर निक्सन उत्तरले, ''हेन्री, आपण खासगीरीत्या ही परवानगी देऊ या.'' ते मान्य करून किसिंजर म्हणाले, ''बरोबर आहे.''

निक्सन उद्गारले, ''अरे, यापेक्षाही वाईट कामं आपण केली आहेत.''

''आपण आरपार जायचं ठरवलं की आपण कुठल्याही परिस्थितीत मागे हटत नाही.''

हे पाऊल टोकाचं होतं. त्यामुळे भारत आणि चीन यांच्यात सीमायुद्ध पेटू शकणार होतं, सोव्हिएत संघाबरोबर संघर्ष उफाळू शकणार होता, अमेरिकेत ज्वालाग्राही परिस्थिती निर्माण होऊ शकणार होती, आणि न्यायालयात प्रशासनाची लक्तरं निघू शकणार होती. स्वतःच्या भूमिकेवर निक्सन ताठर राहिले असते, तर हा पेचप्रसंग भडकून हाताबाहेर जाऊ शकणार होता; त्यांनी भूमिकेत बदल केला असता, तर अमेरिका तिची विश्वसनीयता गमावणार होती. निक्सन यांच्या चमूला ही प्रमुख चिंता नेहमीच भेडसावत असे.

निक्सन क्षणभर गारठले. पाकिस्तानची फाळणी हे वास्तव असल्याचं त्यांनी किसिंजर यांना सांगितलं आणि त्यांनीही ते मान्य केलं. निक्सन म्हणाले, ''भारतीय सैनिक आले की हे बांगला देशी लोक त्यांचं स्वागत करताना दिसतात. हेन्री, आता मुद्दा असा आहे की, असं असताना आपण आपली तडफड का करून घेत आहोत?'' या प्रश्नावर किंचित थबकून राष्ट्राध्यक्षांचा निर्धार पक्का करत किसिंजर म्हणाले, ''पश्चिम पाकिस्तानचं लष्कर सर्वनाशापासून वाचवण्यासाठी आपण आपली ही तडफड करून घेत आहोत. दुसरं म्हणजे चीनच्या रूपातलं आपलं शस्त्र परजलेलं ठेवण्यासाठीही हे करणं आवश्यक आहे. तिसरा मुद्दा इतकाच महत्त्वाचा आहे. तो म्हणजे, जगभरातल्या सत्तेचा मनोवैज्ञानिक समतोल समूळ नष्ट होण्यासाठी प्रतिबंध करणं! कुणीही काहीही न करता सोव्हिएत संघाने आणि या देशाने शस्त्रसज्ज केलेलं अंकित राष्ट्र यांच्या जोडगोळीने एखाद्या अगदीच क्षुल्लक नसणाऱ्या देशाचा पराभव केला, तर हा समतोल कोसळून पडू शकतो.''

आता भविष्यवेधी स्वरात किसिंजर संतापून म्हणाले, ''पाकिस्तानमधल्या शस्त्रास्त्रांचा ओघ सुरू ठेवण्याचा आपला पर्याय मी खुला ठेवीन. रशियन भारतीयांना शस्त्रपुरवठा करू शकतात; पण आपण मात्र पाकिस्तानला शस्त्रं देऊ शकत नाही, ही मानसिकताच मला समजत नाही. न गुंतण्याची ही सकंल्पना माझ्या आकलनाबाहेरची

आहे. अशाने एक राष्ट्र म्हणून आपली काय किंमत राहील, ते मला कळत नाही. मी तुम्हांला स्पष्टपणे सांगू इच्छितो की, हे आपलं ऱ्हाइनलॅन्ड आहे.''

अमेरिकेचा मित्र असलेल्या पाकिस्तानवर 'बलात्कार' झाला असता, तर त्याचे भयानक पडसाद इराणमध्ये, इंडोनेशियात आणि पश्चिम आशियात उमटण्याची शक्यता असल्याचा भीषण इशारा किसिंजर यांनी दिला. एवढं सांगूनही निक्सन यांचं मत बदलत नसल्याचं पाहून किसिंजर पुढे म्हणाले, ''भारताच्या विजयानंतर सोव्हिएत संघाचा आत्मविश्वास फारच वाढला, तर येत्या वसंत ऋतूत पश्चिम आशियात युद्ध भडकू शकेल.'' विचलित झालेले निक्सन म्हणाले, ''आपण काय पणाला लावत आहोत, ते आपल्याला माहीत असलं पाहिजे; आणि एकदा आपण आरपार जायचं ठरवलं की आपण कुठल्याही परिस्थितीत मागे हटत नाही, याचीही जाणीव आपण ठेवली पाहिजे.'' सोव्हिएत संघाबरोबरचे संबंध राष्ट्राध्यक्ष पणाला लावत असल्याचं मान्य करूनही अमेरिका या थराला जाण्यासाठी तयार असल्याचं पाहिल्यानंतर सोव्हिएत संघ गठाळून जाण्याची अपेक्षा किसिंजर यांनी व्यक्त केली.

या प्रलयसूचक भाकिताने निक्सन यांचं मतपरिवर्तन झालं. त्यांनी किसिंजर यांच्या योजनेचे सगळे तुकडे जुळवायला सुरुवात केली - अमेरिकेची विमानवाहू युद्धनौका (भारतानजीक) तैनात करणं आणि भारताच्या सीमेलगत स्वतःचं लष्कर उभं करण्यासाठी चीनला सांगणं यानंतर निक्सन यांनी जॉर्डनच्या लढाऊ विमानांच्या बेकायदेशीर पाठवणीला पुन्हा संमती दिली. त्यावर किसिंजर म्हणाले, ''मी जॉर्डनला त्यांची काही विमानं पाठवायला सांगेन आणि नंतर आपण आपल्या परराष्ट्र मंत्रालयाला गप्प राहण्यासाठी बजावू.'' हे निक्सन यांनी मान्य केलं. किसिंजर बोलत राहिले, ''हे बेकायदा असल्याचं राजे हुसेन यांना सांगताना त्यांनी असं केल्यानंतर आपण परिस्थिती ताब्यात ठेवू, असंही आपण त्यांना कळवू.'' हे करताना निक्सन आणि किसिंजर या दोघांनीही कायदा मोडत असल्याबद्दल किंचितही पर्वा केली नाही. निक्सन म्हणाले, ''जॉर्डनबाबत अजिबात चिंता करायची गरज नाही. पाठोपाठ त्यांनी आदेश जारी केला, 'ती विमानं जाऊ द्या.' ''

सोव्हिएत संघाबरोबरचे संबंध निक्सन आणि किसिंजर यांनी पणाला लावले आणि हे करताना या दोन महाशक्तींची होऊ घातलेली शिखर परिषद रद्द होण्याचा धोका त्यांनी जाणीवपूर्वक पत्करला. निक्सन यांनी त्या दिवशी दुपारी दौऱ्यावर आलेल्या सोव्हिएत कृषिमंत्र्यांना चापण्याकरता ओव्हल ऑफिसमध्ये येण्यासाठी फर्मावलं. गोंधळलेले कृषिमंत्री सोव्हिएत सर्वेसर्वा लिओनिद ब्रेझनेव यांचे व्यक्तिगत मित्र असल्याचं म्हटलं जात होतं; पण हा विषय त्यांच्या अखत्यारीबाहेरचा आणि आकलनापलीकडचा होता. भारत-पाकिस्तान युद्ध झालं असतं, तर सोव्हिएत

संघाबरोबरचे अमेरिकेचे संबंध 'विषारी' होण्याचा आणि एखादा 'संघर्ष' निर्माण होऊ शकण्याचा इशारा ब्रेझनेव यांच्यासाठी असलेला निरोप कृषिमंत्र्यांमार्फत पाठवताना निक्सन यांनी दिला.

''त्यांना मी चांगलंच वाजवलं.'' असं निक्सन नंतर म्हणाले. त्यावर किसिंजर उत्तरले, ''आणि तुम्ही ते एवढं छान प्रकारे केलंत!'' किसिंजर यांनी असं भाकितही वर्तवलं, ''आता युद्ध संपेल. अमेरिकेची थोडीशी क्षती होईल; पण आधी वाटलं होतं, तेवढी ती गंभीर नसेल; आणि पश्चिम पाकिस्तानवर हल्ला करण्यापासून भारताला रोख बसेल.''

अमेरिका स्वतःची काही लष्करी दलं हलवत असल्याचं किसिंजर यांनी एका सोव्हिएत राजनैतिक अधिकाऱ्याला सांगितलं. याबाबत निक्सन यांना स्पष्टीकरण देताना ते म्हणाले, ''एक प्रकारे हा त्यांच्यासाठी (सोव्हिएतसाठी) निर्वाणीचा गर्भित इशारा होता.'' भारताला रोखण्यासाठी ब्रेझनेव यांनी स्वतःचा प्रभाव वापरण्याविषयीचा कठोर भाषेतला संदेश पाठवून भारताच्या कारवायांबद्दलच्या जबाबदारीत रशियाचाही सहभाग असल्याचं निक्सननी त्यांना बजावलं.

रशियाला १२ डिसेंबरच्या दुपारपर्यंत मुदत असून त्यानंतर 'अमेरिका एकतर्फी कारवाई करणार असल्याचं' किसिंजर यांनी सोव्हिएत नेत्यांना लवकरच कळवलं. संदिग्ध शब्दांमध्ये धमकी देत किसिंजर म्हणाले, ''नाहीतर आम्ही दुसरी काही पावलं उचलू.'' सोव्हिएत संघ भारतीय आक्रमणाला साथ देत असल्याचं निक्सन यांनी खासगीत मतप्रदर्शन केलं. परिस्थिती 'हृदयद्रावक' असल्याचं वर्णन करणारे किसिंजर याबरोबर सहमती दर्शवून म्हणाले, ''आता पूर्व पाकिस्तानचा पाडाव झाल्यातच जमा असल्याने सोव्हिएत समर्थन लाभलेल्या नंग्या आक्रमणाचा आपण मुकाबला करत असल्याबद्दल संशयाला काहीही जागा नाही.''

दरम्यान, अमेरिकी शस्त्रास्त्रांची पाकिस्तानला होणारी बेकायदा पाठवण चालू राहिली. त्याचं एक उदाहरण म्हणजे किसिंजर यांनी निक्सन यांना स्पष्ट शब्दांमध्ये सांगितलं, ''याआधीच पाकिस्तानमध्ये जॉर्डनची चार विमानं पोहोचली आहेत, आणखी बावीस विमानं पोहोचत आहेत. आम्ही सौदी अरेबियाबरोबर चर्चा करत असून तुर्कस्तान पाच विमानं देण्यासाठी राजी असल्याचं आत्ता आम्हांला समजलं आहे. त्यामुळे काहीतरी तह होईपर्यंत आम्ही ही पाठवणी चालू ठेवणार आहोत.''

किसिंजर यांनी युद्धकक्षात घाईने एक बैठक बोलवून सवाल केला, ''जॉर्डनने पाकिस्तानला विमानं पाठवली, तर काय होईल? ही घटना एवढी भयानक का असू शकेल?'' परराष्ट्र मंत्रालयाच्या एका ज्येष्ठ अधिकाऱ्याने कायदाविषयक समस्या पुन्हा स्पष्ट करून मांडली. किसिंजर यांच्या आग्रहामुळे संशय निर्माण झाला. जॉर्डनने

पूर्वीच एफ-१०४ विमानं पाठवली असावीत, अशी सावध नोंद हॅरल्ड सॉन्डर्स यांनी केली.

जॉर्डनची ही गुप्त कारवाई सीआयएने टिपून असा अहवाल पाठवला, 'जॉर्डनच्या एफ-१०४ विमानांचा ताफा पाकिस्तानला रवाना झाला असून त्यात १२ विमानं आहेत. वाटेत ही विमानं सौदी अरेबियात थांबली. त्यातली काही विमानं जॉर्डनचे वैमानिक चालवत होते, तर काहींचं कथित संरक्षण पाकिस्तानी करत होते.' यांपैकी जॉर्डनची ११ एफ-१०४ विमानं सौदी अरेबियात असल्याची नोंद परराष्ट्र मंत्रालयाने करून ती पाकिस्तानसाठी असल्याचं अनुमान काढलं गेलं. अम्मानमधल्या (जॉर्डनच्या राजधानीमधल्या) अमेरिकी दूतावासाला याचा गंधही लागू देण्यात आला नसला, तरी जॉर्डनच्या लढाऊ विमानांचे अनेक वैमानिक त्यांच्या लाडक्या मद्यालयांमध्ये दिसत नसल्याची बाब या दूतावासाच्या कर्मचाऱ्यांना जाणवली होती.

अॅलेक्झांडर हेग यांनी एका चिनी प्रतिनिधी मंडळाला दिलेल्या गोपनीय माहितीनुसार, जॉर्डनने सहा लढाऊ विमानं पाकिस्तानला रवाना केली होती आणि लवकरच आणखी आठ विमानं जॉर्डन रवाना करणार होतं; तसंच तुर्कस्तानमधून जवळपास २२ विमानं पाठवली जाण्याची शक्यता होती. चीनला आश्वस्त करताना किसिंजर म्हणाले, "जॉर्डनने पाकिस्तानला चौदा विमानं पाठवली असून ते आणखी तीन विमानं पाठवायचा विचार करत आहेत." नंतर निक्सन यांनी विचारलं, "जॉर्डनने विमानं पाठवली की नाही?" किसिंजर उत्तरले, "सतरा."

आता चीनने स्वतःचं लष्कर भारतीय सीमेकडे पाठवण्याविषयी किसिंजर चीनला सांगू शकत होते. असं झालं असतं, तर भारत मागे हटला असता, अशी खात्री चीनच्या पीपल्स लिबरेशन आर्मीने स्वतःचे सैनिक तैनात करण्याची आस बाळगणाऱ्या निक्सन यांची झाली होती. "भारतीय भेकड आहेत." असं निक्सन यांचं मत होतं. ते चिनी लोकांबद्दल म्हणाले, "काहीतरी हालचाल दाखवणं, एवढंच त्यांना करायचं आहे. तिथे पोहोचायचं, एखादी डिव्हिजन पाठवायची, काही मालमोटारी फिरवायच्या, काही विमानं उडवायची; म्हणजे काहीतरी लाक्षणिक करायचं. यात आपण विशेष असं काहीच करत नाही. नाही का हेन्री?"

यानंतर १० डिसेंबर रोजी किसिंजर न्यू यॉर्कला धावले. त्यांच्याबरोबर अॅलेक्झांडर हेग आणि चीनविषयक तज्ज्ञ, त्यांचे खास मदतनीस विन्स्टन लॉर्ड होते. जॉर्ज एच. डब्ल्यु. बुश यांना न्यू यॉर्कच्या अप्पर ईस्ट साइड प्रभागातल्या एका पत्त्यावर पोहोचण्याचं फर्मान व्हाइट हाउसमधून सुटलं . सीआयएची ठिकठिकाणी जी सुरक्षित घरं असतात, त्यांपैकी हे एक होतं. तिथे प्रथम बुश पोहोचले, आणि मागोमाग किसिंजर आणि हेग आले. त्यानंतर चीनचे संयुक्त राष्ट्रसंघातले मुरब्बी राजदूत हुआंग

हुआ दाखल झाले. ही एक अभूतपूर्व गुप्त बैठक होती. चीनला आश्वसित करताना किसिंजर म्हणाले, ''व्हाइट हाउस सोडता मी इथे असल्याचं फक्त जॉर्ज बुश यांनाच माहीत आहे.'' या सदनिकेतले आरसे लावून मढवलेल्या भिंती आणि भडक तैलचित्रं पाहून किसिंजर शहारले; पण ही सदनिका निवडण्याचं कारण तिला दरवान नव्हता आणि इमारत जवळपास निर्मनुष्य होती. त्यामुळे इमारतीत प्रवेश करणारे माओ सूटधारी चिनी अधिकारी आणि मागोमाग अगदी हेन्री किसिंजर यांच्यासारखा दिसणारा कुणीतरी असे लोक भोचक न्यू यॉर्कवासीयांच्या नजरेला पडणार नव्हते.

स्पष्ट बोलण्याच्या भरात उत्तेजित झाल्यासारखे भासणारे किसिंजर चिनी अधिकाऱ्यांना म्हणाले की, ते अमेरिकेचे कायदे मोडत होते – ''या परिस्थितीत पाकिस्तानला शस्त्रसामग्री देण्यासाठी कायद्याने आम्हांला प्रतिबंध केला आहे. त्याचप्रमाणे अमेरिकी सामग्री बाळगणाऱ्या आमच्या मित्रराष्ट्रांना त्यांची सामग्री पाकिस्तानला देण्याची अनुमतीही आम्ही आमच्या कायद्यानुसार देऊ शकत नाही.'' या बेकायदा कृतीची क्षिती नसल्याचा देखावा करत किसिंजर म्हणाले की, जॉर्डन, इराण आणि सौदी अरेबिया त्याचबरोबर तुर्कस्थान यांच्याकडचीदेखील अमेरिकी शस्त्रास्त्रं या देशांनी पाकिस्तानला पाठवली असती, तर ही बाब अमेरिका समजून घेणार असल्याचं किसिंजरनी या देशांना सांगितलं होतं. प्रशासन याचा सौम्य निषेध केल्याचं ढोंग करणार होतं आणि पुढच्या वर्षाच्या अर्थसंकल्पात जॉर्डन आणि इराण यांच्या हानीची भरपाई करून देणार होतं.

या कारवाईचा तपशील देताना किसिंजर म्हणाले, ''यानुसार चार विमानं आज जॉर्डनमधून रवाना होत असून बावीस विमानं सप्ताहाखेर जातील. दारूगोळा आणि इतर सामग्री इराणमधून जाईल. लवकरच तुर्कस्तानमधून सहा विमानं जातील.'' हा तपशील अतिशय संवेदनशील असल्याचं स्मरण त्यांनी चिनी अधिकाऱ्यांना पुन्हा करून दिलं.

किसिंजर बोलत असताना लॉर्ड, हेग आणि बुश म्हणजे एक भावी परराष्ट्र राज्यमंत्री, एक भावी परराष्ट्रमंत्री आणि एक भावी राष्ट्राध्यक्ष गप्प बसून होते. या कारवाईच्या बेकायदा स्वरूपाची पुरेपूर जाणीव असणारे जॉर्ज बुश यांनी नंतर नोंद केली, 'या भागात आम्ही काही जहाजं पाठवणार असल्याच्या वस्तुस्थितीचा उल्लेख किसिंजर यांनी केला; जॉर्डनमधून, तुर्कस्तानमधून आणि इराणमधून लष्करी सामग्री पाठवण्याबाबत किसिंजर बोलले.' मात्र कायदा मोडण्याबाबत किसिंजर यांनी दिलेली कबुली या नोंदीतून बुश यांनी सुज्ञपणे गाळली. या बैठकीचा अधिकृत वृतान्त टिपून घेणारे विन्स्टन लॉर्ड म्हणतात, ''ही बाब ते कशी हाताळत होते; ते मर्यादा राखत होते की मर्यादाभंग करत होते, मला नेमकं आठवत नाही. हे उघडच पाकिस्तानला

मदत करण्यासाठी आणि चीनला प्रभावित करण्यासाठी चाललं होतं. मला आठवतं त्यानुसार, कायद्याच्या किंवा नैतिकतेच्या संदर्भात हे उलगडणं शक्य नव्हतं.''

याबाबत बुश यांनी केलेल्या नोंदीनुसार आणखी तपशील असा होता – 'भारत–पाकिस्तान यांच्याबाबतचं आमचं समग्र धोरण किसिंजर यांनी मांडून दाखवलं. चीनच्या धोरणाशी ते अगदी समांतर असल्याचं किसिंजर म्हणाले.' लष्करी पुरवठ्यासह भारताची सर्व मदत अमेरिकेने बंद केल्याचं सांगून किसिंजर यांनी भारताच्या उत्तर सीमेच्या रक्षणासाठी असलेल्या रडार यंत्रसामग्रीचा उल्लेख यासंदर्भात मुद्दाम केला. चीनने भविष्यात भारतावर हल्ला करण्यासाठी दिलेली ही चिथावणी होती. हिंदी महासागराच्या दिशेने एक विमानवाहू युद्धनौका आणि अनेक विनाशिका अमेरिका पाठवणार असल्याचीही माहिती त्यांनी दिली. हा नाविक ताफा त्या परिसरातल्या सोव्हिएत आरमारापेक्षा फारच मोठा असणार होता.

यानंतर किसिंजर मुख्य उद्दिष्टाकडे वळले. ते म्हणजे, चीनने स्वतःचं सैन्य भारताविरुद्ध उभं करावं. ते म्हणाले, ''भारतीय उपखंडातल्या परिस्थितीमुळे स्वतःच्या सुरक्षेला धोका असल्याचं जाणवल्यास आणि या सुरक्षेचं संरक्षण करण्यासाठी चीनने उपाययोजना केल्यास, त्यात हस्तक्षेप करण्याच्या इतर कुणाच्याही प्रयत्नांना अमेरिका विरोध करेल, याची नोंद चीनने घ्यावी, अशी राष्ट्राध्यक्षांची इच्छा आहे.'' राजनैतिक भाषेत वळलेल्या या चऱ्हाटाचा अर्थ कदाचित स्पष्ट झाला नसावा, म्हणून नंतर किसिंजर निःसंदिग्धपणे म्हणाले, ''प्रामाणिकपणे सांगायचं, तर या बैठकीची मागणी मी केली, तेव्हा चीनच्या लष्करी मदतीची सूचना करायचं माझ्या मनात होतं.''

प्रशासनाच्या सर्व अतिगोपनीय तपशिलाची माहिती किसिंजर यांनी चिनी अधिकाऱ्यांना दिली. त्यांनी दाखवलेला एक दस्तऐवज 'केवळ पाहण्यासाठी' म्हणून वर्गीकृत केल्याचं नंतर एका चिनी भाषांतरकाराने सांगितलं. याची टर उडवताना किसिंजर म्हणाले, ''यापेक्षाही एक भारी दस्तऐवज असून 'वाचण्यापूर्वी जाळावा' असं त्याचं वर्गीकरण आहे.'' बुश यांच्याकडे वळून ते म्हणाले, ''कूटनीतीची चर्चा तुम्ही अशा प्रकारे करत जाऊ नका, काय!''

भारतीय आक्रमण आणि सार्वभौम पाकिस्तानचा विच्छेद यांचा धिक्कार करून हुआंग हुआ यांनी कठोर शब्दांमध्ये भारताची तुलना साम्राज्यवादी जपानबरोबर केली. भारताविरुद्ध सुरू असलेल्या विषवमनाच्या स्पर्धेत अमेरिका चीनपेक्षा कमी नसल्याचं दाखवून देण्याच्या प्रयत्नात किसिंजर म्हणाले, ''राजदूत महोदय, मी दुर्बल असल्याचं तुम्हांला कदाचित दिसेल, पण मी एक बेफाम वेडा आहे, असं वॉशिंग्टनमधल्या माझ्या सहकाऱ्यांना वाटतं.''

वॉशिंग्टनला परल्यानंतर किसिंजर यांनी आशावादी भावनेने नोंद केली, 'चीन

स्वतःच्या पहाडी लढाऊ तुकड्यांसाठी राखीव सैन्याला पाचारण करतो आहे.' चीन काहीतरी करण्याची खात्री किसिंजरना वाटत असल्याचं त्यांनी निक्सन यांना सांगितलं. चीनने स्वतःचे सैनिक सीमेवर आणल्यानंतर रशियन नेत्यांनी भारताला पाठिंबा देण्याएवढी ताठर भूमिका घेतली नसती, अशी आशा बाळगण्याची निक्सन यांची मानसिकता होती. किसिंजर यांना चीनकडून हालचाल होण्याबाबत विश्वास वाटत होता.

प्रामुख्याने, मनोरंजन करून घेण्यासाठी किसिंजर ज्यांचा वापर करत, ते जॉर्ज बुश किसिंजरच्या या बैठकीतल्या वागण्याने भेदरून गेले होते आणि किसिंजर चिनी अधिकाऱ्यांना एवढी सविस्तर माहिती देत असल्याने अचंबित झाले होते. बैठकीनंतर केलेल्या खासगी नोंदीत बुश म्हणतात, 'चीनबरोबर अशी चुंबाचुंबी करण्यासंदर्भात मी अस्वस्थ झालो होतो. अमेरिकेने अगदी सौम्य भूमिका घ्यावी आणि रशियन धमकीला प्रत्युत्तर देण्यासाठी लाल चीनला हवं ते करू द्यावं, असं घडणं मला जास्त रुचलं असतं.' हुआंग यांच्यावर विश्वास नसलेले बुश लिहितात, 'हुआंशी संवाद म्हणजे एकेरी वाहतूक आहे. आम्ही त्यांना एवढी मोठ्या प्रमाणात माहिती देत आहोत, पण ते काहीही करत नाहीयेत.' किसिंजर यांच्याबाबत ही नोंद म्हणते, 'अशा काही बाबींमध्ये ते अगदीच वाहवत जातात असं मला वाटतं.' ''संयुक्त राष्ट्रसंघात चीनतर्फे येणाऱ्या कोणत्याही प्रस्तावाला आम्ही पाठिंबा देऊ.'' असं किसिंजर यांनी म्हटल्याचा विशेष संदर्भ या नोंदीला होता. बुश म्हणतात, 'हे अगदी अति झालं.' पण चमूतला एक खेळाडू असलेले बुश बढतीच्या वाटेवर होते. स्वतःच्या कुशंका त्यांनी स्वतःच्याच मनात ठेवल्या.

'प्रलयकारी मांडणी'

भारतीय लष्कर जसजसं ढाक्याजवळ पोहोचायला लागलं, तसतसा या संकटाचा चरमबिंदू जवळ आला. निक्सन यांनी खासगीत पूर्व पाकिस्तानला निकालात काढून पश्चिम पाकिस्तानचं रक्षण करण्यावर लक्ष केंद्रित केलं. किसिंजर यांनी १० डिसेंबर रोजी निक्सन यांना इशारा दिला, ''पूर्व पाकिस्तान आता खड्ड्यात गेलं आहे. आता मुख्य प्रश्न आहे पश्चिम पाकिस्तानचं रक्षण करणं! पाकिस्तानी लष्कर ठप्प झालं आहे. आणखी दोन आठवडे युद्ध चाललं, तर ते पूर्वेप्रमाणेच पश्चिमेतही खलास होईल.''

पाकिस्तानला पाठिंबा देण्याच्या निक्सन आणि किसिंजर यांच्या प्रयत्नांमुळे पूर्वेतला लढा चालू ठेवण्यासाठी पाकिस्तानच्या लष्करशहांना उत्तेजन मिळालं होतं, असं दिसून येतं. पाकिस्तानने लगेच शरणागती पत्करली असती, तर सैनिकांचे प्राण वाचू शकले असते; पण पाकिस्तानच्या लष्करी राजवटीला अजूनही महाशक्तीकडून

सुटका होण्याची आशा वाटत होती. पाकिस्तान पूर्व पाकिस्तान राखू शकणार नसल्याचं याह्या यांनी जाणल्याचं दिसत असलं, तरी 'अखेरचा मुसलमान असेपर्यंत' पाकिस्तानी सैनिक पाकिस्तानसाठी आणि इस्लामसाठी लढत राहणार असल्याची दर्पयुक्त प्रतिज्ञा याह्यांनी केली. एका वरिष्ठ पाकिस्तानी सेनाधिकाऱ्याने १० डिसेंबर रोजी निराशेच्या भरात संयुक्त राष्ट्रसंघाच्या मार्फत पूर्वेतल्या युद्धबंदीचा प्रस्ताव देऊ केला, पण याह्या यांनी हा प्रस्ताव लगेचच मागे घेतला. पाकिस्तानच्या नव्या युद्धकालीन नागरी सरकारमध्ये याह्या यांनी नियुक्त केलेले उपपंतप्रधान आणि परराष्ट्रमंत्री झुल्फिकार अली भुट्टो यांनीही युद्धबंदीचा प्रस्ताव तुच्छतेने फेटाळून लावला. व्यर्थ होत असलेला रक्तपात चालू ठेवण्याची लष्करी राजवटीची तयारी पाहून दिल्लीत हक्सर यांना धक्का बसला.

पाकिस्तानच्या पायदळाच्या प्रमुखांनी अतिशयोक्तीचा अवलंब करून ११ डिसेंबर रोजी पूर्व कमानीचे प्रमुख जनरल नियाजी यांना पाठवलेल्या पत्रात कळवलं, 'अमेरिकेचं सातवं आरमार लवकरच या परिसरात दाखल होणार असून चीनने स्वतःची सीमा सक्रिय केली आहे.' भारतावर प्रचंड प्रमाणात सोव्हिएत आणि अमेरिकी दबाव असून याह्या यांच्या इच्छेनुसार, नियाजी यांनी दटून राहण्याविषयी या पत्रात नमूद करण्यात आलं होतं.

नियाजी यांचं सैन्य लढत राहिल्याने पूर्वेत विजय प्राप्त करण्यासाठी भारतीय अधिकाऱ्यांना आणखी अवधी मिळणं आवश्यक होतं. त्यामुळे प्रक्षुब्ध झालेल्या हक्सर यांनी 'युद्धबंदीच्या कोणत्याही प्रस्तावातल्या मूलभूत कारणांचा परामर्श घेतला जावा.' असा आग्रह धरला. कालहरण करण्याची ही परिणामकारक युक्ती होती. संयुक्त राष्ट्रसंघाच्या आमसभेने अतिकठोर शब्दांमध्ये निर्भर्त्सना केलेली असूनही इंदिरा गांधी यांनी इतर देशांच्या सरकारांना सांगितलं, 'बंगाली विस्थापितांच्या परतण्याच्या निश्चित अभिवचनाशिवाय होणारी कोणतीही युद्धबंदी म्हणजे एखाद्या संपूर्ण राष्ट्राच्या विनाशावर पांघरूण घातल्यासारखं होईल.'

मात्र भारताला बांगला देशातल्या किंवा पश्चिम पाकिस्तानमधल्या कोणत्याही भूभागावर दावा करायचा नसल्याचं हक्सर यांनी भारतीय अधिकाऱ्यांना सांगितलं होतं. भारत आक्रमक असल्याचं चित्र निर्माण करू पाहणाऱ्यांना उपयुक्त ठरेल असं कोणतंही विधान किंवा कोणतीही कृती करणं टाळण्याविषयी त्यांनी या अधिकाऱ्यांना बजावलं होतं. आपल्या संदेशात त्यांनी लिहिलं, 'भारत पश्चिम पाकिस्तानविरुद्ध अगदी बचावात्मक लढाई लढतो आहे.'

एकीकडे भारतीय सैनिक लढत असताना दुसरीकडे निक्सन प्रशासनाला शांत करण्याचा प्रयत्न म्हणून हक्सर यांनी वॉशिंग्टनमधल्या दूतावासाला कळवलं, 'भारताला

पश्चिम पाकिस्तानच्या कोणत्याही भागावर कब्जा करण्याची इच्छा नाही आणि भारताची बांगला देशाला असलेली मान्यता म्हणजे स्व-स्वीकृत बंधन आहे, असं दूतावासाने स्पष्ट करावं.' त्यायोगे भारताला कोणताही भूभाग जिंकण्याची बिलकूल मनीषा नसल्याचं हक्सर यांना सिद्ध करायचं होतं. याचा व्यत्यास म्हणून पाकिस्तान काश्मीरमध्ये आणि पश्चिम सीमेवर अन्यत्र आक्रमण करत असल्याची आठवण त्यांनी अमेरिकेला करून दिली. पाकव्याप्त काश्मीर या पाकिस्तानचा ताबा असलेल्या; पण भारत ज्यावर दावा सांगत होता, त्या प्रदेशाबद्दल स्वतःचं उद्दिष्ट स्पष्ट करताना भारतीय अडचणीत येत होते. पण हा प्रदेशही बळाचा वापर करून भारत पाकिस्तानकडून जिंकून घेणार नसल्याचं हक्सर यांनी सांगितलं. या प्रदेशात भारताला कोणतीही 'मोठी महत्त्वाकांक्षा' नसल्याचं परराष्ट्रमंत्री स्वर्ण सिंग यांनी जॉर्ज बुश यांना सांगितलं. म्हणजेच बुश यांनी ज्याला 'छोटी दुरुस्ती' म्हटलं होतं, त्या शक्यतेची दारं उघडी होती. युद्ध लांबवण्याची इच्छा नसल्याचं आश्वासन भारतीयांनी बुशना दिलं. हक्सर यांनी उपशमन करणाऱ्या भाषेत कळवलं, 'परिस्थिती आणखी बिघडावी, अशी आमची इच्छा नसून स्वसंरक्षणाच्या आवश्यकतेशी सुसंगत स्व-नियंत्रणाचा अवलंब आम्ही करू.'

हक्सर यांनी दिलेला शब्द त्या क्षणी तरी भारतीय सैनिक पाळत असल्याचा दुजोरा अमेरिकी परराष्ट्र मंत्रालयाच्या विश्लेषकांनी दिला. पश्चिम पाकिस्तानमधल्या लष्करी लक्ष्यांवर भारतीय हवाई दल मारा करत असलं, तरी भारतीय लष्कर पश्चिम सीमेवर मुख्यतः स्वसंरक्षणासाठी तैनात असल्याची माहिती किसिंजरनी निक्सनना दिली. याच वेळी पाकिस्तान पंजाबमध्ये आणि विशेषतः काश्मीरमध्ये आक्रमण करत होतं; सीआयएने पाठवलेल्या अहवालानुसार, पाकिस्तानी सैन्याने छांब विभागातून भारतीय लष्कराला बाहेर ढकललं होतं आणि या सैन्याची आगेकूच सुरू होती. काश्मीर आणि वायव्य भागात भारत आणि पाकिस्तान यांची जवळपास बरोबरी असल्याचा अभिप्राय सीआयएने दिला; पण भारत काही सैनिक पूर्व सीमेवरून पश्चिम सीमेवर हलवण्याची तयारी करत असल्याचे गुप्तवार्ता संदेश सीआयएला मिळाले होते.

चीनकडून काहीतरी अभद्र घडण्याच्या भीतीने भारताने सोव्हिएत समर्थनाचा खुंटा हलवून बळकट करून घेतला. भारत सरकारने ११ डिसेंबरला धर यांना घाईघाईने मॉस्कोला पाठवून सोव्हिएत पंतप्रधानांना एक व्यक्तिगत संदेश दिला; पण सोव्हिएत नेतृत्वाने सावधपणे भारताची पाठराखण केली; सोव्हिएत संघ अजूनही बांगला देशाला मान्यता द्यायला तयार नव्हता. मात्र चीनने भारताविरुद्ध हस्तक्षेप केला असता; तर सोव्हिएत संघाने चीनबरोबरच्या सीमेवर चीनचं लक्ष वळवणारी कारवाई केली असती, असं अभिवचन भारतातल्या सोव्हिएत राजदूतांनी खासगीत दिलं. या संकटात

बाह्यशक्तींनी हस्तक्षेप केला असता, तर हा भडका आणखी पसरून अपरिमित हानी होण्याचा इशारा इंदिरा गांधींनी कित्येक जागतिक नेत्यांना दिला. भारताला सोव्हिएत समर्थन असल्याची आठवण करून देण्यासाठी हा इशारा होता.

निक्सन-किसिंजर यांची शीतयुद्धकालीन कूटनीती शिगेला पोहोचली असताना १२ डिसेंबरच्या त्या सकाळी निक्सन आणि किसिंजर ओव्हल ऑफिसमध्ये पोहोचले होते. 'आज मध्यान्हीपर्यंत भारताला वेसण घालावी किंवा अमेरिकेच्या एकतर्फी प्रतिकारात्मक कारवाईसाठी तयार राहावं.' असा इशारा त्यांनी सोव्हिएत संघाला दिला. चीन स्वतःचं लष्कर भारतीय सीमेकडे हलवण्याच्या बेतात असल्याची खात्री निक्सन-किसिंजरची झाल्याने भारत आणि सोव्हिएत संघ अशा दोघांविरुद्धच्या जीवघेण्या संघर्षात चीनच्या मागे उभं राहण्याची तयारी अमेरिकेने सुरू केली. त्यायोगे महाशक्तींचा संघर्ष होण्याची भयानक संभाव्यता निर्माण झाली आणि वाइटात वाइट म्हणजे अगदी अणुयुद्धही होण्याची शक्यता खुणावायला लागली. चीनच्या समर्थनार्थ बॉम्बफेक सुरू करण्याची किसिंजरची तयारी दिसली. यासंदर्भात ते नंतर म्हणाले की, सोव्हिएत-चिनी-अमेरिकी त्रिकोणी नातेसंबंधांत युद्धाचा धोका पत्करण्याचा पहिला निर्णय किसिंजरनी आणि निक्सननी घेतला होता.

भारतीय राजनैतिक अधिकाऱ्यांकडून दिलासादायक संदेश येत असूनही चीनने स्वतःचे काही सैनिक सीमेवर हलवावेत असं किसिंजर यांना वाटत होतं. चीनने कृती करेपर्यंत चीनचं भारतविरोधी शाब्दिक पुराण ऐकायची किसिंजर यांची इच्छा नव्हती. त्यांचा युक्तिवाद असा होता की, त्या वेळी अमेरिकेकडून दाखवल्या जाणाऱ्या खंबीरपणावर अमेरिकेचे चीनबरोबरचे भावी संबंध अवलंबून होते. ते म्हणाले, "आपण छान लोक आहोत, आपले हेतू चांगले आहेत; पण जगाच्या त्या भागाच्या संदर्भात आपण पूर्णपणे अप्रस्तुत आहोत असं चीनला वाटलं, तर आपल्या संबंधांपासून होणारे फायदे त्यांना दिसेनासे होतील."

सोव्हिएत समर्थनाच्या जोरावर भारताने 'नागडं आक्रमण' केल्याचा आरोप जाहीरपणे करत निक्सन यांना भारताला 'तिथेच जोरात' ठोकण्याची इच्छा होती. इंदिरा गांधींची 'ती कुत्री' अशी संभावना करत किसिंजर म्हणाले, "रशियनांना प्रभावित करणं, भारतीयांना घाबरवणं आणि चीनबरोबर ठोस भूमिका घेणं आपल्यासाठी आवश्यक आहे." निक्सन यांनी सोव्हिएत संघावर दबाव आणण्याचा निर्णय घेतला. किसिंजर निक्सनना म्हणाले, "ही खाशी निक्सनी योजना आहे; ती धाडसी आहे. तुम्ही पुन्हा एकदा सगळं काही पणाला लावत आहात. आपण कृती केली नाही, तर नाश अटळ आहे; टोकाची भूमिका घेऊन नाशाच्या गंभीर शक्यतेला आपण सामोरे जात आहोत, पण त्यातून निदान आपलं पौरुषत्व तरी दिसणार आहे; आणि चीनबरोबर

"हे आपलं ऱ्हाइनलॅन्ड आहे." / ४२३

व्यवहार करताना आपल्याला त्याची मदत होणार आहे.''

निक्सनना कृतीचा आग्रह करत किसिंजरनी ते भारतीयांचं वैर ओढवून घेत असल्याची टीका करणाऱ्यांवर आगपाखड केली. ते म्हणाले, ''या पन्नास कोटी लोकांसाठी आम्हांला दोष दिला जातो. यात आमचा काय दोष? आम्ही पन्नास कोटी लोकांना दहा कोटी लोकांवर बलात्कार करू देत नाही म्हणून?'' भारताची तुलना नाझी जर्मनीबरोबर करून निक्सन म्हणाले, ''दुसऱ्या महायुद्धाच्या काळात सगळेच डँझिगची आणि चेकोस्लोव्हाकियाची आणि इतर ठिकाणांची काळजी करत होते.''

यानंतर चीनचा एक संदेश घेऊन अॅलेक्झांडर हेग ओव्हल ऑफिसमध्ये अवतरले. तो संदेश पाहून किसिंजर म्हणाले, ''चीनला तातडीने भेट हवी आहे. हे अभूतपूर्व आहे. ते हालचाल करणार आहेत. शंकाच नको, ते हालचाल करणार आहेत.'' चिनी नेते खरोखरच त्यांचे सैनिक पाठवणार असल्याबद्दल निक्सन यांनी विचारल्यानंतर किसिंजर उद्गारले, ''प्रश्नच नाही!''

चिनी आणि भारतीय सैनिक समोरासमोर उभे ठाकून त्यातून चकमकी किंवा आणखी गंभीर काहीतरी घडण्याची संभावना निर्माण होण्याची पुरेपूर अपेक्षा किसिंजर आता करायला लागले. एक वेडसर राष्ट्राध्यक्ष आणि अणुयुद्धानंतरचा ऱ्हास यांच्यातला एकमेव अडसर स्वतः असल्याची बढाई किसिंजर नेहमी मारत. (''राष्ट्राध्यक्षांच्या हातात असतं, तर प्रत्येक आठवड्यात अणुयुद्ध झालं असतं.'') वॉशिंग्टनमध्ये फिरणारे किसिंजर इथे मात्र चिथावणीखोराची भूमिका वठवत होते. विलक्षण तणाव निर्माण करणाऱ्या या चर्चेत त्यांनी या संकटाची तीव्रता जास्तीतजास्त धोकादायक स्तरापर्यंत वाढवण्याचा आग्रह राष्ट्राध्यक्षांना वारंवार केला. आता अमेरिकेने चीनला भारतावर सोडल्याचं दिसत असल्याने भारताला सोव्हिएत मदतीची याचना करावी लागणार होती. यामुळे सोव्हिएत संघ आणि चीन यांच्यात संघर्ष उफाळला असता, तर निक्सन यांना चीनला पाठिंबा द्यावा लागला असता असं सांगून किसिंजर म्हणाले, ''सोव्हिएत संघाने त्यांच्यावर चाल केली, आणि आपण काहीच केलं नाही; तर आपण संपलोच!''

निक्सननी बिचकून विचारलं, ''सोव्हिएत संघाने त्यांच्यावर हल्ला केला, तर आपण काय करायचं? त्यांच्यावर अण्वस्त्रं टाकावीत असं तुमचं म्हणणं आहे?'' या भीषण शक्यतेपासून मागे हटण्याऐवजी किसिंजर म्हणाले, ''या स्थितीत सोव्हिएत संघाने त्यांच्यावर हल्ला केला आणि तो यशस्वी झाला, तर तो अंतिम लढा ठरेल. आपल्याला ते करावंच लागेल. कारण ते यशस्वी झाले, तर आपण संपून जाऊ. अगदी पुरेपूर संपून जाऊ!''

एवढ्या जोरकस युक्तिवादानंतरही निक्सन विचलित झाले नाहीत. तेव्हा किसिंजर चीनच्या संदर्भात म्हणाले, ''तर आपण ते रद्द करणंच बरं.'' पण स्वतःच्या बोलण्याचा परिणाम समजताच ते म्हणाले, ''खरं तर आता आपण त्यांना माघारी जायला सांगू शकत नाही.'' ''आता चीनला स्वतःची भूमिका बदलायला सांगण्याची भयानक किंमत अमेरिकेला चुकती करावी लागेल.'' असं मत हेग यांनी मांडलं. किसिंजर म्हणाले, ''आता आपण त्यांना माघारी बोलवलं, तर चीनबाबत आपण करत असलेले प्रयत्न खड्ड्यात जातील असं मला वाटतं.'' निक्सन यांना या युक्तिवादातला तर्क पटला आणि ते म्हणाले, ''चीनबरोबरचे आपले प्रयत्न खड्ड्यात गेले आहेत आणि रशियनांबरोबरचे आपले संबंधही अत्यंत गंभीर स्वरूपाच्या धोक्यात आले आहेत.''

धोका दिसत असूनही निक्सनना सोव्हिएत संघाबरोबरच्या संघर्षासाठी निमंत्रण देऊन चिथावताना किसिंजर म्हणाले, ''चीनला मान खाली घालायला लावून रशियन मोकळे राहिले, आणि पाकिस्तानला धूळ चारून भारतीय मोकळे राहिले; तर आपल्याला बंदुकीच्या नळीत थेट पाहावं लागेल.'' निक्सन यांना अवसान देत ते म्हणाले, ''आपण समोर उभे ठाकलो, तर सोव्हिएत नेते माघार घेतील, असं मला वाटतं.'' पण सोव्हिएत नेत्यांनी माघार घेतली नसती, तर काय करावं लागलं असतं हे त्यांनी सुचवलं नाही.

किसिंजर यांच्या दबावाला निक्सन बळी पडले. भारताच्या युद्धभूमीवरच्या विजयातून निर्माण होणाऱ्या लाभावर सोव्हिएत संघ संतुष्ट होऊन तो त्यापुढचा संघर्ष करण्याच्या मनःस्थितीत नसण्याची अपेक्षा त्या वेळी ते करत होते. किसिंजर म्हणाले, ''आपल्याला हे तातडीने सुरू करावं लागेल.''

त्यांच्यावर उसळून निक्सन म्हणाले, ''हेन्री, तुमची मांडणी माझ्या आकलनापेक्षा फार भिन्न आहे. तुम्ही म्हणाला होतात की, आपण हे सारं करत आहोत. तुम्ही त्यांना धमकावत का नाही? मी म्हणालो होतो, आठवतं का ... की, धमकवा, थोडे सैनिक हलवा ... हे पाहा, या अक्करमाश्यांना आपल्याला घाबरवायचं आहे.'' कोरियन युद्धात चीनने शिरकाव केल्याच्या घटनेबरोबर या प्रसंगाची तुलना करत भयकारी साम्याचं वर्णन करताना किसिंजर म्हणाले, ''कोरियात आपण चीनच्या सीमेलगत गेलो; तेव्हा ज्या कारणावरून त्यांनी आपल्यावर हल्ला केला होता, त्याच कारणासाठी ते (चिनी) आता कृती करत आहेत.''

निक्सन यांनी ठाम राहण्याचा आग्रह किसिंजर यांनी धरला. भू-राजकीय शक्यतांचं संभाव्य चित्र मीठमसाला लावून रंगवताना ते म्हणाले, ''या संघर्षाची परिणती भारताने पाकिस्तान गिळंकृत करण्यात, चीन नष्ट होण्यात, सोव्हिएत संघाने चीनला पराभूत आणि अवमानित करण्यात झाली; तर जगाच्या सत्तासमतोलात

एवढा प्रचंड बदल होईल की, अमेरिकेची सुरक्षा अनेक दशकांसाठी किंवा कदाचित कायमची क्षतिग्रस्त झालेली असेल.''

यामुळे एकाकी अमेरिका सोव्हिएत संघाच्या प्रभावाखाली असलेल्या जगात एकटी पडली असल्याचं प्रलयकारी चित्र निक्सन यांच्या डोळ्यांसमोर उभं राहिलं. निक्सन उदासपणे म्हणाले, ''आता आपण आकडेवारीवर विचार करू या. तुमच्याकडे सोव्हिएत संघ, ऐंशी कोटी चिनी, साठ कोटी भारतीय, उर्वरित दहशतग्रस्त आग्नेय आशिया, अचल जपानी आणि अर्थातच त्यांचं लांगूलचालन करणारे युरोपीय आहेत. अमेरिका एकटी असून कदाचित लॅटिन अमेरिकेचा काही भाग आणि कुणास ठाऊक इतर काय आपल्याकडे असेल!'' किसिंजर उत्तरले, ''राष्ट्राध्यक्ष महोदय, त्यामुळेच तुम्ही एकटे असाल.'' स्वतःच उभ्या केलेल्या मायाजालाविषयी खंबीर भूमिका घेत निक्सन म्हणाले, ''ते ठीक आहे. आपण यापूर्वीही एकाकी राहिलेलो आहोत.''

यानंतर टोकापासून एक पाऊल मागे हटण्याच्या प्रयत्नात निक्सन म्हणाले, ''मी अगदी थेट प्रलयकारी मांडणी करतो. चीन आपली खेळी खेळतो. सोव्हिएत संघ त्यांना धमकावतो आणि मग आपण अण्वस्त्रं डागायला सुरुवात करतो; पण तसं घडणार नाही, तसं घडणार नाही. त्याऐवजी आपण सोव्हिएत संघाबरोबरची हॉटलाइन वापरून त्यांच्याबरोबर बोलून घेऊ.''

याबरोबर सहमती व्यक्त करून किसिंजर म्हणाले, ''आपण अण्वस्त्रं डागण्याची गरज नाही, पण आपल्याला तयारीत राहावं लागेल.'' मात्र आता अमेरिकेने युद्धात उतरावं असं त्यांना वाटत होतं. ते स्पष्टपणे म्हणाले, ''आपल्याला सैन्य तैनात करावं लागेल. कदाचित त्यांना बॉम्बफेकीसाठी मदत द्यावी लागेल.''

यावर निक्सन म्हणाले, ''या घटकेला आपण व्हिएतनाम साफ करून टाकू.'' ते मान्य करून किसिंजर म्हणाले, ''या घटकेला आपण हनोईला निर्वाणीचा इशारा देऊ या. हॅपहाँगची नाकेबंदी!'' (हॅपहाँग बंदराला पाणसुरुंग लावून मे १९७२ मध्ये त्यांनी ही धमकी खरी केली.)

वातावरण थंड करण्याच्या प्रयत्नात निक्सन म्हणाले, ''आपण बरीच जर-तरची भाषा बोलत आहोत.'' रशिया आणि चीन युद्धात उतरणार नसल्याचं प्रतिपादन अमान्य करून किसिंजर म्हणाले, ''राष्ट्राध्यक्ष महोदय, अशी पैज मी मारणार नाही.'' सोव्हिएत नेते चीनबाबत विवेकी भूमिका घेत नसल्याचं मत मांडून किसिंजरनी सांगितलं की, सोव्हिएत संघाने चीनचा सफाया केला असता; तर निक्सन यांचा आगामी दौरा निरर्थक ठरला असता. सोव्हिएत संघ आणि चीन यांच्यात अणुयुद्ध भडकण्याची खात्री असूनही गडद होत चाललेल्या या संकटप्रसंगी अमेरिकेने चीनला पाठिंबा देण्याचा आग्रह किसिंजर त्या क्षणी धरत राहिले.

काही काळानंतरचे राष्ट्राध्यक्ष रोनाल्ड रेगन यांनी परराष्ट्रमंत्री म्हणून नेमलेले ॲलेक्झांडर हेग संमती दर्शवून म्हणाले, ‘‘चीनच्या भारतावरच्या आक्रमणाला अमेरिकेने गुप्तपणे पाठिंबा द्यावा. अमेरिकेने सोव्हिएत संघाविरुद्ध कृती केली, तर भारतावर आक्रमण करण्यासाठी आवश्यक सबब चीनला सापडेल, हे चीनला माहीत आहे; आणि आपल्याला सोव्हिएत संघाला निष्प्रभ करावं लागेल.’’ निक्सन यांनी विचारलं, ‘‘समजा, चीनने कृती केली आणि सोव्हिएत नेत्यांनी धमकावलं; तर आपण काय करायचं?’’ एकदा चीनने सैन्य हलवायला सुरुवात केल्यानंतर युद्ध ‘अस्वीकारार्ह’ राहणार असल्याबाबत सोव्हिएत संघाला बजावण्याचं त्यांनी ठरवलं आणि सोव्हिएत संघाला कोंडीत पकडणारी व्यूहरचना केली. ही व्यूहरचना सर्वांनी मान्य केली. व्हाइट हाउसने या संकटाची तीव्रता वाढवण्याची तयारी केली होती.

अधिक भयभीत अवस्थेत घेतलेल्या सोव्हिएत संघाच्या आणि चीनच्या निर्णयांची भेट अंतर्गत यंत्रणा कार्यरत केल्यानंतर निक्सन आणि किसिंजर यांना मिळाली. ओव्हल ऑफिसमधल्या त्या विलक्षण ताणलेल्या वातावरणातल्या बैठकीनंतर काही मिनिटांमध्येच किसिंजर यांना सोव्हिएत नेत्यांकडून दिलासादायक खबर मिळाली. इंदिरा गांधी यांच्याकडून खात्री करून घेऊन सोव्हिएत नेत्यांनी किसिंजर यांना ग्वाही दिली, ‘पश्चिम पाकिस्तानविरुद्ध कोणतीही लष्करी कारवाई करण्याचा भारत सरकारचा इरादा नाही.’

भारत पश्चिम पाकिस्तानवर हल्ला करणार नसल्याचं अभिवचन इंदिरा गांधींकडून सोव्हिएत संघाने वदवून घेतलं असल्याची आणि अमेरिकेने घालून दिलेली मध्यान्हीची कालमर्यादा सोव्हिएत संघानं पाळल्याची बातमी निक्सन यांना देण्यासाठी किसिंजर धावतच ओव्हल ऑफिसमध्ये शिरले. निक्सन याच गोष्टीची वाट पाहत होते. निक्सन सुटकेचा निःश्वास न लपवता म्हणाले, ‘‘देवाच्यान, हे आपल्या हक्काचं नसतानाही आपण मिळवलं आहे.’’ पण किसिंजर आणि निक्सन यांनी खेळलेल्या डावपेचांचा अभिमान किसिंजरना वाटत होता. ‘‘राष्ट्राध्यक्ष महोदय, आज सकाळी आपण केलेली कृती एका महानायकाची होती.’’ निक्सन उत्तरले, ‘‘अशी कृती करणं मला भाग होतं.’’ किसिंजर म्हणाले, ‘‘होय, पण आपण जे केलंत, ते या देशातला इतर कोणताही माणूस करू शकला नसता; असा दुसरा माणूस मला माहीत नाही.’’

निक्सन स्वतःच्या विजयोन्मादात डुंबत होते. इतिहासाचा मागोवा घेत ते म्हणाले, ‘‘दुसरं महायुद्धात आणि कोरियन युद्धात खंबीरपणा हाच अचूक मार्ग होता.’’ मान डोलवत किसिंजर म्हणाले, ‘‘आपण बंदुकीच्या नळीतून पाहत असल्याचं समजल्यामुळे सोव्हिएत नेते मागे हटले.’’

दोघांनी एकमेकांचं अभिनंदन केलं. किसिंजर स्तुतीचा वर्षाव करत म्हणाले,

‘‘हे आपलं ऱ्हाइनलॅन्ड आहे.’’ / ४२७

“राष्ट्राध्यक्ष महोदय, गेल्या दोन आठवड्यांमधलं आपलं वर्तन कमालीचं धीरोदात्त आहे. आपण आपलं संपूर्ण राजकीय भवितव्य पुढच्या वर्षाच्या अध्यक्षीय निवडणुकीसाठी पणाला लावलं... आपल्याच नोकरशाहीविरुद्ध... काँगेसविरुद्ध... जनमताविरुद्ध; नेहमीप्रमाणे, अगदी एकाकी. अजिबात न डगमगता मी अनेकदा किंचाळलो, चिडचिड केली; पण आज सकाळचा हा एक तास पाहिल्यानंतर गेली चार वर्षं सार्थकी लागल्यासारखं वाटतंय.” ही प्रशंसा खिलाडूपणे स्वीकारत निक्सन म्हणाले, “हे सोपं नव्हतं. आज सकाळी हे घडण्याचं कारण म्हणजे मला थोडं अंतर्मुख होण्याची संधी लाभली आणि याची परिणती काय होणार, यावर विचार करता आला. सगळं जग खड्ड्यात जातं आहे.”

प्रत्यक्षात चीन स्वतःचं सैन्य हलवणार नव्हता. सोव्हिएत संघाच्या मित्राबरोबर (भारताबरोबर) भांडण उकरून काढणं म्हणजे स्वतःच्या सीमेवर दहा लाख सोव्हिएत सैनिकांना अंगावर घेण्यासारखं असल्याचं चिनी नेतृत्व जाणून होतं. ओव्हल ऑफिसमधल्या त्या नाट्यपूर्ण बैठकीनंतर अलेक्झांडर हेग आणि विन्स्टन लॉर्ड चिनी प्रतिनिधी मंडळाबरोबर आणखी एक गुप्त बैठक करण्यासाठी न्यू यॉर्कला धावले; पण भारताचा मुकाबला करण्यासाठी चीनचं सैन्य तैनात करण्याबाबत हुआंग हुआ अवाक्षरही बोलले नाहीत.

भारताच्या उत्तर सीमेवर चीनच्या सैन्याची हालचाल लक्षणीय असली, तरी चीनने कोणतीही मोठी कुरापत काढायचं टाळलं असल्याचं नंतर जनरल सॅम माणेकशा यांनी सांगितलं. भारताविरुद्ध चीनने क्रांतिकारी प्रचारकी भाषेतली बरीच वाफ दवडली असली, तरी ‘पीपल्स डेली’ या अधिकृत मुखपत्राने कोणतीही कृती करण्याचं वचन दिलं नसल्याची नोंद बीजिंगमधल्या भारतीय दूतावासाने घेतली. भारतातल्या अशांत नागा आणि मिझो जमातींमधल्या उठावखोरांना चीन चिथावणी देत होता आणि त्यायोगे तो काही प्रतिसादात्मक कारवाई करत असल्याचं ‘रॉच्या’ गुप्तचरांना वाटत होतं; पण हे केवळ सतावणं होतं; सीमासंघर्षाची सुरुवात नव्हती. चीनकडून केवळ बघ्याची भूमिका घेतली जाण्याची एवढी खात्री भारताला होती की, भारताने हिमालयातल्या बहुतेक पहाडी तुकड्या चीनबरोबरच्या सीमेवरून काढून त्या पाकिस्तानी सैन्याविरुद्ध तैनात केल्या.

ढाका पडल्याची बातमी आल्यानंतरच चीनने अखेर तातडीची कारवाई केली. भारत १६ डिसेंबरला युद्धबंदी अमलात आणत असताना चीनने एक निषेधखलिता काढला आणि सात भारतीय सैनिकांनी चीनबरोबरच्या सिक्कीमस्थित सीमेचं उल्लंघन केल्याचा आरोप केला. सिक्कीम हे हिमालयाच्या कुशीत विसावलेलं छोटंसं भारतीय राज्य असून या परिसरातून हस्तक्षेप करण्यासाठी चीनला हिवाळी हवामान फारसं

अडचणीचं ठरणार नव्हतं. या आरोपाचा भारताने स्पष्ट इन्कार केला. ''भारताबरोबरच्या सीमेवरच्या मर्यादित चिनी लष्करी कारवाईची ही प्रस्तावना असू शकते.'' असं किसिंजरनी निक्सनना आशेने सांगितलं असलं, तरी हे इतक्या विलंबाने घडत होतं की, त्याचा फारसा परिणाम होण्यासारखा नव्हता. या निषेधखलित्याचा अन्वयार्थ लावताना बीजिंगमधल्या भारतीय दूतावासाने कळवलं, ''हा पूर्वेतल्या अटळ घटनांचा नाइलाजाने केलेला स्वीकार असून पश्चिम पाकिस्तानच्या अस्तित्वाला धोका निर्माण झाल्याच्या भीतीची याला जोड आहे.'' चाऊ एन लाय यांनी एका भोजनप्रसंगी भारताविरुद्ध केलेल्या संतप्त भाषणाची संभावना बीजिंगमधल्या भारतीय राजनैतिक अधिकाऱ्यांनी 'नपुंसक क्रोध' अशा शब्दांमध्ये केली.

त्यानंतर अनेक वर्षांनी, बीजिंग इथे झालेल्या एका शिखर परिषदेत किसिंजरनी डेंग झियाओपिंग यांना सांगितलं, ''तुमच्या माहितीसाठी सांगतो की, तुम्ही लष्करी हालचाल केली असती आणि सोव्हिएत संघाने तुमच्यावर दबाव आणला असता, तर तुम्हांला लष्करी समर्थन देण्याचा निर्णय राष्ट्राध्यक्ष निक्सननी आणि मी घेतला होता. तुम्ही तशी कृती का केली नाही, ते आम्ही समजू शकतो; पण तुम्हांला आमची भूमिका, आमच्या इराद्याचं गांभीर्य ज्ञात असणं आवश्यक आहे.''

लष्करी खटाटोप

ओव्हल ऑफिसमधल्या त्या उत्तेजित वातावरणातल्या बैठकीनंतर १२ डिसेंबर रोजी वॉशिंग्टनमधल्या एका वरिष्ठ सोव्हिएत राजनैतिक अधिकाऱ्याने भारताकडून अपेक्षित असलेल्या गोष्टी लवकरच करून घेण्याबाबत किसिंजर यांना आश्वसित केलं. तसंच ''सुरक्षा परिषदेत हाणामारी करायची गरज नाही, कारण आता आपलं एकमत झालेलं आहे. अमेरिका सुरक्षा परिषदेत सहकार्य करेल.'' असं उत्तर किसिंजर यांनी आश्वासक स्वरात दिलं. त्या वेळी अमेरिकेचं विमानवाहू आरमार हिंदी महासागराकडे रवाना झालेलं असलं; तरी या बाबीला फारसं महत्त्व नसल्याचं दाखवताना ते म्हणाले की, अमेरिकेला त्यांच्या मित्राची पाठराखण करणं भाग असलं; तरी आता ती कारवाई पार पडली होती.

मात्र हाणामारी झालीच. त्याच दिवशी न्यू यॉर्कमध्ये सुरक्षा परिषदेची बैठक पुन्हा भरली. त्यापूर्वी झालेल्या पाडावानंतर हक्सर यांनी भारताचे परराष्ट्रमंत्री स्वर्ण सिंग यांना जॉर्ज बुश आणि पाकिस्तानी प्रतिनिधी मंडळाचं नेतृत्व करणारे झुल्फिकार अली भुट्टो यांना भिडण्यासाठी पाठवलं होतं. हक्सर इंदिरा गांधींना म्हणाले होते, ''कूटनीतीची ही कला म्हणजे केवळ आपल्या बाजूचा युक्तिवाद नसून आपले विरोधक कमी करणं आहे.'' सिंग यांनी ही कामगिरी कुशलपणे पार पाडली. त्यांनी कडवटपणे

विचारलं, ''भारत जिंकून दिल्लीला भेट द्यायला येण्याचं स्वप्न श्रीमान भुट्टो अद्याप कुरवाळत आहेत काय?'' निक्सन आणि किसिंजर यांच्या सूचनेनुसार जॉर्ज बुश यांनी 'या युद्धात भारताचा अंतिम इरादा काय आहे?' असं विचारल्यावर, अमेरिकेच्या व्हिएतनाममधल्या इराद्याबद्दल सिंग यांनी प्रतिप्रश्न केला. पाकिस्तानचा धिक्कार करताना स्वर्ण सिंग म्हणाले, ''सध्याचा भडका उडण्यासाठी कारणीभूत ठरलेला राजकीय छळवाद, एका वंशाचा विच्छेद आणि मानवी हक्क चिरडून टाकण्याचा विक्रम भारताने केलेला नाही.''

तातडीने युद्धबंदी करण्याची आणि भारतीय सैन्य माघारी बोलवण्याची मागणी करणाऱ्या सुरक्षा परिषदेच्या प्रस्तावाविरुद्ध तिसऱ्या आणि अखेरच्या प्रसंगी नकाराधिकार वापरून सोव्हिएत संघाने भारताला पाठीशी घातलं. निक्सन यांची संमती न घेता किसिंजर यांनी सोव्हिएत संघाबरोबरची आगामी शिखर परिषद रद्द करण्याची धमकी दिली.

एकीकडे राजनैतिक प्रतिनिधी अशा प्रकारे एकमेकांचा अपमान करत असताना दुसरीकडे निक्सन आणि किसिंजर यांनी 'युएसएस एंटरप्राइज' या युद्धनौकेचा समूह बंगालच्या उपसागराकडे घाईने रवाना केला होता. अमेरिकी नागरिकांची सुटका करण्यासाठी हा ताफा पाठवण्यात येत असल्याचा अजिबात गळी न उतरणारा युक्तिवाद करत किसिंजर यांनी सेनाप्रमुखांच्या समितीच्या अध्यक्षांना फर्मावलं, ''अमेरिकी लोक असतील तिथे ही जहाजं पाठवा - उदाहरणार्थ, कराची.'' अमेरिकी युद्धनौका लवकरच मलाक्काची सामुद्रधुनी ओलांडून बंगालच्या उपसागराकडे निघणार असल्याचं आणि त्यांची हालचाल भारतीय अधिकारी टिपण्याची शक्यता असल्याचं किसिंजरनी भुट्टोंना कळवलं. काहीतरी तडजोड न झाल्यास या नौकांचा प्रवास भारताच्या दिशेने चालू राहण्याचा आग्रह निक्सन यांनी धरला.

अमेरिकेच्या सातव्या आरमारातल्या 'एंटरप्राइज' या अण्वस्त्रधारी विमानवाहू नौकेसह या आरमारात उर्वरित अजेय ताफा होता - हेलिकॉप्टर्सने सज्ज असलेलं 'त्रिपोली' हे जहाज, सात विनाशिका आणि एक तेलवाहू जहाज. हा ताफा ॲडमिरल जॉन मकेन ज्युनिअर यांच्या होनोलुलुस्थित कमानीच्या आधिपत्याखाली होता. (ॲडमिरल मकेन ॲरिझोनाचे सेनेटर आणि रिपब्लिकन पक्षाचे २००८ च्या अध्यक्षीय निवडणुकीचे उमेदवार जॉन मकेन तृतीय यांचे वडील होत.) हा संपूर्ण ताफा केवळ व्हिएतनामच्या युद्धक्षेत्रातूनच निघाला नव्हता, तर भारताने नाराजीने नोंद केल्यानुसार, टोंकीनच्या आखातातून एक भयकारी संकेत देत तो रवाना झाला होता.

फारसा अर्थ नसलेल्या पद्धतीने लष्कराची पथकं इकडून तिकडे हलवण्याचा शाळकरी उत्साह निक्सन आणि किसिंजर यांना असे. तरीही भारताच्या असंघटित

नौदलासमोर हा ताफा छाती दडपून टाकणारा होता. त्याचं वर्णन करताना एक भारतीय अधिकारी म्हणाला, ''हा ताफा अण्वस्त्रांनी मढवलेला असून त्यात जगातल्या सर्वांत सामर्थ्यशाली जहाजाचा समावेश आहे.'' क्यूबाबरोबरच्या क्षेपणास्त्र पेचप्रसंगात क्युबाची सागरी नाकेबंदी करण्यात 'एंटरप्राइजने' मोलाची भूमिका बजावली होती. 'एंटरप्राइज' हे आधुनिक महाकाय जहाज भारताच्या 'विक्रांत' या जर्जर विमानवाहू नौकेपेक्षा जवळपास पाचपट मोठं होतं. 'एंटरप्राइजच्या' रक्षणासाठी असलेल्या युद्धनौकांपैकी एक असलेलं 'त्रिपोली' हे जहाजही विक्रांतपेक्षा विशाल होतं. अणुजनित्र ऊर्जा-पुरवठा असलेली 'एंटरप्राइज' ही युद्धनौका इंधनाचं पुनर्भरण केल्याशिवाय जगप्रदक्षिणा करू शकणारी होती; याउलट 'विक्रांतचे' बॉयलर चालले असते, तर नशीब, असं म्हणण्याची पाळी होती. भारताच्या पूर्व नौदल कमानीचे व्हाइस ॲडमिरल म्हणाले, ''अमेरिकी युद्धनौकांचा हा ताफा म्हणजे 'अद्भुत धमकी' होती.''

भारतीय सैनिक उत्तरेकडून, दक्षिणेकडून आणि पूर्वेकडून एकाच वेळी ढाक्याकडे पोहोचत होते. सातवं आरमार तैनात केल्याची बातमी भारतीय वृत्तपत्रांनी फोडली आणि इंदिरा गांधींनी दिल्लीत एका विशाल जनसभेत साध्या, स्पष्ट हिंदीत भाषण केलं. या वेळी भारतीय लढाऊ विमानं सभास्थानावर घिरट्या घालत होती. ''एवढा प्रचंड जनसमुदाय बॉम्बफेकीचा मोह होण्यासारखं लक्ष्य ठरू शकला असता.'' असं त्यांच्या एका वरिष्ठ सल्लागाराने कातर स्वरात बोलून दाखवलं.

अमेरिकेची पाकिस्तानबरोबरची युती कम्युनिझम-विरोधात असायला हवी होती; लोकशाहीविरुद्ध नव्हे, अशी व्यथा युद्धग्रस्त भारताच्या पंतप्रधानांनी बोलून दाखवली. अमेरिकेचा किंवा चीनचा नामोल्लेख न करता त्यांनी इशारा दिला की, 'इतर एखाद्या हल्ल्याच्या' गंभीर धमकीला भारताने खंबीरपणे तोंड दिलं असतं.'' त्या संतापून म्हणाल्या की, भारतीय जनतेच्या कातडीच्या रंगामुळे जग भारताच्या विरुद्ध होतं. मात्र हे शब्द अत्यंत ज्वालाग्रही असल्याने त्यांच्या वृत्तपत्र कार्यालयाने (प्रेस इन्फॉर्मेशन ब्यूरोने) त्यांच्या भाषणाच्या छापील प्रतीमधून हे शब्द वगळले. सभेचा समारोप त्यांनी 'जय हिंद' या उद्घोषणेची सामूहिक आरोळी ठोकत केला.

आता भारत विजयाच्या अगदी जवळ पोहोचला होता. बांगला देशात विजयी झाल्यामुळे आणि हे युद्ध तिथेच थांबवण्यासाठी म्हणून दोन्ही महाशक्तींचा दबाव येत असल्यामुळे अधिक व्यापक युद्ध करण्याची भारताची क्षुधा नाहीशी झाली. आता पश्चिम पाकिस्तानच्या भूमीवरचे काही तुकडे भारताच्या ताब्यात होते. त्यामुळे अमेरिकेला युद्धात खेचू शकणारी अविवेकी कृत्यं करण्यापासून भारताला रोखण्यासाठी यश येण्याच्या अपेक्षेने दोघा सोव्हिएत राजनैतिक अधिकाऱ्यांनी हक्सर आणि नंतर खुद्द इंदिरा गांधी यांच्याकडून भारताचा इरादा नक्की समजून घेण्याचा प्रयत्न केला. सीआयएने

केलेल्या नोंदीनुसार, 'भारताने बांगला देशाच्या मुक्तीवर समाधान मानून घ्यावं आणि पाकव्याप्त काश्मीर या वादग्रस्त प्रदेशासह पश्चिम पाकिस्तानमधला कोणताही भूभाग जिंकून घेऊ नये.' असा सल्ला सोव्हिएत संघाने भारताला दिला होता. हक्सर यांनी चिंतेच्या भावनेने इंदिरा गांधींनी पाठवलेल्या टिप्पणीनुसार, पश्चिम पाकिस्तानच्या भौगोलिक एकसंधतेचं रक्षण करण्याची दृढ बांधिलकी अमेरिकेने स्वीकारली होती. म्हणजेच भारताने पश्चिम पाकिस्तानची कुरापत काढली असती, तर अमेरिकेला 'हा संघर्ष व्यापक' करणं भाग होतं.

भारतीय सैनिकांनी पश्चिम आघाडीवर 'कमालीची काळजी घेण्याविषयी' जनरल माणेकशा यांच्या मनावर बिंबवण्याची विनंती हक्सर यांनी पंतप्रधानांना केली. स्वतःच्या टिप्पणीत हक्सर सावधपणे म्हणतात, 'पाकव्याप्त काश्मीरसह पश्चिम पाकिस्तानमधला काही भूभाग बळकावण्याचा प्रयत्न भारत करत असल्याचा समज झाला किंवा पूर्व सीमेवरून भारतीय सैनिक हलवून पश्चिम पाकिस्तानमध्ये खोलवर मुसंडी मारायचं नियोजन भारत करत असल्याचा ग्रह झाला, तर अमेरिका कारवाई करेल.'

संयुक्त राष्ट्रसंघाच्या कालमर्यादेवर मात करण्यासाठी भारतीय सैनिक प्राणपणाने प्रयत्न करत असताना सुरक्षा परिषदेच्या जंजाळातून निष्पन्न होणारी प्रत्येक स्थगिती किंवा हा विषय पुढे ढकलण्याचा प्रत्येक निर्णय हक्सर यांना वरदानच वाटत होता. बांगला देशातली लष्करी कारवाई संपण्यासाठी म्हणून एकीकडे उतावीळ असणारे हक्सर दुसरीकडे संयुक्त राष्ट्रसंघाच्या कारवाईत खोडा घालण्यासाठी वितंडवाद निर्माण करणाऱ्या युक्त्या शोधून काढत होते. चर्चा झडत राहिल्या असत्या आणि कालहरण झालं असतं अशा लवचीक स्वरूपाच्या या युक्त्या होत्या.

पण संपूर्णपणे नकारार्थी नसणारं काहीतरी विधान सुरक्षा परिषदेत करण्यासाठी भारताने अनुमती देण्याबद्दल सोव्हिएत संघ इच्छुक आणि उत्सुक असल्याची जाणीव हक्सर यांनी इंदिरा गांधींना करून दिली. खरं तर तोपर्यंत भारताची तरफदारी करून सोव्हिएत संघ चांगलाच संकोचला होता.

ज्या सीआयएने पुरवलेल्या गुप्तवार्तांमुळे निक्सन आणि किसिंजर यांची हबेलहंडी उडाली होती, त्याच सीआयएने भारत हे युद्ध संपवण्याच्या अगदी तयारीत असल्याचा अहवाल दिला होता. ढाक्यात एकदा अवामी लीगचं सरकार स्थापन करण्यात आल्यानंतर भारत युद्धबंदी स्वीकारणार असल्याचं सीआयएच्या दिल्लीतल्या हेराने कळवलं होतं. पाकव्याप्त काश्मीरच्या दक्षिण भागात लढाई चालू ठेवून पाकिस्तानची युद्धयंत्रणा उद्ध्वस्त करण्यासाठी आक्रमक लष्करी नेतृत्व आणि संरक्षणमंत्री जगजीवनराम इच्छुक असल्याचं वृत्त असलं, तरी इंदिरा गांधींना हे आणखी पुढे न्यायचं नव्हतं. अमेरिका आणि चीन यांची आणखी आगळीक काढणं त्यांना टाळायचं

होतं. बांगला देश हे वास्तव प्रत्यक्षात येताच युद्धबंदी मान्य करण्यासाठी सोव्हिएत राष्ट्राकडून दबाव येणारा भारत 'पश्चिम पाकिस्तानचा कोणताही भूभाग बळकवायचा नसल्याचं दुसरं आश्वासन सोव्हिएत संघाला देण्याच्या तयारीत असल्याचा' अहवाल सीआयएने धाडला. सीआयएच्या (भारतीय) हेराने दिलेल्या माहितीनुसार, एकदा युद्ध संपल्यानंतर याह्या खान यांची लष्करी राजवट नेस्तनाबूद होणार होती; बलुचिस्तानमधून, वायव्य सरहद्द प्रांतातून, तसंच पश्चिम पाकिस्तानमधल्या इतर अशांत प्रदेशांमधून स्वायत्ततेसाठी नवा दबाव निर्माण होणार होता, आणि दक्षिण आशियावर भारताचं वर्चस्व प्रस्थापित होण्याचा विश्वास इंदिरा गांधींना होता.

जनरल जेकब आठवण सांगतात, ''ढाक्याच्या आसमंतातला पाकिस्तानी बचाव तेरा डिसेंबरपर्यंत आम्ही खलास करत आणला होता.'' सोव्हिएत संघ युद्धबंदीच्या प्रस्तावाविरुद्ध नकाराधिकार वापरत होता, आणि जनरल जेकब तसंच इतर वरिष्ठ सेनाधिकारी संयुक्त राष्ट्रसंघातल्या घडामोडींवर बारीक नजर ठेवून होते. ते दिवस आठवून जेकब म्हणाले, ''यानंतर नकाराधिकार वापरणार नसल्याचं रशियन म्हणाले आणि दिल्लीत 'भीती' - माफ करा - 'चिंता' निर्माण झाली.'' त्या रात्री जेकब यांनी देवाला साकडं घातलं. त्यांना देवाने नक्कीच प्रतिसाद दिला असणार, कारण पाकिस्तानच्या पूर्व कमानीचे प्रमुख जनरल नियाजी ढाका इथल्या राजभवनात एका बैठकीसाठी जाणार असल्याची खबर जेकबना मिळाली. या ठिकाणावर जेकब यांनी बॉम्बफेक केली. यामुळे उरलंसुरलं स्थानिक पाकिस्तानी प्रशासन गर्भगळीत झालं. त्या संध्याकाळी जनरल नियाजी युद्धबंदीचा प्रस्ताव घेऊन अमेरिकेचे वाणिज्यदूत हर्बर्ट स्पिवॅक यांच्याकडे गेले.

पाकिस्तानने शरण येण्याचा हुकूम करणारा तिसरा संदेश जनरल माणेकशा यांनी पाठवला. या वेळी त्यांनी पुन्हा एकदा जिनिव्हा करारातल्या तरतुदींना अनुसरून शरण येणाऱ्या सर्व सैनिकांना आणि निमलष्करी पथकांना संरक्षण देण्याचा उच्चार केला. तसंच वांशिक अल्पसंख्याकांना रक्षणाचं अभिवचन दिलं. वांशिक अल्पसंख्य म्हणजे उर्दूभाषक बिहारी. हे बिहारी मुक्ती वाहिनीच्या सुडाला घाबरून होते. बांगला देशातलं सैन्य स्वतःच्या आधिपत्याखाली असणाऱ्या माणेकशा यांनी जिनिव्हा कराराचं पालन करण्याचे आदेश बांगला देश सरकारनेसुद्धा दिले असल्याचं आश्वासन दिलं. ते त्यांच्या आवाहनात म्हणाले, ''तुमच्या जवानांच्या प्राणाखातर तरी बळाचा वापर करून तुमचा लष्करी तळ उद्ध्वस्त करण्यासाठी तुम्ही मला भाग पाडणार नाही, अशी मी आशा करतो.''

स्वतःच्या सैनिकांचा बचाव व्हावा आणि ढाक्यातल्या रस्त्यांवरचे संघर्ष टळावेत, यासाठी युद्धबंदी लागू व्हावी म्हणून जनरल नियाजी यांनी अमेरिकेला मदत करण्याची

विनंती केली. पाकिस्तानी लष्करावर आणि नागरी दलांवर 'हॉलोकॉस्टसारखे' हल्ले करून भारत त्यांचं रक्त सांडत असल्याचा आरोप याह्या खान यांनी केला.

अमेरिका आणि चीन यांचं प्रथम प्राधान्य पश्चिम पाकिस्तान वाचवणं असल्याचा इशारा हक्सर यांनी दिल्लीत भारतीय संरक्षण मंत्रालयाला दिला. त्यामुळे पश्चिम पाकिस्तानचे तुकडे करण्याचा किंवा पाकव्याप्त काश्मीरवर कब्जा करण्याचा भारताचा गंभीर इरादा असल्याचं कोणतंही विधान केलं जाऊ नये, किंवा लष्करी कृती केली जाऊ नये, यासाठी त्यांनी सावधगिरीचाही इशारा दिला; पण पश्चिम पाकिस्तानमध्ये सिंधी मातृभूमीच्या मागणीला चिथावणी देण्याचा प्रयत्न करणारं प्रचारकी साहित्य तयार करून भारताचं माहिती मंत्रालय नेमकं तेच करत असल्याने हक्सर वैतागले. ते थांबवण्यासाठी सिंधी, बलुची किंवा पठाणी मातृभूमीची मागणी चेतवणारं सर्व साहित्य काढून घेण्याचे आदेश हक्सरनी दिले.

सीआयएने नोंद केली, 'युद्ध हरत आलं असताना आणि ढाका पडण्याच्या थोडं आधी पाकिस्तानसमर्थक पथकांनी बांगला देशी बुद्धिवंतांची कत्तल मोठ्या संख्येने केली.' अमेरिकी परराष्ट्र मंत्रालयाच्या म्हणण्यानुसार, असे २०० बळी घेण्यात आले होते. या परिसराला नंतर भेट देणारा एक वरिष्ठ भारतीय सेनाधिकारी काही काळ खाऊ शकत नव्हता. ''ते सैनिक होते, त्यांना मृतदेह बघायची सवय होती.'' असं अरुंधती घोष म्हणताच ते म्हणाले, ''हो, पण एका बाईचा नखं रंगवलेला हात त्यांना आढळला. हे दृश्य माझ्या नजरेसमोरून मी हटवू शकत नाही.''

कराचीचं रक्षण करण्यासाठी अमेरिकेने स्वतःचं सातवं आरमार पाकिस्तानच्या किनारपट्टीवर पाठवावं, अशी याचना याह्या खान यांनी निक्सन यांच्याकडे केली. भारताबरोबर युद्ध करण्याच्या बेतात असल्याप्रमाणे बाता मारणारे निक्सन यांचा कोणत्याही सागरी लढाईत उतरण्याचा इरादा नव्हता. 'एंटरप्राइजचा' ताफा म्हणजे एक अण्वस्त्रधारी हूल होती. त्यायोगे भारताला घाबरवणं आणि युद्धबंदी स्वीकारण्यासाठी भारतावरचा सोव्हिएत दबाव वाढवणं असा डाव होता. यापेक्षा अधिक काहीही नव्हतं. किसिंजर खासगीत म्हणाले, ''आम्हांला लष्करी कारवाईत गुंतायचं नाही आणि तशी शक्यताही नाही. असला सल्ला राष्ट्राध्यक्ष तीन सेकंद ऐकून घेतील, अशी कल्पना तरी तुम्ही करू शकता का?'' अमेरिकेची एखादी विमानवाहू युद्धनौका भारताला धमकावत असल्याचं दृश्यही अमेरिकी जनता सहन करणं शक्य नसल्याने अमेरिकेकडून भारतावर प्रत्यक्ष मारा करणं दूरच असल्याचं वास्तव किसिंजर यांना काळजीत टाकणारं होतं. निक्सन यांनी तर सर्व किंतु संपवत सांगून टाकलं, ''आम्ही हस्तक्षेप करायला जाणार नाही.''

भारताला पाकिस्तान नष्टच करायचं असल्याचा विश्वास आजही बाळगणारे

सॅम्युएल हॉस्किन्सन हा ताफा पाठवण्याच्या निर्णयाची प्रशंसा करताना म्हणतात, ''माझ्या विचारानुसार, ही एक अत्यंत प्रतिभाशाली सामरिक चाल होती. याबद्दल निक्सन आणि किसिंजर यांनी चूक केल्याचं म्हटलं जात असल्याचंही मला माहीत आहे. मला वाटतं, इतर कोणत्याही कारणापेक्षा यामुळेच श्रीमती गांधी थबकल्या.''

पण अमेरिकेने भारताबरोबर लढण्याबाबत भारतीय सेनाधिकारी साशंक होते. जनरल जेकब म्हणतात, ''अमेरिकी नेतृत्व एवढं मूर्ख होतं असं मला वाटत नाही. आमच्याकडे जमिनीवरची विमानं होती.'' व्हाइस ॲडमिरल मिहीर रॉय यांनी अमेरिकेच्या आरमाराबद्दल इंदिरा गांधींना माहिती देऊन हा ताफा भारतावर मारा करू शकत होता, पण अमेरिका व्हिएतनाममध्ये गुंतली असल्याने ती भारतावर हल्ला करणार नसल्याची खात्री रॉय यांना असल्याचंही त्यांनी पंतप्रधानांना स्पष्ट केलं होतं, असं रॉय सांगतात. त्यांनी पुढे सांगितलं की, भारताचं नौदल आणि त्याचा भूभाग यांच्यादरम्यान ठाण मांडून भारताने केलेली पाकिस्तानची नाकेबंदी मोडून काढण्याचा प्रयत्न सातव्या आरमाराने केला असता. भारतीय नौदलाच्या पूर्व कमानीचे प्रमुख व्हाइस ॲडमिरल एन. कृष्णन यांना 'एंटरप्राइजकडून' चितगाव बंदर परिसरात कारवाई होण्याची भीती वाटत होती. अमेरिकेच्या आरमाराची गती मंद करण्यासाठी एखाद्या भारतीय पाणबुडीने त्यावर पाणसुरुंगाचा मारा करावा असा विचारही कृष्णन करत होते; पण स्वतःच्या हाताखालच्या सहकाऱ्यांना ते म्हणाले, ''अमेरिकेने थेट हल्ला केला, तर जगाचा अंत होईल किंवा सर्व व्हिएतनामांवर कडी करणाऱ्या आणखी एका अखेरच्या व्हिएतनाममध्ये अमेरिका अडकेल.'' 'एंटरप्राइजच्या' धमकीची फिकीर न करता भारताने चितगाव आणि कॉक्स बाजार बंदरांवरच्या नाविक हल्ल्यांचा जोर वाढवला.

'एंटरप्राइज' भारतासोबत लढण्यासंदर्भात भारताचं राजकीय नेतृत्वही साशंक असल्याचा दावा हे नेते करतात. सातवं आरमार काहीही करू शकण्याच्या पूर्वीच ढाका पडणार असल्याचं सोव्हिएत गुप्तवार्तेच्या सौजन्याने भारत जाणून होता. व्हिएतनामच्या दलदलीत फसलेल्या निक्सन यांच्याकरता, भारताविरुद्धच्या नव्या आशियाई लढाईसाठी अमेरिकी सैनिक पाठवणं अशक्य असल्याचंही भारत जाणून होता. नंतर इंदिरा गांधी म्हणाल्या, ''अमेरिकेने एखादी जरी गोळी झाडली असती किंवा बंगालच्या उपसागरात नुसतं बसून राहण्याऐवजी पुढे जाऊन आणखी काही केलं असतं; तर स्वाभाविकच तिसरं महायुद्ध भडकलं असतं. पण खरं सांगायचं, तर ती भीती मला शिवलीही नव्हती.''

मात्र अमेरिकी नौदलाच्या या धमकावणीच्या कृतीचे घोर परिणाम होण्याचा इशारा सोव्हिएत संघाने देण्याची विनंती भारत सरकारने केली होती. त्याच वेळी हक्सर यांनी भारतीय दूत डी. पी. धर यांना मॉस्कोला पाठवलं. बांगला देशाच्या

किंवा पश्चिम पाकिस्तानच्या कोणत्याही भूमीवर भारताचा डोळा नसून पश्चिम आघाडीवरची भारतीय भूमिका पूर्णपणे बचावात्मक असल्याचं धर यांनी स्वतः कोसिगिन यांना आश्वासन देण्याविषयी हक्सरनी धरना कळवलं. हिंदी महासागरातलं सोव्हिएत आरमार अमेरिकेला हस्तक्षेप करू देणार नसल्याचं आश्वासन सोव्हिएत राजदूताने धर यांना दिलं होतं.

अमेरिकेच्या युद्धनौका थायलंड ओलांडून भारताकडे येत असल्याचा इशारा 'रॉ' या गुप्तचर यंत्रणेने १५ डिसेंबरला दिला. त्या दिवशी 'एंटरप्राइज' ताफ्याने बंगालच्या उपसागरात प्रवेश केला.

जनरल माणेकशा यांच्या म्हणण्यानुसार, यामुळे भारतीय अधिकाऱ्यांमध्ये काहीशी घबराट पसरली असली, तरीही इंदिरा गांधी आणि हक्सर यांनी सार्वजनिक ठिकाणी स्वतःची अविचलता दर्शवली होती. अमेरिकी लष्कराचा किंवा अगदी अण्वस्त्रांचा मुकाबला टाळण्यासाठी तातडीने युद्धबंदी स्वीकारण्याची विनंती स्वर्ण सिंगांनी आणि इतर मंत्र्यांनी मंत्रीमंडळाच्या एका बैठकीत केल्याचा दावा माणेकशा करतात. अमेरिकी आणि भारतीय लष्करांमध्ये गोळीबार झाल्याची गरमागरम अफवाही काही काळ पसरली होती. सातव्या आरमाराकडून कृती होण्याची आणि त्यात सैनिक उतरवण्याचाही समावेश असू शकण्याची खबर भारताला बहुधा एका अमेरिकी हेराकडून मिळाली होती. हे आरमार किनाऱ्याला लागण्याच्या तयारीत असल्याचा; त्यासाठी यु. एस. मरीन सेनेच्या तीन बटालिअन्स सज्ज ठेवण्यात आल्या असल्याचा; आणि गरज पडली असती, तर भारतीय लष्कराच्या दळणवळणावर बॉम्बफेक करण्याची अनुमती निक्सन यांनी 'एंटरप्राइजवरच्या' बॉम्बफेकी विमानांना दिली असल्याचा दावा वॉशिंग्टनमधल्या एका वरिष्ठ भारतीय अधिकाऱ्याने केला. वॉशिंग्टन इथल्या भारतीय राजदूताने अमेरिकी परराष्ट्र मंत्रालयाच्या एका वरिष्ठ अधिकाऱ्याकडे अमेरिकी सैनिक किनाऱ्यावर उतरण्याच्या शक्यतेबाबत विचारणा केल्यावर त्याला ठाम नकार ऐकायला मिळाला नव्हता, पण अशी काही शक्यता कानांवर पडली नसल्याचंही हा अधिकारी म्हणाला होता. ही बातमी वर्तमानपत्रांना देऊन भारतीय राजदूताने अमेरिकी दूरचित्रवाणी वाहिन्यांवर निक्सन प्रशासनाला फटकारलं होतं.

भारताला घाबरवण्यात निक्सन आणि किसिंजर यांना गंमत वाटत असे. किसिंजर म्हणाले, "बंगालच्या उपसागरात आपण सैन्य उतरवण्याचं योजत असल्याचा सज्जड पुरावा भारताच्या राजदूतांकडे असल्याचं ते म्हणत आहेत. ठीक आहे, त्यामुळे मला काहीच फरक पडत नाही." त्यावर निक्सन उत्तरले, "हो, या गोष्टीमुळे ते घाबरले." किसिंजर संतुष्ट होऊन म्हणाले, "आरमार पाठवण्याची कल्पना भन्नाट आहे."

असं असलं, तरी हे आरमार बंगालच्या उपसागरात फारसं दूर गेलं नाही. ते

चितगावपासून १००० मैलांवर थांबल्याचं संरक्षण मंत्रालयाने सांगितलं. या सागरी परिसरात चारपाच सोव्हिएत जहाजं असल्याचं मान्य करून ही सोव्हिएत जहाजं किंवा भारतीय किंवा पाकिस्तानी जहाजं अमेरिकी नौदलाच्या दृष्टीस पडली नसल्याचंही अमेरिकी संरक्षण मंत्रालयाने स्पष्ट केलं. भारतीय राजदूताने अमेरिकी परराष्ट्र मंत्रालयाला लढाई सुरू असलेल्या ठिकाणाजवळ सोव्हिएत जहाजं जाणार नसल्याचं आश्वासन दिलं. अखेर 'एंटरप्राइजच्या' ताफ्याने लष्करीदृष्ट्या फारसं काही केलं नाही.

'एंटरप्राइजच्या' ताफ्याने बंगालच्या उपसागरात प्रवेश करण्यापूर्वीच भारतात अमेरिकाविरोधी भावना काळजीत पाडणाऱ्या थराला पोहोचली होती. पंजाबमधल्या एका खेड्यावर पाकिस्तानी जेट विमानांनी बॉम्बफेक केल्यानंतर बचावलेल्या खेडुतांना अमेरिकेचे शिक्के असलेले बॉम्ब सापडले होते. या हल्ल्यामध्ये मेलेल्या म्हशींचे अवयव सगळीकडे विखुरलेले असताना, आणि मानवी मृतदेहांचा जळका वास वातावरणात भरून राहिलेला असताना, स्वतःची बहीण गमावलेला एक महाविद्यालयीन विद्यार्थी विलाप करताना किंचाळला, ''यासाठी निक्सन जबाबदार आहेत.''

'एंटरप्राइजच्या' धमकीमुळे भारतीयांचा संताप शिगेला पोहोचला होता. हा ताफा बंगालच्या उपसागरात पोहोचल्यानंतर भारतीय वृत्तपत्रांनी उठवलेलं रान कालांतराने भारताचे परराष्ट्रमंत्री झालेले जसवंत सिंग यांना आठवतं. अमेरिकेच्या द्वेषबुद्धीचं हे शाश्वत प्रतीक होतं. जागतिक परिस्थितीचे जाणकार असलेले जसवंत सिंगसुद्धा या आठवणीने पेटून उठतात. ते म्हणतात, ''यामधून काहीही साध्य झालं नाही. यातून कोणतं संभाव्य लष्करी उद्दिष्ट साध्य झालं? ते कोलकात्यावर हल्ला करणार होते की काय?''

कोलकात्यामधल्या लोकांच्या मनावर ही शक्यता स्वार झाली होती. हा काळ आठवताना अरुंधती घोष म्हणतात, ''बंगालच्या समुद्रात हिलसा नावाचा खास मासा सापडतो. त्याच्यावर बंगाली लोक प्रेम करतात. 'एंटरप्राइजने' बंगालच्या उपसागरात प्रवेश केल्यानंतर आम्ही म्हणालो, 'त्यांनी आमच्या हिलसा माशाला हात लावता कामा नये.' 'ते कोलकात्यावर बॉम्बफेक करतील.' असं काही लोक म्हणाल्यावर आमचं उत्तर होतं, 'छान! म्हणजे आता आपल्याला त्याची योग्य प्रकारे पुनर्बांधणी करता येईल.' मुख्यत्वे पश्चिम पाकिस्तानमधली भारताची चढाई थांबवण्यासाठी अमेरिका भारताला अण्वस्त्रांची धमकी देत असल्याच्या 'हास्यास्पद' अफवा त्या काळात कोलकात्यात होत्या, कारण अमेरिकेला बांगला देशी जनतेबद्दल काहीही सुखदुःख नव्हतं.'' एवढं बोलून झाल्यानंतर विनोदी स्वर बदलून त्या गंभीरपणे म्हणाल्या, ''आम्हांला अमेरिकी लोक धमकी देत असल्यावर माझा विश्वास बसू शकला नाही. मला ते खरं वाटलंच नाही. अमेरिकी लोक आम्हांला धमकी देतील,

असं काही आम्ही मानत नव्हतो. चीन तसं करेल असं आम्हांला वाटलं, पण चीनने तसं केलं नाही. 'एंटरप्राइज' आम्हांला धमकावत होती.''

अपेक्षेनुसार, संसदेत गदारोळ झाला. भारताने अमेरिकेचा धिक्कार करावा, अशी मागणी जनसंघाचे नेते अटल बिहारी वाजपेयी यांनी मार्क्सवादी कम्युनिस्ट पक्षाच्या एका संसदसदस्याच्या बरोबरीने केली. 'निक्सन यांच्या इच्छेपुढे मान तुकवण्यासाठी भारताला घाबरवण्याच्या' या प्रयत्नाबद्दल संतापाने धगधगणारे भारत सरकारचे शाश्वत टीकाकार जयप्रकाश नारायण संसदेबाहेर बरसले. याबाबतचा धोक्याचा इशारा देताना ते म्हणाले, ''अमेरिकी नौदलाने खरोखर किनाऱ्यावर उतरायचा प्रयत्न केला, तर इतिहासातलं सर्वांत संहारक युद्ध घडेल.''

असल्या भारतीय भावनिक उद्‌गारांची फिकीर किसिंजर यांनी केली नाही. ''हा ताफा रवाना करण्यामागे युद्धाच्या फलनिष्पत्तीवर प्रभाव टाकण्याचा प्रयत्न आहे का?'' असं एका वार्ताहराने विचारल्यावर किसिंजर म्हणाले, ''भारतीय का पिसाळले आहेत हा मुद्दा गैरलागू आहे.''

पण यामुळे अनेक अमेरिकी नागरिक भयभीत झाले होते. हॅरल्ड सॉन्डर्स यांच्या मते, भारतीय लोक संतापणं योग्य होतं. निक्सन आणि किसिंजर यांना ओव्हल ऑफिसमध्ये सुनावणारे दिल्लीतले राजदूत केनेथ किटिंग भारतीयांच्या गाऱ्हाण्यात समरस झाले होते. युद्धाच्या सुरुवातीला अमेरिकेने भारत आक्रमक असल्याच्या केलेल्या आरोपांची निर्भर्त्सना करून यासाठी पाकिस्तानचे हवाई हल्ले दोषी असल्याचं किटिंगनी म्हटलं होतं. किसिंजरनी पत्रकारांना युद्धविषयक बातमी दिल्यानंतर तिच्यातला बहुतेक तपशील दिशाभूल करणारा किंवा तद्दन खोटा असल्याचा अहवाल किटिंगनी पाठवला होता.

पाकिस्तानला मदत करण्यासाठी अमेरिका थेट हस्तक्षेप करण्याची शक्यता असल्याच्या अफवा पसरत असताना किटिंग यांनी अहवाल पाठवून कळवलं की, वॉशिंग्टनमधली मंडळी असं करण्याचा विचार गंभीरपणे करत असल्यास किंवा अमेरिकी शस्त्रास्त्रं पाकिस्तानला स्वतःच पुरवण्याचा विचार करत असल्यास भारतातल्या अमेरिकी कुटुंबांना आणि अत्यावश्यक नसलेल्या अमेरिकी कर्मचाऱ्यांना भारताबाहेर पाठवण्याची किटिंगची इच्छा होती. 'एंटरप्राइजने' बंगालच्या उपसागरात प्रवेश केल्यानंतर याह्या चेकाळून युद्ध लांबवतील अशा धास्तीने किटिंगनी 'मला यापुढे अमेरिकेच्या धोरणांचं समर्थन करता येणार नाही.' अशा शब्दांमध्ये या कृतीबद्दल हरकत नोंदवली.

'एंटरप्राइजबाबतची' बातमी ऐकली, तेव्हा सिडनी शेनबर्ग कोलकाता इथे होता. तो कडवटपणे म्हणतो, ''मी एक अमेरिकी नागरिक होतो. कोलकात्यात उभा होतो आणि माझा देश या दिशेने येत होता. आता मी माझ्याच देशाचा शत्रू झालो

होतो की काय? कारण माझं वास्तव्य भारतात होतं, आणि भारताची बाजू न्याय्य होती; म्हणून असं झालं होतं का? ही भावना अत्यंत वाईट होती आणि माझ्या आयुष्यातल्या सर्वांत नकोशा भावनांपैकी ती आहे. आपल्याच सरकारचा तिरस्कार करायची आपली इच्छा नसते. अशा वेळी कुणीतरी कोणत्यातरी प्रकारे जग उलटंपालटं केलं असल्यागत वाटत राहतं.''

१६ डिसेंबरच्या पहाटेपूर्वीच 'एंटरप्राइजचा' ताफा पूर्व पाकिस्तानमध्ये पोहोचू शकत होता; पण त्याच्या आदल्या दिवशी जनरल नियाजी यांनी पाकिस्तान युद्धबंदी स्वीकारू इच्छित असल्याचं जनरल माणेकशा यांना अमेरिकेच्या दिल्लीतल्या दूतावासामार्फत निरोप देऊन कळवलं. त्याला प्रतिसाद देऊन माणेकशा यांनी शरण येणारे पाकिस्तानी आणि अल्पसंख्य बिहारी यांचं रक्षण करण्याच्या वचनाचा पुनरुच्चार केला. भारताच्या सदिच्छेचं प्रतीक म्हणून ढाक्यावरचा हवाई मारा थांबवण्याचा आदेश त्यांनी दिला होता. संयुक्त राष्ट्रसंघाच्या बैठकीत स्वतःच समोरचे कागद टराटरा फाडून भारताबरोबर लढत राहण्याचा निर्धार भुट्टो यांनी मोठ्या नाटकी आवेशाने जाहीर केला असला, तरी युद्ध संपल्यातच जमा होतं.

नियाजी यांचं युद्धबंदीचं पत्र हक्सर यांच्या हवाली करणारे दिल्ली दूतावासातले अमेरिकी राजनैतिक अधिकारी गॅलन स्टोन बहुधा राजदूत किटिंग यांच्यापेक्षाही भारतवादी होते. ''गॅलन, आपण कुठे चाललो आहोत?'' असं हक्सर यांनी त्यांना विचारलं. अमेरिकेचे भारताबरोबरचे संबंध नष्ट करण्यात येत असून स्टोन राजीनामा देण्याचा विचार करत असल्याचं स्टोननी अत्यंत भावनावश होऊन हक्सरना सांगितल्याचं हक्सरना आठवतं. निक्सन यांची धोरणं स्टोनना, तसंच परराष्ट्र मंत्रालयातल्या अनेकांना समजतच नसल्याचं स्टोन हक्सरना म्हणाले. स्टोनच्या कथनानुसार, रडवेल्या झालेल्या हक्सर यांनी विचारणा केली, ''भारतीय आणि अमेरिकी यांच्या पुढच्या पिढ्यांचे संबंध भविष्यात कसे राहतील?''

या भारतवादी भावनांच्या आविष्कारावर हक्सर यांनी झडप घातली. निक्सन यांना पंतप्रधानांकडून पाठवण्यासाठी एका कठोर भाषेतल्या पत्राचा मसुदा हक्सरनी तयार केला. हे पत्र अमेरिकी जनतेच्या हृदयाला आणि मनाला थेट भिडावं, तसंच भारताविरुद्ध जॉर्ज एच. डब्ल्यू. बुश आणि इतर अमेरिकी अधिकाऱ्यांनी केलेल्या आरोपांचा प्रतिवाद व्हावा, असा हेतू ठेवून हे पत्र लिहिण्यात आलं होतं. अमेरिकेच्याच स्वातंत्र्याच्या जाहीरनाम्याचा आधार घेऊन हक्सर यांनी त्याचाच साज बांगला देशाची कैफियत मांडताना चढवला. अशा प्रकारे इंदिरा गांधींनी निक्सन यांना लिहिलेल्या पत्रात म्हटलं, 'त्या जाहीरनाम्यात म्हटल्याप्रमाणे जेव्हा एक शासन माणसाच्या जगण्याच्या, स्वातंत्र्याच्या आणि सुखासमाधानासाठी झगडण्याच्या शाश्वत हक्कांची

पायमल्ली करतं; तेव्हा ते शासन बदलण्याचा किंवा त्याचं निर्मूलन करण्याचा अधिकार जनतेला आहे.' अमेरिकी जनतेने जशी ब्रिटनची सत्ता झुगारून दिली होती, त्याचप्रमाणे पाकिस्तानचं सार्वभौमत्व निकालात काढण्याचा रस्ता यामुळे इंदिरा गांधींना सापडला होता. त्या म्हणाल्या, 'पाकिस्तानची एकसंधता परमपावन असली, तरी मानवी अधिकार आणि स्वातंत्र्य यांचंही महत्त्व तेवढंच आहे.' भारताचे अमेरिकेबरोबरचे संबंध यामुळे रसातळाला गेल्याबद्दल दुःख व्यक्त करून निक्सन यांनी अमेरिकेच्या प्रभावाचा वापर याह्या यांच्यावर केला नसल्याचा दोष इंदिरा गांधींनी कटूपणाने निक्सन यांना दिला. 'आधीचं पूर्व पाकिस्तान आणि आजचा बांगला देश यांमधला कोणताही भूप्रदेश आम्हांला नको आहे. पश्चिम पाकिस्तानमधली कोणतीही जमीन आम्हांला नको आहे.' असं आश्वासन त्यांनी निक्सन यांना दिलं.

किसिंजर यांनी हे पत्र बचावात्मक आणि विषादात्मक असल्याचं मतप्रदर्शन करून ते झटकून टाकलं असलं, तरी युद्धबंदी तोंडावर येऊन ठेपली असल्याचं त्यांनी निक्सन यांना सांगितलं, ''आपलं काम संपलं आहे, आता युद्धबंदी झाली आहे.'' पश्चिम पाकिस्तानच्या कोणत्याही प्रदेशावर भारत कब्जा करणार नसल्याचं वचन सोव्हिएत संघाने दिलं होतं. निक्सन यांची स्तुती करत किसिंजर म्हणाले, ''हा निर्भेळ चमत्कार आहे, राष्ट्राध्यक्ष महोदय. आपण अगदी योग्य प्रकारे मांडणी केली.'' युद्धबंदी हा अटळ निष्कर्ष असूनही निक्सन बरळले, ''भारतीय वैतागतील अशा विशिष्ट प्रकारे मला ही युद्धबंदी घडवून आणायची आहे.''

तोपर्यंत सीआयएच्या दिल्लीतल्या हेरावर अवलंबून असलेल्या किसिंजर यांची पश्चिम पाकिस्तानला चीतपट करण्याची भारताची इच्छा असल्याची खात्री झाली होती. निक्सन म्हणाले, ''बहुतेक जण बाजूला उभे राहून भारताला हे करू द्यायला तयार होते; कराचीवरची बॉम्बफेक आणि इतर सगळं.'' मान डोलवत ते म्हणाले, ''ते खरोखर अक्करमाशे आहेत.''

निक्सन म्हणाले, ''हे पाहा, हे लोक रानटी आहेत.'' किसिंजर सामान्यतः पाकिस्तानवरच्या भारताच्या बलात्काराबद्दल बोलत असत, पण आता निक्सन यांच्या मनात आणखी एक द्वेषपूर्ण क्रियापद होतं. त्यांनी असा शब्दच्छल केला, ''जर आपण संयुक्त राष्ट्रसंघाच्या एका सदस्याला दुसऱ्या सदस्याचं नरभक्षण करू दिलं, तर जगात स्थैर्य टिकणार नाही. 'नरभक्षण' हाच तो शब्द! मला हे आधीच सुचायला हवं होतं. तुम्ही पाहा, भारतीयांना तो हमखास झोंबेल. त्यात रानटीपणाची छटा अनुस्यूत आहे. नरभक्षण ... हे हरामखोर तेच करत आहेत.''

शरणागती

पाकिस्तान शरण येण्याच्या बेतात असल्याचं ऐकून मुक्ती वाहिनीच्या लढाऊ गनिमांचा एक गट विलक्षण आनंदित झाला आणि त्याने सुटकेचा निःश्वास टाकला. इतस्ततः टाकून दिलेल्या काही बसगाड्या गनिमांना सापडल्या आणि या गाड्यांमध्ये विजयोन्मादी गनीम खच्चून बसून ढाक्याकडे निघाले. 'जय बांगला' अशा तारस्वरात घोषणा देणाऱ्या लोकांनी रस्ते आणि घरांची छपरं ओसंडून गेली होती. ढाक्यात येताना जमावाच्या आरोळ्या ऐकून एका गनिमाने नंतर नोंद केली, 'अखेर आम्हांला मुक्त झाल्यागत वाटलं.' भारतीय सैनिकांचं पहिलं पथक ढाक्यात प्रवेश करण्याच्या बेतात असताना युद्धासारख्या मामुली कारणाने दक्षिण आशियातल्या सैनिकी अधिकाऱ्यांच्या मित्रत्वाच्या भावनेला बाधा येणार नव्हती. जनरल नियाजी यांच्याबरोबर व्यक्तिगत परिचय असलेल्या एका भारतीय सेनाधिकाऱ्याने त्यांना पाठवलेल्या चिठ्ठीत लिहिलं, 'प्रिय अब्दुल्ला, मी इथे पोहोचलो आहे. खेळ खलास झाला आहे. तू मला शरण यावंस आणि मी तुझी काळजी घेईन अशी माझी सूचना आहे.'

१६ डिसेंबर रोजी नियाजी यांनी 'मानवी जीव बचावण्याच्या सर्वोच्च भावनेने' पूर्व आघाडीवरची पाकिस्तानची शरणागती प्रस्तावित केली. शरणागतीच्या तपशिलाच्या वाटाघाटींसाठी जनरल माणकेशा यांनी भारताच्या पूर्व कमानीचे सेनाधिकारी जनरल जेकब यांना हेलिकॉप्टरने ढाक्याला त्वरित रवाना केलं.

या वेळी ढाक्याबाहेर फक्त तीन हजार भारतीय सैनिक असल्याचं आणि सव्वीस हजारांपेक्षा जास्त पाकिस्तानी सैनिक शहरात असल्याचं जेकब यांना स्मरतं. माणेकशा यांनी जेकब यांना फर्मावलं होतं, "सरळ जा आणि शरणागती मिळवा." जेकब यांच्याबरोबर त्यांचे वरिष्ठ, पूर्व कमानीचे सेनाप्रमुख लेफ्टनंट जनरल जगजितसिंग अरोरा आणि त्यांच्या पत्नी हेलिकॉप्टरमध्ये होत्या. त्यांची जागा त्यांच्या पतीशेजारी असल्याचं त्या म्हणाल्या होत्या. त्यांचं हेलिकॉप्टर ढाक्यात उतरलं, तेव्हाही मुक्ती वाहिनी आणि पाकिस्तानी सैनिक यांच्यात धुमश्चक्री चालूच असल्याची आठवण जेकब सांगतात. गनिमांनी त्यांच्या गाडीवर गोळीबार केल्यावर भारतीय लष्कराचा हिरवा गणवेश दाखवण्यासाठी ते उठून उभे राहिले आणि हा गोळीबार थांबला. पाकिस्तानी लष्कराच्या मुख्यालयात पोहोचल्यानंतर जेकब यांच्या आठवणीनुसार, जनरल नियाजी म्हणाले, "कोण म्हणतो मी शरण येतो आहे? मी इथे केवळ युद्धबंदीसाठी आलेलो आहे." भारतीय सैनिकांची संख्या पाकिस्तानी सैनिकांपेक्षा फारच तोकडी असल्याची बोचरी जाणीव असलेले जेकब यांनी नियाजी यांना एका बाजूला घेतलं. तो घटनाक्रम आठवताना ते म्हणाले, "तुम्ही शरण या; आणि तुम्ही, तुमची कुटुंबं आणि वांशिक अल्पसंख्य यांची काळजी आम्ही घेऊ. तुम्ही तयार

नसाल, तर मी काय करू शकतो? मी जबाबदार राहू शकत नाही.' यावर नियाजी म्हणाले की, त्यांच्या गळ्याला बंदूक लावून मी त्यांना ब्लॅकमेल करत होतो. मी म्हणालो, 'मी तुम्हांला तीस मिनिटं देतो. तुम्ही कबूल झाला नाहीत, तर लढाई पुन्हा सुरू करण्याचा आणि ढाक्यावरची बॉम्बफेक पुन्हा सुरू करण्याचा हुकूम मी देईन.' तिथून निघून जाताना मला वाटलं, 'अरे देवा! माझ्या हातात काहीच नाही!' पण ढाक्याबाहेरच्या पथकाला साथ देण्यासाठी आणखी किती भारतीय सैनिक येणार होते, याची नेमकी खबर असणारे नियाजी शरण आले.''

भारतीय लष्कराच्या तुकड्या आणि मुक्ती वाहिनीचे गनीम ढाका शहरात जमायला लागले, आणि पूर्वेकडचं हे अल्पावधीचं युद्ध अचानक समाप्त झालं. १६ डिसेंबरच्या दुपारी ढाका रेसकोर्स इथे जनरल नियाजी अश्रुपात करत जनरल अरोरा यांना शरण आले. काही महिन्यांपूर्वीच वसंत ऋतूत पाकिस्तानी लष्कराने नेस्तनाबूद केलेल्या हिंदू वस्त्यांचा वेढा असलेलं हे शरणस्थळ होतं. जेकब म्हणतात, ''पाकिस्तानी सैनिकांचा सन्मान शाबूत राखून भारतीय बाजूने रेसकोर्सवर एक साधा समारंभ आयोजित केला. नियाजी यांनी एक पिस्तूल अरोरा यांच्या हवाली केलं.'' या प्रसंगाचं वृत्तांकन करणारा न्यू यॉर्क टाइम्सचा प्रतिनिधी सिडनी शेनबर्ग न राहवून जेकब यांना म्हणाला, ''एक पाकिस्तानी सेनाप्रमुख एका भारतीय ज्यू सेनापतीला शरण येण्याची घटना म्हणजे एक सनसनाटी बातमी ठरेल.'' जेकब यांनी चिडून अशा प्रकारची बातमी न लिहिण्याविषयी त्याला फर्मावलं. आनंदाने उड्या मारणाऱ्या, चीत्कार करणाऱ्या बंगालींच्या गर्दीने तोंड भरून हसणाऱ्या जनरल अरोरा यांना खांद्यांवर उचलून घेतलं. रस्त्यांमध्ये चकमकी चालू असतानाच 'जय बांगला' अशा आरोळ्या ठोकत लोकांचे लोंढे रस्त्यावर उतरले आणि वायबार काढण्यात अनेक जण मश्गूल झाले.

जनरल माणेकशांनी पंतप्रधान इंदिरा गांधींना या स्वागतार्ह घटनेची खबर दूरध्वनीवरून कळवली. आनंदाने गदगदलेल्या इंदिरा गांधी धावतच लोकसभेत गेल्या. पाकिस्तानी लष्कराने पूर्वेत बिनशर्त शरणागती पत्करल्याची माहिती त्यांनी संसदेत दिली. संतुष्ट स्वरात त्यांनी जाहीर केलं, ''आता ढाका एका स्वतंत्र राष्ट्राची राजधानी झालेली आहे. बांगला देशाच्या जनतेच्या या विजयाच्या क्षणी आम्ही त्यांचं अभीष्टचिंतन करतो.''

इंदिरा गांधींनी भारतीय लष्कर आणि मुक्ती वाहिनी यांची प्रशंसा केल्यानंतर टाळ्यांचा कडकडाट झाला. त्याचप्रमाणे पाकिस्तानी युद्धकैद्यांना जिनिव्हा करारानुसार वागणूक देण्याचा आदेश भारतीय लष्कराला देण्यात आला असून बांगला देश सरकारही तसंच करणार असल्याचं त्यांनी सांगताच या घोषणेचंही स्वागत करण्यात आलं.

इंदिरा गांधी म्हणाल्या, ''आमचं उद्दिष्ट मर्यादित होतं. बांगला देशाची शूर जनता आणि मुक्ती वाहिनी यांना त्यांच्या देशाच्या भयकारी राजवटीतून मुक्त करण्यासाठी मदत करणं आणि आपल्या भारताच्या भूमीवरच्या आक्रमणाचा प्रतिकार करणं.'' या प्रसंगी संसदेत हर्षोल्लास व्यापून राहिला होता; संसद-सदस्य बाकं बडवून त्यांचं अभिवादन करत होते आणि हवेत कागदपत्रं तसंच टोप्या भिरकावत होते.

पश्चिम पाकिस्तानी आणि वांशिक अल्पसंख्य यांचं संरक्षण करण्याच्या भारताच्या अभिवचनाचं बंधन जनरल अरोरा यांच्यावर होतं. मात्र या शरणागतीचा एक कुरूप चेहराही होता. एक भारतीय सेनाधिकारी शेनबर्गला म्हणाला, ''पाकिस्तानींचं आणि त्यांच्या साथीदारांचं रक्षण आम्ही केलं नाही, तर मुक्ती वाहिनी त्यांच्या छान खांडोळ्या करेल.'' पाकिस्तानींवर हल्ले होऊ नयेत यासाठी हमरस्त्यापासून दूरच्या भागात भारतीय सैनिक त्यांची शरणागती स्वीकारत होते. सूडबुद्धीने पेटलेल्या बंगालींपासून, शरण आलेल्या हजारो पाकिस्तानी सैनिकांचं रक्षण व्हावं म्हणून जनरल अरोरा यांनी या सैनिकांना स्वरसंरक्षणासाठी शस्त्रं बाळगण्याची परवानगी दिली.

मात्र बदल्याच्या भावनेने उफाळलेली कत्तलीची लाट भारतीय लष्कर रोखू शकलं नाही. भारतीय सेनाधिकारी बांगला देशाच्या सैन्यावरही अधिकृतरीत्या अधिकार गाजवत असले, तरी पाकिस्तानच्या हस्तकांविरुद्ध बदला घेण्यात येणारच नसल्याचं सार्थ अभिवचन देण्याच्या परिस्थितीत ते नसल्याचं इंदिरा गांधींनी प्रांजळपणे कबूल केलं. लॉस एन्जलिस टाइम्सच्या वार्ताहराने ढाका शहरात रस्त्यात पडलेले पाच मृतदेह पाहिले. पाकिस्तानचे हस्तक म्हणून या लोकांना ठार करण्यात आलं होतं. सीआयएच्या नोंदीनुसार, 'सूड भावनेने पेटलेले बंगाली ढाक्यात करत असलेल्या अत्याचारांच्या रक्त गोठवणाऱ्या कहाण्या ऐकायला मिळत आहेत.' मात्र ढाक्याच्या रस्त्यात भटकणाऱ्या गनिमांना निःशस्त्र करण्याचं काम भारतीय सैन्याने केलं. एका जाहीर सभेत चार लोकांना छळून ठार मारण्याची चिथावणी जमावाला देणाऱ्या मुक्ती वाहिनीच्या एका नेत्याला स्थानबद्ध केलं गेलं. काही दिवस रक्तपाताच्या अनेक भयानक कृत्यांनंतर परिस्थिती शांत झाल्याचा अहवाल सीआयएने पाठवला.

दरम्यान, पश्चिम आघाडीवर रणगाड्यांचे संघर्ष सुरू होते. हा भारताच्या युद्धविषयक उद्दिष्टांच्या कसोटीचा क्षण होता. भारत एक तर बांगला देशात विजय प्राप्त केल्याची घोषणा करून परत जाऊ शकला असता किंवा पश्चिम पाकिस्तानमधला भूप्रदेश आणि शहरं काबीज करण्यासाठी नवा आणि अधिक आक्रमक हल्ला सुरू करू शकला असता.

भारतातला आक्रमक गट आता तार स्वरात बोलत होता. पाकिस्तानमध्ये गोंधळ माजला होता आणि त्याची स्थिती नाजूक झाली होती. त्याचप्रमाणे पश्चिमेकडे

''हे आपलं ऱ्हाइनलॅन्ड आहे.'' / ४४३

भारताची बाजू वरचढ होत असल्याचे संकेत मिळत होते. पश्चिमेकडची एकतर्फी युद्धबंदी हीच योग्य कृती ठरणार असल्याचं पंतप्रधानांना सांगितल्याचा दावा माणेकशा यांनी नंतर केला. हक्सर यासाठी अनुकूल होते. देशातल्या उन्मादी मनःस्थितीबाबत सावधगिरी बाळगून इंदिरा गांधींनी त्यांच्या एका साहाय्यकाला सांगितलं, ''पश्चिम आघाडीवरही मला युद्धबंदी जाहीर करावीच लागेल. हे मी आज केलं नाही, तर उद्याही करू शकणार नाही.'' त्यांच्या एका सर्वांत जवळच्या मैत्रिणीच्या सांगण्यानुसार, पाकिस्तानच्या शहरांपैकी एखादं काबीज करण्याच्या शक्यतेची चर्चा लष्करप्रमुख आणि इंदिरा गांधींचे वरिष्ठ सल्लागार करत असल्याचं त्यांनी ऐकलं होतं. पाकिस्तानच्या उच्च प्रशिक्षित सैनिकांविरुद्ध अशी लढाई केली असती, तर सुमारे तीस हजार जवान कामी आले असते असं लष्कराचं म्हणणं होतं. हे कानावर आल्यानंतर इंदिरा गांधी काही क्षण शांत बसल्या. असं झालं असतं, तर अमेरिका आणि चीन यांच्याकडून काहीतरी प्रतिक्रियात्मक पावलं नक्की उचलली गेली असती हे त्यांना ठाऊक होतं. युद्ध समाप्त करण्याची वेळ आली असल्याचा निर्णय त्यांनी घेतला.

पाकिस्तानने पूर्वेत शरणागती पत्करलेल्या दिवशीच इंदिरा गांधींनी जाहीर केलं, ''कोणत्याही भूप्रदेशावर कब्जा करण्याची महत्त्वाकांक्षा भारताला नाही. आता पाकिस्तानी सैन्याने बांगला देशात शरणागती पत्करली आहे आणि बांगला देश स्वतंत्र झालेला असल्याने सध्याचा संघर्ष चालू ठेवणं निरर्थक असल्याची आमची भूमिका आहे.'' १७ डिसेंबरच्या रात्री आठ वाजल्यापासून पश्चिम आघाडीवर सर्वत्र गोळीबार थांबवण्याचा एकतर्फी आदेश त्यांनी भारतीय लष्कराला दिला. बंदुका आणि तोफा शांत झाल्या. भारताच्या सांगण्यानुसार, त्याचे २,३०७ लढवय्ये मारले गेले होते; ६,१६३ जखमी झाले होते; आणि २,१६३ बेपत्ता होते. पश्चिम आघाडीवर बळींची संख्या काहीशी अधिक होती. तिथे १,२०६ जवान हुतात्मा झाले होते, तर हीच संख्या पूर्वेत १,०२१ होती. पाकिस्तानची हानी यापेक्षा बरीच अधिक असल्याचा अंदाज होता.

मानवी जीवित हानी प्रचंड होती. तरीही भारतीय आणि पाकिस्तानी मृत सैनिकांच्या बेरजेपेक्षाही बांगला देशी नागरिक फार मोठ्या संख्येने मरण पावले होते. एका भारतीय वरिष्ठ अधिकाऱ्याने तीन लाख बंगाली मरण पावले असल्याचा अंदाज व्यक्त केला. माहितीचे अनेक उत्कृष्ट स्रोत माहीत असणारा सिडनी शेनबर्ग याने न्यू यॉर्क टाइम्समधल्या वृत्तात म्हटलं, '२५ मार्च रोजी पूर्वेत लष्करी कारवाई सुरू झाल्यापासून लक्षावधी – कदाचित दहा लाखांपेक्षा जास्त – बंगाली मरण पावले असल्याचा ढाक्यातल्या राजनैतिक प्रतिनिधींचा तर्क आहे.' अगदी कमीतकमी पाकिस्तानी विश्वसनीय अनुमानांनुसार, हजारो बळी गेले होते, तर यापेक्षा मोठी

संख्या असल्याचं सांगून ती सिद्ध करण्याचा प्रयत्न भारताने केला. बांगला देशात सुमारे दहा लाख लोक मारले गेले असल्याचा दावा स्वर्ण सिंग यांनी घाईघाईने केला. युद्ध संपण्यापूर्वी काही दिवस आधी अमेरिकेच्या एनबीसी वाहिनीसाठी काम करणाऱ्या गीता मेहता या भारतीय पत्रकाराने बंगाली विस्थापितांवरची एक चित्रफीत इंदिरा गांधी यांना दाखवली. मुलगा राजीव गांधी याच्याबरोबर ती पाहताना तरुण आणि वृद्ध विस्थापितांच्या प्रतिमा बघून इंदिरा गांधी रडल्या.

पाकिस्तानच्या सार्वभौमत्वाचं उल्लंघन केल्याबद्दल विचारणा केली असता, जनरल जेकब यांच्या रागाचा स्फोट होतो. ते गर्जतात, ‘‘तिथे काय घडत होतं, हे तुम्हांला ठाऊक नाही. तिथे घडणाऱ्या बलात्कारांबद्दल आणि होणाऱ्या कत्तलींबद्दल तुम्हांला माहिती आहे? आपल्याकडे एक कोटी विस्थापित आल्यानंतर आपण त्यांचं काय करू शकतो?’’ बांगला देशात असताना कुणाचीतरी पडलेली रोजनिशी त्यांनी उचलली होती आणि बंदुकीच्या संगिनींनी बंगालींची कशी हत्या करण्यात येत होती, याबद्दल वाचलं होतं. हा एक भयानक वंशविच्छेद असल्याची खात्री त्यांना असली; तरी दुसऱ्या महायुद्धात नाझींनी जे काही केलं होतं, तसं हे नसल्याचं ते म्हणतात. संताप ओसरल्यानंतर जेकब पुन्हा फडाफडा बोलू लागतात, ‘‘त्यांनी लाखो बलात्कार आणि खून केले होते. २५-२६ मार्चच्या रात्री मी ढाका विद्यापीठाची वाहिनी ऐकत होतो. त्यांनी विद्यार्थ्यांची प्रचंड प्रमाणात कत्तल केली होती, म्हणून आम्ही गप्प बसायचं? ठीके. बसतो गप्प.’’ अखेर शांत झाल्यानंतर ते समारोप करतात, ‘‘याबद्दल मला फेरविचार करायची गरज नाही. याचा मला अभिमान आहे.’’

घडलेल्या घटनांमुळे मानसिक धक्क्यात असलेल्या बांगला देशनामक नवराष्ट्राचा दौरा शेनबर्ग याने पाकिस्तानच्या शरणागतीनंतर काढला. तो ज्या-ज्या ठिकाणी गेला, त्या प्रत्येक ठिकाणी लोकांनी त्याला मृत्यूची सगळी मैदानं दाखवली. तिथे लोकांना ओळीत उभं करून गोळ्या घालण्यात येत असत. तो म्हणतो, ‘‘हे कत्तलींचं ठिकाण असल्याने नदीत हाडं पाहायला मिळत.’’ ढाक्यात असताना तो डोंगराजवळच्या एका दफनभूमीत गेला. ‘‘या दफनभूमीत झुडपं आणि रोपटी होतीच; पण बारातेरा वर्षांचा एक छोटा मुलगाही होता. हातापायावर सरपटणारा हा मुलगा जमीन खणून काही सापडतं का, ते पाहत होता. तो अस्वस्थ दिसत होता. त्याच्या वडलांना तिथे पुरलं असून तो त्यांना शोधत असल्याचं त्याचं म्हणणं होतं. या ठिकाणी पुरेसं खणलं असता - तिथे उथळ थडगी होती - एखादी कवटी सापडत असे किंवा हाडं सापडत असत. सगळीकडे दफनभूमी दिसत होत्या. कृष्णकृत्यं घडलेली असल्याबद्दल माझ्या मनात शंका नव्हती.’’ असं शेनबर्ग म्हणतो.

युद्धबंदी होत असल्याबद्दल किसिंजर आनंदाने नाचायचेच बाकी होते, पण निक्सन मात्र आनंदी नसल्याची नोंद एच. आर. हाल्डेमन यांनी केली आहे. राष्ट्राध्यक्षांनी किसिंजर यांना खिन्नपणे सांगितलं, ''ढाक्याने शरणागती पत्करली आहे.''

किसिंजर यांना आनंदाच्या उकळ्या फुटत असल्या, तरी त्यात सामील न झालेले निक्सन पाकिस्तानच्या पराभवामुळे कटू भावनेत बुडाले होते. भारताने वृत्तपत्रांचा हवा तसा वापर करून घेतल्यामुळे स्वतःचा संताप अनावर झाल्याचं सांगून ते म्हणाले, ''पाकिस्तान नष्ट करण्याच्या भारताच्या कारस्थानाबद्दल मी केलेले आरोप किसिंजर यांनी पुरेशा प्रमाणात छापून आणले नसल्याबद्दल मी नाराज आहे.'' किसिंजर यांच्या परवानगीने त्यांना भारताविरुद्धच्या संघर्षात उतरायचं होतं. ते म्हणाले, ''भारत याच मार्गाने पुढे जात राहिला, तर आपल्याला त्याच्याबरोबरचे राजनैतिक संबंधही संपवावे लागतील.''

पाकिस्तानला मदत करण्यासाठी जॉर्डनने बेकायदेशीर मार्गाने लढाऊ विमानं पाठवल्याची माहिती किसिंजर यांनी दिल्यानंतर राष्ट्राध्यक्षांना थोडासा दिलासा मिळाला; पण वेळ आल्यावर भारतात रशियन उपग्रह असल्याचं भारताने दाखवून दिल्याची टीका त्यांनी केली. निक्सन संतापून म्हणाले, ''खरा सामना रशियाशी असल्याचं मला ठाऊक आहे, पण इथे तर भारताने आपल्याला चितपट केलं आहे. ते यापूर्वीही असे वागले आहेत आणि हे युद्ध संपल्यानंतर 'विसरा आणि क्षमा करा.' अशी विनंती घेऊन ते आपल्याकडे येणार आहेत. आपण हे करता कामा नये.''

पश्चिम आघाडीवर युद्धबंदी झाल्याची घोषणा जगासमोर करण्यासाठी किसिंजर यांनी राष्ट्राध्यक्षांना दूरध्वनी केला. स्वतःसाठी ही एक शाश्वत उपलब्धी ठरणार असल्याचं किसिंजरनी ताडलं. पुन्हा खुशीत आल्यानंतर निक्सन यांना प्रफुल्लित करण्याचा प्रयत्न करताना ते म्हणाले, ''अभिनंदन राष्ट्राध्यक्ष महोदय! आपण पश्चिम पाकिस्तान वाचवलं आहे.'' या विजयाचा आस्वाद इंदिरा गांधी यांनी घेऊ नये अशी निक्सन यांची इच्छा होती. ते विचार करायला लागले. ते म्हणाले, ''आग लावण्याचं श्रेय आणि नंतर अग्निशमन दलाला बोलवण्याचं श्रेय अशी दोन्ही श्रेयं त्यांना मिळता कामा नयेत. ही हिटलरची पुनरावृत्ती आहे.''

विजयाची मजा किसिंजर चाखत होते. 'आपत्तीचं रूपांतर संधीत केलं असल्याचं हाल्डेमन आणि जॉर्ज शूल्ट्झ यांना सांगून किसिंजरनी हे करण्याचं नैतिक धाडस दिल्याबद्दल भारतविरोधी अर्थमंत्री जॉन कॉनेली यांचे आभार मानले. या श्रेयावर स्वतःचा दावा सांगण्यासाठी ते दिवसभर दूरध्वनीवरून वार्ताहरांशी संपर्क साधत होते. तसंच संयुक्त राष्ट्रसंघाच्या सुरक्षा परिषदेत क्षीण वाटणारा एक प्रस्ताव तयार करण्यासाठी दूरध्वनीवरून वेगवेगळ्या राष्ट्रांच्या दूतांशीही ते संपर्क साधत होते. ते भारतीयांबद्दल

ब्रिटिश राजदूताला म्हणाले, ''तुम्ही त्यांना एवढी वर्षं कसं सहन केलंत, ते मला समजत नाही.'' किसिंजर बुश यांना गमतीने म्हणाले, ''नेहमी घोळ घालता, तसा या वेळी घालू नका.''

जॉर्ज बुश उत्तरले, ''हे संपल्यानंतर मला बदली पाहिजे. रवांडासारखी छान, शांत जागा मला हवी आहे.''

उपसंहार

परिपाक

महाशक्तींच्या वेगवेगळ्या गुन्ह्यांची औपचारिक दखल न घेता शीतयुद्धाची समाप्ती झाली - आंतरराष्ट्रीय युद्धगुन्हे न्यायाधिकरणाद्वारे कुठलीही चौकशी झाली नाही किंवा सत्यशोधन आयोगही बसला नाही. दुसऱ्या महायुद्धानंतर जसा न्युरेम्बर्ग महाभियोग चालला, तसं काहीही १९८९ च्या देदीप्यमान लोकशाही क्रांतीनंतर घडलं नाही. झालं त्याबद्दल पश्चात बुद्धीने कोणताही विचार न करता अमेरिकी आणि रशियन मोकळे होऊ शकलेले आहेत.

पण १९७१ चा वारसा अमेरिकी लोक विसरू शकले असले, तरी भारतीय उपखंडातल्या जनतेला मात्र ते शक्य झालेलं नाही. घडलेले अत्याचार म्हणजे बांगला देशासाठी राष्ट्रीय आघात ठरले असून त्यांचे शाश्वत व्रण देशाचं राजकारण आणि अर्थकारण यांच्यावर उमटलेले आहेत. या देशात आर्थिक विकास नेहमीच कठीण राहिलेला असला; तरी प्रचंड जीवितहानी, कुटुंब आणि ग्रामीण समाज यांच्या झालेल्या फारकती, शिक्षित फळी गारद करण्याची कृती, पायाभूत सुविधांचा विनाश, राजकीय जीवनात आलेलं एकारलेपण, उठावानंतर मागे राहिलेल्या शस्त्रास्त्रांची व्यापक आणि सहज उपलब्धता, तसंच विस्थापितांना देशात परत आणण्याचा बोजा इत्यादी आव्हानांमुळे हा विकास आणखी बिकट झाला आहे.

बांगला देश भारतावर अवलंबून राहण्याची रिचर्ड निक्सन आणि हेन्री किसिंजर यांना भीती वाटत असली, तरी बांगला देश भारतावर विसंबून राहू शकत नव्हता. युद्धकाळात दिलेल्या शब्दाचं पालन करणाऱ्या भारताने नव्या राष्ट्रातून स्वतःचं सैन्य सत्वर मागे घेण्याची तयारी दाखवली असली, तरीही या दोन शेजाऱ्यांचे संबंध वेगाने बिघडत गेले. पी. एन. हक्सर इंदिरा गांधी यांना म्हणाले, ''राजकीयदृष्ट्या बोलायचं झालं, तर बांगला देश म्हणजे एक आदिम दलदल आहे. या गोंधळातून विश्वनिर्मिती करायची आहे.'' भारतीय मुक्तिदात्यांचं आलिंगन गुदमरून टाकणारं असल्याचं बांगला देश सरकारला जाणवलं. भारत टाकत असलेल्या प्रचंड प्रभावाबद्दल बांगला देशातले राजकीय नेते बोचऱ्या तक्रारी करायला लागले.

पश्चिम पाकिस्तानमधल्या तुरुंगातून मुक्त करण्यात आलेल्या शेख मुजीब उर-रेहमान यांनी नवीन लोकशाही स्थापन केली, पण ती फार काळ टिकली नाही. हक्सरनी आणि इतर भारतीयांनी दिलेल्या इशाऱ्याबरहुकूम बांगला देशाचं मागासलेपण आणि त्याचं दारिद्र्य यांवर मात करणं महाकठीण ठरतं आहे. मुजीब सरकार लवकरच भ्रष्टाचारात लिप्त झालं. भारताच्या परराष्ट्र मंत्रालयाने विषण्णपणे नोंद घेतल्यानुसार, ग्रामीण भागातले दरिद्री लोक उपाशी होते ; तर जीवनमान खाली गेल्यामुळे मध्यमवर्गाचा भ्रमनिरास झाला होता. मुजीब यांनी डिसेंबर १९७४मध्ये स्वतःकडे अणीबाणीचे अधिकार घेतले आणि जी लोकशाही घटना निर्माण करण्यासाठी त्यांनी स्वतः हातभार लावला होता, त्याच लोकशाही घटनेचं दहन केलं. यानंतर १९७५च्या ऑगस्ट महिन्यात लष्करी अधिकाऱ्यांनी एक हिंसक उठाव करून मुजीब यांच्या ढाक्याच्या निवासस्थानावर हल्ला केला आणि ते स्वतः, त्यांची पत्नी, त्यांचे भाऊ, मुलगे आणि त्यांच्या सुना यांना कंठस्नान घातलं. (अंगावर शहारा आणणारं एक वस्तुसंग्रहालय म्हणून सध्या या निवासस्थानाचं जतन करण्यात आलं असून पायऱ्यांवरचे रक्ताचे डाग आणि मेंदू फुटून छताला चिकटलेले त्याचे तुकडे तुम्ही तिथे पाहू शकता.) अशांतता आणि अस्थैर्य यांच्या फेऱ्यात सापडलेल्या बांगला देशात अल्पजीवी नागरी सत्तेची ज्योत फडफडली, पण त्यानंतर एकामागून एक उठाव होत गेले. हक्सर यांनी यानंतर येऊ घातलेल्या संकटाबद्दल आशंका व्यक्त करताना विचारणा केली – ''आता काय ? हिंसेची आणखी एक रात्र ?''

आज भारत बांगला देशापासून अलिप्त आहे. फाळणीतला उत्तररंग म्हणून चालत आलेल्या सीमाकलहांवरून दोन देशांमध्ये बाचाबाची चालू असते – बांगला देशाच्या भूमीचे काही ठिपके भारतात असून भारताच्या भूमीचे छोटे कण बांगला देशात आहेत. भारताने दोन देशांच्या सीमेवर सशस्त्र पहारेकरी उभे करून काटेरी तारांचं भक्कम कुंपण जवळपास संपूर्ण सीमाभागात उभारलेलं आहे. सन २०००पासून घुसखोरी करणाऱ्या जवळपास १००० बांगला देशींना भारतीय सैन्याने ठार केलं आहे.

मात्र अलीकडच्या काही वर्षांमध्ये बांगला देशाने शिक्षणक्षेत्रात केलेल्या गुंतवणुकीचा परिणाम कमी होणारं दारिद्र्य आणि नवजात मध्यमवर्ग यांच्या रूपाने दिसायला लागला आहे. बांगला देशातल्या पायाभूत सुविधा मोडकळीला आल्या आहेत ; महत्त्वाच्या वस्त्रोद्योगात कामगारांची परिस्थिती अत्यंत हलाखीची आहे ; जेमतेम गुजराण होईल इतपत उपलब्ध शेती सोडून अजूनही लाखो लोकांपुढे उपजीविकेचा इतर कोणताही पर्याय नाही. अशी सगळी आव्हानं असूनही बांगला देशाने लक्षणीय आणि शाश्वत आर्थिक विकास करून दाखवला आहे ; पण तरीही हा देश पोखरलेल्या

राजकारणाचे चटके अजूनही सोसतो आहे. मुजीब यांची मुलगी शेख हसीना सध्या पंतप्रधान असून त्यांचा कारभार दिव्य आहे. कोणत्याही स्पष्टीकरणाविना लोक गायब होतात आणि मारले जातात. नोबेल सन्मान प्राप्त करणारे आणि सूक्ष्मवित्त क्षेत्रात नवी क्रांती आणणारे मुहम्मद युनुस यांना सरकारी अधिकारी सतावत असतात. राजकारणात भ्रष्टाचार मुरलेला असून विरोधी पक्षाच्या नेत्यांना अटक किंवा छळवणूक यांना तोंड द्यावं लागतं. रस्त्यांवर संतप्त निदर्शनं होत असतात.

युद्धविषयक गुन्ह्यांच्या सुनावणीसाठी एक नवं न्यायाधिकरण स्थापन करण्यात आलं असून १९७१ च्या अत्याचारांची चौकशी करण्याचं काम या न्यायाधिकरणावर सोपवण्यात आलं आहे, पण हे न्यायाधिकरण फक्त याह्या राजवटीबरोबर हातमिळवणी केलेल्या बांगला देशींविरुद्धच्या प्रकरणांचाच पाठपुरावा करतं आहे. त्यामुळे शेख हसीना यांच्या विरोधी पक्षाच्या सदस्यांनाच सोयीस्करपणे अडकवलं जातं आहे. झालेल्या भयकृत्यांबद्दल योग्य न्याय होणं महत्त्वाचं असलं, तरी आतापर्यंत झालेल्या पक्षभेदी खटल्यांमुळे बांगला देशी आणि आंतरराष्ट्रीय सुयोग्य कार्यपद्धतीच्या मानकांचं पालन झालेलं नाही. बांगला देशींच्या हृदयात १९७१ च्या जखमा किती खोल गेल्या आहेत, हे दाखवण्यासाठी एक उदाहरण पुरेसं आहे. अशा एका खटल्यातल्या आरोपीला फाशीऐवजी जन्मठेपेची शिक्षा झाल्यानंतर ढाक्यात गेल्या दोन दशकांमधली सर्वांत मोठी निदर्शनं होण्यासाठी आवश्यक असलेली ठिणगी पडली.

स्वतःच्या देशाचं राजकारण सुधारण्याची जबाबदारी बांगला देशींवर आहे, पण अमेरिकेने १९७१ च्या भयानक कृत्यांना समर्थन दिल्याने ही कामगिरी जास्त खडतर झाल्याचं अमेरिकी जनतेने समजून घेणं आवश्यक आहे. हेन्री किसिंजर यांच्याकडून दिलगिरीची अपेक्षा करणं फारच टोकाचं वाटत असलं, तरी बांगला देशी जनतेच्या संदर्भात झालेल्या अपराधांचं निराकरण करण्याची विशेष जबाबदारी अमेरिकी सरकारवर असल्याचं या सरकारने मान्य करणं सभ्यपणाचं ठरेल.

पाकिस्तान

स्वतःच्या लष्करी पराभवामुळे पाकिस्तान सुन्न झालं. पाकिस्तानच्या जनतेला धक्का बसला; त्यांच्या डोळ्यांसमोर अंधारी आली आणि नाराजीचा डोंब उसळला. युद्ध चालू असताना सरकारच्या नियंत्रणाखाली असलेल्या वर्तमानपत्रांनी पाकिस्तानी लष्कर जिंकत असल्याचं खोटंच सांगितलं होतं. सरकारने अचानक सेन्सॉरशिप उठवताच वास्तवाच्या वज्रप्रहारासाठी पाकिस्तानी जनता तयार नव्हती. स्वतःच्या लष्कराचे अत्याचार आणि त्याचा पराभव यांची माहिती अचानक मिळाल्यामुळे जनतेचा भ्रमनिरास झाला, आणि जनतेच्या मनात सरकारबद्दल घृणा निर्माण झाली.

ही दुसरी फाळणी पाकिस्तानसाठी विनाशक ठरली. १९७१ साली ढाक्यात अमेरिकी उपदूतावासात कनिष्ठ राजकीय अधिकारी असणारे स्कॉट बुचर म्हणतात, ''भारत ही बांगला देशाची सुईण असल्याचं सर्वज्ञात आहे. अत्यंत अभिमानी असलेल्या पाकिस्तानी लष्कराचा पराभव भारताने केला. पाकिस्तानच्या आत्मसन्मानाला मिळालेला हा एक जबर ठोसा होता. यामुळे पाकिस्तानने स्वतःच्या अर्ध्या देशाबरोबरच स्वतःची अर्धी लोकसंख्याही गमावली.''

खुद्द याह्या खान वस्तुस्थिती स्वीकारायला बिलकूल तयार नव्हते आणि पूर्वेचा ताबा पुन्हा मिळवण्यासाठी लढत राहण्याचा उद्दाम निर्धार त्यांनी बोलून दाखवला होता. मात्र याह्या खानवर आणि त्यांच्या चमच्यांवर देशद्रोहाचा खटला भरावा म्हणून, पूर्वी पश्चिम पाकिस्तान असलेल्या आणि आता फक्त खंडित पाकिस्तान म्हणून शिल्लक राहिलेल्या देशातल्या शहरांच्या रस्त्यांवर लोकांचे जमाव किंचाळत फिरत होते. याह्या यांच्या मद्यप्राशनाच्या सवयीमुळे संताप अनावर झालेल्या जमावाने कराचीमधली दारूची दुकानं पेटवून दिली. याह्या खान यांनी आत्महत्या करावी असं लष्करातल्या आणि जनतेतल्या अनेकांना वाटत असल्याचा अहवाल सीआयएने दिला. ढाका पडल्यानंतर काही दिवसांनी निक्सन यांचे स्नेही याह्या खान यांनी राजीनामा देत असल्याची घोषणा अनिच्छेने केली. त्यांना झुल्फिकार अली भुट्टो यांनी बाजूला सारलं होतं. भुट्टो यांनी १९७७च्या निवडणुकीत चांगलं यश प्राप्त केलं असलं, तरी ते पाकिस्तानच्या अध्यक्षपदी एका सावटाखाली आले होते – विद्यमान संकट निर्माण होण्यासाठी जबाबदार असलेल्या घटनाविषयक वाटाघाटींमध्ये भुट्टो यांनी आक्रमक आणि ताठर भूमिका घेतल्याबद्दल काही पाकिस्तानी लोक त्यांना दोषी धरत होते.

स्वतःला इस्लामी राष्ट्र मानणाऱ्या पाकिस्तानसाठी हा पराभव म्हणजे मूलभूत आव्हान असल्याचं चित्र पाकिस्तानच्या विटंबनेत आणखी भर घालण्यासाठी भारत निर्माण करत होता. पाकिस्तानचा द्विराष्ट्र सिद्धान्त भारतीय विचारवंतांनी फेटाळून लावला. हिंदू आणि मुसलमान ही दोन स्वतंत्र राष्ट्रं असल्याच्या भूमिकेवर हा सिद्धान्त आधारित आहे. ''मानवी बुद्धीने शोधून काढलेली सर्वांत काल्पनिक कथा.'' असं याचं वर्णन हक्सर करत. एका वरिष्ठ भारतीय राजनैतिक अधिकाऱ्याने मिटक्या मारत सांगितलं, ''बांगला देशाची निर्मिती म्हणजे तथाकथित द्विराष्ट्र सिद्धान्ताची मृत्युघंटा आहे.'' इस्लामी राष्ट्र म्हणून पाकिस्तान ही संकल्पना या अधिकाऱ्याने उडवून लावली. राष्ट्रवादी आधुनिकीकरण यांसारख्या इतर सिद्धान्तांवरही पाकिस्तान अवलंबून आहे, तरीही भारतीय लोक अशा सिद्धान्तांना कमी महत्त्व देतात; पण पाकिस्तान अजूनही या विघटनाशी लढतो आहे. युद्धानंतर एक दशक पार पडल्यावर पत्रकार तारिक अली

लिहितात – 'उत्तर प्रदेशामधल्या दिवाणखान्यांमध्ये जन्मलेल्या 'द्विराष्ट्र सिद्धान्ताचं' दफन बंगालच्या ग्रामीण भागात झालं आहे.'

त्याचप्रमाणे भारत पाकिस्तानवर आघात करण्याचं थांबवेल अशी खात्री पाकिस्तानी नेत्यांना वाटत नव्हती. भारताचे परराष्ट्रमंत्री स्वर्ण सिंग यांनी १९७१ च्या जून महिन्यात भारतीय राजनैतिक अधिकाऱ्यांना पश्चिम पाकिस्तानचे तुकडे करण्याच्या इतर मार्गांबद्दल गुप्तपणे सांगितलं होतं. ''बलुचिस्तान आणि वायव्य सरहद्द प्रांत यांच्यासारख्या अशांत प्रदेशांमध्ये उठावाला चिथावणी द्यावी.'' असं सिंग म्हणाले होते. या प्रदेशांनी बांगला देशाचं अनुकरण करावं अशी अपेक्षा होती. मुक्ती वाहिनीला चोरून मदत करण्यात भारतीय गुप्तचर संस्थांनी मिळवलेल्या यशानंतर भारतीय अधिकारी भारताच्या गुप्तचर यंत्रणांचा अधिक व्यापक वापर करण्याचा प्रयत्न करायला लागले. याचा परिणाम भीषण झाला, आणि 'रॉ' या गुप्तचर संस्थेने श्रीलंकेतल्या 'लिबरेशन टायगर्स ऑफ तामीळ इलम' या संघटनेला अशीच चोरून मदत केल्यानंतर याच संघटनेने राजीव गांधी यांचा बळी घेतला.

भारताच्या सत्तारूढ वर्तुळातल्या ज्येष्ठांपैकी जसवंत सिंग हे पाकिस्तानच्या भीतीबाबत आत्यंतिक सहानुभूती बाळगणाऱ्यांपैकी एक आहेत. ते म्हणतात, ''जेव्हा आपण त्यांना सांगतो, 'आता हे संपलं आहे, तुम्ही शासन प्रायोजित दहशतवादात अडकून का राहता? हजारो वार करून भारताला खलास करण्याचा प्रयत्न तुम्ही का करता?' तेव्हा पाकिस्तानमधले मित्र मला सांगतात, 'आम्ही १९७१ विसरू शकत नाही. ती खदखद अजून कायम आहे.' '' अरुंधती घोष म्हणतात, ''पाकिस्तानी आता १९४७च्या फाळणीचा विचार करत नसल्याचं आपण अजून समजून घेतलेलं नाही. त्यांच्या वेदना १९७१ बद्दलच्या आहेत. त्यांच्या देशाचे आपण दोन तुकडे केले आहेत, हाच मुद्दा ते भारताविरुद्ध धरून आहेत. परिस्थिती आधीच कठीण होती; पण पाकिस्तानच्या बाजूने हा विचार फारच सामर्थ्यवान आहे. त्यांच्या मनात भयंकर कटुता आहे. आपल्याला याची जाणीव नसल्यासारखं भासतं आहे.''

ही मानसिक कुचंबणा म्हणजे पाकिस्तानसाठी अंर्तमुख होण्याची संधी ठरू शकत होती. यासंदर्भात याह्या खान यांच्या एका मंत्र्याने नंतर लिहिलं, ''पाकिस्तानी लष्कराच्या पाशवी कारवाया कोणत्याही प्रकारे कधीच माफ होऊ शकत नाहीत किंवा त्यांचं समर्थन होऊ शकत नाही. लष्कराच्या या जीवघेण्या मोहिमेत महिलांना, ज्येष्ठ नागरिकांना, रुग्णांना आणि अगदी मुलाबाळांनाही निर्दयपणे ठार करण्यात आलं. लक्षावधी लोकांनी स्वतःचं घरदार सोडून कुठेतरी दूरवर किंवा भारतात आश्रय घेतला. त्यामुळे या शोकांतिकेला कोणतंही मोजमाप लावता येणार नाही, एवढी ती अभूतपूर्व होती.'' गोळीबार थंडावल्यानंतर काही दिवसांनी भुट्टो यांनी पूर्व

पाकिस्तानमधल्या युद्धभूमीवर झालेल्या पराभवाची चौकशी करण्यासाठी एक न्यायिक आयोग नेमला. पाकिस्तानच्या सरन्यायाधीशांच्या अध्यक्षतेखाली आणखी दोन नामवंत न्यायाधीशांनी केलेल्या या चौकशीच्या अहवालात भ्रष्टाचार, नैतिक अधःपात आणि पाशवी वर्तणूक यांचा अधिकृतरीत्या पर्दाफाश झाला. याह्या, नियाजी आणि प्रतिष्ठा गमावलेले इतर लष्करी नेते यांच्यावर कोर्ट मार्शल करून खटला चालवण्याची मागणी या अहवालात करण्यात आली. हा अहवाल लष्करी पराभवावरच केंद्रित झाला असला, तरी वरिष्ठ लष्करी अधिकाऱ्यांनी आणि नागरी अधिकाऱ्यांनी केलेल्या अत्याचारांच्या प्रांजळ जबान्यांचाही समावेश त्यात आहे. अतिशय मोठ्या प्रमाणात, कोणतंही कारण नसताना आणि सूडभावनेने अत्याचार करण्यात आल्याबद्दल कोणतीही शंका नसल्याची नोंद करून या अहवालात पाकिस्तान सरकारला एखादं उच्चाधिकार न्यायालय किंवा चौकशी आयोग स्थापन करण्याची सूचना करण्यात आली आहे. या अत्याचारात सहभागी असणाऱ्यांवर, पाकिस्तानी लष्कराच्या नावाला काळं फासणाऱ्यांवर आणि स्वतःच्या बेछूट क्रौर्याने आणि अनैतिक वर्तणुकीने स्थानिक जनतेच्या मनात दुरावा निर्माण करणाऱ्या व्यक्तींवर खटले चालवण्याविषयीही या उच्चाधिकार न्यायालयाद्वारे किंवा आयोगाद्वारे सुचवण्यात आलं आहे.

पण काहीही घडलं नाही. हा अहवाल लष्करावर प्रचंड कोरडे ओढणारा असल्याने तो दाबून टाकण्यात आला आणि २००० साली केवळ एका भारतीय नियतकालिकाने तसंच २००१ साली कराची इथल्या डॉन या दैनिकाने तो छापल्यामुळे प्रकाशात येऊ शकला. याह्या आणि नियाजी अशासारख्यांची अप्रतिष्ठा करण्यासाठी भुट्टो टपले असले, तरी या भयानक वस्तुस्थितीला सामोरं जाण्याऐवजी बांगला देश हातचा गेल्याचं वास्तव मानण्यासाठी त्यांनी नकार दिला आणि याबाबतची लष्करी कारवाई आवश्यकच असल्याचा हेका धरला. एका मुलाखतीत भुट्टो म्हणाले, ‘‘हेच मी जास्त अक्कल वापरून, जास्त शास्त्रोक्त पद्धतीने आणि कमी पाशवीपणे केलं असतं.’’ याबद्दलचा दोषारोप त्यांनी याह्या खानवर आणि त्यांच्या निरक्षर अनावर गणंगांवर ठेवला. कुप्रसिद्ध जनरल टिका खान यांना लष्करप्रमुख नेमून ‘‘ते एक सैनिक असून सैनिकाचं कर्तव्य पार पाडत होते.’’ अशा शब्दांमध्ये भुट्टो यांनी त्यांचं समर्थन केलं. (नंतर टिका खान भुट्टो यांच्या पाकिस्तान पीपल्स पार्टीचे एक नेते झाले.) या काळात तीस लाख लोक मरण पावले असल्याचा आकडा बांगला देशाने फुगवून सांगितलेला असल्याचं सांगून भुट्टो थांबले नाहीत, तर विस्थापितांचा आकडा एक कोटी असल्याचंही त्यांनी अमान्य केलं. उलट इंदिरा गांधी यांनीच पश्चिम बंगालमधून लोक पाठवले असल्याचा आरोप केला. बलात्कार आणि हत्या झालेल्या महिलांबाबत ते निर्विकारपणे म्हणाले, ‘‘यावर माझा विश्वास नाही.’’ लोकांवर एवढे पाशवी

अत्याचार करणं अनावश्यक असल्याचं मतप्रदर्शन करून देशांतर्गत लष्करी बळाच्या वापराचं समर्थन करताना ते म्हणाले, ''काहीतरी नष्ट केल्याशिवाय काहीतरी उभारता येत नाही. एक राष्ट्र उभारण्यासाठी स्टॅलिन यांना बळाचा वापर करून हत्या कराव्या लागल्या. माओ त्से तुंग यांनाही बळ वापरून हत्या करणं भाग पडलं.''

उदारमतवादी पाकिस्तानी लोकांच्या दृष्टीने १९७१ म्हणजे व्यावहारिक घटनात्मक प्रणाली निर्माण करण्यात आलेलं एक अपयश आहे. लाहोरच्या फ्रायडे टाइम्समध्ये लिहिताना नजम सेठी या स्पष्टवक्त्या उदारमतवादी पत्रकाराने पाकिस्तानच्या पश्चिम आणि पूर्व भागांवरच्या नियंत्रण प्रस्थापित करण्याच्या प्रयत्नांचा परिपाक बंगालींचं शोषण आणि दमन यांच्यात झाल्याचं मत मांडून म्हटलं आहे, 'या फसव्या प्रारंभाचा परिणाम १९७१ मध्ये देशाची शकलं होण्यात आणि शिल्लक राहिलेल्या पाकिस्तानमध्ये धोकादायक प्रादेशिक वाद आणि फुटीरतावाद यांचा उदय होण्यात झाला आहे. पूर्व पाकिस्तान गमावणं दुःखद असलं, तरी असं घडणं नेहमीच शक्यतेच्या कोटीतलं होतं.' पाकिस्तानबाबतचे एक मातब्बर विश्लेषक आणि या देशाबद्दल आत्यंतिक सहानुभूती बाळगणारे अनातोल लिवेन यांच्या विचारनिष्ठ सिद्धान्तानुसार, बांगला देश पाकिस्तानपासून वेगळं होण्यापेक्षाही ज्या भयानक परिस्थितीत ते पाकिस्तानपासून वेगळं झालं, ती एकूण अवस्था ही या संकटातली खरी शोकांतिका होती. ही परिस्थिती चेकोस्लोव्हाकियापेक्षा युगोस्लाव्हियाशी जास्त साधर्म्य दाखवणारी होती. त्यांच्या मते, बांगला देश वेगळा होणं अनिवार्यच होतं.

पण पाकिस्तानी लोकांच्या १९७१ च्या स्मृतींमध्ये लष्कराने केलेले अत्याचार गाळण्यात आलेले आहेत. लष्कर, प्रमुख राजकीय पक्ष आणि अनेक वर्तमानपत्रं यांना स्वतःच्या जबाबदारीचं विस्मरण होणं अधिक सोयीचं वाटतं. यात बेनझीर भुट्टो यांच्यासारख्या आधुनिक महिलेचाही समावेश आहे. त्या म्हणतात, ''१९७१ साली हार्वर्ड कॉलेजमध्ये असताना सुरुवातीला अमेरिकी वर्तमानपत्रांमधल्या बातम्यांवर मी विश्वास ठेवला नाही आणि हे पाश्चिमात्य वृत्तान्त अतिशयोक्तिपूर्ण असल्याचं म्हटलं; तसंच एका इस्लामी राष्ट्राविरुद्धचं ज्यू लोकांचं कारस्थान असल्याच्या आमच्या उपखंडात चालू असलेल्या अधिकृत युद्धखोर भूमिकेचा आसरा घेतला.'' मात्र नंतर त्यांनी प्रामाणिकपणे लिहिलं, ''माझ्या घोर अज्ञानाबद्दल परमेश्वराने क्षमा करावी, म्हणून त्यानंतर किती वेळा मी परमेश्वराची याचना केली असेल!''

'पाकिस्तानच्या तत्कालीन पूर्व भागाला पाकिस्तानने जसं वागवलं, त्याबद्दलच्या पाकिस्तानच्या आठवणी 'गोंधळाच्या धुक्यात' लपेटलेल्या आहेत किंवा 'सामूहिक स्मृतिभ्रंशात' गडप झाल्या आहेत.' असं वर्णन एका आघाडीच्या पाकिस्तानी प्रकाशनाने केलं आहे. वरच्या इयत्तांची पाठ्यपुस्तकं काहीशी बरी असली, तरी पाकिस्तानच्या

अनेक पाठ्यपुस्तकांमध्ये बंगाली जनतेवरच्या अत्याचारांचे उल्लेख गाळले असून पाकिस्तानचं विभाजन अमेरिकेला हवं असल्याचा खोटा दावा या पुस्तकांमधून करण्यात येतो. मोठ्या शहरांमध्ये जागरूकता अधिक आहे. लाहोर या बहुरंगी शहरात जनमताचा कानोसा नुकताच घेण्यात आला असता, पूर्व पाकिस्तानला अन्याय्य वागणूक दिल्याचं आठवत असल्याचं ७९ टक्के तरुणांनी नमूद केलं. मात्र संपूर्ण देशाचा विचार करता, फक्त ३८ टक्के पाकिस्तानी तरुणांच्या मते, पूर्व पाकिस्तानला अयोग्य वागणूक दिली गेली होती. १९ टक्के तरुणांच्या मते, पूर्व पाकिस्तानला दिलेली वागणूक योग्य होती. मात्र ४० टक्के तरुण याबाबत अनभिज्ञ आहेत.

या पडझडीतून भुट्टो यांना स्वतःच्या देशाची पुनर्बांधणी करायची होती. त्यांनी नवी राष्ट्रीय ओळख निर्माण करण्याचा आणि नवे परकीय मित्र जोडण्याचा प्रयत्न केला. निक्सन आणि किसिंजर यांच्या पाकिस्तानला दिलेल्या अविचल समर्थनाचा कदाचित सर्वांत चमत्कारिक परिणाम म्हणजे अमेरिकेने पाकिस्तानला दगा दिल्याचा ग्रह पाकिस्तानच्या नव्या अध्यक्षांचा आणि अनेक नागरिकांचा झाला.

भुट्टो दीर्घ काळापासून अमेरिकाविरोधी होतेच, पण पाकिस्तानचे तुकडे झाल्याने त्यांचा संशय आणखी बळावला. यादवी युद्धकाळात अमेरिकेचं वर्तन अत्यंत चंचल असल्याचं किंवा पाकिस्तानचे दोन तुकडे करण्याचं कारस्थान अमेरिका गुप्तपणे रचत असल्याचं मत पाकिस्तानच्या वरिष्ठ वर्गाने आणि लष्करी अधिकाऱ्यांनी बनवलं होतं. भारताला शरण जाणारे लेफ्टनंट जनरल ए. ए. के. नियाजी यांनी नंतर असा कडवट दावा केला की, कारस्थानांमुळे फसले नसते; तर त्यांचे सैनिक आणखी टिकाव धरू शकले असते. पाकिस्तान अपमानित झाल्याचं अमेरिकेच्या पथ्यावर पडलं असल्याचं त्यांनी नमूदही केलं. पाकिस्तानचे दोन तुकडे करण्याचा अमेरिकेचा स्पष्टपणे न दिसणारा कट असल्याचं – काही प्रमाणात याबद्दल अमेरिकी ज्यू समाजाला दोष देण्यात येतो – इतर पाकिस्तानी लोकांना वाटलं.

हे गोंधळून टाकणारं आणि अन्याय्य आहे. निक्सन आणि किसिंजर यांच्याबद्दल इतर काहीही म्हटलं, तरी पाकिस्तानबाबत त्यांच्या बांधिलकीवर शंका घेता येणार नाही. अमेरिकेच्या पाकिस्तानमधल्या राजदूताला किसिंजर यांनी फर्मावलं होतं, "याह्या खान यांच्याबरोबर आपण करत असलेल्या कोणत्याही व्यवहारात आपण पाकिस्तानच्या पाठीत खंजीर खुपसल्याचं कुणीही म्हणता कामा नये. हे तुमचं मार्गदर्शक तत्त्व आहे." किसिंजर जॉर्ज एच. डब्ल्यू. बुश यांना म्हणाले, "आपण पाकिस्तानला कड्यावरून ढकललं असं कुणीही म्हणता कामा नये, अशी निक्सन यांची इच्छा आहे." युद्धकाळात भुट्टो किसिंजर यांना म्हणाले, "अमेरिकेच्या पाठिंब्याबद्दल आम्ही पूर्णपणे समाधानी आहोत आणि शांतता प्रस्थापित झाल्यावर याबाबतची

कृतज्ञता आम्ही शानदारपणे व्यक्त करू.''

पण निक्सन आणि किसिंजर ज्या प्रकारे पाठिंबा देत होते, त्यामुळे सामान्य पाकिस्तानी वश होण्याची शक्यता नव्हती. त्यांनी पाकिस्तानच्या वतीने केलेले शर्थीचे प्रयत्न, चिनी लष्कराला भारतविरोधी हालचाल करण्यासाठी दिलेली चिथावणी आणि इराण तसंच जॉर्डन यांच्यामार्फत शस्त्रसामग्रीचं बेकायदा हस्तांतरण या गोष्टी आत्यंतिक गोपनीय असल्याने पाकिस्तानमधल्या अगदी मोजक्या लोकांनाच हे सगळं माहीत असण्याची शक्यता होती. त्यावर कडी म्हणजे देशाच्या दोन्ही भागांमध्ये झालेल्या खुल्या निवडणुकीच्या निकालाबद्दल याह्या खान यांनी कमालीची तुच्छता दाखवल्यानंतरही अमेरिकेचा ठळक पाठिंबा जनतेला मिळाला नाही; तो लष्करशाहीला मिळाला होता. अमेरिकेची ही युती मूलतः याह्यांबरोबर आणि त्यांच्या सेनाधिकाऱ्यांबरोबरच होती. त्यामुळे त्यांची हकालपट्टी आणि अप्रतिष्ठा झाल्यानंतर जनतेची अमेरिकेबाबतची सदिच्छा शिल्लकच राहिली नाही.

त्याऐवजी भुट्टो यांच्या नेतृत्वाखाली पाकिस्तानने अमेरिकेबरोबर थंडपणे वागायला सुरुवात करून दिलासा मिळावा म्हणून स्वतःचा मोहरा इतर देशांकडे वळवला. बांगला देशाचा संयुक्त राष्ट्रसंघातला प्रवेश रोखण्यासाठी चीनने १९७२ साली प्रथमच स्वतःचा नकाराधिकार वापरला. बांगला देश म्हणजे तैवानप्रमाणेच अलग झालेला भूप्रदेश असल्याची चीनची भूमिका होती. (वास्तव स्वीकारलेली अमेरिका मात्र या थराला गेली नाही.) त्याच वेळी भुट्टो यांनी मैत्रीपूर्ण मुस्लीम राष्ट्रांबरोबर जाण्याचा निर्णय घेतला. त्याचा परिणाम म्हणजे १९७४ साली लाहोर इथे झालेली भव्य इस्लामी शिखर परिषद. सीरियाचे हफीझ अल असाद, इजिप्तचे अन्वर अल सदात, सौदी अरेबियाचे राजे फैझल आणि लिबियाचे मुहम्मद अल गडाफी अशा उपस्थित नेत्यांनी पाकिस्तान म्हणजे इस्लामचा आशियातला बालेकिल्ला असल्याची घोषणा केली. पाकिस्तानला १९७३ साली लाभलेल्या नव्या राज्यघटनेत एक विशिष्ट इस्लामी कल समाविष्ट होता. एका लष्करी कटात भुट्टो यांना जुलै १९७७ मध्ये पदच्युत करून हुकूमशहा बनलेल्या जनरल मुहम्मद झिया उल हक यांच्या कारकिर्दीत इस्लामप्रति असलेल्या या कलाचं स्वरूप आणखी अतिरेकी झालं.

पाकिस्तानने बांगला देश गमावण्याचं कारण म्हणजे अमेरिकेने सुरुवातीलाच दिलेला दगा असा समज आज पाकिस्तानमध्ये पसरला असून त्यानंतरही असा दगा वारंवार देण्यात आल्याची स्मृती सार्वत्रिक आहे. त्यात भारताने १९७४ साली अणुचाचणी केल्यानंतरचा अमेरिकेचा अळणी प्रतिसाद, झिया यांच्या हुकूमशाहीला अमेरिकेने दिलेलं समर्थन, पाकिस्तानच्या अण्वस्त्र विकासकार्यक्रमावर घातलेले निर्बंध, न्यू यॉर्क आणि वॉशिंग्टन या ठिकाणांवर सप्टेंबर २००१ मधले दहशतवादी हल्ले झाल्यानंतर

अमेरिकेने परवेझ मुशर्रफ यांच्या लष्करी राजवटीला दिलेलं समर्थन, तसंच सध्या चालू असलेले ड्रोन विमानांचे हल्ले इत्यादी बाबींचा समावेश आहे. पाकिस्तानी सार्वत्रिक राष्ट्रवादी दृष्टीकोनानुसार, १९७१ साली निक्सन यांच्या चीनभेटीसाठी पाकिस्तानने एवढी मदत केल्यानंतरही अर्धा देश गमावण्यापासून रोखण्याबाबत अमेरिका निकामीच ठरली.

शकलं झालेलं आणि पराभूत असलेलं पाकिस्तान यानंतर भारताला धोका पोहोचवण्याच्या स्थितीत राहिलं नसल्याची आशा काही भारतीय धोरणकर्त्यांना वाटत होती. मात्र एवढी हानी झाल्यानंतरही आणि सुमारे त्र्याण्णव हजार सैनिक युद्धकैदी झाले असूनही पाकिस्तानने स्वतःला पुन्हा शस्त्रसज्ज करून नव्या संर्घषासाठी कंबर कसली. लोकशाही मार्गाने निवडून आलेल्या अध्यक्ष म्हणून इंदिरा गांधी सरकाराला भुट्टो यांचं नाइलाजाने स्वागत करावं लागलं असलं, तरी भुट्टो यांच्या मनात भारताबाबतची धास्ती आणि त्याबाबतचा वैरभाव या दोन्ही भावना चांगल्याच वाढीस लागल्या होत्या. त्यांच्या कारकिर्दीत संरक्षणावरचा खर्च गगनाला भिडला. युद्धानंतर केवळ दोनच महिन्यांमध्ये पाकिस्तान स्वतःची हानी भरून काढत होता; पाकिस्तानने रणगाडापथकांचं आधुनिकीकरण केल्याचं आणि स्वतःचा तोफखाना मजबूत केल्याचं भारतीय लष्कराला आढळून आलं. जनरल माणेकशा म्हणाले, "देशातली स्वतःची प्रतिमा पूर्ववत होण्यासाठी कोणतंही पराभूत लष्कर बदला घेण्याचा प्रयत्न करणं स्वाभाविक आहे. त्यामुळे त्यांची आणखी संघर्ष करण्याची इच्छा असेल, तर यासाठी आपल्याला पूर्ण तयारीत राहावं लागेल."

आता स्वतःची बाजू भक्कम असलेल्या इंदिरा गांधी १९७२च्या जून महिन्यात भुट्टो यांना सिमला (आताचं शिमला) इथे शिखर परिषदेसाठी भेटल्या. (त्यांच्या कन्येला, बेनझीरला त्यांनी बरोबर आणलं होतं.) या दोन नेत्यांची काश्मीरवरून चकमक झाली असली, तरी इंदिरा गांधींनी उदार हस्ताने सवलती दिल्या – भारतीय सैन्याने काबीज केलेली सुमारे पाच हजार चौरस मैल भूमी परत करणं, मुजीब सरकारची संमती घेऊन त्र्याण्णव हजार पाकिस्तानी युद्धकैदी परत पाठवणं. भुट्टो यांच्या सिमला इथल्या यशप्राप्तीमुळे अनेक भारतीय अचंबित झाले. लष्कराने युद्धात कमावलेलं इंदिरा गांधींनी तहात गमावल्याची टीका विरोधी पक्षांनी केली; पण भारतीय परराष्ट्र मंत्रालयाने सिमलाकराराचा गौरव 'उदार शांतता' असा केला. हा करार पराभूत राष्ट्रावर लादलेला नव्हता. व्हर्साय इथे पहिल्या महायुद्धानंतर पराभूत जर्मनीला स्वाक्षरी करण्यासाठी भाग पाडणाऱ्या विलक्षण अवमानकारक कराराच्या अगदी विरुद्ध सिमला करार होता. काश्मीरमधल्या प्रत्यक्ष नियंत्रणरेषेचं रूपांतर प्रत्यक्ष सीमारेषेत करण्यासाठी पाकिस्तानी जनतेची स्वीकृती घेण्याचं आश्वासन भुट्टो यांनी

इंदिरा गांधींना दिल्यानंतरही इंदिरा गांधींनी काश्मीरबाबत आक्रमक भूमिका मांडणारं एक भाषण केलं.

१९७१ च्या युद्धात परवेझ मुशर्रफ पाकिस्तानचे एक तरुण कमांडो होते. एवढा अवमानकारक पराभव झाल्यामुळे त्यांनी तिरस्काराने स्वतःचा खमीस जमिनीवर फेकला होता. त्यांना भारताचा सूड घ्यायचा होता. पाकिस्तानचे लष्करशहा होण्यासाठी १९९९ साली कट केल्यानंतर सत्ताधारी झालेले मुशर्रफ यांच्या मनावर हा पराभव स्वार झाला होता. पाकिस्तान आणि भारत यांच्यातलं जुनं शत्रुत्व १९७१ नंतर उग्र झालं असलं, तरी या उपखंडाच्या पलीकडेही या शत्रुत्वाचे भयानक परिणाम झालेले आहेत. पाकिस्तानी लष्कराची कधी नव्हे ती धूळधाण झाल्यामुळे भारताबरोबर लढण्यासाठी पर्यायी मार्गाचा अवलंब करण्याची गरज पाकिस्तानी लष्करासाठी अनिवार्य ठरली. अशी कृती पाकिस्तानने तीन प्रकारे केली, आणि असा प्रत्येक प्रकार शोकांतिका ठरला आहे.

पहिलं म्हणजे नेहमीच मजबूत असलेलं लष्कर पाकिस्तानच्या राजकीय जीवनात अवास्तव प्रभाव गाजवणारा घटक बनलं आहे. पाकिस्तानी लष्कराचा दारुण पराभव झाल्यानंतर भुट्टो यांनी सुरुवातीला सेनाधिकाऱ्यांच्या अधिकारांवर मर्यादा आणण्याचा प्रयत्न केला, पण बलुचिस्तानमधला १९७३ चा उठाव हाताळताना भुट्टोंपेक्षा फार कमी बुद्धिमान असणाऱ्या याह्या खान यांच्यापेक्षा फारच थोडी कल्पकता सुमारे ऐंशी हजार सैनिक पाठवून भुट्टो यांनी दाखवून दिली. पुन्हा एकदा स्वतःच्याच जनतेविरोधात पाकिस्तान युद्धात उतरला होता. गेल्या काही वर्षांमध्ये सेनाधिकाऱ्यांनी नागरी नियंत्रण दूर करून लोकशाही आणखी भक्कम होण्याची शक्यता कमी करून टाकली आहे. मुशर्रफ नुकतेच म्हणाले, ''आम्ही जवळपास एक अपयशी राष्ट्र आहोत. लोकशाहीने पाकिस्तानला हे दिलेलं आहे.''

दुसरं म्हणजे काश्मीरसाठीचा संघर्ष चालू ठेवण्यासाठी पाकिस्तानने गनीम आणि दहशतवादी यांची मदत घ्यायला सुरुवात केली आहे. पाकिस्तानच्या राजकारणाचा बळी देऊन त्याचं इस्लामीकरण करण्याचा प्रयत्न करणारे झिया उल हक भारतीय आणि सोव्हिएत लष्करांविरुद्ध लढण्याची अखेरची आशा म्हणून तरुण इस्लामी लढवय्यांकडे वळले. अफगाणिस्तानमध्ये सोव्हिएत सैनिकांविरुद्ध गनीम यशस्वी ठरल्यानंतर पाकिस्तानच्या गुप्तचर यंत्रणेने हाच प्रयोग भारताविरुद्ध काश्मीरमध्ये केला. पाकिस्तानच्या शक्तिशाली इन्टर सर्व्हिसेस इन्टलिजन्स (आयएसआय) या गुप्तचर संघटनेने १९९० च्या दशकात तालिबानला गुप्तपणे पाठिंबा देऊन शस्त्रसज्ज केलं. याला पाकिस्तानी लष्कराचं आणि देशातल्या बहुतेक नागरी नेतृत्वाचं अघोषित समर्थन होतं. भारतीय लष्कराला आव्हान देण्यासाठी जिहादी हा एकमेव विश्वसनीय

पर्याय असल्याची खात्री १९९९च्या सुमारास पाकिस्तानच्या लष्करप्रमुखांना झाली होती आणि अगदी ओसामा बिन लादेन याचेही लाड पुरवण्यात येत होते. भारताविरुद्ध कारवाया करण्यासाठी आयएसआयने २००१ पर्यंत लष्कर-ए-तोयबा या दहशतवादी संघटनेची जोपासना केली. आज या संघटनेचा आवाका फार दूरवर गेला आहे. मात्र असं समर्थन देणं पाकिस्तानसाठी फार हानिकारक ठरलं आहे. पाकिस्तानच्या आत आणि बाहेर दहशतवादी हल्ले हा दैनंदिन जीवनाचा एक गंभीर भाग झाला असून पाकिस्तानचे गुप्त लाभार्थी असलेल्या गटांकडून हे नेहमी घडत असतं. मृत्युमुखी पडलेल्या पाकिस्तानी नागरिकांची संख्या सांगता न येण्याएवढी मोठी आहे.

पाकिस्तानला भारताबद्दल वाटणाऱ्या भीतीमुळे स्वीकारावी लागणारी अफगाणिस्तानबद्दलची काही धोरणं अमेरिकेसाठी अतिशय धोकादायक आहेत. बलशाली होणारा भारत अफगाणिस्तानवर स्वतःचं वर्चस्व निर्माण करून स्वतःच्या सीमेवर आणखी एक विरोधी राष्ट्र आणून ठेवण्याची भीती पाकिस्तानच्या राजकीय नेत्यांना आणि लष्करशहांना वाटते. तिच्यावर उतारा म्हणून पाकिस्तानच्या आयएसआय संघटनेने तालिबानबरोबरचे लागेबांधे कायम ठेवले असून अफगाणिस्तानवरच्या भारताच्या प्रभावाच्या तोडीसतोड प्रभाव निर्माण करण्याचा हा एक मार्ग आहे. स्कॉट बुचर म्हणतात, "तुम्ही अफगाणिस्तानकडे पाहा, पाकिस्तानला भारताविषयी असलेल्या भयरंगाची गडद छटा तुम्हांला दिसेल."

तिसरा मुद्दा म्हणजे पाकिस्तानकडे असणारी अण्वस्त्रं. 'पाकिस्तानच्या लोकांना उपाशी राहायला लागलं तरी बेहत्तर, पण पाकिस्तानजवळ स्वतःचा अणुबॉम्ब असायलाच हवा.' असा आग्रह भुट्टो दीर्घ काळ धरत आले होते. बांगला देशाच्या युद्धात पराभव झाल्यानंतर लागलीच त्यांनी असा अणुबॉम्ब बनवायचं ठरवलं. सातत्याने विस्तारत गेलेल्या पाकिस्तानच्या अण्वस्त्रविकास कार्यक्रमाचं हे बीज होतं. अमेरिकेच्या राष्ट्रीय सुरक्षा अधिकाऱ्यांना पडत असलेलं हे एक सर्वाधिक भयानक दुःस्वप्न आहे. पाकिस्तानकडची अण्वस्त्रांची संख्या वाढतच असून ती डागण्यासाठी लागणारी लघू पल्ल्यांची क्षेपणास्त्रंही तशाच गतीने वाढत आहेत. पाकिस्तानकडे ७० ते १२० अण्वस्त्रं असल्याचा अंदाज आहे. "पाकिस्तानी जनता अण्वस्त्रप्रिय का आहे?" असा प्रश्न बेनझीर भुट्टो यांना विचारल्यावर त्या म्हणाल्या, "१९७१ साली आमच्या देशाचे तुकडे झाले होते." पाकिस्तानच्या अण्वस्त्र कार्यक्रमाचे प्रमुख वादग्रस्त शास्त्रज्ञ ए. क्यू. खान यांनी अण्वस्त्रप्रसाराच्या स्वतःच्या धोकादायक कल्पनेचं समर्थन करताना सांगितलं, "इराक आणि लिबिया ही अण्वस्त्रधारी राष्ट्रं असती, तर आत्ता आपल्याला दिसलं, त्या प्रकारे ती नष्ट झाली नसती. आमच्याकडे १९७१ पूर्वी अणुसामर्थ्य असतं, तर आम्हीही आमचा अर्धा देश - विद्यमान बांगला देश - एका अपमानास्पद

पराभवानंतर गमावला नसता.'' खान यांच्या तस्करीच्या जाळ्यामार्फत उत्तर कोरिया, लिबिया आणि इराण या राष्ट्रांना अणुतंत्रज्ञान विकण्यात आल्यानंतरही आज पाकिस्तानमध्ये राष्ट्रवादी महानायक म्हणून त्यांचा गौरव होतो.

भारत

लष्करीदृष्ट्या अवमानित होण्यासाठी सरावलेल्या भारताला १९७१ च्या युद्धाचं स्मरण एक ऐतिहासिक विजय म्हणून सामान्यतः होत असतं. पाकिस्तानबरोबरची आधीची दोन युद्धं आणि १९६२ मध्ये चीनने केलेला दारुण पराभव यांच्यापेक्षा १९७१ च्या युद्धाचा परिपाक वेगळा होता. या विजयामुळे बेहोश झालेल्या सरकारने तो निर्णायक असल्याचं सांगून त्याचा उदोउदो केला, आणि किमान काही काळासाठी तरी उपखंडातली प्रभावशाली शक्ती म्हणून भारत मिरवत राहिला. अगदी आजसुद्धा बांगला देशाचं युद्ध म्हणजे एक दुर्मीळ विजयोत्सव म्हणूनच भारतीय लोक त्याची आठवण काढतात. बहुतांश काळ स्वतःच्याच अपयशांबद्दल कुढत राहणाऱ्या या देशासाठी त्या अपयशांचा विचार करता हा विजयोन्मादिक क्षण उठून दिसतो. हिंदुस्तान टाइम्स या अग्रगण्य दैनिकाने या विजयाच्या चाळिसाव्या वर्धापनदिनी देशभक्तीने ओथंबलेला मथळा दिला – '१९७१ चं युद्ध – भारताचा सर्वांत महान विजय!'

हे युद्ध म्हणजे भारतीयांना एक नैतिक विजयही वाटतो, तसंच लोकशाही आणि मानवी अधिकार यांचाही तो विजय असल्याचं त्यांना भासतं. भारतातले नामवंत विचारवंत आणि विश्लेषक म्हणून प्रसिद्ध असणाऱ्या प्रताप भानू मेहता या लेखकाने लिहिलं, 'भारताने १९७१ साली पूर्व पाकिस्तानमध्ये केलेला सशस्त्र हस्तक्षेप – जो करण्याचा निर्णय अनेक कारणांच्या मिश्रणातून घेण्यात आला – म्हणजे जगभरातल्या वंशविच्छेदांविरुद्ध करण्यात आलेल्या सर्वाधिक यशस्वी मानवतावादी हस्तक्षेपांपैकी एक आहे, असं बहुतांश लोकांचं मत आहे आणि हे योग्यही आहे. 'संरक्षणाची जबाबदारी' म्हणून आपण ज्या तत्त्वाचं वर्णन करतो, त्याचा भारताने अत्यंत चांगल्या प्रकारे अवलंब केला.'

हे समालोचन भारताबाहेरच्या काही अत्युत्तम राजकीय विचारवंतांना मान्य आहे. मायकेल वॉल्झर हे 'युद्धातला न्याय' या विषयातले जगातले बहुधा सर्वश्रेष्ठ विचारवंत आहेत. बांगला देश युद्धातली भारताची भूमिका म्हणजे समर्थनीय मानवतावादी हस्तक्षेप असल्याचं अत्युच्च उदाहरण असल्याचा दाखला ते देतात. निष्पाप मानवी जीव वाचवण्यासाठी इतर कोणताही वाजवी मार्ग उपलब्ध नसताना एका आत्यंतिक अणीबाणीच्या काळातला हा हस्तक्षेप असल्याचं त्यांचं मत आहे. नजीकच्या काळात, जेव्हा कुठल्या हुकूमशहांनी स्वतःच्या विरोधकांवर अत्याचार करून विस्थापितांना

जीव मुठीत धरून शेजारी राष्ट्रांच्या दिशेने पळवून लावलं, तेव्हा ते प्रसंग म्हणजे भारताला तोंड द्याव्या लागलेल्या समस्येची लहान आवृत्ती वाटतात. उदाहरणार्थ, १९९४ सालातली हैतीमधली परिस्थिती आणि २०११ पासून सीरियात असलेली परिस्थिती यांबद्दल तुर्कीचे पंतप्रधान रेचेप ताईत एर्डोगान इंदिरा गांधींनी पाकिस्तानविरुद्ध वापरलेल्या युक्तिवादाचा वापर करून नुकतेच म्हणाले, ''आम्ही सीरियाची समस्या म्हणजे बाह्यसमस्या समजत नाही. आमच्यासाठी ही एक अंतर्गत समस्या आहे.''

मात्र बांगला देश युद्धामागे अनेक हेतूंची गुंतागुंत होती आणि संघर्ष होता. अरुंधती घोष धोरणीपणाने विचारतात, ''अत्याचारांमुळे इंदिरा गांधी यांना जनतेचा पाठिंबा मिळाला ते खरं आहे, पण हा निर्णय अत्याचारांमुळे घेण्यात आला होता का?'' इंदिरा गांधी म्हणजे 'मानवी हक्कांच्या रक्षणकर्त्या' असं समजणं अशक्य आहे. अशा आदर्शांना त्या बिलकूल बांधील नव्हत्या असं त्यांचा इतिहास सांगतो. मिझोराम, नागालॅन्ड, काश्मीर आणि पश्चिम बंगाल या राज्यांमध्ये त्यांनी केलेली कारवाई; १९८४ मधली पंजाबमधली रक्तलांच्छित सैनिकी कारवाई आणि देशभर अणीबाणी लागू करून भारतीय लोकशाही प्रलंबित ठेवण्याची त्यांची कृती हे याचे पुरावे आहेत. त्याचप्रमाणे बांगला देशाचं युद्ध छेडताना पाकिस्तानला तडाखा देण्याची संधीही त्यांनी निश्चित टिपली असल्याचा योग्य निष्कर्ष वॉल्झर आणि मेहता या दोघांनीही काढला आहे. बंगाली लोकांच्या कत्तलींमुळे भारतीय अधिकाऱ्यांचा अनावर झालेला संताप प्रामाणिक असला, तरी स्वतःच्या हातात आलेल्या सामरिक संधीचीही पुरेपूर जाणीव त्यांना होती. पाकिस्तानला इजा करावी; चीनला प्रतिकार करावा; दक्षिण आशियावरचं स्वतःचं वर्चस्व वाढवावं; नक्षलवादी हिंसाचाराविरुद्ध भारताच्या सीमावर्ती राज्यांना तटबंदी उभारू द्यावी; हिंदू आणि मुस्लीम यांच्यातला धार्मिक तणाव टाळावा; आणि सर्वांत महत्त्वाचं म्हणजे एक कोटी निर्वासितांच्या कायमस्वरूपी, जीवघेण्या बोजापासून मुक्तता मिळावी; अशी वेगवेगळी उद्दिष्टं भारत सरकारसमोर होती. पण त्याच वेळी भारताच्या भद्र राज्यकर्त्या वर्गासह त्यांच्या लोकशाहीवादी समाजाला सर्वमान्य मानवतावादी भूमिका अनावर झाली आणि बंगाली लोकांबरोबर त्यांनी खरीखुरी बांधिलकी दाखवून दिली.

अमेरिकेबरोबरच्या भारताच्या नातेसंबंधांमधला अगदी रसातळाचा बिंदू हे युद्ध संपताना गाठला गेला होता. बराच काळ चाललेला रुसवा सुरू ठेवण्यासाठी निक्सन यांनी अत्यंत अराजनैतिक भाषेत इंदिरा गांधी यांना पाठवलेला संदेश असा होता, 'आपल्या संबंधांमध्ये तणाव आलेला असल्यास – आणि तो आलेला आहे – त्याचं कारण म्हणजे आमचे प्रस्ताव तुमच्या सरकारने धुडकावून लावले आणि कोणतीही पूर्वसूचना न देता युद्धाच्या पर्यायाची निवड केली.'

निक्सन यांच्या धोरणामुळे भारत-अमेरिका संबंधांनी तळ गाठला असल्याचा नैराश्यपूर्ण अहवाल वॉशिंग्टनमधल्या भारतीय दूतावासाने पाठवला. हे संकट निर्माण होण्यापूर्वी जवळपास दोन तृतीयांश भारतीय नागरिकांचं अमेरिकेबद्दल चांगलं मत होतं आणि फक्त नऊ टक्क्यांचं मत वाईट किंवा अति वाईट होतं. युद्धानंतर अर्ध्यापेक्षा अधिक भारतीयांचं अमेरिकेबद्दलचं मत वाईट किंवा अतिवाईट झालं, आणि केवळ पंचवीस टक्क्यांपेक्षा थोड्याशा जास्त लोकांचं मत उत्तम किंवा अत्युत्तम होतं. ही कटुता अनेक दशकं टिकली. जसवंत सिंग म्हणतात, ''एंटरप्राइज युद्धनौकेचा ताफा तैनात केल्यामुळे भारतात निर्माण झालेल्या कटुतेचा निचरा बिल क्लिंटन राष्ट्राध्यक्ष होईपर्यंत सुरू झालेला नव्हता.''

याबाबतीत आणखी नेमकी टिप्पणी करताना इंदिरा गांधी यांच्या एका वरिष्ठ सल्लागाराने म्हटलं आहे, 'एंटरप्राइजची दहशत दाखवल्यामुळे स्वतःचा अणुकार्यक्रम आणखी वेगवान करण्यासाठी भारताला उत्तेजन मिळालं.' याची परिणती मे १९७४मध्ये झालेल्या पोखरण इथल्या अण्वस्त्रचाचणीत झाली. भारताला अण्वस्त्रांची गरज का आहे याचा पुरावा म्हणजे एंटरप्राइज, अशी बाजू भारतातले राष्ट्रवादी नेते अजूनही नेहमी मांडत असतात. अरुंधती घोष यांनी एकदा एका पत्रकाराला सांगितलं, ''इंदिरा गांधींनी १९७४ साली अणुस्फोट करण्यासाठी हेच कारणीभूत झालं असं मला नेहमीच वाटत आलं आहे.''

पण हा ऐतिहासिक तथ्याचा आविष्कार नसून त्यातून भारतीय नाराजी डोकावते. याचं कारण म्हणजे इतर कोणत्याही अमेरिकी राष्ट्राध्यक्षापेक्षा अधिक भारतविरोधी असणारे निक्सन यांनीही भारताचं 'पारंपरिक' लष्करी सामर्थ्य पाहिल्यानंतर भारताविरुद्ध केवळ एखादी लाक्षणिक कृती करण्यापलीकडे इतर काहीही करायचं टाळलं. अशीच परिस्थिती भांडखोर चीनच्या बाबतीतही होती. चीनने १९६४ साली स्वतःच्या अणुबॉम्बची उपद्रवी चाचणी केली होती. बांगला देशाचं युद्ध झाल्यानंतर इंदिरा गांधी यांनी १९७२ साली अण्वस्त्रं विकसित करण्याची अनुमती दिली, पण अशी मागणी आदल्याच वर्षीच्या जून महिन्यात त्यांनी जाहीरपणे फेटाळून लावली होती. त्यामुळे ही अनुमती देण्याचा निर्णय त्यांनी कधी घेतला, ते स्पष्ट नाही. काहींच्या मते, एंटरप्राइजचा ताफा बंगालच्या उपसागरात अवतीर्ण होण्यापूर्वी त्यांनी हा निर्णय घेतला होता. बांगला देशाचं संकट सुरू होण्यापूर्वीच भारत स्वतःच्या अणुविषयक पर्यायांवर साधकबाधक चर्चा करत असल्याचं निश्चित आहे आणि निक्सन यांनी हा ताफा पाठवण्यापूर्वीच, म्हणजे १९७१च्या उन्हाळ्यात एखादा शांततामय अणुस्फोट घडवून आणण्यावर देशात चर्चा सुरू होती.

अणुस्फोट करण्याचा भारताचा निर्णय अमेरिकेपासून वाटणाऱ्या भीतीपेक्षाही

इंदिरा गांधींनी देशांतर्गत लोकप्रियता वाढवण्यासाठी घेतल्याचा दिसतो. अनेक भारतीयांनी या स्फोटाचं हर्षभरित स्वागत केलं. एंटरप्राइजमुळे भारतीय नेत्यांचा स्वाभिमान दुखावला गेला आणि त्यांना स्वतःच्या तौलनिक दुर्बलतेचं स्मरण झालं. अमेरिकेला वाटणारी तुच्छता स्पष्ट झाल्यामुळे ते स्तंभित झाले होते. जॉर्ज पेरकोविच या विचारवंताने म्हटल्यानुसार, अणुक्षमता विकसित करण्याचं भारताचं कारण म्हणजे कोणतीही नवी तातडीची धमकी हे नसून महाशक्तीचा दर्जा मिळवण्यासाठी हे करण्यात आलं होतं.

या महाविजयामुळे इंदिरा गांधी सत्तेच्या शिखरावर विराजमान झाल्या. आधीचे टीकाकार त्यांचे गोडवे गायला लागले, तर संभाव्य निवडणुकीतली त्यांची लोकप्रियता ९३ टक्के एवढी आश्चर्यकारक वाढली. १३ राज्य-विधानसभांच्या मार्च १९७२ मध्ये झालेल्या सर्व निवडणुका त्यांचा पदर धरून त्यांच्या काँग्रेसपक्षाने सहजपणे जिंकल्या. अगदी पश्चिम बंगालमध्येही काँग्रेसची कामगिरी चांगली होती. मात्र या राज्यात काँग्रेसला भारतीय कम्युनिस्ट पक्षाबरोबर युती करावी लागली, तसंच दहशत आणि बनावट मतदान यांसारख्या धक्कादायक मार्गांचा अवलंब करावा लागला. क्रूर पाकिस्तानी, पछाडलेले चिनी आणि अहंमन्य अमेरिकी यांचा इंदिरा गांधींनी समर्थपणे मुकाबला केला. जनतेने त्यांचा 'दुर्गा' म्हणून जयजयकार केला.

इंदिरा गांधींना त्यांच्या युद्धभूमीवरच्या विजयाची नशा चढली होती. त्यांच्या एका जवळच्या मैत्रिणीला त्या म्हणाल्या, ''आता मी तीच व्यक्ती राहिलेले नाही.'' त्या मैत्रिणीला त्यांची काळजी वाटायला लागली – प्रशंसेच्या पुरात तरंगणाऱ्या पंतप्रधान स्वतःवर शंका घेण्याची क्षमता गमावत असल्याचीही काळजी या मैत्रिणीला होती. युद्धामुळे इंदिरा गांधी यांच्याभोवती एक प्रकारचं वलय निर्माण होण्यासाठी मदत झाली होती. काँग्रेस पक्ष – ज्याचं नामकरण शेवटी इंदिरा काँग्रेस असं झालं – हे केवळ त्यांचं एक साधन बनलं. भारतातल्या लोकशाही संस्थांनी लादलेली बंधनं त्यांनी शिथिल केली, महत्त्वाच्या राज्यांच्या मुख्यमंत्रिपदी स्वतःला एकनिष्ठ असणारे लोक नेमले, मुलकी सेवेची गठडी वळली, आणि अगदी न्यायपालिकेवरही स्वतःचं वर्चस्व निर्माण करण्याचा प्रयत्न केला.

पण या दुर्गेला एका गरीब देशाचा कारभार करायचा होता. युद्धामुळे, विस्थापितांना आसरा दिल्यामुळे आणि उठावखोरांची जबाबदारी घेतल्यामुळे भारताच्या तिजोरीला कोरड पडली होती. त्यातच अमेरिका करत असलेली आर्थिक मदत भारताने गमावलेली होती. पावसाने दगा दिल्यामुळे अर्थव्यवस्था खिळखिळी झाली होती आणि तेलाच्या भडकत्या किमती तसंच चलनफुगवटा यांमुळे अवस्था आणखी बिकट झाली होती. त्यातच देशभर कामगारांचे संप सुरू झाल्यामुळे अनेक कारखान्यांना टाळी लागली, आणि लोकांच्या हालअपेष्टा वाढल्या. हक्सर यांच्याकडे पाठ करून,

इंदिरा गांधी त्यांचा भ्रष्ट आणि मिसरुडही न फुटलेला दुसरा मुलगा संजय गांधी याच्यावर अधिकाधिक अवलंबून राहायला लागल्या. निरंकुश सत्ता लादण्यासाठी त्याने स्वतःच्या आईला प्रवृत्त केलं. त्यांचा एक साहाय्यक म्हणतो, ''पंतप्रधान अतिशय अहंकारी झाल्या होत्या. कुणी दुर्गा म्हटलेलं त्यांना फार भावायचं. बांगला देशातला विजय हे एक महत्त्वाचं वळण होतं.''

इतिहासाची वाटचाल एवढी सरळसोट नसते; पण युद्धानंतर इंदिरा गांधींची सहनशीलता निश्चितच कमी झाली होती. बांगला देशाच्या संपूर्ण संकटकाळात जयप्रकाश नारायण पाकिस्तानबरोबर संघर्ष पुकारण्याचा आग्रह धरत होते. युद्धकालीन प्रयत्नांचा एक भाग म्हणून त्यांना जवळ करण्याऐवजी इंदिरा गांधी त्यांच्याबद्दल अतिशय तुच्छतेने बोलल्या. स्वतःच्या मैत्रिणीला त्या म्हणाल्या, ''जयप्रकाश यांनी मला कधीच गांभीर्याने घेतलं नाही. गरज पडते, तेव्हा अगदी निर्दयी व्हावंच लागतं.'' देशाच्या आर्थिक समस्यांचा गैरफायदा घेऊन जयप्रकाश नारायण यांनी एक नवीन आणि टोकाची चळवळ उभारली. त्यामुळे इंदिरा गांधींच्या संतापात आणखीनच भर पडली. मात्र या चळवळीमुळे इंदिरा गांधींची लोकप्रियता सातत्याने घटायला लागली. नारायण यांनी धोक्याची घंटा वाजवणाऱ्या 'संपूर्ण क्रांतीचा' नारा दिला. या संघर्षाची उग्रता वाढवत इंदिरा गांधी यांनी नारायण यांच्यावर आणि त्यांच्या अनुयायांवर बिहारमध्ये पोलीस सोडले. बांगला देशाच्या संकटातल्या अपमानाची भरपाई करण्यासाठी नारायण यांच्या चळवळीला अमेरिका गुप्तपणे समर्थन देत असल्याच्या कारस्थानी कुजबुजीला इंदिरा गांधी बळी पडल्या. निक्सन पंतप्रधानांचा किती तिरस्कार करत होते याची जाणीव असणाऱ्या पंतप्रधानांना 'परकीय हात' भेडसावायला लागला.

अलाहाबाद उच्च न्यायालयाच्या जून १९७५ मधल्या आश्चर्यकारक निकालामुळे पंतप्रधानांची संसदेतून हकालपट्टी झाली, आणि कोणतंही सार्वजनिक पद धारण करण्यासाठी त्यांना सहा वर्षं बंदी करण्यात आली. त्यानंतर त्यांनी अणीबाणी लागू केली. स्वतःच्या स्वातंत्र्याला दगा देणाऱ्या या दुःस्वप्नामुळे भारतीय लोक हादरून गेले. संजय गांधी यांच्या चिथावणीवरून पंतप्रधानांनी नारायण यांच्यासह हजारो विरोधी राजकीय कार्यकर्त्यांना पकडून तुरुंगात डांबलं. जनसंघ आणि संघटना काँग्रेस अशा विरोधी पक्षांबरोबर ज्यांचा कोणत्याही प्रकारे संबंध आला होता; असे कामगार नेते, विद्यार्थी आणि राजकारणी यांना कैद करण्यात आलं. सेन्सॉरशिप लादून दैनिकांची वीज कापण्यात आली. बांगला देशात चाललेले अत्याचार उजेडात आणण्यासाठी १९७१ साली मोठं योगदान देणाऱ्या, निडर म्हणून प्रसिद्ध असणाऱ्या भारतीय वृत्तपत्रांना संप आणि निदर्शनं यांच्या बातम्या रद्द कराव्या लागल्या; राजकीय विनोदांना रजा द्यावी लागली; आणि त्याऐवजी साउथ ब्लॉकमधून येणाऱ्या अधिकृत रटाळ पत्रकांना

प्रसिद्धी देणं भाग पडलं.

त्या वेळी बाजूला फेकल्या गेलेल्या हक्सर यांना त्यापूर्वीपासून बराच काळ अशा प्रकारचा काहीतरी तडा जाण्याचं भय वाटत होतं. लोकशाहीचा नाजूकपणा ज्ञात असणारे हक्सर यांनी एकदा लिहिलं होतं, 'आपली संसद बेबंद झाली आणि तिचं रूपांतर दमन करण्याच्या साधनात झालं, तर आपली लोकशाही अयशस्वी झालेली असेल आणि तिची जागा इतर कुठल्यातरी प्रणालीने घेतलेली असेल. आपल्या देशात असं वादळ उठलं, तर घनघोर प्रतिक्रिया किंवा क्रांती यांची रोरावत येणारी लाट घटनेची प्रत फडकवल्याने थांबणार नाही.' पण आता त्यांच्या स्वतःच्याच पंतप्रधान बेबंद झाल्या होत्या.

बांगला देशाच्या पूर्ण संकटकाळातल्या अगदी अंधकारमय क्षणांच्या वेळीही पाकिस्तानच्या लष्करशाहीपेक्षा भारतीय लोकशाही प्रणाली नैतिकदृष्ट्या श्रेष्ठ असल्याचा अभिमान भारतीयांनी बाळगला होता, पण मार्च १९७७मध्ये इंदिरा गांधी यांनी लोकसभेची निवडणूक जाहीर करेपर्यंत तरी भारताला स्वतःचा हुकूमशहा लाभला होता. या अणीबाणीत पाकिस्तानी हुकूमशाहीचे वेदनादायक प्रतिध्वनी काही भारतीयांना ऐकू येत होते. याह्या खान यांनीही शेवटी स्थैर्यप्राप्तीसाठी स्वातंत्र्याचा बळी दिला होता, आणि स्वतःच्या देशाची स्वतःपासून मुक्तता करण्यासाठी पाकिस्तानी लष्कराने सत्ता हाती घेतली होती. पश्चिम पाकिस्तानने पूर्व पाकिस्तानवरचं स्वतःचं वर्चस्व भरभक्कम केल्याचा आरोप पूर्व पाकिस्तानमधल्या बंगालींनी पाकिस्तानच्या लष्करशहांवर केला होता. आणीबाणीतली सत्ता वापरून इंदिरा गांधी उत्तर भारतीय वर्चस्व लादत असल्याची तक्रार आता दक्षिण भारतीय करत होते.

अणीबाणी जाहीर करून दोन महिने होण्यापूर्वीच मुजीब यांची ढाका इथे हत्या करण्यात आली होती. बांगला देशातल्या लोकशाहीबद्दल युद्धकाळात चऱ्हाट वळणाऱ्या भारताने या देशाबरोबर स्वतःचे संबंध कायम राखले, आणि मृत मुजीब यांच्या जागी आलेल्या नव्या लष्करी अध्यक्षांबरोबर तत्परतेने जुळवून घेतलं. लोकशाहीच्या परित्यागाबद्दल बोलण्याचा कोणताही अधिकार नसलेले भारताचे परराष्ट्र सचिव बांगला देशाच्या उच्चायुक्तांना म्हणाले, "स्वतःसाठी सर्वोत्तम पर्याय कोणता, याचा निर्णय बांगला देशानेच घ्यायचा आहे." यानंतर स्वतःचा क्रमांक असल्याची खात्री भयभीत झालेल्या इंदिरा गांधी यांना वाटत होती. बांगला देशातल्या लष्करी अधिकाऱ्यांनी मुजीब यांच्या नऊ वर्षांच्या मुलाला गोळ्या घालून ठार केलं होतं. इंदिरा गांधींचा नातू राहुल गांधी जवळपास त्याच वयाचा होता. हत्या होणार असल्याच्या भयछायेत स्वतःचं उर्वरित आयुष्य इंदिरा गांधींनी व्यतीत केलं, आणि अखेर ३१ ऑक्टोबर १९८४ रोजी त्यांच्याच अधिकृत निवासस्थानी त्यांच्या दोन शीख अंगरक्षकांनी

त्यांची गोळ्या घालून हत्या केली.

इंदिरा गांधी यांच्यानंतर भारतीय राजकारणावर त्यांच्या घराण्याचा प्रभाव आहे. त्यांची सून सोनिया गांधी म्हणजे भारतीय राजकारणातली एक प्रचंड शक्ती असून राहुल गांधी सर्वतोपरी प्रयत्नांची शर्थ करत आहेत. स्वतःच्या आजीने शत्रूचे दोन तुकडे केल्याचं भांडवल करण्याचा त्यांचा प्रयत्न आहे. यातून स्वतःच्या अडखळत चाललेल्या राजकीय कारकिर्दीला बळ पुरवण्याचा प्रयत्न ते करतात. उत्तर प्रदेशामधल्या एका जाहीर सभेत २००७ साली राहुल म्हणाले, ''कधीच माघार न घेणाऱ्या एका कुटुंबाचा मी सदस्य आहे. या कुटुंबाने आपला शब्द कधीच फिरवलेला नाही. माझ्या कुटुंबातल्या कुणाही सदस्याने एखादी गोष्ट करायचं ठरवलं की तो ती करतोच. मग तो स्वातंत्र्यसंग्राम असो, पाकिस्तानची फाळणी असो, किंवा भारताला २१ व्या शतकात नेण्याचं आव्हान असो.'' या विधानाची भारतीय राजकीय नेत्यांनी कुचेष्टा केली, तर पाकिस्तानमध्ये त्याबद्दल संताप व्यक्त झाला. तरीही अजून भारतावर नेहरू–गांधी घराण्याचा प्रभाव असून इंदिरा गांधी यांचा वारसा हा परिवार काळजीपूर्वक जपत असतो.

अमेरिका

निक्सन आणि किसिंजर १ मार्च १९७३ रोजी ओव्हल ऑफिसमध्ये सोव्हिएत ज्यू समाजाबद्दल बोलत होते. किसिंजर यांचे जवळचे किमान तेरा नातलग दुसऱ्या महायुद्धातल्या ज्यू वंशाच्या संहारात (हॉलोकॉस्टमध्ये) मारले गेले आहेत. मात्र एकूणच यासंदर्भात किंचितही काळजी नसल्याचं शक्य तेवढ्या आवाजी भाषेत स्पष्ट करताना ते म्हणाले, ''ज्यू लोकांना सोव्हिएत देशात गॅस चेंबरमध्ये कोंबून मारण्यात आलं, तर हा अमेरिकेच्या चिंतेचा विषय राहणार नाही. कदाचित मानवतावादी भूमिकेतून त्याबाबत चिंता वाटू शकेल.'' मान डोलवत निक्सन म्हणाले, ''मला ठाऊक आहे. यामुळे आपण जग उडवून देऊ शकत नाही.''

ही ध्वनीफीत सुमारे सदतीस वर्षांनी आम जनतेसाठी खुली करण्यात आल्यानंतर संकोचलेल्या किसिंजरनी माफी मागून स्वतःचं विधान संदर्भरहित वापरण्यात आल्याची मखलाशी करण्याचा प्रयत्न केला. मात्र बांगला देशातल्या अत्याचारांबाबत त्यांची भूमिका सरळसोट आहे – त्यांनी उच्चारलेला प्रत्येक शब्द त्याच अर्थाने खरा आहे. निक्सन आणि किसिंजर यांच्यासमोर १९७१ च्या वसंत ऋतूत सामूहिक अत्याचार होत होते. त्यांचं प्रमाण प्रचंड असल्याने किमान निक्सन यांना तरी जर्मन ज्यूवंशीयांचा हिटलरने केलेला संहार आठवला. पाकिस्तानमध्ये गॅस चेंबर नव्हते, याह्या खान म्हणजे हिटलर नव्हते, आणि त्या हॉलोकॉस्टच्या तुलनेत हा संहार कमी प्रमाणात

होता हे खरं आहे. निक्सन आणि किसिंजर यांनी अनेक हुकूमशाही – ब्राझिल, ग्रीस, पोर्तुगाल, इंडोनेशिया, इराण, स्पेन आणि दक्षिण कोरिया – राजवटींचं समर्थन केलं असलं, तरी राजकारण करताना सामान्यतः अवलंबण्यात येणाऱ्या क्रूरपणाच्या तुलनेत बांगला देशातल्या संहाराचं प्रमाण फारच भयानक असल्याचं खुद्द निक्सन यांना समजत होतं. परिस्थिती अशी भीषण असतानाही निक्सन आणि किसिंजर यांनी पाकिस्तानच्या खुनी लष्करशहांना वाणीतून आणि कृतीमधून पाठिंबाच दिला.

१९७१ या त्रासदायक वर्षी निक्सन आणि किसिंजर स्वतःचा संताप आवरण्यास अनेकदा असमर्थ ठरत. इंदिरा गांधी यांची आक्रमकता नैतिकदृष्ट्या चुकीची असल्याचं निक्सन यांचं मत होतं; ती केवळ सामरिक दृष्ट्या गैरसोयीची नव्हती. परराष्ट्रमंत्री विल्यम रॉजर्स यांच्यावर किसिंजर खवळले होते, केनेथ किटिंग यांच्याबद्दल त्यांचा संताप अनावर होत होता आणि आर्चर ब्लड यांच्यामुळे ते स्तंभित झालेले होते; पण कत्तलींचा विषय आला की ते आश्चर्यकारकरीत्या बचावात्मक भूमिका घेत. याह्या खान यांच्याबद्दल त्यांचं सर्वांत वाईट मत म्हणजे किसिंजरच्या मते, ते मूर्ख होते; पण जवळपास प्रत्येकच व्यक्ती मूर्ख असल्याचं किसिंजर यांना वाटत असे.

जगात प्रत्येक ठिकाणी होणाऱ्या कत्तलींना प्रतिबंध करणं कोणत्याही देशाला, अगदी अमेरिकेलाही शक्य नव्हतं; पण अमेरिकेची घनिष्ठ मैत्री असलेल्या एका राष्ट्राने बांगला देशातले अत्याचार केले होते. अमेरिकेबरोबरच्या स्वतःच्या चांगल्या संबंधांना हे राष्ट्र अतीव महत्त्व देत होतं आणि या राष्ट्राने अमेरिकी शस्त्रास्त्रं, तसंच युद्धसामग्री स्वतःच्याच नागरिकांविरुद्ध वापरली होती. यामुळे स्वाभाविकच अमेरिकेवरही काही जबाबदारी पडत होती. ही लष्करी हुकूमशाही मानवतेविरुद्ध गंभीर अपराध करत असतानाही, ब्लडकडून आणि इतरांकडून याबद्दल इशारे येत असतानाही, तसंच निक्सन आणि किसिंजर या दोघांचा पाकिस्तानवर प्रभाव असतानाही या दोघांनी हुकूमशाहीचं समर्थन चालूच ठेवलं.

स्वतःच्या लौकिकाला लागलेला काळिमा पुसून काढण्यात निक्सन आणि किसिंजर यांनी घवघवीत यश मिळवलं आहे. वॉटरगेट प्रकरणावरून निक्सन यांच्यावर महाभियोग चालण्याची आणि त्यात ते दोषी ठरण्याची शक्यता सामोरी आल्यानंतर ७ ऑगस्ट १९७४च्या रात्री त्यांनी राजीनामा देण्याचा निर्णय घेतला. व्हाइट हाउसमधल्या स्वतःच्या निवासस्थानी किसिंजर यांना पाचारण करून निक्सनच्या परराष्ट्र धोरणाबाबत इतिहास कोणता दृष्टीकोन बाळगेल अशी विचारणा निक्सन यांनी किसिंजरना केली. दारूच्या धुंदीत निक्सन हुंदके देत असतानाच किसिंजर यांनी त्यांच्या उपलब्धींची जंत्री सांगून खचून गेलेल्या या माणसाला आश्वस्त केलं, आणि इतिहास त्यांना एक 'महान शांतिदूत' म्हणून लक्षात ठेवणार असल्याचं सांगितलं. दुसऱ्याच दिवशी निक्सन

यांनी ओव्हल ऑफिसमधून दूरचित्रवाणी वाहिन्यांवर केलेल्या अखेरच्या भाषणात व्हिएतनाम, चीन, पश्चिम आशिया आणि सोव्हिएत संघ आदींबाबत प्राप्त केलेल्या यशाचा पाढा वाचला; पण अपेक्षेनुसार भारत किंवा बांगला देश यांचा उल्लेखही केला नाही.

स्वतःच्या मृत्यूपूर्वी निक्सन म्हणाले होते, ''आमच्यावर नेहमी चिखलफेकच झाली आहे.'' राजीनामा दिल्यानंतर उरलेलं आयुष्य त्यांनी स्वतःच्या पुनर्वसनासाठी व्यतीत केलं. वॉटरगेट प्रकरण उजेडात आणणारे पत्रकार बॉब वूडवर्ड यांनी अचूक उल्लेख करून लिहिलं आहे, 'निक्सन यांनी इतिहासाविरुद्धच लढाई केली आणि त्यासाठी दहा पुस्तकं लिहिली. त्यायोगे अमेरिकी परराष्ट्र धोरण राबवताना मिळवलेल्या यशाचा डिंडिम वाजवत स्वतःचा लौकिक पुन्हा प्राप्त करण्याची खटपट केली.' निक्सन यांच्या स्वदोषमुक्ती करणाऱ्या पुस्तकांमधून निक्सनना साहाय्य करणाऱ्या पाकिस्तानच्या लष्करशहांवरचा त्यांचा जिव्हाळा लक्षात येतो; पण चीनबरोबरच्या वाटाघाटींचे दरवाजे उघडून देण्यापर्यंतच्याच पाकिस्तानच्या भूमिकेबद्दल ते लिहितात; याह्या खान यांच्या मदतीच्या बदल्यात किती बंगाली प्राण गेले याचा विचारही ते करत नाहीत. चार्ल्स द गॉल आणि कॉनरॅड अडेनॉर अशांच्या पंगतीला स्वतःला बसवण्याच्या प्रयत्नात निक्सन आणि किसिंजर यांनी जाडजूड पुस्तकं लिहिली असली, तरी बेफाम झालेले याह्या खान यांच्याबरोबरच त्यांचं स्मरण करणं योग्य ठरेल.

वॉटरगेट, व्हिएतनाम आणि कम्बोडिया यांच्या संदर्भात स्वतःच्या कारकिर्दीची सारवासारव करण्यात निक्सन आणि किसिंजर यांना बहुतांश अपयश आलं, पण बांगला देशाच्या बाबतीत मात्र जनमताला कुशलपणे बगल देण्यात ते यशस्वी झाले. फक्त दोन वर्षांनी म्हणजे किसिंजर परराष्ट्रमंत्री झाल्यानंतर घेतलेल्या एका जनमत चाचणीत ते अमेरिकेतली सर्वांत प्रशंसनीय व्यक्ती असल्याचं दिसून आलं. अज्ञातवासात फेकले जाण्याचं दूरच राहिलं, उलट ते महानायक झाले असून अमेरिकेच्या परराष्ट्र धोरणाच्या कार्यवाहीतला सर्वांत प्रसिद्ध आणि सन्माननीय नेता म्हणून त्यांचं स्थान अबाधित राहिलं आहे. निक्सन यांच्या राष्ट्राध्यक्षपदाचा काळ आणि शीतयुद्धाचा संपूर्ण कालावधी यांचा विचार करता, या काळातल्या सर्वाधिक भयाण प्रसंगांमध्ये व्हिएतनाम आणि कम्बोडियाबरोबर बांगला देशाचाही बरोबरीने समावेश करावा लागेल, पण या अत्याचारांची कोणतीही आठवण आज कोणत्याही अमेरिकी नागरिकाला नाही. त्यामुळे हे अत्याचार करणाऱ्या सरकारला निक्सन आणि किसिंजर यांनी दिलेला पाठिंबाही कुणाला आठवत नाही. असं विस्मरण होऊ देताना अमेरिकी जनतेने बांगला देशाबाबत निक्सन आणि किसिंजर यांना वाटत असलेली तुच्छता काही प्रमाणात स्वतःमध्ये उतरवलेली दिसते. हे राष्ट्र पुष्कळ दूर असल्याने, गरीब

असल्याने, किंवा इथल्या लोकांच्या कातडीचा रंग सावळा असल्याने या राष्ट्राकडे सहजपणे दुर्लक्ष करता येतं किंवा त्याची खिल्ली उडवता येते.

अमेरिकेच्या स्वास्थ्याबद्दल मुळात आस्था असलेल्यांच्या दृष्टीने निक्सन आणि किसिंजर यांनी १९७१मध्ये केलेल्या कृत्यांची तपासणी 'कायद्याचं राज्य' या संकल्पनेबद्दल या दोघांना असलेल्या तुच्छतेच्या निकषावर करणं गरजेचं आहे. वॉटरगेट संकुलातलं डेमोक्रॅटिक पक्षाचं मुख्यालय फोडताना चोरट्यांना जून १९७२मध्ये अटक करण्यात आली असली, तरी त्याच्या फार आधीपासूनच निक्सन कायद्याची पायमल्ली करत असल्याचं वॉटरगेट प्रकरण चव्हाट्यावर आणणारे दुसरे पत्रकार कार्ल बर्नस्टीन यांच्याबरोबर बॉब वूडवर्ड यांनी हे विधायक प्रकारे निदर्शनास आणून दिलं आहे. निक्सन आणि किसिंजर डिसेंबर १९७१मध्ये इराण आणि जॉर्डन इथून पाकिस्तानला बेकायदेशीररीत्या शस्त्रं पाठवून सरकारी सत्तेचा गैरवापर करतच होते. परराष्ट्र मंत्रालयाने, संरक्षण मंत्रालयाने आणि व्हाइट हाउसच्या कर्मचाऱ्यांनी दिलेले कायदाविषयक इशारे त्यांनी झुगारले; निक्सन व्हाइट हाउसमध्ये असताना राष्ट्राध्यक्ष कायद्याच्या वर असल्याचं गृहीत धरण्यात आलं होतं; आणि वॉटरगेट प्रकरणाच्या विरुद्ध या बेकायदा, गुप्त कारवाईनंतरही निक्सन आणि किसिंजर बहुतांश सहीसलामत सुटले, इराण-कॉन्ट्रा प्रकरणाच्या चौकशीसारख्या कुठल्याही प्रसंगाला तोंड देण्याची वेळ त्यांना आली नाही.

किसिंजर यांना प्रसारमाध्यमांनी भारतावरून काही फटके दिले आणि त्यामुळे ते पिसाळले. युद्धकक्षात त्यांनी घेतलेल्या काही बैठकांचं इतिवृत्त चिखलफेक करणारे स्तंभलेखक जॅक अॅन्डरसन यांच्यापर्यंत चोरून पोहोचवण्यात आलं. कायदा धाब्यावर बसवून जॉर्डनची एफ-१०४ विमानं पाकिस्तानला पाठवण्याची कल्पना किसिंजर यांच्या मनात खेळत असल्याचंही अॅन्डरसन यांना आढळलं; पण निक्सन आणि किसिंजर यांनी वास्तवात असं कृत्यं केलं होतं हे मात्र त्यांना समजलं नाही. संतापलेले किसिंजर राष्ट्राध्यक्षांना म्हणाले, ''आता दिसते आहे, तशी अंतर्गत दुर्बलता बाळगून आपण टिकू शकणार नाही.'' एक जोरदार वृत्तपत्रीय मोहीम उघडून किसिंजर प्रतिहल्ला करत असल्याची नोंद करताना जॉन एरलिचमन यांनी म्हटलं, 'किसिंजर यांच्या युद्धकक्षातल्या बैठकांचा विचार केला, तर वस्तुनिष्ठपणे विचार करण्याची कुवत त्यांनी गमावली होती हे लक्षात येतं आणि हे वास्तव बदलण्याचा त्यांचा प्रयत्न होता. भारतावर हल्ला करताना ते कमालीचे अशोभनीय भाषा वापरत.' किसिंजर ज्याप्रमाणे बरळत आणि बडबडत होते, त्यामुळे त्यांना नारळ देण्याचा विचार निक्सन यांनी अल्प काळ केला होता. निक्सन अॅलेक्झांडर हेग यांना म्हणाले, ''हे भारत-प्रकरण ते स्वतःवर ओढवून घेत आहेत. ते स्वतःलाच थकवतात आणि मोडून पडायला

लागतात.'' मात्र ॲन्डरसन यांच्यावर सूड उगवण्याच्या किसिंजर यांच्या इच्छेत निक्सनही सहभागी होते. याह्या खान यांनी वंशविच्छेद सुरू केल्यानंतर एक वर्षाने इ. हॉवर्ड हन्ट आणि जी. गॉर्डन लिडी (निक्सन यांचे हस्तक) हे दोघं जण ॲन्डरसन यांना ठार मारण्याच्या असंभवनीय योजना आखत होते. त्यांच्या मद्यात विष कालवून किंवा त्यांच्या मोटारीच्या स्टिअरींग व्हीलला एलएसडी हे मादक द्रव्य चोपडून हा बेत तडीला नेण्याचा त्यांचा इरादा होता. एलएसडीमुळे भ्रमिष्ट होऊन स्वतःची गाडी त्यांनी कुठेतरी नेऊन आदळावी, अशी या योजनेमागची कल्पना होती.

व्हाइट हाउसच्या प्रसिद्धी यंत्रणेने पसरवलेलं निक्सन आणि किसिंजर यांच्या स्वसमर्थनाचं धुकं वस्तुस्थितीत रूपांतरित झालं आहे. बांगला देशाचं युद्ध संपल्यानंतर काही आठवड्यांमध्येच 'आपण केलं ते सगळं बरोबरच होतं.' या दृढ विश्वासावर निक्सन आणि किसिंजर ठाम झाले. निक्सन म्हणाले, ''देवाच्यान, शक्य ते सगळं आपण केलं. आपली कामगिरी जबरदस्त झाली.'' सहमती दर्शवून किसिंजर म्हणाले, ''आपली चीनमधली परिस्थिती फारच चांगली आहे आणि पाकिस्तानमध्येही ती काहीशी बरी आहे. म्हणजे सारासार विचार केला, तर हे थंड डोक्याने केलेलं गणित होतं.'' पुढच्या जुलैपर्यंत या दोघांची कामगिरी झळाळून उठणार असल्याचं सांगून किसिंजरनी निक्सनना आश्वस्त केलं. उदारमतवादी, विचारवंत आणि डेमोक्रॅटिक नेते यांच्यावर आगपाखड करत किसिंजर संतापून निक्सन यांना म्हणाले, ''भारतात आणि पाकिस्तानात आपण काय केलं आणि नालायक रशियनांना शह देण्यासाठी आपण चीनबरोबर घेतलेल्या पुढाकाराने आपली योजना कशी यशस्वी झाली, हे यांच्यापैकी कुणालाही अजून समजलेलं नाही. असं असताना बांगला देशाची फिकीर आपण कशासाठी करायची?'' हे मान्य करत निक्सन म्हणाले, ''बिलकूल नाही.''

कालांतराने किसिंजर यांनी लिहिलेल्या राजनीतीच्या इतिहासावरच्या आठशे पानांच्या बाडात शीतयुद्धातला केवळ एक शूर स्नेही म्हणूनच पाकिस्तान डोकावत असतो. त्यात अत्याचारांचा उल्लेखही नाही. निक्सन यांनी लिहिलेल्या आठवणींमध्ये पूर्व पाकिस्तानमधला वंशविच्छेद किंवा अध्यक्ष-निवडणुकीतले गैरप्रकार यांचा उल्लेखही करायला ते धजावलेले नाहीत. त्याऐवजी याचं खापर त्यांनी बंगाली उठाव आणि भारतीय आक्रमण यांच्यावर फोडलेलं आहे. घडलेल्या घटना धूसर करताना निक्सन पूर्व पाकिस्तानमधल्या लढाईत दोन्ही बाजूंनी दाखवलेल्या अविश्वसनीय क्रौर्याचा जाताजाता उल्लेख करतात. त्यांच्या इतर पुस्तकांमध्ये याह्या खान यांच्या कत्तलींना बगल देतानाच पाकिस्तानचा सफाया करण्याचा प्रयत्न केल्याबद्दल इंदिरा गांधी यांची निर्भर्त्सना करण्यात आली आहे. चीनबरोबर पुढाकार घेतल्याबद्दल निक्सन आणि किसिंजर यांनी स्वतःवर प्रशंसेचा वर्षाव करून घेणं समजण्यासारखं असलं, तरी

पाकिस्तानी लष्करशहांची सदिच्छा प्राप्त करून घेण्यासाठी बंगाली लोकांना अतोनात यातना सोसाव्या लागल्या असल्याचं विसरण्यासाठी त्यांनी प्रयत्नांची पराकाष्ठा केली आहे.

किसिंजर यांची स्मरणगाथा म्हणजे सोयीस्कररीत्या गाळलेल्या गोष्टींची महारचना आहे. दक्षिण आशियातल्या स्वतःच्या कारवायांवर फसवं आवरण घालण्यासाठी त्यांनी एक लांबलचक प्रकरण खर्ची घातलं असलं, तरी बंगाली लोकांच्या संहाराबद्दल ते काहीच म्हणत नाहीत. मात्र पाकिस्तानचे अत्याचार ही स्पष्टपणे त्याच्या अंतर्गत अधिकारक्षेत्राची बाब असल्याचा त्यांचा अजूनही ठाम आग्रह आहे. (इतर राष्ट्रांच्या अंतर्गत बाबींमध्ये लुडबुड न करण्याच्या तत्त्वाला ते समर्थन देतात, तेव्हा बंगाली लोकांच्या यातनांचा संदर्भ दिसून येतो. परकीय लष्करी हस्तक्षेपाचं समर्थन करण्यासाठी लघुदृष्टीच्या आणि दमनकारी अंतर्गत धोरणांचा वापर केला, तर जगातले सगळे निर्बंध गमावले जाण्याची भीती किसिंजर व्यक्त करतात. सार्वभौमत्वाबद्दलची त्यांची ही सहानुभूती, उदाहरणार्थ, चिली किंवा कम्बोडिया यांना मात्र लागू झाली नाही.) काही अत्यंत वादग्रस्त निर्णयांबद्दलचा दोष ते निक्सन यांना देतात आणि दबवून ठेवलेले विल्यम रॉजर्स यांनाही त्यात खेचतात. खरं तर या संकटकाळातले बहुतेक दिवस रॉजर्स घरी झोपून राहिले असते, तरी काही फरक पडला नसता. भारताविरुद्ध सीमेवर सैन्य पाठवण्यासाठी चीनला दिलेल्या चिथावणीचा उल्लेख किसिंजर जसा टाळतात, त्याचप्रमाणे इराण आणि जॉर्डन यांच्यामार्फत शस्त्रांच्या झालेल्या बेकायदा हस्तांतरणाबाबतही मौन राखतात. त्याच वेळी भारताविरुद्ध चीनला पाठिंबा देण्याच्या निक्सन यांच्या बेफिकीर निर्णयातल्या शौर्याची प्रशंसा किसिंजर करतात. निक्सन प्रशासनाच्या टीकाकारांना 'उचंबळणाऱ्या भावनांचे बळी' म्हणून किसिंजर धुडकावून लावतात आणि यासाठी या लोकांची व्हाइट हाउसच्या प्रामुख्याने भू-राजकीय धोरणाबद्दलची अनभिज्ञता कारणीभूत असल्याचं म्हणतात. भारतीयांप्रति निक्सन यांना असलेल्या वंशद्वेषावर ते पांघरूण घालतात. बंगाली लोकांची स्मृती दफन करण्यासाठी इतर कोणत्याही पुस्तकाने यापेक्षा अधिक केलेलं नाही.

बंडखोर

अमेरिकेने ४ एप्रिल १९७२ रोजी बांगला देशाला एक सार्वभौम राष्ट्र म्हणून मान्यता देऊन आर्चर ब्लडना आणि त्यांच्या कर्मचाऱ्यांना फार पूर्वीच दिसलेलं वास्तव प्रत्यक्षात आणलं. ब्लड यांनी पाठवलेल्या, विरोध दर्शवणाऱ्या अहवालानंतर जवळपास बरोबर एक वर्षाने अमेरिकेने ही मान्यता दिली.

ढाका उपदूतावासातला एक कनिष्ठ राजकीय अधिकारी या नात्याने हा संदेश

तयार करणारे स्कॉट बुचर निक्सन आणि किसिंजर यांनी बदल्यापोटी केलेल्या हकालपट्टीच्या तडाख्यातून बचावले, पण थोडे धक्के त्यांनाही बसलेच. हा अहवाल पाठवल्यानंतर काही महिन्यांनी बुचर मायदेशी वॉशिंग्टनला रजेवर आले असताना परराष्ट्र मंत्रालयातून एका अधिकाऱ्याचा दूरध्वनी त्यांना आला. त्यांना टिंबक्टूला पाठवणार असल्याचा त्यांचा प्रथमतः समज झाला असला, तरी परराष्ट्र मंत्रालयातले पाकिस्तान विभागातले अधिकारी म्हणून नेमणूक झाल्यावर त्यांनी सुटकेचा निःश्वास टाकला.

बांगला देशविषयक प्रत्येक गोष्टीची जबाबदारी बुचर यांच्यावर होती. नव्या राष्ट्राचं वास्तव रिचर्ड निक्सन नाइलाजाने मान्य करणार असलेलं निवेदन तयार करणं या कामगिरीचा त्यात समावेश होता. निक्सन यांच्या खऱ्या भावना छापणं अशक्य ठरलं असतं. माओ यांच्या चीनबरोबर सुरळीत संबंध प्रस्थापित करणारे निक्सन यांनी आवळलेली मूठ मेजावर आपटून ते बांगला देशाला कालत्रयी मान्यता देणार नसल्याचं जाहीर केलं होतं. बांगला देशाला मान्यता देणारं निक्सन यांचं पत्र तयार करताना बुचर यांनी स्वतःचे काही शब्द वापरले – 'अमेरिकेने १९४९ पासून ढाका इथे एक अधिकृत कार्यालय ठेवलं असून वर्षानुवर्षं अनेक खासगी आणि अधिकृत पदांवरच्या अमेरिकी लोकांना बंगाली लोकांबरोबर रोगराई, निरक्षरता, दारिद्र्य, भूक आणि नैसर्गिक आपत्तींचा प्रभाव अशा वेगवेगळ्या क्षेत्रांमध्ये काम करण्याची संधी मिळाल्याने अतीव समाधान प्राप्त केलं आहे.'

निक्सन यांच्याकडून आलेलं निवेदन म्हणून याच्याकडे पाहिलं, तर हे अनेक राष्ट्राध्यक्षीय निवेदनांपैकी एक असल्याप्रमाणेच त्याच्याकडे पाहता येईल; पण ते बुचर यांनी लिहिलं असल्यामुळे त्याला एक वेगळं महत्त्व आहे. बुचर नेहमीच त्यांच्या ढाक्यातल्या वास्तवाबद्दल गोड आठवणी काढतात – "आपण कुठे जगाच्या दुसऱ्या टोकावर आलो आहोत! इथले लोक कसे हवेहवेसे, गतिशील आणि थोड्याबहुत प्रगतिपथावर आहेत." पूर्व पाकिस्तानमध्ये गोळीबार सुरू होण्यापूर्वी ब्लड यांच्या नेतृत्वाखाली उपदूतावास करत असलेल्या कामगिरीचं हे भावनिक स्मरण असल्यासारखं भासतं. बुचर पुटपुटत म्हणतात, "माझ्यासाठी ते अतिशय समाधानकारक होतं."

स्वतःच्या विरोधाच्या वेदनादायक परिपाकाची आठवण आर्चर ब्लड कडवटपणे काढतात. ते म्हणतात, "ढाक्यातून माझी बदली करण्याचा आदेश निक्सन यांनी दिला आणि किसिंजर सत्तेवर असेपर्यंत पुढची सहा वर्षं मी व्यावसायिक विजनवासात होतो; परराष्ट्र धोरणासंबंधीच्या कोणत्याही कामातून वगळला गेलो होतो."

ब्लड यांनी ५ जून १९७१ रोजी खिन्न मनःस्थितीत ढाका इथून प्रयाण केलं.

अमेरिकी विकासकार्याचे प्रमुख अधिकारी एरिक ग्रिफेल म्हणतात, ''ते अचानक निघून गेले. ते अस्वस्थ असल्याचं मला माहीत होतं. ते का जात होते हे आम्हां सर्वांना ठाऊक होतं.'' वॉशिंग्टनला परतल्यावर ब्लड यांची नेमणूक परराष्ट्र मंत्रालयाच्या एका विभागात झाली. परदेशात एवढ्या घडामोडींचा साक्षीदार असणाऱ्यासाठी हे कमालीचं पतन होतं. त्यांना परराष्ट्र मंत्रालयाचं शौर्यासाठीचं पारितोषिक देण्यात आलं; पण त्यांच्या कारकिर्दीच्या भविष्यात इस्लामाबाद दूतावासाने पाचर मारून ठेवली. याचं कारण म्हणजे त्यांच्या कामगिरीचं मूल्यमापन करताना या दूतावासाने ब्लड यांनी ढाक्यात असताना तिथल्या अमेरिकी लोकांना पाकिस्तानविरोधी चिथावणी दिल्याचा दावा केला होता. याअंतर्गत विजनवासात ब्लड काळ काढत होते. त्याचा शक्य तेवढा सदुपयोग करून घेण्याचा प्रयत्न त्यांनी केला असला, आणि तक्रार करण्याचा त्यांचा स्वभाव नसला; तरी या साचलेल्या वातावरणात त्यांनी सुमारे अडीच वर्षं काढली. तोपर्यंत किसिंजर परराष्ट्रमंत्री झाले होते. ब्लड त्यांना एकदा भेटले आणि त्यांनी स्वतःचं नाव किसिंजरना सांगितलं; पण त्यावर किसिंजर यांनी कोणतीही प्रतिक्रिया दिली नाही.

पण आणखी वाईट घडायचं होतं. 'पेन्टागॉन पेपर्स' या नावाने प्रसिद्ध झालेली वृत्तमालिका न्यू यॉर्क टाइम्समध्ये आणि इतर वर्तमानपत्रांमध्ये छापून आल्यामुळे अमेरिकी राजनैतिक यंत्रणेमधल्या फितुरांविरुद्ध निक्सन यांच्या संतापाची कडी आणखी वर सरकली होती, तर किसिंजर स्वतःची जुनी दुखणी कुरवाळत बसले होते. परराष्ट्र मंत्रालयात ब्लड यांच्या लगेचच्या वरिष्ठ अधिकाऱ्याने ''आता तुला काय करायचं आहे?'' असं विचारल्यावर ब्लड यांनी नेमकं उत्तर दिलं, ''अर्थातच, कोणत्यातरी दूतावासाचा प्रमुख म्हणून काम करण्याची इच्छा आहे.'' पण ते पुढे म्हणाले, ''हे पाहा, मला कायम असं वाटत आलं आहे की, ढाका इथल्या माझ्या कामानंतर आणि विशेषतः श्रीमान किसिंजर हे परराष्ट्रमंत्री असताना मला संधी मिळण्याची शक्यता शून्य आहे.'' किसिंजर यांच्या काळ्या यादीत ब्लड कायम असल्याचं तपासण्यासाठी ब्लड यांनी अप्पर व्होल्टा (आताचं बर्किनाफासो) इथल्या राजदूतपदासाठी स्वतःचं नाव नोंदवलं. अर्थातच, हे नाव तातडीने नाकारण्यात आलं.

भारतातल्या एका परिषदेला हजर राहण्याचं धाडस ब्लड यांनी दाखवल्याची माहिती नंतर किसिंजर यांना कुठूनतरी मिळाली. ब्लड मायदेशी परतल्यानंतर त्यांना त्यांच्या लगेचच्या साहेबाकडून घरी दूरध्वनी आला. ब्लड यांच्या स्मरणानुसार, हा अधिकारी म्हणाला, ''परराष्ट्रमंत्र्यांनी तुझा चेहरा ओळखल्यानंतर त्यांचा संताप अनावर झाला आणि 'याला वॉशिंग्टनमधून हाकला.'असा आदेश त्यांनी दिला. तुला कुठे जायची इच्छा आहे? लवकर बोल.'' लष्करी युद्ध महाविद्यालयातलं एक पद स्वीकारून

ब्लड यांनी परराष्ट्र मंत्रालयातून पळ काढला. आधी ढाक्यातून आणि नंतर वॉशिंग्टनमधून त्यांना हाकलण्यात आलं होतं. ते म्हणतात, ‘‘डॉ. किसिंजर परराष्ट्र मंत्रालयातून प्रस्थान करेपर्यंत साडेतीन वर्षं मी या जागी वाट पाहत थांबलो होतो.’’

बढतीचे मार्ग कुंठित झाल्यामुळे आयुष्यातली महत्त्वाची वर्षं निसटून जाताना ब्लड पाहत होते. त्यांचे सहकारी राजदूत बनले. अधिक लवचीक सदसद्विवेकबुद्धी धारण करून १९७१ च्या परीक्षेत उत्तीर्ण झालेले अधिकारी उन्नतीच्या पायऱ्या चढत गेले. जॉर्ज एच. डब्ल्यू. बुश आणि जेराल्ड फोर्ड यांची उदाहरणं डोळे दिपवणारी आहेत. हे दोघंही राष्ट्राध्यक्ष झाले. ब्लड राजदूतपद किंवा वॉशिंग्टनमध्ये धोरणविषयक एखादं वरिष्ठ पद भूषवण्याच्या बेतात असतानाच अडकून पडले. त्यांच्या पत्नी मेग ब्लड म्हणतात, ‘‘वॉशिंग्टनमधल्या लोकांच्या भावनांचं प्रतिनिधित्व ब्लडने करण्याची शक्यता कदापि नव्हती. हा त्याच्या आयुष्याच्या महत्त्वाकांक्षेतला बदल होता.’’ निक्सन यांनी राजीनामा दिला, तर फोर्ड यांचे परराष्ट्रमंत्री म्हणून किसिंजर कायम राहिले. स्वतःच्या कारकिर्दीची नव्याने सुरुवात, जरा उशिराच – जिमी कार्टर यांच्या प्रशासनकाळात – करण्याचा प्रयत्न आर्चर ब्लड त्यानंतर करू शकले. अखेर १९७९ साली दिल्लीत दूतावासाचे उपप्रमुख म्हणून त्यांची नियुक्ती झाली. बुचर म्हणतात, ‘‘ही जबाबदारी महत्त्वाची होती, पण ते बाळगू शकत असलेल्या महत्त्वाकांक्षेपेक्षा फारच कमी स्तरावरची होती. त्यांच्या सहकाऱ्यांचा आदर त्यांना प्राप्त झाला, पण त्यांनी स्वतःची कारकिर्द पणाला लावली नसती; तर त्यांना जे यश मिळू शकलं असतं, ते त्यांना लाभलं नाही.’’ १९८१ साली ब्लड वॉशिंग्टनला परतले. स्वतःसमोरच्या सेवापर्यायांमुळे ते खचले होते. त्यांना देऊ करण्यात आलेली एकमेव कामगिरी म्हणजे, काबूल इथे दूत (चार्ज द अफेअर्स) म्हणून देऊ केलेली कष्टाची जबाबदारी. त्यांनी तिथली दरी ही भाषा शिकायला सुरुवात केली, पण तिथल्या कम्युनिस्ट सरकारने त्यांना व्हिसा देण्यासाठी नकार दिला. त्यांच्याखेरीज इतर कुणालाही या सरकारने स्वीकारलं असतं याची खात्री ब्लड यांना होती.

मे १९८२ मध्ये ब्लड यांनी विषण्ण मनःस्थितीत परराष्ट्र सेवेतून निवृत्त होण्याचा निर्णय घेतला. अलेगेनी कॉलेजचे निवासी राजनैतिक अधिकारी म्हणून त्यांनी नियुक्ती स्वीकारली. ही जबाबदारी नक्कीच सुखद होती. २००४ साली, वयाच्या ८१ व्या वर्षी ब्लड यांचं निधन झाल्यानंतर ढाका इथल्या अमेरिकी दूतावासाने स्वतःच्या ग्रंथालयाला त्यांचं नाव दिलं. मेग ब्लड म्हणतात, ‘‘त्याच्याकडून सारंच काही हिरावून घेतलेलं नव्हतं.’’ मात्र इतक्या वर्षांनंतरही मेग ब्लड यांच्या मनातला सल कायम आहे. त्या दुःखाने म्हणतात, ‘‘माझ्या आर्चला हवी असणारी कारकिर्द तो सोडून देत होता, एवढं नक्की होतं.’’ निक्सन आणि किसिंजर काहीही म्हणोत, आर्चर ब्लड राजदूत

४७४ / द ब्लड टेलिग्राम

किंवा परराष्ट्र उपमंत्री किंवा त्यापेक्षाही काहीतरी अधिक होण्याच्या पात्रतेचे होते असं मेग ब्लडना वाटतं. त्या म्हणतात, ''काही कारणाने निक्सन–किसिंजरना असं वाटत होतं की, हे सगळं दाबून टाकता येईल! या एवढ्या सगळ्या कत्तली!''

नोंद

माहितीच्या स्रोतांबद्दलचा तपशील

हे पुस्तक तीन वेगवेगळ्या प्रकारच्या प्राथमिक माहिती–स्रोतांवर आधारित आहे – रिचर्ड निक्सन आणि हेन्री किसिंजर यांच्या संभाषणांच्या व्हाइट हाउसकडच्या ध्वनीफिती, या घटना–मालिकेचे साक्षीदार किंवा त्यात सक्रिय असलेले अमेरिकी आणि भारतीय अधिकारी यांच्या मुलाखती आणि अमेरिका, तसंच भारत यांनी अलीकडच्या काळात सार्वजनिक केलेले दस्तऐवज.

फेब्रुवारी १९७१ पासून बांगला देशाच्या पेचप्रसंगाच्या शेवटपर्यंत निक्सन यांनी ओव्हल ऑफिस, वेस्ट विंग आणि एक्झिक्युटिव्ह ऑफिस इथे आणि इतरत्र केलेल्या चर्चा त्यांनी गुप्तपणे ध्वनिमुद्रित केल्या आहेत. हजारो तासांचा अवधी समाविष्ट असलेल्या या ध्वनीफिती म्हणजे निक्सन आणि किसिंजर यांच्या विचारांबद्दल कोणताही आडपडदा नसलेल्या अमूल्य पुराव्याचा खजिना आहेत. कागदपत्रांमध्ये समाविष्ट असलेल्या माहितीपेक्षा अधिक मर्मभेदी माहिती या ध्वनीफिती अनेकदा उघड करतात, पण आश्चर्य म्हणजे संशोधनाचं एक साधन म्हणून त्यांचा जास्त वापर झालेला नाही. याचं एक कारण म्हणजे, त्या वापरणं अतिशय कठीण आहे – त्यांचं प्रमाण प्रचंड आहे, त्या अत्यंत विसकळीत आहेत, त्यांच्यातलं संभाषण अनेक ठिकाणी खोडलेलं आहे, त्या शब्दबद्ध करणं अतिशय वेळखाऊ काम आहे आणि त्या समजायला अवघड आहेत. संशोधकांचं एक पथक बरोबर घेऊन आम्ही सुमारे शंभर नव्या ध्वनीफितींचं शब्दांकन केलं, ज्यायोगे पूर्वी कुणीच न ऐकलेल्या चर्चा उघडकीला आल्या.

अमेरिका, भारत आणि बांगला देश या तीन ठिकाणी मार्गारेट ब्लड, स्कॉट बुचर, अरुंधती घोष, एरिक ग्रिफेल, शाहदुल हक, सॅम्युएल हॉस्किन्सन, जेकब फर्ज राफेल जेकब, विन्स्टन लॉर्ड, जगत मेहता, डेसे मायर्स, के. सी. पंत, मिहीर रॉय, हॅरल्ड सॉन्डर्स, सिडनी शेनबर्ग, नेविन स्क्रिमशॉ आणि जसवंत सिंग यांच्या दीर्घ मुलाखती मी घेतल्या. यांच्यातल्याच काही जणांच्या मुलाखती मी अनेकदा घेतल्या. मायर्स यांनी स्वतःची पत्रं आणि अहवालांचे मसुदे दिले, तर स्क्रिमशॉ यांनी स्वतःच्या

आगामी आत्मकथनातलं एक प्रकरण दिलं. जे संबंधित आज हयात नाहीत; त्यांच्या मतांसाठी त्यांनी लिहून ठेवलेल्या आठवणी, तसंच त्यांच्या इतरांनी घेतलेल्या मुलाखती यांच्यावर अवलंबून राहावं लागलं. अशा प्रकारच्या स्रोतांचा मी किमान वापर केला, कारण त्यांचा पाठपुरावा करणं किंवा या पुस्तकाच्या विशिष्ट पैलूंसंदर्भात या स्रोतांद्वारे अधिक माहिती मिळवणं अशक्य होतं. संबंधित स्रोतांचं स्वतःचा गौरव करणारं सिंहावलोकन उडवून टाकण्यासाठी त्यांच्या मुलाखतींना दस्तऐवजांचा आधार देण्यात आला. तसंच मी ज्या-ज्या मुलाखती घेतल्या, त्या-त्या मुलाखतींमधला तपशील अभिलेखागारांमधले संदर्भ आणि इतर स्रोत यांच्याबरोबर मी शक्य तिथे ताडून बघितला.

दस्तऐवजांचं प्रमाण विश्वास बसू नये इतकं प्रचंड असलं, तरी ते अपुरं आहे. बांगला देशाच्या घटनेला आता चार दशकं उलटून गेल्यानंतरही अमेरिकी सरकारने अजूनही या घटनेशी संबंधित कित्येक दस्तऐवज सार्वजनिक केलेले नाहीत. निक्सन अध्यक्षीय ग्रंथालय आणि राष्ट्रीय अभिलेखागार यांच्यातले दस्तऐवज राष्ट्रीय सुरक्षेच्या कारणाखातर जनतेच्या नजरेपासून दूर ठेवण्यात आले आहेत. 'लायब्ररी ऑफ काँग्रेस' या ग्रंथालयात किसिंजर यांनी ठेवलेले दस्तऐवज त्यांच्या विनंतीवरून संशोधकांना उपलब्ध नाहीत; पण परराष्ट्र मंत्रालयाच्या इतिहासकारांनी एक अलौकिक कामगिरी केली आहे. अतिशय मौल्यवान माहितीस्रोत असलेल्या 'अमेरिकेचे परराष्ट्र संबंध' या मालिकेसाठी अनेक संवेदनशील दस्तऐवज आणि व्हाइट हाउसच्या ध्वनीफिती ही साधनं इतिहासकारांनी सार्वजनिक केली आहेत. सार्वजनिक केलेलं बरंच मौल्यवान साहित्य जॉर्ज वॉशिंग्टन विद्यापीठाकडे उपलब्ध आहे. त्यात किसिंजर यांची काही संभाषणं आहेत. विशेषतः त्यांची गुप्तपणे ध्वनिमुद्रित केलेली आणि शब्दबद्ध झालेली दूरध्वनीवरची संभाषणं आहेत. या विद्यापीठातल्या राष्ट्रीय सुरक्षा अभिलेखागाराने माहिती स्वातंत्र्य कायद्याचा वापर कुशलपणे आणि चिकाटीने करून, त्याचप्रमाणे इतर कायदेशीर साधनं वापरून अमेरिकी सरकारच्या कामकाजावर प्रकाश टाकला आहे. इतर संशोधकांनीही माहिती स्वांतत्र्याच्या कायद्याचा उत्तम वापर केलेला आहे. एका कार्यकारी आदेशाच्या तरतुदीनुसार, अनिवार्य सार्वजनिकीकरणाचा फेरआढावा घेण्यासाठी मी स्वतः अनेकवार विनंती केली असून त्या बाबतीतल्या निकालासाठी थांबलेलो आहे.

भारतीय सरकारी यंत्रणेतली अपारदर्शकता फारच वाईट आहे. २००५मध्ये माहिती अधिकार कायदा मंजूर झाल्यानंतरही गांधी परिवाराने, इंदिरा गांधी पंतप्रधान असतानाचे दस्तऐवज बंदोबस्तात ठेवले आहेत. इंदिरा गांधींचं परराष्ट्र धोरण समजून घेण्यासाठीचा उत्तम स्रोत म्हणजे, पी. एन. हक्सर यांचे नेहरू स्मारक वस्तुसंग्रहालयातले

दस्तऐवज आणि तिथेच असणारी टी. एन. कौल यांची कागदपत्रं. अभिलेख जमा करण्याच्या बाबतीत 'नेहरू स्मारक वस्तुसंग्रहालय आणि ग्रंथालय' या संस्थेला विलक्षण यश प्राप्त झालं आहे. 'हे अभिलेख बघण्याचा अधिकार कुणाला असावा?' याबद्दल गेल्या काही वर्षांमध्ये काही जोरदार चकमकी झाल्या असल्या, तरी भारतीय आणि परदेशी अभ्यासकांना हे अभिलेख मुक्तपणे उपलब्ध करून देण्यात येतात. राष्ट्रीय अभिलेखागारातर्फे परराष्ट्र मंत्रालयातल्या आणि पंतप्रधान सचिवालयातल्या दस्तऐवजांच्या महत्त्वाच्या संग्रहाचा लाभ घेण्याची परवानगी देण्यात येते. मात्र समग्रतेच्या बाबतीत या सर्व भारतीय अभिलेखागारांची बरोबरी अमेरिकी सरकारने खुल्या केलेल्या सामग्रीबरोबर होऊ शकत नाही, आणि त्यामुळे भारतीय अभिलेखागारांमध्ये बंदिस्त असलेले अतिशय महत्त्वपूर्ण आणि वादग्रस्त दस्तऐवज समोर येत नाहीत.

संबंधित अहवालाच्या प्राथमिक लेखकाचा किंवा वॉशिंग्टनमधून येणारे संदेश मंजूर करणाऱ्या अधिकाऱ्याचा शक्य तिथे नावानिशी उल्लेख करण्याचा प्रयत्न मी केला आहे. १९७१मध्ये संबंधित शहरांची जी नावं प्रचलित होती, ती वाचनसुलभतेसाठी मी बहुधा सर्वत्र तशीच लिहिली आहेत. ती त्यांच्या आजच्या नामकरणानुसार नाहीत.

* विस्तारभयास्तव येथे प्रत्यक्ष टिपांपूर्वीची केवळ नोंद देत आहोत. टिपांबद्दल अधिक विस्ताराने जाणून घेण्यासाठी कृपया संबंधित पुस्तकाची इंग्रजी प्रत पाहावी.

ऋणनिर्देश

अनेक सज्जन माणसांच्या औदार्यामधून हे पुस्तक पूर्णत्वाला गेलं आहे. 'विल्यम मॉरिस एन्डेव्हर' एजन्सीच्या प्रतिनिधी टीना बेनेट म्हणजे एक परिपूर्ण एजंट! या पुस्तक-प्रकल्पाची ठाम पाठराखण करतानाच ते अधिकाधिक देखणं कसं होईल, यासाठी त्यांनी सातत्याने प्रयत्न केले. त्यांची बुद्धिमत्ता आणि प्रसन्नता यांच्यामुळे ही पुस्तक-निर्मिती शक्य झाली. तसंच हे पुस्तक पूर्णत्वाला जाण्यासाठी त्यांच्या मैत्रीने मला सतत प्रोत्साहन दिलं. स्वेतलाना कॅट्झ नेहमीप्रमाणेच न चुकता स्वतःची जबाबदारी चोखपणे पार पाडत होत्या.

प्रकाशक आल्फ्रेड ए. नॉफ यांच्यातर्फे अँड्रू मिलर यांनी या पुस्तकाची जबाबदारी स्वीकारून संपादनाची कामगिरी अतिशय कौशल्याने पार पाडली. पुस्तकातला मध्यवर्ती युक्तिवाद, त्याची संरचना आणि त्याची दिशा यांच्यात अँड्रू मिलर यांनी सफाईदारपणे सुधारणा केली. 'नॉफचे' प्रमुख संपादक सॉनी (अजय सिंग) मेहता यांनी या पुस्तकामागे ठाम उभं राहणं हा मी माझा सन्मान मानतो; त्यांचं दक्षिण आशियाबद्दलचं ज्ञान अद्वितीय असून त्यामुळे या पुस्तकात भर पडली आहे. मार्क चियुसानो म्हणजे साहित्यक्षेत्रातला युवा तारा आहे. त्याने माझं हस्तलिखित सफाईदारपणे वाचून पूर्णत्वाकडे नेलं. 'व्हिंटेज इंडियाच्या' संपादक मेरू गोखले यांनी या पुस्तकातल्या आशयाला कुशलपणे आकार दिला. तसंच दक्षिण आशियामध्ये या पुस्तकाचं रीतसर स्वागत होईल, याचीही त्यांनी खबरदारी घेतली. चिप कीड याने पुस्तकासाठी लक्षवेधी मुखपृष्ठ बनवलं, तर संपादनाची आणि निर्मितीची व्यवस्था पाहणाऱ्या 'नॉफच्या' चमूने एक सर्वांगसुंदर पुस्तक आकाराला आणलं. ॲशबेल ग्रीन म्हणजे त्याच्या क्षेत्रातला आदर्श! त्याचं जाणं आम्हा सर्वांना चटका लावणारं ठरलं.

काही दिग्गज लेखकांनी हे हस्तलिखित बारकाईने वाचून त्याबाबत विद्वत्तापूर्ण सूचना केल्या : पीटर बेकर, पीटर कॅनेलॉस, टॉमस क्रिश्चनसन, मायकेल ग्रुनवाल्ड, रॉबर्ट कीओहेन, अतुल कोहली, राहुल सागर, एमी वॉल्डमन आणि जॉन फेबिअन विट.

माझं संशोधन आणि दक्षिण आशियातला प्रवास यांच्या संदर्भात मदत

केल्याबद्दल कांचन चंद्रा, नीरजा गोपाल जयल, प्रताप भानू मेहता, उदय मेहता, डेव्हिड रोड, माधुरी सोंधी, शिवाजी सोंधी, अ‍ॅलेक्झांडर स्टार आणि सब्रिना टॅवेरनाइज यांचा मी आभारी आहे. श्रीनाथ राघवन यांची सहृदयता आणि त्यांचा व्यासंग अशा दोहोंसाठी त्यांचा आवर्जून उल्लेख करावा लागेल. या सर्व घटनाक्रमात सहभागी असणाऱ्यांनी माझ्यासाठी स्वतःच्या आठवणींचं कथन सोशिकपणे केल्याबद्दल आणि स्वतःकडचे दस्तऐवज तसंच नोंदी पुन्हा एकदा तपासून पाहिल्याबद्दल मी या सर्वांचा अत्यंत ऋणी आहे.

'नेहरू स्मृती वस्तुसंग्रहालय आणि ग्रंथालय' ही भारतातली एक प्रमुख उदारमतवादी संस्था असून या संस्थेतल्या मृदुला मुखर्जी, दीपा भटनागर, भाष्यम कस्तुरी, नीलम वत्स आणि संजीव गौतम या सर्वांचा मी ऋणी आहे. या संस्थेचे नवनियुक्त संचालक महेश रंगराजन यांची मदत अत्यंत मोलाची ठरली. 'भारत राष्ट्रीय अभिलेखागार' ही विशेषत्वाने उल्लेख करावा अशी आणखी एक संस्था. संस्थेचे महासंचालक मुशीरूल हसन, जया रवींद्रन, जी. ए. बिरादर, जगमोहन सिंग हे इतर पदाधिकारी आणि त्यांचे सहकारी, तसंच संशोधन कक्षातले सगळे कर्मचारी यांचे आभार!

कॅलिफोर्नियामधल्या 'निक्सन अध्यक्षीय ग्रंथालयाचे' टिमोथी नाफताली, पॉल वॉर्मसर, जॉन फ्लेचर तसंच तत्पर मदतनीस आणि इतर कर्मचाऱ्यांप्रति मी कृतज्ञ आहे. 'अमेरिकी राष्ट्रीय अभिलेखागारामधल्या' कष्टाळू कर्मचाऱ्यांचाही मी ऋणी आहे. माहिती स्वातंत्र्य कायद्याअंतर्गत उपयुक्त माहिती मिळवण्यासाठी 'राष्ट्रीय सुरक्षा अभिलेखागार' या बहुमूल्य संस्थेतल्या नेट जोन्सने मदत केली. व्हाइट हाउसच्या चकवा देणाऱ्या ध्वनीफितींचा माग काढण्याच्या कामी व्हर्जिनिया विद्यापीठातल्या 'मिलर सेंटर फॉर पब्लिक अफेअर्स' या संस्थेतल्या केरी मॅथ्यूजने मदत केली.

या पुस्तकाच्या लिखाणाच्या प्रदीर्घ कालावधीत मला पुढे दिलेल्या विद्वज्जनांच्या विदग्धतेतून शिकता आलं - डेव्हिड आर्मिटेज, मायकेल डॉयल, नोआ फेल्डमन, मार्था फिनमोर, अ‍ॅरन फ्रीडबर्ग, जॉन लेविस गॅडीस, जॅक गोल्डस्मिथ, रायन गुडमन, उना हॅथवे, स्टॅनली हॉफमन, जॉन आयकेनबेरी, स्टॅथिस कॅलिवास, देवेश कपूर, स्टीफन क्रॅसनेर, टॉमस लॅक्युअर, अँड्रू मोरोवेसिक, जोसेफ नाय, नथानिएल पर्सिली, कॅल रॉस्टीआला, स्टीफन पीटर रोझन, स्कॉट सेगन, कॅथरीन सीकिंक, अ‍ॅन-मरी स्लॉटर, जॅक स्नायडर आणि मायकेल वॉल्ट्झर. 'न्यू यॉर्क टाइम्सचे' कॅथरीन बुटॉन, बॅरी गेवेन, पॅमेला पॉल, क्ले रिझेन आणि सॅम टॅनेनहॉस यांनी या पुस्तकातला काही मजकूर त्यांच्या वृत्तपत्रांमध्ये पूर्वप्रकाशित करण्याचा उमदेपणा दाखवला.

बीजिंगमध्ये इव्हान ऑसनॉस यांनी सांस्कृतिक क्रांतीसंदर्भातले चरित्रग्रंथ (संदर्भ

ग्रंथ), उत्तम सल्ला आणि तांदळाचे कानवले सढळ हस्ते पुरवले. ॲलेस्टर आयन जॉनस्टन, रॉडरिक मॅकफार्कहर आणि वाँग जिसी यांनी या घटनाचक्राच्या महाकोड्यातला चिनी सहभाग उकलून सांगितला. गाओ वेंकियान यांनी चाऊ एन लाय यांच्या एकंदर पार्श्वभूमीबद्दल माहिती पुरवली.

अमेरिकी काँग्रेसविषयक बखरींमधल्या नोंदी शोधण्याचं काम सेनेटच्या परराष्ट्र संबंध समितीत कार्यरत असलेल्या लॉरा शिलर आणि लॉरा सलिवन यांनी केलं. सेंट जेम्स इथल्या 'लंडन लायब्ररीचे' बिल इमॉट आणि इतर कर्मचारी यांनी संशोधन आणि लिखाण करण्यासाठी अप्रतिम जागा उपलब्ध करून दिली. शॉन विलेंट्झ आणि डेव्हिड किनी यांनी 'कॉन्सर्ट फॉर बांगला देश' या कार्यक्रमाबद्दल माहिती पुरवली, तर मार्क फेल्डस्टीन यांनी माझ्यासारख्या एका अगदी अपरिचिताला कनवाळूपणे मदत देऊ केली.

या कामात अनेक निडर संशोधन साहाय्यकांची मला मदत झाली, हे मी माझं भाग्य समजतो. दिल्लीमधल्या रवीन्द्र कर्नेना या मेधावी तज्ज्ञाने काही भरकटलेल्या नस्ती (फाइल्स) शोधून काढण्यासाठी मदत केली. प्रिन्स्टन विद्यापीठातल्या ॲना स्क्रिम्फ हिने दस्तऐवजाची हजारो पानं संगतवार लावून दिली. व्हाइट हाउसच्या ध्वनीफितींच्या जंजाळातून नेमक्या ध्वनीफिती शोधायला मदत करण्यासाठी काही जाणकार विद्यार्थ्यांना नियुक्त करण्याकरता प्रिन्स्टन विद्यापीठाच्या मानव्यविद्या आणि समाजशास्त्र संशोधन समितीने आवश्यक ते आणि स्वागतार्ह अनुदान दिलं. खरखरणाऱ्या ध्वनीफितींचं प्राथमिक शब्दांकन आणि त्यातून पुढे येणाऱ्या मजकुराच्या अनुषंगाने निक्सन तसंच किसिंजर यांच्या संदर्भात काही मनोवैज्ञानिक सिद्धान्तांचा वापर करून या दोघांच्या वर्तनाचा योग्य अर्थ लावण्याची कामगिरी स्टेफनी जॉर्डन, जोई हँड, एरिक लेवेन्सन आणि शायना वॉट्रस यांनी समर्थपणे पार पाडली.

मी केलेल्या संशोधनावरच्या खर्चाची उदारहस्ते भरपाई केल्याबद्दल प्रिन्स्टन विद्यापीठ आणि तिथल्या चेसी रूस, ख्रिस्तीना पॅक्सन आणि स्टीफन कोटकीन यांचे आभार! माझा स्वभाव लक्षात घेता, सर्व काही सुरळीतपणे पार पाडण्याचं श्रेय रिटा ॲलपॉ यांच्या भारदस्त व्यावसायिकतेला असून त्यांच्याबरोबर काम करण्याचा बहुमान मला मिळत आला आहे. माझ्या प्रवासासाठी नॅसॉ हॉलमधल्या सँड्रा जॉन्सन आणि जेनिफर विडिस यांची मदत झाली. नॅन्सी प्रेसमन लेव्ही आणि टेरी कॅटन यांनी दक्षिण आशियातली कागदपत्रं आणि पुस्तकं यांचा पाठपुरावा केला.

माझ्या या जुन्या मित्रांवाचून माझं पानही हलणार नाही – नुरीथ ऐझमन, मायकेल डॉर्फ, एरिएला डब्लर, डॅनिएल फ्रँकलीन, जेसन फरमन, जेसी फरमन, सुझॅन ग्लासर, जॉन ग्रॉस, रेबेका मुशर ग्रॉस, सारा कॅहन हँडेलस्मन, जेड कोलको,

जॅक लेव्ही, ॲलिसन वॅकॉफ लॉरेन, रॉय मॅकफार्कहर, रेबेका नूनन मरे, समँथा पॉवर आणि रिचर्ड प्रायमस त्याप्रमाणे पीटर बेकर, पीटर कॅनेलोस आणि मायकेल ग्रुनवाल्ड यांचं अथक प्रोत्साहन आणि माझ्या लेखनाचं त्यांनी केलेलं संपादन यांच्यासाठी त्यांचे अनेक आभार. मी झपाटून जाऊन करत असलेल्या लेखनासाठी मार्क वाईडमन आणि डॅना किर्चमन यांनी तसंच माझे तरुण मित्र सॅम आणि बेन यांनी शांत वातावरण उपलब्ध करून दिलं. पीटर डेव्हिड हा अत्यंत प्रेमळ आणि कायम आनंदी असणारा माझा मित्र फार तरुण वयातच आम्हाला सोडून गेला!

मी माझ्या कुटुंबाचे आभार मानतो. माझे आईवडील आर्थर बास आणि कॅरेन बास यांचे आभार मानण्यासाठी माझे शब्द अपुरे ठरतील. त्याचप्रमाणे आमच्या नव्या परिवारात माझं स्नेहपूर्वक स्वागत केल्याबद्दल जॉन, सुझॅन आणि डॅनिएल ग्लेन यांचे हार्दिक आभार!

माझी प्रतिभावान पत्नी कॅथरीन ग्लेन बास म्हणजे मानवी अधिकारविषयक प्रश्न आणि इतर सर्वच बाबतींमध्ये माझी आद्य आणि अंतिम सल्लागार! हरारेपासून ब्रुकलिनपर्यंत तिने माझ्यावर प्रेम, अंतःदृष्टी, समर्थन आणि चविष्ट पदार्थ यांचा वर्षाव केला. आत्यंतिक प्रेमाने हे पुस्तक मी तिला अर्पण करतो आहे.

Milton Keynes UK
Ingram Content Group UK Ltd.
UKHW051942290724
446129UK00019B/431

9 788184 836929